ഗ്രീൻ ബുക്സ്

പറയാൻ ബാക്കിവെച്ച കാര്യങ്ങൾ

സോയ പിർസാദ്

പ്രസിദ്ധ ഇറാനിയൻ നോവലിസ്റ്റ്, ചെറുകഥാകൃത്ത്.
1952-ൽ ഇറാനിലെ അബ്ദാനിൽ ജനനം.
കൃതികൾ: Things we left unsaid, The space between us, Like every evening, The bitter taste of persimmon.
പുരസ്കാരങ്ങൾ: 2002ലെ ഏറ്റവും നല്ല നോവലിനുള്ള ഹൗസ്ഹാങ് ഗോൾശ്രീ അവാർഡ് (Things we left unsaid), France chevalier of legion of honour award.

രമാമേനോൻ : തൃശൂരിൽ ജനനം.
മുപ്പതു വർഷത്തോളം അഹമ്മദാബാദിൽ സ്കൂൾ അധ്യാപികയായിരുന്നു.
ആദ്യത്തെ കുങ്കുമം ചെറുകഥാ അവാർഡ് ലഭിച്ചു.
മുപ്പതിലേറെ പുസ്തകങ്ങൾ ഇംഗ്ലീഷിൽനിന്ന് മലയാളത്തിലേക്ക് വിവർത്തനം ചെയ്തിട്ടുണ്ട്.
ഗ്രീൻബുക്സ് പ്രസിദ്ധീകരിച്ച ഇതരകൃതികൾ:
സ്വെറ്റ്ലാന അലക്സിവിച്ചിന്റെ The Unwomanly Face of War (യുദ്ധഭൂമിയിലെ സ്ത്രീപോരാളികൾ), The Secondhand time (ക്ലാവ് പിടിച്ച കാലം), കാതറീൻ മെറിഡേലിന്റെ Lenin on the train (ലെനിൻ റഷ്യൻ വിപ്ലവത്തിലേക്ക്).

നോവൽ

പറയാൻ ബാക്കിവെച്ച കാര്യങ്ങൾ

സോയ പിർസാദ്

വിവർത്തനം:
രമാമേനോൻ

ഗ്രീൻ ബുക്സ്

green books private limited
gb building, civil lane road, ayyanthole,
thrissur- 680 003, kerala, ph: +91 487-2381066, 2381039
website: www.greenbooksindia.com
e-mail: info@greenbooksindia.com

original title
(iranian)
cheragh-ha ra man khamush mikonam

malayalam
parayan bakkivecha karyangal
(novel)
by
zoya pirzad

translated by
remamenon

first published september 2018

PAP
TAGORE

the work is published via the publication
assistance programme tagore with the support of institut
francais en inde ambassade de france in inde
and the institut francais de paris

cover design : mansoor cheruppa

branches:
thrissur 0487-2422515
palakkad 0491-2546162
thiruvananthapuram 0471-2335301
calicut 0495 4854662
kannur 0497-2763038

isbn : 978-93-87357-41-9

GBPL/1028/2018

മുഖക്കുറി

ഒരമ്മയുടെ, ഭാര്യയുടെ, പൊതുപ്രവർത്തകയുടെ, സാമൂഹിക പ്രതിബദ്ധതയുള്ള കുടിയേറ്റക്കാരിയായ ഒരു അർമേനിയൻസ്ത്രീയുടെ നോട്ടപ്പാടുകൾ വൈദഗ്ദ്ധ്യത്തോടെ ഒരു തൂലികയിൽനിന്ന് ഊർന്നുവീഴുന്നു. അർപ്പണബോധത്തോടെ രചിച്ച കൃതി.

കുടുംബബന്ധങ്ങളുടെ കാര്യത്തിൽ പൊതുവേ പ്രകാശനം ചെയ്യപ്പെടാത്ത ജീവിതഗന്ധിയായ ധാരാളം അനുഭവപാഠങ്ങൾ, ആത്മസംഘർഷങ്ങൾ എന്നിവയടങ്ങുന്ന ഈ പുസ്തകം ലോകമെങ്ങുമുള്ള വായനക്കാർക്ക് പ്രചോദനാത്മകമായ വെളിപാടുകൾ നൽകുന്നുണ്ട്. സാർവദേശീയമായിരിക്കുമ്പോൾതന്നെ പ്രാദേശികവുമായ കൃതി.

കൃഷ്ണദാസ്
മാനേജിങ് എഡിറ്റർ

ഒന്ന്

പുറത്ത് സ്കൂൾ ബസ് വന്നുനില്ക്കുന്ന ശബ്ദം. ഒച്ചയോടെ ഇരുമ്പു ഗേറ്റ് തള്ളിത്തുറക്കുന്നു. ഉമ്മറമുറ്റത്തെ വീതി കുറഞ്ഞ നടപ്പാതയിലൂടെ കാലടികൾ തിടുക്കത്തിൽ ഓടിവരുന്നു. അടുക്കളയിലെ ക്ലോക്കിലേക്ക് തിരിഞ്ഞു നോക്കേണ്ട ആവശ്യമില്ല. എനിക്കറിയാം... വൈകീട്ട് സമയം നാലേകാൽ ആയിരിക്കുന്നു.

മുൻവശത്തെ വാതിൽ തുറക്കുകയായി. കൈകൾ ഏപ്രണിൽ അമർത്തി തുടച്ചുകൊണ്ട് ഞാൻ വിളിച്ചുപറഞ്ഞു, "സ്കൂൾ യൂണിഫോം അഴിച്ചുവെക്കൂ... കൈയും മുഖവും നന്നായി കഴുകൂ." ഒന്നു നിർത്തി ഞാൻ കൂട്ടിച്ചേർത്തു. "ഇടനാഴിയുടെ മൂലയിലേക്ക് നമ്മൾ സ്കൂൾ സഞ്ചികൾ വലിച്ചെറിയാറില്ല."

കൈ തുടയ്ക്കാനുള്ള ടിഷ്യൂകളുടെ പെട്ടി മേശയുടെ നടുവിലേക്കു നീക്കിവെച്ചു. പാൽ എടുക്കാനായി ഫ്രിഡ്ജിനു നേരെ തിരിഞ്ഞു. അപ്പോഴാണ് അവരെ കണ്ടത്. അടുക്കള വാതിലിനു തൊട്ടു മുമ്പിലായി നാലു പേർ.

"ഹലോ" വിരുന്നുകാരെ കൂടെ കൊണ്ടുവരുന്നുണ്ട് എന്ന് പറഞ്ഞിരുന്നില്ലല്ലോ! എന്തായാലും പോയി യൂണിഫോം മാറ്റിവരൂ. അപ്പോഴേക്കും ചങ്ങാതിക്കുള്ള പലഹാരം തയ്യാറാക്കാം."

"ഭാഗ്യം" ഞാൻ പതുക്കെ പറഞ്ഞു. "കൂടെ ഒരാളെയല്ലേ കൊണ്ടുവന്നിട്ടുള്ളൂ." ഞാൻ ആ പെൺകുട്ടിയുടെ നേരെ നോക്കി. അർമീനെയുടേയും അർസീനെയുടേയും നടുവിലായി ചെറിയൊരു സങ്കോചത്തോടെ ചുവട് മാറ്റി മാറ്റി നില്ക്കുന്നു. എന്റെ ഇരട്ടക്കുട്ടികളേക്കാൾ അവൾക്ക് ഉയരമുണ്ട്. പക്ഷേ, അവരുടെ വെളുത്തു തുടുത്ത് ഇരുണ്ട മുഖത്തിനോടൊപ്പം കാണുമ്പോൾ... അവളുടെ മുഖം വല്ലാതെ വിളർത്ത് മെലിഞ്ഞ്. പെൺകുട്ടികൾക്ക് കുറച്ച് പുറകിലായി ച്യൂയിംഗം ചവച്ചുകൊണ്ട് അർമീനെ. ആ പെൺകുട്ടിയുടെ സ്വർണ്ണനിറത്തിലുള്ള മുടിച്ചുരുളുകളിലേക്കാണ് അവന്റെ നോട്ടം. രാവിലെ കാലുറകൾക്കുള്ളിലേക്ക് തിരുകിവെച്ചിരുന്ന വെള്ള ഷർട്ട് ഇപ്പോൾ പകുതിയും പുറത്താണ്. മുകളിലെ മൂന്നു ബട്ടണുകളും അഴിച്ചിട്ടിരിക്കുന്നു. പതിവുപോലെ ആരോടെങ്കിലും

തമ്മിൽ തല്ലിയിട്ടുണ്ടാവണം. ഞാൻ നാലാമതൊരു ഗ്ലാസ്സുംകൂടി മേശപ്പുറത്ത് കൊണ്ടുവച്ചു. പലഹാരക്കിണ്ണം വെക്കുന്നതിനിടയിൽ മനസ്സിൽ പറഞ്ഞു. "എനിക്ക് വീണ്ടും സ്കൂളിലേക്ക് പോകേണ്ടിവരുമോ?"

അർമീനെ കാൽ എത്തിച്ചുനിന്ന് ആ പെൺകുട്ടിയുടെ തോളിൽ കൈവെച്ചു. "എമിലിയെ ഞങ്ങൾ ബസ്സിൽവെച്ചാണ് പരിചയപ്പെട്ടത്..." അർസിനെ എമിലിയുടെ മുടിയിഴകൾ പതുക്കെ തടവി. "അവർ ഈയിടെയാണ് ജി-4ൽ താമസമായത്."

"അത് ഞാൻ അറിയാതെ പോയതെന്തേ?" പെട്ടിയിൽനിന്നും രണ്ടും കഷണം റൊട്ടികൂടി പുറത്തേക്കെടുത്തു. റോഡിന്റെ മറുവശത്ത് ഞങ്ങളുടെ വീടിന് നേരെ എതിരെയായിട്ടാണല്ലോ ജി 4.

"ഇന്നലെയാണ് അവർ അങ്ങോട്ടു മാറിയത്." എന്റെ ചിന്തകളെ തടസ്സപ്പെടുത്തിക്കൊണ്ട് അർമീനെ പറഞ്ഞു.

"ആ നേരം നമ്മൾ ക്ലബ്ബിലായിരുന്നു." അർസീനെ എന്റെയുള്ളിലുള്ളത് അറിഞ്ഞുകൊണ്ടെന്നപോലെ പറഞ്ഞു.

രണ്ടുപേരും എമിലിയുടെ മുഖത്തുനിന്ന് കണ്ണെടുക്കാതെയിരുന്നു. അർമീനെയുടെ പോക്കറ്റിന്റെ മൂല അന്നും കീറിയിട്ടുണ്ടായിരുന്നു. ഇതെത്രാമത്തെ തവണയാണ്? ജി-4ൽ സോഫിയാണ് താമസിച്ചിരുന്നത്.

തിരിഞ്ഞുനോക്കാതെ തന്നെ മനസ്സിലായി.. അർസീനെയുടെ പോക്കറ്റും കീറിയിട്ടുണ്ട്. "നൈന അമ്മായിയാണ് സോഫിയുടെ അമ്മ."

"അവളുടെ അച്ഛൻ ഗാർനിക് അമ്മാവൻ."

അർമീനെയുടെ വെള്ള കോളറിന്റെ ചരടുകൾ കെട്ടഴിഞ്ഞു കിടക്കുന്നു. അർസീനെയുടേയും. "ഗാർനിക് മാമ്മൻ ഭയങ്കര തമാശക്കാരനാണ്. അല്ലേ, അർമീനെ?"

"അദ്ദേഹം തമാശകൾ പറഞ്ഞ് ഞങ്ങളെ പൊട്ടിച്ചിരിപ്പിക്കും... ചിരിച്ചു ചിരിച്ചു ഞങ്ങൾ ചാകാറാവും."

ഞാൻ കുട്ടികളുടെ രണ്ടുപേരുടേയും കോളറുകൾ അഴിച്ചെടുത്തു. ഇടംകണ്ണിട്ട് അവരുടെ പുതിയ ചങ്ങാതിയെ നോക്കി. അവളുടെ ശ്രദ്ധ തികച്ചും എന്റെ ഇരട്ടക്കുട്ടികളിലായിരുന്നില്ല. പുറകിൽ കൈ പിണച്ചുവെച്ചാണവൾ നിന്നിരുന്നത്. നേരിട്ടല്ലെങ്കിലും, ഞങ്ങളറിയാതെ അവൾ ആ മുറി മുഴുവൻ നോക്കിക്കാണുകയായിരുന്നു. ലിപ്സ്റ്റിക് തേച്ചതുപോലെ ചുകന്നുതുടുത്ത ചുണ്ടുകൾ... "കൈയും മുഖവും കഴുകിവരൂ..." നാലാമത്തെ റൊട്ടിക്കഷണം മുറിച്ച് തയ്യാറാക്കുന്നതിനിടയിൽ ഞാൻ പറഞ്ഞു.

കുട്ടികൾ മുറിയിൽനിന്നുപോയതും എന്തോ ഒരശുഭചിന്ത അലട്ടാൻ തുടങ്ങി. ആ കുട്ടിയുടെ നോട്ടത്തിൽ എന്തോ ഒരു പന്തിയില്ലായ്മ. അവളുടെ കണ്ണുകൾ എന്താണിത്ര സൂക്ഷിച്ച് നിരീക്ഷിച്ചിരുന്നത്? എവിടെയെങ്കിലും വല്ല ചളിയോ കറയോ? അല്ലെങ്കിൽ അവൾക്കു തോന്നിയിട്ടുണ്ടാവും. എന്റെ അടുക്കള ഒട്ടും അടുക്കും ചിട്ടയുമില്ലാത്തതാണെന്ന്...

തീരെ പഴയമട്ടിലുള്ളതാണെന്ന്. അതേസമയം എന്റെ നല്ല മനസ്സ് സഹായത്തിനെത്തി. അടുക്കളയിൽ വേണ്ടതിലധികം സാമാനങ്ങളുണ്ട് എന്നതു ശരി. പക്ഷേ വൃത്തിയും വെടിപ്പുമില്ലെന്നു പറയാനാവില്ല. അല്ലെങ്കിലും വല്ല വീട്ടിലേയും ഒരു ചെറിയ പെണ്ണ് എന്തെങ്കിലും വിചാരിച്ചാൽ തന്നെയും ഇത്ര കാര്യമാക്കാനുണ്ടോ? റൊട്ടിക്കഷണങ്ങളിൽ വെണ്ണ പുരട്ടി. അതിനുമേൽ ചീസിന്റെ തുണ്ടുകളും വെച്ചു. നാലാമത്തെ തട്ടത്തിലും ഒരു സാൻവിച്ച് എടുത്തുവച്ചു.

അടുക്കള ആകപ്പാടെയൊന്നു നോക്കി. പൂപ്പാത്രത്തിൽ ഒതുക്കിവെച്ചിരിക്കുന്ന ഉണക്കപ്പൂക്കളുടെ കുല. ചെറിയ അലമാരയ്ക്കു മുകളിലായി ഏതാനും കളിമൺ കൂജകൾ. ചുമരിലെ കൊളുത്തിൽ തൂക്കിയിട്ടിരിക്കുന്ന ചുകന്ന മുളകിന്റേയും വെളുത്തുള്ളിയുടേയും മാലകൾ. എന്റെ നല്ല മനസ്സിന്റെ ഭാവം... അതെന്നെ ആശ്വസിപ്പിച്ചു. മറ്റു സ്ത്രീകൾ അവരുടെ അടുക്കള ഈ മട്ടിൽ അലങ്കരിക്കുന്നുണ്ടാവില്ല. അതിനെന്താ? എന്റെ കണ്ണിന് ഇതാണ് ഭംഗി.

“നിന്റെ അമ്മയും സഹോദരിമാരും സ്നേഹിതന്മാരും നിന്നെ പരിഹസിച്ചേക്കാം...” എന്റെ നല്ല മനസ്സ് പറഞ്ഞു. “ക്ലാരീസ്, നിന്റെ അടുക്കള കണ്ടാൽ, ഹാൻസലും ഗ്രെറെലും എന്ന മുത്തശ്ശിക്കഥയിലെ മന്ത്രവാദിനിയുടെ അടുക്കളയാണ് ഓർമ്മ വരിക എന്ന് അവർ പറഞ്ഞേക്കാം. അതൊന്നും നീ കാര്യമാക്കേണ്ട. മറ്റുള്ളവരുടെ ഇഷ്ടത്തിനൊത്ത് സ്വന്തം താത്പര്യങ്ങളിൽ മാറ്റം വരുത്തുകയും വേണ്ട. മറ്റുള്ളവർ പലതും പറഞ്ഞുവെന്നുവരും. അതൊന്നും കേട്ട് നീ സങ്കടപ്പെടാൻ നില്ക്കരുത്... ഒരിക്കലും.” പെട്ടെന്നാണ് എന്റെ നോട്ടം ജനൽപ്പടിയിൽ വെച്ചിട്ടുള്ള പൂച്ചട്ടിയിൽ ചെന്നുവീണത്. ചട്ടിയിലെ മണ്ണുമാറ്റി പുതിയതു നിറയ്ക്കണമായിരുന്നു. ആ കാര്യം അപ്പോഴാണ് ഓർത്തത്.

പെൺകുട്ടികളേക്കാൾമുമ്പ് അർമേൻ അടുക്കളയിലെത്തി. മുഖവും കൈയുമൊക്കെ നല്ലവണ്ണം കഴുകി വൃത്തിയാക്കിയിട്ടുണ്ട്. മുടി വെള്ളം നനച്ച് ഭംഗിയായി പുറകോട്ട് കോതിവെച്ചിരുന്നു. ഒന്നു രണ്ടു മുടിച്ചുരുളുകൾ കണ്ണിനു മുകളിലായി വീണുകിടക്കുന്നുണ്ട്. തനിക്ക് ഏറ്റവും ഇഷ്ടമുള്ള കറുത്ത ടീഷർട്ടാണ് ധരിച്ചിരിക്കുന്നത്. അതിനുമുമ്പിലായി വലിയ കൊമ്പോടുകൂടിയ ഒരു ഊക്കൻ മുട്ടനാടിന്റെ ചിത്രവുമുണ്ട്. നിത്യേനയുള്ള എന്റെ ശകാരം... ഫലം കാണാൻ തുടങ്ങിയിരിക്കുന്നുവോ? പതിനഞ്ചുവയസ്സായ, എന്റെ മകൻ കുറേശ്ശെ വൃത്തിയും വെടിപ്പുമൊക്കെ ശീലിച്ചുതുടങ്ങിയതിന്റെ ലക്ഷണമാണോ? എന്റെ അമ്മ ഇതു കണ്ടിരുന്നുവെങ്കിൽ വലിയ സന്തോഷമായേനേ. അവന്റെ ഗ്ലാസ്സിലേക്ക് പാൽ ഒഴിച്ചുകൊണ്ട് ഞാനത് ഉറക്കെ പറയുകയും ചെയ്തു.

“എന്തു കണ്ടിരുന്നുവെങ്കിൽ?” ഗ്ലാസ് കൈയിലെടുത്തുകൊണ്ട് അവൻ എന്റെ നേരെ നോക്കി.

താടിക്ക് കൈയും കൊടുത്ത് അവനെതിരെ ഞാനും ഇരുന്നു. എന്തിനെന്നില്ലാതെ അവന്റെ മുഖത്തേക്ക് സൂക്ഷിച്ചുനോക്കി. ഉള്ളിലുയർന്ന

ചിരി ഒതുക്കിക്കൊണ്ട് ഞാൻ പറഞ്ഞു. "അമ്മൂമ്മയുടെ കൊച്ചുമകൻ മുടി ഭംഗിയായി ചീകിവെക്കുന്നു. പാർട്ടിക്കോ ക്ലബ്ബിലേക്കോ പോകുന്ന മട്ടിൽ വൃത്തിയായി വസ്ത്രം ധരിക്കുന്നു... അമ്മ പറയുന്നതുകേട്ട് വീട്ടിലും നന്നായി നടക്കുന്നു." അവന്റെ കവിളിൽ തലോടാനായി ഞാൻ കൈനീട്ടി. പക്ഷേ, അവൻ ഒഴിഞ്ഞു മാറി. തല പിന്നോക്കം ചായ്ച്ചു.

"വേണ്ട... വേണ്ട..." അവൻ പറഞ്ഞു. "അമ്മ എന്റെ മുടിയാകെ കേടുവരുത്തും." ഒരു നിമിഷം എന്തുചെയ്യണമെന്നറിയാതെ എന്റെ കൈ പാതിവഴിയിൽ തങ്ങിനിന്നു. പിന്നെ ഞാൻ, ആവശ്യമില്ലാതിരുന്നിട്ടും മേശപ്പുറത്തുവെക്കുന്ന ചെറിയ ഉപ്പുഭരണി കൈയിലെടുത്തു.

അർസീനെയും അർമീനെയും എമിലിയെ കൈപിടിച്ച് അടുക്കളയിലേക്ക് കൂട്ടിക്കൊണ്ടുവന്നു. "വരൂ... വരൂ... നാണമൊന്നും വേണ്ട." കുട്ടികൾ പുതിയ കൂട്ടുകാരിയെ ഉത്സാഹത്തോടെ ക്ഷണിച്ചു.

എമിലി എന്റെ നേരെ നോക്കി. അവളുടെ വലിയ കണ്ണുകൾ. തിളങ്ങുന്ന രണ്ടു കറുത്ത ഗോട്ടിക്കായകൾ പോലെ. "വരൂ, എമിലി" ഞാനും ചിരിച്ചുകൊണ്ട് അവളെ ക്ഷണിച്ചു. അർമേൻ തന്റെ സ്ഥാനത്തുനിന്നും എഴുന്നേറ്റു. എമിലിക്കിരിക്കാനായി ഒരു കസേല വലിച്ചു. ഞാൻ ശരിക്കും അമ്പരന്നു. അവനോട് ഞാൻ ദിവസവും പറയാറുള്ള നൂറുനൂറു കാര്യങ്ങൾ... അവൻ ഈ ചെയ്തത് അതിലൊന്നായിരുന്നല്ലോ.

അർമീനെയും അർസീനെയും പതിവുപോലെ വാതോരാതെ സംസാരിക്കാൻ തുടങ്ങി.

"എമിലി അവളുടെ അച്ഛന്റേയും അച്ഛമ്മയുടേയും കൂടെയാണ് അബദാനിലേക്കു വന്നിരിക്കുന്നത്."

"ഞങ്ങളേക്കാൾ മൂന്നുവയസ്സ് കൂടുതലുണ്ട് എമിലിക്ക്."

"ഞങ്ങൾക്കും അവളേപോലെ കോലൻമുടി ഉണ്ടായിരുന്നെങ്കിൽ"

"എമിലി മസ്ജിദ് സുലൈമാൻ സ്കൂളിലാണ് പഠിച്ചിരുന്നത്."

"അവൾ ലണ്ടനിലും പഠിച്ചിട്ടുണ്ട്"

"കാക്ലുട്ടായിലെ സ്കൂളിലും പഠിച്ചിട്ടുണ്ട്."

അതുകേട്ടതും അർമെൻ പൊട്ടിച്ചിരിച്ചു... "മണ്ടിക്കുട്ടികൾ, ഒന്നും അറിയില്ല. കാക്ലുട്ടയല്ല... കൽക്കട്ടയാണ്."

കുട്ടികൾ ചേട്ടൻ തെറ്റ് തിരുത്തിയത് കേട്ടില്ലെന്ന് നടിച്ചു.

"നോക്കൂ അമ്മേ, എമിലിയുടെ കൈ... എത്ര വെളുത്തിട്ടാണ്."

"റാവ്വൻസെലിന്റെ പോലെത്തന്നെ, അല്ലേ?"

അർമെൻ വീണ്ടും പൊട്ടിച്ചിരിച്ചു. അവൻ എമിലിയെത്തന്നെ ഈ നേരമത്രയും ഒളികണ്ണിട്ടു നോക്കുകയായിരുന്നു. ഇത്തവണ ഇരട്ടകളുടെ ഭാവം മാറി. അവർ കൂടുതലെന്തെങ്കിലും അബദ്ധം പറയും മുമ്പേ ഞാൻ ഇടപ്പെട്ടു. "എമിലീ, അർസീനെയുടെ പാവക്കുട്ടിയാണ് റാവ്വൻസെൽ."

"അത് ഞങ്ങൾ ബസ്സിൽ വെച്ചേ അവളോടു പറഞ്ഞിരുന്നു." ഗ്ലാസ്സിലെ അവസാനതുള്ളി പാലും വലിച്ചു കുടിക്കുന്നതിനിടയിൽ അർസീനെ പറഞ്ഞു. ഒഴിഞ്ഞ ഗ്ലാസ് അവളെന്റെ നേരെ നീട്ടി.

അർസീനെ സാൻവിച്ചിൽനിന്നും ഒരു കഷണം കടിച്ചെടുത്തു. റൊട്ടിക്കഷണം വായിൽവെച്ചുകൊണ്ടുതന്നെ അവളെന്റെ നേരെ തിരിഞ്ഞു. "അതുകൊണ്ടാണ് അവൾ ഇങ്ങോട്ടുവന്നത്..." "റാവ്വൻസെല്ലിനെ ഒന്നു കണ്ട് ഓടിപ്പോകാൻ, അമ്മേ... ഇത്തിരികൂടി പാല്" ഒരാൾ പറയാൻ തുടങ്ങിയത് മറ്റേയാൾ പൂർത്തിയാക്കി.

ഞാൻ അർമീനെയുടെ ഗ്ലാസിലേക്ക് കുറച്ചുകൂടി പാലൊഴിച്ചു. "വായിൽ നിറച്ച് ഭക്ഷണംവെച്ച് ഞങ്ങൾ ആരോടും സംസാരിക്കാറില്ല." ഞാൻ അർസീനെയോട് പറഞ്ഞു.

അർമീനെ ഗ്ലാസ്സെടുത്ത് ഒന്നു മോന്തി. "വാസ്തവത്തിൽ ആരുടേയും വീട്ടിൽ പോകാൻ എമിലിക്ക് അനുവാദമില്ല."

"അവളുടെ അച്ഛമ്മ ദേഷ്യപ്പെട്ടു." അർസീനെ ഉടനെ കൂട്ടിച്ചേർത്തു.

"അയ്യോ... ഇതു കണ്ടോ?" രണ്ടുപേരും ഒരുമിച്ച് പെട്ടെന്ന് ഒച്ചവെച്ചു. അവർ എമിലിയുടെ നേരെ നോക്കി. അർമീനെയുടെ മേൽചുണ്ടിലൊരു പാൽമീശ. ഞാൻ പെട്ടിയിൽനിന്നും ഒരു ക്ലീനെക്സ് എടുത്ത് അവളുടെ നേരെ നീട്ടി. "ചുണ്ടിനു ചുറ്റും... നന്നായി തുടക്കൂ." ഞാൻ എമിലിയുടെ നേരെ തിരിഞ്ഞു. "നീ നിന്റെ അച്ഛമ്മയോട് പറഞ്ഞിട്ടുണ്ടോ?" മറുപടി പറയാൻ അവൾക്കിട കിട്ടിയില്ല. അതിനുമുമ്പേ വാതിൽ മണി കിലുങ്ങി.

എമിലി ചാടി എഴുന്നേറ്റു. ഞാൻ വാതിൽ തുറക്കാനായി ഇടനാഴിയുടെ പകുതിയോളം എത്തിയിരുന്നു. അപ്പോഴേക്കും രണ്ടാമതും മണിയടിച്ചു. ഇടനാഴിയിൽ കിടന്നിരുന്ന കുട്ടികളുടെ സ്കൂൾ സഞ്ചികളിൽ കാൽതട്ടാതെ ചെന്ന് ഞാൻ ഉമ്മറവാതിൽ തുറന്നു. ആരേയും വാതിൽക്കൽ കണ്ടില്ല. നല്ലോണം താഴേക്കു നോക്കിയപ്പോഴാണ് ഞാൻ അവരെ കണ്ടത്. പൊക്കം കുറഞ്ഞ്... തീരെ കുറഞ്ഞ്, എന്റെ മുട്ടോളമേയുള്ളൂ. പൂക്കളുള്ള ഞൊറിവെച്ച ഒരു കുപ്പായമാണവർ ഇട്ടിരുന്നത്. കറുത്ത ഒരു കമ്പിളി ഷാളും പുതച്ചിരുന്നു. ഷാൾ, ചുമലിൽ കൂടിയിട്ട് അരയ്ക്കു ചുറ്റുമായി കെട്ടിയിരുന്നു. കഴുത്തിൽ മൂന്നിഴയുള്ള സാമാന്യം വലുപ്പമുള്ള ഒരു മുത്തുമാല. പെട്ടെന്ന് മുറ്റത്തെ പുൽത്തകിടിയിൽ ഒരു തവള കരഞ്ഞു. അവർ വല്ലാതെ ഭയന്നു... ഉറക്കെ നിലവിളിക്കുംപോലെ ചോദിച്ചു. "എമിലിയുണ്ടോ ഇവിടെ?"

എനിക്ക് ലേശം പരിഭ്രമം തോന്നി. "ഈ കുട്ടികൾ എപ്പോഴും ഇങ്ങനെയാണ്... പറഞ്ഞതുപോലെ ചെയ്യില്ല. അവളിവിടെയില്ലേ?" കഴുത്തിലെ മുത്തുമാലയിൽ മുറുകെ പിടിച്ചുകൊണ്ട് അവർ വീണ്ടും ഉറക്കെ ചോദിച്ചു.

എന്റെ മറുപടിക്കു കാത്തുനില്ക്കാതെ അവൾ പോകാൻ തിരിഞ്ഞു. ഞാൻ തിടുക്കത്തിൽ അവരെ തടഞ്ഞു... "പേടിക്കണ്ട, അവളിവിടെ

ത്തന്നെയുണ്ട്. വീട്ടിൽ പറയാതെയാണ് അവൾ വന്നിരിക്കുന്നതെന്ന് ഇപ്പോഴേ ഞാൻ അറിഞ്ഞുള്ളൂ.”

“വിവരംകെട്ട കുട്ടി!” മുത്തുമാലയിലെ പിടിവിട്ടുകൊണ്ട് അവർ പിറുപിറുത്തു.

“നിങ്ങളുടെ പരിഭ്രമം എനിക്ക് മനസ്സിലാവുന്നുണ്ട്. ഈ സ്ഥാനത്ത് ഞാനായിരുന്നുവെങ്കിലും... ഏതായാലും അകത്തേക്ക് വരൂ.”

അവർ കണ്ണുമിഴിച്ച് എന്നെ നല്ലവണ്ണമൊന്ന് നോക്കി. ഞാൻ മുമ്പിൽ നില്ക്കുന്നത് ഇപ്പോഴേ കണ്ടുള്ളൂ എന്ന ഭാവം. എന്നെ തുറിച്ചുനോക്കിക്കൊണ്ട് അവർ സ്വന്തം തലയൊന്നു തടവി. ചെറിയൊരു കൊണ്ടയായി അവരത് കെട്ടിവെച്ചിരുന്നു. “ക്ഷമിക്കണേ...” അവർ എന്നോട് പറഞ്ഞു. “ഈ വിഡ്ഢിപ്പെണ്ണ്... ഞാൻ എല്ലാം മറന്നു.” അവരുടെ മുടി മുഴുവനും നരച്ചിരുന്നു. അവർ സ്വയം പരിചയപ്പെടുത്തിക്കൊണ്ട് എന്റെ നേരെ കൈനീട്ടി. “ഞാൻ എമിലിയുടെ അച്ഛമ്മയാണ്... എൽമീറാ സീയ്യോനിയൻ.”

കാണാമറയത്തിരുന്ന് ആ തവള വീണ്ടും കരഞ്ഞു. അതിനു മറുപടിയെന്നപോലെ എവിടേയോ ഇരുന്ന് വേറൊരു തവള കൂടുതൽ ഉച്ചത്തിൽ ശബ്ദമുണ്ടാക്കി. എന്തോ... ഞാനാകപ്പാടെ അന്തിച്ചുനിന്നു... അവർക്ക് തീരെ പൊക്കം കുറവായതുകൊണ്ടാണോ? അതോ ആ നാലുമണിനേരത്ത് അങ്ങനെയൊരു മുത്തുമാലയുമണിഞ്ഞ് വീട്ടുപടിക്കൽ വന്നുനിന്നതുകൊണ്ടാണോ? ഒരുപക്ഷേ ഇത്രയും ചൂടുള്ളപ്പോൾ കമ്പിളിയും പുതച്ച് വന്നതു കണ്ടിട്ടാണോ? അതുമല്ലെങ്കിൽ അവർ വളരെ ഔപചാരികമായി സ്വയം പരിചയപ്പെടുത്തിയതായിരിക്കുമോ എന്നെ ചൊടിപ്പിച്ചത്? ചിലപ്പോൾ അതൊന്നുമല്ലായിരിക്കാം. എന്റെ നീരസത്തിനു കാരണം... അസ്ഥാനത്തുള്ള ആ തവളക്കരച്ചിലാകാം. എത്ര കാലമായി ഞാൻ അബദാനിൽ താമസം തുടങ്ങിയിട്ട്. ഇനിയും ഈ തവളകളുമായി പൊരുത്തപ്പെടാൻ എനിക്കായിട്ടില്ല. അവറ്റയെ കാണാനും വയ്യ, കേൾക്കാനും വയ്യ എന്ന സ്ഥിതി. ഏപ്രണിൽ കൈ തുടച്ച് ഞാൻ അവരുടെ നേരെ നീട്ടി. “ഞാൻ ക്ലാരിസ് ഏയ്‌വാസിയൻ.” ആ കൊച്ചുസ്ത്രീയെ ഞാൻ അനുകരിക്കാൻ ശ്രമിച്ചതെന്തിനാണ്. എനിക്കുതന്നെ അറിഞ്ഞുകൂടാ.

അവർ എന്റെ കൈ വല്ലാതെ അമർത്തിപ്പിടിച്ചു. വിരലിലെ വിവാഹമോതിരം അമർന്ന് എനിക്ക് നൊന്തു. അവർ കണ്ണിറുക്കി എന്നെ നോക്കി. “ജൂൽഫയിൽനിന്നുള്ള എയ്‌വാസിയനാണോ?”

അവരുടെ കണ്ണിനുചുറ്റുമുള്ള ചുളിവുകൾ. എല്ലാറ്റിനും ഒരേ രൂപം... വലുപ്പം... ആരോ ശ്രദ്ധാപൂർവ്വം വരച്ചുവെച്ചിട്ടുള്ളതുപോലെ. ഞാൻ എന്റെ അമ്മയുടെ ശബ്ദം കേൾക്കുകയാണെന്നു തോന്നി. “നിങ്ങളെന്താ വിവാഹമോതിരം ഇടതുകൈയിലിടാത്തത്, എല്ലാ സ്ത്രീകളേയും പോലെ?”

"എയ്വാസിയൻ എന്നത് എന്റെ ഭർത്താവിന്റെ കുടുംബപ്പേരാണ്." ഞാൻ അവർക്ക് പറഞ്ഞുകൊടുത്തു. "അവർ ടബ്രീസുകാരാണ്. എന്റെ അമ്മ ജനിച്ചത് ഇസ്ഫഹാനിലാണ്. അർഷലസ് വോഡ്കാനിയൻ... അവരെ അറിയാമോ?" എന്റെ അനിയത്തി അതു കേട്ടിരുന്നുവെങ്കിൽ കളിയാക്കിയേനെ... "എന്നാലല്ലേ എല്ലാവർക്കും മനസ്സിലാവൂ. മിസ് ക്ലാരിസ് മറ്റു സ്ത്രീകളെപ്പോലെയല്ല എന്ന്."

അവർ വീണ്ടും കൈക്കൊണ്ട് മുടി ഒതുക്കി. "അവരെ വീട്ടിൽ വിളിച്ചിരുന്ന പേര് പറയാമോ? എങ്കിൽ ഒരുപക്ഷേ ഞാൻ അവരെ തിരിച്ചറിഞ്ഞേനേ. ഞാൻ ജൂൽഫയിൽനിന്നുപോന്നിട്ട് കാലം കുറേയായി."

ഞാൻ തിരിച്ചും മറിച്ചും ആലോചിച്ചു. ജൂൽഫാ പ്രദേശത്തെ, പ്രത്യേകിച്ചും ഇസ്ഫഹാനിലെ അർമേനിയക്കാർ ഓരോരുത്തർക്കും തിരഞ്ഞെടുത്തിരുന്ന വിളിപ്പേരുകൾ... അത്ര വാത്സല്യത്തോടെയൊന്നുമായിരുന്നില്ല. ഉദാഹരണത്തിന്, അവർ എന്റെ അമ്മയുടെ മുത്തച്ഛനെ വിളിച്ചിരുന്നത് 'വിടുവായക്കാരൻ മിസ്സാക്' എന്നായിരുന്നു. ആ പേര് എല്ലാവരോടും പറയണമെന്ന് എനിക്ക് ആഗ്രഹമില്ലായിരുന്നു. ഭാഗ്യം, എന്റെ 'ആ കൊച്ചയൽക്കാരി' ഒരു മറുപടിക്കായി ശാഠ്യം പിടിച്ചില്ല.

"നിങ്ങൾ എമിലിയെ ഒന്നു വിളിക്കാമോ? വീട്ടിൽ എനിക്കൊരുപാട് പണിയുണ്ട്." അവർ നില്പുറയ്ക്കാത്ത മട്ടിൽ അങ്ങോട്ടും ഇങ്ങോട്ടും നീങ്ങിക്കൊണ്ടിരുന്നു.

ഞാൻ ഒരു വശത്തേക്ക് മാറി. "അകത്തേക്ക് വരൂ..." ഞാൻ അവരെ ക്ഷണിച്ചു. "എമിലി എന്റെ കുട്ടികളോടൊപ്പമിരുന്ന് ഇടനേരത്തെ പാലും പലഹാരവും കഴിക്കുകയാണ്."

"പലഹാരമോ?" ഞാൻ എന്തോ അബദ്ധം പറഞ്ഞു എന്ന ഭാവം. അവർ വീണ്ടും തന്റെ മുത്തുമാലയിൽ മുറുകെ പിടിച്ചു.

നല്ല കാലം... തോട്ടത്തിലെ തവളകൾ നിശ്ശബ്ദരായിരുന്നു. എന്നാലും എന്റെ മനസ്സിലൊരു പടപടപ്പ്. "പാലും, ചീസ് സാൻഡ്‌വിച്ചുമാണ് അവർ കഴിക്കുന്നത്." "എന്തിനാണാവോ ഞാൻ വിസ്തരിക്കാൻ നിന്നത്?"

എന്റെ കഴുത്തിൽ കിടക്കുന്ന കുരിശുമാലയിലേക്ക് അവരുടെ നോട്ടം നീങ്ങി. "അവൾക്ക് ചീസ് ഇഷ്ടമല്ലല്ലോ. പാലാണെങ്കിൽ നല്ല ചൂടോടെ വേണംതാനും. അതിൽ രണ്ടു സ്പൂൺ തേനും ചേർക്കണം." അവരുടെ ഒച്ച വീണ്ടും ഉയർന്നു.

അവരുടെ ഭാവം... ഡോക്ടർ രോഗിക്ക് മരുന്ന് തെറ്റി കൊടുത്തതു പോലെ... എന്നെ രൂക്ഷമായി നോക്കി. കൂടുതൽ പറയാൻ എനിക്കിട കിട്ടിയില്ല. അതിനുമുമ്പേ അവർ അകത്തേക്കോടി കയറി. ഇടനാഴിയിൽ കിടന്നിരുന്ന സ്കൂൾ സഞ്ചികൾ മൂന്നുതവണ ചാടിക്കടന്ന് എന്റെ അടുക്കള വാതില്ക്കലെത്തി. സഞ്ചികൾ കാലുകൊണ്ട് ഒരുവശത്തേക്ക് തട്ടി മാറ്റി ഞാനും അവരുടെ പിന്നാലെ ചെന്നു.

എമിലി ചുമരോട് ചേർന്ന് നില്ക്കുകയായിരുന്നു. അവളുടെ നന്നേ മെലിഞ്ഞ ശരീരം. സയത്ത് നോവയുടെ ഒരു ചിത്രത്തിന്റെ പ്രതിരൂപം പോലെ. പ്രശസ്തനായ ആ കവിയുടെ ഛായാചിത്രം അവളുടെ എതിർ വശത്തുള്ള ചുമരിൽനിന്ന് അവളെ ഉറ്റുനോക്കിയിരുന്നു. പൊടുന്നനെ എനിക്കുതോന്നി, സമയത്ത് നോവ പലപ്പോഴും തന്റെ കവിതകളിലൂടെ അഭിസംബോധന ചെയ്തിരുന്ന ഗോസാൽ... എമിലിയെപോലെ ആയിരുന്നിരിക്കണം.

ഇത്തവണ എമിലിയുടെ അച്ഛമ്മ ശരിക്കും ഒച്ചവെച്ചു. "നീ ഇങ്ങോട്ട് കയറിവരുന്നത് ഞാൻ ജനലയിൽകൂടി കണ്ടിരുന്നു. അല്ലായിരുന്നെങ്കിൽ ഈ നാടുമുഴുവൻ നിന്നെ അന്വേഷിച്ച് എനിക്ക് അലയേണ്ടിവന്നേനേ."

എന്റെ ഇരട്ടക്കുട്ടികൾ വായുംപൊളിച്ച് അവരെ നോക്കിനിന്നു. അർമാന്റെ നോട്ടം കണ്ടപ്പോൾ എനിക്കുറപ്പായി, ഏതു നിമിഷവും അവൻ പൊട്ടിച്ചിരിച്ചുപോകുമെന്ന്. അവന്റെ ശ്രദ്ധ തിരിക്കണം... ആ സംസാരത്തിന്റെ വഴിയുമൊന്നു മാറ്റണം. ഞാൻ പെട്ടെന്ന് ഇടയിൽ കയറി ചോദിച്ചു. "എമിലി നിനക്ക് ചീസും തണുത്ത പാലും ഇഷ്ടമില്ല എന്ന് എന്നോടെന്തേ പറയാഞ്ഞത്?"

സ്വാഭാവികമായും എല്ലാവരുടേയും നോട്ടം മേശപ്പുറത്തേക്കായി. എമിലിയുടെ ഒഴിഞ്ഞ ഗ്ലാസ്സും സാൻവിച്ച് തട്ടും... തെല്ലൊരു വല്ലായ്മയോടെ ഞാൻ എമിലിയുടെ അച്ഛമ്മയെ നോക്കി. "അല്ലെങ്കിലും ഇത് കുട്ടികളുടെ ഒരു പതിവാണ്. എല്ലാവരും കൂടി ചേരുമ്പോൾ..."

ഞാൻ പറഞ്ഞത് ഗൗനിക്കാതെ അവർ എമിലിയുടെ നേരെ ഒച്ചയിട്ടു. "മതി... പോകാം..." അവൾ ഭയത്തോടെ അവരുടെ പിന്നാലെ നടന്നു. പേടിച്ചരണ്ട ഒരു മുയൽക്കുഞ്ഞിനെപോലെ.

ഞാൻ ഉമ്മറവാതിൽ അടച്ചു. ലേസ് കർട്ടനിട്ട ജനലയിലൂടെ അവരെ നോക്കിക്കൊണ്ടുനിന്നു. മുറ്റം കടന്ന് വഴിവക്കിലെത്തിയതും അച്ഛമ്മ കൈ ഉയർത്തി. കുട്ടിയുടെ കഴുത്തിനു പുറകിലായി ഊക്കിലൊന്നു കൊടുത്തു. ലേസ് കർട്ടന്റെ ഞൊറികൾ നേരെയിട്ട് ഞാൻ തിടുക്കത്തിൽ ഇടനാഴിയിലേക്ക് നടന്നു. അടുക്കള ജനലിൽകൂടി കുട്ടികൾ കണ്ടിരിക്കുമോ എന്നായിരുന്നു എന്റെ ഭയം. അവരുടെ കൂട്ടുകാരിയെ അവളുടെ അച്ഛമ്മ തല്ലുന്നത്.

അർമീനെ വയറ് മുന്നോട്ട് തള്ളിപ്പിടിച്ചുകൊണ്ട് അടുക്കളയിലെ കസാലയുടെ മുകളിൽ കയറി നില്ക്കുകയായിരുന്നു. അർസീനെയെ നോക്കി അവൾ ഒച്ചയിടുന്നു. "മതി പോകാം" അതോടെ അർമെനും അർമീനെയും അർഡീനെയും ഒരുമിച്ച് പൊട്ടിച്ചിരിക്കാൻ തുടങ്ങി. ഞാനോ? ചിരിക്കാതിരിക്കാൻ പാടുപെടുകയായിരുന്നു. എന്നിട്ടും ചിരിച്ചുപോയി. അർമീനെയ്ക്ക് മിസ്സിസ് സിമോനിയന്റെ അത്ര ഉയരമുണ്ടായിരുന്നു. ആളുകളെ അനുകരിക്കുന്നതിൽ നല്ല മിടുക്കും.

രണ്ട്

ഇരട്ടക്കുട്ടികളുടെ കിടപ്പുമുറി. അതിന് ഏറെ പരിചയമുള്ള ആ ഗന്ധം. സുഖമുള്ള ഒരു മണം... ആരേയും അത് മെല്ലെ മയക്കത്തിലാഴ്ത്തും. “അരിപ്പായസത്തിന്റെ മണം” അങ്ങനെയാണ് അതിനെ അർതൂഷ് വിശേഷിപ്പിക്കാറ്. അർമീന്റെ മുറിക്ക് ആ മണം എന്നോ നഷ്ടപ്പെട്ടു കഴിഞ്ഞിരുന്നു.

പിയാനോ മൂടിക്ക് താഴെയായി അർമീനെയുടെ ടെഡ്ഡി ബെയർ. ദൈവത്തിനറിയാം. അതിന് എങ്ങനെ ആ പേര് കിട്ടിയെന്ന്. എങ്ങനെയാണ് പിയാനോ മൂടിക്ക് ചുവട്ടിലായത്? എന്തായാലും ഞാൻ അതെടുത്ത് അവളുടെ കൈക്കുള്ളിൽ തിരുകിവെച്ചു. ആ കളിപ്പാട്ടത്തിന് അവളിട്ടിരിക്കുന്ന പേര് ഇഷി എന്നാണ്. ഇഷിയെ കെട്ടിപ്പിടിക്കാതെ രാത്രി അവൾക്കുറങ്ങാനാവില്ല. എന്നാലും ഇടയ്ക്കിടയ്ക്ക് രാത്രി ഇഷിയെ കാണാനാകും... അതൊരതിശയമായിരുന്നു. അർസീനെയുടെ കളിപ്പാവ റാവ്വൽസെൽ ആണ്. സ്വർണ്ണതലമുടിയുള്ള ഒരു സുന്ദരിക്കുട്ടി. ‘ലിറ്റിൽ ബ്ലോണ്ട് പ്രിൻസസ്’ എന്ന കഥയിലെ നായികയുടെ പേരാണ് അവൾ തന്റെ പാവക്കുട്ടിക്കിട്ടിരിക്കുന്നത്. അവൾക്കും രാത്രി ഉറങ്ങാൻ റാവ്വൻസെൽ കൂടെ വേണം. വളഞ്ഞും ചരിഞ്ഞും കിടക്കുന്ന അതിന്റെ മെലിഞ്ഞ കൈകാലുകൾ നേരെയാക്കി ഞാൻ അതിനെ അവളോട് ചേർത്ത് കിടത്തി. ജനലയിലെ കർട്ടൻ വലിച്ചിടാൻ തിരിഞ്ഞതായിരുന്നു. താഴെ പരവതാനിയിൽ കിടന്നിരുന്ന എന്തിലോ എന്റെ കാൽ തട്ടി. ഞാൻ കുനിഞ്ഞ് മരം കൊണ്ടുള്ള ആ കളിപ്പാട്ടം കൈയിലെടുത്തു. അപ്പോഴേക്കും കുട്ടികൾ രണ്ടുപേരും ഒരുമിച്ച് ശാഠ്യം പിടിക്കാൻ തുടങ്ങി.

“അമ്മേ... ഒരു കഥ... അമ്മേ... ഒരു കഥ...”

“എനിക്ക് തീരെ വയ്യ...” ഞാൻ ഒഴിഞ്ഞുമാറി.

“കഥ പറയാനൊന്നും ഇപ്പോ എനിക്കു വയ്യ.” ഉടനെ കുട്ടികളെ സന്തോഷിപ്പിക്കാനായി ഞാൻ വേറൊന്നു പറഞ്ഞു. “നാളെ തോട്ടത്തിൽ നിന്നും പൂക്കളിറുത്ത് ഒരു ചെണ്ടുണ്ടാക്കി മാന്യടീച്ചർക്ക് കൊണ്ടുകൊടുത്തോളൂ.” അവർക്ക് ഏറ്റവും ഇഷ്ടമുള്ള ടീച്ചറായിരുന്നു മിസ് മാന്യ.

പൂ പറിക്കാനുള്ള തിരക്കിൽ മറ്റു ചെടികളേയൊന്നും ചവിട്ടി മെതിക്കുകയോ ഒടിച്ചിടുകയോ ചെയ്യരുതെന്ന് പ്രത്യേകം ഓർമ്മിപ്പിച്ചു.

താഴെ കിടന്നിരുന്ന മരപ്പാവയെ എടുത്ത് കളിപ്പാട്ടങ്ങളുടെ വലിപ്പിലേക്ക് വെച്ചു. ജനലയിലെ കർട്ടനുകൾ വലിച്ചിട്ടു. രണ്ടുപേരേയും ഉമ്മ വെച്ച്, ഗുഡ്നൈറ്റ് പറഞ്ഞ് അർമെന്റെ മുറിയിലേക്ക് ചെന്നു. അർമെൻ കിടന്നുകഴിഞ്ഞിരുന്നു. ഉറങ്ങിയിരുന്നില്ല. മെത്തയിൽ മലർന്നുകിടന്ന് ഏതോ മാസിക വായിക്കുകയായിരുന്നു. താഴെ നിലത്ത് അവന്റെ സ്കൂൾ യൂണിഫോം. കടുംനീല കാലുറകളും വെളുത്ത ഷർട്ടും. അതെടുത്ത് കുപ്പായങ്ങൾ വെക്കുന്ന അലമാരയിൽ തൂക്കിയിട്ടു. അവന്റെ എഴുത്തുമേശപ്പുറത്ത് പുസ്തകങ്ങൾ ചിതറിക്കിടന്നിരുന്നു. അതെല്ലാമെടുത്ത് ഒതുക്കിവെച്ചു. ഓരോന്നു ചെയ്യുന്നതും നോക്കി അവൻ പുരികം ചുളിക്കുന്നുണ്ടായിരുന്നു. അവന്റെ കട്ടിലിൽ ചെന്നിരുന്നു. എതിർവശത്ത് ചുമരിൽ അലേൻ ഡിലോണിന്റേയും റോമി ഷേഡെറുടേയും ഓരോ വലിയ വർണ്ണചിത്രങ്ങൾ. അവൻ തന്നെ ഒട്ടിച്ചുവെച്ചിരിക്കുന്നതാണ്. ഓരോ ചിത്രത്തിന്റേയും താഴെ മനോഹരമായ പേർഷ്യൻ ലിപിയിൽ എഴുതിവെച്ചിരുന്നു.

"എന്നെന്നേക്കുമായി കൂട്ടിയിണക്കപ്പെട്ടവർ."

റോമിയുടെ കണ്ണുകൾക്ക് ചാരനിറമായിരുന്നു. ആ പുഞ്ചിരിക്ക് ഒട്ടും ഊഷ്മളതയില്ല. അലേന്റെ കണ്ണുകളിലേക്ക് വീണുകിടക്കുന്ന മുടിച്ചുരുളുകൾ പിന്നോക്കം ഒതുക്കിവെച്ചാലോ എന്നു തോന്നി. ഉടനെ ഓർമ്മ വന്നു, അർമെൻ പറയാറുള്ളത്... "അമ്മ എന്റെ മുടിയാകെ കേടുവരുത്തും."

അവിടെയിരുന്ന് ഞാൻ അർമെനെ വയറുനിറയെ ശകാരിച്ചു... "ആയിരാമത്തെ തവണയായിരിക്കും അനിയത്തിമാരുടെ കളിപ്പാട്ടങ്ങൾ ഒളിപ്പിച്ചുവെക്കുന്നത്. ഒട്ടും നല്ല കാര്യമല്ല. മറ്റുള്ളവരുടെ മുമ്പിൽവെച്ച് സ്വന്തം സഹോദരിമാരെ മരമണ്ടികൾ എന്ന് വിളിക്കുന്നത് അതിലും മോശം." ഞാൻ പിന്നേയും പലതും പറഞ്ഞു. അവസാനം അവൻ പുതപ്പുവലിച്ച് മുഖംമൂടിക്കൊണ്ട് പിറുപുറുത്തു. "മതി... മതി... തത്ക്കാലം നിർത്തൂ... ബാക്കി പിന്നീടാവാം."

ഞാൻ അർമെന്റെ മുറിയുടെ വാതിലടച്ചതും പെൺകുട്ടികൾ ഉറക്കെ വിളിച്ചു. ഞാൻ അവരുടെ വാതില്ക്കൽ ചെന്ന് എത്തിനോക്കി. രണ്ടുപേരും മെത്തയിൽ ചമ്രംപടിഞ്ഞ് ഇരിക്കുകയായിരുന്നു. ചുകപ്പും മഞ്ഞയും വരകളോടുകൂടിയ രാത്രിയുടുപ്പുകൾ. ഏതാനും ആഴ്ചകൾക്ക് മുമ്പാണ് ഞാനത് വാങ്ങിച്ചത്. കുവൈറ്റ് ബസാറിൽനിന്ന്."

"എന്തിനും എമിലിയുടെ അച്ഛമ്മ അവളെ..." അർമീനെ പറയാൻ തുടങ്ങിയത് മുഴുവനാക്കാതെ ഇഷിയെ കൈയിലെടുത്ത് മുഖം മറച്ചുപിടിച്ചു.

“എന്തിനും അവരവളെ അങ്ങനെ ദേഷ്യപ്പെട്ടത്...?” അർസീനെ മനസ്സിലുള്ളത് തുറന്ന് ചോദിച്ചു.

ഇതൊരു പതിവാണ്. എന്നും രാത്രി അവർ ഓരോ കാരണം കണ്ടു പിടിക്കും. വൈകി ഉറങ്ങാൻ. “ഇപ്പോ ഉറങ്ങിക്കോളൂ...” ഞാൻ ഒന്നു കടുപ്പിച്ചുപറഞ്ഞു. “നാളെ രാത്രി എല്ലാം വിസ്തരിച്ച് പറഞ്ഞുതരാം... ഗുഡ്നൈറ്റ്...”

“എങ്കിൽ വേണ്ട... നാളെയാവട്ടെ... എന്നാലും ഇന്നുരാത്രി ഒരു കഥ യെങ്കിലും പറഞ്ഞുതന്നുകൂടെ?” അർമീനെ ഇഷിയെ മടിയിൽവെച്ചു. ഇപ്പോൾ അവളുടെ മുഖം നല്ലവണ്ണം കാണാം.

അവൾ പറഞ്ഞത് കേട്ടില്ലെന്നു നടിച്ച് ഞാൻ വിളിക്കണെയ്ക്കാൻ കൈ ഉയർത്തി. “എനിക്കു വയ്യ” എന്ന് ഒരിക്കൽ പറഞ്ഞില്ലേ.... നാളെയാവട്ടെ...”

അർമീനെ തല ചെരിച്ചുപിടിച്ച് വീണ്ടും കൊഞ്ചി...

“അമ്മേ, ഒരു കഥ... ചെറിയൊരു കഥ...”

അർസീനെയും തല ചായ്ച്ചുപിടിച്ചു കണ്ണിറുക്കി... “അമ്മേ, ഇത്തിരി പോന്ന ഒരു കഥ”

ഞാൻ രണ്ടുപേരേയും മാറി മാറി നോക്കി. ഒരേപോലെയുള്ള രണ്ടു കട്ടിലുകൾ ചേർത്തിട്ടിരിക്കുന്നു. അതിൽ ഒരേപോലെയുള്ള വിരികളും പുതപ്പുകളും തലയിണകളും. അവരുടെ കുപ്പായങ്ങളും ഒരുപോലെ... കണ്ടാൽ ഒരാൾ മറ്റേയാളുടെ സെറോക്സ് കോപ്പിയാണെന്നു തോന്നും. പതിവുപോലെ അന്നും ഞാൻ അവരുടെ ശാഠ്യത്തിന് വഴങ്ങി. “ആട്ടെ... ഒരു കുഞ്ഞിക്കഥ പറയാം...”

“ഹായ്... ഹായ്...” അവർ ഒരുമിച്ചു കൂകിവിളിച്ചു. രണ്ടുപേരും പുതപ്പു കൾക്കടിയിലേക്ക് നൂർന്നു... കഥ കേൾക്കാൻ കാത്തു കിടപ്പായി.

“ഒരിക്കൽ ഒരിടത്ത് രണ്ടു സഹോദരിമാരുണ്ടായിരുന്നു.” ഞാൻ കഥ തുടങ്ങി. “അവരെ സംബന്ധിച്ച എല്ലാ കാര്യങ്ങളും ഒരേപോലെയായി രുന്നു. കണ്ണും പുരികവും മൂക്കും വായും. എന്തിന്... സ്കൂൾ സഞ്ചിയും ചോറ്റുപാത്രവും ഒക്കെ ഒരേപോലെ. ഒരു ദിവസം ഈ രണ്ടു സഹോദരി മാരും...”

ഞാൻ തന്നെ ഇങ്ങനെ മെനഞ്ഞെടുത്തു പറയുന്ന കഥകൾ കേൾക്കാനായിരുന്നു അവർക്കേറ്റവും ഇഷ്ടം. പ്രധാന കഥാപാത്രങ്ങ ളായി അവർ രണ്ടുപേരും. കഥയുടെ മന്ത്രജാലം ഞാൻ പതുക്കെ അവ രുടെ കണ്ണിൽ തളിക്കുകയായിരുന്നു. കുട്ടികളുടെ കണ്ണുകൾ മെല്ലെ മെല്ലെ അടയാൻ തുടങ്ങി. കഥ അവസാനിപ്പിച്ചുകൊണ്ട് ഞാൻ പതിവു പോലെ പറഞ്ഞു. “ആകാശത്തുനിന്നും മൂന്ന് ആപ്പിളുകൾ താഴേക്കു വീണു.” പാതിമയക്കത്തിൽ അർമീനെ പിറുപിറുത്തു. “അതിൽ ഒരാ പ്പിള് കഥ പറയുന്ന ആൾക്ക്.”

വലിയൊരു കോട്ടുവായിട്ടുകൊണ്ട് അർസീനെ അവളുടെ ഭാഗം പറഞ്ഞു. "ഒരെണ്ണം കഥ കേൾക്കുന്ന ആൾക്ക്." രണ്ടുപേരേയും ഉമ്മ വെച്ചുകൊണ്ട് ഞാൻ പറഞ്ഞു.

"മൂന്നാമത്തെ ആപ്പിൾ..."

"ഈ കഥ കേൾക്കുന്ന എല്ലാ നല്ല കുട്ടികൾക്കും....." രണ്ടുപേരും ഉറക്കെ എന്നോടൊപ്പം ചേർന്നു.

ഞാൻ മുറിയിലെ വിളക്കണച്ച് പുറത്തേക്ക് കടന്നു. ഇടനാഴിയിലെ ടെലിഫോൺ മേശയിലെ വിരി ചുരുണ്ടു കിടന്നിരുന്നത് നേരെയിട്ടു. ഇനി ഒന്നോ രണ്ടോ കൊല്ലം കൂടി. എന്റെ ഇരട്ടക്കുട്ടികൾ വലുതാകും. അതോടെ രാത്രിതോറും കഥ പറയുന്ന ഈ പണിയിൽനിന്നും ഞാൻ ഒഴിവാകും. അർമേനെ പോലെതന്നെ... ഞാൻ പറയുന്ന കഥ കേൾക്കാനുള്ള താത്പര്യം അവനില്ലാതായിട്ട് വർഷങ്ങളായി. അങ്ങനെ കാലക്രമത്തിൽ എനിക്കും സമയം കിട്ടും. അവനവനിഷ്ടമുള്ള കാര്യങ്ങൾ ചെയ്യാൻ. അപ്പോഴേക്കും എന്റെ വിമർശനബുദ്ധി ഉണർന്നു.... "ഇഷ്ടമുള്ള കാര്യങ്ങളോ? അതെന്തൊക്കെയാണാവോ?"

ഞാൻ പൂമുഖത്തളത്തിലേക്കുള്ള വാതിൽ തുറന്നുകൊണ്ടാണ് അതിന് മറുപടി പറഞ്ഞത്. "അതെന്തൊക്കെയാണെന്ന് വാസ്തവത്തിൽ എനിക്കറിഞ്ഞുകൂടാ." എന്തോ ആ ചിന്ത... എന്നെ സങ്കടപ്പെടുത്തി.

ടെലിവിഷൻ അപ്പോൾ ഒരു വാർത്താചിത്രമാണ് കാണിച്ചിരുന്നത്. അബ്ദാനിലെ ഒരു എണ്ണ ശുദ്ധീകരണശാലയെക്കുറിച്ചുള്ളതായിരുന്നു. മുമ്പിലുള്ള ഉയരം കുറഞ്ഞ മേശയിലേക്ക് കാൽനീട്ടിവെച്ചുകൊണ്ട് അർതൂഷ് സോഫയിൽ ഇരുന്നിരുന്നു. ശ്രദ്ധ കൈയിലിരുന്ന പത്രത്തിലായിരുന്നു. ടെലിവിഷനിലേക്ക് നോക്കിക്കൊണ്ട് കുറച്ചുനേരം ഞാൻ അദ്ദേഹത്തിന്റെ അടുത്തിരുന്നു. എണ്ണക്കുഴലുകൾ, നിരീക്ഷണത്തിനായി കെട്ടി ഉയർത്തിയിട്ടുള്ള പ്ലാറ്റ്ഫോമുകൾ. ഹെൽമെറ്റ് വെച്ച് അവനവന്റെ പണികളിൽ മുഴുകി നടക്കുന്ന ജോലിക്കാർ. എന്റെ അരികെ പത്രത്തിന്റെ ഒരു താൾ മറിഞ്ഞു. വായിച്ചുകഴിഞ്ഞ ഭാഗം താഴേക്ക് വഴുതിവീണു. ഞാൻ കുനിഞ്ഞ് അതെടുത്ത് മേശപ്പുറത്തുവെച്ചു... "നിങ്ങൾ ടി.വി. യിലേക്കു നോക്കുന്നതേയില്ലല്ലോ... നിങ്ങളുടെ ജോലിസ്ഥലമല്ലേ അവർ കാണിക്കുന്നത്?"

"പകലന്തിയോളം ഞാൻ ദിവസവും കാണുന്നത് ഇതുതന്നെയല്ലേ?" പത്രത്തിൽനിന്നും കണ്ണെടുക്കാതെ അദ്ദേഹം പറഞ്ഞു.

പത്രത്താളിലെ വലിയ തലക്കെട്ടുകൾ ഞാൻ അലസമായൊന്നു നോക്കി. സോവിയറ്റ് യൂണിയൻ സ്ഥാനപതി അടുത്തുതന്നെ അബ്ദാൻ സന്ദർശിക്കാൻ വരുന്നു. മജ്‌ലി തിരഞ്ഞെടുപ്പ്. പരിഷ്കരിച്ച ആറുനിയമങ്ങൾക്കായുള്ള ബില്ലുകൾ. ഫാക്ടറി തൊഴിലാളികൾക്കായി ഫിറോസ്ബാദിൽ ഭവന നിർമ്മാണം. ബ്രേയ്മിലെ സിഗോഷ് പരിസരത്ത് ഒരു പുതിയ നീന്തൽക്കുളം ഉദ്ഘാടനം ചെയ്യപ്പെട്ടിരിക്കുന്നു.

ഞാനത് മടക്കിവച്ചു. എത്ര വിരസമാണീ വാർത്തകൾ. ഇതിൽ അർതൂഷിനെന്താണാവോ ഇത്ര രസം? വീണ്ടും എന്റെ വിമർശനബുദ്ധി ഇടപ്പെട്ടു... ഒന്നാമത്തെ കാര്യം, ഇത് അദ്ദേഹത്തിന്റെ ഉദ്യോഗവുമായി ബന്ധപ്പെട്ടതാണ്. രണ്ടാമതായി, ഇത് നിനക്ക് തുടക്കം മുതലേ അറിയാമായിരുന്നല്ലോ. ഞാൻ ഓർത്തു, ടെഹ്റാനിൽവെച്ച് ഞങ്ങളുടെ വിവാഹ നിശ്ചയത്തിനു ശേഷമുള്ള ആ കാലം. അർതൂഷിന്റെ താത്പര്യപ്രകാരം ഇറാൻ-സോവിയറ്റ് സൊസൈറ്റിയുടെ പല യോഗങ്ങളിലും ഞാൻ പങ്കെടുത്തിരുന്നു. വോക്സ് എന്നാണ് എല്ലാവരും അതിനെ വിളിച്ചിരുന്നത്. ഒന്നുപോലും രസമുള്ളതായി തോന്നിയില്ല. വല്ലാത്ത മുഷിപ്പാണ് എനിക്കന്ന് അനുഭവപ്പെട്ടത്.

ഞാൻ എഴുന്നേറ്റു. ടെലിവിഷൻ ഓഫ് ചെയ്തു. ജനലയുടെ അരികിൽ ചെന്നുനിന്നു. മുറ്റത്തിന്റെ അരികുപറ്റി ഭംഗിയിൽ നിരയായി വെട്ടിനിർത്തിയിരിക്കുന്ന മൈലാഞ്ചിച്ചെടികൾ. നിലാവെളിച്ചത്തിൽ കാണാൻ പ്രത്യേകിച്ചൊരു ചന്തം. രണ്ടുദിവസം മുമ്പാണ് തോട്ടക്കാരൻ മോർട്ടേസ എല്ലാം വെട്ടിനിരപ്പാക്കിയത്. പുൽത്തകിടിയും അയാൾ യന്ത്രം വെച്ച് വെട്ടി ഭംഗിയാക്കി. ഞാൻ അയാൾക്ക് കുടിക്കാൻ അല്പം പുളിയുള്ള ഒരു ഗ്ലാസ് ചെറിസർവത്ത് കൊണ്ടുകൊടുത്തു. അയാൾ നന്ദി പറഞ്ഞുകൊണ്ട് വാങ്ങിക്കുടിച്ചു. "അടുത്ത ഉദ്യോഗക്കയറ്റത്തിനുള്ള യോഗ്യത നേടിയിട്ട് ആറുമാസം കഴിഞ്ഞു. എന്നിട്ടും എണ്ണക്കമ്പനിയിലെ ബന്ധപ്പെട്ട ഉദ്യോഗസ്ഥന്മാർ മിണ്ടാതിരിക്കുകയാണ്." അയാൾ സങ്കടം പറഞ്ഞു. അർതൂഷിനെക്കൊണ്ട് ശിപാർശ ചെയ്യിക്കാൻ പറ്റുമോ എന്നായിരുന്നു അയാൾക്കറിയേണ്ടിയിരുന്നത്. "വേറെ ഒന്നുമില്ലെങ്കിലും ഇവിടത്തെ സാർ ഒരു ഡോക്ടറല്ലേ? ഉയർന്ന ഉദ്യോഗസ്ഥൻ... ഞങ്ങളൊക്കെ വെറും തൊഴിലാളികൾ... ഞങ്ങളുടെ വാക്കിന് എന്തു വില?"

തുടർന്ന് ആ പതിവുചോദ്യം വീണ്ടും. "ഡോക്ടർക്കെന്താ ബ്രേയ്മിൽ വീടു കിട്ടാത്തത്? അദ്ദേഹത്തിന്റെ താഴെയുള്ള ഹക്കോപിയൻ സാറിന് അവിടെ വീടു കിട്ടിയല്ലോ!"

കൊല്ലങ്ങളായി പലർക്കും നല്കിവരുന്ന അതേ വിശദീകരണം തന്നെ ഞാൻ അയാൾക്കും നല്കി. "എന്റെ അമ്മ, സഹോദരി, കൂട്ടുകാർ, പരിചയക്കാർ ഇപ്പോഴിതാ ഈ തോട്ടക്കാരനും. മേലെ... താഴെ എന്നീ വേർതിരിവുകളൊന്നും അത്ര കാര്യമായി എടുക്കേണ്ടതില്ല. അവിടെയായാലും ഇവിടെയായാലും ഞങ്ങൾക്ക് വ്യത്യാസമില്ല. മാത്രമല്ല ഇവിടെ ഞങ്ങൾക്ക് എല്ലാംകൊണ്ടും സൗകര്യവുമാണ്. പതിവുപോലെ ഞാൻ പറഞ്ഞതൊക്കെ മൊർട്ടേസാ ഒന്നും മിണ്ടാതെ കേട്ടുനിന്നു. വെറുതെ ഒന്നു തലയാട്ടി. പുൽനാമ്പുകൾ പറ്റിപ്പിടിച്ചിരുന്ന ആ വലിയ കത്രിക, തന്റെ വല്ലാതെ വലുപ്പംകൂടിയ കാലുറകളിൽ അമർത്തി തുടച്ചു.

ഞാൻ ജനല കർട്ടനുകൾ തൊട്ടുനോക്കി. അലക്കിയിട്ട് മാസങ്ങൾ

കുറേയായിരിക്കുന്നു. "അർതൂഷിനോടു പറയാൻ ഓർമ്മവെക്കണം..." മൊർട്ടേസ പറഞ്ഞ ശിപാർശയുടെ കാര്യം.

ഞാനതു പറഞ്ഞപ്പോൾ പത്രത്തിന്റെ താള് മറിക്കുന്നതിനിടയിൽ അദ്ദേഹം പറഞ്ഞു. "ശരിയാണ്... അയാളത് അർഹിക്കുന്നുണ്ട്, കമ്പനിയിലെ മറ്റുപല ഉയർന്ന ഉദ്യോഗസ്ഥന്മാരേക്കാളും നന്നായി അയാൾ പണിയെടുക്കുന്നുണ്ട്." പതിവുപോലെ ആവശ്യത്തിലധികം ഉറപ്പിച്ചിട്ടാണ്. ഉയർന്ന ഉദ്യോഗസ്ഥന്മാർ എന്ന് അർതൂഷ് പറഞ്ഞത്. ചെറിയൊരു അവജ്ഞ. "എന്തായാലും നാളെ രാവിലെ എന്നെ ഓർമ്മിപ്പിക്കൂ... മിസിസ്സ് നൂറോല്ലാഹിയോടു പറയാൻ. സമയംപോലെ അവരെന്നെ ഓർമ്മിപ്പിച്ചോളും. ബന്ധപ്പെട്ട ഉദ്യോഗസ്ഥനെ വിളിച്ച് സംസാരിക്കാൻ."

ഞാൻ വീണ്ടും ജനലരുകിൽ വന്നുനിന്നു. പഴയ ആ ചൊല്ല് ഞാൻ മനസ്സിൽ പറഞ്ഞു. "എനിക്കൊരു പരിചാരകൻ. ആ പരിചാരകനൊരു വേലക്കാരൻ." മിസിസ്സ് നൂറോല്ലാഹി അദ്ദേഹത്തിന്റെ സ്വന്തം സെക്രട്ടറിയായിരുന്നു.

റോഡിന്റെ മറുവശത്ത്, ജി 4ലെ മുറികളിൽ അപ്പോഴും വിളക്കുകൾ കത്തിയിരുന്നു. കുറച്ച് അകലെയാണ് ആ വീട്. വ്യക്തമായി കാണാനാവില്ല. എന്നാലും എനിക്കറിയാം. വിളക്ക് കത്തുന്നത് അവരുടെ ഉമ്മറത്തളത്തിലാണ്. വടക്കെ ബർവാർഡയിലെ വീടുകളെല്ലാം ഒരേപോലെയാണ്. അതുകൊണ്ട് എനിക്ക് തെറ്റാനിടയില്ല. അതുമാത്രമല്ല, പല തവണ ഞാൻ ആ വീട്ടിൽ പോയിട്ടുമുണ്ട്. അത് നൈനയും അവളുടെ ഭർത്താവ് ഗാർനിക്കുമാണ് അവിടെ താമസിച്ചിരുന്നത്. അർതൂഷിൻ ഗാർനിക്കിനെ അത്ര പിടുത്തമായിരുന്നില്ല. അതിൽ അതിശയിക്കാനില്ല. അദ്ദേഹം സ്വതവേ ഇങ്ങനെയാണ്. ഒരാളേയും പിടുത്തമില്ല. എന്നാൽ ഈ കാര്യത്തിൽ എന്നെ അദ്ഭുതപ്പെടുത്തിയത് എന്റെ അമ്മയും മരുമകന്റെ പക്ഷത്തായിരുന്നു എന്നതാണ്.

ഏറ്റവും ആദ്യത്തെ തവണ ഗാർനിക്കും അർതൂഷും രാഷ്ട്രീയകാര്യങ്ങൾ പറഞ്ഞ് വാദിക്കാൻ തുടങ്ങിയപ്പോൾ അത് തികച്ചും രണ്ടുമണിക്കൂർ നീണ്ടുനിന്നു. ഗാർനിക് പോയതിനുശേഷം അർതൂഷ് പറഞ്ഞു... "ശരി തന്നെ, ഒരു കാലത്ത് അർമീനിയൻ റെവല്യൂഷനറി ഫെഡറേഷൻ ശക്തമായ ഒരു രാഷ്ട്രീയ പാർട്ടിയായിരുന്നു. ഇന്ന് കാലം മാറി. ഗാർനിക് ഇപ്പോഴും അവർക്കുവേണ്ടി എന്തിനാണ് നെഞ്ചത്തടിക്കുന്നതെന്ന് മനസ്സിലാവുന്നില്ല."

എന്റെ അമ്മയാണ് അതിന് മറുപടി പറഞ്ഞത്. "അതെന്തിനാണെന്ന് എനിക്ക് നന്നായി മനസ്സിലാവുന്നുണ്ട്. ഗാർനിക്കിന്റെ അച്ഛനും ഇളയച്ഛനും അവരുടെ മണ്ടത്തരത്തിന്റെ പേരിൽ ജൂൽഫാ മുഴുവൻ കുപ്രസിദ്ധരായിരുന്നു. അവന്റെ ഇളയച്ഛനെ നാട്ടിലെല്ലാവരും "ചിലക്കുന്ന അർഷാക്" എന്നാണ് വിളിച്ചിരുന്നത്.

പറഞ്ഞുവന്ന വിഷയത്തിനോട് ഒട്ടും ബന്ധമില്ലാത്ത ആ അഭിപ്രായ പ്രകടനം... അർതൂഷിന് അദ്ഭുതം തോന്നിയിട്ടുണ്ടാവാം... എന്നാലും അത് പ്രകടിപ്പിക്കുകയുണ്ടായില്ല. അമ്മ പോയതിനുശേഷമാണ് ഞാൻ സംഗതി വിശദീകരിച്ചത്. "കുറെ വർഷങ്ങൾക്കുമുമ്പ് ഞങ്ങളുടെ അച്ഛന് ഒരു ചങ്ങാതിയുണ്ടായിരുന്നു. അദ്ദേഹം അർമീനിയൻ വിപ്ലവപാർട്ടിയിലെ അംഗമായിരുന്നു. എപ്പോഴും നേരമ്പോക്കുകളും വിഡ്ഢിക്കളികളുമായി നടന്നിരുന്ന ഒരാൾ. അച്ഛന്റെ ഈ സുഹൃത്തിനെ അമ്മയ്ക്ക് തീരെ ഇഷ്ട മായിരുന്നില്ല. അല്ലെങ്കിലും അച്ഛന്റെ കൂട്ടുകാരെയൊന്നും അമ്മയ്ക്കിഷ്ട മായിരുന്നില്ല."

ഞാൻ വീണ്ടും ജനാലയിൽ കൂടി ജി 4ലേക്കു നോക്കി. ആറുമാസം മുമ്പുവരെ നീനയും ഗാർനിക്കുമാണ് അവിടെ താമസിച്ചിരുന്നത്. ഇടയ്ക്കിടയ്ക്ക് രാവിലെ അവിടെ കയറിച്ചെല്ലും... അല്ലെങ്കിൽ അവൾ ഇങ്ങോട്ട് വരും. ഞങ്ങൾ ഒരുമിച്ചിരുന്ന് കാപ്പി കുടിക്കും... കുറേനേരം വർത്തമാനം പറയും.

ആരോ അവരുടെ ജനലയ്ക്കരികിൽ വന്നുനിന്നു. എമിലിയല്ല... പൊക്കം കണ്ട് ഊഹിക്കാവുന്നതേയുള്ളൂ. അവളുടെ അച്ഛമ്മയുമല്ല തീർച്ച. എന്നാൽ പിന്നെ അവളുടെ അച്ഛൻതന്നെയായിരിക്കും.

ഞാനോർത്തു, അതേ പൂമുഖത്തളത്തിൽവെച്ച് ഒരു രാത്രി നീന അത്താഴം വിളമ്പിയത്. 'ഉണ്ടാക്കിവെച്ച അത്താഴം' എന്ന് അവൾ ആദ്യമേ പറഞ്ഞു. "തണുത്ത ഇറച്ചിയും സോസേജും. ബാക്കി വന്ന ഭക്ഷണവും എപ്പോഴും കഴിക്കുന്നത് ആരോഗ്യത്തിന് നന്നല്ല..." എന്റെ അമ്മ അവിടെവെച്ചുതന്നെ പറഞ്ഞു.

ഗാർനിക് ചിരിച്ചു. "ആരോഗ്യത്തിന് യോജിക്കുന്ന ഭക്ഷണം... ആരോഗ്യത്തിന് യോജിക്കാത്ത ഭക്ഷണം. വാസ്തവത്തിൽ ആഹാരത്തിന്റെ കാര്യത്തിൽ അങ്ങനെയൊരു വേർതിരിവുണ്ടോ മിസ്സിസ് വോഡ്കാനിയൻ?" "നല്ല മനസ്സും ചിരിക്കുന്ന മുഖവും. അതാണ് യഥാർത്ഥത്തിൽ നമുക്കാവശ്യം. എന്റെ ഭാര്യ ഭക്ഷണം വിളമ്പുന്നവിധം... സാധാരണ റൊട്ടിയും ചീസും പോലും ഒന്നാന്തരം കൊമ്പാവ്പോലെ സ്വാദിഷ്ഠമായിരിക്കും. വിളമ്പുന്നയാളുടെ മനസ്സ് ശുദ്ധവും. മുഖം പ്രസന്നവുമാണെങ്കിൽ പോഷകങ്ങളെല്ലാം താനെ നമ്മുടെ ദേഹത്തിലലിഞ്ഞു ചേരും."

ഉറക്കെ ഒച്ചയുണ്ടാക്കിക്കൊണ്ട് ഗാർനിക്ക്, നീനയുടെ തടിച്ചുരുണ്ട തോളിൽ തന്റെ കൈവെച്ചു. അവളാണെങ്കിൽ ചിരിച്ചുചിരിച്ച് കുഴഞ്ഞു വീഴുമെന്നായി. അമ്മ പുരികം ചുളിച്ചു. അടുത്ത ദിവസം തന്റെ മനസ്സിലുള്ളത് തുറന്നുപറഞ്ഞു. "വിവരംകെട്ട രണ്ട് കോമാളികൾ. കട്ടിളയും വാതിലും പോലെയല്ലേ ദൈവം രണ്ടുപേരേയും കൂട്ടിയോജിപ്പിച്ചിരിക്കുന്നത്."

ഗാർനിക്ക് അർമേനിയൻ വിപ്ലവപാർട്ടിയുടെ അനുഭാവിയാണെന്നത് ഒരു തരത്തിലും എന്നെ ബാധിച്ചില്ല. ആവേശം മൂക്കുമ്പോൾ ചിലപ്പോൾ അർതൂഷ് പറയുമായിരുന്നു. അർമീനിയക്കാർക്ക് എന്താണ് നല്ലത് എന്ന് അയാൾ മനസ്സിലാക്കുന്നില്ല. ബാക്കിയുള്ളവരോടൊപ്പം അയാളും അടിച്ചമർത്തപ്പെട്ട ജനലക്ഷങ്ങളുടെ പക്ഷം ചേരുകയാണ്. നിനക്ക് വൃത്തിയും വെടുപ്പും പോരാ എന്നതും എനിക്ക് ബുദ്ധിമുട്ടായി തോന്നിയില്ല. എന്റെ അമ്മ അവളെ പരിഹസിച്ചുകൊണ്ട് ഇടയ്ക്ക് പറയാറുണ്ട്... "നീനയുടെ വീടല്ലേ? ഒരുകൂട്ടം ഒട്ടകങ്ങളെത്തന്നേയും അതിനകത്ത് കാണാനാകും."

അതൊന്നും ഞാൻ കാര്യമാക്കാറില്ല. ഞാൻ കണ്ടത് ഒന്നുമാത്രമായിരുന്നു. നല്ല ചേർച്ചയുള്ള ദമ്പതികളായിരുന്നു നീനയും ഗാർനിക്കും. വളരെ സന്തോഷത്തോടെയാണ് അവർ കഴിഞ്ഞിരുന്നത്. പരസ്പരം ദേഷ്യപ്പെടുന്നതോ വഴക്കുകൂടുന്നതോ ഒരിക്കലും കണ്ടിട്ടില്ല,

ഒരിക്കൽ കാപ്പി കുടിച്ചുകൊണ്ടിരിക്കുന്നതിനിടയിൽ ഞങ്ങളുടെ സംസാരം ഗാർനിക്കിനേയും അർതൂഷിനേയും കുറിച്ചായി. രണ്ടുപേരുടേയും രാഷ്ട്രീയ താത്പര്യങ്ങളിലുള്ള ഭിന്നത. "എന്റെ അഭിപ്രായത്തിൽ രണ്ടുപേരും സംസാരിക്കുന്നത് ശുദ്ധ അസംബന്ധമാണ്." വളരെ ഗൗരവത്തോടെയാണ് നീന പറഞ്ഞത്. "എന്നാലും ഗാർനിക്കിനോടു ഞാൻ പറയും. നിങ്ങൾ പറയുന്നതുതന്നെയാണ് ശരി... അങ്ങനെത്തന്നെ നീ അർതൂഷിനോടും പറയണം... "എന്റെ പൊന്നേ... നിങ്ങൾ പറയുന്നതാണ് ശരി."

സ്വന്തം തമാശ അവൾക്കേറെ രസിച്ചു. ഉറക്കെ പൊട്ടിച്ചിരിച്ചുകൊണ്ട് കസാലയിൽ ചാരിയിരുന്നു. കപ്പ് കൈയിലെടുത്ത് ഒരിറക്കുകൂടി രുചിയോടെ മോന്തി. "പുരുഷന്മാരുടെ വിചാരം രാഷ്ട്രീയം ചർച്ച ചെയ്തില്ലെങ്കിൽ അവർ ശരിയായ പുരുഷന്മാരാവില്ല എന്നാണ്."

ഞാൻ ജനാലയിൽ ചാരി പിന്നേയും കുറേനേരം നിന്നു. ഓർത്തതു മുഴുവൻ നീനയെക്കുറിച്ചായിരുന്നു. അവളുടെ പൊട്ടിച്ചിരി... ആ നഷ്ടം ഒരു നോവുതന്നെയായിരുന്നു. നാളെ അവളെ ഫോണിൽ വിളിക്കണം. എങ്ങനെയുണ്ട് എന്ന് അന്വേഷിക്കണം. ജി-4ലെ പൂമുഖത്തളത്തിലെ വിളക്കുകളണഞ്ഞു. അന്ന് ഉച്ചതിരിഞ്ഞുനടന്ന സംഭവം അറിയാതെ ഓർത്തുപോയി. എമിലിയുടെ പേടിച്ചരണ്ട മുഖം... ഞങ്ങളുടെ വീട്ടിലുണ്ടായിരുന്ന സമയമത്രയും ഒരക്ഷരംപോലും അവൾ മിണ്ടിയില്ലല്ലോ!

"നീനയുടേയും ഗാർനിക്കിന്റേയും വീട്ടിലേക്ക് ചില പുതിയ താമസക്കാർ എത്തിയിട്ടുണ്ട്." ജനലയിൽ കൂടി പുറത്തേക്ക് നോക്കിക്കൊണ്ടു തന്നെ പറഞ്ഞു.

"ഹും... അർതൂഷിന്റെ മൂളൽ... പത്രത്താളിന്റെ മർമ്മരം.

പുറത്തേക്കിറങ്ങി തോട്ടവും പുൽത്തകിടിയുമൊന്നു നനച്ചാലോ? അപ്പോഴാണോർത്തത്. മുറ്റത്തെ വിളക്ക് കത്തുന്നില്ല. അവിടെയാകെ ഇരുട്ടാണ്. വല്ല തവളയേയോ പല്ലിയേയോ ചവുട്ടിയാലോ. വേണ്ട... ഞാൻ പുറത്തേക്കിറങ്ങണ്ട എന്നുവെച്ചു. നേരത്തെതന്നെ കമ്പനിയുടെ പാർപ്പിട സമുച്ചയങ്ങളുടെ ഓഫീസിലേക്ക് വിളിച്ചു പറയണമായിരുന്നു. കേടുവന്ന വിളക്കു നേരെയാക്കാൻ അവർ അപ്പോഴേ ആളെ അയച്ചേനേ. ഞാൻ ജനാല കർട്ടനുകൾ വലിച്ചിട്ടു. വീണ്ടും സോഫയിൽ അർതൂഷിന്റെ അരികത്തായി വന്നിരുന്നു. "സിമോനിയൻ എന്നാണവരുടെ കുടുംബ പേര്... അവരെ അറിയുമോ?"

"എമിൽ സിമോനിയൻ?" ഭർത്താവിന്റെ കൈയിലിരുന്ന പത്രമാണ് അത് ചോദിച്ചതെന്ന് തോന്നി.

സോഫയിലെ കുഷ്യന്റെ അടിയിൽനിന്നും ഒരു മുഷിഞ്ഞ സോക്സ് കൈയിൽ തടഞ്ഞു. അർമെന്റെയാവണം. "ശരിയായ പേര് എനിക്കറിഞ്ഞുകൂടാ." ഒന്നാലോചിച്ചിട്ടു ഞാൻ പറഞ്ഞു. "ഒരുപക്ഷേ ആയിരിക്കും. മകളുടെ പേര് എമിലി എന്നാണ്."

പത്രത്താളുകൾ വീണ്ടും മറിഞ്ഞു. "മസ്ജിദ് സോളിമാനിൽനിന്നും ഞങ്ങളുടെ വിഭാഗത്തിലേക്ക് സ്ഥലംമാറിവന്ന ആളാണ്. വിഭാര്യൻ... ഒപ്പം അമ്മയും മകളുമുണ്ടെന്നു കേട്ടു. ഗാർനിക്കിന് പകരം വന്നയാൾ... അതു തന്നെയാണ് നമുക്ക് വേണ്ടിയിരുന്നത്. ഈ പരിസരത്തിന് കുറച്ചുകൂടി ചൂടും വെളിച്ചവുമുണ്ടാകും."

അദ്ദേഹത്തിന്റെ ശ്രദ്ധ പിന്നേയും പത്രത്തിലേക്ക് തിരിഞ്ഞു. കൂടുതൽ എന്തെങ്കിലും പറഞ്ഞാലോ? ഞാൻ അല്പംകൂടി കാത്തിരുന്നു. ആ ഭാഗത്തുനിന്ന് മിണ്ടാട്ടമൊന്നുമുണ്ടായില്ല. ഞാൻ അവിടെ നിന്നെഴുന്നേറ്റ് ജനലരികിലുള്ള പച്ച തുകൽ കുഷ്യനുള്ള കസേലയിൽ ചെന്നിരുന്നു. അപ്പോഴും കൈയിൽ അർമേന്റെ മുഷിഞ്ഞ സോക്സ്, എയർ കണ്ടീഷനറുടെ മടുപ്പിക്കുന്ന മുരളിച്ച. കുറച്ചുനേരം വെറുതെ അതും ശ്രദ്ധിച്ചുകൊണ്ടിരുന്നു. അപ്പോഴാണ് തലേ ദിവസം ടെഹ്റാനിൽനിന്നും മാസ്റ്റർ ഡാവിഷ്യൻ അയച്ച പുസ്തകത്തിന്റെ കാര്യം ഓർമ്മവന്നത്. ആരക്സ് എന്ന പുസ്തകക്കടയുടെ ഉടമസ്ഥനാണ് അദ്ദേഹം. ജനലരികിലുള്ള പുസ്തകഷെൽഫിൽനിന്നും ആ പുസ്തകമെടുത്തു.

അതൊരു നോവലായിരുന്നു. ഡാർവോ എഴുതിയത്. സാധാരണയായി അർമീനിയയിൽ പുസ്തകങ്ങളുടെ പോലെത്തന്നെയായിരുന്നു ഇതും. അച്ചടിയും പുറംച്ചട്ടയും അതിൽ കൊടുത്തിരിക്കുന്ന നിറങ്ങളുമൊക്കെ തീരെ നിലവാരം കുറഞ്ഞതായിരുന്നു. പുറംചട്ടയിലെ ചിത്രം. ഊശാൻ താടിവെച്ച ഒരാൾ. കൈയില്ലാത്ത കറുത്ത കുപ്പായം. താഴെ മുട്ടുകുത്തിയിരിക്കുന്ന ഒരു സ്ത്രീക്ക് പുറംതിരിഞ്ഞാണ് നില്പ്. കൈയിലെ സോക്സ് ഒരു തടസ്സമായി തോന്നി. ഞാനത് ഏപ്രണിന്റെ കീശയിലേക്ക് തിരുകി.

എന്തോ... ഞാൻ കീശയിൽനിന്നും കൈയെടുത്തില്ല. സോക്സിൽ നിന്നും പിടിവിട്ടുമില്ല. വർഷങ്ങൾക്കുമുമ്പ് ഞാൻ എന്റെ അമ്മയോടും ചേച്ചിയോടും പറഞ്ഞത് എവിടെനിന്നോ എന്റെ ഓർമ്മയിൽ വന്നെത്തി. "ദിവസം മുഴുവൻ അരയിൽ ഏപ്രണും കെട്ടിനടക്കുന്ന സ്ത്രീകളെ എനിക്ക് വെറുപ്പാണ്. അവരുടെ വിചാരം പകലന്തിയോളം അതും കെട്ടി നടന്നാൽ നല്ല വീട്ടമ്മമാരാണെന്ന് കാണുന്നവർ ധരിച്ചോളുമെന്നാണ്." സ്ത്രീയെന്നാൽ നല്ലൊരു കുടുംബിനി മാത്രമാണോ? ഞാൻ എന്റെ അമ്മയെ കുറിച്ചാലോചിച്ചു. മറ്റുള്ളവരെ പ്രീതിപ്പെടുത്താനായി സ്ത്രീകൾ അണിഞ്ഞൊരുങ്ങരുത്. സ്ത്രീക്കു വൃത്തിയും വെടിപ്പു മുണ്ടാകണം. അവൾ അണിയുന്നതും ഒരുങ്ങുന്നതും ആത്മസംതൃപ്തി ക്കുകൂടി വേണ്ടിയാവണം. ആ ചിന്തയുടെ പുറകിൽ എന്റെ ചേച്ചി ആലീസ് ആയിരുന്നു. വാസ്തവത്തിൽ ഏപ്രൺ കെട്ടി രാപകൽ വീട്ടിൽ കഴിയുന്ന സ്ത്രീകളെപ്പറ്റി ഞാൻ പറഞ്ഞത് അമ്മയേയും ആലീസി നേയും ഉദ്ദേശിച്ചായിരുന്നു. എന്റെ അച്ഛൻ മരിച്ചിട്ട് വർഷങ്ങൾ കുറേ യേറെ കഴിഞ്ഞിരുന്നു. എന്നാലും ഇപ്പോഴും അമ്മ കറുത്ത വസ്ത്രങ്ങൾ മാത്രമേ ധരിച്ചിരുന്നുള്ളൂ. നരച്ചമുടി കറുപ്പിക്കാനും അവർ മെനക്കെട്ടില്ല. ചിട്ടയുടേയും ഭംഗിയുടേയും കാര്യത്തിൽ എന്റെ സഹോദരിയും അമ്മ യ്ക്കൊപ്പമായിരുന്നു. ആകപ്പാടെ കോലം കെട്ടൊരു രൂപം.

അമ്മ പുരികം വളച്ചു. "അപ്പോ അതാണ് കാര്യം അല്ലേ? ഓരോ സ്ത്രീയും അവൾക്കുവേണ്ടിമാത്രം ജീവിക്കണം... അവനവന്റെ താത്പര്യ ങ്ങൾക്കൊത്ത് പെരുമാറണം." അവർ എന്നെ നോക്കി ചുണ്ടുകോട്ടി. "നീ പുതിയ വസ്ത്രങ്ങൾ ധരിച്ചുവരുമ്പോൾ, അത് അർതൂഷ് ശ്രദ്ധിക്കാതെ കണ്ടാൽ നിന്റെ മുഖം വാടാറുണ്ടല്ലോ. അതെന്തിനാണ്? ഇടയ്ക്കിടയ്ക്ക് സലൂണിൽ പോയി മുടിവെട്ടി ഭംഗിയാക്കുന്നു... മേശപ്പുറത്ത് പൂപാത്രം ഒരുക്കിവെക്കുന്നു. അതിന്റെയൊക്കെ ഉദ്ദേശ്യമെന്താണ്? ഞാൻ പറയു ന്നത് അസംബന്ധമാണോ? എങ്കിൽ തുറന്നുപറയണം."

ആലീസ് അമ്മയോടൊപ്പം ചേർന്നു. "ആട്ടെ, അത് നിന്നെ എവിടെ ക്കൊണ്ടെത്തിച്ചു? എപ്പോഴും വലിയ വൃത്തിയും വെടിപ്പും നോക്കുന്ന ആളായിരുന്നില്ലേ?"

അമ്മയും ചേച്ചിയും പോയതിനുശേഷം ആ ചോദ്യം ഞാൻ എന്നോടു തന്നെ ചോദിച്ചു. "അതുനിന്നെ എവിടെക്കൊണ്ടെത്തിച്ചു?" ഞാൻ തന്നെ മറുപടിയും പറഞ്ഞു. "എനിക്കറിയില്ല."

ഏപ്രൺ പോക്കറ്റിൽനിന്നും ഞാൻ കൈ പുറത്തെടുത്തു. പുസ്തകം ഷെൽഫിൽത്തന്നെ തിരിച്ചുവെച്ചു. വല്ലാതെ ക്ഷീണം തോന്നി. പുസ്തകം വായിക്കാനുള്ള മനസ്സില്ല. അരികിലെ കൊച്ചുമേശപ്പുറത്തേക്ക് പത്രം എറിഞ്ഞ്, അർതൂഷ് സോഫയിൽനിന്നുമെഴുന്നേറ്റു. മൂരി നിവർത്തി, വലുതായി കോട്ടുവായിട്ടു. "ലൈറ്റുകൾ നീ അണയ്ക്കുന്നോ അതോ ഞാനണയ്ക്കണോ?" മേശപ്പുറത്തേക്കിട്ട പത്രം താഴേക്ക് വഴുതിവീണു.

ഞാൻ അർതൂഷിനെ അടിമുടിയൊന്നു നോക്കി. കഴിഞ്ഞ പതിനേഴു വർഷത്തിനുള്ളിൽ ഇരുപതു കിലോ തൂക്കം കൂടിയിട്ടുണ്ട്. അന്നത്തെ കട്ടിയുള്ള കറുത്ത മുടി.. ഇപ്പോൾ തീരെ കട്ടി കുറഞ്ഞിരിക്കുന്നു. കറുപ്പിന്റെ തിളക്കവും മങ്ങിയിരിക്കുന്നു. എല്ലാവരും ഡോക്ടർ എന്നാണ ദ്ദേഹത്തെ വിളിച്ചിരുന്നത്. എൻജിനീയറിങ്ങിൽ ഉയർന്ന സ്ഥാനം വഹി ച്ചിരുന്നതുകൊണ്ട്. എന്നാൽ ആലീസ് അദ്ദേഹത്തെ പ്രൊഫസർ എന്നാണ് വിളിക്കുന്നത്. ആ ഊശാന്താടി കണ്ടുകൊണ്ടായിരുന്നു. ഇപ്പോൾ അതും നരച്ച് കട്ടികുറഞ്ഞിരിക്കുന്നു. ഈ കാലത്തിനിടയ്ക്ക് അദ്ദേഹം വളരെയധികം മാറിയിട്ടുണ്ട്. ഞാനും മാറിയിട്ടുണ്ടാകും. പെട്ടെന്ന് അദ്ദേഹത്തിന്റെ ഒച്ച ഉയർന്നു... എന്റെ ചിന്തകളും മുറിഞ്ഞു.
“ഞാൻ ചോദിച്ചതു കേട്ടില്ലേ? വിളക്ക് നീ കെടുത്തുന്നോ, അതോ...?”

“ഞാൻ കെടുത്തിക്കോളാം.” അല്പം പരുഷമായാണ് ഞാനത് പറ ഞ്ഞത്. താഴെ കിടന്ന പത്രമെടുത്ത് മേശപ്പുറത്ത് മടക്കിവെച്ചു. അവിടെ നിന്നുകൊണ്ടുതന്നെ ഏപ്രണിന്റെ കെട്ടുകളഴിച്ചു. ഉമ്മറവാതിൽ അടച്ചു കൊളുത്തിട്ടു. പൂമുഖത്തളത്തിലെ വിളക്കുകളണയ്ക്കാൻ തിരിഞ്ഞു.

മൂന്ന്

കപ്പിലുണ്ടായിരുന്ന ടർക്കിഷ് കാപ്പിയുടെ അവസാനത്തെ തുള്ളിയും അമ്മ കുടിച്ചു. കപ്പ് സോസറിൽ കമഴ്ത്തിവെച്ചു. കുറച്ചുനേരം ശൂന്യത യിലേക്ക് നോക്കി എന്തോ ആലോചിച്ചു. കണ്ണുകൾ ഇറുക്കി. ചുണ്ടു കൾ ചേർത്തുപിടിച്ചു. അല്ലെങ്കിലേ ചെറിയ കണ്ണുകൾ. ചുണ്ടുകളും നന്നേ മെലിഞ്ഞതാണ്. ഇപ്പോൾ രണ്ടും ഓരോ നേർവരപോലെ. "അവർക്ക് പൊക്കം വളരെ കുറവാണെന്നാണോ പറഞ്ഞത്... കാണാൻ എങ്ങനെയുണ്ട്? ഭംഗിയുണ്ടോ?"

ഞാൻ ഉപ്പു പുരട്ടിയ ഗാട്ടയിൽനിന്നും ഒരു കഷണം മുറിച്ചെടുത്ത് അമ്മയുടെ തട്ടിൽവെച്ചു. "ഭംഗിയുണ്ടോ എന്തോ? ഞാൻ പറഞ്ഞില്ലേ. അവർക്ക് എഴുപതിലധികം പ്രായം കാണും."

താടി അല്പം മുകളിലേക്കുയർത്തി അമ്മ മുഖം ചുളിച്ചു. "എന്നു വെച്ചാൽ...? എന്തായാലും അതവളാണെങ്കിൽ തീർച്ചയായും പ്രായം എഴുപത് കടന്നിരിക്കും. അന്നു ഞാൻ കൊച്ചുടുപ്പുമിട്ട് നടക്കുന്ന കാല മായിരുന്നു. മാഡമാണെങ്കിൽ അപ്പോഴേ ചിത്രപ്പണികളുള്ള തൊപ്പികളും മോടിയുള്ള കുപ്പായങ്ങളുമാണ് അണിഞ്ഞിരുന്നത്."

"അതേ... മൂക്കിൽ എന്തോ പറ്റിയിരിക്കുന്നു..." ഞാൻ വിരൽ ചൂണ്ടി.

അമ്മയുടെ മൂക്കിന് നല്ല നീളമുണ്ട്. കാപ്പി കുടിക്കുന്നതിനിടയിൽ കപ്പിന്റെ വക്കിൽനിന്നും പറ്റിപിടിച്ചതായിരിക്കും. അമ്മ വേഗം ടിഷ്യു എടുത്ത് അത് തുടച്ചുകളഞ്ഞു. "കഴുത്തിൽ ഏഴു ചുറ്റുള്ള മുത്തുമാല യുമണിഞ്ഞ്, തുറന്ന കാറിൽ നാസർ അവന്യൂവിൽകൂടി എപ്പോഴും അവർ അങ്ങോട്ടുമിങ്ങോട്ടും സവാരി ചെയ്യുമായിരുന്നു."

"അവർ തന്നെയാണോ കാറോടിച്ചിരുന്നത്?"

അമ്മയ്ക്കു ദേഷ്യം വന്നു. "എന്തു പറയുമ്പോഴുമുണ്ട് ഇടയിൽ കയറി ഒരു ചോദ്യം... അല്ല... അവർക്ക് സ്വന്തമായി ഒരു ഡ്രൈവറുണ്ടാ യിരുന്നു."

ജനാലപ്പടിയിൽവെച്ചിരിക്കുന്ന നീണ്ട ചെടിച്ചട്ടിയിലേക്ക് ഞാൻ നോക്കി. തോട്ടക്കാരൻ വന്നപ്പോൾ അതിലെ മണ്ണുമാറ്റാൻ പറയേണ്ടതായിരുന്നു.

ആ പൂക്കളെ നോക്കിക്കൊണ്ടിരുന്നപ്പോൾ ഓർമ്മയിൽ തെളിഞ്ഞത് മിസിസ്സ് സിമോനിയന്റെ മുഖമാണ്. “അതെ, ചെറുപ്പകാലത്ത് അവർ ഒരു സുന്ദരിയായിരുന്നിരിക്കണം. ഉയർന്ന കവിളെല്ലുകൾ, വലിയ കറുത്ത കണ്ണുകൾ...” പിന്നെ അമ്മ കേൾക്കാതെ ഞാൻ കൂട്ടിച്ചേർത്തു. “ചന്ത മുള്ള ഒരു കൊച്ചുമൂക്ക്.” എന്റെ പൂമുഖത്തളത്തിലെ പിയാനോവിന്റെ മുകളിലായി അച്ഛന്റേയും അമ്മയുടേയും വിവാഹ ഫോട്ടോ ഉണ്ട്. അതിൽ അമ്മയുടെ മൂക്കിന് അത്രയ്ക്കു നീളം തോന്നുന്നില്ല.

അമ്മ ഒരു കഷ്ണം ഗാട്ട എടുത്ത് വായിലിട്ടു. “അസ്സലായിരിക്കുന്നു, നല്ല സ്വാദ്!”

താടിയിൽ കൈയും കൊടുത്ത് ഞാൻ അമ്മയേയും നോക്കിയിരുന്നു.

ടെഹ്റാനിൽനിന്നും പുസ്തകങ്ങളോടൊപ്പം മിസ്റ്റർ ഡാവിഷ്യൻ അയച്ചതായിരുന്നു ആ ഗട്ട. ഒരു ദിവസം അർതൂഷ് ചോദിക്കുകയുണ്ടായി. “ഉപ്പുള്ള ഗട്ട നിനക്കിത്രക്കിഷ്ടമാണെന്ന് അയാൾക്കെങ്ങനെ അറിയാം?”

അതിനുള്ള മറുപടി ഞാൻ ആലോചിച്ചുണ്ടാക്കുംമുമ്പേ അമ്മ പറഞ്ഞു. “അയാൾ ഗട്ട അയയ്ക്കുന്നത് ക്ലാരിസിനു വേണ്ടിയല്ല, എനിക്കു വേണ്ടിയാണ്. ഒരൊഴിവുകാലത്ത് ഞങ്ങൾ ടെഹ്റാനിൽ പോയപ്പോൾ, ക്ലാരീസിനോടൊപ്പം ഞാനും അയാളുടെ പുസ്തകക്കടയിൽ പോയി. അന്ന് അയാൾ ഞങ്ങൾക്ക് കാപ്പിയും ഗട്ടയും വാങ്ങിത്തന്നു. കാപ്പി കുടി ക്കുന്നതിനിടയിൽ ഞാൻ വെറുതെ ഒരു തമാശ പറഞ്ഞു. എനിക്കെന്റെ തല ചൊറിയാൻ തന്നെ നേരമില്ല... പിന്നെയല്ലേ പുസ്തകം വായിക്കു ന്നത്. എന്തായാലും ഉപ്പുള്ള ഗട്ട ഞാൻ വിട്ടുകളയില്ല. അത്രയ്ക്കും ഇഷ്ട മാണ്. അതിൽ പിന്നെ ക്ലാരീസിന് പുസ്തകങ്ങളയയ്ക്കുമ്പോഴൊക്കെ അയാൾ എനിക്കുവേണ്ടി ഉപ്പുള്ള ഗട്ടയും അയയ്ക്കും.” ആ അവസാ നത്തെ വരി പറഞ്ഞുകൊണ്ട് അമ്മ ഉറക്കെ പൊട്ടിച്ചിരിച്ചു. അതുകേട്ട് എനിക്ക് ദേഷ്യം തോന്നാനുള്ള കാരണമെന്തായിരുന്നു? അമ്മയുടെ വേണ്ടതിലധികം ഒച്ചവെച്ചുള്ള ആ ചിരിയോ, അതോ തക്കസമയത്ത് വേണ്ടതുപറയാൻ എനിക്കായില്ല എന്ന കഴിവുകേടോ? “കാണുമ്പോ ഴെല്ലാം മിസ്റ്റർ ഡവീഷ്യൻ എനിക്കു കാപ്പി വാങ്ങിത്തരും. എന്റെ ഉപ്പു ഗട്ടക്കൊതിയും വളരെനാളായി അയാൾക്കറിയാം...” എന്തുകൊണ്ട് ഞാൻ അങ്ങനെ പറഞ്ഞില്ല.

അമ്മ വിരൽത്തുമ്പിൽനിന്ന് ഗട്ടയുടെ പൊടി നക്കിയെടുത്തു. തട്ടിൽ ബാക്കിയായ തുണ്ടുകളും വാരി വായിലിട്ടു. ടിഷ്യുപെട്ടിയിൽനിന്നും ഒരു ക്ലീനെക്സ് എടുത്ത് രണ്ടായി മടക്കി അതിനുമീതെ കാപ്പി കപ്പ് കമഴ്ത്തി വെച്ച് അമർത്തി. ടിഷ്യുവിന്റെ മീതെ കാപ്പിയുടെ നിറത്തിലുള്ള ഒരു വലയം പതിഞ്ഞു. “അതവർത്തന്നെയാണ്, സംശയമില്ല. എൽമീറാ ഹാരോട്യൂണിയൻ. ഹാരോട്യൂണിയൻ എന്ന മുന്തിയ കച്ചവടക്കാരന്റെ മകൾ. വർത്താൻ സിമോനിയനെയാണ് അവർ വിവാഹം കഴിച്ചത്. അയാൾക്ക് ഇന്ത്യയിൽ ചില കച്ചവടസ്ഥാപനങ്ങളുണ്ടായിരുന്നു.

എൽമീറയ്ക്ക് അവളുടെ അച്ഛനിൽനിന്നും ധാരാളം സ്വത്ത് പാരമ്പര്യമായി കിട്ടിയിരുന്നു. അതോടൊപ്പം ഭർത്താവിന്റെ പണം കൂടിയായപ്പോൾ അവൾ ശരിക്കും വലുതായി. ജൂൽഫയിൽ എല്ലാവരും അവളെ വിളിച്ചിരുന്നത്, ശപിക്കപ്പെട്ട എൽമീറ എന്നായിരുന്നു.

"എന്തിനാണാവോ", അതുകേട്ട് ഞാൻ ഉറക്കെ ചിരിച്ചു.

"ഇത് ചിരിക്കാനുള്ള കാര്യമല്ല." അമ്മ പുരികം ചുളിച്ചു.

"വെറുതെയല്ല ആളുകൾ അങ്ങനെയൊരു പേരിട്ടത്. അവളെ പ്രസവിച്ച ഉടനെ അമ്മ മരിച്ചു... അതുകഴിഞ്ഞ് കുഞ്ഞിനെ നോക്കാൻ നിർത്തിയ സ്ത്രീ ജനലയിൽകൂടി താഴെക്കുചാടി ആത്മഹത്യ ചെയ്തു."

കാപ്പി കുടിച്ച കപ്പുകൾ എടുത്തുമാറ്റാൻ ഞാൻ കൈനീട്ടിയതാണ്. അമ്മ നീരസത്തോടെ എന്റെ കൈ തട്ടിമാറ്റി. "നിൽക്കൂ... ഞാനെന്റെ കാപ്പികപ്പ് ഇനിയും വായിച്ചുകഴിഞ്ഞില്ല." അമ്മ ജനലയിൽകൂടി ദൂരേക്കു നോക്കി. "അവളുടെ വിവാഹത്തിന്റെ അന്നു രാത്രി. അവളുടെ അച്ഛന് ഭക്ഷ്യവിഷബാധയേറ്റു. ഏതാനും ദിവസങ്ങൾക്കകം മരിക്കുകയും ചെയ്തു. വിവാഹത്തിന് തയ്യാറാക്കിയ കേക്കിൽനിന്നാണ് വിഷബാധയേറ്റത് എന്നാണ് എല്ലാവരും പറഞ്ഞത്. അങ്ങനെയാണെങ്കിൽ എന്തേ അദ്ദേഹം മാത്രം മരിക്കാൻ? അന്ന് എത്രയോ പേർ ആ കേക്ക് തിന്നു..."

ജൂൽഫയിലെ അർമേനിയക്കാരുടെ പതിവ് ഏഷണിചക്രം തിരിയാൻ തുടങ്ങിയിരിക്കുന്നു! ഞാൻ ഉള്ളാലേ ചിരിച്ചു. "അതിന്റെ അർത്ഥം കേക്ക് തിന്നതുകൊണ്ടല്ല അദ്ദേഹം മരിച്ചത് എന്നല്ലേ... കാരണം മറ്റു വല്ലതുമാകാം... ഒരുപക്ഷേ ഹൃദയാഘാതം." ഞാൻ അമ്മയുടെ നേരെ സംശയത്തോടെ നോക്കി.

അമ്മ ഞാൻ കാപ്പികുടിച്ചുവെച്ച കപ്പ് ടിഷ്യൂ കടലാസ്സിൽ അമർത്തി കമഴ്ത്തി... മൂന്നോ നാലോ തവണ. "എൽമീറ അവളുടെ ഭർത്താവിനോടൊപ്പം ഇന്ത്യയിലേക്കുപോയി. ഏതാനും വർഷങ്ങൾക്കുശേഷമാണ് തിരിച്ചുവന്നത്. കൂടെ അവളുടെ മകനുമുണ്ടായിരുന്നു. ഇന്ത്യയിൽവെച്ച് അവളുടെ ഭർത്താവ് കൊല്ലപ്പെട്ടു. കൃത്യം നടത്തിയത് ഇന്ത്യക്കാരായ വേലക്കാരിൽ ഒരാളാണെന്നാണ് കേട്ടിട്ടുള്ളത്. പിന്നീട് കുറച്ചുകാലത്തേക്ക് അവളെ ആരും കണ്ടിട്ടില്ല. യൂറോപ്പിലാണ് എന്ന് ചിലർ പറഞ്ഞിരുന്നു... വീണ്ടും ജൂൽഫയിൽ പ്രത്യക്ഷപ്പെട്ടപ്പോൾ... അവളുടെ മകൻ മുതിർന്നു കഴിഞ്ഞിരുന്നു. മകന് യോജിച്ച വധുവിനെ അവൾ തിരയാൻ തുടങ്ങിയിരുന്നു. എങ്ങനെയോ ജൂൽഫയിൽ മുഴുവൻ ആ വാർത്ത പരന്നു. "എൽമീറയുടെ മകന് എന്തോ മാറാരോഗമുണ്ട്. അല്ലായിരുന്നുവെങ്കിൽ യൂറോപ്പിൽ വെച്ചേ അവന് വിവാഹിതനാകാമായിരുന്നല്ലോ. കുറേ കഴിഞ്ഞ് ഞാൻ കേട്ടു. അവൻ ടാബ്റീസിൽനിന്നും ഒരു അർമേനിയൻ പെൺകിടാവിനെ കല്യാണം കഴിച്ചുവെന്ന്. അല്ലെങ്കിൽ ടാബ്റീസുകാർ അങ്ങനെയാണ്. പറഞ്ഞുപറ്റിക്കാൻ എളുപ്പം."

അമ്മ സ്വന്തം കപ്പ് കൈയിലെടുത്തു. ടിഷ്യു പേപ്പറിൽ അതിന്റെ കൂടിച്ചേർന്നു കിടക്കുന്ന വലയങ്ങളിലേക്ക് ഉറ്റുനോക്കി. മൂന്നുനാലുതവണ 'ഹും' എന്ന് ശബ്ദമുണ്ടാക്കി. പിന്നെ പല തവണ തലകുലുക്കിക്കൊണ്ട് 'ഹാ' എന്നു പറഞ്ഞു. "അടങ്ങിയിരിക്കൂ എന്ന് എന്റെ കപ്പു പറയുന്നില്ല." അവർ സ്വന്തം കപ്പ് താഴെ വെച്ച് എന്റേതെടുത്തു.

ദൈവത്തിനു നന്ദി... അമ്മ ടാബ്റീസിലെ അർമേനിയക്കാരെ പറ്റി പറഞ്ഞത് കേൾക്കാൻ അർതൂഷ് അരികത്തുണ്ടായിരുന്നില്ലല്ലോ. ഞാൻ അർതൂഷിനെ വിവാഹം കഴിക്കാൻ ആഗ്രഹിക്കുന്നുവെന്ന് ആദ്യമായി അമ്മയോടു പറഞ്ഞ ദിവസം. കേട്ട ഉടനെ അവർ ചോദിച്ചത്, "അർമേനിയക്കാരനാണെന്നു പറഞ്ഞു, പക്ഷേ എവിടെ നിന്നാണ്?"

"ടാബ്റീസ്" ഞാൻ പറഞ്ഞതും അമ്മ നിലവിളിച്ചു.

"ടാബ്റീസിൽനിന്നോ? എന്താ ഇവരുടെയൊക്കെ വിചാരം?"

അച്ഛൻ സമയത്തിനിടപ്പെട്ടു. അല്ലെങ്കിൽ അപ്പോഴേ ആ വിവാഹം വേണ്ടെന്നുവെക്കേണ്ടിവന്നേനേ. അച്ഛന് ഇതൊന്നും വലിയ വിഷയമായിരുന്നില്ല. മരുമകൻ ജൂൽഡയിൽനിന്നോ, ടാബ്രീസിൽനിന്നോ, അല്ല... ചൊവ്വയിൽനിന്നോ... അച്ഛന് അങ്ങനെയുള്ള വ്യത്യാസങ്ങളും, വേർതിരിവുകളുമൊന്നുമുണ്ടായിരുന്നില്ല.

അമ്മയുടെ കോലുപോലെ മെലിഞ്ഞ കൈയിൽ എന്റെ കാപ്പിക്കപ്പ്. റോസ് നിറത്തിൽ ചെറിയ പൂക്കളോടുകൂടിയ വെളുത്ത കപ്പ്. അമ്മയുടെ കൈ ആകെ ചുളി വീണിരുന്നു. നീല ഞരമ്പുകൾ എഴുന്നുനില്ക്കുന്നു.

"എന്നിട്ടെന്തുണ്ടായി? പറയൂ..." ഞാൻ അമ്മയുടെ ശ്രദ്ധ തിരിച്ചു.

"വിവാഹം കഴിഞ്ഞ് വളരെ താമസിയാതെ അവളുടെ മരുമകൾ ഒരു മനോരോഗിയായി എന്നാണ് കേട്ടിട്ടുള്ളത്. നാമഗേർഡിലെ ചിത്തരോഗാശുപത്രിയാണെന്ന് പറഞ്ഞുകേട്ടിരുന്നു. പിന്നീടെപ്പോഴോ അവിടെവെച്ച് മരിച്ചുവെന്നും കേട്ടു..."

നാമഗേർഡിനെ പറ്റി കേട്ടതോടെ എന്റെ മനസ്സ് അസ്വസ്ഥമായി.

കാപ്പിക്കപ്പ് മേശപ്പുറത്തുവെച്ച് അമ്മ എഴുന്നേറ്റു. "സൈപ്രസ്സിന്റെ അർത്ഥമെന്താണെന്നോ? മാറ്റവും വളർച്ചയുമാണ് അത് കാണിക്കുന്നത്. ഒരു പക്ഷേ നിന്റെ ഡോക്ടർ എണ്ണക്കമ്പനിക്ക് ഒരു സഹായം ചെയ്യാം എന്ന് തീരുമാനിച്ചേക്കാം... കമ്പനിവക ബ്രേയ്മിലുള്ള വീട്ടിലേക്ക് താമസം മാറ്റാം എന്ന് നിശ്ചയിച്ചാലോ! അവസാനം നിന്റെ അറബിപ്പെണ്ണ് ബ്രേയ്മിൽചെന്നു താമസമാക്കും... നീ ഈ ബർവാഡയിൽതന്നെ കിടന്ന് കഷ്ടപ്പെടുകയും ചെയ്യും."

"എന്റെ അറബിപ്പെണ്ണ്!" ഞാൻ മേശപ്പുറത്തുനിന്ന് കപ്പുകളും കിണ്ണങ്ങളും മാറ്റിവെച്ചു.

കറുത്ത കുപ്പായത്തിൽ വീണുകിടന്ന ഗട്ടയുടെ തരികൾ അമ്മ കുടഞ്ഞുകളഞ്ഞു. "കറുത്ത കരുവാളിച്ച ആ തോട്ടക്കാരൻ വേലിയും

പുൽത്തകിടിയും വെട്ടിവെടിപ്പാക്കുമ്പോഴേക്കും എത്തും. അതെല്ലാം കുത്തിനിറക്കാനുള്ള ചാക്കുമായി. എവിടെ നിന്നാണാവോ അവർ ചാടിയെത്തുന്നത്...? മന്ത്രവടി ഉഴിഞ്ഞെന്നപോലെ..."

"യോമയെക്കുറിച്ചാണോ അമ്മ പറയുന്നത്?" അറബികൾ താമസിച്ചിരുന്ന പ്രദേശത്തുതന്നെയാണ് യോമ താമസിച്ചിരുന്നത്. അവർ ബ്രേയ്മിലെ ആധുനികരീതിയിലുള്ള ബംഗ്ലാവിൽ താമസിക്കുന്ന കാര്യമോർത്തപ്പോൾ എനിക്ക് അറിയാതെ ചിരിപൊട്ടി.

"അതേ... യോമയുടെ കാര്യംതന്നെ. എന്തു മാതിരി പേരാണത്. അവളെ വീട്ടിൽ കയറ്റരുതെന്ന് ഒരു നൂറുവട്ടം നിന്നോട് പറഞ്ഞിട്ടില്ലേ? കുട്ടികൾക്ക് അവളെ പേടിയാണെന്ന് നീ തന്നെ പറയാറുണ്ടല്ലോ. അവളുടെ പച്ചകുത്തിയ മുഖവും കോന്ത്രൻ പല്ലും... കുട്ടികളെ പറഞ്ഞിട്ടു കാര്യമില്ല. അതിനുപുറമെ എപ്പോഴും ഒരു കറുത്ത കുപ്പായവും... എന്നേക്കാൾ മോശം."

ആ പറഞ്ഞത് ശരിയായിരുന്നു. യോമ എപ്പോഴും കറുത്ത വസ്ത്രമാണ് ധരിച്ചിരുന്നത്. ദുഃഖാചരണത്തിന്റെ ഭാഗം. കുടുംബത്തിൽ ആരെങ്കിലുമൊരാൾ മരിച്ചിട്ടുണ്ടാകും. കപ്പുകളും കിണ്ണങ്ങളും ഞാൻ പൈപ്പിൻ ചോട്ടിൽ കഴുകാനിട്ടു. "വാസ്തവത്തിൽ കുട്ടികൾക്ക് അവളെ പേടിയില്ല. ഒരു ദിവസം വെറുതെ അവരെ പറ്റിക്കാനായി അർമേൻ പറഞ്ഞു. യോമ ജീവനുള്ള പല്ലിയെ പിടിച്ചുതിന്നുന്നത് അവൻ കണ്ടുവെന്ന്... പച്ചക്കള്ളം..."

അമ്മ അവരുടെ സഞ്ചിയുടെ കറുത്ത വള്ളി തോളിൽ തൂക്കി. ആ വള്ളി എത്ര തവണ പൊട്ടിയതാണ്. അപ്പോഴൊക്കെ അമ്മ അത് വീണ്ടും തുന്നിക്കൂട്ടും. പലതവണ ഞാൻ പറഞ്ഞുനോക്കിയതാണ്. ഇതുമാറി പുതിയതൊന്നു വാങ്ങിക്കൂടേ? അപ്പോഴൊക്കെ അമ്മയുടെ മറുപടി ഒന്നുതന്നെയായിരുന്നു.

"പട്ടണത്തിലെ നാട്യക്കാരിപ്പെണ്ണുങ്ങളെപ്പോലെ ഇടയ്ക്കിടയ്ക്ക് ഞാൻ പുതിയ സഞ്ചിയും ഷൂസും വാങ്ങിയിരുന്നുവെങ്കിൽ... നിനക്കും ആലീസിനും ഇതുപോലെയുള്ള ബാച്ചലർമാരെ കിട്ടുമായിരുന്നോ?"

അമ്മയുടെ ഒരു ബാച്ചലർ! എത്ര തവണ ഞാനത് പറഞ്ഞു മനസ്സിലാക്കാൻ ശ്രമിച്ചിട്ടുണ്ട്. ഇംഗ്ലീഷ് ഭാഷാ പഠനത്തിന് എണ്ണക്കമ്പനിയിൽ നിന്നും എനിക്ക് കിട്ടിയിട്ടുള്ള സർട്ടിഫിക്കറ്റിന് 'ബാച്ചലർ' എന്നല്ല പറയുക എന്ന്. പക്ഷേ ആലീസിന് ഇംഗ്ലണ്ടിൽനിന്നും കിട്ടിയത് ശരിയായ 'ബാച്ചലർ' തന്നെയായിരുന്നു. ഓപ്പറേഷൻ തിയ്യറ്ററിൽ നഴ്സായി പ്രവർത്തിക്കാനുള്ള പ്രത്യേകം പരിശീലനമാണ് അവൾ അവിടെനിന്നു നേടിയത്. അതിനാവശ്യമായ ധനസഹായം നല്കിയത് എണ്ണക്കമ്പനിയായിരുന്നു.

ഇടനാഴിയിലെ ടെലിഫോൺ മേശയിൽ അമ്മ വിരലോടിച്ചു. "എത്ര ദിവസമായി പൊടി തുടച്ചിട്ട്?"

അമ്മയുടെ കറുത്ത കൈ സഞ്ചിയിലേക്ക് നോക്കി ഞാൻ പറഞ്ഞു. “മിനിഞ്ഞാന്നു പൊടി തുടച്ചതാണ്... ഒന്നല്ല, എട്ടുതവണ. പിന്നെ ഇന്നലെ പതിനാറു തവണ. ഇന്ന് മുപ്പത്തിരണ്ടും.” ഞാൻ അമ്മയുടെ നേരെ നോക്കി മുഖം കോട്ടി.

“അത്രയ്ക്കു മിടുക്കൊന്നും എന്നോടു കാട്ടണ്ട.” അവർ വാതിൽപ്പിടിയിൽ കൈവെച്ചു. “ഇങ്ങനെയൊരു കാട്ടുമുക്കിൽ... ദിവസവും പത്തു തവണ പൊടിതട്ടിയാലും മതിയാവില്ല. ഞാൻ കമ്പനി സ്റ്റോറിലേക്കാണ് പോകുന്നത്. ഇറക്കുമതിചെയ്ത നല്ല ചോക്ലേറ്റ് വന്നിട്ടുണ്ടെന്നു കേട്ടു.”

എന്റെ മുഖത്ത് പെട്ടെന്നുണ്ടായ അദ്ഭുതം... അമ്മ ശ്രദ്ധിച്ചുവെന്നു തോന്നുന്നു. അതുകൊണ്ടായിരിക്കാം തിടുക്കത്തിൽ പറഞ്ഞത്, “വേണെങ്കിൽ എന്നെ കഴുതേന്ന് വിളിച്ചോളൂ. എന്നാലും...” അവർ ആഞ്ഞ് നെടുവീർപ്പിട്ടു. വാതിൽപിടിയിൽനിന്നും കൈയ്യെടുത്തു... ലേസ് കർട്ടന്റെ ഞൊറികൾ നേരെയാക്കാൻ തുടങ്ങി. “അറിയാലോ...? ആലീസിന്റെ കാര്യം... പന്തിയല്ല.” അമ്മ കർട്ടനിൽനിന്നും കൈമാറ്റി എന്റെ നേരെ തിരിഞ്ഞു.

“നിന്റെ അച്ഛന്റെ ആത്മാവിനെ ഓർത്ത് സത്യം ചെയ്യണം. എന്തെങ്കിലും പറഞ്ഞ് വീണ്ടും ഒരു വഴക്ക് തുടങ്ങരുത്... സൂക്ഷിക്കണം... കമ്പനി സ്റ്റോറിൽനിന്നും എന്തെങ്കിലും വാങ്ങാനുണ്ടോ?”

“വേണ്ട... ഒന്നും വേണ്ട... ദയവുചെയ്ത് കുട്ടികൾക്കായി ചോക്ലേറ്റ് വാങ്ങരുത്.

അമ്മ വാതിൽ തുറന്നു. ചുടുകാറ്റ് അകത്തേക്കടിച്ചുകയറി. ഒപ്പം ചുകന്ന ക്ലോവർ പൂക്കളുടെ മണവും. മുറ്റത്തേക്കിറങ്ങവേ അമ്മ പറഞ്ഞു. “പുറത്തേക്കു വരണ്ട. അകത്തേക്കാൾ ചൂടാണ്.” വലയിട്ട വാതിൽ വലിച്ചടച്ചു അമ്മ യാത്രയായി.

ഞാൻ വാതിൽ പാതി തുറന്നുപിടിച്ച് അമ്മയെ നോക്കിനിന്നു. മുറ്റത്തെ നടപ്പാതയിൽ അവർ നിന്നു. കുനിഞ്ഞ് ഒരു പൂ പറിച്ചെടുത്തു. വീണ്ടും നിവരാൻ അല്പം ബുദ്ധിമുട്ടുണ്ടെന്നു തോന്നി. പൂ ഒന്നു മണത്തുനോക്കി അവർ നടത്തം തുടർന്നു. പുറത്തെ ഇരുമ്പുഗേറ്റ് തുറന്ന് പുറകിൽ വീണ്ടും അടച്ചു. തിരിഞ്ഞ് ബസ് സ്റ്റോപ്പിനു നേരെ നടന്നു. എന്തൊരു വേഗമായിരുന്നു അമ്മയുടെ ചുവടുകൾക്ക്... അന്ന് ആ വേനൽക്കാലത്ത് ഞങ്ങൾ നാമഗേഡിലേക്ക് പോയപ്പോൾ.

നാല്

നടപ്പാതയുടെ രണ്ടുവശത്തുമായി തടങ്ങളിൽ പൂത്തു തളിർത്തു നില്ക്കുന്ന പലവിധത്തിലുള്ള ചെടികൾ. അവയുടെ ഭംഗി കണ്ണുകളാൽ കോരിക്കുടിച്ചുകൊണ്ടു ഞാൻ ഉമ്മറപ്പടിയിലിരുന്നു. എന്തെല്ലാം ചെടികളാണ് പാതയുടെ ഇരുവശങ്ങളിലുമായി മിസ്റ്റർ മൊർട്ട്രേസ നട്ടുവളർത്തിയിരിക്കുന്നത്. ചെണ്ടുമല്ലിയും... വെർബിനയും... പെറ്റ്യൂനിയയും... പുറത്തേക്കുള്ള ഇരുമ്പുഗേറ്റിന്റെ മുകളിലേക്കു ചാഞ്ഞുകിടക്കുന്ന വില്ലോമരക്കൊമ്പുകൾ. പുൽത്തകിടിയിലുമുണ്ടായിരുന്നു. മൂന്ന് അലങ്കാരവൃക്ഷങ്ങൾ. ആ മരങ്ങളെ പേർഷ്യൻ ടർപെന്റയ്ൻ എന്നാണ് യോമ പറയുന്നത്. തൊട്ടപ്പുറത്ത് താമസിക്കുന്ന മിസ്സിസ് റഹീമി അവയെ ചാമ്പൽ മരങ്ങളെന്നു പറയുന്നു. എന്നാൽ അതൊന്നുമല്ല അവയുടെ ശരിയായ പേര് എന്നാണ് ആലീസിന്റെ പക്ഷം. ആ മരങ്ങൾ യൂദാസ് വൃക്ഷങ്ങളാണത്രെ. ഇതൊന്നുമറിയാതെ എന്റെ ഇരട്ടക്കുട്ടികൾ ആ മരങ്ങൾക്ക് അവരുടേതായ പേരിട്ടു. ഒന്നാമത്തേത് അർമീനേ മരം... രണ്ടാമത്തേത് അർസീനേ. മൂന്നാമത്തേത് ആദ്യത്തെ രണ്ടുമരങ്ങളേക്കാൾ ഉയരം കുറഞ്ഞതായിരുന്നു. തോട്ടക്കാരൻ വെട്ടിയും നനച്ചും വളമിട്ടും വേണ്ട ശുശ്രൂഷകൾ ചെയ്തിരുന്നു. എന്നിട്ടും അത് വേണ്ടതുപോലെ വളർന്നില്ല. പൂക്കളും കുറവായിരുന്നു.

മൂന്നാമത്തെ മരത്തിന് ഇരട്ടകൾ മാറി മാറി പേരിട്ടിരുന്നു. അതാതു കാലത്തെ ഏറ്റവും പ്രിയപ്പെട്ട കൂട്ടുകാരിയുടെ പേരാണ് മരത്തിനിട്ടിരുന്നത്. നീനയും ഗാർനിക്കും അടുത്തവീട്ടിൽ താമസിച്ചിരുന്നപ്പോൾ അത് സോഫിയുടെ മരമായിരുന്നു. നീനാ ഗാർനിക്കിന്റെ മകളായിരുന്നു സോഫി. അതിനിടയിൽ ഒരു ദിവസം എങ്ങനെയോ സോഫി ഇരട്ടകളുടെ പാട്ടുപെട്ടി കേടുവരുത്തി. അതോടെ അവർ അവളോട് മിണ്ടാതായി. ആയിടയ്ക്ക് കുറേ ദിവസം അത് പേരില്ലാ മരമായി കഴിഞ്ഞു. ഭാഗ്യത്തിന് സോഫിയുടെ ചേട്ടൻ ടൈഗ്രാൻ വന്ന് പാട്ടുപെട്ടി നേരെയാക്കി കൊടുത്തു. എന്റെ മക്കൾക്ക് സന്തോഷമായി. അന്നുമുതൽ അത് ടൈഗ്രാന്റെ മരമായി. സോഫിക്കും ടൈഗ്രാമും മുമ്പേ ആ മരവുമായി ചേർന്നിരുന്നത്

എൽസിയുടെ പേരായിരുന്നു. അവളുടെ അമ്മ എന്റെ അമ്മയും ആലീസി ന്റേയും അയൽക്കാരിയായിരുന്നു. അതിനിടയിൽ കുറേനാൾ ആ മരം ടനാസിന്റെ പേരിലാണ് അറിയപ്പെട്ടിരുന്നത്. ഞങ്ങളുടെ വീടിന് രണ്ട് തെരുവ് അപ്പുറത്തായിരുന്നു അവളുടെ വീട്. അവളാണ് എന്റെ കുട്ടി കളെ 'ഭാഗ്യം പറയാൻ' പഠിപ്പിച്ചത്. ഏതോ കാട്ടുപൂവിന്റെ ഇതളുകൾ നോക്കി. ടന്നാസ് ടെഹ്റാനിലേക്ക് താമസം മാറ്റിയ ദിവസം അർമിനേയും അർസിനേയും ഒരുപാട് കരഞ്ഞു. കുറേ ഏറെ നാൾ ആ കാട്ടുപൂവിന്റെ ഇതളുകളെടുത്ത് അവർ ഫലം പറയാൻ ശ്രമിച്ചു. ടെന്നാസ് അവരുടെ അടുത്തേക്ക് തിരിച്ചുവരുമോ എന്നാണ് കുട്ടികൾക്കറിയേണ്ടിയിരുന്നത്. ഇപ്പോഴിതാ, ആ മൂന്നാമത്തെ മരത്തിന് പുതിയൊരു പേര് കൈവന്നിരി ക്കുന്നു... എമിലിയുടെ മരമായാണ് ഇനി മുതൽ അറിയപ്പെടുക.

"ആലീസിന്റെ കാര്യം അത്ര പന്തിയല്ല... അറിയാലോ?" ശരിയാണ്. ഞാനത് മനസ്സിലാക്കിയിരുന്നു. അതിനുള്ള കാരണവും ഏതാണ്ട് ഞാൻ ഊഹിച്ചിരുന്നു. ഏതാനും ആഴ്ചകൾക്കുമുമ്പ് അവളുടെ കീഴിൽ പണി യെടുത്തിരുന്ന, ഒരു നഴ്സ് അർമേനിയക്കാരനായ ഒരു ഡോക്ടറെ വിവാഹം കഴിച്ചിരുന്നു. അവളും അർമേനിയക്കാരിയായിരുന്നു. എണ്ണ ക്കമ്പനിയുടെ അതേ ആശുപത്രിയിലാണ് രണ്ടുപേരും ജോലി നോക്കി യിരുന്നത്. ആലീസിന്റെ നോട്ടത്തിൽ ലോകത്തിലെ ഏറ്റവും വിഡ്ഢിയും വിരൂപയുമായ പെണ്ണായിരുന്നു അവൾ. തികച്ചും വിവരംകെട്ട ഒരു ശുദ്ധ നാട്ടിൻപുറത്തുകാരി. അയാളാണെങ്കിലോ... ആലീസിന്റെ കണ്ണിൽ സാമാന്യത്തിലധികം സുന്ദരൻ. നല്ല മര്യാദയും കരുതലുമുള്ള പ്രകൃതം. അയാളെക്കുറിച്ച് പറയുമ്പോൾ ആലീസിന്റെ കണ്ണുകൾ വിദൂരതയിലേക്ക് നീങ്ങിയിരുന്നു. ചുണ്ടിൽ ഒരു കുഞ്ഞിച്ചിരി മൊട്ടിട്ടിരുന്നു. സ്വതവേ ആലീസിന്റെ മനസ്സ് അങ്ങനെയായിരുന്നു. കല്യാണം ആരുടേതായാലും തന്നോട് കാട്ടുന്ന ഒരധിക്ഷേപമായാണ് അവൾ കണ്ടിരുന്നത്. അവർ വ്യക്തിപരമായിതന്നെ വ്രണപ്പെടുത്തി എന്ന ഭാവം. ഈ കാര്യത്തിൽ പ്രത്യേകിച്ചും ആലീസിന് കൂടുതൽ സങ്കടമുണ്ടായിരുന്നു. കുറച്ചു നാളായി അവൾ ഇടയ്ക്കിടയ്ക്ക് പറഞ്ഞിരുന്നു, "ഡോക്ടർ അർമേയന് എന്നെ ഇഷ്ടമാണെന്നു തോന്നുന്നു" അടുത്തുതന്നെ ഒരു ദിവസം അദ്ദേഹം തന്നെ അത്താഴത്തിനായി പുറത്തേക്കു കൂട്ടിക്കൊണ്ടുപോകു മെന്ന് അവൾ പ്രതീക്ഷിച്ചിരുന്നു. അപ്പോഴാണ് കൈയിൽ കിട്ടുന്നത്. അർമേന്റേയും ആ നഴ്സിന്റേയും കല്യാണത്തിനുള്ള ക്ഷണം.

"ശ്രദ്ധിക്കണം... വീണ്ടും ഒരു വഴക്ക് തുടങ്ങാൻ തക്കവണ്ണമൊന്നും പറയരുത്." അമ്മയുടെ വാക്കുകൾ ഞാൻ നിശ്ശബ്ദം ആവർത്തിച്ചു. ഉമ്മറക്കോലായ്ക്ക് തൊട്ടുവളരുന്ന ബോഗേൻവില്ലയിൽനിന്നും കടുത്ത പിങ്കുനിറമുള്ള ഏതാനും പൂക്കൾ എന്റെ മുമ്പിൽ വന്നുവീണു.

എനിക്ക് പത്തുവയസ്സായിരുന്നു. അതോ പന്ത്രണ്ടോ? ഞാൻ ഓർത്തു. ഞാൻ കുറച്ച് കല്ലുകൾ ശേഖരിച്ചുവെച്ചിരുന്നു. കൊത്താൻ കല്ല്

കളിക്കാൻ വേണ്ടി. അതെടുത്ത് കളിക്കണമെന്ന് അവൾ വാശിപിടിച്ചു. ഞാൻ സമ്മതിച്ചില്ല. അവൾ ഉറക്കെ നിലവിളിക്കാൻ തുടങ്ങി. അമ്മ എന്റെ നേരെ ഒച്ചവെച്ചു. “കണ്ടില്ലേ, പാവം കുട്ടി... കരഞ്ഞുകരഞ്ഞ് അവൾ തളർന്നു. നീയല്ലേ മൂത്തത്... ഒന്നു വിട്ടുകൊടുത്തുകൂടേ... ഒന്നിനും കൊള്ളാത്ത ഒരു പിടി കല്ല്... അവൾ കൊണ്ടുപോയി കളിച്ചോട്ടേ എന്നല്ലേ വിചാരിക്കേണ്ടത്?” എന്നിട്ട് ഞാൻ കൂട്ടാക്കിയില്ല. അപ്പോൾ അച്ഛന്റെ നേരെയായി അമ്മയുടെ ദേഷ്യം. “എന്തെങ്കിലുമൊന്നു പറഞ്ഞുകൂടേ... വല്ലപ്പൊഴുമൊരിക്കലെങ്കിലും വായ തുറന്നുകൂടേ? ഈ രണ്ടു പിള്ളേരും... അവരുടെ തമ്മിൽത്തല്ലും... എനിക്കു മതിയായി.”

അച്ഛൻ എന്നെ ഒന്നു നോക്കി... പിന്നെ അമ്മയുടെ നേരെ... ഒടുവിൽ ആലീസിനു നേരെ. കൈയിലിരുന്ന പത്രം സാവധാനം മടക്കിവെച്ച് മെല്ലെ കസേരയിൽ നിന്നും എഴുന്നേറ്റു. ഞാൻ മാസങ്ങളോളം പണിപ്പെട്ട് ശേഖരിച്ചുവെച്ച കല്ലുകൾ ഒന്നൊഴിയാതെ അച്ഛൻ വാരിയെടുത്തു. എല്ലാം ആലീസിന്റെ മടിയിലേക്കിട്ടു. “പോയി കിടന്നോളൂ.” അച്ഛൻ തിരിഞ്ഞ് എന്നോടായി ഒച്ച ഉയർത്താതെ പറഞ്ഞു. “കുട്ടിക്ക് ഇന്നുരാത്രി ഭക്ഷണ മില്ല,” വീണ്ടും അച്ഛൻ കസേലയിൽ ചെന്നിരുന്നു. പത്രവായന തുടർന്നു. ആലീസ് എന്റെ നേരെ നോക്കി കൊഞ്ഞനം കുത്തി. അമ്മ കമ്പിളി നൂൽകൊണ്ട് തുന്നിക്കൊണ്ടിരുന്ന ഷാളിന്റെ പണിയിൽ മുഴുകി. ഞാൻ... അകത്ത് കട്ടിലിൽ ചെന്നുകിടന്നു. കരഞ്ഞുകരഞ്ഞ് താനേ ഉറങ്ങി.

കുറച്ചുദിവസം കഴിഞ്ഞ്, ഞാൻ ആലീസിനോട് ആ കല്ലുകൾ തിരിച്ചു ചോദിച്ചു. അവൾ തീർത്തും നിസ്സാരമട്ടിൽ തോളുകൾ കുലുക്കി. അർത്ഥം...? അതവളുടെ കൈയിൽനിന്ന് പോയി എന്ന്. ഒരു മാസം കഴിഞ്ഞുകാണും. ആലീസ് വലിച്ചെറിഞ്ഞ ആ കല്ലുകൾ വീടിനു ചുറ്റും പലയിടത്തും കിടക്കുന്നത് അമ്മയുടെ കണ്ണിൽപെട്ടു. അവരതെല്ലാം പെറുക്കിക്കൂട്ടി ഒരു ചെറിയ കൂടയിലടക്കി എന്റെ കട്ടിലിനരികിലുള്ള മേശമേൽ കൊണ്ടുവച്ചു. പിന്നേയും ഏതാനും ദിവസം കഴിഞ്ഞു. ഒരു ദിവസം വളരെ നേരത്തെ, അച്ഛൻ ജോലിക്കു പോകാനൊരുങ്ങുന്നതി നിടയിൽ, അദ്ദേഹം തന്റെ മഴക്കോട്ടിന്റെ കീശയ്ക്കുള്ളിലേക്ക് കൈയിട്ടു. എന്റെ പഴയ കല്ലുകൾ പോലെത്തന്നെ ഇരുണ്ട് മിനുസമുള്ള അഞ്ച് വെള്ളാരങ്കല്ലുകൾ പുറത്തേക്കെടുത്തു. ഒന്നും മിണ്ടാതെ അതഞ്ചും എന്റെ കൈയിലേക്കുവെച്ചു തന്നു.

എന്റെ പഴയ കല്ലുകൾ ഞാൻ ആലീസിന്റെ മുമ്പിൽ കൊണ്ടുവെച്ചു. “ഇതൊക്കെ എടുത്തോളൂ... അച്ഛൻ എനിക്ക് പുതിയ കല്ലുകൾ ശേഖ രിച്ചു കൊണ്ടുതന്നിട്ടുണ്ട്.”

ആലീസ് എന്നെ തറപ്പിച്ചൊന്നു നോക്കി... കത്തുന്നൊരു നോട്ടം... “ചെറിയ കുട്ടികളാണ് വെള്ളാരം കല്ലുകൊണ്ട് കളിക്കുക... ഞാനിപ്പോൾ ശേഖരിക്കുന്നത് സിനിമാതാരങ്ങളുടെ പടങ്ങളാണ്.”

“അച്ഛന്റെ ആത്മാവിനെ ഓർത്ത്” അമ്മയുടെ വാക്കുകൾ.

ഞാൻ ആ ബോഗൻവില്ല പൂക്കൾ കൈയിലെടുത്തു. വെറുതെ മേല്പോട്ടിട്ടു കളിച്ചു. അമ്മ അങ്ങനെ പറയാൻ എന്താണ് കാരണം? അമ്മ എങ്ങനെയാണ് അതറിഞ്ഞത്?

ഞാനോർത്തു. അബസാനിൽവെച്ച്... അച്ഛൻ മരിച്ചതിന്റെ ആണ്ടു ദിവസം. ഞങ്ങൾ പള്ളിയിൽനിന്നും വന്നു കയറിയതേയുള്ളൂ. അമ്മയും ആലീസും അടുക്കളയിലെ മേശയ്ക്കിരുവശം ഇരുന്ന് തർക്കിക്കാൻ തുടങ്ങി. തുണി ഉണക്കാനിട്ടത് അഴയിൽനിന്ന് എടുക്കാനായി ഞാൻ പുറകുവശത്തെ മുറ്റത്തേക്കു പോവുകയായിരുന്നു. അച്ഛനെ ഓർത്ത് മനസ്സ് അപ്പോഴും വിഷാദം പൂണ്ടിരുന്നു. പള്ളിക്കകത്തെ കുന്തിരിക്കത്തിന്റേയും മെഴുകുതിരികളുടേയും മണം തലയ്ക്കൊരു മരവിപ്പുപോലെ. അമ്മ ആലീസിനോട് പറയുന്നതു കേട്ടു. “അതാരുടേയും കുറ്റമായിരുന്നില്ല. കാരണം കൂടാതെ മറ്റുള്ളവരെ പഴിച്ചുകൊണ്ടിരിക്കരുത്. ഒരു പക്ഷേ, അത് നടക്കാനുള്ളതല്ലായിരുന്നിരിക്കാം.”

ആലീസ് അമ്മയുടെ നേരെ കയർത്തു. “ആരുടേയും കുറ്റമായിരുന്നില്ല എന്നാണോ പറയുന്നത്? അയാളുടെ ആ വൃത്തികെട്ട അനുജത്തി. ടെഹ്റാനിൽനിന്നും ഒരു ദുർഭൂതം കണക്കെ പ്രത്യക്ഷപ്പെട്ട് ജ്യേഷ്ഠന്റെ മനസ്സുമാറ്റാൻ ശ്രമിച്ചത്...”

കൈയിൽ ഒഴിഞ്ഞ തുണിക്കൊട്ടയുമായി ഞാൻ അവിടെത്തന്നെ നിന്നു. കഴിഞ്ഞതിന്റെ മുമ്പിലത്തെ വർഷം ടെഹ്റാനിലെ സെമിത്തേരിയിൽ അച്ഛന്റെ ശവക്കല്ലറയുടെ തലയ്ക്കലായി ഞാനൊരു റോസാച്ചെടി നട്ടിരുന്നു. എന്തോ... അതിനെക്കുറിച്ചാണ് ഞാനപ്പോൾ ഓർത്തത്. സെമിത്തേരി സൂക്ഷിപ്പുകാരൻ അതിൽ വെള്ളമൊഴിക്കാൻ ഓർമ്മവെക്കുന്നുണ്ടാകുമോ? അച്ഛന്റെ ശവക്കല്ലറയിലെ പനിനീർ പൂക്കളെപ്പറ്റി ഓർത്തുകൊണ്ട് ഞാൻ അറിയാതെ പറഞ്ഞുപോയി. “ഇടയ്ക്ക് സ്വന്തം തെറ്റുകുറ്റങ്ങളേയും പോരായ്മകളേയും കുറിച്ചാലോചിക്കുന്നത് നന്ന്. മൂന്നു കാരറ്റിന്റെ വൈരമോതിരവും പ്രതീക്ഷിച്ച്...”

അത് മുഴുവനാക്കാൻ ആലീസ് എനിക്ക് ഇട തന്നില്ല. “കേൾക്കട്ടെ, എന്തൊക്കെയാണ് എന്റെ തെറ്റുകുറ്റങ്ങളും പോരായ്മകളും? ഈ പറഞ്ഞ വൈരമോതിരം കിട്ടാതിരിക്കത്തക്കവണ്ണം എന്തു ദോഷമാണെനിക്കുള്ളത്? നല്ല കുടുംബമല്ലേ? വേണ്ടത്ര വിദ്യാഭ്യാസമില്ലേ? നിങ്ങളെപോലെ എല്ലും കോലും കാണാത്ത മെലിഞ്ഞ ശരീരമില്ല എന്നുവേണമെങ്കിൽ പറയാം. ശരീരത്തിൽ കുറച്ചു മാംസവും കൊഴുപ്പുമുണ്ട് എന്നതാണോ വലിയ പോരായ്മ? നിങ്ങളുടെ പ്രൊഫസർ തിരുമേനിയെപോലെ ഏതെങ്കിലുമൊരു കുരുത്തംകെട്ടവനെ മാത്രമേ എനിക്ക് കിട്ടൂ എന്നാണോ പറഞ്ഞുകൊണ്ടുവരുന്നത്? നിങ്ങളെപോലെ അത്രയും വില കുറച്ച് ഞാൻ എന്നെത്തന്നെ വിൽക്കണമെന്നാണോ? വിവാഹമോതിരമായി ഇത്തിരിപോന്ന സ്വർണ്ണമോതിരം... ആർക്കുവേണം? കാൽക്കാശിനു വിലയില്ലാത്ത ഒരു സാധനം! എന്റെ പൊന്നു ചേച്ചീ, അതിന് ആലീസിനെ

കിട്ടില്ല. എനിക്കതിലും പലമടങ്ങ് വിലയുണ്ട്. കാര്യമൊക്കെ എനിക്കറിയാം... നിങ്ങൾക്കെന്നോട് കടുത്ത കുശുമ്പാണ്. അത് കുട്ടിക്കാലം മുതലേയുള്ളതുമാണ്. ഇപ്പോഴും ഒരു മാറ്റവുമില്ല. നിങ്ങളെപോലെ ഏതെങ്കിലുമൊരു കോന്തൻ ഭർത്താവ് മതിയായിരുന്നുവെങ്കിൽ ഇതിനകം ഇരുപതുപ്രാവശ്യം കല്യാണം കഴിച്ച് ഞാൻ വീട്ടിലിരുന്നേനേ!"

തുണികുട്ട ഞാൻ താഴെവെച്ചു. തിരിഞ്ഞ് എന്റെ അനിയത്തിയുടെ നേർക്കുനിന്നു. എന്റെ മുഖം വിളർന്നിരുന്നോ തുടുത്തിരുന്നോ എന്ന് എനിക്ക് രൂപമില്ല... അതോ മറ്റെന്തെങ്കിലും ഭാവമായിരുന്നുവോ? എന്തായാലും എന്റെ മട്ട്... അവൾ ആദ്യം നോക്കിയത് എന്റെ മുഖത്തേക്കാണ്. തുടർന്ന് ഒഴിഞ്ഞ കുട്ടയിലേക്ക്. അവസാനം അമ്മയുടെ നേർക്കും. "എന്തുപറ്റി? ഞാൻ അരുതാത്തതൊന്നും പറഞ്ഞില്ലല്ലോ!" അവൾ അമ്മയോട് ചോദിച്ചു.

ഞാൻ മറുപടി പറയാൻ നിന്നില്ല. അമ്മയേയും ആലീസിനേയും അടുക്കളയിൽവിട്ട് ഞാൻ തുണിക്കുട്ടയുമെടുത്ത് മുറ്റത്തേക്കിറങ്ങി.

ഓരോ പ്രാവശ്യം ടെഹ്റാനിൽ പോകുമ്പോഴും ഞാൻ സെമിത്തേരിയിൽ പോയി അച്ഛന്റെ കല്ലറയുടെ തലയ്ക്കലായി ഒരു റോസാച്ചെടി നടുമായിരുന്നു. അവിടത്തെ മേൽനോട്ടക്കാരനെ പ്രത്യേകമായി ഏല്പിക്കുകയും ചെയ്തു. മറക്കാതെ അതിന് വെള്ളമൊഴിക്കണമെന്ന്. പക്ഷേ, അവരത് ഒരിക്കലും ചെയ്യാറില്ല. അടുത്ത തവണ ചെല്ലുമ്പോൾ ചെടി മുഴുവൻ ഉണങ്ങിയിരിക്കും. ഞാൻ പുതിയതൊന്നു കൊണ്ടുവന്ന് വീണ്ടും നടും.

പുറകുവശത്ത് മുറ്റത്ത് അയയിൽ കിടക്കുന്ന തുണികളും നോക്കി ഞാൻ നിന്നു. മകന്റെ സോക്സുകൾ, പെൺകുട്ടികളുടെ ഒരേ വലുപ്പത്തിലുള്ള അടിക്കുപ്പായങ്ങൾ, അവയുടെ തുന്നലും ഒരുപോലെതന്നെ. അർതൂഷിന്റെ ഷർട്ടുകൾ... കിടക്കവിരികൾ... തലയിണ ഉറകൾ. എല്ലാം അഴയിൽനിന്നെടുത്തു. ഓരോന്നായി മടക്കി കുട്ടയിൽ നിറച്ചു. വെറുതെ ഒഴിഞ്ഞുകിടക്കുന്ന അഴയിലേക്ക് നോക്കി. പുറകുവശത്തെ മതിലിനും അവൻ മരണത്തിനുമിടയിലായി. ഞാൻ തന്നെ കെട്ടിയ അഴ. കാറ്റിൽ മരക്കൊമ്പുലഞ്ഞു. ഏതാനും പഴുത്ത ജൂന്നായൻ കായകൾ താഴേക്കു വീണു. എന്തേ ഞാൻ ആലീസിനെ ആ കാര്യം ഓർമ്മിപ്പിക്കാതിരുന്നത്? അർതൂഷിനെ ഞാൻ വിവാഹം കഴിക്കുന്നതിന്റെ പേരിൽ അവളുയർത്തിയ കൊടുങ്കാറ്റ്.

നല്ല തുടുത്തു പഴുത്ത ഞാവൽപ്പഴങ്ങൾ...

വിവാഹത്തിനുശേഷവും മാസങ്ങളോളം ആലീസ് എന്നെ പീഡിപ്പിക്കുകയുണ്ടായി. എന്റെ പുറകിൽനിന്ന് ഇടയ്ക്കിടയ്ക്ക് ഓരോ ദുസ്സൂചനകൾ. ചിലപ്പോൾ മുഖത്തുനോക്കിയും.

"വാസ്തവത്തിൽ അർതൂഷ് എന്നെ വിവാഹം കഴിക്കാനാണ്

ആഗ്രഹിച്ചത്... അതിനിടയിൽ ക്ലാരീസ് ചാടിവീണു. ആവശ്യമില്ലാത്തൊരു ചട്ടുകം പോലെ. അസ്ഥാനത്തുള്ള ഒരു തുരുമ്പുകുറ്റിപോലെ..."

അച്ഛന്റെ കല്ലറയുടെ തലയ്ക്കൽ റോസാച്ചെടിക്കുപകരം ഒരു ഞാവൽ തൈ നട്ടാൽ മതിയായിരുന്നു. ആരും നനക്കാൻ മെനക്കെടാത്ത പനിനീർച്ചെടിയെക്കൊണ്ട് എന്തു പ്രയോജനം? അടുത്ത തവണ തോട്ടക്കാരൻ വരുമ്പോൾ ചോദിച്ചുവെക്കണം. എവിടെനിന്നാണ് നല്ല ഞാവൽ തൈ കിട്ടുക എന്ന്. ചിലപ്പോൾ ഞാവൽച്ചെടികൾ താനേ പൊട്ടി തരിശു ഭൂമിയിൽ വളരുന്ന തരമായിരിക്കും. കാട്ടുചെടികൾപോലെ. അതോ ടെഹ്റാനിലെ കാലാവസ്ഥയിൽ അവ തഴച്ചുവളരാതിരിക്കുമോ? അബ്സാനിൽ വരുന്നതിനു മുമ്പൊരിക്കലും ഞാൻ ഞാവൽമരങ്ങൾ കണ്ടിട്ടുണ്ടായിരുന്നില്ല.

വീട്ടിലേക്കു മടങ്ങാൻ സമയമാകുന്നതുവരെ അമ്മയും ആലീസും തർക്കിച്ചുകൊണ്ടിരുന്നു. അന്നുരാത്രി പതിവുപോലെ ഞാൻ കുട്ടികളെ കഥ പറഞ്ഞുറക്കി. പാത്രങ്ങൾ കഴുകിവെച്ചു. അടുക്കള വൃത്തിയാക്കി. എല്ലാം കഴിഞ്ഞ് ഞാൻ പൂമുഖത്തളത്തിലെ പച്ച കുഷ്യനിട്ട കസാലയിൽ ചെന്നിരുന്നു. കൈയിൽ കരുതിയിരുന്ന ഞാവൽപ്പഴങ്ങൾ ഓരോന്നായി വായിലേക്കിട്ടു. അച്ഛനുണ്ടായിരുന്നെങ്കിൽ പറഞ്ഞേനേ "ആരോടും തർക്കിക്കാൻ പോകരുത്. ആരേയും വിമർശിക്കുകയുമരുത്. ആരെന്തു പറഞ്ഞാലും അതാണ് ശരിയെന്ന് സമ്മതിച്ചേക്കണം. അതോടെ സംഗതി തീരും. മറ്റുള്ളവർ നമ്മളോട് അഭിപ്രായം ചോദിക്കുന്നത് നമ്മുടെ തോന്നലുകൾ എന്താണെന്ന് അറിയാനുള്ള താത്പര്യം കൊണ്ടല്ല, അവരുടെ അഭിപ്രായത്തോട് നമ്മൾ യോജിക്കണം എന്ന് വിചാരിച്ചാണ്. ആരോടായാലും തർക്കിക്കുന്നത് പാഴ്വേലയായതുകൊണ്ട് ഒരു പ്രയോജനവുമില്ല."

പഴച്ചാറ് നുണഞ്ഞിറക്കവേ ഞാൻ എന്നോടുതന്നെ പറഞ്ഞു. "അച്ഛൻ പറഞ്ഞതു തന്നെയാണ് ശരി. മറ്റുള്ളവരോട് തർക്കിക്കുന്നത് വെറുതെയാണ്." ഞാൻ മനസ്സാലേ അച്ഛന് വാക്കുകൊടുത്തു. ആലീസ് എന്തുതന്നെ പറഞ്ഞാലും നീ പറഞ്ഞതാണ് ശരി എന്ന് ഞാൻ സമ്മതിച്ചുകൊടുക്കും. അവൾ ചെയ്യുന്നതിനോടെല്ലാം എനിക്ക് യോജിപ്പാണെന്നും പറയും. അവസാനത്തെ ഞാവൽപ്പഴവും ഞാൻ വായിലിട്ടു. അച്ഛനിപ്പോൾ ഇവിടെ ഉണ്ടായിരുന്നെങ്കിൽ... ഈ ഞാവൽപ്പഴത്തിന്റെ സ്വാദ് തികച്ചും ആസ്വദിച്ചേനേ.

ഞാൻ ഉമ്മറപ്പടിയിലിരുന്നു. കൈയിലിരുന്ന് ബോഗൻവില്ല പൂക്കൾ ഞെരിഞ്ഞമർന്നിരിക്കുന്നു. പൂക്കളുടെ തടത്തിൽനിന്നും ഒരു തടിയൻ തവള ചാടിച്ചാടി പുറത്തുവന്നു. നേരെ എന്റെ മുമ്പിൽവന്ന് കണ്ണുകളിലേക്ക് തുറിച്ചുനോക്കി. ഞാൻ ചാടി എഴുന്നേറ്റു. അകത്തേക്കു കടന്ന് വാതിലടച്ചു. ഞാൻ ആരോടെന്നില്ലാതെ ഉറക്കെ പറഞ്ഞു, "ശരിയാണ്. ഞാൻ ഒന്നും മിണ്ടാതെ അവൾ പറയുന്നതെല്ലാം കേൾക്കണം. അമ്മയും

ശ്രദ്ധിക്കണം. അടുത്ത ഒരാഴ്ചകാലത്തേക്കെങ്കിലും അവൾ ആവശ്യത്തിലധികം ഭക്ഷണം കഴിക്കുന്നതിനേയും അവളുടെ പൊണ്ണത്തടിയേയും പറ്റി ഒരക്ഷരം മിണ്ടരുത്."

വേണ്ടതിലധികം വാരിവലിച്ചു തിന്നുന്നതിനെക്കുറിച്ച് അമ്മ എപ്പോഴും ആലീസിനെ കുറ്റപ്പെടുത്താറുണ്ട്. നല്ല സമയമാണെങ്കിൽ അവൾ അതൊരു തമാശയാക്കും, ലാഘവത്തോടെ എടുക്കും. വേറെ എന്തെങ്കിലും പറഞ്ഞ് വിഷയം മാറ്റും. എന്നാൽ ഈയിടെയായി അവൾ എപ്പോഴും ഇടം തിരിഞ്ഞിട്ടാണ്. എന്തുപറഞ്ഞാലും പൊട്ടിത്തെറിക്കും. "എന്നെ എന്റെ പാട്ടിനു വിട്ടുകൂടേ?" അവൾ അമ്മയുടെ നേരെ കയർത്തുചാടും. "ജീവിതത്തിൽ എനിക്കെന്തെങ്കിലുമൊരു സന്തോഷമുണ്ടോ? അറിയാം, എനിക്കു വണ്ണം വളരെ കൂടുതലാണ്. ആർക്കുവേണ്ടിയാണ് ഞാൻ എന്റെ ശരീരം മെലിഞ്ഞ് ഭംഗിയാക്കിവെക്കേണ്ടത്? പറയൂ, എന്റെ കാമുകനു വേണ്ടിയോ? ഭർത്താവിനും മക്കൾക്കും വേണ്ടിയോ?"

അവസാനം അമ്മ ആ കാഡ്ബറി ചോക്ലേറ്റ് ബാറുകൾ എടുത്തുകൊണ്ടുവരും. അമ്മ അവൾ കാണാതെ അത് ഒളിച്ചുവെക്കുന്നു. അവൾക്കുതന്നെ കൊണ്ടുകൊടുക്കുന്നു. അതാണവിടത്തെ സ്ഥിരം പതിവ്. ചിലപ്പോൾ സാഹചര്യം തീരെ മോശമാകും. ഇപ്പോഴത്തെ സ്ഥിതി അങ്ങനെയാണെന്ന് അമ്മ സൂചിപ്പിക്കുകയുണ്ടായി. "എന്നെ കഴുതേയെന്നു വിളിച്ചോളൂ" എന്നുപറഞ്ഞുകൊണ്ട് അമ്മ തന്നെ ധൃതിയിൽ പടിയിറങ്ങും. മകൾക്ക് ചോക്ലേറ്റ് വാങ്ങിച്ചുകൊണ്ടുവരാനായി.

ഞാൻ ടെലിഫോൺ മേശയുടെ മുകളിൽ വിരലോടിച്ചു. അമ്മ പറഞ്ഞത് ശരിയാണ്. വാതിലും ജനലും ഒരു മിനിറ്റ് തുറന്നുവെച്ചാൽ മതി... വീടു മുഴുവൻ പൊടികൊണ്ടുനിറയും.

ഞാൻ ഏപ്രണെടുത്ത് അരയിൽ കെട്ടി. പാത്രങ്ങൾ സിങ്കിലേക്കെടുത്തുവെച്ചു. പൈപ്പു തുറക്കുന്നതിനു മുമ്പ് ഞാൻ എന്റെ കാപ്പിക്കപ്പിന്റെ ഉള്ളിലേക്ക് ഒന്നുകൂടി നോക്കി. അമ്മ സൂചിപ്പിച്ച സൈപ്രസ്സ് മരത്തിന്റെ അടയാളമൊന്നും ഞാനതിൽ കണ്ടില്ല.

അഞ്ച്

പെൺകുട്ടികളുടെ കിടപ്പുമുറിയിൽചെന്ന് ഞാൻ അവരുടെ കിടക്ക നേരെ വിരിച്ചിട്ടു. ജനൽ കർട്ടനുകൾ വലിച്ചുനീക്കി. അവർക്കു രണ്ടു പേർക്കും പുതയ്ക്കാനുള്ള ക്വിൽട്ട് അമ്മ തന്നെ തുന്നി തയ്യാറാക്കിയതായിരുന്നു. വർഷങ്ങളായി അവർ ശേഖരിച്ചുവെച്ചിട്ടുള്ള തുണിത്തുണ്ടുകൾ കൊണ്ട് മാസങ്ങളെടുത്താണ് കൈകൊണ്ട് അമ്മ അത് തുന്നിത്തീർത്തത്. അത് പൂർത്തിയാക്കിയ ദിവസം കുട്ടികൾ രണ്ടുപേരും ഓരോ ക്വിൽട്ടിലും ചേർത്തു തുന്നിയിട്ടുള്ള തുണിക്കഷണങ്ങൾ എണ്ണി നോക്കി. ഏറ്റക്കുറച്ചിലില്ല. രണ്ടും ഒരേപോലെയാണെന്ന് ഉറപ്പുവരുത്താൻ. കട്ടിലിനു താഴെയായി വീടിനകത്തിട്ടുനടക്കുന്ന ഓരോ ജോടി പ്ലാസ്റ്റിക് ചെരുപ്പുകളുണ്ടായിരുന്നു. രണ്ടും ഒരുപോലെ ചുകന്ന നിറത്തിൽ. രണ്ടിലും ഒരുപോലെയുള്ള മഞ്ഞ പൊടിപ്പുകൾ. സകല സാധനസാമഗ്രികളും ഒരേപോലെയുള്ള ആ മുറിയിൽ കുട്ടികളുടെ പാവകൾക്കുമാത്രമായിരുന്നു വ്യത്യാസം. ഒരിക്കൽ ഞാൻ ചോദിക്കുകയുണ്ടായി. "രണ്ടു പേർക്കും എല്ലാ സാധനങ്ങളും ഒരുപോലെ വേണമെന്ന് എന്താ ഇത്ര നിർബന്ധം?"

അവർ എന്നെ കളിയാക്കിക്കൊണ്ട് ആദ്യം ചിരിച്ചു. പിന്നെ അർമീനെ പറയാൻ തുടങ്ങി. "ഇങ്ങനെയായാൽ" പതിവുപോലെ അവൾ പറയാൻ തുടങ്ങിയത് അർസീനെ പൂർത്തിയാക്കി. "അങ്ങനെയായാൽ ഞങ്ങൾ തനിച്ചാണെന്ന തോന്നൽ ഒരിക്കലും ഉണ്ടാവില്ല," അതും പറഞ്ഞ് അവൾ തന്റെ സഹോദരിയുടെ തോളിൽ കൈവെച്ചു.

"അങ്ങനെയാണെങ്കിൽ... നിങ്ങളുടെ പാവകൾ ഒരു പോലെയല്ലല്ലോ."

കുട്ടികൾ പരസ്പരം ഒരു നിമിഷം നോക്കിനിന്നു. "അതെന്താണാവോ? ഞങ്ങൾക്കറിയില്ല." അതിനുത്തരം നേടിക്കൊണ്ടെന്നവണ്ണം അവർ എന്റെ മുഖത്തേക്കു നോക്കി.

ഞാൻ കുട്ടികളുടെ മുറി ഒതുക്കിവെച്ചു. അവർ തമ്മിലുള്ള ഈ വല്ലാത്ത ഇഴയടുപ്പത്തിനെ കുറിച്ചാണ് ഞാനപ്പോൾ ഓർത്തത്.

മുതിർന്നാലും ഈ അടുപ്പം ഇങ്ങനെത്തന്നെ തുടരണേ. ഞാൻ നിശ്ശബ്ദം പ്രാർത്ഥിച്ചു. അർസീനെയുടെ രാത്രിയുടുപ്പുകൾ മടക്കി ഞാൻ തലയിണയ്ക്കടിയിൽവെച്ചു. ആലീസും ഞാനും കുട്ടികളായിരുന്നു. കാലം മനസ്സിലേക്ക് അറിയാതെ കടന്നുവന്നു. എങ്ങനെയാണ് സംഗതികൾ ഇത്രത്തോളം മാറിയത്? ഞങ്ങൾ ആരെയാണ് അതിന് കുറ്റം പറയേണ്ടത്? അർമീനെയുടെ കരടിക്കുട്ടി ഇഷ്ടിലെ ഞാൻ അവളുടെ മെത്തയിൽ വെച്ചു. ഇടയ്ക്കൊക്കെ ഞാനും. ആലീസിനോട് മോശമായി പെരുമാറിയിട്ടുണ്ടെന്ന് പറയാതെ വയ്യ. ടോം എന്നു പേരിട്ടിട്ടുള്ള കറുത്ത പാവയെ ഞാൻ കട്ടിലിൽനിന്നു മാറ്റിവെച്ചു. കുട്ടികൾക്ക് ടോമിന്റെ കാര്യത്തിൽ മറ്റു പാവകളോടുള്ളതിനേക്കാൾ ശ്രദ്ധ കൂടുതലാണ്. അതിനു കാരണവും പറയാറുണ്ട്. “അവൻ കറുത്തതല്ലേ? അതുകൊണ്ട് മറ്റേ പാവകളോടുള്ള ഇഷ്ടം ഞങ്ങൾക്ക് അവനോടില്ല എന്നു തോന്നരുത്.”

ഒരു ദിവസം വെറുതെ വാശിയുടേയും കുശുമ്പിന്റേയും പുറത്ത് ഞാൻ ആലീസിനെ ഗുണനപട്ടിക മുഴുവൻ തെറ്റായി പഠിപ്പിച്ചു. അതുപോലെ അവളെ ബുദ്ധിമുട്ടിച്ച വേറേയും സന്ദർഭങ്ങൾ. ടീച്ചർ ആവശ്യപ്പെട്ട ഉപന്യാസം എഴുതിക്കൊടുക്കാനുള്ള അഭ്യർത്ഥന ഞാൻ നിരസിക്കുമായിരുന്നു. “എന്നെക്കൊണ്ടാവില്ല.” എന്ന ഭാവത്തിൽ മുഖം തിരിച്ചിരിക്കലായിരുന്നു എന്റെ പതിവ്. പാവക്കുട്ടികളുടെ തൊട്ടിലിൽ ഞാൻ ടോമിനെ കിടത്തി. തൊട്ടിൽ മെല്ലെയൊന്നാടി. അച്ഛന് ഞാൻ ഒരു വാക്ക് കൊടുത്തിരുന്നു. അതെന്തേ ഇപ്പോൾ ഓർമ്മ വരാൻ? “ആലീസ് എന്തു പറഞ്ഞാലും, അതാണ് ശരിയെന്ന് ഞാൻ സമ്മതിക്കും.” ഞാനറിയാതെ എന്റെ ചുണ്ടുകൾ ആ പ്രതിജ്ഞ ഉരുവിട്ടു ഉമ്മറവാതില്ക്കൽ മണിയടിച്ചു.

ഞാൻ വാതിൽ തുറന്നു. കൺമുന്നിൽ ആരേയും കണ്ടില്ല. പെട്ടെന്നു തന്നെ ഞാൻ തല താഴ്ത്തി നോക്കി. തലേന്നാളത്തെപോലെ അതിന് താമസമുണ്ടായില്ല. അവൾ...

അവൾ കറുത്ത പാവാടയും വെളുത്ത ബ്ലൗസുമാണവൾ ധരിച്ചിരുന്നത്. കോളറിന്റെ അറ്റം വരെ ബട്ടണുകളിട്ടിരുന്നു. ഇന്നലത്തെ മുത്തുമാല. ഇന്നും ആ വെള്ള ബ്ലൗസിനു മേലെ ആടിക്കളിക്കുന്നുണ്ട്. കാലിലെ നൈലോൺ സ്റ്റോക്കിങ്ങുകൾ കണ്ടതും എന്റെ ദേഹം ചുടാൻതുടങ്ങി. വിലകൂടിയ കറുത്ത തുകൽ ഷൂസുകൾ. അതു ഉപ്പൂറ്റി പൊന്തിയത്. അവരുടെ ഷൂസിന്റെ വലുപ്പം, 30 ആകണം, എന്റെ ഇരട്ടക്കുട്ടികളുടേതുപോലെ. അവൾ കൈയിലിരുന്ന പെട്ടി എന്റെ നേരെ നീട്ടി. “അല്പം പുളിയുള്ള ചെറികേക്കാണ്, വീട്ടിലുണ്ടാക്കിയത്.”

ഞാൻ അവരെ അകത്തേക്ക് ക്ഷണിച്ചു. അവർ ഇടത്തെ ഉള്ളംകൈ നീട്ടി താഴേക്കു നോക്കിക്കൊണ്ടു പറഞ്ഞു. “വേണ്ട... ഇന്ന് വിരുന്നുവരാനുള്ള സമയമല്ലല്ലോ. വാസ്തവത്തിൽ ഞാൻ വന്നത് മാപ്പു പറയാനാണ്.” അവർ എന്റെ കണ്ണുകളിലേക്ക് സൂക്ഷിച്ചുനോക്കി. “ഇന്നലത്തെ

എന്റെ പെരുമാറ്റം ഒട്ടും ശരിയായിരുന്നില്ല." കൈയിലുണ്ടായിരുന്ന പെട്ടി എന്റെ കൈയിൽവെച്ച് അവർ നേരെ അടുക്കളയിലേക്ക് നടന്നു.

ഉമ്മറവാതിലടച്ച് ഞാൻ അവരുടെ പിന്നാലെ ചെന്നപ്പോഴേക്കും എമിലിയുടെ അച്ഛമ്മ എന്റെ അടുക്കള മേശയ്ക്കരികെ ഇരുന്നുകഴിഞ്ഞിരുന്നു. ഇന്ന് രണ്ടുവിരലിൽ മോതിരങ്ങളുണ്ട്. ഒന്ന് പച്ചക്കല്ലുവെച്ചതാണ്. മറ്റേതിന് പ്രത്യേകം നിറമില്ല... വലുതാണ്. അത് വൈരമായിരിക്കണം എന്ന് ഞാൻ ഊഹിച്ചു. ആലീസ് ഉണ്ടായിരുന്നെങ്കിൽ അവൾ ഉറപ്പു പറഞ്ഞേനേ. ആഭരണങ്ങളോട് അവൾക്ക് അത്രയും ഭ്രമമാണ്. ചോക്ലേറ്റിനോടും മധുരത്തിനോടുമുള്ള അതേ ഇഷ്ടം.

പൊക്കം കുറഞ്ഞ എന്റെ അയൽക്കാരി. ചുറ്റും നല്ലവണ്ണമൊന്നു നോക്കി. "നല്ല അടുക്കള... വൃത്തിയും ഭംഗിയുമുണ്ട്. എന്നാൽ അത്യാവശ്യമായ മോടികളില്ലതാനും."

എനിക്ക് ശരിക്ക് കാണാനായില്ല. എന്നാലും തോന്നി, അവരുടെ പാദങ്ങൾ തറയിൽ മുട്ടുന്നുണ്ടാവില്ല.

ചുമരലമാരയിൽനിന്നും ഒരു തട്ട് എടുത്ത് ഞാൻ കേക്ക് അതിൽ വെച്ചു. കഴിഞ്ഞ തവണ ആലീസ് ലണ്ടനിൽ പോയപ്പോൾ ഒരു സ്മാരകമായി വാങ്ങിക്കൊണ്ടുവന്നതാണ്, വട്ടത്തിലുള്ള നല്ലൊരു പിഞ്ഞാണിത്തട്ടം. കേക്കിന്റെ പെട്ടിയും, അത് വെക്കുന്ന കാർഡ്ബോർഡ് ചട്ടയും ഞാൻ അടുക്കളത്തിണ്ണയുടെ മൂലയിലേക്ക് നീക്കി. കേക്ക് മേശപ്പുറത്ത് അവരുടെ മുമ്പിലായി കൊണ്ടുവച്ചു.

"എന്തു ഭംഗിയാണീ കേക്കിന്... ഇത്രയൊന്നും ബുദ്ധിമുട്ടേണ്ടതില്ലായിരുന്നു." ഞാൻ ലോഹ്യം പറഞ്ഞു. അവർ ചുണ്ട് പാതിവിടർത്തി. "നന്നായി, ഇങ്ങനെ വേണം."

എന്റെ മുഖത്തു കണ്ട ആശയക്കുഴപ്പം... അവർ ഒരു വിശദീകരണത്തിനു മുതിർന്നു. "പലർക്കും ഞാൻ കേക്കുണ്ടാക്കികൊണ്ടുകൊടുക്കാറുണ്ട്. സാധാരണ അർമേനിയൻ സ്ത്രീകളുടെ പതിവ് തട്ടിൽ വെക്കാനൊന്നും അവർ ശ്രദ്ധിക്കാറില്ല... പെട്ടിയിൽ നിന്നുമെടുത്ത് അതിന്റെ കാർഡ്ബോർഡ് പലകയിൽതന്നെ മേശപ്പുറത്തു കൊണ്ടുവെക്കും."

കാപ്പി വേണ്ട, ചായയാണിഷ്ടം എന്നവർ പറഞ്ഞു. ചായ കൊണ്ടുവെച്ചപ്പോൾ അതിൽ പാലുചേർത്ത് അവർ മെല്ലെ ഇളക്കി.

അവർ കൊണ്ടുവന്ന പുളിയുള്ള ചെറി കേക്ക്... കാണാനുള്ള രസം വായിലിട്ടപ്പോൾ തോന്നിയില്ല. എന്നാലും അവരെ സന്തോഷിപ്പിക്കാനായി ഞാൻ പറഞ്ഞു, "നല്ല സ്വാദ്!"

"അത്ര സ്വാദുണ്ടാകാൻ വഴിയില്ല." അപ്പോഴും അവർ ചായ ഇളക്കുകയായിരുന്നു. "എന്റെ കൈയിൽ വാനില ഉണ്ടായിരുന്നില്ല."

സംസാരിക്കാനുള്ള വിഷയത്തിനായി ഞാൻ പരതുകയായിരുന്നു. "അബസാനിലെ ചൂടും ഉഷ്ണവും" ഞാൻ തുടങ്ങി. അവരതത്ര കാര്യമാക്കിയില്ല. ഇന്ത്യയിലെ ചൂടും ഉഷ്ണവുമായി താരതമ്യപ്പെടുത്തുമ്പോൾ

ഇത് നിസ്സാരം എന്ന ഭാവം. അവർ ചായ ഇളക്കിക്കൊണ്ടിരുന്നു. സ്പൂൺ കപ്പിന്റെ വശങ്ങളിൽ തട്ടുമ്പോഴുണ്ടാകുന്ന ശബ്ദം എന്നെ അലോസരപ്പെടുത്തി.

അവർക്കുംകൂടി രസിക്കുന്ന ഒരു വിഷയം... എന്താണ് ഞാൻ പറയേണ്ടത്? എന്റെ നോട്ടം മേശപ്പുറത്തെ കൊച്ചുകൂടയിൽ ചെന്നുവീണു. ഈസ്റ്റർ മുട്ടകളുടെ ബാക്കി ഏതാനും എണ്ണം അപ്പോഴും അതിനകത്തുണ്ടായിരുന്നു. നിറം കൊടുത്തിട്ടുള്ള മുട്ടകൾ. "ഒരെണ്ണം എമിലിക്ക് കൊണ്ടുപോയി കൊടുക്കൂ." കുട്ടയിൽനിന്ന് ഒരു മുട്ടയെടുത്ത് ഞാൻ നീട്ടി.

"തന്നത്താൻ നിറം കൊടുത്തതാണോ?"

"അതെ... അല്ല... കുട്ടികളും സഹായിച്ചു."

"എമിലിക്ക് ഇതൊന്നും ഇഷ്ടമല്ല. അവർ ആ മുട്ട കുട്ടയിലേക്ക് തിരിച്ചു വെച്ചു.

"അതെന്താ? സ്വതവേ കുട്ടികൾക്ക് ഈസ്റ്റർ മുട്ട വലിയ ഇഷ്ടമാണല്ലോ" എനിക്കദ്ഭുതം തോന്നി.

അവരുടെ ഭാവം. ഞാനെന്തൊ അബദ്ധം പറഞ്ഞു എന്ന മട്ട്. അവരുടെ സ്വരത്തിലും ആ ഇഷ്ടക്കേട്. "എമിലി ഒരു സാധാരണ കുട്ടിയല്ല. അസാധാരണമായി പലതും അവൾ ചെയ്യും. എല്ലാറ്റിനും സ്വന്തമായൊരു രീതി.. മറ്റു കുട്ടികളെപോലെ കാണാനാവില്ല."

ഞാൻ മനഃപൂർവം ഉറപ്പിച്ചു. കൂടുതലൊന്നും ഞാനായിട്ട് ചോദിക്കുകയില്ല. അവർ ചായ കുടിച്ച് കപ്പ് താഴെ വെച്ചു. വീണ്ടും സംസാരിക്കാൻ തുടങ്ങി. ഓരോ വാചകവും തുടങ്ങുന്നത്, ഞാൻ പാരീസിലായിരുന്നപ്പോൾ എന്നാണ്. ചിലപ്പോൾ 'ഞാൻ ലണ്ടനിൽ താമസിച്ചിരുന്ന കൊല്ലം' എന്നാകും. ഇടയിൽ 'കൽക്കത്തയിലെ എന്റെ വീട്' എന്നും രണ്ടുമൂന്നു തവണ പറഞ്ഞു. അങ്ങനെയൊക്കെയായിരുന്നുവെങ്കിലും അവർ പൊങ്ങച്ചം പറയുകയാണെന്ന് തോന്നിയില്ല, ആലീസിനെപോലെ. അവനവനെക്കുറിച്ച് മേനി പറയുക... അതെന്റെ അനിയത്തിയുടെ ഒരു സ്ഥിരം ശീലം തന്നെയായിരുന്നു.

എമിലിയുടെ അച്ഛമ്മ പെട്ടെന്നെഴുന്നേറ്റു. എന്റെ 'ആതിഥ്യമര്യാദ'യ്ക്ക് നന്ദി പറഞ്ഞു. ഉമ്മറത്തേക്കു നടക്കവേ തിരിഞ്ഞു നോക്കാതെ പറഞ്ഞു. "വ്യാഴാഴ്ച രാത്രി ഭക്ഷണത്തിനു വരണം. കുട്ടികൾ ഒരുമിച്ചു കളിച്ചോളും... നിങ്ങൾക്കും ഭർത്താവിനും എന്റെ മകനെ പരിചയപ്പെടുകയുമാവാം." എമിൽ എന്നാണ് അവന്റെ പേര്."

വ്യാഴ്യാഴ്ച രാത്രി ഞങ്ങൾക്ക് ഒഴിവുണ്ടോ, മറ്റു വല്ല പരിപാടികളുമുണ്ടോ അതൊന്നും ചോദിക്കാൻ അവർ ശ്രദ്ധിച്ചില്ല.

ആറ്

ഏതാനും ദിവസങ്ങളായി അർതൂഷ് അതിനെക്കുറിച്ച് പിറുപിറുക്കാൻ തുടങ്ങിയിട്ട്. അമ്മയുടേയും ആലീസിന്റേയും മുന്നിലും അതാവർത്തിച്ചു. "നോക്കൂ, ഇത് ആദ്യത്തേയും അവസാനത്തേയും തവണയാണ്. ദയവു ചെയ്ത് ഈ വക കൂട്ടങ്ങളിലേക്കൊന്നും എന്നെ വലിച്ചിഴക്കരുത്. പാർട്ടിയും ഡിന്നറും... എനിക്കതിനുള്ള ക്ഷമയൊന്നുമില്ല... പിന്നെ ടൈ കെട്ടാനും എന്നോട് പറയരുത്."

കൈയിലിരുന്ന വൈക്കോൽ മെടഞ്ഞുണ്ടാക്കിയ വലിയ പേഴ്സിൽ നിന്നും ആലീസ് സാമാന്യം വലിപ്പമുള്ള ഒരു ചോക്ലേറ്റ് പുറത്തെടുത്തു. അത് പൊതിഞ്ഞിരുന്ന സ്വർണ്ണക്കടലാസ് പതുക്കെ അഴിച്ചുമാറ്റി. ചോക്ലേറ്റ് വായിലേക്കിട്ടു. കടലാസ് അലക്ഷ്യമായി മേശയുടെ ഒരു വശത്തേക്കെറിഞ്ഞു. രണ്ടു കവിളിലും ചോക്ലേറ്റ് കഷണങ്ങൾ മുഴച്ചുനിന്നു. "അവരുടെ മോതിരത്തിന്മേലെ ആ കല്ല് മരതകമായിരുന്നോ? ഒരു പക്ഷേ ഇന്ത്യയിൽനിന്നും കൊണ്ടുവന്നതാകാം."

അമ്മ കസേല അല്പം പിന്നോക്കം നിരക്കി എഴുന്നേറ്റു. "എനിക്കും അതുതന്നെയാണ് തോന്നുന്നത്... അയൽക്കാരുമായുള്ള ഇടപഴലുകൾ അത്യാവശ്യത്തിനുമാത്രം മതി. മകൾ മേശപ്പുറത്തിട്ട ചോക്ലേറ്റ് കടലാസെടുത്ത് അമ്മ അപ്പുറത്തെ ചവറ്റുകുട്ടയിലേക്കിട്ടു. "ജൂൽഫയിലായിരുന്നപ്പോൾ ഈ സ്ത്രീക്ക് അത്ര 'നല്ല പേരൊ'ന്നും ഉണ്ടായിരുന്നില്ല."

"അതു ശരി... അമ്മയ്ക്ക് അത്ര നല്ല പേരുണ്ടായിരുന്നില്ല... പക്ഷേ അതുമായി അവരുടെ മകനെന്തു ബന്ധം?" ആലീസ് ഒരു തർക്കം തുടങ്ങാനുള്ള ഭാവമാണെന്നു തോന്നി.

ഞാൻ അമ്മയുടെ നേരെ നോക്കി. അവരുടെ മനസ്സിലെന്താണെന്ന് എനിക്ക് ഊഹിക്കാൻ കഴിഞ്ഞു. "ഇനിയൊരു വിവാഹത്തിന് സാദ്ധ്യത കുറവാണ്."

അർസിനെ പെട്ടെന്ന് അടുക്കളയിലേക്കോടിവന്നു. "റാവ്വൻസെല്ലിന്റെ ചുകപ്പ് ഉടുപ്പ് കാണാനില്ല." അവൾ അമ്മയുടെ അടുത്തുചെന്ന് സങ്കടം

പറഞ്ഞു. "ഞൊറിഞ്ഞുവെച്ചു തുന്നിയ ആ ചുകന്ന ഉടുപ്പില്ലേ?" അമ്മയാണ് അവളുടെ പാവക്കുട്ടിക്ക് ആ ഉടുപ്പ് തയ്യാറാക്കിക്കൊടുത്തത്. അവർ ദേഷ്യത്തോടെ പാദങ്ങൾ തറയിലമർത്തി ഒച്ചയുണ്ടാക്കി. "ആ ഉടുപ്പ് കിട്ടിയില്ലെങ്കിൽ എന്റെ റാവ്വൻസെൽ പാർട്ടിക്കു വരുന്നില്ല." അവൾ എളിയിൽ കൈക്കുത്തിനിന്ന് അർമേനെ തുറിച്ചുനോക്കി.

അർമേൻ ഒരു മണിക്കൂർ മുമ്പുതന്നെ പാർട്ടിക്കുപോകാൻ ഒരുങ്ങിക്കഴിഞ്ഞിരുന്നു. ഒരയഞ്ഞ ടീഷർട്ടും കാലപഴക്കംകൊണ്ട് നിറം മങ്ങിയ ജീൻസുമാണ് അവൻ ധരിച്ചിരുന്നത്. ആ പഴഞ്ചൻ ജീൻസ്. പലതവണ ഞാൻ വലിച്ചെറിയാൻ ശ്രമിച്ചതാണ്. അപ്പോഴൊക്കെ എന്നെ തടഞ്ഞുകൊണ്ട് അവൻ ബഹളം വെച്ചു. അവൻ വേറൊന്നും ശ്രദ്ധിക്കാതെ ഷൂസ് മിനുക്കാൻ തുടങ്ങി. ആദ്യം ഇത്തിരി തുപ്പും പാത്രം തുടയ്ക്കുന്ന തുണിയും. ഞാൻ ഒച്ച ഉയർത്തിയപ്പോഴാണ് വെള്ളവും ഷൂ പോളീഷ് ചെയ്യാനുള്ള തുണിയും കൈയിലെടുത്തത്.

ഞാൻ അർസീനയെ സമാധാനിപ്പിച്ചുകൊണ്ടു പറഞ്ഞു. "റാവ്വൻസെൽ പാർട്ടിക്കു വരുന്നില്ലെങ്കിൽ അർമേനും വരണ്ട. പാവക്കുട്ടിക്കു കൂട്ടായി ഇവിടെയിരിക്കട്ടെ." എല്ലാവരുടെയും നോട്ടം അർമേന്റെ നേരെ തിരിഞ്ഞു.

അവൻ ഒരു നിമിഷം എന്തുപറയണമെന്നറിയാതെ വാ പൊളിച്ചു നിന്നു. താൻ കാട്ടിയ കുറുമ്പ്... കുറ്റം സമ്മതിക്കണോ? അതോ...?

ആരോ നിർബന്ധിച്ച മട്ടിൽ അവൻ നാലടി മുന്നോട്ടുവെച്ചു. അടുക്കളത്തിണ്ണയിലിരുന്ന ചാലപ്പെട്ടി തുറന്നു. പാവക്കുട്ടിയുടെ കുപ്പായം വലിച്ചെടുത്തു. അർസീനെ ഉറക്കെ ഒച്ചയുണ്ടാക്കി. ചേട്ടന്റെ കൈയിൽ നിന്നും തിടുക്കത്തിൽ ആ കുപ്പായം തട്ടിയെടുത്ത് പുറത്തേക്കോടി.

അർമേന്റെ കുട്ടിക്കുറുമ്പുകൾ. അമ്മയും ആലീസും എല്ലാം മറന്ന് ഇപ്പോൾ പൊട്ടിച്ചിരിക്കും. അതിനിടയിൽ ഞാൻ എത്രതന്നെ ദേഷ്യപ്പെട്ടാലും എന്റെ മകനത് കാര്യമായെടുക്കില്ല. "നിന്റെ റൂമിലേക്കു പോ..." ഞാൻ കടുപ്പിച്ചു പറഞ്ഞു. "അച്ഛൻ ടൈ അവിടെ ഇട്ടിട്ടു പോന്നു."

"പറഞ്ഞില്ലേ, ഞാൻ ടൈ കെട്ടില്ല എന്ന്" ഷൂസിന്റെ ചരടുകൾ മുറുക്കുന്നതിനിടയിൽ അർതൂഷ് പറഞ്ഞു. ഞാൻ ഒന്നും മിണ്ടാതെ തലയാട്ടി. അർമേനോട് ടൈ എടുത്തുകൊണ്ടുവരാൻ കണ്ണുകൊണ്ട് നിർദ്ദേശിച്ചു.

അർമേൻ അവിടെനിന്നുപോയതും ചിരി ഒതുക്കിക്കൊണ്ട് അമ്മ പറഞ്ഞു, "അവൻ എന്തുചെയ്താലും അതൊരു രസമാണ്." അർതൂഷിന്റെ നേരെ അവർ ഒളികണ്ണിട്ടു നോക്കി. "മനുഷ്യരെ മയക്കാനുള്ള ഈ മിടുക്ക് ആരിൽനിന്നാണാവോ അവന് കിട്ടിയിരിക്കുന്നത്?"

"അതുപിന്നെ പറയാനുണ്ടോ?" ആലീസ് ഒച്ചയോടെ ചിരിച്ചു. "അവന്റെ ചെറിയമ്മയിൽ നിന്നുതന്നെ..." അവൾ തിരിഞ്ഞ് അർതൂഷിനെ

നോക്കി. "അവരുടെ മകൻ എന്തുചെയ്യുന്നുവെന്നാണ് നിങ്ങൾ പറഞ്ഞത്?"

"അയാളൊരു സ്ട്രക്ക്ചറൽ എഞ്ചിനീയറാണ്."

രണ്ടാമത്തെ ചോക്ലേറ്റ് കട്ടയും ആലീസിന്റെ വായിലേക്ക് വീണു. അമ്മയ്ക്ക് മിണ്ടാതിരിക്കാനായില്ല... "കണ്ടില്ലേ, കപ്പലണ്ടി കൊറിക്കുന്നതുപോലെയാണ് ഈയിടെയായി അവൾ ചോക്ലേറ്റ് തിന്നുന്നത്."

ഇത്തവണ അവൾ മേശപ്പുറത്തിട്ട ചോക്ലേറ്റ് കടലാസ് ഞാനെടുത്തു ചവറ്റുകുട്ടയിലിട്ടു. ആലീസിന്റെ പെരുമാറ്റം എനിക്കദ്ഭുതം തോന്നി. എന്നു മുതലാണ്, ഒരിക്കൽ വിവാഹം കഴിച്ച, ഒരു കുട്ടിയുടെ അച്ഛനായ ഒരു പുരുഷനിൽ അവൾക്ക് താത്പര്യം തോന്നിത്തുടങ്ങിയത്? അയാളെക്കുറിച്ച് പറയുന്നതിനിടയിൽ 'ഇന്ററെസ്റ്റ്' എന്ന ഇംഗ്ലീഷ് വാക്ക് അവൾ തന്നെയാണ് പ്രയോഗിച്ചത്.

അമ്മ വീണ്ടും മിസ്സിസ് സിമോനിയനിലേക്ക് തിരിച്ചുവന്നു. ജൂൽഫയിൽ അവർക്ക് അത്ര പേരുണ്ടായിരുന്നില്ല എന്ന സംഗതി അവർ അപ്പോഴും വിട്ടിരുന്നില്ല. കുറച്ചുദിവസം മുമ്പ് അവരെപ്പറ്റി അമ്മ എന്നോടു പറഞ്ഞ കഥകൾ... അതൊക്കെ ഇനിയും ആവർത്തിക്കുമോ എന്നായിരുന്നു എന്റെ ഭയം.

ഞാൻ അടുക്കളയിലെ തറ പോളീഷ് ചെയ്യാൻ മാറ്റിവെച്ചിരിക്കുന്ന തുണിയെടുത്ത് അർതൂഷ് ഷൂസ് മിനുക്കാൻ തുടങ്ങി. ഷൂ പോളീഷ് ചെയ്യാനുള്ള തുണി എടുത്തുകൊണ്ടുവന്ന് ഞാൻ അദ്ദേഹത്തിന്റെ നേരെ നീട്ടി. എന്റെ കൈയിൽനിന്നും അത് പിടിച്ചുവാങ്ങിക്കൊണ്ട് നീരസം നിറഞ്ഞ സ്വരത്തിൽ അദ്ദേഹം പറഞ്ഞു. "അന്ന് ജൂൽഫയിലെ ആളുകൾ അവരെ പറ്റി എന്തുപറഞ്ഞു, ഇപ്പോൾ എന്തു പറയുന്നു എന്നതൊന്നും എനിക്ക് പ്രശ്നമല്ല. സാമൂഹ്യപരമായ ഇടപാടുകളും... അയൽക്കാരുമായി ബന്ധം പുലർത്തലുമൊന്നും എനിക്ക് താത്പര്യമുള്ള കാര്യങ്ങളല്ല. അതിനുള്ള ക്ഷമയും എനിക്കില്ല."

താടിയിൽ കൈയും കൊടുത്ത് ജനൽപ്പടിയിൽവെച്ചിട്ടുള്ള നീണ്ട പൂച്ചട്ടിയിലേക്ക് നോക്കിയിരിക്കുകയായിരുന്നു ആലീസ്. "ഇന്ത്യ മരതകത്തിന് പേരുകേട്ട രാജ്യമാണ്." അവൾ പേഴ്സ് തുറന്ന് ച്യൂയിംഗം പുറത്തെടുത്തു.

ഇടനാഴിയിലെ കണ്ണാടിയിലേക്ക് ഞാൻ അവസാനമായി ഒന്നുകൂടി നോക്കി. കൈയില്ലാത്ത ഉടുപ്പാണ് ഞാനിട്ടിരിക്കുന്നത്. അതിന്റെ കഴുത്ത് വല്ലാതെ ഇറങ്ങിപ്പോയോ എന്നൊരു ശങ്ക. മാത്രമല്ല... അരക്കെട്ടിന്റെ അവിടെ കൂടുതൽ ഇറുകി കിടക്കുന്നുണ്ടോ?

അമ്മയും ആലീസും വാതില്ക്കലേക്കു നടന്നു. "ഞങ്ങൾ ഇറങ്ങാണ്." അമ്മ എന്നെ തിരിഞ്ഞുനോക്കി. "ചുമലിലൂടെ നിനക്കൊരു ഷാൾ ഇട്ടു കൂടേ? അല്ലെങ്കിൽ അങ്ങനെ എന്തെങ്കിലും?"

“അർതൂഷ് നിങ്ങളെ വീട്ടിൽ കൊണ്ടുവന്നാക്കിത്തരും.”

“വേണ്ട... ഞങ്ങൾ നടന്നോളാം.” ചൂയിംഗംകൊണ്ട് ആലീസ് വലിയൊരു കുമിള വീർപ്പിച്ചു. “അത്രയ്ക്കു ദൂരമൊന്നുമില്ലല്ലോ... നാലഞ്ചു മാസത്തേക്കെങ്കിലും അടുത്തുണ്ടാവുമല്ലോ. എനിക്ക് ഉദ്യോഗക്കയറ്റം കിട്ടുമ്പോഴല്ലേ?”

അവൾ അർതൂഷിനു നേരെ നോക്കി. കണ്ണാടിയുടെ മുമ്പിൽനിന്ന് അദ്ദേഹം ബുദ്ധിമുട്ടി ടൈ കെട്ടുകയായിരുന്നു.

ഉദ്യോഗക്കയറ്റം കിട്ടിക്കഴിഞ്ഞാൽ എനിക്കെന്റെ ചേട്ടനെ ബുദ്ധിമുട്ടിക്കേണ്ടിവരും. ദൂരെയുള്ള വലിയ വീട്ടിലേക്കു ഞങ്ങൾ മാറും. അപ്പോൾ എന്റെ ഏറ്റവും പുതിയ മട്ടിലുള്ള കാറിൽ അദ്ദേഹത്തെ ഞങ്ങൾ വീട്ടിൽ കൊണ്ടുവന്നുവിടും. അവൾ എന്നെ നോക്കി ഉറക്കെ ചിരിച്ചു. “ബവാർഡയിൽനിന്നും ബ്രേയം വരെ നടന്നുപോകാനാവില്ലല്ലോ... വേറൊരു കാര്യം... ഈ ഉടുപ്പ് നിന്നെ ആകെ വിഴുങ്ങിക്കളയുന്നു... വലുപ്പം വളരെ കൂടുതലാണ്. ഇതിടുമ്പോൾ നീ പിന്നേയും മെലിഞ്ഞുണങ്ങിയതുപോലെ.”

അവർ പോയതും ഞാൻ വാതിലടച്ചു ദീർഘമായൊന്ന് നിശ്വസിച്ചു.

ഏഴ്

വാതിൽ തുറന്നത് എമിലിയായിരുന്നു. ഞൊറിവെച്ച കൈയുള്ള ഒരു വെള്ള ഉടുപ്പാണവൾ ധരിച്ചിരുന്നത്. ഷൂസും സോക്സും കൂടി വെളുത്ത തായിരുന്നു. അവളുടെ അധികം കട്ടിയില്ലാത്ത മുടി വെള്ള റിബ്ബൺ കൊണ്ടാണ് കെട്ടിയിരുന്നത്. പെട്ടെന്നു തോന്നി... കാറ്റിൽ ഏതുനിമിഷവും പൊന്തിപോയേക്കാവുന്ന ഒരു വെള്ള തൂവലാണെന്ന്.

അർമിനേ പറഞ്ഞു. "ഹായ് എന്തു ഭംഗിയാണ്, എമിലി."

"നിന്നെ കണ്ടാൽ ശരിക്കും ഒരു മാലാഖയെപ്പോലെയുണ്ട്." അർസീനെയും ഒട്ടും കുറച്ചില്ല.

അർസീനെ അവളുടെ റാവ്വൻസെല്ലിനെ എമിലിയുടെ കൈയിൽ കൊടുത്തു. പാവക്കുട്ടിയുടെ ചുകന്ന ഉടുപ്പിൽ കണ്ണും നട്ട് എമിലി അന ങ്ങാതെ നിന്നു.

"സുന്ദരിക്കുട്ടി..." അർതൂഷ് എന്റെ കാതിൽ അടക്കം പറഞ്ഞു.

വീട്ടിലുള്ള മുതിർന്നവരെ കാത്തുനില്ക്കുന്നതിനിടയിൽ ഞാൻ ആക പ്പാടെയൊന്നു നോക്കി. അവരുടെ ഇടനാഴി ഞങ്ങളുടേതുപോലെത്തന്നെ യായിരുന്നു. ലേശം വലുപ്പം കൂടുമെന്നു തോന്നി. ഒരുപക്ഷേ, സമാനത കളൊന്നുമില്ലാതെ ഒഴിഞ്ഞുകിടക്കുന്നതുകൊണ്ടാകാം. അവിടെ ഒരു ടെലി ഫോൺ മേശ മാത്രമേ ഉണ്ടായിരുന്നുള്ളൂ. ഫർണിച്ചറുകളൊന്നും വേണ്ട വിധത്തിൽ ഒരുക്കിയിടാൻ സമയം കിട്ടിയിട്ടുണ്ടാവില്ല. അതിനിടയിൽ മിസ്സിസ് സിമോനിയനും മകനും തളത്തിൽ കടന്നുവന്നു. തീരെ പൊക്കം കുറവായതുകൊണ്ടുമാത്രമല്ല, ഞാൻ അവരെ നോക്കിയത്. അവർ ധരി ച്ചിരുന്ന ഉടുപ്പും ആഭരണങ്ങളും കൂടി എന്റെ ശ്രദ്ധ ആകർഷിച്ചു. ആവശ്യ ത്തിലധികം നീളമുള്ള ഒരു കറുത്ത ഉടുപ്പ്. അതിന്റെ കീഴറ്റം തറയിൽ ഞാന്നു കിടന്നിരുന്നു. കുപ്പായത്തിൽ വലിയൊരു ബ്രൂച്ച് കുത്തിയിരുന്നു. കാതിൽ നല്ല വലുപ്പമുള്ള കല്ലുവെച്ച കമ്മലുകൾ. അരയിൽ കട്ടിയുള്ള സ്വർണ്ണബെൽറ്റ്. പല ചുറ്റുള്ള ഒരു മുത്തുമാല ബെൽറ്റോളം തൂങ്ങി ക്കിടന്നു. അർമീനേ ഒച്ചയിലൊതുക്കി പറഞ്ഞു, "ഒരു ക്രിസ്മസ് ട്രീ പോലെയുണ്ട്, അല്ലേ അമ്മേ...?" ഞാൻ കൈമുട്ടുകൊണ്ട് അവളെ

ചെറുതായൊന്ന് ഇടിച്ചു. കുട്ടികൾ രണ്ടുപേരും വായ പൊത്തിപ്പിടിച്ച് ചിരിയടക്കി.

മിസ്സിസ് സിമോനിയൻ അവരുടെ നന്നേ ചെറിയ കൈനീട്ടി അർതൂഷിന്റെ കൈപിടിച്ചു കുലുക്കി. "എൽമീറ. ഹറൻടൂണിയൻ - സിമ്മോനിയൻ" അവർ സ്വയം പരിചയപ്പെടുത്തി. "സ്വാഗതം..."

ഞങ്ങളുടെ നേരെ നോക്കിക്കൊണ്ടുതന്നെ അവർ തൊട്ടു പുറകിലേക്കു വിരൽ ചൂണ്ടി. "എന്റെ മകൻ, എമിൽ സിമോനിയൻ" ഇത്രയും ഔപചാരികതയോടുകൂടിയ പരിചയപ്പെടുത്തൽ. സിനിമകളിൽ മാത്രമേ ഞാൻ കണ്ടിട്ടുണ്ടായിരുന്നുള്ളൂ.

എമിൽ സിമോനിയന് എന്റെയത്ര തന്നെ ഉയരമുണ്ടായിരുന്നു. അത് പതിവില്ലാത്തതായിരുന്നു. കാരണം ഞാനറിയുന്ന ഒരുവിധം പുരുഷന്മാരേക്കാളൊക്കെ പൊക്കം കൂടുതലായിരുന്നു എനിക്ക്. അർതൂഷ് മാത്രമായിരുന്നു അതിനൊരപവാദം. ഞങ്ങൾക്ക് രണ്ടുപേർക്കും ഒരേ ഉയരമായിരുന്നു. ഞാനെപ്പോഴും അടിപരന്ന ഷൂസുകളാണ് ധരിച്ചിരുന്നത്. എന്തായിരുന്നു അതിനു കാരണം? അർതൂഷിനേക്കാൾ ഉയരം കൂടുതലുണ്ടെന്ന് ആരും പറയാതിരിക്കാനായിരുന്നുവോ? അതോ അത്തരം ഷൂസുകളാണ് കൂടുതൽ സൗകര്യപ്രദം എന്നു തോന്നിയതുകൊണ്ടോ? ഞാൻ എന്റെ കൈ എമിൽ സിമോനിയനു നേരെ നീട്ടി. നന്നായി. ടൈ കെട്ടാൻ ഞാൻ അർതൂഷിനെ നിർബന്ധിച്ചത്.

എമിൽ സിമോനിയൻ എന്നെ നോക്കി മൃദുവായി ചിരിച്ചു. പച്ചരാശിയുള്ള കണ്ണുകൾ. ഇരുണ്ട നീലനിറത്തിലുള്ള സ്യൂട്ട്. ചാരനിറത്തിലുള്ള ടൈ. ഞാൻ കൈനീട്ടിയപ്പോൾ അദ്ദേഹവും കൈനീട്ടി. എന്നാൽ കൈപിടിച്ചു കുലുക്കുന്നതിനു പകരം തലകുനിച്ച് കൈയിൽ ചുംബിക്കുകയാണ് ചെയ്തത്. അർതൂഷ് ചെറുതായൊന്നു ചുമച്ചു. പെൺകുട്ടികൾ എന്റെ കൈയിലേക്കും എമിൽ സിമോണിയന്റെ കുനിഞ്ഞ തലയുടെ പുറകുവശത്തേക്കും കൗതുകത്തോടെ നോക്കി. ഭംഗിയായി കോതിവെച്ച മുടി. തിളങ്ങുന്ന കറുപ്പ്... നല്ല കട്ടി. ഒട്ടു ചുരുണ്ടതല്ല. "നല്ല ഭംഗി..." ഇരട്ടകളിൽ ആരാണത് പറഞ്ഞത്? എന്തായാലും മറ്റേയാൾ ഉടനെ കൂട്ടിച്ചേർത്തു. "സിനിമകളിൽ കാണുന്നതുപോലെത്തന്നെയുണ്ട്!"

"കക്ഷത്തിൽ പടർന്നുകയറിയ വിയർപ്പ്... ആ നനവ് എന്റെ ഉടുപ്പിലും പരക്കുമോ എന്നായിരുന്നു എന്റെ ഭയം." ഭാഗ്യം അർമേൻ അതൊന്നും ശ്രദ്ധിച്ചിരുന്നില്ല. അവന്റെ മനസ്സിലെന്തായിരിക്കുമെന്ന് ചിന്തിച്ചുനില്ക്കാനുള്ള സാവകാശവും എനിക്കുണ്ടായിരുന്നില്ല.

എമിൽ സിമോണിയൻ വീണ്ടും തല ഉയർത്തി നിവർന്നുനിന്നു. അർമേൻ അദ്ദേഹത്തിന്റെ കൈ കുലുക്കി. അർതൂഷ് എന്റെ നേരെ നോക്കി പുരികമുയർത്തി. ഞാൻ എപ്പോഴും അർമേനോട് പറയാറുണ്ടായിരുന്നു. "നീ ഇപ്പോൾ കുട്ടിയല്ല, മുതിർന്നിരിക്കുന്നു. എപ്പോഴും മാന്യനായി പെരുമാറണം. ആളുകളെ പരിചയപ്പെടുമ്പോൾ കൈപിടിച്ച്

കുലുക്കണം." എന്നാൽ അതൊന്നും വകവെക്കാതെ തോൾ കുലുക്കി പോവുകയാണ് അവന്റെ പതിവ്. ആരെയെങ്കിലും നേരിൽ കാണുമ്പോൾ കൈ കുലുക്കാനും ശ്രദ്ധിക്കാറില്ല.

അർസീനെ എമിലിയുടെ അരികിലേക്ക് നീങ്ങിക്കൊണ്ടു പറഞ്ഞു.

"റാവുൽസെല്ലിന് വലിയ സങ്കടമായിരുന്നു. നിന്നെ കാണാഞ്ഞിട്ട്."

"അതേ. വലിയ വിഷമമായിരുന്നു. അർമീനെയും ഒപ്പം നിന്നു. ഞാൻ കൈയിൽ കരുതിയിരുന്ന ചുകന്ന റോസാപ്പൂ ചെണ്ട് മിസ്സിസ് സിമോണിയനു കൊടുത്തു.

എന്റെ വീട്ടുമുറ്റത്ത് ഞാൻ തന്നെ നട്ടുവളർത്തിയ റോസാച്ചെടികൾ. തോട്ടക്കാരൻ വരുമ്പോഴൊക്കെ എന്നെ വിളിച്ചുപറയുമായിരുന്നു. "മിസ്സിസ് ഡോക്ടർ, പറയാനുള്ള അർഹതയില്ല എന്നറിയാം. എന്നാലും... ഈ മണ്ണിൽ പനിനീർ ചെടികൾ വളരുകയില്ല" അയാൾ അങ്ങനെയൊക്കെ ദോഷം പറഞ്ഞുവെങ്കിലും എന്റെ റോസാച്ചെടികൾ നന്നായി വളർന്നു. ദാ... ഇപ്പോൾ ഒരാഴ്ചയായി ധാരാളം പൂക്കളുണ്ട്.

മിസ്സിസ് സിമോണിയൻ പൂക്കൾ മണത്തു. നന്ദി പറഞ്ഞില്ല. പക്ഷേ, ഹൃദ്യമായി ചിരിച്ചു... അവർ കൈവീശിക്കൊണ്ട് ഞങ്ങളെ അകത്തേക്ക് ക്ഷണിച്ചു.

ഞങ്ങളുടേതിനേക്കാൾ വലിയ സ്വീകരണമുറി. അതിന്റെ ഒരു വശത്തായി ചാരിയിരിക്കാൻ പാകത്തിന് കസേലകൾ. കൈ വെക്കാൻ സ്റ്റീൽപിടികളുമുണ്ട്. അതിനെതിർവശത്തായി ആഹാരം കഴിക്കാനുള്ള മേശയും ആറു കസേലകളും. എണ്ണക്കമ്പനി ബവാർഡയിലെ എല്ലാ വീടുകളിലേക്കും സൗജന്യമായി നല്കിയിരുന്ന ഫർണിച്ചറായിരുന്നു അത്. മിക്ക വീട്ടുകാരും ഞങ്ങളെപോലെ കൂടുതൽ മെച്ചപ്പെട്ട സാധനങ്ങൾ വാങ്ങി വീട് അലങ്കരിച്ചിരുന്നു. നല്ല കസാലകൾ... ഊണുമേശയുടെ സെറ്റ്. സുഖമായി ഇരിക്കാനുള്ള ഭംഗിയുള്ള സോഫകൾ... അങ്ങനെ പലതും. ജനലുകളിലൊന്നും കർട്ടനിട്ടിരുന്നില്ല. ചുമരിൽ അവിടവിടെ വെറും കമ്പികൾ തൂങ്ങിക്കിടന്നിരുന്നു... പടങ്ങളും കൗതുകവസ്തുക്കളുമൊന്നുമില്ലാതെ... പെൺകുട്ടികൾ എന്റെ അരികിൽവന്ന് ഒരുമിച്ചു പറഞ്ഞു, "ഞങ്ങൾ എമിലിയുടെ മുറിയിലേക്ക് പോവുകയാണ്."

ഒരുപക്ഷേ, അർമേനും അവരുടെ കൂടെ പോകണമെന്നുണ്ടായിരിക്കാം. എന്തുചെയ്യണമെന്നറിയാതെ ചുവട് അങ്ങോട്ടുമിങ്ങോട്ടും മാറ്റിവെച്ച് നില്ക്കുകയായിരുന്നു അവൻ. ഞാനൊന്നു സമ്മതം മൂളിയാൽ അവനും അവരുടെ പിന്നാലെ പോകുമെന്ന് എനിക്കറിയാമായിരുന്നു. "നിനക്ക് ഞങ്ങളുടെ കൂടെയിരിക്കാം." "വേണ്ട." അവൻ ബലമായി തലയാട്ടി... ധൃതിയിൽ പെൺകുട്ടികളുടെ പിന്നാലെ പോവുകയും ചെയ്തു. "അവിടെച്ചെന്ന് വഴക്കുണ്ടാക്കാതിരുന്നാൽ മതി..." ഞാൻ ഉള്ളുകൊണ്ട് പ്രാർത്ഥിച്ചു.

മിസ്സിസ്സ് സിമോണിയൻ വീണ്ടും റോസാച്ചെണ്ട് മണത്തുനോക്കി. അവിടെയുണ്ടായിരുന്ന നീണ്ട ഒരു മേശ അലമാരയുടെ അരികിലേക്ക് നടന്നു. ധാരാളം വലിപ്പുകളോടുകൂടി ഏതോ ഇരുണ്ട മരംകൊണ്ടുണ്ടാക്കിയതാണ്. ചുമരിന്റെ പാതിഭാഗവും അത് കൈയടക്കിയിരുന്നു. ആ കാബിനെറ്റിന്റെ ഇരുവശങ്ങളിലായി രണ്ടു കണ്ണാടിവാതിലുകൾ. അതിനിടയിൽ ഉള്ളിലേക്ക് നീങ്ങി സാധനങ്ങൾ വെക്കാൻ പാകത്തിനൊരു തട്ട്. അതിൽ ശിഖരങ്ങളോടുകൂടിയ രണ്ടു മെഴുകുതിരിക്കാലുകൾ... ഓരോന്നിലും അലങ്കാരമായി ഓരോ വെളുത്ത മെഴുകുതിരി. ആ മുറിയിലെ മറ്റു സാധനങ്ങളുമായി, കനപ്പെട്ട ആ വലിപ്പലമാര ചേരുന്നില്ലെന്നു തോന്നി. അവർ അത് ഇന്ത്യയിൽനിന്നു കൊണ്ടുവന്നതാകണം.

മിസ്സിസ് സിമോണിയൻ അലമാരകളിലൊന്ന് തുറന്ന് ഒരു പൂപാത്രം പുറത്തേക്കെടുത്തു... ഭംഗിയുള്ള ഒരു ചില്ലുപാത്രം. ആ അലമാരയുടെ കണ്ണാടിവാതിലിനു ചുറ്റുമായി മനോഹരമായ ചിത്രപ്പണികൾ ചെയ്തിരുന്നു. നിറപ്പകിട്ടുള്ള പൂക്കളും പക്ഷികളും. എമിൽ സിമോണിയൻ ഭവ്യതയോടെ ഞങ്ങളോട് പറഞ്ഞു. “ഇരിക്കൂ...”

ഞങ്ങൾ ഇരുന്നിരുന്ന ഭാഗത്തുനിന്ന് മുറിയുടെ മറുഭാഗത്തേക്ക് ഞാൻ നോക്കി. രണ്ടുഭാഗങ്ങൾക്കും തമ്മിൽ ബന്ധമില്ലാത്തതുപോലെ. ആദ്യമെടുത്ത ചില്ലുപാത്രം മിസ്സിസ് സിമോണിയൻ അലമാരയിലേക്ക് തിരികെ വെച്ചു. രണ്ടാമതെടുത്തത് ഒരു ചുകന്ന കളിമൺപാത്രമായിരുന്നു. അവർ അലമാരയടച്ച് എന്റെ നേരെ തിരിഞ്ഞുനിന്നു.

“ഈ ചുകന്ന റോസപ്പൂക്കൾക്ക് ആ ചില്ലുപാത്രത്തേക്കാൾ ചേരുക ഈ കളിമൺപാത്രമായിരിക്കും. ഒന്നു മറ്റേതിന്റെ അഴക് കൂട്ടും. “എന്റെ മുഖത്ത് അവർ കണ്ട ഭാവമെന്താണ്? എന്തേ അവർ പതുക്കെ ഒന്നു ചിരിക്കാൻ? “ഈ മേശ-അലമാര ഇഷ്ടമായോ...? ഇംഗ്ലണ്ടിലുണ്ടാക്കിയതാണ്... പതിനെട്ടാം നൂറ്റാണ്ടിന്റെ അവസാനം. അവർ കൈയിലിരുന്ന പൂപാത്രം മകന്റെ നേരെ നീട്ടി. “എമിൽ....”

മകൻ എഴുന്നേറ്റു. അമ്മ നീട്ടിയ പൂപാത്രവുമായി മറുവശത്തെ വാതിലിലൂടെ പോയി... അടുക്കളയിലേക്കായിരിക്കണം. പൂക്കളും പൂപാത്രവും... ഒന്ന് മറ്റേതിന്റെ അഴകു കൂട്ടുന്നു. അവരുടെ ആ പ്രയോഗം തനി അമേരിക്കനാണല്ലോ. കുറേ നാളായി ആരും അങ്ങനെ പറഞ്ഞു കേട്ടിട്ടില്ല. ആ സ്ഥാനത്ത് ഞാനായിരുന്നുവെങ്കിൽ ഇത്ര ഔപചാരികതയുണ്ടാവില്ല. “ഇതാണ് അതുമായി ചേരുക” എന്നുമാത്രം പറഞ്ഞു നിർത്തിയേനേ. അവരുടെ കറുത്ത പട്ടുകുപ്പായം... ആ കാബിനെറ്റുമായി നന്നായി ഇണങ്ങുന്നുണ്ട്. ഞാൻ വെറുതെ ആലോചിച്ചു. ആ മുറിയിലെ മറ്റു സാമാനങ്ങളുമായി തീരെ ചേരുന്നുമില്ല.

മുറിയുടെ മറ്റൊരു മൂലയിൽ ഒരു കറുത്ത പിയാനോ. പ്രധാനസ്ഥാനം തനിക്കുള്ളതാണെന്ന മട്ട്. പിയാനോ തുറന്നുവെച്ചിരിക്കുകയാണ്. അതിന്റെ മഞ്ഞ കട്ടകൾ ഇവിടെയിരുന്നുതന്നെ നന്നായികാണാം.

പിയാനോയുടെ തുറന്ന തട്ടിൽ സ്വരങ്ങൾ രേഖപ്പെടുത്തിയിട്ടുള്ള ഏതാനും പേജുകൾ. അതേതു പാട്ടായിരിക്കും...? ഇത്ര ദൂരത്തിരുന്ന് എനിക്കത് മനസ്സിലാക്കാനായില്ല.

മിസ്സിസ് സിമോനിയൻ അപ്പോഴും പൂച്ചെണ്ടും പിടിച്ച് എന്റെ മുന്നിൽ നില്ക്കുകയായിരുന്നു. ചുണ്ടിൽ വക്രിച്ച ഒരു ചിരി. "എന്തുഭംഗിയുള്ള റിബ്ബൺകൊണ്ടാണ് നിങ്ങളീ പൂക്കൾ കെട്ടിയിരിക്കുന്നത്. ഞാൻ ഇട ങ്കണ്ണിട്ട് അർതൂഷിനെ നോക്കി. സോഫയിൽ ചാഞ്ഞും ചെരിഞ്ഞും അക്ഷമനായയാണിരിപ്പ്.

അന്ന് ഉച്ചതിരിഞ്ഞാണ് ഞാൻ ആ പനിനീർചെണ്ട് കെട്ടിയുണ്ടാക്കിയത്. പലതവണ കെട്ടുകയും അഴിക്കുകയും ചെയ്തു. കെട്ട് കുറ്റമറ്റതാക്കണമല്ലോ. പല പ്രാവശ്യം ശ്രമിച്ചതിനുശേഷമാണ് എനിക്ക് തൃപ്തിയായത്. ഇതെന്റെ പതിവാണ്. ആർക്കെങ്കിലും വേണ്ടി ഒരു സമ്മാനപ്പൊതി ശരിയാക്കണമെങ്കിൽ എനിക്ക് തൃപ്തിവരുംവരെ ഞാൻ റിബ്ബൺ പലമാതിരി കെട്ടിനോക്കും. അർതൂഷ് കളിയാക്കും. "ആരു ശ്രദ്ധിക്കാൻ പോകുന്നു നിന്റെ റിബ്ബണും അതിന്റെ കെട്ടലും..." എല്ലാം അങ്ങേയറ്റം നന്നാകണമെന്ന ഈ വാശി... അദ്ദേഹം പറഞ്ഞത് ശരിയാണ്. ആരും അത് ശ്രദ്ധിക്കാറില്ല. ആദ്യമായായാണൊരാൾ പറയുന്നത്, ഞാൻ 'ബോ' കെട്ടിയിരിക്കുന്നത് നന്നായിരിക്കുന്നുവെന്ന്.

എമിൽ പൂപാത്രം നിറയെ വെള്ളവുമായി ഹാളിലേക്ക് വന്നു. അമ്മ ഊണുമേശയുടെ നടുവിലായി ആ പാത്രം വെച്ചു. അതിലേക്ക് പൂക്കൾ ഓരോന്നായി ഇറക്കിനിർത്തി.

അർതൂഷും എമിലും അവിടത്തെ ചൂടിനെപ്പറ്റി സംസാരിച്ചുകൊണ്ടിരുന്നു. എന്റെ ശ്രദ്ധ അമ്മയുടെ കൈകളിലായിരുന്നു. ആ പൂപാത്രത്തിന് എന്റെ റോസാപൂക്കളുടെ അതേ നിറം തന്നെ. ആ മുറിയിൽ കൂടുതൽ വെളിച്ചമുണ്ടായിരുന്നില്ല.

ഷേഡില്ലാതെ ഒരേയൊരു ബൾബ് ഫാനിന്റെ അരികത്തായി തൂക്കിയിട്ടിരുന്നു. എന്റെ അയൽക്കാരി പൂക്കൾ കെട്ടിയിരുന്ന ചുകന്ന റിബ്ബൺ പൂപാത്രത്തിനു ചുറ്റുമായി കെട്ടിവെച്ചു. 'ബോ'യിലെ ചുളിവുകൾ നിവർത്തി. അവർ ഒരു സോഫയിൽ ചെന്നിരുന്നു. അരികത്തിരിക്കാൻ എന്നേയും കൈകാട്ടി വിളിച്ചു. ഞാൻ അവരുടെ തൊട്ടടുത്തു ചെന്നിരുന്നു. സോഫയിലെ സ്പ്രിങ്ങുകൾ ഞരങ്ങുന്ന ഒച്ച. പലതവണ തന്റെ ചെറിയ കൈ നിവർത്തി അവർ എന്റെ കാൽമുട്ടിൽ തട്ടി.

"എമിൽ..."

എമിൽ എഴുന്നേറ്റ് വീണ്ടും അടുക്കള വാതിൽ കടന്നുപോയി. മിസ്സിസ് സിമോണിയൻ സോഫയുടെ വക്കിലാണ് ഇരുന്നിരുന്നത്. പാദങ്ങൾ കഷ്ടിച്ച് തറയിൽ മുട്ടുന്നുവെന്ന് പറയാം. അവർ ഉപ്പൂറ്റി പൊന്തിയ കറുത്ത സാറ്റിൻ ചെരുപ്പുകളാണ് ഇട്ടിരുന്നത്. അതിൽ ഏതോ കൃത്രിമക്കല്ലുകൾകൊണ്ട് ശലഭങ്ങളെ തുന്നിപിടിപ്പിച്ചിരുന്നു. അവർ ചിരിച്ചു

കൊണ്ട് അർതൂഷിന്റെ നേരെ തിരിഞ്ഞു. "ഞാനീ ഭൂഗോളത്തിന്റെ പല പല ഭാഗങ്ങളിൽ വർഷങ്ങളോളം താമസിച്ചിട്ടുണ്ട്. സംസ്കാരസമ്പന്നരായ അർമേനിയൻ സ്ത്രീകളെ വളരെ കുറച്ചേ ഞാൻ കണ്ടിട്ടുള്ളൂ. അതിലൊരാൾ നിങ്ങളുടെ ഭാര്യയാണ്. നിങ്ങൾ വളരെ ഭാഗ്യവാനാണ്."

അർതൂഷ് പലതവണ കണ്ണടച്ചുതുറന്നു. പിന്നെ പതുക്കെ തലയാട്ടി. ടൈയുടെ കെട്ട് ചെറുതായൊന്നയച്ചു. ആ മുറിക്കുള്ളിൽ നല്ല ചൂടായിരുന്നു. ഞങ്ങളുടെ ആതിഥേയയാണെങ്കിൽ നീണ്ട നീണ്ട വാചകങ്ങൾ പറയുന്നു. അതിൽ പല വാക്കുകളും വർഷങ്ങളായി ഞങ്ങൾ രണ്ടുപേരും കേൾക്കാത്തതും.

ചെറിയൊരു വെള്ളിത്തട്ടവുമായി എമിൽ ഞങ്ങളുടെ അടുത്തേക്ക് വന്നു. പൂക്കൾ തുന്നിപ്പിടിപ്പിച്ച ഒരു വെളുത്ത വിരിതട്ടത്തിൽ വിരിച്ചിരുന്നു. തട്ടത്തിൽ ഒരു പാത്രം ഓറഞ്ച് ജ്യൂസും നാലു ഗ്ലാസ്സുകളും.

ഒട്ടും തണുപ്പില്ലാത്ത, ഇത്തിരി ചൂടുള്ള ആ ഓറഞ്ച് ജ്യൂസ് പതുക്കെ ഞാൻ നുണഞ്ഞിറക്കി... നല്ല ചവർപ്പ്. വീട്ടുകാരി ഇന്ത്യയിലേയും അബഡാനിലേയും ചൂട് താരതമ്യപ്പെടുത്തുകയായിരുന്നു. "എയർ കണ്ടീഷനറിൽനിന്നുള്ള തണുത്ത കാറ്റ് ആരോഗ്യത്തിന് ഒട്ടും നന്നല്ല." അവർ എനിക്ക് പറഞ്ഞുതന്നു. "പ്രത്യേകിച്ചും പുറം വേദനയുള്ളവർക്ക്."

എന്റെ വിമർശനബുദ്ധി തല പൊന്തിച്ചു. അവരുടെ ആ പ്രസംഗശൈലി... എനിക്കു മടുത്തിരുന്നു. ഞാൻ എന്നെത്തന്നെ നിശ്ശബ്ദം ദേഷ്യപ്പെട്ടു. "മതിയാക്കൂ..." അവർ അച്ചടിഭാഷയിൽ പറയുന്നതൊക്കെ ഞാൻ അപ്പപ്പോൾ ഉള്ളുകൊണ്ട് തനി നാടൻ അർമേനിയൻ രീതിയിലേക്ക് മൊഴിമാറ്റം നടത്തുകയായിരുന്നു. അതേസമയം എന്റെ നല്ല മനസ്സ് ചിരിച്ചു. "ഇടയ്ക്കിടയ്ക്ക് നീയും ഔപചാരികഭാഷ സംസാരിക്കുന്നുണ്ടല്ലോ."

അർതൂഷിന്റെ നേരെ നോക്കാതിരിക്കാൻ ഞാൻ ശ്രമിച്ചു. അമ്മയുടേയും മകന്റേയും ഔപചാരികതയോടുകൂടിയ മട്ടും മാതിരിയും. ബലംപിടിച്ചുള്ള ഭാഷയും സംസാരരീതിയും ചവർപ്പുള്ള ഒട്ടും തണുപ്പില്ലാത്ത ഓറഞ്ച് ജൂസ്... ആ മുറിക്കകത്തെ ചൂടും മങ്ങിയ വെളിച്ചവും. എല്ലാം കൂടി എനിക്ക് അസഹനീയമായിത്തോന്നി. പത്തുമിനിറ്റ് കഴിഞ്ഞില്ല. അപ്പോഴേക്കും ഗൃഹനാഥ എഴുന്നേറ്റു. "ഇവിടെ അത്താഴം നേരത്തെയാണ്."

"ഞങ്ങളും നേരത്തെ ഭക്ഷണം കഴിക്കുന്നവരാണ്." അർതൂഷ് ഉടനെ അവരോടൊപ്പം കൂടി. അദ്ദേഹത്തിന്റെ ധൃതി. എനിക്ക് പാവം തോന്നി. എന്തിനാ ഞാൻ അദ്ദേഹത്തെ നിർബന്ധിച്ചു കൂട്ടിക്കൊണ്ടുവന്നത്? അവരുടെ ക്ഷണം സ്വീകരിക്കേണ്ട ആവശ്യം തന്നെയില്ലായിരുന്നു. ഒരു പക്ഷേ എന്റെ പെൺകുട്ടികളുടെ ഉത്സാഹം കണ്ടതുകൊണ്ടാകാം. അവർ നിർത്താതെ എമിലിയെക്കുറിച്ചുതന്നെ സംസാരിച്ചുകൊണ്ടിരുന്നു. വേറൊരു വിഷയവും ഇല്ലാത്തതുപോലെ. അതുമാത്രമല്ല, അവർ

തങ്ങളുടെ തൊട്ടയൽക്കാരല്ലേ? ആ സ്ഥിതിക്ക് അവരുടെ ക്ഷണം നിരസിക്കുന്നതെങ്ങനെ?

ഇത്തവണ മിസ്സിസ് സിമോനിയൻ എമിൽ എന്ന് ഉറക്കെ വിളിച്ചപ്പോൾ ഞാൻ ക്ഷണത്തിലെഴുന്നേറ്റു. "ഞാൻ സഹായിക്കാലോ." എമിൽ പാതി എഴുന്നേറ്റതായിരുന്നു. ഞാൻ പറഞ്ഞതുകേട്ടപ്പോൾ പെട്ടെന്നിരുന്നു. കുട്ടികൾക്കുള്ള ഭക്ഷണം കോഴിയിറച്ചി വേവിച്ചതും ചോറുമായിരുന്നു. അവർ അടുക്കളയിലിരുന്നാണ് ഭക്ഷണം കഴിച്ചത്. ആരെങ്കിലും ഭക്ഷണത്തിനു ക്ഷണിച്ചാൽ, പുതിയ കൂട്ടരാണെങ്കിൽ പ്രത്യേകിച്ചും, വീട്ടിൽനിന്നുമിറങ്ങുന്നതിനുമുമ്പ് ഞാൻ കുട്ടികൾക്ക് കാര്യമായി എന്തെങ്കിലും കഴിക്കാൻ കൊടുക്കും. അന്നും ഞാൻ പതിവുപോലെ അവർക്ക് നേരത്തെ പാലും സാൻവിച്ചും കൊടുത്തിരുന്നു. അതു നന്നായി എന്ന് ഞാൻ സ്വയം അഭിനന്ദിച്ചു. കോഴിയിറച്ചി വേവിച്ചതും ചോറും സുഖമില്ലാതിരിക്കുമ്പോൾ അവർ കഴിക്കുന്ന ഭക്ഷണമായിരുന്നു. അതേ കൊടുക്കാവൂ എന്ന് എന്റെ അമ്മയ്ക്ക് നിർബന്ധമായിരുന്നു. അതുകൊണ്ടു തന്നെ അവരുടെ ഇഷ്ടമില്ലാത്ത ഭക്ഷണത്തിന്റെ പട്ടികയിലായിരുന്നു അതു രണ്ടും.

മുതിർന്നവർക്ക് കഴിക്കാൻ ചോറിന്റെ കൂടെ വെണ്ടക്കായും തക്കാളിയും ചേർത്ത ഒരു കറിയുണ്ടായിരുന്നു. ഞങ്ങൾ എത്തും മുമ്പു തന്നെ ഊണുമേശ തയ്യാറാക്കിയിട്ടിരുന്നു. വെളുത്ത മേശവിരി. അതിനു യോജിച്ച നാപ്കിനുകൾ. ഭക്ഷണം വിളമ്പാനുള്ള പിഞ്ഞാണിത്തട്ടുകളിൽ ഓറഞ്ചുപൂക്കളുടെ ചിത്രം. പാത്രങ്ങൾക്ക് പഴക്കമുണ്ടെന്ന് തോന്നി. എന്നാലും നല്ല വിലപിടിച്ച തരം. എന്റെ കിണ്ണത്തിൽ രണ്ടു വശങ്ങളിലായി ചെറിയ പൊട്ടലുകളുണ്ടായിരുന്നു.

മിസ്സിസ് സിമോനിയൻ മേശയുടെ തലയ്ക്കലായിരുന്നു. എനിക്കും അർതൂഷിനും ഇരിക്കാനുള്ള സ്ഥാനം ചൂണ്ടിക്കാട്ടി. ഇരട്ടക്കുട്ടികൾ പറയാറുള്ളത് ഞാൻ ഓർത്തു. "സിനിമകളിൽ കാണുന്നതുപോലെതന്നെ." ആതിഥേയ നാപ്കിനെടുത്ത് മടക്കുകൾ നിവർത്തി മടിയിൽവെച്ചു. അവർ ആ കാബിനെറ്റിനു നേരെ വിരൽചൂണ്ടി, "എമിൽ..."

എമിൽ എഴുന്നേറ്റ് ഷെൽഫിൽനിന്നും മെഴുകുതിരി കാലുകൾ എടുത്തുകൊണ്ടുവന്നു. മേശയുടെ നടുവിൽവെച്ച് കത്തിച്ചു. അർതൂഷ് എന്നെ ഒളികണ്ണിട്ടുനോക്കി. മെഴുകുതിരികളെല്ലാം കത്തിച്ചുകഴിയുന്നതുവരെ മിസ്സിസ് സിമോനിയൻ അനങ്ങാതെ... മിണ്ടാതെയിരുന്നു. ഗൗരവമേറിയ ഒരു ചടങ്ങിന്റെ പരിസമാപ്തിക്കു കാത്തിരിക്കുന്ന ഭാവം. മകനും സ്വസ്ഥാനത്തിരുന്നു. നാപ്കിൻ തുറന്ന് മടിയിൽ വിരിച്ചശേഷം അവർ പറഞ്ഞു, "ഇനി തുടങ്ങാം."

മെഴുകുതിരിവെട്ടത്തിൽ വെളുത്ത മേശവിരിക്ക് ഒരു മഞ്ഞനിറം. പലയിടത്തും ഭക്ഷണത്തിന്റെ കറ വീണിട്ടുണ്ട്. സിഗററ്റിന്റെ ചാരം വീണുണ്ടായ തുളകളും രണ്ടുമൂന്നിടത്ത് കണ്ടു.

ഞാൻ ഒരു സ്പൂൺ ചോറെടുത്ത് വായിലിട്ടു. അർതൂഷിന്റെ നേരെ നോക്കാതിരിക്കാൻ കുറച്ചു പാടുപെട്ടു. വെണ്ടക്കകറിക്ക് ഭയങ്കര എരിവ്. സ്വതവേ എരിവു കഴിക്കുന്ന കൂട്ടത്തിലാണ്. എന്നാലും ഇതു വയ്യ. വയറു കത്തുന്നു. അർതൂഷിനാണെങ്കിൽ... എരിവ് തീരെ വയ്യ.

“കറിക്ക് വേണ്ടത്ര എരിവു പോരെങ്കിൽ ഈ ചട്ടിനി കൂടി കഴിക്കാം.” മിസ്സിസ് സിമോനിയൻ ഒരു ചെറിയ പിഞ്ഞാണം അർതൂഷിന്റെ അരികിലേക്ക് നീക്കി. ഗ്ലാസ്സിലെ വെള്ളം മുഴുവൻ ഒറ്റ വലിക്കു കുടിച്ച് അർതൂഷ് പറഞ്ഞു, “വേണ്ട... ഇതുമതി.” ഞാനാണെങ്കിൽ വേറെയൊരു മാതിരി യായിരിക്കും പറഞ്ഞിരിക്കുക. “കറിക്ക് കൂടുതൽ എരിവ് വേണമെന്നു ണ്ടെങ്കിൽ...”

“മതി... നിർത്തൂ....” ഞാൻ എന്നെത്തന്നെ ശാസിച്ചു.

എമിലും കസേലയിൽ ഇരിപ്പുറക്കാത്ത മട്ടിലായിരുന്നു. കിണ്ണത്തിൽ നിന്നും തല ഉയർത്താതെ മകൻ പറഞ്ഞു, “കറിയിൽ ഇത്ര എരിവ് ഇടേണ്ടായിരുന്നു. എല്ലാവർക്കും അത് പിടിച്ചെന്ന് വരില്ല.” അദ്ദേഹം അർതൂഷിനേയും എന്നേയും നോക്കി ചെറിയൊരു സങ്കോചത്തോടെ ചിരിച്ചു. എനിക്കു തോന്നി, ക്ഷമ ചോദിക്കുകയാണെന്ന്.

അമ്മ പിഞ്ഞാണിയിൽനിന്നും രണ്ട് സ്പൂൺ ചട്ടിണിയെടുത്ത് സ്വന്തം കിണ്ണത്തിന്റെ ഒരു വശത്തായി വിളമ്പി... മകന്റെ നേരെ നോക്കാതെ അമ്മ പറഞ്ഞു, “പാചകത്തിന്റെ പാഠങ്ങളൊന്നും ആരും എന്നെ പഠിപ്പിക്കേണ്ട. വെണ്ടക്ക കറിക്ക് ഇത്രയും എരിവ് വേണം.” അവർ തിരിഞ്ഞ് എന്റെ നേരെ നോക്കി. “ഈ ചട്ടിണിയുണ്ടാക്കാൻ ഞാൻ കൽക്കത്തയിൽവെച്ചാണ് പഠിച്ചത്... ഞങ്ങളുടെ പാചകക്കാരനിൽനിന്ന്. അയാളുടെ പേര് രാമു എന്നായിരുന്നു.” ചട്ടിണിപാത്രം ചോറിന്നരികിലേക്ക് നീക്കിവെച്ച് അവർ ബാക്കികൂടി പറഞ്ഞു, “അയാളെ പിരിച്ചു വിടുന്നതിനുമുമ്പ്...”

എമിൽ വെറുതെ തലയിൽ തലോടി. നീണ്ടു മെലിഞ്ഞ കൈവിരലുകൾ. ആലീസ് എപ്പോഴും പറയാറുണ്ട്. “നീണ്ടുമെലിഞ്ഞ കൈവിരലുകൾ ലോലഹൃദയന്മാരുടെ ലക്ഷണമാണ്.” സ്വന്തം കൈ മുഖത്തിനു നേരെ പിടിച്ച് അവൾ വിരലുകൾ വിറപ്പിക്കും... “കണ്ടില്ലേ, എന്റേതു പോലെ,” ഞാൻ എന്റെ അനിയത്തിയുടെ വിരലുകളിലേക്ക് ശ്രദ്ധിച്ചു നോക്കും... തടിച്ചുരുണ്ട്... അവളുടെ മൊത്തം ശരീരംപോലെത്തന്നെ. എന്നാലും ഞാൻ തലയാട്ടും. അതേ... അതേ...

കുറച്ചുനേരത്തേക്ക് ആരും ഒന്നും മിണ്ടിയില്ല. മുറ്റത്ത് തവളകളും ചീവീടുകളുമുണ്ടാക്കുന്ന ഒച്ച. മുറിയിലെ വിളക്കിന് വെളിച്ചം തീരെ കുറവ്. എഴുന്നേറ്റുചെന്ന് ഇനിയൊരു വിളക്കുകൂടി കത്തിച്ചാലോ എന്നു തോന്നി. മിസ്സിസ് സിമോനിയൻ നിശ്ശബ്ദയായിരുന്ന് ആഹാരം കഴിക്കുന്നു. എന്റെ ഭാഗത്തുനിന്ന് ഒരു സംഭാഷണം തുടങ്ങേണ്ടതല്ലേ?

എമിലിയുടെ മുറിയിൽനിന്നും കുട്ടികളുടെ ചിരി കേൾക്കാം. ഇത്ര വേഗം അവർ ഭക്ഷണം കഴിച്ചുകഴിഞ്ഞോ? എന്തുപറ്റി ആവോ? ഭക്ഷണം ഇഷ്ടപ്പെട്ടില്ല എന്നുപറയാൻ മൂന്നുപേരിൽ ഒരാളും എന്റെ അടുത്തേക്കെത്തിയില്ലല്ലോ!

എമിൽ അപ്പോഴും തലകുനിച്ചിരിക്കുകയായിരുന്നു. എന്തുപറയണമെന്നറിയാതെ ഞാൻ പരുങ്ങി.

അർതൂഷ് രണ്ടാമത്തെ ഗ്ലാസ് ഗ്ലാസ് വെള്ളവും കുടിച്ചുതീർത്തു. “മസ്ജിദ് സോളിമാനിൽ ഏതു വിഭാഗത്തിലാണ് നിങ്ങൾ ജോലി നോക്കിയിരുന്നത്.” അർതൂഷിന്റെ ചോദ്യം എമിൽ ഒരു ചിരിയോടെ തല ഉയർത്തി. നിശ്ശബ്ദതയ്ക്കു വിരാമമിട്ടതിന്റെ നന്ദിയായിരിക്കാം.

ഞാൻ അർതൂഷിനെ നോക്കി. അച്ഛനും മകനും എന്ന മട്ടിലുള്ള ഒരു മത്സരമാണോ. ഇതിനുമുമ്പ് ചെയ്തിട്ടില്ലാത്ത കാര്യങ്ങൾ ചെയ്തുകാട്ടാനുള്ള ഒരു വ്യഗ്രത. ഇതിനുമുമ്പൊരിക്കലും എന്റെ ഭർത്താവ് താനായി ഒരു സംഭാഷണത്തിന് തുടക്കം കുറിച്ചത്... ഇല്ല, എനിക്കോർമ്മയില്ല. വല്ലപ്പോഴും എന്റെ അമ്മയെ എതിർക്കാനായല്ലാതെ. അദ്ദേഹം സാധാരണയായി വായ തുറക്കാറില്ല.

എമിൽ നാപ്കിനെടുത്ത് വായുടെ കോണുകളിലൊപ്പി. പക്ഷേ, മറുപടി പറയാൻ സമയം കിട്ടിയില്ല. അതിനുമുമ്പേ അമ്മ ഇടപ്പെട്ടു. “യൂണിവേഴ്സിറ്റിയിൽ എപ്പോഴും എമിൽ ഒന്നാം സ്ഥാനത്തായിരുന്നു. ഇന്ത്യയിലും യൂറോപ്പിലും ഉയർന്ന ഉദ്യോഗത്തിലായിരുന്നു. എണ്ണക്കമ്പനിക്കാരുടെ നല്ല കാലം. എന്റെ മകൻ അവരുമായി സഹകരിക്കാൻ സമ്മതിച്ചല്ലോ! വാസ്തവത്തിൽ ഞങ്ങൾക്ക് സുഖമായി കഴിയാൻ എമിലിന്റെ ശമ്പളത്തിന്റെ ആവശ്യമില്ല. എന്തായാലും, ഇനിയുള്ള കാലം ഇറാനിൽ ത്തന്നെ എന്നു ഞാൻ തീരുമാനിച്ചു. ആ സ്ഥിതിക്ക് എന്റെ മകന് നേരം പോകാൻ എന്തെങ്കിലുമൊന്നു വേണ്ടേ? സർവകലാശാലയിൽനിന്നും അവൻ നേടിയ സർട്ടിഫിക്കറ്റുകൾ... അതൊന്നും പുറത്തെടുക്കാൻ എനിക്കിനിയും സമയം കിട്ടിയില്ല. അതെല്ലാം ഞാൻ കൽക്കത്തയിലെ ഒരു പ്രശസ്തമായ കടയിലേല്പിച്ചു. അവർ അതൊക്കെ ഭംഗിയായി ചില്ലിട്ടു തന്നിട്ടുണ്ട്. ചട്ടയ്ക്കായി ഉപയോഗിച്ചിട്ടുള്ളത് അടയ്ക്കാമരത്തിന്റെ തടിയാണ്.

അർതൂഷ് അപ്പോഴും എമിലിനെ തന്നെ നോക്കിയിരിക്കുകയായിരുന്നു. അമ്മ ഇത്രനേരം പറഞ്ഞതൊന്നും കേട്ടിട്ടേയില്ല എന്ന ഭാവത്തിൽ അദ്ദേഹം ചോദ്യം ആവർത്തിച്ചു. “ഏതു വിഭാഗത്തിലാണ് നിങ്ങൾ പണിയെടുക്കുന്നത്?”

എമിൽ ചെറുതായൊന്നു ചുമച്ചു. അമ്മയുടെ നേരെ നോക്കിക്കൊണ്ട് മറുപടി പറയാൻ ഭാവിച്ചു. എനിക്ക് തോന്നി, അന്ന് ഞങ്ങളുടെ അടുക്കളയിൽ വന്നിരുന്ന മകളുടെ അതേ ഭാവമാണല്ലോ. അച്ഛനും. അച്ഛമ്മ കടന്നുവന്നപ്പോൾ അവളുടെ മുഖത്തു കണ്ട പേടിയും പരിഭ്രമവും!

അർതൂഷ് ചോറുമാത്രം കഴിച്ചു. എമിലിനു നേരെമാത്രം നോക്കി. തലയാട്ടുകമാത്രം ചെയ്തു. മിസ്സിസ് സിമോണിയൻ രണ്ടാമതും ചട്ടിണി അവരുടെ ചോറിന്റെ മീതെ കോരിയൊഴിച്ചു. ഏതോ അപൂർവ്വമായൊരു സാധനം കൃത്യമായി അളന്നെടുക്കുന്നതുപോലെ... ഏതു ദിവ്യൗഷധ മാണാവോ?

വീട്ടിൽ ചെന്നാൽ അർതൂഷിന്റെ ശകാരങ്ങൾക്കും കുറ്റപ്പെടുത്തലു കൾക്കും എന്തു മറുപടി പറയുമെന്നായിരുന്നു എന്റെ ചിന്ത.

"നിങ്ങളുടെ കുട്ടികൾ എത്ര മണിക്കാണ് ഉറങ്ങാറ്?" മിസ്സിസ് സിമോ നിയൻ ചോദിച്ചു. കഴിഞ്ഞ അര മണിക്കൂറായി കുട്ടികളാരും ഈ ഭാഗ ത്തേക്ക് എത്തി നോക്കിയിട്ടുണ്ടായിരുന്നില്ല. എനിക്ക് ലേശം പരിഭ്രമം തോന്നി. "സാധാരണയായി എട്ടര-ഒമ്പതാകുമ്പോഴേക്കും അവർ കിടക്കും... ഇതുപോലെയുള്ള ദിവസങ്ങളിൽ... അടുത്ത ദിവസം സ്കൂളിൽ പോകേണ്ടതില്ലെങ്കിൽ..."

മിസ്സിസ് സിമോനിയൻ അവരുടെ സ്പൂണും ഫോർക്കും കിണ്ണത്തിന്റെ ഒരരികിൽ വൃത്തിയായി വെച്ചു. മടിയിൽനിന്നും നാപ്കിനെടുത്തു. "രാവിലെ സ്കൂളിൽ പോകണമോ വേണ്ടയോ...? ഉറങ്ങുന്ന സമയം മാറ്റാൻ അതൊരു കാരണമാവരുത്. കുട്ടികൾ കൃത്യനിഷ്ഠ പാലിച്ചിരി ക്കണം. എല്ലാ കാര്യത്തിലും ഒരു ചിട്ട വേണം. എമിലി കൃത്യം ഒമ്പതു മണിക്ക് ഉറങ്ങാൻ കിടക്കും. എമിൽ കുട്ടിയായിരുന്നപ്പോൾ അവനെ നോക്കാൻ നിർത്തിയിരുന്ന സ്ത്രീകൾക്കും ഞാൻ കർശനമായ നിർദ്ദേശ ങ്ങൾ നല്കിയിരുന്നു..."

"കുട്ടികളെന്തു ചെയ്യുന്നുവെന്ന് നോക്കിയിട്ട് വരാം..." കസേല പിന്നോക്കം നിരക്കി ഞാൻ തിടുക്കത്തിൽ എഴുന്നേറ്റു.

എമിൽ എഴുന്നേറ്റ് പതുക്കെ തല കുനിച്ചു. ഒന്നും പറയുകയുണ്ടാ യില്ല. അർതൂഷ് മേശപ്പുറത്തിരുന്ന റൊട്ടിയെടുത്ത് ഒരു കഷണം കടിച്ചു.

ആ നാളത്തിന്റെ ഒരു വശത്തായി ഒന്നിനുമീതേ ഒന്നായി ഏതാനും തുകൽപെട്ടികൾ വെച്ചിരുന്നു. അതിനടുത്തായി കല്ലിൽതീർത്ത ഒരാന യുടെ പ്രതിമ. അതിന്റെ തുമ്പിയുടെ പകുതിഭാഗവും, കാതിന്റെ പകുതി ഭാഗവും പൊട്ടിപ്പോയിരുന്നു. ഞാൻ വാച്ചിലേക്ക് നോക്കി. സമയം എട്ടേ കാൽ.

അർമേന്റെ മുറിപോലെയായിരുന്നു എമിലിയുടെ മുറിയും. അതിനും കുറച്ച് വലുപ്പം കൂടുതലുണ്ടെന്ന് തോന്നി. കാര്യമായി സാമാനങ്ങളൊന്നു മില്ല. ഒരു ഇരുമ്പുകട്ടിൽ. ഒരെഴുത്തുമേശയും കസേലയും. തറയിൽ ചുകന്ന പരവതാനി. ജനലിൽ കർട്ടനുകളില്ല. മുറിയിൽ മങ്ങിയ വെളിച്ചം മാത്രം. ഇരട്ടക്കുട്ടികൾ താഴെ കാർപെറ്റിലാണ് ഇരുന്നിരുന്നത്. അർമേൻ ഡെസ്കിനരികിലുള്ള കസേലയിലും. എമിലി കട്ടിലിൽ ചാരി ഇരുന്നു. അവളുടെ വെള്ള കുപ്പായത്തിന്റെ അടിവശം കാൽമുട്ടുവരെ ചുരുണ്ടു

കയറിയിരുന്നു. രണ്ടുവശത്തായി പിന്നിയിട്ടിരുന്ന മുടിയുടെ ഒരു ഭാഗത്തെ കെട്ടഴിഞ്ഞിരുന്നു. മുഖത്ത് ചിതറിവീണ മുടിയിഴകൾ. അവൾ റിബ്ബൺ കൈയിൽ ചുറ്റി കളിക്കുകയായിരുന്നു. ഞാൻ മുറിയിലേക്ക് കടന്നുവരുന്നതുകണ്ടതും അവൾ നിവർന്നിരുന്നു. ഉടുപ്പിന്റെ അറ്റം താഴ്ത്തിയിട്ടു. കൈകൾ രണ്ടും കാൽമുട്ടുകളിൽവെച്ചു.

അർസീനെ തിരിഞ്ഞു എന്നെ നോക്കി. അവളുടെ ചുരുണ്ട മുടി. തലയിൽ കെട്ടിയിരുന്ന ഓറഞ്ചുനിറത്തിലുള്ള നാടയ്ക്കു താഴെ ചിതറിക്കിടന്നു. “നല്ല രസമായിരിക്കും നാളെ...”

അർമീനെയുടെ തലയിലും അതുപോലെയുള്ള ഓറഞ്ച് നാട. അവളുടെ മുടിയും മുഖത്ത് ഉതിർന്നുവീണിരുന്നു. “നാളെ എമിലിയും നമ്മുടെ കൂടെ സിനിമയ്ക്കു വന്നാൽ...” അവൾ തിരിഞ്ഞ് എന്നോട് കെഞ്ചി. “അമ്മ അവൾക്കുവേണ്ടി അനുവാദം ചോദിക്കണം...”

“പ്ലീസ് അമ്മാ...” അർമീന തല ചെരിച്ചുപിടിച്ച് എന്റെ നേരെ നോക്കി.

അർമേൻ എഴുത്തുമേശയിൽനിന്നും ഒരു പുസ്തകമെടുത്തു. അലസമായി പേജുകൾ മറിച്ചു.

“നിങ്ങളെന്താണ് ചെയ്യുന്നത്...? എല്ലാവർക്കും സന്തോഷമായില്ലേ?”

“ഇതുവരെയായി ഞങ്ങൾ ഓരോന്നു പറഞ്ഞിരിക്കുകയായിരുന്നു” അർമീനെ പറഞ്ഞു.

“അവൾ പഠിച്ച സ്കൂളുകളെക്കുറിച്ചാണ് എമിലി പറഞ്ഞിരുന്നത്” അർസീനെ കൂടുതൽ വിശദീകരിച്ചു.

“ഇനി ഞങ്ങൾ കളിക്കാൻ പോകുന്നു. എമിലി പുതിയൊരു കളി പഠിപ്പിച്ചുതന്നിട്ടുണ്ട്, “കുപ്പി ചുറ്റൽ...”

“കുപ്പിചുറ്റൽ?” ഞാൻ കാര്യമായൊന്നു നെടുവീർപ്പിട്ടു. കളി ഞാൻ കണ്ടിട്ടുണ്ട്. ഞങ്ങളുടെ രണ്ടുപേരുടേയും ഒരു ചങ്ങാതിയുടെ പിറന്നാൾ വിരുന്നായിരുന്നു. അർതൂഷും കളിയിൽ ചേർന്നു. ഓരോരുത്തരായി വന്ന് കുപ്പി കറക്കും. അവസാനം കുപ്പിക്കഴുത്ത് ആരുടെ നേരെയാണോ വന്നുനില്ക്കുന്നത് അയാളെ കുപ്പി കറക്കിയ ആൾ ചുംബിക്കണം. ഞങ്ങളുടെ വിവാഹം നിശ്ചയിച്ചുകഴിഞ്ഞതിൽ പിന്നീട് അർതൂഷ് തുറന്നു പറഞ്ഞു, “അന്ന്.... കുപ്പിക്കഴുത്ത് നിന്റെ നേരെ വന്നുനിന്നെങ്കിൽ എന്ന് ഞാൻ ആഗ്രഹിച്ചിരുന്നു.”

“ഞാനും...” പക്ഷേ ഞാനത് വെളിപ്പെടുത്തിയത് ആദ്യത്തെ വിവാഹ വാർഷികത്തിനുശേഷമായിരുന്നു. അപ്പോഴേ എനിക്കതിനുള്ള ധൈര്യമുണ്ടായുള്ളൂ എന്നതാണ് സത്യം.

“കുപ്പി കറക്കുന്ന ആൾ...” അർസീനെ പറയാൻ തുടങ്ങി.

“കുപ്പിക്കഴുത്ത് ആരുടെ മുമ്പിലാണോ വന്നുനില്ക്കുന്നത് അയാൾക്കൊരു...” പതിവുപോലെ അർമീനെ പിന്നാലെ കൂടി.

"വാക്കുകൊടുക്കണം... ആവശ്യപ്പെടുന്ന കാര്യം ചെയ്യാമെന്ന്."

"ശരി... ശരി..." എല്ലാവരും സമ്മതിച്ചു.

ഞാനും ശ്വാസം നേരെവിട്ടു ചിരിച്ചു. "ശരിതന്നെ... പക്ഷേ കല്പന കളൊന്നും അപകടമുള്ളതാവരുത്." എത്ര നിഷ്കളങ്കരാണ് ഈ കുട്ടികൾ!

സ്വീകരണമുറിയിൽ അർതൂഷും എമിലും സംസാരിച്ചുകൊണ്ടിരുന്നു. മിസ്സിസ് സിമോനിയൻ പാത്രങ്ങൾ എടുത്തുമാറ്റി മേശ വെടിപ്പാക്കുകയായിരുന്നു. എന്താണാവോ ആ ജോലി അമ്മ മകനെ ഏല്പിക്കാതിരുന്നത്? ഞാൻ അവരെ സഹായിക്കാനായി ഒപ്പം കൂടി. പലതവണ ഇരുന്ന മുറിക്കും അടുക്കളയ്ക്കുമിടയിൽ നടന്നു. ഉടുപ്പ് അരയിലേക്കു കയറ്റി തിരുകിക്കൊണ്ട് അവർ നിർത്താതെ വർത്തമാനം പറഞ്ഞുകൊണ്ടിരുന്നു. ജനിച്ചപ്പോൾ മുതൽ എനിക്ക് ധാരാളം വേലക്കാരും പരിചാരികമാരുമുണ്ടായിരുന്നു. ഇപ്പോൾ നോക്കൂ... എല്ലാ ജോലിയും തനിയെ ചെയ്യണം എന്ന അവസ്ഥ. ഇന്ത്യയിൽവെച്ച്, പ്രശ്നങ്ങൾ പലതുമുണ്ടായിരുന്നുവെങ്കിലും വേലക്കാർക്ക് ഒരു ക്ഷാമവുമുണ്ടായിരുന്നില്ല. ജൂൽഫയിൽ അച്ഛന്റെ വീട്ടിലും വേണ്ടത്ര ജോലിക്കാരുണ്ടായിരുന്നു. ചിലർ കുടുംബത്തോടെ തലമുറകളായി ഞങ്ങളുടെ ആശ്രിതരായിരുന്നു.

അവരുടെ കഴുത്തിലെ മുത്തുമാല ചിലപ്പോൾ പാത്രങ്ങളിൽ കുരുങ്ങി. ചിലപ്പോൾ വാതിൽപ്പടിയിൽ കൊളുത്തി. "മസ്ജിദ് സോലിമാനിലായിരുന്നപ്പോൾ ഞാൻ ജൂൽഫയിൽനിന്ന് വേലക്കാരിയായി ഒരു പെൺകുട്ടിയെ കൊണ്ടുവന്നു. അവൾക്ക്... തലയ്ക്ക് നല്ല സുഖമുണ്ടായിരുന്നില്ല. ഞാൻ വീട്ടുകാരെ അറിയിച്ചു. അവർ അവളെ തിരികെ കൊണ്ടുപോകാനായി വന്നു. പിന്നെ കേട്ടത്, അവളെ നാമഗേഡിലാക്കി എന്നാണ്. ഒരുപക്ഷേ അതെവിടെയാണെന്ന് നിങ്ങൾക്കറിയില്ലായിരിക്കും... അറിയാൻ താത്പര്യവുമില്ലായിരിക്കും. എനിക്ക് നല്ലൊരു വീട്ടുവേലക്കാരിയെ വേണം... പരിചയമുള്ളവരാരെങ്കിലുമുണ്ടോ?"

ഞാൻ നാവെടുത്തതാണ്, നാമഗേഡ് എവിടെയാണെന്ന് എനിക്കറിയാമെന്നു പറയാൻ. എന്തോ... ഞാൻ നാവടക്കി. അഷ്മേനെ കുറിച്ച് ഞാനോർത്തു. ആഴ്ചയിൽ രണ്ടുതവണ വന്ന് ഞങ്ങളുടെ വീട് വൃത്തിയാക്കുന്ന സ്ത്രീ. ആഴ്ചയിലൊരു ദിവസം അമ്മയും ആലീസും താമസിക്കുന്ന വീട്ടിലും ചെല്ലും. അവരുടെ ഭർത്താവിന് നട്ടെല്ലിന് ഒരു ശസ്ത്രക്രിയ നടത്തി. അതോടെ ശരീരം അനക്കാൻ വയ്യാതായി. പക്ഷാഘാതം.... എണ്ണക്കമ്പനിയിൽനിന്നും കിട്ടുന്ന തുച്ഛമായ പെൻഷൻകൊണ്ടാണ് കുടുംബം കഴിഞ്ഞിരുന്നത്. അവരുടെ മകൻ മിലിറ്ററി സേവനം കഴിഞ്ഞ് തിരിച്ചുവന്നിരിക്കുന്നു. തല്ക്കാലം പണിയൊന്നുമില്ല. മകനെക്കുറിച്ച് ആഷ്ക്കെൻ പറയുന്നത്, "കുവൈത്തി ബസാറിൽ പകലന്തിയോളം കറങ്ങിനടക്കലാണ് അവന്റെ പണി. ശാത്ത്-അൽ-അറബ് റോഡിലൂടെ അങ്ങോട്ടുമിങ്ങോട്ടും നടക്കും. രണ്ടുകെട്ട് ബീഡി വലിച്ചുതീർക്കും. കുറെ

സൂര്യകാന്തി വിത്തുകളും കൊറിച്ചുതിന്നും. അവന്റെ വിചാരം, അവന്റെ ഈ പാവം അമ്മ അതായത് ഞാൻ ഏതോ മരത്തിൽനിന്നും പണം പറിച്ചെടുക്കുന്നു എന്നാണ്" അവരെ മിസ്സിസ് സിമോനിയന്റെ വീട്ടിൽ ജോലിക്കായി നിർത്തിയാൽ രണ്ടുകൂട്ടർക്കും അത് നല്ല ഗുണമാകും. അയൽക്കാരിക്കു സഹായം. അഷ്ക്കേന് ഒരു വരുമാനവും.

മേശ വൃത്തിയാക്കിയതിനുശേഷം എമിലിനും അർതൂഷിനുമെതിരെ ഞാനൊരു സോഫയിൽ ചെന്നിരുന്നു. മിസ്സിസ് സിമോനിയൻ അവരുടെ പഴയസ്ഥാനത്തു തന്നെ ഇരുന്നു. ആരും ചോദിക്കാതെ തന്നെ അവർ പറഞ്ഞു, "അത്താഴത്തിനുശേഷം ചായയും പഴങ്ങളും മറ്റും കഴിക്കുന്ന പതിവ് ഞങ്ങൾക്കില്ല." അവർ എന്നോട് കോളനിക്കരികത്തുള്ള അസീസ് പലചരക്കുകടയുടെ മേൽവിലാസം തിരക്കി. കുട്ടികളുടെ പിയാനോ ടീച്ചറുടെ ഫോൺനമ്പറും എഴുതിയെടുത്തു. "ഏഴുവയസ്സുമുതൽ ഞാൻ എമിലിയെ പിയാനോ പഠിക്കാൻ അയയ്ക്കുന്നുണ്ട്. ഇവിടേയും അത് തുടരണം.' ഞാനും അഞ്ചുവയസ്സുമുതൽ പിയാനോ വായിച്ചുതുടങ്ങി." ഞാൻ വിചാരിച്ചു ഇപ്പോൾ അവർ പറയും "ഞാൻ വേദികളിൽ പിയാനൊ വായിക്കാറുണ്ട്."

ഒരു കാൽ പിണച്ചുവെച്ചാണ് എമിൽ ഇരുന്നിരുന്നത്. വിലകൂടിയ കറുത്ത ഷൂസും കറുത്ത സോക്സും. അർതൂഷും ഒരു കാൽ പിണച്ചു വെച്ചിരുന്നു. അദ്ദേഹത്തിന്റെ ഷൂസും കറുത്തതായിരുന്നു. സോക്സ് കടുത്ത തവിട്ടുനിറത്തിലും. അതെന്റെ തെറ്റായിരുന്നു. ഷൂസിനോടൊപ്പം കറുത്ത സോക്സ് എടുത്തുവെക്കാൻ ഞാൻ വിട്ടുപോയി.

അർതൂഷിന്റെ ശ്രദ്ധ ക്ഷണിക്കാൻ ഞാൻ അവസരം നോക്കുകയായിരുന്നു... പോകാൻ സമയമായി എന്ന് സൂചിപ്പിക്കാൻ. അപ്പോഴാണ് അർമേൻ തിരക്കിട്ട് ഓടിവന്നത്. മുഖമാകെ ചുമന്നിരുന്നു. ചുമ നിർത്താനാവുന്നില്ല. "എന്തുപറ്റി?" ഞാൻ ചാടി എഴുന്നേറ്റു.

ചുമയ്ക്കുന്നതിനിടയിൽ അവൻ ബുദ്ധിമുട്ടി പറഞ്ഞു, "വെള്ളം. എമിലും അർതൂഷും പരിഭ്രമത്തോടെ എഴുന്നേറ്റു. മിസ്സിസ് സിമോനിയൻ മാത്രം അനങ്ങിയില്ല.

ഞാൻ അവനെ അടുക്കളയിലേക്ക് കൊണ്ടുപോയി. വെള്ളമെടുത്തു കൊടുത്തു. "തൊണ്ടയിൽ എന്തെങ്കിലും തടഞ്ഞതാണോ?"

അവന്റെ നീണ്ട കൺപീലിക്കിടയിൽ കണ്ണീർതുള്ളികൾ. പിന്നേയും വെള്ളം വേണമെന്നു പറഞ്ഞു. പിന്നേയും ചുമച്ചു. വീണ്ടും വെള്ളം കുടിച്ചു.... എന്നിട്ടും ചുമച്ചുകൊണ്ടിരുന്നു. അവസാനം കുറച്ചൊരു ശമനം കിട്ടിയപ്പോൾ അവൻ പറഞ്ഞു. "അറിയില്ല... പെട്ടെന്നിങ്ങനെയൊരു ചുമ വരാൻ കാരണം" അവൻ എന്റെ മുഖത്തേക്ക് നോക്കാതെ അടുക്കളയിൽനിന്നും പുറത്തേക്ക് കടന്നു.

അതിനിടയിൽ അർതൂഷ് പെൺകുട്ടികളെ വിളിച്ചിരുന്നു. അദ്ദേഹം ആതിഥേയരോട് നന്ദിപറയുകയായിരുന്നു. എമിലി ഒന്നും മിണ്ടാതെ മുഖം

കുനിച്ച് വിരലിൽ വെളുത്ത റിബ്ബൺ ചുറ്റിക്കൊണ്ടുനിന്നു. എനിക്കു തോന്നിയതാണോ? അതോ വാസ്തവത്തിൽ അവളുടെ ചുണ്ടിൽ നേരിയ ഒരു ചിരിയുണ്ടായിരുന്നുവോ?

എമിലിനും അമ്മയും യാത്ര പറഞ്ഞു കൈകൊടുക്കുന്നതിനിടയിൽ കൺകോണുകൊണ്ട് ഞാൻ കണ്ടു, അർമേൻ അനുജത്തിമാരുടെ കാതിൽ എന്തോ അടക്കം പറയുന്നു. അർമീനെ ഉടനെ എന്റെ ഉടുപ്പിൽ ഒന്നു വലിച്ചു. "നാളത്തെ സിനിമ..." അവളെന്നെ ഓർമ്മിപ്പിച്ചു.

ഞാൻ എമിലിന്റെ നേരെ തിരിഞ്ഞു. "നാളെ കുട്ടികളുടെ കൂടെ എമിലിയേയും സിനിമയ്ക്കു കൊണ്ടുപോകട്ടെ... വിരോധമൊന്നു മില്ലല്ലോ."

എമിൽ മറുപടി പറയാതെ അമ്മയുടെ മുഖത്തേക്ക് നോക്കി. അർസീനെ മറുവശത്തുനിന്ന് എന്റെ ഉടുപ്പിൽ പിടിച്ചുവലിച്ചു. "അവളുടെ അച്ഛമ്മയോട് ചോദിക്കൂ..."

മിസ്സിസ് സിമോനിയൻ ഒരു നൂറ് ചോദ്യങ്ങൾ ചോദിച്ചു. ഏതു ചിത്രം? ഏതു കൊട്ടക? ആരുടെ കൂടെ പോരുന്നു? എപ്പോഴാണ് പോകുന്നത്? എത്ര മണിക്ക് തിരിച്ചുവരും? പിന്നെ അവിടെനിന്നും വറുത്ത പലഹാര ങ്ങളും സാൻവിച്ചുമൊന്നും വാങ്ങിത്തിന്നരുത്. ഒടുവിൽ അവർ സമ്മതം മൂളി. എമിലിക്കും എന്റെ മക്കളോടൊപ്പം സിനിമയ്ക്കു പോകാം.

പെൺകുട്ടികൾ രണ്ടുപേരും പതിവുപോലെ അരക്കെട്ടിലൂടെ കൈകോർത്തുപിടിച്ചു. ഞങ്ങളേക്കാൾ മുമ്പ് റോഡ് മുറിച്ച് കടന്ന് അപ്പുറ ത്തെത്തി. ഒന്നുരണ്ടുതവണ അവർ അർമേനെ തിരിഞ്ഞുനോക്കി ചിരിക്കുന്നതു കണ്ടു. ഞാൻ ഉമ്മറവാതിൽ തുറന്നു. ഇടനാഴിയിലെ വിള ക്കിട്ടു.

"എന്തു രസം, വെളിച്ചമുള്ളൊരു വീട്." അകത്തുകടന്നതും അർസീനെ ഉറക്കെ പറഞ്ഞു.

"വെളിച്ചം മാത്രമല്ല... നമ്മുടെ വീട്ടിൽ തണുപ്പുമുണ്ട്. എന്തു സുഖം!" അർമീനെയും തനിക്കു പറയാനുള്ളത് പറഞ്ഞു.

"കഴിഞ്ഞില്ല..."അവരുടെ വീട്ടിൽ എന്തു ചൂടാണ്? എന്താണങ്ങനെ? എന്നാലും രസമായിരുന്നു..."

"രസമായിരുന്നു... എന്നാലും അവരുടെ വീട്ടിൽ എന്തൊരിരുട്ടാണ്."

അർതൂഷ് ടൈ ഊരിവെച്ച് അടുക്കളയിലേക്ക് നടന്നു.

"എന്തെങ്കിലും തിന്നാനുണ്ടോ? വിശക്കുന്നു."

അർമേൻ നേരെ അവന്റെ മുറിയിലേക്ക് പോയി. വാതിൽ ഒച്ചയോടെ അടച്ചു.

ഞാൻ പെൺകുട്ടികളേയും കിടക്കാൻ പറഞ്ഞയച്ചു. ചെരിപ്പൂരിവെച്ച് അടുക്കളയിലേക്ക് ചെന്നു.

അൽതൂഷ് മേശയ്ക്കുമുമ്പിൽ ഇരുന്നു കഴിഞ്ഞിരുന്നു. നോട്ടം ജനൽപ്പടിയിലെ പൂക്കളിലേക്ക്. "പാവം മനുഷ്യൻ. അയാളെന്താ ഇങ്ങനെ എന്ന് ഇപ്പോഴല്ലേ മനസ്സിലായത്? അങ്ങനെയൊരു അമ്മ കൂടെയുള്ളപ്പോൾ..."

ജനാലച്ചില്ലിനു പുറകിൽനിന്നും ഒരു പല്ലി എന്നെ തുറിച്ചുനോക്കി. ഞാൻ മുട്ട പുഴുങ്ങിയതുവെച്ച് വേഗത്തിൽ ഒരു സാൻവിച്ചുണ്ടാക്കി. മുട്ട, എപ്പോഴായാലും ഏതു വിധത്തിലായാലും എന്റെ ഭർത്താവിന്റെ ഇഷ്ട ഭക്ഷണമാണ്.

അർതൂഷ് സാൻവിച്ച് വായിൽ വെച്ചപ്പോഴേക്കും കേട്ടു, അർസീനെയുടെ ഉറക്കെയുള്ള ശബ്ദം...

"ഇഷി എവിടെയാണെന്ന് വേഗം പറഞ്ഞോളൂ... അല്ലെങ്കിൽ ഞാനിപ്പം അമ്മയോടു പറയും. നീ എന്തിനാണ് ചുമച്ചതെന്ന്."

ഞാൻ കസേലയിൽനിന്ന് എഴുന്നേല്ക്കാൻ ഭാവിച്ചപ്പോഴേക്കും എപ്പോഴുമെന്നപോലെ അർതൂഷ് പിടിച്ചിരുത്തി. "കുട്ടികൾ തമ്മിലുള്ള വഴക്ക് ഇടപെടേണ്ട. അവരുടെ വഴക്ക് അവർതന്നെ തീർത്തോളും."

എന്റെ പരിഭ്രമം കണ്ട് അദ്ദേഹം ചിരിച്ചു. "പേടിക്കേണ്ട... അവർ തമ്മിൽ തല്ലി കൊല്ലുകയൊന്നുമില്ല." എന്റെ കൈ പിടിച്ച് അർതൂഷ് മെല്ലെ തലോടി. ഞാൻ അനങ്ങാതിരുന്നു. ഇതുപോലെ എന്റെ കൈ പിടിച്ച് അരികെയിരുന്നിട്ട് കാലമെത്രയായി? എന്റെ കൈയിൽനിന്നും കൈയെടുത്ത് സാൻവിച്ച് വായിൽവെച്ചു. "നിന്റെ ചർമ്മം വല്ലാതെ വരണ്ടിരിക്കുന്നു."

ഞാൻ എന്റെ കൈയിലേക്കു നോക്കി. നന്നേ താഴ്ത്തിവെട്ടിയ, പോളീഷ് ഇടാത്ത നഖങ്ങൾ. മിസ്സിസ് സിമോനിയന് കൈ കൊടുത്തപ്പോൾ അവർക്കും തോന്നിയിരിക്കുമോ എന്റെ ചർമ്മം വിണ്ടതും വരണ്ടതുമാണെന്ന്. അവരുടെ മകനോ? അദ്ദേഹം എന്റെ കൈ ചുംബിച്ച കാര്യമോർത്തപ്പോൾ എനിക്ക് ജാള്യത തോന്നി.

കുട്ടികളുടെ മുറിയിൽ ഒച്ചയനക്കങ്ങളൊന്നുമില്ല. അര മണിക്കൂർ കഴിഞ്ഞ് ഞാൻ ചെന്നുനോക്കിയപ്പോൾ മൂന്നുപേരും നല്ല ഉറക്കത്തിലായിരുന്നു. ഇഷിയെ കെട്ടിപ്പിടിച്ചാണ് അർമീനെ കിടക്കുന്നത്.

എട്ട്

വെള്ളിയാഴ്ച രാവിലെ വിശാലമായൊരു പ്രാതൽ. അത് ഞങ്ങളുടെ ഒരു സ്ഥിരം പതിവാണ്. കാരണം, മുടക്കു ദിവസമാണ്. ആർക്കും തിരക്കു പിടിച്ച് എങ്ങോട്ടുമോടേണ്ട.

അടുക്കളയിൽ റേഡിയോ "ഓൺ" ആയിരുന്നു. ഞാൻ മുട്ട പൊട്ടിച്ച് ചട്ടിയിലേക്കൊഴിച്ചു. അർതൂഷ് ഫ്രിഡ്ജിൽനിന്നും വെണ്ണയും ചീസും പുറത്തെടുത്തുവെക്കുകയായിരുന്നു. "പോയി അർമാനെ ഉണർത്തൂ... മേശപ്പുറത്തേക്ക് എല്ലാം ഞാനെടുത്തുവെച്ചോളാം... അവർക്ക് സിനിമയ്ക്ക് പോകേണ്ടതല്ലേ?" ഞാൻ പറഞ്ഞു.

അപ്പോഴേക്കും അടുക്കള വാതില്ക്കൽ അർമാന്റെ ശബ്ദം "ഉണർന്നു കഴിഞ്ഞു... കല്പിച്ചാലും,,, അവിടുത്തെ സേവനത്തിനു സന്നദ്ധൻ!" അവന്റെ മുടിയാകെ നനഞ്ഞിരുന്നു. മുഖം തുടുത്തിരുന്നു. "ഗുഡ് മോണിങ്ങ്" പറഞ്ഞുകൊണ്ട് അവൻ ഓർമ്മിപ്പിച്ചു. "പോയി അമ്മേടെ മടിച്ചി പെൺകുട്ടികളെ ഉണർത്തൂ."

അർതൂഷ് പുരികമുയർത്തി എന്നെ നോക്കി. "ഇന്നെന്തുപറ്റി? എന്ന ഭാവം. ഞങ്ങൾ രണ്ടുപേരും ഒരു നിമിഷം മകനെ നോക്കി നിന്നു. അർതൂഷ് മേശയ്ക്കരികിൽ വന്നിരുന്നു. "ഇതെന്താ രണ്ടുപേരും ഇങ്ങനെ അതിശയിച്ചു നോക്കുന്നത്? കുളിച്ചു വൃത്തിയായി വരുന്ന ആരേയും മുമ്പു കണ്ടിട്ടില്ലേ?"

അർതൂഷ് പതുക്കെ ചട്ടിയിൽനിന്നും മുട്ട ചട്ടുകംകൊണ്ട് ഇളക്കിയെടുത്തു. "സൂര്യൻ മുകളിൽ..." മുട്ടയുടെ മഞ്ഞഭാഗം മുകളിൽ. "കുളിച്ചു വൃത്തിയായി രാവിലെ പ്രത്യക്ഷപ്പെടുന്നവരെ ഞങ്ങൾ മുമ്പും കണ്ടിട്ടുണ്ട്. പക്ഷേ, അങ്ങനെയൊരു അർമേനെ മുമ്പു കാണാൻ ഇടവന്നിട്ടില്ല എന്നത് നേര്."

അച്ഛൻ മുട്ട മകന്റെ തട്ടത്തിലേക്കിട്ടു. ഞങ്ങൾ രണ്ടുപേരും അവനെ നോക്കി അപ്പോഴും ചിരിക്കുകയായിരുന്നു. പത്തുവയസ്സ് കഴിഞ്ഞാൽ പിന്നെ, അർമേനെ ഒന്നു കുളിച്ചുകാണുക എന്നത് സ്വല്പം പാടുള്ള

കാര്യം തന്നെയായിരുന്നു. അതെന്റെ വലിയൊരു പണിയുമായിരുന്നു. അത്രയ്ക്കും പിന്നാലെ നിന്നാലേ അവൻ കുളിക്കൂ എന്നതായിരുന്നു സ്ഥിതി.

പൊട്ടിപരന്ന മുട്ട തനിക്കിഷ്ടമല്ല എന്ന് അർമേൻ പരാതി പറയുന്ന തിനിടയിലാണ് പെൺകുട്ടികൾ ചാടിവീണത്. അവർ വെളുത്ത ബ്ലൗസും ചുകപ്പും നീലയും വരകളുള്ള 'പിനാഫോർ' ഉടുപ്പുമാണ് ധരിച്ചിരുന്നത്. "ഞങ്ങൾക്കു മുട്ട വേണ്ട" രണ്ടുപേരും പറഞ്ഞു. "വെണ്ണ പുരട്ടി പൊരിച്ച റൊട്ടിയും ജാമും മതി. കുടിക്കാൻ ചോക്ലേറ്റ് കലക്കിയ പാലും."

റേഡിയോവിൽനിന്നും ഫോറോസാൻ അദ്സാബിയുടെ ഉച്ചത്തിലുള്ള നേരിയ ശബ്ദം. അവർ സ്ഥിരം 'അനൗൺസറാ'ണ്. ഇത് ടെഹ്റാനിൽ വസന്തപുഷ്പങ്ങളുടേയും ചാറ്റൽ മഴയുടേയും ദിവസങ്ങളാണ്."

അതിനൊപ്പിച്ചു അർമേൻ ഉച്ചത്തിൽ പ്രഖ്യാപിച്ചു. "ഇത് അബ്ദാനിൽ പൊള്ളുന്ന ചൂടിന്റേയും ഉഷ്ണത്തിന്റേയും ദിവസങ്ങളാണ്."

"നീ എന്താണ് പറയുന്നത്?" അർസീനെ ചോദിച്ചു. അർമീനെ മൂക്ക് പാതിപൊത്തി അവനെ അനുകരിച്ചു. "അവർ ഫോറോസാൻദ അർബാബിയെ പോലെ പറയാൻ ശ്രമിക്കുകയാണ്." അർസീനെ കുലുങ്ങി കുലുങ്ങി ചിരിക്കാൻ തുടങ്ങി.

അതിനിടയിൽ അവൾ ചോദിച്ചു. "നമ്മുടെ ഉച്ചഭക്ഷണം ക്ലബ്ബ് ഹൗസിലാണോ?"

"അതുമതി" അർമീനെ സഹോദരിയെ പിൻതാങ്ങി.

"ഇന്നുച്ചയ്ക്ക് നമുക്ക് ക്ലബ്ബ് ഹൗസിൽനിന്ന് ഊണുകഴിക്കാം."

പ്രത്യേകിച്ച് പരിപാടികളൊന്നും ഇല്ലാത്ത ദിവസം ഞങ്ങൾ കുട്ടികളേയുംകൊണ്ട് ഗോൾസ്റ്റൊൻ ക്ലബ്ബിൽ പോവുക പതിവായിരുന്നു. വെള്ളിയാഴ്ച ഒഴിവുദിവസമാണല്ലോ. ചിലപ്പോൾ ഞങ്ങളെ ആരെങ്കിലും ഭക്ഷണത്തിന് ക്ഷണിച്ചെന്നിരിക്കും. അല്ലെങ്കിൽ ആരെങ്കിലും വിരുന്നിന് ഞങ്ങളുടെ വീട്ടിലേക്ക് വരുന്നുണ്ടാകും.

ക്ലബ്ബിലെ പോലോ കെബാബ് കുട്ടികൾക്ക് വളരെ ഇഷ്ടമായിരുന്നു. ആഴ്ചയിലൊരിക്കലെങ്കിലും എല്ലാവരും ഒരുമിച്ചിരുന്ന് ഭക്ഷണം കഴിക്കുക... നല്ലൊരു കാര്യമാണെന്ന് എനിക്കും തോന്നിയിരുന്നു. അർതൂഷ് ചായയിൽ പഞ്ചസാര ചേർത്തുകൊണ്ട് കുട്ടികളോട് പറഞ്ഞു, "ആയിക്കോട്ടെ... പക്ഷേ ഒരു വ്യവസ്ഥയുണ്ട്."

അർമനെ വായിലുള്ള റൊട്ടിക്കഷണം പെട്ടെന്ന് വിഴുങ്ങി. "എന്തു വ്യവസ്ഥ... കേൾക്കട്ടെ... ഹോംവർക്ക് മുഴുവനും ഞങ്ങൾ ചെയ്തു കഴിഞ്ഞു. പിയാനോവും വായിച്ചു പഠിച്ചു. മുറി വൃത്തിയാക്കലും കഴിഞ്ഞു." അവൻ അർമീനെയുടെ നോക്കി. "ഇല്ലേ... ഇതെല്ലാം നമ്മൾ ചെയ്തു കഴിഞ്ഞില്ലേ?"

അർമേൻ തന്റെ കിണ്ണത്തിലെ മുട്ടയുടെ കട്ടിയുള്ള ഭാഗവും ഒലിക്കുന്ന ഭാഗവും സ്പൂണുംകൊണ്ട് രണ്ടായി തിരിച്ചുവെച്ചു.

"വർത്തിയാക്കലല്ല്... മണ്ടി വൃത്തിയാക്കലാണ്." അവൻ എന്റെ നേരെ നോക്കി. കൂടുതലൊന്നും പറയാതെ മിണ്ടാതിരുന്നു.

പെൺകുട്ടികൾ അക്ഷമയോടെ അച്ഛനോട് വീണ്ടും ചോദിച്ചു.... "പറയൂ അച്ഛാ... വ്യവസ്ഥകളെന്താണ്?" അർതൂഷ് ഗൗരവത്തിൽ കപ്പിൽ പഞ്ചസാരയിട്ട് ഇളക്കിക്കൊണ്ടിരുന്നു.

"ശരി, ഞങ്ങൾ സമ്മതിച്ചു" അർമീനെ പറഞ്ഞു.

"അതെ, വ്യവസ്ഥ എന്തായാലും വിരോധമില്ല" അർമീനെയും ഉറപ്പിച്ചു പറഞ്ഞു.

പിന്നെ ഒരുമിച്ചു തിരക്കുകൂട്ടി. "വേഗം പറയൂ... കേൾക്കട്ടെ... എന്താണ്?"

എനിക്കും അർമേനും കൂടി ആ വ്യവസ്ഥകളറിയാൻ തിടുക്കമായി. ഞങ്ങളും അർതൂഷിന്റെ മുഖത്ത് നോട്ടമുറപ്പിച്ചു. വലിയൊരു പണി ചെയ്യുകയാണെന്ന ഭാവത്തിൽ അദ്ദേഹം കപ്പിൽനിന്നും സ്പൂണെടുത്തു. സോസറിന്റെ ഒരു ഭാഗത്തായി പതുക്കെ വെച്ചു. ആദ്യം ഒന്നുരണ്ടു നിമിഷം ജനലിൽ കൂടി പുറത്തേക്കു നോക്കി. പിന്നെ എന്റെ നേരെ... അർമേന്റെ മുഖത്തേക്ക്... ഒടുവിൽ പെൺകുട്ടികളുടെ കണ്ണുകളിലേക്ക്. അദ്ദേഹത്തിന്റെ ചുണ്ടുകൾ ചെറുതായൊന്നു വിടർന്നു. എന്നാൽ മുഖത്തെ ഗൗരവത്തിന് അയവുണ്ടായില്ല... പെൺകുട്ടികളുടെ അക്ഷമ പൊട്ടിച്ചിതറുമെന്നായി.

"ഒരേയൊരു വ്യവസ്ഥ... എന്റെ സുന്ദരിക്കുട്ടികൾ രണ്ടുപേരും ഓടി വന്ന് അച്ഛനെ കെട്ടിപ്പിടിച്ച് ഓരോ ഉമ്മ തരണം. വലിയൊരുമ്മ...."

പെൺകുട്ടികൾ രണ്ടുപേരും ഉറക്കെ പൊട്ടിച്ചിരിച്ചു. കസേലയിൽ നിന്നും ചാടി എഴുന്നേറ്റു.

"ഓ... ഇതാണോ ആ വമ്പൻ വ്യവസ്ഥ!" അർമേൻ പുച്ഛത്തോടെ മുഖം കോട്ടി.

ഞാൻ ചിരിച്ചുകൊണ്ട് പാത്രങ്ങൾ മാറ്റിവെച്ച് മേശ വൃത്തിയാക്കാൻ തുടങ്ങി.

അർതൂഷിന്റെ മടിയിൽ കയറിയിരുന്ന് അർസിനെ പറഞ്ഞു.

"സിനിമ കഴിഞ്ഞ് എമിലിക്കും നമ്മുടെ കൂടെ ക്ലബ്ബിലേക്കു വരാൻ പറ്റിയാൽ നന്നായിരുന്നു."

"ഓ... നമുക്കുപോയി അവളെ വിളിക്കണ്ടേ? സമയമായി..."

അച്ഛന്റെ മടിയുടെ മറുവശത്തിരുന്ന് അർമീനെ ഓർമ്മിപ്പിച്ചു.

അർമേൻ അവന്റെ കസേല പിന്നോക്കം തിരക്കി എഴുന്നേറ്റു. "എമിലിയെ ഞാൻ വിളിച്ചുകൊണ്ടുവരാം." അർസീനെയുടെ മുടി

ച്ചുരുളുകൾക്കു മുകളിൽകൂടി അർതൂഷ് എന്റെ മുഖത്തേക്ക് നോക്കി. അർമേൻ അതിനിടെ ഇടനാഴിയിലെത്തി കഴിഞ്ഞിരുന്നു. അനിയത്തി മാർ രണ്ടുപേരും ഒച്ചവെച്ചുകൊണ്ട് അവന്റെ പിന്നാലേ... "നില്ക്കൂ... ഞങ്ങളുമുണ്ട്."

അടുക്കള വാതിലിലൂടെ പുറത്തേക്ക് നോക്കിക്കൊണ്ട് അർതൂഷ് പറഞ്ഞു, "നമ്മുടെ മകൻ ആകെ മാറിയിരിക്കുന്നല്ലോ... ആകപ്പാടെ ഒരു അനുസരണ... അച്ചടക്കം..." അദ്ദേഹം പ്രാതൽ കഴിച്ചെഴുന്നേറ്റു. "സിനിമ കഴിഞ്ഞ് ഞാൻ കുട്ടികളെ വിളിച്ചുകൊണ്ടുവരാം... എന്നിട്ട് നിന്നേയും കൂട്ടി നേരെ ക്ലബ്ബിൽ പോകാം. ആലീസിനോടും അമ്മയോടും അങ്ങോട്ടു വരാൻ പറയൂ..."

എനിക്ക് ശരിക്കും അദ്ഭുതമായി. അർതൂഷിന് നന്നായി അറിയാം. അമ്മയ്ക്കും ആലീസിനും പ്രത്യേകം ക്ഷണത്തിന്റെ ആവശ്യമില്ലെന്ന്. എന്തായാലും അവർ എത്തിക്കൊള്ളും. അർതൂഷിനാണെങ്കിൽ അവരുടെ രണ്ടുപേരുടേയും കാര്യത്തിൽ ഒട്ടും താത്പര്യമില്ല. അങ്ങനെയിരിക്കേ, പെട്ടെന്നുള്ള ഈ "ഇഷ്ടംകാട്ടലി" ന്റെ പുറകിലെന്തായിരിക്കും.

ഇടനാഴിയിൽനിന്നും അദ്ദേഹം വിളിച്ചുപറഞ്ഞു. "കുട്ടികളെ തിയ്യറ്ററിലിറക്കി ഞാൻ ഷഹാൻഡേയേ കാണാൻ പോകും." അപ്പോ അതാണ് കാര്യം. "നില്ക്കൂ..." ഞാനും തിരക്കിട്ട് അദ്ദേഹത്തിന്റെ പിന്നാലെ ഓടി.

അദ്ദേഹം പാതിവഴിയിൽ എന്നെ കാത്തുനിന്നു. ഞാൻ ഓടിയെത്തു ന്നതും നോക്കി തന്റെ ഊശാന്താടി മെല്ലെ തടവി ചിരിച്ചുകൊണ്ടാണ് നില്പ്.

എന്റെ ഊഹം തെറ്റിയിട്ടില്ല. അദ്ദേഹം എന്നോട് കുതിരക്കച്ചവടം നടത്തുകയാണ്. ഞാൻ നേരെ മുമ്പിൽചെന്നുനിന്നു. "ഷഹാൻഡേയെ കാണാൻ പോവില്ലെന്ന് എനിക്ക് വാക്കു തന്നിട്ടുള്ളതല്ലേ?"

എന്റെ മുഖത്തേക്കു പാറിവീണ മുടി പിന്നോക്കം കൈക്കൊണ്ട് ഒതുക്കിയിട്ട് ശാന്തനായി പറഞ്ഞു. "ഒരു നൂറുതവണ ഞാൻ നിന്നോട് പറഞ്ഞിട്ടുണ്ടല്ലോ... നീ കേട്ടത് ശരിയല്ല എന്ന്. ഷഹാൻഡേയ്ക്ക് ഏതു കാലത്താണ് രാഷ്ട്രീയകാര്യങ്ങളുമായി ബന്ധമുണ്ടായിരുന്നത്? ഒന്നോ രണ്ടോ പേർ അയാളുടെ കടയിൽ വരുന്നു. ഞങ്ങളൊരുമിച്ചിരുന്നു കുറച്ചു നേരം വർത്തമാനം പറയുന്നു. അതിലെന്താണ് പ്രശ്നം? "എന്റെ മൂക്കിൻ തുമ്പ് കൈവിരലുയർത്തി തൊട്ടുകൊണ്ട് അദ്ദേഹം എന്നെ സമാധാനി പ്പിച്ചു. "നീ പരിഭ്രമിക്കണ്ട... ഇത്തിരി പനിനീർ സർബത്തു മാത്രമേ കുടിക്കൂ... വേഗം തിരിച്ചുവരികയും ചെയ്യും... വരുമ്പോൾ നിനക്കും കുറച്ച് സർ വന്ന് കൊണ്ടുവരട്ടേ...." അദ്ദേഹം ഉറക്കെ ചിരിച്ചുകൊണ്ട് പടിക്ക ലേക്ക് നടന്നു.

ചൂടുള്ള കാലമാണെങ്കിൽ കടയിൽ ചെല്ലുന്നവർക്കെല്ലാം ഷഹാൻഡേ റോസ് സർബത്തു നല്കും. തണുപ്പുകാലമാണെങ്കിൽ സർബത്തിനു പകരം ചായയായിരിക്കും. ഒപ്പം ഉണക്കിയ നാരങ്ങത്തുണ്ടുമുണ്ടാകും. ഒരിക്കൽ മാത്രം ഞാൻ ആ സർബത്തു രുചിച്ചിട്ടുണ്ട്. അത്രയ്ക്ക് സ്വാദൊന്നും എനിക്കു തോന്നിയില്ല.

പടിവരെ ഞാനും ഒപ്പം ചെന്നു. "ചിലപ്പോൾ അയാൾ നല്ല കഥകളെ ന്തെങ്കിലും പറയും... തിരിച്ചു വന്നിട്ടു ഞാൻ പറഞ്ഞുതരാം..."

"കഥ പറയാൻ അറിയുന്നൊരു ആള്..." ഞാൻ അർതൂഷിനെ കളിയാക്കി. "നല്ല രസമുള്ള നായാട്ടു കഥകളാണ് ഷഹാൻഡേ പറയാറ്. കഥ പറയാനറിയാത്ത അർതൂഷ് പറയുമ്പോൾ പോലും ആ കഥകൾക്ക് അതിന്റേതായ രസം തോന്നും. ഗേരേജിന്റെ വാതിൽ തുറക്കാൻ ഞാൻ അദ്ദേഹത്തെ സഹായിച്ചു. "ഷഹാൻഡേയുടെ കടയിൽ കാര്യമായി ഒന്നും നടക്കുന്നില്ലെങ്കിൽ എന്തിനാണവർ അത് അടച്ചുപൂട്ടിയത്...? നവപ്രസരം മുതൽ ഏതാണ്ട് ഈസ്റ്റർ വരെ അത് അടഞ്ഞുകിടക്കുകയായിരുന്നില്ലേ? തൊട്ടടുത്ത അത്തർ കടയുടെ ഉടമസ്ഥൻ പറഞ്ഞത് ഷഹാൻഡേയെ തിരക്കി ടെഹ്റാനിൽനിന്നാണ് അവർ വന്നത് എന്നാണ്...."

ഞങ്ങൾ ഇരുന്ന മറൂൺ നിറത്തിലുള്ള ഷവർലേ കാറിൽ വെയിൽ നാളങ്ങൾ വന്നുവീണു. പഴയ കാറാണ് 20 മോഡൽ. ആലീസിന് അർതൂഷിനെ പരിഹസിക്കാനുള്ള കാരണങ്ങളിലൊന്ന്. അദ്ദേഹം കാറിന്റെ വാതിൽ തുറന്നു. "അങ്ങയുടെ കടക്കാരൻ പറഞ്ഞത് വെറും അസംബന്ധമാണ്. എന്നെപോലെ ഷഹാൻഡേയ്ക്കും പരാക്രമങ്ങളുടെ ഒരു യുവത്വകാലം ഉണ്ടായിരുന്നു. അതൊക്കെ ഞങ്ങൾ രണ്ടുപേരിലും എന്നോ കെട്ടുപോയിക്കഴിഞ്ഞു." അദ്ദേഹം കാറിൽ കയറിയിരുന്നു. "വെറുതെ കുറച്ചുനേരം വർത്തമാനം പറഞ്ഞിരിക്കും... ഡന്യാ... വേറെയൊന്നുമില്ല."

രണ്ടുമൂന്നുതവണ ഇഗ്നീഷ്യൻ തിരിച്ചതിനുശേഷം വണ്ടി സ്റ്റാർട്ടായി. അർതൂഷ് ഗേരേജിൽനിന്നും കാറ് പുറകോട്ടെടുക്കുമ്പോഴേക്കും കുട്ടികളും വന്നു.

എമിലിയുടെ മുടി പിന്നോക്കം കോതി ചുകന്ന ബാൻഡിട്ടിരിക്കുന്നു. ഇപ്പോൾ മുഖത്തേക്ക് മുടി വീണു കിടക്കുന്നില്ല. കണ്ണുകൾക്ക് കൂടുതൽ വലുപ്പം തോന്നി. കവിളുകളും ചുണ്ടുകളും പ്രത്യേകിച്ചെടുത്തു നില്ക്കുന്നതുപോലെ... ചുണ്ടിൽ ലിപ്സ്റ്റിക് തേച്ചിട്ടുണ്ടോ?

ഇരട്ടക്കുട്ടികൾ ചുണ്ടുകൂർപ്പിച്ചു പറഞ്ഞു, "എമിലിയുടെ അച്ഛമ്മ അവൾക്ക് സമ്മതം കൊടുത്തില്ല. നമ്മുടെ കൂടെ ക്ലബ്ബിലേക്കു വരാൻ രണ്ടുപേരും എന്റെ കൈയിൽ തൂങ്ങി അങ്ങോട്ടുമിങ്ങോട്ടുമോടി. "അമ്മ പോയി ചോദിക്കൂ, അവളുടെ അച്ഛമ്മയോട്..."

"പ്ലീസ് അമ്മേ..."

"പ്ലീസ്, പ്ലീസ് അമ്മേ...."

അർമേൻ കുറച്ചുമാറിനിന്ന് ഷൂസിന്റെ തുമ്പുകൊണ്ട് ഒരു കല്ല് ഉരുട്ടി നീക്കുകയായിരുന്നു. എമിലി ഒന്നും മിണ്ടാതെ താഴേക്കു നോക്കിനിന്നു. അർതൂഷ് കാറിലിരുന്നുകൊണ്ട് കുട്ടികളെ വിളിച്ചു... "വേഗം വരൂ... ഇപ്പൊ ത്തന്നെ വൈകി."

ഇരട്ടക്കുട്ടികളുടെ തോളിൽ കൈവെച്ച് ഞാൻ കാറിനടുത്തേക്ക് നടന്നു. "ശരി... ശരി... ഞാൻ ശ്രമിച്ചുനോക്കാം.... അവളുടെ അച്ഛമ്മയോടു ചോദിക്കാം..."

അർസീനെയും അർമീനെയും ധൃതിയിൽ കാറിനകത്തേക്കു ചാടി ക്കയറി. അർമേൻ വാതിൽ തുറന്നുപിടിച്ച് ഒതുങ്ങി നിന്നു. എമിലിക്കു കയറാനായി. അവൾ കയറിയതിനുശേഷം വാതിലടച്ച് മുമ്പിലെ സീറ്റിൽ കയറിയിരുന്നു. അച്ഛന്റെ അരികെ. അർതൂഷ് കൈവീശി ഓടിച്ചുപോയി. പെൺകുട്ടികൾ ജനാലച്ചില്ല് താഴ്ത്തി പിന്നേയും വിളിച്ചു പറഞ്ഞു... "എമിലിക്ക് അനുവാദം... എമിലിക്ക് അനുവാദം..."

വഴിയുടെ അറ്റത്ത് ചെന്ന്, താജ് തിയ്യറ്ററിന്റെ ഭാഗത്തേക്ക് കാറ് തിരിയുന്നതുവരെ ഞാൻ അവിടെത്തന്നെ നിന്നു. ചൂടുള്ള കാറ്റ്. വഴി യോരത്തുള്ള മാസമരങ്ങളുടെ ചില്ലകളെ പതുക്കെ ഉലച്ചുകൊണ്ട് വീശുന്നുണ്ടായിരുന്നു. ഞങ്ങളുടെ തൊട്ട് അയൽക്കാരൻ റഹമീ അയാളുടെ കാറിൽ എന്തോ പണികൾ ചെയ്ത് മുറ്റത്തുതന്നെ ഇരുന്നി രുന്നു. ഞങ്ങളുടെ ഗേരേജുകളും തൊട്ടുതൊട്ടായിരുന്നു. അയാളുടെ അഞ്ചുവയസ്സായ മകൻ അച്ഛന്റെ കാലുറകളിൽ പിടിച്ചുവലിച്ച് വാശി പിടിക്കുന്നുണ്ടായിരുന്നു. എവിടേക്കോ കൊണ്ടുപോകണമെന്ന് പറഞ്ഞാണ് കരയുന്നത്.

എന്നെ കണ്ടതും റഹീമി എഴുന്നേറ്റ് ചിരിച്ചു. കൈവീശി... "മോനെ നീന്തൽക്കുളം ഇപ്പോഴൊന്നും തുറക്കില്ല. കുറെ കഴിയണം." അയാൾ കുട്ടിയുടെ പുറത്തുതട്ടി. നീന്തൽ കുളത്തിൽ പോകാനാണ് അവൻ തിടുക്കം കൂട്ടുന്നതെന്ന് അപ്പോഴാണെനിക്കു മനസ്സിലായത്.

കുട്ടി അപ്പോഴും കിണുങ്ങിക്കൊണ്ടുനിന്നു. കൈയിൽ വലിച്ചുകുടി ക്കാനുള്ള ഏതോ മധുരപാനീയം. വായയ്ക്കു ചുറ്റും ഒരു ഓറഞ്ചു വലയം... അബ്ഡാനിൽ ഇതു സാധാരണയാണ്. നാരങ്ങയോ ഓറഞ്ചോ അതുപോലെയുള്ള വേറെ ചില രുചികളിലുമുള്ള തണുത്ത മധുരമുള്ള പാനീയങ്ങൾ. വേനല്ക്കാലത്ത് അതു കുടിക്കാൻ പ്രത്യേകമൊരു സുഖമാണ്. എന്നാൽ കുട്ടികൾക്ക് കൂടുതലിഷ്ടം അതിന്റെ പൊടി വാരി ത്തിന്നാനാണ്. എന്നിട്ട് നാവു പുറത്തേക്ക് നീട്ടി ചോദിക്കും... "പറയൂ... എന്റെ നാവിന്റെ നിറം... ചുകപ്പോ ഓറഞ്ചോ അതോ വയലറ്റോ?"

ഞാൻ റഹീമിയുടെ ഭാര്യയുടെ വിവരമന്വേഷിച്ചു. അവർ ടെഹ്റാനി ലേക്ക് പോയിരിക്കുകയായിരുന്നു. അനന്തിരവന്റെ വിവാഹത്തിനുവേണ്ട

വസ്ത്രങ്ങൾ വാങ്ങാൻ. അയാളുടെ നേരെ കൈ വീശി. പടി തുറന്ന് പുറത്ത് കടന്ന് വാതിലടച്ചു. നടപ്പാതയിലൂടെ പുൽത്തകിടി മുറിച്ചു കടന്നു. പുൽക്കൊടികൾക്കിടയിൽ വിരിഞ്ഞുനില്ക്കുന്ന ക്ലോവർ പൂക്കൾ കണ്ടപ്പോൾ അർമീനെ പറഞ്ഞത് ഓർത്തുപോയി. "വയലറ്റ് നിറത്തിലുള്ള സ്മാർട്ടീസ് പോലെയുണ്ട്. അല്ലേ അർസീനേ?" രണ്ടുപേർക്കും സ്മാർട്ടീസ് മിഠായികൾ വളരെ ഇഷ്ടമായിരുന്നു. പല നിറത്തിൽ കൊക്കോവിന്റെ കുരുപോലെയുള്ളതാണ്. വില്ലോ മരത്തിന്റെ ചില്ലകൾ ഊഞ്ഞാലിലേക്ക് നല്ലവണ്ണം ചാഞ്ഞിരിക്കുന്നു. റോസച്ചെടിയിൽ കുറേ അധികം പൂമൊട്ടുകൾ വിരിഞ്ഞു നില്ക്കുന്നുണ്ട്.

ഒമ്പത്

ഞാൻ വാതിൽ അടച്ചിട്ട് അകത്തേക്ക് ചെന്നു. അബ്ദാനിൽ പകൽ സമയത്തൊന്നും ആരും വാതിൽ അടച്ച് കുറ്റിയിടാറില്ല. വീട്ടിൽ ഞാൻ മാത്രം മതി എന്ന തോന്നലുണ്ടാകുമ്പോഴാണ് സാധാരണയായി വാതിൽ പൂട്ടിയിടാറ്. സ്വയം ചോദ്യം ചോദിക്കാനുള്ള ഒരു വാസന പണ്ടേ ഉണ്ടായിരുന്നു. ഈ വിഷയം പലതവണ എന്നോടുതന്നെ ചോദിച്ചിട്ടുള്ളതാണ്. വാതിൽ പൂട്ടിയിടുന്നതും തനിച്ചിരിക്കുന്നതുമായി എന്താണ് ബന്ധം. ഉത്തരം എപ്പോഴും "അറിയില്ല" എന്നായിരുന്നു.

വാതിലിൽ ചാരിനിന്ന് കണ്ണുകളടച്ചു. പുറത്തെ കത്തുന്ന വെയിലും ചൂടും കുട്ടികളുടെ ബഹളവും വീടിനകത്തു വന്നപ്പോഴത്തെ തണുപ്പും നിശ്ശബ്ദതയും... വളരെ ഹൃദ്യമായിത്തോന്നി. വീട്ടിനകത്ത് ശബ്ദം എന്നു പറയാൻ എയർകണ്ടീഷനറുടെ ഒരേ മട്ടിലുള്ള മുരളൽ മാത്രം. ഇടനാഴിയിൽ അപ്പോഴും അർതൂഷ് ഉപയോഗിക്കുന്ന കോളോണിന്റെ നേരിയ വാസന ബാക്കിനിന്നിരുന്നു. ഒരു കാപ്പി കുടിച്ചാലോ?

അടുക്കളയിലെ ക്ലോക്കിലേക്ക് നോക്കി. പത്തായിട്ടില്ല. അര മണിക്കൂറിനുള്ളിൽ അമ്മയും ആലീസും എന്തായാലും എത്തും. കാപ്പി, അവർ കൂടി വന്നിട്ട് ഒരുമിച്ചു കുടിക്കാം. ഞാൻ കാത്തിരുന്നു ഫ്രിഡ്ജിൽനിന്നും ഒരു പാക്കറ്റ് സിഗരറ്റെടുത്ത് പുറത്തുവെച്ചു. സിഗരറ്റ് ഫ്രിഡ്ജിനകത്തു വെച്ചാൽ പുതുമ നഷ്ടപ്പെടാതിരിക്കും എന്ന് എവിടെയാണ് വായിച്ചത്?

സാധാരണയായി അങ്ങനെ പുകവലിക്കാറില്ല. എന്നാൽ വീട്ടിൽ തനിച്ചാകുമ്പോൾ, ആ പച്ച കുഷ്യനിട്ട കസേല ജനലരുകിലേക്ക് നീക്കിയിട്ട് പുറത്തേക്ക് നോക്കിയിരിക്കാൻ എനിക്കിഷ്ടമാണ്. കസേലയിൽ സുഖമായി ചാരിയിരുന്ന്, പുകയും വലിച്ചു അവനവന്റെ ചിന്തകളിൽ മുഴുകുക രസമുള്ള സംഗതിയാണ്. ഏകാന്തതയുടെ ഈ അപൂർവ്വ നിമിഷങ്ങളിൽ സാധാരണ വീട്ടുജോലികളെ കുറിച്ച് ചിന്തിക്കാതിരിക്കാൻ ശ്രമിക്കാറുണ്ട്. വെക്കലും വിളമ്പലും അർമേനെ പഠിപ്പിച്ചുകൊടുത്തിട്ടുണ്ട്. അർതൂഷിനാണെങ്കിൽ ഓർമ്മക്കുറവും നിസ്സംഗതയും...

സാധാരണ സമയങ്ങളിൽ ആലോചിക്കാൻ സാവകാശം കിട്ടാത്ത കാര്യങ്ങളെ കുറിച്ചാണ് അപ്പോൾ ചിന്തിക്കാറുള്ളത്... പണ്ട് ഞങ്ങൾ ടെഹ്റാനിൽ താമസിച്ചിരുന്ന വീട്. അവിടത്തെ കൊച്ചുമുറ്റം, വലിയ മുറികൾ, നീണ്ട ഇടനാഴി.. നട്ടുച്ചയ്ക്കുപോലും ആ ഇടനാഴിയിൽ ഇരുട്ടായിരുന്നു. അച്ഛൻ എന്നും ഉച്ചനേരത്ത് വീട്ടിൽ വരുമായിരുന്നു. കൈയും മുഖവും കഴുകി മേശയ്ക്കരുകിൽ വന്നിരിക്കും. വിസ്തരിച്ച് ഉച്ചഭക്ഷണം കഴിക്കും. അന്ന് അമ്മ വെച്ചുണ്ടാക്കിയതെന്തായാലും നന്നായി ആസ്വദിച്ചു കഴിക്കും. അതിനിടയിൽ, രാവിലെ നടന്ന സംഭവങ്ങളെല്ലാം ഓരോന്നായി എണ്ണി എണ്ണി അമ്മ പറഞ്ഞുകൊണ്ടിരിക്കും. ഒരു നിമിഷമെങ്കിലും കണക്കിൽപ്പെടാതെ പോകില്ല. എത്ര ശ്രദ്ധയോടെയാണ് അച്ഛൻ എല്ലാം കേൾക്കാറ്! അങ്ങാടിയിൽനിന്നും രാവിലെ വാങ്ങിയ തണ്ണിമത്തൻ മുറിച്ചപ്പോൾ... പാകമാകാതെ നിറംകെട്ട്... ബീൻസിന്റെ വില കുത്തനെ കറിയിരിക്കുന്നു.

ഞാനും ആലീസും തമ്മിലുള്ള വഴക്ക് അതൊരു നിത്യസംഭവമാണ്. അച്ഛൻ ഒച്ചയൊതുക്കി എന്തോ ചിലതു പറയും. അതെന്താണെന്ന് ഞങ്ങൾക്ക് മനസ്സിലാവാറില്ല. അഥവാ മനസ്സിലായാൽ തന്നേയും ഞങ്ങളത് ഓർത്തുവെക്കാറില്ല. ഊണു കഴിഞ്ഞ ഉടനെ അച്ഛനെഴുന്നേല്ക്കും. അമ്മയോട് നന്ദി പറയും. നേരെ തന്റെ മുറിയിലേക്ക് നടക്കും. ഇരുണ്ട ഇടനാഴിയുടെ മറ്റേ അറ്റത്തായിരുന്നു അച്ഛന്റെ മുറി. ചെറിയൊരു മുറി. ബ്രൗൺ നിറത്തിലുള്ള വെൽവെറ്റ് കർട്ടനുകൾ. അതെപ്പോഴും തുറന്നിട്ടിരിക്കും. മുറിയ്ക്കകത്ത് സാധനങ്ങൾ വേണ്ടതിലധികമാണ്. അവിടവിടെ ചിതറിക്കിടക്കും. അമ്മ എപ്പോഴും പരാതി പറയും. “ഇതൊക്കെ ഒന്ന് അടുക്കി പെറുക്കി വെച്ചുകൂടേ?”

അച്ഛൻ മരിച്ചതിനുശേഷം, നാല്പതാം ദിവസത്തെ ചടങ്ങു കഴിഞ്ഞതിൽ പിന്നെ ആലീസിനേയും എന്നേയും കൂട്ടി അമ്മ ആ മുറിയിലേക്ക് കടന്നു... ഒരുപാട് കരഞ്ഞു. “ദൈവത്തിനുമാത്രമറിയാം... അദ്ദേഹം ഈ ചപ്പുചവറുകളെല്ലാം ശേഖരിച്ചു വെച്ചതെന്തിനായിരുന്നുവെന്ന്!” തറയിൽ നിന്നും തട്ടുവരെ എത്തുന്ന ഷെൽഫുകൾ നിറയെ പുസ്തകങ്ങളും പത്രമാസികകളുമായിരുന്നു. പലതിൽനിന്നും വെട്ടിയെടുത്ത കുറിപ്പുകളും പാതിമാത്രം പൂരിപ്പിച്ച പദപ്രശ്നങ്ങളുമുണ്ടായിരുന്നു. ഞങ്ങളറിയാത്ത എത്രയോ പേരയച്ച കത്തുകൾ. ചെറുപ്പകാലത്ത് സുഹൃത്തുക്കളോടൊപ്പം നിന്നെടുത്ത ഫോട്ടോകൾ. അവരിൽ ഒരാളെയും ഞങ്ങളാരും കണ്ടിട്ടുണ്ടായിരുന്നില്ല. അമ്മ കരഞ്ഞുകൊണ്ടിരുന്നു. ആലീസ് തേങ്ങലടക്കാൻ ബുദ്ധിമുട്ടി. അമ്മ പിന്നേയും പറഞ്ഞു. “ഈ കാലമത്രയും അദ്ദേഹം എന്തിനാണാവോ ഇതും കെട്ടിപ്പിടിച്ചിരുന്നത്?”

ഞാൻ അച്ഛന്റെ പുസ്തകങ്ങൾ തുറന്നടച്ചു. കേടുവന്നതും പൊട്ടിയതുമായ റിസ്റ്റ് വാച്ചുകൾ തിരിച്ചും മറിച്ചും നോക്കി. അച്ഛന് സമയനിഷ്ഠയില്ല എന്നത് അമ്മയുടെ സ്ഥിരം ആവലാതിയായിരുന്നു. പഴയ

ഒരു ചെരുപ്പുപ്പെട്ടിയിൽ തുരുമ്പെടുത്ത ഏതാനും റേസർ ബ്ലേഡുകൾ. വേറൊരു മരപ്പെട്ടിയിൽ ഏതോ ആഫ്ടർ ഷേവ് ലോഷന്റെ കുറേ ഒഴിഞ്ഞ കുപ്പികൾ. എനിക്കോർമ്മവെച്ച നാൾ മുതൽ അച്ഛൻ നല്ല കരുത്തിൽ താടി വളർത്തിയിരുന്നു. ഒരിക്കലും 'ആഫ്ടർ ഷേവ് ലോഷൻ' ഉപയോഗിക്കാറുമില്ല.

ഇടനാഴിയുടെ അറ്റത്തുള്ള ആ ചെറിയ മുറിയിൽ നിന്നും സൂക്ഷിച്ചുവെക്കാൻ തക്കവണ്ണമുള്ളതൊന്നും ആലീസിനു കിട്ടിയില്ല. ഞാൻ ചില്ല പുസ്തകങ്ങൾ തിരഞ്ഞെടുത്തു. അമ്മ കണ്ണീർ തുടച്ചു. ബ്രൗൺ നിറത്തിലുള്ള കർട്ടനുകൾ വകഞ്ഞുമാറ്റി. കൈയിൽ കിട്ടിയതെല്ലാം അവർ പുറത്തേക്ക് വലിച്ചെറിഞ്ഞു. അങ്ങനെ ഇടനാഴിയുടെ അറ്റത്തെ ആ കൊച്ചുമുറി അമ്മ തീർത്തും ഒഴിച്ചിട്ടു. തന്റെ ഏറ്റവും വലിയ കടമ നിർവ്വഹിച്ചുകഴിഞ്ഞു എന്ന ഭാവമായിരുന്നു ആ മുഖത്ത്. ഒഴിഞ്ഞ മനസ്സുമായി, നിശ്ചിന്തയായി അമ്മ അച്ഛന്റെ ദുഃഖാചാരണത്തിനൊരുങ്ങി. അതിൽ പിന്നെ അവരുടെ ചുണ്ടത്തെ സ്ഥിരം പല്ലവിയായി. "നിങ്ങളുടെ അച്ഛനുണ്ടായിരുന്നെങ്കിൽ"

പതുക്കെ പതുക്കെ ഞങ്ങൾക്ക് ബോദ്ധ്യമായി. അച്ഛനുണ്ടായിരുന്നുവെങ്കിലും ഒന്നിനും ഒരു മാറ്റവും സംഭവിക്കുമായിരുന്നില്ല എന്ന്. അച്ഛൻ ആ മുറിയിലിരുന്ന് പുസ്തകം വായിക്കും, പദപ്രശ്നം പൂരിപ്പിക്കും. ഉച്ചയ്ക്ക് അടുക്കളയിൽ വന്നിരുന്ന് സുഖമായി ഉണ്ണും. ഒന്നിനെക്കുറിച്ചും ആരുമായും സ്വന്തം അഭിപ്രായം പങ്കുവെക്കാറില്ല. വല്ലപ്പോഴും എന്തെങ്കിലും അഭിപ്രായം പറഞ്ഞാൽ തന്നേയും അത് ഞങ്ങൾ കേൾക്കാറില്ല, ഓർമ്മവെക്കാറുമില്ല. ഞങ്ങൾ ഞങ്ങളുടെ ജീവിതവുമായി മുമ്പോട്ടു പോയി. ഞാൻ അബ്ദാനിൽ വന്ന് അർതൂഷിനോടൊപ്പം കുടുംബജീവിതം തുടങ്ങി. മക്കളെ വളർത്തി. ആലീസ് ഏതാനും വർഷത്തേക്ക് ഇംഗ്ലണ്ടിലേക്ക് പോയി. പഠിക്കാനാണ് എന്ന നാട്യം. ഒരു ഇംഗ്ലീഷുകാരൻ ഭർത്താവിനെ കിട്ടിയാൽ നന്നായി എന്ന മോഹം. അമ്മ ദിവസവും രണ്ടുനേരം അടുക്കള തേച്ചുകഴുകി തണ്ണിമത്തനും പച്ചക്കറികളും മറ്റും കഴുകാതെ ഫ്രിഡ്ജിൽവെക്കുന്ന സ്ത്രീകളെ കുറ്റം പറഞ്ഞു. എന്തെങ്കിലും കാരണങ്ങൾ കണ്ടെത്തി എന്നും വെറുതെ പരിഭ്രമിച്ചു.

പച്ച കുഷ്യനിൽ തല അമർത്തിവെച്ച് എതിർവീട്ടിൽ താമസിക്കുന്ന സിമോനിയൻ കുടുംബത്തെ പറ്റി ആലോചിച്ചു. മകന്റെ ഭംഗിയുള്ള മൃദുലമായ കൈകൾ. അമ്മയുടെ കല്ലുപതിച്ച, ചിത്രപ്പണികൾ ചെയ്ത ചെരുപ്പുകൾ. എമിലി... അവൾ ഇനിയും എന്നോട് ഒരു വാക്കുപോലും മിണ്ടിയിട്ടില്ല. അവളുടെ അമ്മ എങ്ങനെയായിരുന്നിരിക്കും! എന്റെ അമ്മ പറഞ്ഞത്, അവർക്ക് ചിത്തഭ്രമം പിടിപെട്ടു, നാമഗേഡിലാക്കി എന്നാണ്. അന്നെനിക്ക് എത്ര വയസ്സായിട്ടുണ്ടാകും? ഞങ്ങൾ നാമഗേഡിൽ പോയപ്പോൾ, ഞാൻ ഓർക്കാൻ ശ്രമിച്ചു. എട്ടായിരുന്നുവോ അതോ

പതിനൊന്നോ? ഏതായാലും എന്റെ പെൺകുട്ടികളുടെ ഇപ്പോഴത്തെ പ്രായമായിട്ടുണ്ടാകണം.

പുറത്ത് ഇരുമ്പുഗേറ്റ് തള്ളിത്തുറക്കുന്ന ഒച്ച. ഞാൻ എത്തിനോക്കി. അമ്മയും ആലീസും വരുന്നു. മുറ്റത്തെ തിളയ്ക്കുന്ന വെയിലിൽ മഞ്ഞ ഉടുപ്പിട്ട ആലീസ് ഒരു സൂര്യകാന്തിപോലെ. മരങ്ങൾക്കും വേലിച്ചെടികൾക്കുമിടയിൽ വേറിട്ടു നില്ക്കുന്നൊരു സൂര്യകാന്തി. അമ്മ പതിവുപോലെ കറുത്ത വേഷത്തിൽ. മെലിഞ്ഞുണങ്ങി ഒരു മരക്കമ്പുപോലെ. ലേശം കൂനും വന്നിരിക്കുന്നു. ആർമേൻ എപ്പോഴും പറഞ്ഞു ചിരിക്കാറുണ്ട്. “ആലീസ് ചെറിയമ്മയും അമ്മൂമ്മയും ഒരുമിച്ചു നടക്കുമ്പോൾ ലോറലിനേയും ഹാർഡിയേയും ഓർമ്മവരും.”

ആലീസിന്റെ കൈയിൽ വലിയൊരു കാർഡ്ബോർഡ് പെട്ടിയുണ്ട്. തുറന്നുനോക്കാതെ തന്നെ എനിക്ക് പറയാനാവും അതിലെന്താണെന്ന്. മത്താബ് ബേക്കറിയിൽ നിന്നുള്ള ക്രീം പഫുകൾ. ഞായറാഴ്ച പള്ളിയിൽ പോകുന്ന കൃത്യനിഷ്ഠയോടെയാണ് അവൾ വെള്ളിയാഴ്ച തോറും ആ ബേക്കറിയിൽ പോവുക.

പത്ത്

അമ്മ ചൂടിനെക്കുറിച്ച് പരാതി പറഞ്ഞു. ആലീസ് ഒരു നിമിഷം ശ്വാസ മടക്കിനിന്നു. പിന്നെ രണ്ടുപേരും അടുക്കള മേശയ്ക്കരികിൽ വന്നിരുന്നു. “പിന്നെ... എന്ത്?” ആലീസ് ചോദിച്ചു.

“എന്ത്?” എന്നു എനിക്കു ചോദിക്കേണ്ട ആവശ്യമുണ്ടായിരുന്നില്ല. ആലീസിനെ കൂടാതെ എവിടേക്കെങ്കിലും ഞാൻ മാത്രമായി ക്ഷണിക്കപ്പെടുന്ന അവസരങ്ങൾ വളരെ കുറവായിരുന്നു. അഥവാ അങ്ങനെ എവിടെയെങ്കിലും ഞാൻ പോയിട്ടുണ്ടെങ്കിൽ ആദ്യാവസാനം നടന്നതെല്ലാം ഏറ്റവും വിശദമായി പറഞ്ഞുകൊടുക്കണമെന്ന് അവൾക്ക് നിർബന്ധമുണ്ടായിരുന്നു. എന്നാലും ആലീസിന് തൃപ്തിയാവില്ല. പിന്നേയും മുഖത്ത് സംശയം ബാക്കി നില്ക്കും. എന്തോ ഒന്ന് ഞാൻ മറച്ചുവെക്കുന്നു എന്ന ഭാഷ.

ഞാൻ അടുപ്പിന്നരികിൽനിന്നു മാറാതെ നിന്നു. കാപ്പിക്കുള്ള വെള്ളം തിളച്ചുമറിഞ്ഞാലോ. “എന്തായാലും പോയി. അവർ ഞങ്ങളുടെ അയൽക്കാരല്ലേ?” ഞാൻ പറഞ്ഞു. “പോകാതെ പറ്റുമോ?”

ആലീസ് ഉറക്കെ ചിരിച്ചു. “സംഗതി അത്രയും മോശമായിരുന്നുവെന്നാണോ പറഞ്ഞുകൊണ്ടുവരുന്നത്? നിന്റെ പ്രൊഫസർ പരാതികളുടെ ഒരു കൊടുങ്കാറ്റുതന്നെ അഴിച്ചുവിട്ടിട്ടുണ്ടാകുമല്ലോ.” അമ്മ അതു കേട്ട് ചിരിച്ചതേയുള്ളൂ. ഞാൻ കപ്പുകളിൽ കാപ്പിയൊഴിച്ച് മേശപ്പുറത്തു വെച്ചു. ഞാനും ഇരുന്നു.

ആലീസ് പേസ്ട്രി പെട്ടിയുടെ ചരടുകൾ അഴിച്ച് മൂടി തുറന്നു. “അരമണിക്കൂർ ഇതിനായി കാത്തുനില്ക്കേണ്ടിവന്നു... ഇപ്പോ അപ്പക്കൂടിൽ നിന്നും എടുത്തതാണ്. ചൂടാറിയിട്ടില്ല. മിസ്റ്റർ മൗസവീ പറഞ്ഞുനോക്കി. ഇതിനുപകരം വേറെ ചിലതെടുത്തോളാൻ. ഞാൻ കൂട്ടാക്കിയില്ല. ഇതു തന്നെ വേണമെന്ന് നിർബന്ധിച്ചു. ഞാനയാളോടു പറഞ്ഞു. മറ്റു പേസ്ട്രികളിൽ മൂന്നു ലിറ്റർ പിനിനീർവെള്ളം ഒഴിക്കാറില്ലേ. “അയാളുടെ ക്രീം പഫ് കിട്ടാൻവേണ്ടി ഞാൻ മരിക്കാനും തയ്യാറാണെന്നു പറഞ്ഞില്ല... അതുംകൂടി കേട്ടാൽ അയാളുടെ അഹങ്കാരം മൂക്കും.”

അവർ പെട്ടിയിൽനിന്നും ഒരു ക്രീം പഫ് എടുത്തു. തള്ളവിരലിനും ചൂണ്ടുവിരലിനുമിടയിൽ പിടിച്ച് ഒരു നിമിഷമിരുന്നു. പതുക്കെ ഒരു കഷണം കടിച്ചെടുത്തു. കണ്ണടച്ച് അതിന്റെ രുചി നുകർന്നു. "മും..." എന്നുവെച്ചാൽ വളരെ നന്നായിരിക്കുന്നു എന്ന്.

അവൾ ആ പെട്ടി പതുക്കെ അമ്മയുടേയും എന്റേയും നേരെ നിരക്കി. വായ നിറച്ച് പേസ്ട്രിയുമായി അവൾ വീണ്ടും ശബ്ദമുണ്ടാക്കി. "മും... മും... മും..." ഇത്തവണത്തെ സൂചന ഞങ്ങളും അതു രുചിച്ചുനോക്കണമെന്നാണ്. അമ്മ ഒരെണ്ണമെടുത്തു. ഞാൻ "വേണ്ട" എന്നു തലയാട്ടി. "ഞാനിപ്പോൾത്തന്നെ ആഹാരം കഴിച്ചതാണ്, കുട്ടികളോടൊപ്പം."

"അല്ല! കുട്ടികൾ വീട്ടിലില്ലേ? ഓ... അവർ സിനിമയ്ക്കു പോയിട്ടുണ്ടാവും അല്ലേ... അപ്പോ അർതൂഷ് എവിടെ?"

"കുട്ടികളെ കൊണ്ടുചെന്നാക്കാൻ പോയിട്ടുണ്ടാവും..."

"ഇപ്പോത്തന്നെ വരില്ലേ?"

"ഇല്ല..."

"എന്നാൽ ഷഹൻഡേനെ കാണാൻ പോയിരിക്കും. തീർച്ച."

ചോദ്യങ്ങളും ഉത്തരങ്ങളും എല്ലാം അവളുടെ വകയായിരുന്നു. അമ്മ മെല്ലെ ക്രീം പഫ് കടിച്ചെടുത്ത് തിന്നുകൊണ്ടിരുന്നു.

"ഞാനവനോട് നൂറുതവണ പറഞ്ഞിട്ടുണ്ട്. ആ ഭ്രാന്തന്റെ കൂടെ കൂടരുതെന്ന്." ഷഹാൻഡേക്ക് വെളുത്ത്, നീണ്ട മുടിയുണ്ടായിരുന്നു. അയാൾ അത് പുറകിൽ കുതിരവാലായി കെട്ടിയിടുകയായിരുന്നു പതിവ്. അമ്മ അയാളെ പലപ്പോഴും 'നാണംകെട്ട പെണ്ണൊരുത്തി' എന്ന് വിളിച്ചിരുന്നു. കുവെത്തി ബസാറിനടുത്ത് അയാൾ വേട്ടയ്ക്കുള്ള സാധന സാമഗ്രികൾ വില്ക്കുന്ന ഒരു കടയുണ്ടായിരുന്നു. അത് വെറുമൊരു 'മറ' എന്നായിരുന്നു അമ്മയുടെ അഭിപ്രായം. "ഏതെങ്കിലും കച്ചവടക്കാരൻ വെള്ളിയാഴ്ച തുറക്കുമോ?" ഇറാനിലെ കടകളെല്ലാം വെള്ളിയാഴ്ച അടച്ചിടുമായിരുന്നു. മുസ്ലീമുകളുടെ സബാത്ത്. എന്നാൽ ഷഹാൻഡേക്ക് ആ പതിവുണ്ടായിരുന്നില്ല. എല്ലാ വെള്ളിയാഴ്ചയും കട തുറന്നുവെച്ചിരുന്നു. അതു കൂടാതെ ആഴ്ചയിൽ മറ്റ് ഒന്നോ രണ്ടോ ദിവസം മാത്രമേ അയാളുടെ ഭാഷയിൽ "കടവാതിൽ പൊക്കാറുള്ളൂ". "അയാളുടെ ഊക്കൻ ശരീരം. കാടുപോലെ വളർന്ന കൃതാവ്. എന്നിട്ട് ഒരിരുപതുകാരനെപോലെ വേഷം കെട്ടി നടക്കുന്നു. നാണമെന്നൊന്നില്ലേ? ഷഹാൻഡേ എപ്പോഴും വല്ലാതെ അയഞ്ഞ കടും നിറത്തിലുള്ള ഹവായിയൻ ഷർട്ടുകളാണ് ധരിച്ചിരുന്നത്. അമ്മ പറഞ്ഞതെല്ലാം ഞാൻ മിണ്ടാതെ കേട്ടുകൊണ്ടിരുന്നു. "ഞാൻ പറഞ്ഞില്ലെന്നു വേണ്ട..." അമ്മ ശകാരത്തിന്റെ സ്വരത്തിൽ തുടർന്നു. "നിന്റെ മരിച്ചുപോയ അച്ഛന്റെ രാഷ്ട്രീയ പ്രവർത്തനങ്ങൾ... ഞാൻ വേണ്ടുവോളം കഷ്ടങ്ങളനുഭവിച്ചിട്ടുണ്ട്. ഇപ്പോ അത് എന്റെ മരുമകന്റെ ഊഴമായിരിക്കുന്നു. വറച്ചട്ടിയിൽനിന്നും കത്തുന്ന തീയിലേക്ക്."

അച്ഛന്റെ രാഷ്ട്രീയ പ്രവർത്തനങ്ങൾ... എനിക്കറിയാവുന്നിടത്തോളം ഒന്നോ രണ്ടോ തവണ ഇറാൻ-സോവിയറ്റ് സൗഹൃദ കൂട്ടായ്മയിൽ

പങ്കെടുത്തതു മാത്രമായിരുന്നു. അതും അർതൂഷിന്റെ നിർബന്ധത്തിനു വഴങ്ങി. അതല്ലാതെ പറയാനുള്ളത് വളരെ ശ്രദ്ധയോടെ റേഡിയോ അർമേനിയയുടെ പ്രക്ഷേപണങ്ങൾ കേട്ടിരുന്നു എന്നതു മാത്രമാണ്.

ആലീസ് അവളുടെ കാപ്പിയെടുത്ത് ഒന്നു മൊത്തി പുരികം ചുളിച്ചു... "എന്തൊരു കയ്പ്... വിഷം പോലെ." പഞ്ചസാരയുടെ പാത്രം ഞാൻ അവളുടെ മുമ്പിലേക്ക് നീക്കിവെച്ചു. ഞാൻ വെറുതെ ആഗ്രഹിച്ചു. ആ ഡോക്ടർമാരുടെ വിവാഹവുമായി ബന്ധപ്പെട്ട പ്രഹസനം അവസാനിച്ചിരിക്കുമോ?

അമ്മയുടെ മുഖം പെട്ടെന്ന് ഇരുണ്ടു. "അയ്യോ..." അത് ആലീസിന്റെ കുട്ടിക്കാലത്തെ പേരായിരുന്നു. അവൾക്ക് ഒട്ടും ഇഷ്ടമില്ലാത്ത പേര്. അമ്മ ആ പേരെടുത്തുവിളിച്ചാൽ ദേഷ്യപ്പെടാനാണ് എന്ന് ഉറപ്പിക്കാം. "ദാ... നീ പഞ്ചസാരയെടുത്ത് ഇടുകയാണോ?"

ഡോക്ടറുടെ വിവാഹവും അതിനുശേഷമുള്ള ആലീസിന്റെ ഉദാസീനതയുമൊക്കെ പഴയ സംഭവങ്ങളായി എന്നു തീർച്ച. അല്ലായിരുന്നുവെങ്കിൽ അമ്മ ഇങ്ങനെ അവളെ കുറ്റപ്പെടുത്താൻ മുതിരുകയില്ലായിരുന്നു.

രണ്ടു സ്പൂൺ പഞ്ചസാര ആലീസ് അവളുടെ കപ്പിലേക്കിട്ട് ഇളക്കി. അമ്മയുടെ നേരെ മുഖം തിരിച്ച് അവർ ഒരു ക്രീം പഫുകൂടി പെട്ടിയിൽ നിന്നെടുത്തു. "എല്ലാം വിശദമായി പറയൂ." അവൾ എന്നോട് പറഞ്ഞു. "അവരുടെ മകൻ എങ്ങനെയുണ്ട്? അമ്മ പുതിയ ആഭരണങ്ങളെന്തെങ്കിലും അണിഞ്ഞിരുന്നുവോ?"

അമ്മ ചുണ്ടുകൾ കടിച്ചമർത്തി മേൽത്തട്ടിലേക്കു കണ്ണുകളുയർത്തി ഇരുന്നു. "പരിശുദ്ധ മറിയമേ... കർത്താവിന്റെ മാതാവേ... ഇവൾ പിന്നെയും തുടങ്ങിയല്ലേ!"

എങ്ങനെയാണ് എമിൽ സിമോനിയനെ വർണ്ണിക്കേണ്ടത് എന്നായിരുന്നു എന്റെ ആധി. മനസ്സിൽ അയാളെ കുറിച്ചുള്ള ഓർമ്മ... അകലെ മാറിനിന്നാണ് അയാൾ നമ്മളെ നോക്കുന്നതെന്നു തോന്നും. എന്നാൽ ചലനങ്ങളൊക്കെ വളരെ അനായാസവും സ്വാഭാവികവുമായിരുന്നു. നില്ക്കുന്നതും നടക്കുന്നതും ഇരിക്കുന്നതും ഭക്ഷണം കഴിക്കുന്നതുമെല്ലാം. അതൊന്നുമല്ല, എന്റെ അനിയത്തി അറിയാൻ ആഗ്രഹിച്ചതെന്ന് എനിക്ക് നല്ലവണ്ണം അറിയാമായിരുന്നു.

"നല്ല ഉയരം... മാന്യമായി വസ്ത്രം ധരിച്ചിരുന്നു. കാണാനും കൊള്ളാം..." പറഞ്ഞു തുടങ്ങിയപ്പോഴേക്കും എനിക്ക് തോന്നി വേണ്ടായിരുന്നു.

മൂന്നാമത്തെ ക്രീം പഫ് ആലീസിന്റെ വായയ്ക്കും കാർഡ്ബോർഡ് പെട്ടിക്കുമിടയിൽ അന്തരീക്ഷത്തിൽ തങ്ങിനിന്നു. "എന്തു പ്രായം കാണും?"

എന്റെ കപ്പ് ഞാൻ സോസറിൽ തിരിച്ചുവെച്ചു. അറിയില്ല എന്ന മട്ടിൽ തോളു കുലുക്കി. "ഒരു നാല്പതായിക്കാണുമായിരിക്കും." അമ്മ ക്രീം

പഫിന്റെ പെട്ടി അടച്ച് എന്റെ നേരെ കണ്ണുകാട്ടി. "ഫ്രിഡ്ജിൽ കൊണ്ടു പോയിവെയ്ക്കൂ."

ആലീസ് അതു ശ്രദ്ധിച്ചില്ല. ജനലിൽകൂടി പുറത്തേക്കു നോക്കിക്കൊണ്ടിരിക്കുകയായിരുന്നു.

"ശരിയാണ്... ഏതാണ്ടത്രയായിട്ടുണ്ടാകും." അമ്മ പറഞ്ഞു.

അവർ തിരിഞ്ഞ് ഗൗരവത്തിൽ ആലീസിനെ നോക്കി. "ആ കാര്യം ആലോചിക്കുകയേ വേണ്ട.. ഒരിക്കലും."

ആലീസ് ജനലിൽനിന്നും മുഖം തിരിച്ചില്ല... തലമുടി പതുക്കെയൊന്നു തടവി. "നാളെ മുടി നേരെയാക്കാൻ പോകണം. പറഞ്ഞേല്പിച്ചിട്ടുണ്ട്."

"മുടിയുടെ നീളം കുറയ്ക്കണോ?" ചോദ്യം എന്നോടായിരുന്നു.

അമ്മ എന്നെ നോക്കി തല കുലുക്കി. ഇനി ഉണ്ടാകാൻ പോകുന്ന കാര്യങ്ങൾ... ക്രമം തെറ്റാതെ പറയാൻ ഞങ്ങൾക്ക് രണ്ടാൾക്കുമാവും. അവിവാഹിതനായ ഒരാളെ പരിചയപ്പെടാൻ അവസരമുണ്ടായാൽ. ആദ്യം ആലീസ് സലൂണിൽ പോയി പുതിയ രീതിയിൽ മുടി വെട്ടിക്കും. പിന്നെ ഭക്ഷണം കഴിക്കുന്നത് കുറച്ചുകൊണ്ടുവരും. ഏതാനും ആഴ്ചകളോ മാസങ്ങളോ അത് നീണ്ടുനിന്നുവെന്നുവരാം. അത് അയാളോട് തോന്നുന്ന ഭ്രമത്തിന്റെ തീവ്രത അനുസരിച്ചായിരിക്കും. തന്റെ ശരീരഭാരം നല്ലവണ്ണം കുറഞ്ഞിട്ടുണ്ടെന്ന് അവൾ അവകാശപ്പെടും. കാണുന്ന ഞങ്ങളുടെ കണ്ണിൽ അവൾക്ക് വലിയ മാറ്റമൊന്നുമുണ്ടായില്ല എന്നതു വേറെ കാര്യം.

ഞാൻ എഴുന്നേറ്റ് ഫ്രിഡ്ജിൽനിന്നും പഴങ്ങൾ വെക്കുന്ന പാത്രം പുറത്തെടുത്തു. "മതി... കൂടുതൽ തർക്കമൊന്നും വേണ്ട."

"ഇതെന്താ... ഞാൻ നിങ്ങളോടല്ലേ ചോദിക്കുന്നത്. മുടിയുടെ നീളം കുറയ്ക്കണോ എന്ന്...?" അവൾ വീണ്ടും എന്നോട് ചോദിച്ചു.

മേശപ്പുറത്തുനിന്ന് കാപ്പി പാത്രങ്ങളെടുത്തുമാറ്റുന്നതിനിടയിൽ ഞാൻ തിടുക്കത്തിൽ പറഞ്ഞു. "തീർച്ചയായും... മുടിയുടെ നീളം കുറയ്ക്കാം."

അർതൂഷിന്റെ ഷെവർലേ മുറ്റത്തുവന്നുനില്ക്കുന്ന ശബ്ദം. നിമിഷങ്ങൾക്കുള്ളിൽ പെൺകുട്ടികൾ ചാടിത്തുള്ളി അകത്തേക്കോടിവന്നു... "ഹലോ അമ്മൂമ്മേ... ഹലോ ചെറിയമ്മേ..."

അമ്മ അർമീനെയെ കെട്ടിപ്പിടിച്ചു. "പിന്നേം... ഹലോ... ഹലോ... നമ്മൾ ഇംഗ്ലീഷുകാരല്ല, അർമീനിയക്കാരാണ്. നമ്മുടെ ഭാഷയിൽ പറയൂ, ബരേഷ്!"

ആലീസ് അർസീനെയെ കെട്ടിപ്പിടിച്ചു. "അമ്മ വീണ്ടും കുട്ടികളുടെ കാര്യത്തിൽ ഇടപെടുകയാണോ? അബ്ദാനിൽ ഹലോ പറയാത്തവരായി ആരുണ്ട്? നിങ്ങളും ഇടത്തും വലത്തും തിരിയുമ്പോഴൊക്കെ ഇംഗ്ലീഷ് വാക്കുകൾ വെച്ചടിക്കുന്നുണ്ടല്ലോ!"

“ഞാനോ? ഒരിക്കലുമില്ല.” അമ്മ ശക്തിയായി പ്രതിഷേധിച്ചു.

ആലീസ് തിരിച്ചടിച്ചു. “അതെ... നിങ്ങൾതന്നെ... എല്ലായ്പ്പോഴും.” അവൾ വലത്തോട്ട് തല ചെരിച്ചുപിടിച്ച് അമ്മയെ അനുകരിച്ചു. “കിച്ചനിലെ ഫാൻ പൊട്ടിയിരിക്കുന്നു.”

“ആലീസ് ഹോസ്പിറ്റലിൽ പോയി.” “സ്റ്റോറിൽ ടിസ്റ്റ് ബ്രെഡ് ഇല്ല. അതുകൊണ്ട് ഞാൻ റോളുകൾ വാങ്ങി.”

“കുട്ടികളേ സൂക്ഷിക്കണം. ബൈസൈക്കിളിൽനിന്നും വീഴരുത്.” ആലീസ് അമ്മയെ തറച്ചുനോക്കി. അർമേന്റെ ടെന്നി ഷൂസുകൾ കീറിയിരിക്കുന്നു...”ആ... വേറൊരു കാര്യം... ടെന്നീ ഷൂസുകളല്ല, ടെന്നീസ് ഷൂസുകളാണ്...”

കുട്ടികൾ പൊട്ടിച്ചിരിച്ചു. അമ്മ ആലീസിനു നേരെ കടുത്ത നീരസത്തോടെ നോക്കി. “ഇന്നലെ ഒരു ഡോക്ടർ നല്ല തമാശയുള്ള ഒരു കഥ പറഞ്ഞു.” ആലീസ് തുടരുകയായിരുന്നു.

അർമീനെ അവൾക്കെതിരെ ചെന്നിരുന്നു. “പറയൂ, ചെറിയമ്മേ... അതുകഴിഞ്ഞ് നമുക്ക്...”

“ഞങ്ങൾ കണ്ട സിനിമയിലെ കഥ പറയാം.” അർമീനെയുടെ അടുത്തിരുന്ന അർസീനെ പറഞ്ഞു.

“ക്രീം പഫിനെന്തുപറ്റി?” ആലീസ് അമ്മയുടെ നേരെ തിരിഞ്ഞു. “വീണ്ടും നിങ്ങളത് ഫ്രിഡ്ജിൽ ഒളിപ്പിച്ചുവെച്ചോ?”

“ചെറിയമ്മേ കഥ പറയൂ...”

“വേഗാവട്ടെ ചെറിയമ്മേ...” കഥ കേൾക്കാൻ പെൺകുട്ടികൾ രണ്ടുപേരും തിരക്കുകൂട്ടി.

ഫ്രിഡ്ജിന്റെ നേരെ നിന്നു അർമേന്റെ കൈയിൽ ഞാൻ കയറിപ്പിടിച്ചു. “വേണ്ട...” ഞാനവന്റെ നേരെ വിരലാട്ടി. അവന്റെ മനസ്സ് ക്രീം പഫിലാണെന്ന് എനിക്കറിയാമായിരുന്നു.

“ഇംഗ്ലീഷ് എൻജിനീയർമാരിൽ ഒരാൾ സ്ഥലം പരിശോധിക്കാൻ വേണ്ടി ഒരിടത്തേക്ക് പോയി. സ്ഥലത്തിന്റെ പേര് എനിക്കോർമ്മയില്ല.” ആലീസ് കഥ തുടങ്ങി. “അവിടെ ഒരു മേസ്തിരി ഉണ്ടായിരുന്നു. ഇംഗ്ലീഷുകാരന് കാര്യങ്ങൾ പരിഭാഷപ്പെടുത്തിക്കൊടുക്കേണ്ട ചുമതല അയാൾക്കായിരുന്നു. അതുപോലെ എൻജീനിയർ ഇംഗ്ലീഷിൽ പറയുന്നത് തൊഴിലാളികൾക്കും മനസ്സിലാക്കിക്കൊടുക്കണം. എൻജിനീയർ ഇംഗ്ലീഷിൽ പറഞ്ഞു.

“ടെൽ ദെം ടു ബെൻഡ് ദി പൈപ്പ്” (കുഴലുകൾ വളക്കണം എന്ന് അവരോട് പറയൂ) മേസ്ത്രി തൽക്ഷണം പരിഭാഷപ്പെടുത്തി. “എല്ലാവരും ശ്രദ്ധിക്കണം... എൻജിനീയർ പറയുന്നു ‘ബെൻഡ് ദി പൈപ്പ്’ എന്ന്.

അമ്മ ഒഴിച്ച് ഞങ്ങളെല്ലാവരും ചിരിച്ചു. “ഇതിലെന്തു തമാശ?” അവർ ഞങ്ങളെ മുഖം കനപ്പിച്ചു നോക്കി.

"പക്ഷേ, ഞങ്ങൾ കണ്ട സിനിമ... അത് ശരിക്കും തമാശയായിരുന്നു." അർമീനെ പറഞ്ഞു.

താജ് കൊട്ടക. റെഫ്രിജറേറ്റർ പോലെയായിരുന്നെന്ന് അർസീനെ പറഞ്ഞു.

"അതെ... അത്രയും തണുപ്പ്." കുട്ടികൾ ഒരുമിച്ച് തണുപ്പഭിനയിച്ചു. "അമ്മേ എമിലിയുടെ കാര്യം എന്തായി? നമ്മളോടൊപ്പം ക്ലബ്ബിൽ വരാൻ അവളുടെ അച്ഛമ്മ സമ്മതം തന്നോ?"

"അമ്മ ചോദിച്ചില്ലേ?"

"എന്നാൽ ഇപ്പോൾ ഫോണിൽ വിളിക്കൂ..."

"വേണ്ട, അവരുടെ വീട്ടിലേക്ക് പോയാൽ മതി."

"വേണ്ട, ചെറിയമ്മേ ഇപ്പോ ചോക്ലേറ്റു വേണ്ട. ഉച്ചയൂണിന്റെ സ്വാദ് പോകും."

"അമ്മേ ഒന്നുപോയി അവരുടെ അനുവാദം വാങ്ങൂ... എമിലിയും നമ്മുടെ കൂടെ പോരട്ടെ."

"എന്റെ ദൈവമേ!" അസഹ്യത നടിച്ച് ഞാൻ തലയിൽ കൈവെച്ചു. "ശരി... ശരി... ഞാൻ പോകാം."

ഞാൻ എഴുന്നേറ്റ് പുറത്തേക്ക് നടന്നു. അർമീനെ അവളുടെ ചെറിയമ്മയുടെ മടിയിൽ. അർസീനെ അമ്മൂമ്മയുടെ മടിയിലും. രണ്ടു പേരും അവർ അന്നുകണ്ട സിനിമയുടെ കഥ രസകരമായി പറഞ്ഞു കൊടുക്കുകയാണ്.

പാത മുറിച്ചുകടക്കവേ ഞാൻ ആലോചിച്ചത് എന്റെ അനിയത്തിയെ കുറിച്ചായിരുന്നു. എമിലിന്റെ നേരെ അവൾ തന്റെ പതിവുതന്ത്രങ്ങൾ പ്രയോഗിക്കരുതേ എന്നു ഞാൻ ആശിച്ചു. സാധാരണ ഓരോ തവണയും എനിക്കുള്ളിൽ തോന്നാറുണ്ട്. ചിലപ്പോൾ ഇതായിരിക്കും നല്ലത്. എന്നാൽ ഈ പ്രാവശ്യം അങ്ങനെയൊരു വ്യാമോഹവും എനിക്കുണ്ടായിരുന്നില്ല. മാത്രമല്ല, ഇത് ഒരു തരത്തിലും ആലീസിന് യോജിക്കുന്നതല്ല എന്ന് എനിക്ക് തീർച്ചയുണ്ടായിരുന്നു.

ഞാൻ പെട്ടെന്ന് മൂക്കുപൊത്തി. കാറ്റിൽ ഓടയിൽനിന്നുള്ള ദുഷിച്ച ഗന്ധം.

വാതിൽമണിയിൽ അമർത്തിയ വിരലെടുക്കും മുമ്പുതന്നെ വാതിൽ തുറന്നു. അവർ ആർക്കെങ്കിലും വേണ്ടി കാത്തുനില്ക്കുകയായിരുന്നുവോ? എനിക്ക് "ഹലോ" പറയാൻകൂടി സാവകാശം കിട്ടിയില്ല. അതിനുമുമ്പേ മിസ്സിസ് സിമോനിയൻ എടുത്തെറിയുന്നതുപോലെ പറഞ്ഞു. "ഇല്ല, അവളെ പുറത്തു ഭക്ഷണം കഴിക്കാൻ അയയ്ക്കുന്നില്ല. റെസ്റ്റോറന്റിലെ ഭക്ഷണമൊന്നും എമിലിക്ക് പിടിക്കില്ല... ഇത് അവൾക്ക് വിശ്രമിക്കാനുള്ള സമയമാണ്."

പാതി തുറന്ന വാതിലിനപ്പുറം ഞാൻ എമിലിയുടെ മുഖം കണ്ടു. കുട്ടിയുടെ കവിളിലേക്ക് കണ്ണീർ ഒലിച്ചിറങ്ങുന്നുണ്ടായിരുന്നു.

വീട്ടിലേക്ക് തിരിച്ചു നടക്കുന്നതിനിടയിൽ എന്റെ വിമർശനബുദ്ധി ഒച്ചയിട്ടു. "നന്നായി... അങ്ങനെവേണം... കുട്ടികളുടെ താളത്തിന് തുള്ളാൻ നിന്നിട്ടല്ലേ...? ഇപ്പോഴെന്തായി?"

"ഇനി അങ്ങനെയുണ്ടാവില്ല..." ഞാൻ എന്നോടുതന്നെ പറഞ്ഞു.

എമിലി കൂടെ വരുന്നില്ലെന്നറിഞ്ഞപ്പോൾ കുട്ടികൾക്ക് വലിയ നിരാശയായി. "ക്ലബ്ബിലേക്ക് ഞാൻ വരുന്നില്ല...." അർമേൻ അവന്റെ സങ്കടം പ്രകടിപ്പിച്ചു. "ഒരു രസവും തോന്നുന്നില്ല."

"അതു നന്നായി... വീട്ടിലിരുന്നു പഠിച്ചോളൂ." ഞാൻ പ്രതികരിച്ചു. ആ നിർദ്ദേശം കേട്ടപ്പോഴേ അവൻ എല്ലാവരേക്കാളും മുമ്പേ കാറിൽ കയറിയിരുന്നു.

ആലീസും അമ്മയും ഞാനും പുറകിലെ സീറ്റിലിരുന്നു. അർമീനെ ചെറിയമ്മയുടെ മടിയിൽ സ്ഥാനം പിടിച്ചു. അർസീനെ മുന്നിലെ സീറ്റിൽ അച്ഛനും ചേട്ടനും ഇടയിലായിരുന്നു. അതിനുമുമ്പേ അവൾ അർമേനെക്കൊണ്ട് സത്യം ചെയ്യിച്ചു, ഒരു വിധത്തിലും തന്നെ ദേഷ്യം പിടിപ്പിക്കുകയില്ല എന്ന്.

ബവാർഡിയിൽനിന്നും ബ്രേയ്മിലെത്തുന്നതുവരെ പെൺകുട്ടികൾ രണ്ടുപേരും മുഖം കനപ്പിച്ചിരുന്നു. ഒരക്ഷരം മിണ്ടിയില്ല. അർമേൻ അച്ഛനുമായി ഡ്രൈവിങ്ങിനെ സംബന്ധിച്ച കാര്യങ്ങൾ സംസാരിച്ചുകൊണ്ടിരുന്നു. ആലീസും അമ്മയും കാര്യമായ തർക്കത്തിലായിരുന്നു. വരാൻ പോകുന്ന നീണ്ട നോമ്പുകാലത്തിന്റെ തിയതിയെ കുറിച്ചായിരുന്നു തർക്കം. അവസാനം ആലീസ് തന്റെ തീരുമാനമറിയിച്ചു. "ഈസ്റ്ററിന് ദിവസങ്ങളിനിയുമുണ്ടല്ലോ. എന്തായാലും, ഞാൻ നോമ്പു നോല്ക്കാൻ പോകുന്നില്ല," ഒന്നുനിർത്തി അവൾ പറഞ്ഞു. "കഴിഞ്ഞവർഷം നോമ്പെടുത്തതാണ്. അടുത്ത എഴു ജന്മത്തിലേക്ക് അത് മതിയാവും."

"അതുപോരാ... നോമ്പെടുക്കുക തന്നെ വേണം." അമ്മ ഉറപ്പിച്ചു പറഞ്ഞു.

"ഇല്ല എന്നു പറഞ്ഞില്ലേ?" ആലീസിന്റെ ഒച്ച ഉയർന്നു.

"എന്തുകൊണ്ടില്ല? ഉറപ്പായിട്ടും എടുത്തിരിക്കണം."

"ഇല്ല... ഇല്ല..."

"ഇല്ലേ?" ഒരു കാടൻപൂച്ചയെപോലെ അമ്മ മുരണ്ടു.

ആലീസിന്റെ കൈത്തണ്ടയിൽ ബലമായി നുള്ളി.

പെൺകുട്ടികൾ പൊട്ടിച്ചിരിക്കാൻ തുടങ്ങി. അതോടെ അവരുടെ സങ്കടമൊഴിഞ്ഞുപോയി. മുഖം കാറൊഴിഞ്ഞുതെളിഞ്ഞു. അമ്മയും ആലീസും തമ്മിലുള്ള വഴക്ക് നേരമ്പോക്കായാലും നാട്യമായാലും പെൺകുട്ടികൾക്ക് ചിരിക്കാനുള്ള വകയായിരുന്നു.

പതിനൊന്ന്

ക്ലബ്ബിന്റെ വാതില്ക്കൽവെച്ച് ആലീസ് എന്റെ കാതിൽ പറഞ്ഞു, "അവരെ നിന്റെ വീട്ടിലേക്ക് ക്ഷണിക്കണം... പ്ലീസ്."

ഞാൻ ഒരു ദീർഘനിശ്വാസം വിട്ടു. ഗോലെസ്ഥാൻ ക്ലബ്ബിന്റെ മാനേജർ മിസ്റ്റർ സാദത്തിന്റെ അഭിവാദ്യത്തിന് പ്രത്യഭിവാദം നല്കി. അദ്ദേഹത്തിന്റെ ഭാര്യയുടെ സുഖവിവരമന്വേഷിച്ചു. അവർ രണ്ടാഴ്ച മുമ്പാണ് നാലാമത്തെ കുഞ്ഞിനെ പ്രസവിച്ചത്. അർതൂഷ് എപ്പോഴും മിസ്റ്റർ സാദത്തിന്റെ കൈപിടിച്ചു കുലുക്കിയിരുന്നു. അത് നല്ലൊരു കാര്യമാണെന്ന് എനിക്ക് തോന്നിയിരുന്നു. ക്ലബ്ബിലെ മറ്റ് അംഗങ്ങളാരും തന്നെ മാനേജരെ ആ വിധത്തിൽ ആദരിക്കാറില്ലായിരുന്നു.

"ഹേ... മീമീ" കുട്ടികൾ കാറിൽ നിന്നിറങ്ങിയതും വിളിച്ചുകൂവിക്കൊണ്ട് അവരുടെ കൂട്ടുകാരിയുടെ അടുത്തേക്കോടി. ക്ലാസ്സിൽ കൂടെ പഠിക്കുന്ന കുട്ടി. വളരെ ദുർബലയായൊരു കുട്ടി. ശരിയായ പേര് മാർഗറീറ്റ എന്നായിരുന്നു. എന്നാൽ അവളുടെ അമ്മയ്ക്ക് നിർബന്ധം. മീമീ എന്നു വിളിച്ചാൽ മതിയെന്ന്. അവർ ബവാർഡയുടെ വടക്കേ ഭാഗത്താണ് താമസിച്ചിരുന്നത്; ഈയിടെ വരെ. കുട്ടികൾ ചെറുതായിരുന്നപ്പോൾ മീമീയുടെ അച്ഛനെ അവർക്ക് വലിയ ഭയമായിരുന്നു. സാമാന്യത്തിലധികം ഉയരവും തടിയുമുള്ള വലിയൊരാൾ. പോരാത്തതിന് കനത്ത താടിയും മീശയും. അവർ അയാളെ 'ഗോറില്ലാ' എന്നാണ് വിളിച്ചിരുന്നത്. അർതൂഷ് പറഞ്ഞാണ് ഞാനറിഞ്ഞത് 'ഗോറില്ല'യുടെ തസ്തിക ഉയർത്തി. അങ്ങനെ ബ്രേയ്മിൽ അവർക്ക് വീടു കിട്ടിയെന്ന്. അബ്ദാനികൾ 'തസ്തിക'യ്ക്ക് തരം എന്നാണ് പറയാറുള്ളത്. അവർ ബവാർഡയിൽ താമസിച്ചിരുന്ന കാലത്ത് കുട്ടികളോടൊപ്പം മീമീ സ്കൂളിൽനിന്നും പലപ്പോഴും ഞങ്ങളുടെ വീട്ടിലേക്ക് വരും. വളരെ നേരം അവിടെത്തന്നെയിരിക്കും. ഏറെ വൈകിയിട്ടാണ് അമ്മ അവളെ കൂട്ടിക്കൊണ്ടുപോകാൻ വരിക. കാര്യമായി ക്ഷമാപണം നടന്നു... "വിചാരിച്ചതിലും വളരെ വൈകി. ക്ഷമിക്കണേ... അന്നൊരു തിരക്കിൽപ്പെട്ടുപോയി. ആ 'തിരക്ക്' എന്താണെന്ന് അബ്ദാനിലുള്ള ഒരുവിധം അർമേനിയക്കാർക്കൊക്കെ

അറിയാമായിരുന്നു. ഒന്നുകിൽ ചൂതുകളിക്കും. അല്ലെങ്കിൽ അടുത്ത കാലത്ത് തുറന്ന 'മിൽക്ക് ബാർ' എന്ന കാപ്പിക്കടയിലിരുന്ന് ചങ്ങാതി മാരുമായി നാട്ടുവർത്തമാനം പറയും.

ആലീസ് എന്റെ കൈപിടിച്ചു നേരെ നടന്നു... "വരൂ" എങ്ങോട്ട് എന്ന് ചോദിക്കേണ്ട ആവശ്യമില്ല. പുറത്തുപോകുമ്പോഴൊക്കെ ആദ്യം ആലീസ് ചെന്നെത്തുക ശുചിമുറിയിലായിരിക്കും. കണ്ണാടിയുടെ മുമ്പിൽനിന്ന് മുടി കോതി നേരെയാക്കും. ലിപ്സ്റ്റിക് പരന്നിട്ടില്ലല്ലോ എന്ന് ഉറപ്പുവരുത്തും. അതിന് എന്നെ കൂട്ടുപിടിക്കേണ്ടത് എന്തിനാണെന്നും ചോദിക്കേണ്ട ആവശ്യമില്ല. അങ്ങനെയുള്ള സ്വകാര്യയിടങ്ങളിലേക്ക് ഒറ്റയ്ക്കുപോകാൻ അവൾക്ക് വലിയ ഭയമാണ്.

ശുചിമുറിയിൽ മുടി നേരെയാക്കിക്കൊണ്ട് മാർഗറീറ്റയുടെ അമ്മയു ണ്ടായിരുന്നു. അവരുടെ പേര് ജൂലിയറ്റ് എന്നായിരുന്നു. എന്നാലും എല്ലാ വരും തന്നെ സോ.., സോ... എന്നു വിളിക്കണമെന്ന് അവർ നിർബന്ധി ച്ചിരുന്നു. 'സിങ്കി' നടുത്തായ അവരുടെ പേഴ്സിനോടൊപ്പം ടാഫ്റ്റ് ഹെയർ സ്പ്രേയുടെ ഒരു കുപ്പിയുണ്ടായിരുന്നു. കഴിഞ്ഞ തവണ ഞങ്ങൾ തമ്മിൽ കണ്ടത് ബോട്ട് ക്ലബ്ബിൽ വെച്ചായിരുന്നു. അന്ന് അവരുടെ മുടിക്ക് ഇരുണ്ട തവിട്ടുനിറമായിരുന്നു. ഇപ്പോൾ തനിചുകപ്പ്. ചുണ്ടിലെ ലിപ്സ്റ്റി ക്കിന്റെ അതേ നിറം.

ഞങ്ങളെ അവർ കണ്ണാടിയിൽ കണ്ടു. മെല്ലെ തിരിഞ്ഞ് പതുക്കെ "ഹലോ" പറഞ്ഞു... ഒരു തണുപ്പൻമട്ടിൽ. "എന്തദ്ഭുതം... നിങ്ങൾ ഇവിടെ? ഞാൻ പ്രതീക്ഷിച്ചില്ല." ആ ചോദ്യത്തിന് മാനവികമായ ഒരു വശമുണ്ടായിരുന്നു. അവരുടെ ഭർത്താവിനേക്കാൾ 'താഴ്ന്ന തരത്തി'ലുള്ള വർ എങ്ങനെ ബ്രേയ്മിലെ മാന്യന്മാർക്കുള്ള ക്ലബ്ബിലെത്തി എന്ന ധ്വനി. ഞങ്ങൾ ബവാർഡാവാഹികളല്ലേ? ഗോലിസ്ഥാൻ ക്ലബ്ബാണെങ്കിൽ ബ്രേയ്മിലെ ഉന്നത ഉദ്യോഗസ്ഥന്മാർക്ക് മാത്രമുള്ളതും.

ആലീസ് നീണ്ട ഒരു നെടുവീർപ്പിട്ടു. നെഞ്ചുവിടർത്തി. അവളുടെ ഭാവം എനിക്ക് മനസ്സിലായി... മാർഗറീറ്റയുടെ അമ്മയെ "അലക്കി പിഴിഞ്ഞു" അഴയിലിടാനാണ് പുറപ്പാട്. അത് അവളുടെ തന്നെ ഭാഷ യാണ്. ചിലരെ അങ്ങനെ ഉണക്കിയെടുക്കണം എന്നാണവൾ പറയുക. ആലീസ് കണ്ണാടിയിലേക്ക് ഒരിക്കൽ കൂടി നോക്കി. മുടിയും ലിപ്സ്റ്റിക്കും വേണ്ടവിധത്തിൽതന്നെ എന്ന് ഉറപ്പുവരുത്തിയതിനുശേഷം മീമീയുടെ അമ്മയുടെ നേരെ തിരിഞ്ഞു. എനിക്കിടപ്പെടാൻ സാവകാശം കിട്ടും മുമ്പേ അവൾ ചോദിച്ചു. "ജൂലിയറ്റ്, നിങ്ങളുടെ ഭർത്താവ് ഏതു 'തര'ത്തിലാണെന്നാണ് പറയുന്നത്?"

അവർ അർദ്ധചന്ദ്രാകൃതിയിൽ പുരികം വളച്ചു. "എന്റെ പേര് സോ... സോ... എന്നാണ്.... പിന്നെ അദ്ദേഹം... പതിനഞ്ചാംതരത്തിലാണ്... എന്തേ ചോദിക്കാൻ?"

ആലീസ് ചിരിച്ചു. "അതു ശരി... ചേച്ചിയുടെ ഭർത്താവിന്റെ സ്ഥാന ത്തെത്താൻ ഇനിയും മൂന്നുപടി കയറണം അല്ലേ?" അവൾ പെട്ടെന്ന് എന്റെ കൈ കോർത്തുപിടിച്ചു. "ഹെയർ സ്പ്രേയുടെ മണം. സഹിക്കാൻ വയ്യ. ഇനിയും ഇവിടെ നിന്നാൽ എനിക്ക് ബോധം കെടും. വരൂ... ക്ലാരീസ്."

അവിടെനിന്നും പുറത്തുവന്നതും ഞാൻ അവളെ ദേഷ്യപ്പെട്ടു. "എന്തിനാ വേണ്ടാത്ത വർത്തമാനം അവരുടെ മുമ്പിൽ വിളമ്പിയത്? അറിയോ? അർതൂഷും അവരുടെ ഭർത്താവും ഒരേ തസ്തികയിലാണ്." ആലീസ് എന്റെ കൈവിട്ടു. വേറെ ആരുടേയോ നേരെ കൈവീശി.

"അത് വേണ്ടതു തന്നെയായിരുന്നു." ആലീസ് സ്വന്തം പക്ഷം ന്യായീകരിച്ചു. "ആ കുരങ്ങത്തിയുടെ സ്ഥാനത്തിരുന്നാൽ അതേ വഴി യുള്ളൂ. അല്ലെങ്കിൽ അവർ അവരുടെ ഗോറില്ലയുടെ പദവി കൊട്ടി ഘോഷിച്ചുകൊണ്ട് എല്ലാവരുടെ മുമ്പിലും വിലസും. നിന്റെ പ്രൊഫ സർ ഇപ്പോഴും "സഖാവിന്റെ" ഭാഗം അഭിനയിച്ചുകൊണ്ടു നടക്കുകയല്ലേ? അല്ലെങ്കിൽ എല്ലാവരേയും പോലെ നിങ്ങൾക്കും ബ്രേയ്മിൽ നല്ലൊരു വീട് കിട്ടുമായിരുന്നില്ലേ? അത് സംഭവിക്കാത്തിടത്തോളം കാലം ഇങ്ങനെ യുള്ള പുത്തൻ പണക്കാരുടെ പൊങ്ങച്ചം സഹിച്ചുനടക്കേണ്ടിവരും. ഓർത്തോളൂ..." അത് എനിക്കുള്ളൊരു താക്കീത് ആയിരുന്നു.

"ആ... പിന്നെ... നമ്മൾ അങ്ങോട്ടുപോകും മുമ്പ് ഞാൻ പറഞ്ഞ കാര്യം ഓർമ്മയുണ്ടല്ലോ." അവൾ എന്റെ തോളിൽ തട്ടി. "അവരെ വീട്ടി ലേക്ക് ക്ഷണിക്കണം", "പെട്ടെന്നവൾ ചുണ്ടുമുഴുവൻ വിടർത്തി ചിരിച്ചു. തുടർന്ന് ഉച്ചത്തിൽ ഒരു "ഹലോ..." എനിക്ക് പരിചയമില്ലാത്ത ഒരു പുരു ഷന്റേയും സ്ത്രീയുടേയും നേരെ അവൾ ധൃതിയിൽ നടന്നു.

അവൾ നേരത്തെ പറഞ്ഞത് ഞാൻ കേട്ടിരുന്നു. അവരെ വീട്ടിലേക്ക് ക്ഷണിക്കണമെന്ന്. അവർ ആരാണെന്ന് അവൾ പറയാതെ തന്നെ എനിക്കറിയാമായിരുന്നു.

ഭക്ഷണമുറിയുടെ വാതിൽക്കൽനിന്ന് അർതൂഷ് പ്രധാന പരിചാരക നോട് സംസാരിക്കുകയായിരുന്നു. ഞാൻ അദ്ദേഹത്തിന്റെ അടുത്തേക്ക് ചെന്നു. ഇടയ്ക്ക്, യോഗം ചേരുന്ന വിശാലമായ മുറിയിലേക്കൊന്ന് എത്തിച്ചുനോക്കി. അതിന്റെ ഇരട്ടവാതിലുകൾ മലർക്കെ തുറന്നു കിട ന്നിരുന്നു. ഏഴോ എട്ടോ നിരകളിലായി കസേലകൾ ഇട്ടിരുന്നു. അതിൽ നാല്പതോളം സ്ത്രീകൾ ഇരുന്നിരുന്നു. നേരെ മുമ്പിൽ കട്ടിയുള്ള പച്ച വിരിയിട്ട വലിയ മേശ. ആസ്റ്റർ പൂക്കൾ നിറച്ചിട്ടുള്ള വലിയ പൂപാത്രം. അതിനു പുറകിലായി ഒരു സ്ത്രീ നിന്ന് പ്രസംഗിക്കുന്നു. അവർ മുടി കെട്ടിവെച്ചിരിക്കുന്ന രീതിയും അതിന്മേലെ 'ബൗ'യും കണ്ടപ്പോഴേ എനി ക്കയാളെ മനസ്സിലായി. മിസ്സിസ് നൂറോല്ലാഹി. അവരെങ്ങനെയാണ് മുടി ഇത്ര ഉയർത്തി കെട്ടിവെക്കുന്നത്. അത് എപ്പോഴും എനിക്ക് അദ്ഭുത മായിരുന്നു. അർമേൻ അവരുടെ 'ബൗ' കെട്ടിവെക്കുന്നതിനെ മുടികെട്ടുന്ന

റിബ്ബൺ എന്നാണ് പറയാറ്. അവരുടെ ഉടുപ്പിന്റെ അതേ നിറത്തിലായിരിക്കും. അവരുടെ ബൗവും എന്നതായിരുന്നു പ്രത്യേകത... "അച്ഛന്റെ സെക്രട്ടറിയുടെ മുഖമുദ്ര" എന്നാണ് അവൻ അതിനെ പറയാറ്.

"കളിയാക്കണ്ട" അർതൂഷ് ചിരിക്കും. "നല്ല കാര്യപ്രാപ്തിയുള്ള ഒരു സ്ത്രീയാണ്. കുറച്ച് അധികം സംസാരിക്കുമെന്നേയുള്ളൂ. വല്ലപ്പോഴുമൊരിക്കൽ നിസ്സാരമായൊരു സംഗതിയെ വല്ലാതെ പെരുപ്പിച്ച് വെറുതെ പരിഭ്രമിക്കുകയും ചെയ്യും."

അർമേൻ അർസീനയുടെ മുടി പിടിച്ചുവലിക്കുകയായിരുന്നു. "നിർത്തൂ..." ഞാൻ അർമീനെയുടെ കൈ പിടിച്ചു മാറ്റി. അവൾ സഹോദരിയുടെ രക്ഷയ്ക്കായി ചേട്ടന്റെ മേൽ ചാടിവീഴാൻ ഭാവിക്കുകയായിരുന്നു.

അർതൂഷ് പറഞ്ഞു "ഒഴിഞ്ഞ മേശകളൊന്നും കാണാനില്ലല്ലോ. ഒരു അര മണിക്കൂറെങ്കിലും കാത്തുനില്ക്കേണ്ടിവരും" അച്ഛൻ മകന്റെ നേരെ തിരിഞ്ഞു. "പിങ്ങ്പോങ്ങിൽ ഞാൻ നിന്നെ തോല്പിക്കാൻ നീ ചൊറിഞ്ഞുനില്ക്കുകയാണെന്നു കേട്ടു..."

"അല്ലേ അല്ല... അച്ഛനെ തോല്പിക്കാനാണ് ഞാൻ ചൊറിഞ്ഞു നില്ക്കുന്നത്" അവനും ഉറക്കെ ചിരിച്ചു.

പെൺകുട്ടികൾ തുള്ളാൻ തുടങ്ങി. "ജയിക്കുന്നയാൾ ബാക്കി എല്ലാവർക്കും ഊണു കഴിഞ്ഞാൽ ഐസ്ക്രീം വാങ്ങിത്തരണം." കുട്ടികളുടെ കൈയും പിടിച്ച് അച്ഛൻ പിങ്ങ് പോങ്ങ് മേശയുടെ നേരെ നടന്നു. കൂടെ ഉത്സാഹത്തോടെ അർമേനും...

"ഞാൻ ഇവിടെ ഇരുന്നോളാം..." പുറകിൽനിന്നും ഞാൻ വിളിച്ചു പറഞ്ഞത് അവർ കേട്ടില്ലെന്നു തോന്നി.

കൺകോണിലൂടെ കണ്ടു, അമ്മയും ആലീസും ഞങ്ങളുടെ ഒരകന്ന ബന്ധുവിനോട് സംസാരിച്ചുകൊണ്ടു നില്ക്കുകയാണ്. കൂടെ അദ്ദേഹത്തിന്റെ ഭാര്യയുമുണ്ട്. അവരുമായി സംസാരിക്കാനുള്ള മനസ്സോ, ഊർജ്ജമോ എനിക്കുണ്ടായിരുന്നില്ല. മതപരമായ ഒരു പ്രസ്ഥാനത്തിലെ അംഗങ്ങളായിരുന്നു അവർ. "മേരിയുടെ അനുചരന്മാർ" എന്നായിരുന്നു അതിന്റെ പേര്. മതപരിവർത്തനമായിരുന്നു പ്രധാന പരിപാടി. കാണുമ്പോഴൊക്കെയവർ നിർബന്ധിക്കും അവരുടെ യോഗങ്ങളിൽ പങ്കെടുക്കണമെന്ന്. അവരുടെ കണ്ണിൽപെടാതിരിക്കാനായി ഞാൻ മാറിയിരുന്ന് നോട്ടീസ്ബോർഡ് വായിക്കാൻ തുടങ്ങി. പ്രധാന ഹാളിൽ അന്നു നടക്കുന്ന പരിപാടികളെല്ലാം അതിൽ കുറിച്ചിട്ടിരുന്നു.

"സ്ത്രീകളും, സ്വാതന്ത്ര്യവും" മിസ്സിസ് പർവീൻ നൂറോല്ലാഹിയുടെ പ്രഭാഷണം. രാവിലെ 11.30-ന്.

ഞാൻ വാച്ചിലേക്ക് നോക്കി. സമയം ഏതാണ്ട് 12.30 ആയിരുന്നു. അവർ പ്രഭാഷണം ഉപസംഹരിക്കുകയാവും. ഞാൻ ആ മുറിയിലേക്ക്

പ്രവേശിച്ചു. അർതൂഷിന്റെ സെക്രട്ടറിയുടെ പേര് പർവീൻ എന്നാണെന്ന് അതുവരെ എനിക്കറിയില്ലായിരുന്നു.

ആദ്യം കണ്ട ഒഴിഞ്ഞ കസേലയിൽ ഇരുന്നു. അടുത്ത കസേലകളിൽ നിന്നും രണ്ടു സ്ത്രീകൾ പരിചയഭാവത്തിൽ തലയാട്ടിചിരിച്ചു. ഒരാൾ യുവതിയായിരുന്നു. മറ്റേ സ്ത്രീക്ക് പ്രായം കൂടും. പ്രായമായ സ്ത്രീ മടിയിൽവെച്ചിരുന്ന സഞ്ചിയിൽനിന്നും കപ്പലണ്ടി എടുത്ത് കൊറിച്ചു കൊണ്ടിരുന്നു. ചെറുപ്പക്കാരിയുടെ വായിൽ ച്യൂയിംഗമായിരുന്നു. "ഞാൻ ഒരിക്കൽ കൂടി പറയട്ടെ." മിസ്സിസ് നൂറോല്ലാഹിയുടെ സ്വരം. "ഇറാനിലെ സ്ത്രീകളുടെ പ്രഥമവും പ്രധാനവുമായ ആവശ്യം വോട്ടുചെയ്യാനുള്ള അവകാശമാണ്."

നീനയും ഗാർനിക്കും കഴിഞ്ഞുതവണ തങ്ങളുടെ വീട്ടിൽ വിരുന്നു വന്ന ദിവസം. ഗാർനിക്കും അർതൂഷും തമ്മിൽ വലിയൊരു തർക്ക മുണ്ടായി. അതേറെനേരം നീണ്ടുപോവുകയും ചെയ്തു. അവസാനം ഗാർനിക് ചോദിച്ചു. "ഈ വക കാര്യങ്ങളിൽ നമ്മൾ ചെന്നു ചാടുന്ന തെന്തിനാ?"

"നമ്മൾ ഇറാൻകാരൻ... എന്താ അല്ലേ?... അർതൂഷിന്റെ മറുപടി ഒരു മറുചോദ്യമായിരുന്നു.

"നമ്മൾ അർമേനിയക്കാരാണ്. എന്താ... അല്ലേ?" ഗാർനിക്കും വിട്ടു കൊടുത്തില്ല.

നീന ഇടപെട്ടു... "എന്താ ഇപ്പോ വോട്ടിന്റെ കാര്യം പറഞ്ഞു ബഹളം കൂട്ടാൻ?"

മിസ്സിസ് നൂറോല്ലാഹി ഉയർന്ന സ്വരത്തിലാണ് സംസാരിച്ചിരുന്നത്. ഓരോ വാചകവും അവസാനിക്കാറാകുമ്പോൾ ഇഴയുന്ന മട്ട്.

"അവസാനമായി എനിക്ക് പറയാനുള്ളത്, ഈയൊരു ലക്ഷ്യം നേടാൻവേണ്ടി ദീർഘകാലമായി നമ്മൾ പരിശ്രമിച്ചു വരികയാണ്. ഒരു പാട് ക്ലേശങ്ങളും സഹിക്കുന്നുണ്ട്. ഇറാനിലെ സ്ത്രീകൾ അവരുടെ ആവശ്യം ഉച്ചത്തിൽ വിളിച്ചുപറയുകയാണ്. എന്നാൽ അതിൽ സ്ത്രീ കളെല്ലാവരും തന്നെ പങ്കുചേരുന്നില്ല എന്നതാണ് നമ്മുടെ പ്രശ്നം. ഒരു മയുടെ അഭാവം... ഒരേ ലക്ഷ്യത്തിലേക്ക് എല്ലാവരേയും കൂട്ടിക്കൊണ്ടു പോകാൻ നമുക്ക് സാധിക്കുന്നില്ല. നമ്മുടെ പ്രവർത്തനങ്ങൾക്ക് സമഗ്ര മായൊരു ദിശാബോധം നല്കാനും നമുക്ക് സാധിക്കുന്നില്ല...

പ്രായമായ സ്ത്രീ ചിരിച്ചുകൊണ്ട് എന്റെ നേരെ ചാഞ്ഞു. ഏതാനും കപ്പലണ്ടി എടുത്തുനീട്ടി. "വേണ്ട" ഞാൻ ചിരിച്ചുകൊണ്ട് തലയാട്ടി.

എന്റെ അടുത്തിരുന്ന യുവതി പ്രസംഗം കാര്യമായി ശ്രദ്ധിക്കുന്നു ണ്ടായിരുന്നു. ച്യൂയിംഗം ചവച്ച് അതിനൊപ്പിച്ച് തലയാട്ടിയിരുന്നു. വീണ്ടും മിസ്സിസ് നുറോല്ലാഹിയുടെ വാക്കുകൾ. "എന്റെ വാക്കുകൾക്ക് ശക്തി പകരാനായി, ഞാൻ നിങ്ങളുടെ മുമ്പിൽ ഒരു കവിത വായിക്കുകയാണ്."

അപ്പോഴാണോർമ്മ വന്നത്. ഇസ്തിരിയിട്ട കിടക്കവിരികൾ അലമാര യിലെടുത്തുവെക്കാൻ ഞാൻ മറന്നു. അതെല്ലാം കട്ടിലിൽ വെച്ചിട്ട് പോരി കയായിരുന്നു.

“ഉണരൂ, സഹോദരി” മിസ്സിസ് നൂറോല്ലാഹി കവിത വായിക്കാൻ തുടങ്ങി.

“ചരിത്രത്തിന്റെ നാളുകളിൽ സ്വന്തം ചോരകൊണ്ട് ജമീല ബോപാച്ച ദേശീയ സ്വാതന്ത്ര്യത്തിന്റെ ഉത്തരവുകൾ എഴുതിവെക്കുന്ന ലോകത്തിൽ വശ്യമായ മിഴി അഴകും മാണിക്യചുണ്ടുകളും സ്ത്രീത്വത്തിന്റെ മാന ദണ്ഡങ്ങളാകുന്നില്ല.”

പ്രായമായ സ്ത്രീ ചെറുപ്പക്കാരിയുടെ കാതിൽ അടക്കം പറഞ്ഞു. എനിക്കും കൂടി കേൾക്കാവുന്ന വിധത്തിൽ, “അവർ പറയുന്നത് നമ്മുടെ മിസ് ജമീലയെ കുറിച്ചല്ലല്ലോ!”

“അല്ല... അമ്മേ...” ചെറുപ്പക്കാരി സമാധാനിപ്പിച്ചു.

അവർ ഒന്നിളകി ഇരുന്നു. “നിങ്ങൾക്കൊന്നും മനസ്സിലാകുന്നില്ല.”

അമ്മയുടെ കൈ കപ്പലണ്ടി സഞ്ചിയിൽ അനക്കമില്ലാതെ മുങ്ങി ക്കിടന്നു. “എനിക്ക് മനസ്സിലാവുന്നില്ല എന്നോ?”

“എന്താണ് നീ പറഞ്ഞത്? എനിക്ക് എല്ലാം നന്നായി മനസ്സിലാവു ന്നുണ്ട്.” സദസ്സിൽനിന്നുള്ള കൈയ്യടിയും കപ്പലണ്ടി സഞ്ചിയിലെ കിലുക്കവും ഇടകലർന്ന് എന്റെ കാതിൽ വീണു.

രണ്ടു സ്ത്രീകളും കസേലയിൽ നിന്നെഴുന്നേറ്റു. കുറച്ചുപേർ പുറ ത്തേക്കുള്ള വാതിലിനുനേരെ നടന്നു. ശേഷിച്ചവർ അവിടെ കൂടിനിന്നു. മിസ്സിസ് നൂറോല്ലാഹിയെ പരിചയപ്പെട്ടു... അഭിനന്ദനങ്ങൾ അറിയിച്ചു. അവരുടെയൊക്കെ തലയ്ക്ക് മുകളിലായി മിസ്സിസ് നൂറോല്ലാഹിയുടെ മുടിക്കെട്ട് ഉയർന്നുനിന്നു. ആ പ്രായം ചെന്ന സ്ത്രീയോടും അവരുടെ മകളോടും യാത്രപറഞ്ഞ് ഞാൻ ഹാളിൽനിന്നും പുറത്തേക്ക് കടന്നു.

അർതൂഷും കുട്ടികളും ഭക്ഷണശാലയുടെ വാതില്ക്കൽ തന്നെ നിന്നി രുന്നു. അമ്മയും ആലീസും അപ്പോഴേക്കും ‘മേരിയുടെ അനുചരന്മാരോ’ട് സംഭാഷണം തുടരുകയായിരുന്നു. ഞങ്ങൾ ഭക്ഷണം കഴിക്കാൻ പോവുക യാണെന്ന് ഞാൻ ആലീസിനെ കൈകാട്ടി അറിയിച്ചു. പ്രധാന പരിചാര കന്റെ പുറകെ ഞങ്ങളും കുട്ടികളും ഒഴിവുള്ള ഒരു മേശയ്ക്കരികിലേക്കു നടന്നു. അർതൂഷ് പറഞ്ഞത് ശരിയായിരുന്നു. മിസ്സിസ് നൂറോല്ലാഹി നല്ല കാര്യപ്രാപ്തിയുള്ള സ്ത്രീ തന്നെ! അവർ വിവാഹിതയാണെന്നും മൂന്നു മക്കളുണ്ടെന്നും എനിക്കറിയാമായിരുന്നു. എന്നെ പോലെതന്നെ. എന്നിട്ടും അവർ ഉദ്യോഗം നോക്കുന്നു. സാമൂഹ്യപ്രവർത്തനങ്ങളിൽ സജീവമായി ഏർപ്പെടുന്നു. ഞാനോ? വീട്ടുജോലിയല്ലാതെ വേറെ എന്താണ് ചെയ്യു ന്നത്? പ്രധാന പരിചാരകന്റെ അഭിവാദ്യത്തിന് മറുപടി പറഞ്ഞുകൊണ്ട്

ഞാൻ വീണ്ടും അതേ ചിന്തയിലേക്ക് തിരിഞ്ഞു. മിസ്സിസ് നൂറോല്ലാഹിക്ക് എന്തൊരു കാര്യപ്രാപ്തിയാണ്?

ഗോലിസ്ഥാൻ ക്ലബ്ബിലെ ഭക്ഷണശാലയിൽ നല്ല തിരക്കുണ്ടായിരുന്നു. എല്ലാ വെള്ളിയാഴ്ചകളിലും ഇങ്ങനെയാണ്. നീന്തലും, പരിചയക്കാരെ കണ്ടുമുട്ടലും... ഭാഗ്യം! ഞങ്ങൾക്ക് കിട്ടിയ മേശ അങ്ങേ അറ്റത്തായിരുന്നു. മാർഗറീറ്റയും അവളുടെ അച്ഛനമ്മമാരും ഇരിക്കുന്നിടത്തുനിന്നും അകലെ. താമസിയാതെ അമ്മയും ആലീസുമെത്തി... അമ്മ പറയുന്നുണ്ടായിരുന്നു "വിഡ്ഢിത്തം പറയണ്ട. അവർ നല്ല ഭാര്യാഭർത്താക്കന്മാരാണ്." "അവർ നല്ലതല്ല എന്നു ഞാൻ പറഞ്ഞില്ലല്ലോ... കുറേ അധികം സംസാരിക്കുന്നുവെന്നല്ലേ പറഞ്ഞുള്ളൂ."

"അതിനെന്താ... എത്ര ഭംഗിയിലും വെടിപ്പിലുമാണ് അവർ വീടു വെച്ചിരിക്കുന്നത്."

"അതും മുട്ടയുടെ വിലയുമായി എന്താണ് ബന്ധം?" ആലീസ് കുട്ടികളുടെ നേരെ കണ്ണിറുക്കി കാട്ടി. പെൺകുട്ടികൾ പൊട്ടിച്ചിരിക്കാൻ തുടങ്ങി.

ചേലോകെബാബ് ആണ് ഞങ്ങൾ ആവശ്യപ്പെട്ടത്. അമ്മ മൂന്നു തവണ അർതൂഷിനെ ഓർമ്മിപ്പിച്ചു. "അവരോടു പറയൂ, എനിക്കുള്ളത് നന്നായി വെന്തിരിക്കണമെന്ന്."

"ദാ, ഈ മുട്ട.. തീരെ കൊള്ളില്ല..." അമ്മ ആ പാത്രം തള്ളിനീക്കി. "അവരോട് എടുത്തുകൊണ്ടുപോകാൻ പറയൂ"

"വേണ്ട, വേണ്ട" പെൺകുട്ടികൾ തടഞ്ഞു. "ഞങ്ങൾക്ക് ആ മാവു വേണം... കളിക്കാൻ."

ഞാൻ മാവിന്റെ പാത്രവും പൊട്ടിയ മുട്ടകളും പരിചാരകനെ വിളിച്ച് തിരിച്ചേല്പിച്ചു. "ഞങ്ങൾക്ക് മുട്ട വേണ്ട. നന്ദി അറിയിച്ചുകൊണ്ട് ഞാൻ പറഞ്ഞു. "ഇതാരും കഴിക്കില്ല."

ചിലർ പഴയ രീതിയിലാണ് ചേലോ കെബാബ് കഴിക്കാറ്. പച്ചമുട്ടയുടെ മഞ്ഞക്കരുവിനോടൊപ്പം. അതുകൊണ്ട്, വെള്ളിയാഴ്ചകളിൽ ഭക്ഷണശാലയിലെ മേശകളിലെല്ലാം കുണ്ടുള്ള പിഞ്ഞാണികൾ വെച്ചിരിക്കുന്നതു കാണാം. അതിൽ നിറയെ മാവ്. മാവിൽ മുട്ടത്തോടിന്റെ പകുതികൾ... ഈ തോടിനുള്ളിലാണ് അവർ മുട്ടയുടെ മഞ്ഞക്കരു വിളമ്പിത്തരിക. ഒരു പാത്രത്തിലെന്നപോലെ. ഈ മാവെടുത്ത് കളിക്കുക കുട്ടികളുടെ ഒരു പതിവായിരുന്നു. ഒന്നുരണ്ടുതവണ കളിക്കിടിയിൽ മഞ്ഞക്കരു തുളുമ്പി വെളുത്ത മേശവിരിയാകെ അഴുക്കായി. പരിചാരകർക്ക് മുകളിലെ മേശവിരിയും അതിനുതാഴെയുള്ള പച്ച കട്ടിത്തുണിയും മാറ്റേണ്ടിവന്നു. എന്തായാലും അമ്മയ്ക്ക് കെബാബിനൊപ്പം മുട്ടയുടെ മഞ്ഞ കഴിക്കാൻ ഇഷ്ടവുമില്ല.

ആലീസ് റൊട്ടിയിൽനിന്നും ഒരു കഷണമെടുത്തു. അതും കൈയിൽ വെച്ച് മുറിയാതെ നിരീക്ഷിച്ചു. "ഡോക്ടർ സലേഹി പാർദിന്റെ ഭാര്യയെ കണ്ടോ?" റൊട്ടി കഷണം ചവച്ചുകൊണ്ട് അവൾ ചോദിച്ചു. ആശുപത്രിയിലെ ശസ്ത്രക്രിയ വിഭാഗത്തിന്റെ തലവനായിരുന്നു ഡോക്ടർ സലേഹി. ആയിടെയായിരുന്നു അദ്ദേഹത്തിന്റെ വിവാഹം. പെട്ടെന്നെനിക്കോർമ്മ വന്നു. ഇദ്ദേഹത്തിന്റെ നേരെയാണ് അവൾ കൈ വീശി കാണിച്ചത്... ഭാര്യയുമായി ചുംബനങ്ങൾ കൈമാറിയത്. "കാഴ്ചയിലും പെരുമാറ്റത്തിലും തനി നാട്ടിൻപുറത്തുകാരി. എന്നിട്ടും എത്തിപ്പിടിച്ച ഭർത്താവിനെ കണ്ടോ?" അവൾ ഒരു നെടുവീർപ്പിട്ടു. "അപ്പുറത്ത് ഡോലാറ്ററിയന്റെ ഭാര്യ ഇരിക്കുന്നുണ്ട്. അവരെ കണ്ട് നല്ല പരിഷ്കാരവും പ്രസരിപ്പുമുള്ള സ്ത്രീ എന്ന് എല്ലാവരും പറയുന്നതെന്തുകൊണ്ടാണാവോ? എനിക്കറിയില്ല. തലയിൽ ഒരു പുത്തൻ തൊപ്പി വെച്ചാൽ ആർക്കും ജാക്കി കെന്നഡിയാകാമെന്നാണോ അവരുടെ വിചാരം? അല്ലെങ്കിലും അവർ തലയിൽവെച്ചിരിക്കുന്നത് ഒരു "ഹാറ്റാണോ?" തീരെ ചെറിയ കുഞ്ഞുങ്ങളെ കുളിപ്പിക്കാനിരുത്തുന്ന ഒരു തൊട്ടിലായിട്ടാണ് എനിക്ക് തോന്നുന്നത്.

ആലീസ് വർണ്ണിച്ചുകൊണ്ടിരുന്ന സ്ത്രീ അർമേന്റെ കൂടെ പഠിക്കുന്ന ഒരു കുട്ടിയുടെ അമ്മയായിരുന്നു. അവനെ ഒരിക്കൽ അർമേൻ നന്നായൊന്നു തല്ലുകയുണ്ടായി. അർസീനെയും അർമീനെയും അവൻ ഇരട്ട വിഡ്ഢികൾ എന്നു കളിയാക്കി. മാത്രമല്ല, വണ്ടി വലിക്കാനുള്ള വിവരം കെട്ട പെൺകുതിരകൾ എന്നും വിളിച്ചു. അർമേന് സഹിച്ചുനില്ക്കാനായില്ല.

"നിനക്കു സലാഡ് വേണ്ട എങ്കിൽ ഇങ്ങോട്ടു നീക്കൂ..." ആലീസ് അർമേനോടു പറഞ്ഞു. അർമേന്റെ കിണ്ണത്തിലെ സലാഡ് അവൾ സ്വന്തം കിണ്ണത്തിലേക്ക് ചെരിച്ചു. "ഇതുകണ്ടോ" വാതിലിനപ്പുറത്തേക്കു നോക്കി അവൾ അദ്ഭുതം കൂറി. "മാന്യയും വാസ്ജെനും ഇവിടെ എന്താ ചെയ്യുന്നത്... പഴപാത്രത്തിൽ സബോള ഉള്ളിയോ?"

മാന്യ എന്റെ പെൺകുട്ടികളുടെ ടീച്ചറായിരുന്നു. ചിത്രരചനയാണ് അവർ പഠിപ്പിച്ചിരുന്നത്. സ്കൂൾ പ്രിൻസിപ്പാൾ വാസ്ജെൻ ഹിറാപ്ഷ്യൻ. യുവദമ്പതികൾ. മക്കളുണ്ടായിരുന്നില്ല. ആ അർമേനിയൻ സ്കൂളും അവിടത്തെ വിദ്യാർത്ഥികളുമായിരുന്നു അവരുടെ എല്ലാം. അവർ ഞങ്ങളുടെ അടുത്തേക്ക് വന്നു. "എഴുന്നേറ്റു നില്ക്കൂ" ഞാൻ കുട്ടികളെ ഓർമ്മിപ്പിച്ചു. അവരുടെ പ്രിൻസിപ്പാളും അദ്ധ്യാപികയുമല്ലേ മുന്നിൽ നില്ക്കുന്നത്. അർതൂഷും എഴുന്നേറ്റുനിന്ന് അവരെ അഭിവാദ്യം ചെയ്തു. പരസ്പരം സുഖവിവരങ്ങൾ അന്വേഷിച്ചു. ഞങ്ങളോടൊപ്പമിരുന്ന് ആഹാരം കഴിക്കാൻ ക്ഷണിച്ചു. "കുറച്ചുനേരം മാത്രം" വാസ്ജെൻ പറഞ്ഞു. അവർ ഞങ്ങളോടൊപ്പം ഇരുന്നു. "ഇന്ന് ഞങ്ങൾ മിസ്റ്റർ കലേഷ്യൻ ക്ഷണിച്ചിട്ടു വന്നതാണ് അല്ലായിരുന്നുവെങ്കിൽ ഈ ക്ലബ്ബിൽ ഞങ്ങൾ തീർത്തും 'പുറമെയുള്ളവരാ'യേനേ..."

ആലീസ് എന്റെ നേരെ നോക്കാതിരിക്കാൻ ശ്രമിച്ചു. "പറയാൻ കണ്ടൊരു കാര്യം!" അവൾ സ്വരം താഴ്ത്തി പറഞ്ഞു.

മാന്യ അമ്മയോടും ആലീസിനോടും വർത്തമാനം പറഞ്ഞു. പതിവു പോലെ കുട്ടികളുമായി തമാശ പറഞ്ഞു. "നിങ്ങൾ രണ്ടുപേരും ശരിക്കും ഇരട്ട സഹോദരികളാണോ? അതോ ഒരാൾ മറ്റേയാളിന്റെ സെറോക്സ് കോപ്പിയോ?"

"അന്നു ഞാൻ പറഞ്ഞിരുന്നില്ലേ, ഒരു പുസ്തകം വിവർത്തനം ചെയ്യുന്ന കാര്യം..." വാസ്ജെൻ എന്റെ നേരെ തിരിഞ്ഞു. "ആ പണി പൂർത്തിയാക്കി. വായിച്ചുനോക്കാൻ നിങ്ങൾക്കു സമയമുണ്ടാകുമോ? എങ്കിൽ എനിക്കു വലിയ സന്തോഷമായേനേ!"

വാസ്ജെനും മാന്യയും ചേർന്ന് കുട്ടികൾക്കുവേണ്ടി എല്ലാ മാസവും ഒരു അർമേനിയൻ മാസിക പ്രസിദ്ധീകരിച്ചിരുന്നു. പേര് ലുസ്സാബെർ. ഇടയ്ക്ക് ചില കവിതകളും കഥകളും മൊഴിമാറ്റം നടത്തി ഞാൻ അവർക്ക് കൊടുത്തിരുന്നു. ചിലപ്പോൾ ചില ലേഖനങ്ങളും മറ്റും പ്രസിദ്ധീകരിക്കുന്നതിനുമുമ്പേ അഭിപ്രായം അറിയാനായി അവർ തരാറുമുണ്ടായിരുന്നു. അവർ എഴുന്നേറ്റ് അവരുടെ മേശയിലേക്ക് പോയതും പെൺകുട്ടികൾ ഒരുമിച്ചു ചോദിച്ചു, "ഏതു പുസ്തകമാണ് അമ്മേ...?"

ഡോലാറ്റേറിയൻകുട്ടിയെ അർമേൻ തല്ലിയ ദിവസം പ്രിൻസിപ്പാൾ എന്നെ സ്കൂളിലേക്കു വിളിച്ചിരുന്നു. മിസ്സിസ് ഡൊലാറ്റേറിയൻ അർമേൻ ചെയ്തതിൽ തെറ്റില്ലെന്ന് ഉറപ്പിച്ചുപറഞ്ഞു. ഒതുക്കമുള്ള ശരീരത്തോടുകൂടി ചന്തമുള്ള ഒരു സ്ത്രീയായിരുന്നു. മുടി ഫ്രഞ്ച് രീതിയിൽ വളച്ചു കെട്ടിയിരുന്നു. ഇളംപച്ച ബിസിനസ് സ്യൂട്ടാണ് ധരിച്ചിരുന്നത്. ഞാൻ അവരുടെ മകന്റെ പക്ഷമാണ് പിടിച്ചത്. എന്തായാലും കുട്ടികളെ രണ്ടു പേരേയും വിളിച്ച് ഞങ്ങൾ പരസ്പരം മാപ്പു പറയിപ്പിച്ചു. അന്ന് വാസ്ജെൻ പറയുകയുണ്ടായി അദ്ദേഹം "ലിറ്റിൽ ലോഡ് ഫോൺട്ലിറോയ്" എന്ന പുസ്തകം പരിഭാഷപ്പെടുത്തുന്നുണ്ട് എന്ന്, അർമേനിയയിലേക്ക്.

"ലിറ്റിൽ ലോഡ്... എന്താണ്?" അതും പറഞ്ഞ് തമാശമട്ടിൽ ആലീസ് ഉറക്കെ ചിരിച്ചു.

അമ്മ പറഞ്ഞു, "മാന്യയെപ്പോലെ വേറൊരാളില്ല. എന്തെല്ലാം തിരക്കുകളാണ്. എന്നിട്ടും അവരുടെ വീടുവെച്ചിരിക്കുന്നതു കാണണം. എപ്പോഴും നല്ല ഭംഗി... വൃത്തി... ഒരു പൊടിപോലും കാണില്ല. അത്രയും വെടിപ്പും ചിട്ടയും. അങ്ങനെയുള്ളവരെയാണ് നമ്മൾ യഥാർത്ഥ സ്ത്രീകൾ എന്നു പറയുക."

അർമേൻ തന്റെ തട്ടിലെ ചുട്ടെടുത്ത തക്കാളി അർസിനേയുടെ തട്ടിലേക്കിട്ടു. അവൾ മുഖം കോട്ടി. അർമീനേ ഉറക്കെ പിറുപിറുത്തു. "നിനക്കെന്താ...? എപ്പോഴും ഞങ്ങളുടെ തട്ട് ഒരു കുപ്പത്തൊട്ടിപോലെയാണല്ലോ... തനിക്കു വേണ്ടാത്തത് മാറ്റിയിടാനുള്ള സ്ഥലം."

അർതൂഷ് അർസീനേയുടെ തട്ടിൽനിന്നും ആ തക്കാളി തന്റെ തട്ടിലേക്കെടുത്തിട്ടു. “ഈ കണ്ട പണിത്തിരക്കുകൾക്കിടയിലും പുസ്തകങ്ങൾ വിവർത്തനം ചെയ്യാനുള്ള സമയം വാസ്ജെൻ കണ്ടെത്തുന്നുവെന്നോ? അതിശയം തന്നെ. നിനക്കും അങ്ങനെ ചിലതു ചെയ്തുകൂടേ?”

അർതൂഷ് എന്നെ നോക്കിചിരിച്ചു. “പുസ്തകം വിവർത്തനം ചെയ്യുന്ന കാര്യമാണ് ഞാൻ പറയുന്നത്.” ഒന്നും മിണ്ടാതെ ഒരു നിമിഷം ഞാൻ അദ്ദേഹത്തിന്റെ മുഖത്തു നോക്കിയിരുന്നു.

“അതിനൊക്കെ അവൾക്കെവിടെയാണ് സമയം?” അമ്മ സഹതാപം പ്രകടിപ്പിച്ചു. “ആറുമാസമായി കിടപ്പുമുറിയിലെ കർട്ടനുകൾ അലക്കാൻ നേരം കിട്ടിയിട്ടില്ല,” അമ്മ എന്നെ ഗൗരവത്തിൽ നോക്കി. “എന്താ ഞാൻ പറയുന്നത് നേരല്ലേ...? അല്ലെങ്കിൽ അല്ല എന്നു പറയൂ.”

ഞാൻ പെൺകുട്ടികളുടെ കിണ്ണത്തിലെ കെബാബുകൾ മുറിച്ചു വെച്ചു. അർതൂഷിന്റെ പുഞ്ചിരിയാണോ? അതോ അദ്ദേഹത്തിന്റെ വാക്കുകളുടെ പിന്നിലെ ആ ഭാവമാണോ.... എന്തേ ഞാൻ പൊട്ടെന്നോർക്കാൻ... ഞങ്ങളുടെ വിവാഹമുറപ്പിച്ചു കഴിഞ്ഞ ആ നാളുകൾ...

പന്ത്രണ്ട്

കുട്ടികൾ സ്കൂളിലായിരുന്നു. അർതൂഷ് ജോലിസ്ഥലത്തു കിടപ്പുമുറികൾ വൃത്തിയാക്കി കഴിഞ്ഞു. എല്ലാ ദിക്കിലും പൊടിയും തുടച്ചും അത്താഴവും ഏതാണ്ട് തയ്യാറായിക്കഴിഞ്ഞു. അപ്പോഴാണ് ഫോൺ അടിച്ചത്.

"ഞാൻ നിന്നെ അങ്ങോട്ട് വിളിച്ചില്ലെങ്കിൽ, എന്നെ ഇങ്ങോട്ടു വിളിച്ച് ഞാൻ എങ്ങനെയുണ്ട് എന്ന് നീ അന്വേഷിക്കില്ല, അല്ലേ?" അപ്പുറത്ത് നീനയായിരുന്നു.

ഞാൻ ഒരു വിശദീകരണത്തിന് തയ്യാറായി. കുറേനാളായി അവളെ വിളിക്കണമെന്നു വിചാരിച്ചുതുടങ്ങിയിട്ട്. എന്തുചെയ്യാൻ! സമയം കിട്ടണ്ടേ? ഞാൻ പറഞ്ഞുതീരുംമുമ്പേ അവൾ ഇടയിൽ കയറി. "വിശദീകരണമൊന്നും വേണ്ട. നിനക്ക് തിരക്കാണെന്ന് എനിക്കറിയാം. എല്ലാം വളരെ കൃത്യമായി ചെയ്യണമെന്ന വാശി. ഒന്നിനും ഒരു പോരായ വരരുത്. അതിനു പുറമെ എപ്പോഴും നിന്റെ അമ്മയുടെ ഇടപെടൽ... അർതൂഷിന്റെ നീരസങ്ങൾ, ആവലാതികൾ."

നീനയുടെ വളരെ വലിയ ഒരു ഗുണം അതായിരുന്നു. എന്തൊക്കെയായാലും അവൾക്ക് ദേഷ്യം വരില്ല. എപ്പോഴും അവൾ പറയാറുണ്ട്. "നമ്മൾ അവരുടെ സ്ഥാനത്തുനിന്നു നോക്കുമ്പോൾ അവർ പറയുന്നതായിരിക്കും ശരി എന്നു തോന്നും."

നീനയുടെ കാഴ്ചപ്പാടിൽ ഓരോരുത്തർക്കുമുണ്ട് അവനവൻ ചെയ്യുന്നതിനെക്കുറിച്ച് പറയാനൊരു ന്യായം. ആരേയും പാടെ കുറ്റം പറയാനാവില്ല. ആരും പ്രത്യേകിച്ച് ഒരു ദുരുദ്ദേശത്തോടുകൂടി ഒന്നും ചെയ്യുന്നില്ല. അങ്ങനെയൊക്കെയുള്ള നീനയാണ് ഇന്നെന്നോട് അർതൂഷിന്റെ നീരസങ്ങളുടേയും ആവലാതികളേയും കുറിച്ച് പറയുന്നത്. "ഇതെന്താണിങ്ങനെ?" എനിക്ക് അടുപ്പമുള്ളവരെല്ലാം അർതൂഷിനെ ഒരു മുരടനായി കാണുന്നതെന്തുകൊണ്ടാണ്?

വിഷയം മാറ്റാനായി ഞാൻ ഗാർനിക്കിനേയും സോഫിയേയും പറ്റി തിരക്കി. ടെഹ്റാൻ സർവ്വകലാശാലയിലേക്ക് പ്രവേശനം ലഭിച്ച മകൻ

ടൈഗ്രാന്റെ കാര്യങ്ങളും അന്വേഷിച്ചു. നീനയും കുട്ടികളെക്കുറിച്ചും അർതൂഷിനെക്കുറിച്ചും ചോദിച്ചു. ആലീസിന്റേയോ അമ്മയുടേയോ സുഖ വിവരങ്ങളും ആരാഞ്ഞു. തന്റെ പുതിയ താമസസ്ഥലം അവൾക്ക് വളരെ ഇഷ്ടമായിരിക്കുന്നു. അയൽക്കാരും തരക്കേടില്ല.

"അയൽപക്കത്തെ വീട്ടിൽ അവിവാഹിതനായ ഒരു ഡച്ചുകാരനാണ് താമസിക്കുന്നത്. രണ്ടു മീറ്റർ ഉയരമുണ്ട്. എന്ന പോലെ ഇത്തിരി വട്ടു ണ്ടെന്ന് തോന്നുന്നു... അല്ല എന്നേക്കാൾ മോശമാണ്." ഇടയ്ക്കിടയ്ക്ക് കുലുങ്ങിചിരിച്ചുകൊണ്ടുള്ള വർത്തമാനത്തിനിടയിൽ, മുറ്റത്തെ പുൽ ത്തകിടിയിലിരുന്ന് ഡച്ചുകാരൻ ദിവസവും വെയിൽ കായും. ഉച്ചതിരിഞ്ഞ് മൂന്നുമണിക്ക്. മേലേ സൂര്യൻ കത്തിനില്ക്കുമ്പോൾ, അവരുടെ എതിർ വശത്ത് താമസിക്കുന്നത് ഒരു ജൂതസ്ത്രീയാണ്. അവർ എല്ലാ ശനി യാഴ്ചയും നീനയെ വിളിച്ചു പറയും. മുറ്റത്തെ വിളക്കുകൾ അവർക്കു വേണ്ടി ഇട്ടുവെക്കണമെന്ന്. മറ്റുള്ള അയൽക്കാരുമായി അവളിനിയും പരിചയപ്പെട്ടിട്ടില്ല.

ഈ വായാടിത്തം. അത് നീനയുടെ ഒരു ദോഷമായിരുന്നു. പ്രത്യേ കിച്ചും ഫോണിൽ കൂടി... എത്ര നേരമാണ് സംസാരിക്കുക. അടുപ്പത്തി രിക്കുന്ന ആഹാരത്തെ കുറിച്ചായിരുന്നു എനിക്കു ഭയം. ഞാൻ തുറന്നു പറഞ്ഞു, "നീനാ സ്റ്റൗവിൽ ആഹാരമിരിക്കുന്നു."

"അയ്യോ! കഷ്ടായി... നിന്നെ എന്തിനാ വിളിച്ചതെന്നു പറയാൻ മറന്നു പോയി. ഈ വ്യാഴാഴ്ച രാത്രി ഭക്ഷണത്തിന് എല്ലാവരും ഇങ്ങോട്ടു വരണം. അമ്മയേയും ആലീസിനേയും കൊണ്ടുവരണം. വേണ്ട, ഞാൻ അവരെ നേരിട്ടു ക്ഷണിച്ചോളാം. അതിന്റെ പേരിൽ നിന്റെ അനിയത്തി പരിഭവിക്കേണ്ട."

അതുപറഞ്ഞ് നീന വീണ്ടും ചിരിച്ചു. "ഗാർനിക്കിന്റെ ചേട്ടന്റെ മകൾ ടെഹ്റാനിൽനിന്നും വന്നിട്ടുണ്ട്. ഏതാനും ആഴ്ച ഞങ്ങളോടൊപ്പ മുണ്ടാകും. പാവം, ഈയിടെ വിവാഹമോചനം കഴിഞ്ഞു. നിങ്ങൾ തമ്മിൽ പരിചയപ്പെടണം. പല കാര്യങ്ങളും അവർ ചെയ്യുന്നതു കാണുമ്പോൾ നിന്നെ ഓർമ്മവരും.

"അപ്പോൾ വ്യാഴാഴ്ച രാത്രി. മറക്കരുതേ! നേരത്തെ വരണം. കുട്ടി കൾക്ക് കളിക്കാൻ സമയം കിട്ടുമല്ലോ. നിന്റെ പെൺകുട്ടികളെ വിട്ടു പോന്നതിൽ സോഫിക്ക് വലിയ സങ്കടമുണ്ട്. പറയുന്നത് കേട്ടാൽ തോന്നും ദിവസവും അവർ തമ്മിൽ സ്കൂളിൽവെച്ച് കാണുന്നില്ല എന്ന്..." ഒടുവിൽ ഒരു വിധം അവൾ സംസാരം നിർത്തി... ഗുഡ്ബൈ... പറഞ്ഞ് ഫോൺ താഴെ വെച്ചു.

ഞാനും ഫോൺ താഴെ വെച്ച് ധൃതിയിൽ അടുക്കളയിലേക്കോടി... ആഹാരം ഇളക്കി നോക്കി. ഭാഗ്യം! അടിയിൽ പിടിച്ചിട്ടില്ല. തീ അണച്ചു. അപ്പോഴേക്കും വീണ്ടും ഫോൺ മണി. ഞാൻ തിരികെ ഇടനാഴിയിലേക്ക് നടന്നു.

“സദാ ഫോണിൽ സംസാരിച്ചുകൊണ്ടിരിക്കുന്ന സാധാരണ സ്ത്രീകളിൽ ഒരാളാണ് നിങ്ങളെന്ന് ഞാൻ കരുതിയിരുന്നില്ല.” മിസ്സിസ് സിമോനിയൻ.

പെട്ടെന്ന് മറുപടി പറയാനുള്ള മിടുക്ക് ഒരു കാലത്തും എനിക്കുണ്ടായിരുന്നില്ല. അതെന്റെ വലിയൊരു പോരായ്മയായിരുന്നു. ആളുകൾ എന്ത് അസംബന്ധം പറഞ്ഞാലും ഞാൻ മിണ്ടാതെ നിന്നു കേൾക്കും. ഇപ്പോഴുമതെ. അവർ സംസാരം തുടർന്നു. ഞാൻ മിണ്ടാതെ നിന്നു. “അന്നു രാത്രി നിങ്ങൾ പറഞ്ഞില്ലേ വീട്ടുജോലിക്ക് ഏതോ ഒരു സ്ത്രീയെ അയയ്ക്കാമെന്ന്. ഇതുവരെ അവരെ കണ്ടില്ലല്ലോ... പൊള്ളയായ വാഗ്ദാനങ്ങൾ... എനിക്കൊട്ടും സഹിക്കാനാവില്ല.”

മിണ്ടാതിരിക്കുന്നതിന് ഒരു പരിധിയില്ല... അതുപോലെ തക്ക മറുപടി കൊടുക്കാതിരിക്കുന്നതിനും. എത്രനേരം സാരമില്ല എന്ന ഭാവം നടിക്കും. ഞാൻ ഒരു നെടുവീർപ്പിട്ടു. ഫോണിന്റെ വയർ കൈത്തണ്ടയിൽ ബലമായി ചുറ്റി. എന്റെ സാധാരണ ശബ്ദത്തിനേക്കാൾ ഉച്ചത്തിൽ ഞാൻ പറഞ്ഞു, “ആദ്യമായി അവർ ഏതോ ഒരു സ്ത്രീയല്ല. അഷ്കേൻ എന്നാണ് അവരുടെ പേര്. മാന്യമായി കഴിയുന്ന സ്ത്രീ. കുടുംബം നടത്തിക്കൊണ്ടുപോകാൻ വേണ്ടി അന്യരുടെ വീടുകളിൽ വേലയെടുക്കുന്നു എന്നു മാത്രം. രണ്ടാമത്തെ കാര്യം, അവരുടെ വീട്ടിൽ ഫോണില്ല. ശനിയാഴ്ച എന്റെ വീട്ടിൽ ജോലിക്കു വരുന്നതുവരെ കാത്തിരിക്കണം. മൂന്നാമതായി.... “ഇന്നു ശനിയാഴ്ചയാണ്”

ഒരു നിമിഷം ഞാൻ പകച്ചുനിന്നു. “ഇന്നലെ അവർ വിളിച്ചുപറഞ്ഞിരുന്നു, ഇന്ന് വരാൻ പറ്റില്ല എന്ന്. നിങ്ങളല്ലേ പറഞ്ഞത് അവരുടെ വീട്ടിൽ ഫോണില്ല എന്ന്.”

“അതെ...” എനിക്കും ക്ഷമ കെട്ടു... ഒച്ച പിന്നേയും പൊങ്ങി.

“അവരുടെ മകൻ പുറത്തുനിന്ന് വിളിച്ചറിയിച്ചതാണ്.”

ഏതാനും നിമിഷം അവർ മിണ്ടാതെ നിന്നു. പിന്നെ വളരെ മയത്തിൽ പറഞ്ഞു. “വരുമ്പോൾ പറയാൻ മറക്കരുതേ... ഒരു കുപ്പി ചട്ടിണി ഞാൻ നിങ്ങൾക്കായി മാറ്റിവെച്ചിട്ടുണ്ട്.”

ഇതെന്തുമായം! അവരുടെ പെരുമാറ്റത്തിലെ ചൂടും തണുപ്പും... എനിക്കു പിടികിട്ടിയില്ല. ചട്ടിണി കരുതിവെച്ചതിന് നന്ദി പറഞ്ഞു. അഷ്കേൻ വരുമ്പോൾ കാര്യം പറയാം എന്നറിയിച്ചു. കൂടുതൽ വർത്തമാനത്തിനു നില്ക്കാതെ ഞാൻ ഫോൺ താഴെ വെച്ചു. ഏതായാലും പുതിയ വീട്ടുകാരിയെ പറ്റി അഷ്കേന് മുന്നറിയിപ്പ് കൊടുക്കണം. ചെന്നു കയറുന്ന ഇടം എങ്ങനെയുള്ളതാണെന്ന് നേരത്തെ അറിഞ്ഞിരിക്കുന്നതാണല്ലോ നല്ലത്.

പതിമ്മൂന്ന്

കുട്ടികളുടെ പിയാനോടീച്ചർ ഒരു ഇംഗ്ലീഷുകാരിയായിരുന്നു. നല്ല വെളുത്ത നിറം. സ്വർണ്ണനിറമുള്ള മുടി. അവർ വിവാഹം കഴിച്ചിരുന്നത് ഒരു ഇറാൻകാരനെയായിരുന്നു. വളരെക്കാലമായി അവർ ഇറാനിലാണ് താമസം. എന്നാലും ഞങ്ങൾ അർമേനിയക്കാരേക്കാൾ മോശമായിരുന്നു. അവരുടെ പേർഷ്യൻ ഭാഷാ പരിജ്ഞാനം. അന്ന് കുട്ടികളുടെ ക്ലാസ്സ് തുടങ്ങുന്നതിനുമുമ്പ് അവർ പറഞ്ഞു. "എന്റെ ടെലിഫോൺ നമ്പർ... നിങ്ങൾ ആ മിസ്സിസ്... എന്താണവരുടെ പേര്?"

"സിമോനിയൻ"

നിറയെ പുള്ളിക്കുത്തുകളുള്ള നെറ്റിയിൽ അവർ കൈക്കൊണ്ടു തട്ടി.

"ഹാ... സിമോനിയൻ... ഇന്നവൾ വിളിച്ചിരുന്നു. അസാധാരണയായ ഒരു സ്ത്രീ തന്നെ. അവർ പറയുകയാണ് ഞാൻ ചെന്ന് അവരുടെ പിയാനോവിന്റെ ശ്രുതി ശരിപ്പെടുത്തിവെക്കണമെന്ന്. ഞാൻ പറഞ്ഞു, അതെന്റെ പണിയല്ല എന്ന്. ഒട്ടും മര്യാദയില്ലാതെയാണ് അവർ സംസാരിച്ചത്."

അവർ സ്വർണ്ണനിറമുള്ള പുരികങ്ങൾ വളച്ചുയർത്തി... മെലിഞ്ഞ തോളുകൾ കുലുക്കി. ഒന്നുരണ്ടുതവണ ചൂണ്ടുവിരൽ ഉയർത്തി ആട്ടി. ചുകന്ന ചായം തേച്ച വിരൽ നഖങ്ങൾ... അവർ കുട്ടികളെ വിളിച്ച് പിയാനോ മുറിയിലേക്ക് നടന്നു.

ഞാൻ പൂമുഖത്തളത്തിൽ തന്നെ ഇരുന്നു. മനസ്സിൽ വല്ലാത്തൊരു വിഷമം. ഞാനെന്തോ തെറ്റുചെയ്തതുപോലെ. കുട്ടികളുടെ പിയാനോ പരിശീലനം കഴിയുന്നതുവരെ ഞാൻ അവിടെത്തന്നെ കാത്തിരുന്നു. കുഷ്യനിട്ട കസാലകളും സോഫകളും. ജനലകളിലെ കർട്ടനുകൾ, ചുമരിലെ വലിയ ഛായചിത്രങ്ങൾ, അവിടവിടെയായി ഏതാനും ചെറിയ പ്രതിമകൾ, വെള്ളിയിലും ചീനക്കളിമണ്ണിലും തീർത്ത കൗതുകപാത്രങ്ങൾ, എല്ലാം ഞാൻ മാറി മാറി നോക്കി. അവയെല്ലാം എന്നെ ചോദ്യം ചെയ്യുന്നതുപോലെ. "അതുകൊണ്ടു നിനക്കെന്താ...? വല്ലവരും മര്യാദ

കേടു കാണിച്ചാൽ നീ അതിന് ഉത്തരവാദിയാകുന്നതെങ്ങനെ? അർതൂഷ് പറയുന്നത് ശരിയാണ്? ആ വീട്ടുകാരുമായി അധികം ഇടപഴകേണ്ട."

ആ മുറിയിലെ ചെറുതും വലുതുമായ ചിത്രങ്ങളും പ്രതിമകളും അലങ്കാരവസ്തുക്കളും നോക്കി ഞാൻ എന്നോടു തന്നെ പറഞ്ഞു, "ഇതെല്ലാം പൊടിതുടച്ച് മിനുക്കിവെക്കാൻ സമയം കുറേ അധികം വേണം."

ബസ്സിൽ വീട്ടിലേക്ക് മടങ്ങുമ്പോൾ ഞാൻ കുട്ടികളെ പറഞ്ഞു മനസ്സിലാക്കാൻ ശ്രമിച്ചു. എമിലിയോട് അധികം അടുക്കാൻ പോകേണ്ട എന്നു പറഞ്ഞത് എന്തുകൊണ്ടാണെന്ന്. "എമിലി നിങ്ങളേക്കാൾ ഉയർന്ന ക്ലാസ്സിലാണ്. അതനുസരിച്ച് ഹോംവർക്കും കൂടുതലുണ്ടാകും. പാഠങ്ങളും ബുദ്ധിമുട്ടുള്ളതായിരിക്കും. അതുമാത്രമല്ല, അവൾ വീട്ടിൽനിന്ന് അധികം പുറത്ത് പോകുന്നത് അവളുടെ അച്ഛമ്മയ്ക്ക് ഇഷ്ടവുമല്ല. എല്ലാവർക്കും അവരവരുടേതായ ചിട്ടകളും രീതികളുമുണ്ടാകും. നമ്മളത് മനസ്സിലാക്കണം."

നെറ്റിയിൽ വീണുകിടന്ന മുടിച്ചുരുൾ അർസീനെ ഒതുക്കിമാറ്റി. "എന്നാലും അവൾ ഞങ്ങളുടെ കൂട്ടുകാരിയല്ലേ. അവളെ ഞങ്ങൾക്ക് വളരെയധികം ഇഷ്ടവുമാണ്."

അർമീനെ കൈയിലിരുന്ന പിയാനോ പുസ്തകം സീറ്റിൽ അവൾക്കരികിലായി വെച്ചു. അർസീനെയുടെ കൈയെടുത്ത് തന്റെ കൈയിൽ വെച്ചു. "എല്ലാ ദിവസവും അവൾ പറയാറുണ്ട്, നിങ്ങളുടെ വീട്ടിലേക്ക് വരാൻ പറ്റിയാൽ എത്ര നന്നായി എന്ന്."

പാവം എമിലി. എനിക്കും തോന്നി, അവളുടെ സ്ഥാനത്ത് ഞാനായിരുന്നെങ്കിൽ ആ ജയിലിൽനിന്നും പുറത്തേക്ക് കടക്കാൻ ഞാനും ആഗ്രഹിച്ചേനേ... ജയിലും ജയിലറും ഒരുപോലെ അവളെ ശ്വാസം മുട്ടിക്കുന്നുണ്ടാകും.

"നമുക്കിന്നു കടയിൽ പോയാലോ?" അർമീനെ ചോദിച്ചു.

"സ്മാർട്ടീസ് വാങ്ങിച്ചു തരോ...?" അർസീനെ.

ഞങ്ങൾ കടയുടെ മുമ്പിലായി ബസ്സിൽനിന്നുമിറങ്ങി. സൂപ്പർമാർക്കറ്റിനുള്ളിൽ നല്ല തണുപ്പ്. സുഖകരമായൊരു മണം. പെൺകുട്ടികൾ രണ്ടുപേരും മിഠായി കിട്ടുന്നിടത്തേക്കോടി.

"കുട്ട വേണോ... അതോ തള്ളുവണ്ടിയോ?" പരിചാരകൻ ചോദിച്ചു.

"കുട്ട മതി." കുട്ട ഞാൻ കൈത്തണ്ടയിൽ തൂക്കി. നേരെ ശുചീകരണ സാമഗ്രികൾ വില്ക്കുന്നിടത്തേക്ക് നടന്നു. അവിടന്നുതന്നെയാണ് ആരോഗ്യവുമായി ബന്ധപ്പെട്ടിട്ടുള്ള വസ്തുക്കൾ വെച്ചിരിക്കുന്നത്. പല ചരക്കുസാമാനങ്ങൾ നിറച്ച വണ്ടിയിൽ ചാരിനിന്നുകൊണ്ട് ഒരു സ്ത്രീ ലോഷനുകളും സോപ്പുകളും വെച്ചിട്ടുള്ള തട്ടുകളിലേക്ക് നോക്കുന്നു.

അവരുടെ വണ്ടിയിൽ നിറയെ പലമാതിരിയുള്ള കാഡ്ബറി ചോക്ലേറ്റുകൾ കണ്ടു. ഞങ്ങൾ പരസ്പരം ചിരിച്ചു. എന്റെ നോട്ടം കണ്ടിട്ടാകാം അവർ വിശദീകരിച്ചു." ഇതെല്ലാം ടെഹ്റാനിലുള്ള ബന്ധുക്കൾക്കും സുഹൃത്തുക്കൾക്കും കൊടുക്കാൻവേണ്ടിയാണ്. ഇതുപോലെയുള്ള ഇറക്കുമതി സാധനങ്ങൾ അവർക്ക് അപൂർവമായേ കിട്ടൂ."

അവർ ഒരു തമാശ പറഞ്ഞെന്ന മട്ടിൽ ചിരിച്ചു. ഒപ്പം ഞാനും. "സോപ്പുകളും ലോഷനുകളും കൊണ്ടുവരണമെന്ന് അവർ ആവശ്യപ്പെട്ടിട്ടുണ്ട്." ഏത് സോപ്പാണ് എടുക്കേണ്ടതെന്ന് എന്ന ആലോചനയിലാണ് ഞാൻ."

ഞാൻ ഒരു വിനോലിയ സോപ്പുകട്ടയെടുത്ത് എന്റെ കുട്ടയിലിട്ടു. "സമ്മാനമായി കൊടുക്കാൻ ഞാൻ എപ്പോഴും വിനോലിയയാണ് എടുക്കാറ്." അവരും മൂന്നുനാലു കട്ട വിനോലിയ എടുത്ത് അവരുടെ വണ്ടിയിലിട്ടു. യാഡ്‌ലിയുടെ കൈയിൽ പുരട്ടുന്ന മൂന്നുനാലു കുപ്പി ക്രീമും അവർ എടുക്കുന്നതു കണ്ടു. അവർ എന്നോട് യാത്ര പറഞ്ഞു, അല്പം ബുദ്ധിമുട്ടി കൈവണ്ടി മുന്നോട്ടു തള്ളിക്കൊണ്ടുപോയി. ഞാനും ഒരു കുപ്പി യാഡ്‌ലി ക്രീമെടുത്ത് എന്റെ കുട്ടയിലിട്ടു. സൂപ്പർ മാർക്കറ്റിനകത്ത് ആകെയൊന്ന് വട്ടം ചുറ്റി. അർതൂഷിന് ഇഷ്ടമുള്ള നൈസ് വേഫർ ബിസ്ക്കറ്റും. കുട്ടികൾക്ക് പതിവായി കൊടുക്കുന്ന ഹാലീ ബോറൻഡ് വിറ്റമിൻ സിറപ്പും വാങ്ങി.

കൈ നിറയെ ചോക്ലേറ്റുമായാണ് എന്റെ ഇരട്ടക്കുട്ടികൾ മുമ്പിലേക്ക് വന്നത്. അർമീനെ പറഞ്ഞു. "അമ്മ പറഞ്ഞിരുന്നില്ലേ..."

"ഡയറിയിൽനിന്നും റൊട്ടിയും പാലും വാങ്ങാൻ ഓർമ്മിപ്പിക്കണമെന്ന്...." പതിവുപോലെ അർസീനെ ബാക്കിഭാഗം പറഞ്ഞു.

"ഇത്രയധികം ചോക്ലേറ്റോ...? ഇതിൽ പാതി അവിടെത്തന്നെ കൊണ്ടു വെക്കൂ..." ഞാൻ അവരെ മിഠായിക്കടയിലേക്ക് തിരിച്ചയച്ചു.

അതിനുശേഷം ഞങ്ങൾ അബ്മാനികൾ ഡയറി എന്നു വിളിക്കുന്ന ഇടത്തിലേക്ക് കയറി റൊട്ടിയും പാലും വാങ്ങിച്ചു. സൂപ്പർ മാർക്കറ്റിൽ തന്നെയുള്ള ഒരു ചെറി മുറിയായിരുന്നു ഡയറി.

പുറത്തെ വെയിലും ചൂടും... ആകെ തളർന്ന് ഞങ്ങൾ വീട്ടിലെത്തി... അർതൂഷിന്റെ കാറ് ഗേരേജിൽ കണ്ടു. "ഹായ്! നന്നായി. അച്ഛൻ വന്നു കഴിഞ്ഞല്ലോ!" അർമീനെ ഉറക്കെ സന്തോഷം പ്രകടിപ്പിച്ചു.

അർസീനെ ഏറ്റുപറഞ്ഞു... "നന്നായി... നന്നായി... അച്ഛൻ നേരത്തെ വന്നു."

ഉമ്മറത്തളത്തിൽ ആരോ സംസാരിക്കുന്ന ശബ്ദം. അർമീനെ കൈയിലിരുന്ന പിയാനോ പുസ്തകം ഇടനാഴിയിലെ ടെലിഫോൺ മേശപ്പുറത്തു വെച്ചു. "വിരുന്നുകാരുണ്ടോ?" പിയാനോ പുസ്തകം വെക്കാനുള്ള സ്ഥലമല്ല ടെലിഫോൺ മേശ എന്നു പറയാൻ ഞാൻ നാവെടുക്കുംമുമ്പേ

അർസീനെ അതവിടെ നിന്നുമെടുത്തു. അവളും പറഞ്ഞു. "നമുക്കാരോ അതിഥികളുണ്ട്."

ആരായിരിക്കും? എനിക്കൂഹിക്കാനായില്ല. ഈ ആഴ്ച ആലീസിന് ഉച്ചതിരിഞ്ഞാണ് ജോലി. അമ്മയാണ് വന്നിട്ടുള്ളതെങ്കിൽ, എപ്പോഴും അടുക്കളയിലാണല്ലോ ഇരിക്കാറ്. അർമേൻ അവന്റെ മുറിയിലാണ്. പാട്ടു കേൾക്കുന്നുണ്ട്. വീട്ടിലുള്ളപ്പോൾ അവൻ എപ്പോഴും തന്റെ ടെപ്പാഡ് പാട്ടുപെട്ടി ഉച്ചത്തിൽ വെക്കും. മൂന്നു വീടിനപ്പുറവും അതു കേൾക്കാനാവും. അർമീനെ അതിശയം നിറഞ്ഞ കണ്ണുകളോടെ എന്നെ നോക്കി. "അച്ഛന്റെ പരിചയക്കാർ ആരെങ്കിലുമാകും അല്ലേ?"

"പച്ച കാഡിലാക് ഗേരേജിൽ കണ്ടില്ല." സാമാന സഞ്ചിയിൽ കൈയിട്ട് അർസീനെ ഒരു ചോക്ലേറ്റ് പൊതിയെടുത്തു.

അർതൂഷിനെ അനുകരിച്ചുകൊണ്ട് താടിയും തടവി അർമീനെ ഒരു നിമിഷം നിന്നു... താടിമീശ തിരുപ്പിടിക്കുന്നു എന്ന ഭാവം. "ഞാൻ പറയാൻ മറന്നു, എന്റെ ചില കൂട്ടുകാർ ഇന്നു വരുന്നുണ്ട്." അർതൂഷ് പറയുന്നതുപോലെത്തന്നെ.

അർസീനെ ശബ്ദമുണ്ടാക്കി ചിരിച്ചു, "നിർത്തൂ... ഞാൻ ശാസിച്ചു. "അകത്താളുണ്ട്... മര്യാദ വേണ്ടേ?" അവൾ അനുസരണയോടെ വായ പൊത്തി ചിരിയടക്കി.

"എന്റെ ചില കൂട്ടുകാർ" എന്ന് സാധാരണയായി അർതൂഷ് പറയാറുള്ളത്. ഇടയ്ക്ക് വീട്ടിൽ വരാറുള്ള മദ്ധ്യവയസ്കരായ മൂന്നുപേരെ കുറിച്ചാണ്. അവൾ അർമേനിയക്കാരായിരുന്നില്ല. അവർ വന്നാൽ സ്വീകരണമുറിയിലെ സോഫയിൽ ഇരിക്കാറില്ല. ഊണുമേശയുടെ ചുറ്റുമായാണ് സ്ഥാനം പിടിക്കുക. ഞാൻ ചായ കൊണ്ടുവന്നു കൊടുത്താൽ വളരെ കാര്യമായി നന്ദിപറയും... അർഹിക്കാത്ത ഒരു സഹായമാണ് ഞാൻ ചെയ്യുന്നതെന്ന മട്ടിൽ. ഞാൻ പോയിക്കഴിഞ്ഞാലുടനെ അർതൂഷ് വാതിൽ അമർത്തിയടക്കും. പിന്നെ ഒന്നോ രണ്ടോ മണിക്കൂർ അതിനകത്തുനിന്ന് അടക്കിപ്പിടിച്ച സംസാരത്തിന്റെ ഒച്ച മാത്രമേ കേൾക്കാനാവൂ.

അർമീനെ അർസീനെയുടെ നേരെ തിരിഞ്ഞ് ആ കൂട്ടത്തിലൊരാളെ അനുകരിച്ചു. നല്ല ഉയരമുള്ള ഒരാൾ. നിർത്തി നിർത്തിയാണ് സംസാരിക്കുക. "ക്ഷ...മിക്കണേ... ഈ... പച്ച... കാ..ഡിലാക്ക് നിങ്ങളുടെ... ഗേരേജിൽ ഇടുന്നതു...കൊണ്ട് ബു...ദ്ധിമുട്ടാവില്ലല്ലോ!"

ആദ്യത്തെ തവണ വീട്ടിൽ വന്നപ്പോഴാണ് അയാൾ അങ്ങനെ ചോദിച്ചത്. പുറത്തിട്ടാൽ വെയിൽകൊണ്ട് കാറിന്റെ നിറം മങ്ങുമോ എന്ന ഭയം. പിന്നീട് അതൊരു പതിവായി. വൈകീട്ട് സന്ധ്യയോടെയാണ് വരുന്നതെങ്കിലും അയാൾ കാറ് ഗേരേജിൽ കയറ്റി ഇടും. ഇരട്ട വാതിലുകൾ രണ്ടും അടക്കുകയും ചെയ്യും.

വീട്ടിൽ അതിഥികൾ വരുന്നുണ്ട് എന്ന് നേരത്തെ പറയേണ്ടതല്ലേ? എനിക്ക് അർതൂഷിനോട് കലശലായ ദേഷ്യം തോന്നി. അതുകൊണ്ടാ യിരിക്കും കുട്ടികളുടെ നേരെ ആവശ്യമില്ലാതെ ഒച്ച ഉയർന്നത്. "കൈയും മുഖവും കഴുകി ഹോംവർക്ക് ചെയ്യാനിരിക്കൂ..." കുട്ടികൾ അവരുടെ മുറിയിലേക്കോടി. ഞാൻ അടുക്കളയിലേക്ക് കടന്നു.

ആ പച്ച കാഡിലാക് ഉച്ചനേരത്ത് പൊരിവെയിലത്ത് ഷഹാൻഡേ യുടെ കടയുടെ മുമ്പിൽ കിടക്കുന്നത് രണ്ടുമൂന്നുതവണ ഞാൻ നേരിട്ട് കണ്ടിട്ടുണ്ട്. അതിനെപ്പറ്റി പറഞ്ഞപ്പോൾ അർതൂഷ് "അതിനെന്താ?" എന്ന മട്ടിൽ തോളു കുലുക്കി. "എന്തായാലും ആ കടയുടെ മുമ്പിൽ ഗേരേജില്ലല്ലോ!"

സൂപ്പർ മാർക്കറ്റിൽനിന്നും വാങ്ങിയ സാധനങ്ങൾ ഞാൻ ഒതുക്കി വെക്കാൻ തുടങ്ങി. ആ മൂന്നുപേരുടെ പേരുകൾ എനിക്കറിയില്ലായിരുന്നു. അറിയാൻ താത്പര്യവുമുണ്ടായിരുന്നില്ല. ഒരിക്കൽ അവർ സ്ഥലം വിട്ടതിനുശേഷം ഞാൻ അർതൂഷിനോടു ചോദിച്ചു, "അവർ വരുന്നതു കൊണ്ട് പ്രശ്നമൊന്നുമുണ്ടാവില്ലല്ലോ?" "ഒരു പ്രശ്നവുമുണ്ടാവില്ല... പേടിക്കണ്ട... ഞങ്ങൾ വെറുതെ വെടി പറഞ്ഞിരിക്കുകയാണ്."

റൊട്ടിയെടുത്ത് പെട്ടിയിൽ വെക്കുന്നതിനിടയിൽ ഞാൻ വെറുതെ പിറുപിറുത്തു. "വെടി പറഞ്ഞിരിക്കുകയാണ് പോലും... കേക്കണ്ടേ!" ഞാൻ പതുക്കെ ഉമ്മറത്തളത്തിലേക്ക് ചെന്നു. അവിടെ ഞാൻ കണ്ടത് കുട്ടി കൾ പറയാറുള്ളതുപോലെ "അച്ഛന്റെ പരിചയക്കാരെ" ആയിരുന്നില്ല... അവിടെ ഇരുന്നിരുന്നത് എമിൽ സിമോനിയനായിരുന്നു. എന്നെ കണ്ടതും അയാൾ എഴുന്നേറ്റ് കൈനീട്ടിക്കൊണ്ട് ഹലോ പറഞ്ഞു. ഞാൻ അയാ ളുടെ കൈപിടിച്ചുകുലുക്കി. പെട്ടെന്നു പിൻവലിച്ചു... കൈയിൽ പുരട്ടാ നുള്ള ക്രീം മേശപ്പുറത്തിരുപ്പാണ്. അതിന്റെ മണവും മയവും അപ്പോ ഴെന്റെ കൈയിൽ പറ്റിയിരുന്നില്ല. ഞങ്ങൾ പരസ്പരം കുശലം ചോദിച്ചു. "ഒരു കപ്പ് കാപ്പിയെടുക്കട്ടെ?"

സ്റ്റൗവിൽ വെള്ളം തിളയ്ക്കുന്നതിനിടയിൽ, അടുക്കള പൈപ്പിനു ചുവട്ടിൽ ഞാൻ കൈ കഴുകി. യാഡ്‌ലി ക്രീമിന്റെ കുപ്പി തുറന്ന് രണ്ടും കൈയിലും സമൃദ്ധമായി പുരട്ടി.

എന്തദ്ഭുതം... അർതൂഷ് എമിലിനെ വീട്ടിലേക്ക് ക്ഷണിച്ചിരിക്കുന്നു! ട്രേയിൽ കാപ്പിയുമായി പൂമുഖത്തേക്ക് നടക്കവേ അതുതന്നെയാണ് ഞാൻ ആലോചിച്ചിരുന്നത്.

"അറിയാമോ? എമിൽ ഒരൊന്നാന്തരം ചെസ്സുകളിക്കാരനാണ്." അർതൂഷ് എന്നോട് പറഞ്ഞു.

"ആണോ?" ഞാൻ സന്തോഷമറിയിച്ചുകൊണ്ട് ചിരിച്ചു. അപ്പോൾ ഓർമ്മ വന്നത് ഞങ്ങളുടെ മധുവിധു ദിവസങ്ങളാണ്. അപാരമായ ക്ഷമ യോടെ അർതൂഷ് എന്നെ ചെസ്സുകളി പഠിപ്പിക്കാൻ ശ്രമിച്ചു... ഫലമുണ്ടാ യില്ല. എനിക്കതൊട്ടും പഠിക്കാനായില്ല.

എമിൽ കാപ്പി കൈയിലെടുത്ത് ജനാലയുടെ നേരെ നോക്കി, "നല്ല ഭംഗിയുള്ള കർട്ടൻ."

കർട്ടന്റെ താഴെ അറ്റത്ത് ഞാൻ തന്നെ ലേസുകൊണ്ട് പൂക്കൾ തുന്നി പിടിപ്പിച്ചിരുന്നു. എനിക്കും അത് വളരെ ഇഷ്ടമായിരുന്നു. അമ്മ മാത്രം പറഞ്ഞു, "നിന്റെ ഇഷ്ടങ്ങൾ എന്റേതുപോലെയാണ്" അതല്ലാതെ വേറെയാരും എന്നെ അഭിനന്ദിക്കുകയുണ്ടായില്ല.

അർതൂഷ് മേശപ്പുറത്ത് ചെസ്സുകളിക്കു വേണ്ടതെല്ലാം ഒരുക്കിവെച്ചു. പിന്നെ ഞാനവിടെ നിന്നില്ല. അടുക്കളയിൽ ചെന്നിരുന്ന് പെൺകുട്ടികളെ വിളിച്ചു, "കേട്ടെഴുത്തുപുസ്തകവും കൊണ്ട് വേഗം വരൂ... നോക്കട്ടെ." അർമേനെ വിളിച്ചു പാട്ടുപെട്ടിയുടെ ഒച്ച കുറയ്ക്കാൻ നിർദ്ദേശിച്ചു.

അത്താഴത്തിന് എന്താണുണ്ടാക്കേണ്ടത് എന്ന് ആലോചിച്ചുകൊണ്ടു നിന്നപ്പോഴാണ് പെൺകുട്ടികൾ ഓടിവന്നത്.

"ഞങ്ങളുടെ കേട്ടെഴുത്ത് പുസ്തകം കാണാനില്ല."

"പെൻസിലുകളും കാണാനില്ല." അവർ അമർത്തി ചവിട്ടി പ്രതി ഷേധം രേഖപ്പെടുത്തി.

"അർമേന്റെ പണിയായിരിക്കും... അർമേൻ." ഞാൻ കസേലയിൽ നിന്നെഴുന്നേറ്റു.

അർമേന്റെ വാതിൽ അമർത്തി അടച്ചിരുന്നു. ഞാൻ മുട്ടാൻ നിന്നില്ല. വാതിൽപ്പിടി ഇടത്തോട്ടും വലത്തോട്ടും ബലമായി തിരിച്ചു.... പലതവണ. "പിന്നേം നീ അവരുടെ പുസ്തകങ്ങളും പെൻസിലുകളും..." പുറത്ത് എന്റെ ഒച്ച ഉയർന്നതും അകത്തുനിന്ന് അവൻ വിളിച്ചുപറഞ്ഞു. "ഉമ്മറ ത്തളത്തിലെ അലമാരയിലുണ്ട്."

"നിനക്കു കാര്യമായ എന്തോ രോഗമുണ്ട്." അവനെ ചീത്ത പറഞ്ഞു കൊണ്ട് ഞാൻ പൂമുഖത്തേക്ക് നടന്നു.

എമിൽ തല ഉയർത്തി നോക്കി. ഷർട്ടിന്റെ മുകൾ ബട്ടൻ അഴിഞ്ഞു കിടന്നിരുന്നു. കഴുത്തിലെ സ്വർണ്ണമാല നന്നായി കാണാം. പിഞ്ഞാണി പാത്രങ്ങൾ വെക്കുന്ന ചില്ലലമാര തുറന്ന് പുസ്തകങ്ങൾ തിരയുന്നതി നിടയിൽ,

എമിൽ അർതൂഷിനോട് ചോദിച്ചു, "ഇന്നെന്താണുണ്ടായത്? എല്ലാവരും നേരത്തെ സ്ഥലം വിട്ടല്ലോ."

ചെസ് ബോർഡിൽനിന്നും കണ്ണെടുക്കാതെ അർതൂഷ് താടി ഉഴിഞ്ഞു. "ഇന്നൊരു പ്രസംഗമുണ്ടായിരുന്നു. നിങ്ങളെന്തേ വരാതിരു ന്നത്?"

"പ്രസംഗമോ?"

"അതെ... പെഗാവൊ ആണ് പ്രസംഗിച്ചിരുന്നത്."

"പെഗാവോ?"

“അതെ, നിക്കോളായ് പെഗാവോ.. സോവിയറ്റ് അംബാസിഡർ.”

“അതു ശരി...”

അലമാരയിൽനിന്നും കുട്ടികളുടെ കേട്ടെഴുത്തു പുസ്തകങ്ങളും പെൻസിൽ പെട്ടികളുമെടുത്ത് ഞാൻ അടുക്കളയിലേക്ക് മടങ്ങി.

അത്താഴത്തിന് മക്രോണി നൂഡിൽ വേവിക്കാനായി ഞാൻ വെള്ളം തിളപ്പിക്കാൻ വെച്ചതും വാതിൽമണിയടിച്ചു. തുറന്നുനോക്കിയപ്പോൾ എമിലി. “അച്ഛമ്മ പറഞ്ഞിരിക്കുകയാണ് അച്ഛനെ വിളിച്ചുകൊണ്ടു വരാൻ... രാത്രി ഭക്ഷണത്തിന് സമയമായിരിക്കുന്നു.”

“അയ്യോ! സമയം പോയതറിഞ്ഞില്ല.” എമിൽ ചാടി എഴുന്നേറ്റു. മകളെ പോലെത്തന്നെയായിരുന്നു അച്ഛന്റെ പ്രതികരണവും. ഞാനോർത്തു... ആദ്യത്തെ ദിവസം പെട്ടെന്ന് അച്ഛമ്മ വന്നു വിളിച്ച പ്പോൾ... എമിലി ഞെട്ടി എഴുന്നേറ്റത്.

കൈയിൽനിന്നും ആരോ കളിപ്പാട്ടങ്ങൾ തട്ടിപ്പറിച്ചെടുത്ത കുട്ടിയുടെ മുഖഭാവമായിരുന്നു അപ്പോൾ അർതൂഷിന്. പെൺകുട്ടികൾ എന്റെ അടുക്കൽ വന്നു പറഞ്ഞു. “അവരോട് ഭക്ഷണം കഴിച്ചിട്ടു പോയാൽ മതി എന്ന് പറയൂ, അമ്മേ” അയൽക്കാരോട് അധികം അടുക്കേണ്ട എന്ന് അർതൂഷ് പറഞ്ഞിരുന്നതും അവരുമായി ഇനി ലോഗ്യത്തിനില്ല എന്ന് ഞാൻതന്നെ ഉറപ്പിച്ചതും ആ നിമിഷം ഞാൻ മറന്നു. “നിങ്ങൾ രണ്ടു പേരും ആഹാരം കഴിച്ചിട്ടുപോയാൽ മതി. “ഞാൻ എമിലിയുടെ തോളിൽ കൈവെച്ചു. “ഞാൻ ഇപ്പോത്തന്നെ അച്ഛമ്മയെ വിളിച്ചുപറയാം.”

അർതൂഷും ക്ഷണം ആവർത്തിച്ചു. പെൺകുട്ടികൾ കൈ പിടിച്ച് എന്നെ ടെലിഫോണിന്റെ മുന്നിലേക്ക് തള്ളി. അർമേൻ മുറിയുടെ വാതിൽ തുറന്ന് പുറത്തുവന്നു... വാതിൽപ്പിടിയിൽ ചാരിനിന്നു.

മകനും കൊച്ചുമകളും അത്താഴം കഴിച്ചോളാൻ എൽമീറാ സിമോനിയൻ സമ്മതിച്ചു. മാത്രമല്ല, അല്പസമയത്തിനുള്ളിൽ ഞാനും വന്നേക്കാമെന്ന് സന്തോഷത്തോടെ പറയുകയും ചെയ്തു.

എമിലി അത്താഴത്തിനു നില്ക്കുന്നു എന്നറിഞ്ഞതോടെ കുട്ടികൾ സന്തോഷംകൊണ്ട് മതിമറന്നു. അർതൂഷും എമിലും ആശ്വാസത്തോടെ അവരുടെ കളി തുടർന്നു. എമിലിയുടെ ചുണ്ടിലെ ചിരി കണ്ടപ്പോൾ ഞാൻ താനെ പറഞ്ഞു. “പാവം, എത്ര നിഷ്കളങ്കയായ കുട്ടി!” ഞാൻ അർമേനു പുറം തിരിഞ്ഞാണ് നിന്നിരുന്നത്. അതുകൊണ്ട് അവന്റെ മുഖത്തെ സന്തോഷം കാണാനായില്ല.

പതിന്നാല്

അവർ രണ്ടുപേരും കട്ടിലിൽ ചമ്രം പടിഞ്ഞിരുന്നു. ഒരാളുടെ കൈയിൽ ഇഷി. മറ്റേയാളുടെ കൈയിൽ റാവ്വൻസെലും. അർമീനെ പറഞ്ഞു, "അമ്മ പറഞ്ഞു തന്നില്ലെങ്കിലും ഞങ്ങൾ കാര്യം മനസ്സിലാക്കി. എമിലിയുടെ അച്ഛമ്മ എന്തുകൊണ്ടാണ് പൊക്കം വെക്കാതിരുന്നതെന്ന്."

"അവർ വാക്സിനേഷൻ എടുത്തില്ല, കുട്ടിയായിരുന്നപ്പോൾ. അതു കൊണ്ടാണ്." വളരെ ഗൗരവത്തിലാണ് അർസീനെ ആ രഹസ്യം വെളിപ്പെടുത്തിയത്.

വാക്സിനേഷന്റെ സമയമടുക്കുമ്പോൾ രണ്ടുപേരേയും പലതും പറഞ്ഞ് പ്രലോഭിപ്പിക്കേണ്ടിവരും. എങ്കിലേ അവരതിനു നിന്നു തരൂ. കൂട്ടത്തിൽ താക്കീതുകളും ഭീഷണികളുമുണ്ടാവും. "ഉയരം വെക്കാതെ കുള്ളത്തികളായി കഴിയേണ്ടിവരും" എന്നതായിരുന്നു അതിൽ പ്രധാനം.

അര മണിക്കൂർ കഴിഞ്ഞ് കുട്ടികൾ കണ്ടുപിടിച്ച രഹസ്യം ഞാൻ അർതൂഷിനോട് പറഞ്ഞപ്പോൾ അദ്ദേഹം ഉറക്കെ ചിരിച്ചു. ഞാൻ അദ്ദേഹത്തിന്റെ അരികിലിരിക്കുകയായിരുന്നു. "ഡോക്ടർ ജെക്കിലിന്റേയും മിസ്റ്റർ ഹൈഡിന്റേയും ചില സ്വഭാവ വിശേഷങ്ങൾ മിസ്സിസ് സിമോനിയനിൽ കാണാം. അവർ സ്വാർത്ഥയും ക്രൂരയുമാണ് എന്ന് നമ്മൾ വിചാരിക്കുമ്പോഴേക്കും നേരെ വിപരീതമായ രീതിയിൽ അവർ പെരുമാറും. അതുകണ്ട് നമുക്കവരോട് ഇഷ്ടം തോന്നുകയും ചെയ്യും. അവർ പറഞ്ഞ കഥകൾ എത്ര രസകരമായിരുന്നു! അതുപോലെ അവരുടെ പിയാനോ വായനയും... ഒന്നാന്തരമെന്ന് പറയാതെ വയ്യ."

ഭക്ഷണത്തിനുശേഷം ആദ്യം എമിലിയും ഞങ്ങളുടെ കുട്ടികളുടെ പിയാനോ വായിച്ചു. അതിനുശേഷം അവർക്കു പഠിക്കാനുള്ള ബുദ്ധിമുട്ടുള്ള ചില ഭാഗങ്ങൾ മിസ്സിസ് സിമോനിയൻ വായിച്ചു കാണിച്ചു. തുടർന്ന് ശ്രോതാക്കളുടെ ആവശ്യപ്രകാരമുള്ള പാട്ടുകളായി. ഒടുവിൽ അവർ ഏതാനും അർമീനിയൻ ഗാനങ്ങൾ വായിച്ചു. പഴയ കാലത്തെ ചില ഭാവഗാനങ്ങൾ. അതുകേട്ടു കൊണ്ടിരിക്കേ അർമേൻ പോലും ശ്രദ്ധിച്ചില്ല അവരുടെ പാദങ്ങൾ പിയാനോവിന്റെ ചവിട്ടുപടിയിൽ എത്തുന്നില്ല എന്ന്.

അർതൂഷ് കോട്ടുവായിട്ടു. "അവർ ചീത്ത ആൾക്കാരൊന്നുമല്ല. എമിലിന്റെ ചെസ്സുകളിയും മികച്ചതുതന്നെ!"

"നിങ്ങളുടെ രാഷ്ട്രീയ ചർച്ച... അതെവിടം വരെയെത്തി?"

"എവിടെയുമെത്തിയില്ല." അർതൂഷ് കൈകൾ തലയ്ക്കു പുറകിലായി പിണച്ചുവെച്ചു. "എമിൽ ജീവിക്കുന്നത് അയാളുടെത്തന്നെ ലോകത്തിലാണ്... സ്വന്തം താളത്തിനൊത്ത് ചുവടുവെക്കുന്നു."

"അതേതു ലോകം...? കാർപ്പെറ്റിൽ കിടന്ന ഒരു പിസ്റ്റച്ച്യോ തോട് ഞാൻ പെറുക്കിയെടുത്തു.

അദ്ദേഹം കൈയെടുത്ത് താടി ഉഴിഞ്ഞു. "അങ്ങനെ പറയാനാവില്ല. സാഹിത്യം... കവിത തുടങ്ങിയ സംഗതികൾ."

പിസ്റ്റാച്ച്യോ തോടുകൊണ്ട് ഞാൻ അലസമായി അമ്മാനമാടി.

മിസ്സിസ് സിമോനിയൻ പറയുകയുണ്ടായി, "അവനെ പിയാനോ പഠിപ്പിക്കാൻ ഞാൻ വളരെ ശ്രമിച്ചു... അവനത് വശമാക്കാനായില്ല. അതിനുപകരം പുസ്തകങ്ങൾ വായിക്കാൻ തുടങ്ങി... സ്കൂളിൽ പോകുന്നതിനു മുമ്പുതന്നെ അവൻ കവിതകളെഴുതിയിരുന്നു."

"പുസ്തകം വായിക്കുന്നതിലെന്താണ് തെറ്റ്?" കൈയിലിരുന്ന തോട് ഞാൻ മേശപ്പുറത്തെ ആഷ്ട്രേയിലേക്കിട്ടു.

സോഫയുടെ മുമ്പിലുള്ള പൊക്കം കുറഞ്ഞ ചെറിയ മേശയുടെ മുകളിലേക്ക് അർതൂഷ് കാലുരണ്ടും നീട്ടിവെച്ചു. കണ്ണുകൾ ടി.വി. സ്ക്രീനിലെ ശൂന്യതയിലേക്കായിരുന്നു. "ഒരു തെറ്റുമില്ല. പക്ഷേ, അതുകൊണ്ട് ആർക്കെങ്കിലും എന്തെങ്കിലും പ്രയോജനമുണ്ടാവണം. ഒരു പ്രശ്നത്തിനു പരിഹാരം. മററുള്ളവർക്ക് നല്ലൊരു പാഠം. ഇതൊന്നുമില്ലെങ്കിൽ വായന അലസമായൊരു നേരമ്പോക്കുമാത്രമായിത്തീരും. ഞാൻ പറഞ്ഞില്ലേ. എമിൽ ഈ ലോകത്തൊന്നുമല്ല ജീവിക്കുന്നത് എന്നാണെനിക്ക് തോന്നിയത്."

ഞാൻ ഒരു മുടിയിഴ എടുത്ത് വിരലിൽ ചുറ്റി. "വായനയിലും കവിതയിലുമൊക്കെ രസം കാണുന്നവർ ഈ ലോകത്തൊന്നുമല്ല ജീവിക്കുന്നത് എന്നാണോ നിങ്ങളുടെ പക്ഷം?"

അദ്ദേഹം കോട്ടുവായിട്ടു. "കവിതയും കഥയും വായിച്ചിരുന്നാൽ വീട്ടുവാടക കൊടുക്കാൻ പറ്റുമോ? ഇപ്പോഴാണോർമ്മ വന്നത്... മിസ്സിസ് നൂറോല്ലാഹിക്ക് നിന്നോടെന്തോ ചോദിക്കാനുണ്ടെന്ന് പറഞ്ഞു. നാളെയോ മറ്റോ ഫോൺ ചെയ്യുമായിരിക്കും."

മിസ്സ് നൂറോല്ലാഹിക്ക് എന്തായിരിക്കും എന്നോട് ചോദിക്കാനുണ്ടാവുക?

മിസ്സിസ് സിമോനിയൻ പറഞ്ഞിരുന്നു, "ഒരു പ്രധാനപ്പെട്ട മാസിക എമിലിന്റെ ചില കവിതകൾ പ്രസിദ്ധീകരിക്കുകയുണ്ടായി. ഒരു കഥയ്ക്ക് പുരസ്കാരവും ലഭിച്ചു."

നൂറോല്ലാഹിക്ക് എന്നെക്കൊണ്ട് എന്താണാവശ്യം?

"ഇഷിക്കും റാവ്വൽസെല്ലിനും എന്താണ് സംഭവിച്ചതെന്ന് കണ്ടു പിടിച്ചോ?" ഓർക്കാപുറത്ത് അർതൂഷ് ചോദിച്ചു.

എമിലിയും അച്ഛനും അച്ഛമ്മയും അത്താഴം കഴിഞ്ഞു പോയതിനു ശേഷം ഇഷിയേയും റാവ്വൽസെല്ലിനേയും കാണാതായി. പതിവുപോലെ സംശയം അർമേന്റെ നേരെ നീണ്ടു. പക്ഷേ, ഇത്തവണ താൻ നിരപരാധിയാണെന്ന് അവൻ ആണയിട്ടുപറഞ്ഞു. സാധാരണയായി ഒരു കുറുമ്പൻ ചിരിയോടെ അവൻ അനിയത്തിമാരെ വട്ടം കറക്കും. ഒടുവിൽ ഒളിപ്പിച്ചുവെച്ച സ്ഥലം കാണിച്ചുകൊടുക്കുകയും ചെയ്യും.... എന്നാൽ ഇത്തവണ വീണ്ടും വീണ്ടും കുറ്റപ്പെടുത്തിയപ്പോൾ അവന്റെ കണ്ണിൽ വെള്ളം നിറഞ്ഞു, "ഇല്ല, ഞാൻ കണ്ടിട്ടില്ല." അവൻ ഉറപ്പിച്ചു പറഞ്ഞു. അവൻ ദൈവത്തിനേയും യേശുവിനേയും മറിയത്തേയും വിളിച്ച് സത്യം ചെയ്തു. "ഞാൻ അവരുടെ കളിപ്പാട്ടം ഒളിപ്പിച്ചിട്ടില്ല."

അവസാനം അർതൂഷാണ് തിരഞ്ഞു കണ്ടുപിടിച്ചത്. ഇഷിയും റാവ്വൽസെല്ലും മുറ്റത്ത് ഇരുട്ടിൽ കിടന്നിരുന്നു. പെൺകുട്ടികളുടെ മുറിയിലെ ജനലയ്ക്ക് തൊട്ടുതാഴെയായി.

വിരലിൽ ചുറ്റിയിരുന്ന മുടിയിഴ ഞാൻ ചെവിയ്ക്കു പിന്നിൽ തിരുകിവെച്ചു. "അത് അർമേൻ ചെയ്തതാവാൻ വഴിയില്ല." അർതൂഷ് കണ്ണടച്ച് സോഫയുടെ പിന്നിലേക്ക് തല ചായ്ച്ചു. ഞാൻ ഇരുണ്ട ടി.വി. സ്ക്രീനിലേക്ക് നോക്കി... ആ പെൺകുട്ടിയായിരിക്കുമോ അതു ചെയ്തിരിക്കുക?"

അർതൂഷ് കണ്ണുതുറന്നു. എഴുന്നേറ്റുനിന്നു. മൂരി നിവർത്തി. "വിളക്ക് നീ അണക്കുമോ... അതോ ഞാൻ...."

"വേണ്ട, ഞാൻ കെടുത്തിക്കൊള്ളാം."

ഭക്ഷണം കഴിഞ്ഞ മേശ വൃത്തിയാക്കുന്നതിനിടയിൽ എമിൽ ചോദിച്ചിരുന്നു. "ക്ലാരിസ്, ഞാനും കൂടി സഹായിക്കാം." അതുകേൾക്കേ പെട്ടെന്നൊരു സന്തോഷം. എന്നെ സഹായിക്കാമെന്നു പറഞ്ഞതുകൊണ്ടാണോ? അതോ എന്നെ പേരെടുത്ത് വിളിച്ചതുകൊണ്ടോ? എന്തായിരുന്നു ആ സന്തോഷത്തിനു കാരണം? സ്വീകരണമുറിയിലെ വിളക്കുകളെല്ലാം കെടുത്തി. കിടക്കാൻ പോകുന്നതിനുമുമ്പേ എമിലിയുടെ അച്ഛമ്മ കൊണ്ടുവന്ന ചട്ടിണിയുടെ കുപ്പിയെടുത്ത് അടുക്കളയിലെ അലമാരയുടെ പുറകിലേക്ക് വെച്ചു. അപൂർവ്വമായി മാത്രം ഉപയോഗിക്കുന്ന സാധനങ്ങളാണ് ഞാൻ അവിടെ വെക്കാറ്.

പതിനഞ്ച്

ആലീസ് അടുക്കളയിലെ മേശയ്ക്കരുകിൽ വന്നിരുന്നു. മുടി നീളം കുറച്ച് പല നിലകളിലായി മുറിച്ചിരിക്കുന്നു മുടി ആകാവുന്നിടത്തോളം ചുരുൾ നിവർത്തി നീട്ടിയിട്ടുണ്ട്. തല ഒരു പന്തിന്റെ പോലെ വട്ടത്തിൽ. "ഞാൻ ഹെയർഡ്രെസ്സറുടെ സലൂണിൽനിന്നും നേരിട്ട് ഇങ്ങോട്ട് പോന്നു."

എന്റെ അഭിനന്ദനം ഞാൻ മുൻകൂട്ടിത്തന്നെ പറഞ്ഞുവെച്ചു. "തല മുടി വെട്ടിയിരിക്കുന്നത് അസ്സലായിരിക്കുന്നു! "ഏൻജൽ" സലൂണിലാണോ പോയത്? എന്തായാലും നല്ല ഭംഗിയുണ്ട്."

അവൾ ചിരിച്ചു. "ഏൻജലുകാർക്ക് മുടി ചെറുതാക്കി മുറിക്കാൻ അറിയില്ല. നീ എന്നെ കളിയാക്കിയതാണ് അല്ലേ?... ഞാൻ പോയത് ഷെംഷാദിന്റെ സലൂണിലാണ്. അവിടെ ടെഹ്റാനിൽനിന്നും പുതിയൊരു ഹെയർഡ്രെസ്സർ എത്തിയിട്ടുണ്ട്."

അടുക്കളത്തിണ്ണയിൽ തലേ ദിവസത്തെ അത്താഴം കഴിഞ്ഞുള്ള കിണ്ണങ്ങളും പാത്രങ്ങളുമെല്ലാം കഴുകിവെച്ചിരുന്നു. പതിവിൽ അധികം അതുകണ്ടപ്പോൾ അവളുടെ മുഖം ഇരുണ്ടു." രാത്രി ഭക്ഷണത്തിന് അതിഥികളുണ്ടായിരുന്നോ?"

അവളുടെ ആ ചോദ്യവും നോട്ടവും "നീ ആരെയെങ്കിലും കൊലപ്പെടുത്തിയോ?" എന്നു ചോദിക്കുമ്പോലെ.

ഞാൻ പ്ലേറ്റുകൾ തുടച്ച് ഒതുക്കിവെക്കാൻ തുടങ്ങി. എന്റെ പ്രായോഗിക ബുദ്ധി ആയിരാമത്തെ തവണയും ഉപദേശിച്ചു. "വിശദികരണത്തിനൊന്നും നില്ക്കണ്ട... ഒഴുക്കൻ മട്ടിൽ... അതെ, ചിലരുണ്ടായിരുന്നു എന്നു മാത്രം പറഞ്ഞുനിർത്തുകയാണ് നല്ലത്."

അവസാനത്തെ സ്പൂണും ഞാൻ യഥാസ്ഥാനത്തുവെച്ചു. വലിപ്പ് അടച്ചു. ആലീസിന്റെ നേരെ തിരിഞ്ഞു. അത്താഴത്തിന് അതിഥികളുണ്ടായിരുന്നുവെന്നും അവർ ആരായിരുന്നുവെന്നു പറഞ്ഞു.

ആ ക്ഷണം അവൾ പുരികം ചുളിച്ചു, "എന്തേ എന്നോടു പറയാതിരുന്നത്?"

സ്വന്തം നിലപാടിൽ ഉറച്ചുനില്ക്കണമെന്ന തീരുമാനം ഞാൻ മറന്നു. വാസ്തവത്തിൽ സ്വയം ന്യായീകരിക്കേണ്ട ആവശ്യവുമില്ലായിരുന്നു. എന്നിട്ടും മനസ്സ് എടുത്തുചാടി, "ഒക്കെ പെട്ടെന്നായിരുന്നു. നീയാണെങ്കിൽ ആശുപത്രിയിൽ രാത്രി ഡ്യൂട്ടിയിലും."

എന്തോ... ഇത്തവണ പതിവുപോലെ ശകാരിക്കാനും പിറുപിറുക്കാനുമൊന്നും അവൾ മുതിർന്നില്ല. മേശപ്പുറത്തുനിന്ന് ഒരാപ്പിളെടുത്ത് തിരിച്ചും മറിച്ചും നോക്കി മിണ്ടാതിരുന്നു. മിണ്ടാതിരുന്നാൽ പോരായിരുന്നോ എന്ന് ഞാൻ എന്നെതന്നെ ദേഷ്യപ്പെട്ടു. ആലീസിന്റെ അസാധാരണമായ മൗനത്തിൽ അതിശയവും തോന്നി. അവൾ ആ ആപ്പിൾ മുഴുവൻ നടുവിലെ വിത്തിന്റെ ഭാഗം വരെ കാർന്നുതിന്നു. "വ്യാഴാഴ്ച രാത്രി നീനയുടെ വീട്ടിലേക്ക് വരാൻ നിനക്കവരോട് പറയാമായിരുന്നു."

മനസ്സ് കൈവിട്ടുപോകാതിരിക്കാൻ ഞാൻ മറ്റെന്തിനേയോ കുറിച്ച് ആലോചിക്കാൻ തുടങ്ങി. ജനലയ്ക്കപ്പുറത്ത് പൂത്തുനില്ക്കുന്ന ചെടികളിലേക്ക് ശ്രദ്ധ തിരിച്ചു. എത്ര തവണ ഞാൻ അവളോട് പറഞ്ഞിരിക്കുന്നു. എന്നിട്ടും അത് അവളുടെ തലയിൽ കയറാത്തതെന്താണ്? നമ്മളെ ആരെങ്കിലും വിരുന്നിനു ക്ഷണിക്കുമ്പോൾ കൂടെ വേറെയും ചിലരെ കൂടി വിളിച്ചുകൊണ്ടു ചെല്ലുന്നത് മര്യാദകേടല്ലേ? ഇത്തവണയുമതേ. അവളെ പറഞ്ഞു ബോദ്ധ്യപ്പെടുത്താൻ എനിക്കായില്ല.

"വിഡ്ഢിത്തം പറയണ്ട." അവൾ പുരികമുയർത്തി.

"നീനയുടെ വീട്ടിൽ... അത്രയ്ക്ക് ഔപചാരികതയൊന്നും നോക്കണ്ട. എന്തായാലും സാരല്ല്യ... ഞാൻ ഒന്ന് ഉറപ്പിച്ചു കഴിഞ്ഞു... സിഗരറ്റുണ്ടോ?" മറുപടിയൊന്നും പറയാതെ ഞാനെഴുന്നേറ്റു. നന്നായി... എന്റെ അനിയത്തി വണ്ണം കുറക്കാൻ തീരുമാനിച്ചിരിക്കുന്നു. ഞാൻ അവളുടെ സിഗരറ്റ് കൊളുത്തിക്കൊടുത്തു.

രണ്ടുമൂന്നുതവണ അവൾ ആഞ്ഞുപുകവലിച്ചു. കുറച്ച് ക്ലേശിച്ചിട്ടെന്നപോലെ പതുക്കെ പുക പുറത്തേക്ക് വിട്ടു. "അതുമിതും പറഞ്ഞ് ബഹളം വെക്കാൻ അമ്മ ഇവിടെയില്ലാത്ത സ്ഥിതിക്ക് ഞാനൊരു കാര്യം പറയാം. ആ സിമോനിയൻ കുടുംബത്തിന് ദോഷങ്ങളും കുറവുകളും പലതുമുണ്ടാകാം. ഞാനതൊന്നും കാര്യമാക്കുന്നില്ല. സത്യം പറഞ്ഞാൽ, ഒറ്റയ്ക്കുള്ള ഈ ജീവിതം എനിക്ക് മടുത്തു. അമ്മയുടെ പിറുപിറുക്കലും കുറ്റം പറയലും കേട്ട് എനിക്ക് വയ്യാതായി. അയാൾ ഒരിക്കൽ വിവാഹം കഴിച്ചിട്ടുണ്ട്... അതിലെന്താ തെറ്റ്? നീ പറഞ്ഞത് ശരിയാണ്. കേക്ക് ഒരേ സമയം തിന്നാനും കൈയിൽവെച്ചുകൊണ്ടിരിക്കാനുമാവുമോ? നല്ല കുടുംബത്തിലേതാണ്, വിദ്യാഭ്യാസമുള്ളവനാണ്..." അവൾ പെട്ടെന്ന് നിലവിളിച്ചു... "അയ്യോ... വിരലുപൊള്ളി... മനസ്സെവിടെയാണ്?" അവൾ എന്നെ ശാസിച്ചു.

തീപ്പെട്ടിക്കൊള്ളി കൈയിലിരുന്ന് കത്തിത്തീർന്നത് ഞാൻ അറിഞ്ഞില്ല. തിടുക്കത്തിൽ ഞാനത് ആഷ്ട്രേയിലേക്കിട്ടു. അമ്മ ഫോണിലൂടെ

എനിക്ക് മുന്നറിയിപ്പു തന്നിരുന്നു. "ആലീസ് അവിടെ വരികയാണെങ്കിൽ... എന്തുപറഞ്ഞാലും എതിർക്കാൻ നില്ക്കണ്ട, ഇത്തവണ അവൾ എല്ലാം ഉറപ്പിച്ചിട്ടുതന്നെയാണ് ഇറങ്ങിത്തിരിക്കുന്നത്."

അതിന്റെ അർത്ഥം അമ്മയും ആലീസും തമ്മിൽ ഈ വിഷയത്തിൽ കാര്യമായൊരു വാഗ്വാദം നടന്നു എന്നുതന്നെയാണ്. ഞാൻ പഴയ ഒരു ഫലിതം ഓർത്തു. ഒരാൾ പറഞ്ഞു, താൻ രാജാവിന്റെ മകളെ വിവാഹം കഴിക്കാൻ തീർച്ചയാക്കി എന്ന്. അതിന് രാജാവ് മകളെ നിങ്ങൾക്കു തരാൻ തീർച്ചയാക്കിയിട്ടില്ലല്ലോ എന്നായി കൂട്ടുകാർ. "അത് രാജാവിന്റെ പ്രശ്നം" അയാൾ നിസ്സാരമായി പറഞ്ഞു. "എന്തായാലും ഞാൻ നിശ്ചയിച്ചുകഴിഞ്ഞു; അതിന്റെ അർത്ഥം അമ്പതു ശതമാനം തീരുമാനമായി എന്നാണ്." ഇതും അതുപോലെതന്നെ. ഞാനൊരു ദീർഘനിശ്വാസം വിട്ടു. എന്റെ അനിയത്തി എമിൽ സിമോനിയനെ വിവാഹം കഴിക്കാൻ നിശ്ചയിച്ചിരിക്കുന്നു. അവളെ സംബന്ധിച്ചിടത്തോളം അത് അമ്പതുശതമാനമല്ല നൂറുശതമാനവും തീരുമാനമായിക്കഴിഞ്ഞു.

ആലീസ് രണ്ടാമതും ഒരാപ്പിളെടുത്തു. "അയാളുടെ അമ്മയുടെ കാലശേഷം ആ ആഭരണമെല്ലാം എന്റെ സ്വന്തമാകും." അതുംപറഞ്ഞ് അവൾ വളരെ ഉറക്കെ ചിരിച്ചു. "പ്രശ്നം ആ പെൺകുട്ടിയാണ്. നിങ്ങൾ പറഞ്ഞത് കുറുമ്പൊന്നുമില്ലാത്ത ഒരു നല്ല കുട്ടിയാണ് എന്നല്ലേ? അല്ലെങ്കിലും കുട്ടികളെ വളർത്തിക്കൊണ്ടുവരുവാനുള്ള ക്ഷമയൊന്നും എനിക്കില്ല. ആ കാര്യത്തിൽ നിങ്ങളെന്നെ തീർച്ചയായും സഹായിക്കും, ഇല്ലേ?"

കാര്യങ്ങളെല്ലാം അങ്ങനെ തീരുമാനിച്ചുറപ്പിച്ചതിനുശേഷം ആലീസ് എഴുന്നേറ്റു. അമ്മ പറയുന്നതുപോലെ... കൈയിൽ കിട്ടിയ തുണി സ്വന്തം ഇഷ്ടംപോലെ വെട്ടിമുറിച്ച് തുന്നിയുണ്ടാക്കി.

"എന്നാൽ ശരി. ഞാനിറങ്ങുകയാണ്. ഞാനൊരു പുതിയ സ്യൂട്ട് വാങ്ങിയിട്ടുണ്ട്. അതിനു യോജിക്കുന്ന തരത്തിൽ ഇരുണ്ട നീലയിൽ ഷൂസ് വാങ്ങണം."

എന്റെ തല ചുറ്റാൻ തുടങ്ങിയിരിക്കുന്നു. അവൾക്ക് കൈവീശി യാത്ര പറയാൻപോലും മിനക്കെട്ടില്ല. എന്തായാലും സന്തോഷത്തോടെ ചിരിച്ചുകൊണ്ടാണ് അനിയത്തി പടിയിറങ്ങിയത്.

ഇടനാഴിയിൽ ചെന്ന് അമ്മയോട് ഫോണിൽ വിളിച്ചു വിവരങ്ങൾ പറയാൻ ഞാൻ പുറപ്പെട്ടതാണ്. അപ്പോഴേക്കും ഫോണടിച്ചു. അമ്മ എന്നെ കടത്തിവെട്ടി. "ഒന്നും പറയണ്ട. എല്ലാം എനിക്കറിയാം." ഞാൻ പറയാൻ തുടങ്ങിയതും അമ്മ ഇങ്ങോട്ടു പറഞ്ഞു. "ഇന്നലെ രാത്രി മുതൽ ഇന്ന് രാവിലെവരേയും... ഞാൻ അവളെ പറഞ്ഞു മനസ്സിലാക്കാൻ ശ്രമിക്കുകയായിരുന്നു. പക്ഷേ, ഒരു ഫലവുമുണ്ടായില്ല... ഞാൻ സംസാരിച്ചതു മുഴുവൻ ഈ വീട്ടിലെ ഭിത്തികളോടായിരുന്നു. കാര്യങ്ങളുടെ കിടപ്പ് അവൾ എത്രയും വേഗം മനസ്സിലാക്കുന്നുവോ അത്രയും നന്ന്... അങ്ങനെയെങ്കിലും അവളീ പിടിവാശിയിൽനിന്നും പിൻമാറുമല്ലോ."

ഞാൻ ഫോൺ താഴെ വെച്ചു. അമ്മയോടും എനിക്കു കലശലായി ദേഷ്യം തോന്നി. വർത്തമാനത്തിനിടയിൽ എമിലിനെ അമ്മ "ആ കാടൻ" എന്നു പറയുകയുണ്ടായി. ഇതുവരെ കണ്ടിട്ടില്ലാത്ത ഒരാളെക്കുറിച്ച് അമ്മ ക്കെങ്ങനെ അങ്ങനെ പറയാൻ ധൈര്യമുണ്ടായി.

ഞാൻ വീണ്ടും അടുക്കളമേശയ്ക്കരികിൽ വന്നിരുന്നു. അറിയാതെ കൈകൾ തലമുടി തടവി... മുടിനാരെടുത്ത് വിരലിൽ ചുറ്റി... അഴിച്ചു... അങ്ങനെ പലതവണ. സങ്കല്പിക്കാൻ പ്രയാസമില്ലാത്തൊരു ചിത്രം. എന്റെ അനിയത്തിയും എമിൽ സിമോനിയനും പരസ്പരം കാണുന്നു. നന്നായി വേഷം കെട്ടി മുഖം മോടികൂട്ടി ആലീസ്. ആദ്യത്തെ അരമണി ക്കൂർ മുഴുവൻ സ്വന്തം ഗുണവിവരണം. അവളുടെ വിദ്യാഭ്യാസം, ഉദ്യോഗം, പദവി അങ്ങനെ എല്ലാം. എല്ലാ വിഷയങ്ങളിലും തനിക്കുള്ള അറിവ് മടികൂടാതെ പ്രകടിപ്പിച്ചുകൊണ്ടിരിക്കും. പാചകവും ഗൃഹ ഭരണവും മുതൽ രാഷ്ട്രീയവും അന്താരാഷ്ട്ര സമ്പദ്ഘടനയുമൊക്കെ ആ അറിവിന്റെ പരിധിയിൽ പെടും. തുടർന്ന് സംസാരം തന്നെ വിവാഹം കഴിക്കാനുള്ള മോഹവുമായി വന്ന ചെറുപ്പക്കാരെ കുറിച്ചായിരിക്കും. അതിൽ പലരും അവളുടെ സങ്കല്പത്തിൽ മാത്രമുള്ളവരാണെന്ന് കേൾക്കുന്നവർക്ക് അറിയില്ലല്ലോ. എല്ലാ വിവാഹാഭ്യർത്ഥനകളും നിര സിച്ചു... തനിക്കു ചേരുന്ന ഒരാളേയും ഇരുവരെയായും കണ്ടെത്തിയിട്ടില്ല. ഇംഗ്ലണ്ടിലെ വിദ്യാഭ്യാസകാലത്തെ കുറിച്ചും അവൾ വാചാലയാകും... എന്റെ നീളൻ തലമുടി സ്പ്രിങ് പോലെ വളച്ചുവെച്ചു. ചെവിക്കു പിന്നിൽ വട്ടം ചുറ്റി വേറൊരു മുടിയിഴകൊണ്ട് ഉറപ്പിച്ചുവെച്ചു.

ആലീസിന്റെ വിവാഹം നടക്കണം... അത് ഏറ്റവും വലിയ ആഗ്രഹ മായിരുന്നു. യോഗ്യരായ പലരേയും ഞാൻ തന്നെ നിർദ്ദേശിച്ചതാണ്. പക്ഷേ, അവളതൊക്കെ പുച്ഛത്തോടെ തട്ടിമാറ്റി. ഒന്നിനും കൊള്ളരു താത്തവരെയാണ് ഞാൻ ചൂണ്ടികാട്ടിയതെന്ന ഭാവം. "നിങ്ങളെന്നെ... തമാശ കാണിക്കുകയാണോ? തന്നത്താൻ ഒരു ഭർത്താവിനെ കണ്ടുപിടി ക്കാനുള്ള കഴിവ് എനിക്കില്ലെന്നാണോ വിചാരം?"

ഞാൻ മുടിയിഴയെടുത്ത് വിരലിൽ ചുറ്റുന്നതു കാണുമ്പോഴെല്ലാം നീന പറയാറുണ്ട്. "വീണ്ടും ലൂയി 16-ാമനായി മാറുകയാണോ? പാവം മുടി... അതിനെ വെറുതെ വിടൂ..."

ഞാൻ മുടിയിൽനിന്നു കൈയെടുത്ത് എഴുന്നേറ്റു. ഒരു പരിഹാരം തേടി വെറുതെ ഞാൻ മുറിയിൽ അങ്ങോട്ടുമിങ്ങോട്ടും നടന്നു. അവസാനം ഞാൻ ഒരു വഴിപാടു നേർന്നു. "ദൈവമേ! ഈ പോരാട്ടത്തിൽനിന്നും എന്റെ സഹോദരി പിന്മാറിയാൽ അനാഥാലയത്തിലെ അന്തേവാസി കൾക്കെല്ലാവർക്കും ഞാൻ ഉച്ചയ്ക്കും രാത്രിയും വേണ്ട ഭക്ഷണം വാങ്ങി ക്കൊടുക്കാം."

പതിനാറ്

അന്ന് സ്കൂളിൽനിന്ന് കുട്ടികൾ വന്നപ്പോൾ എമിലിയുമുണ്ടായിരുന്നു.

കണ്ട ഉടനെ ഞാൻ ചോദിച്ചു. "അച്ഛമ്മയോടു പറഞ്ഞിട്ടല്ലേ ഇങ്ങോട്ടു വന്നത്?" എമിലി താഴേക്ക് നോക്കിനിന്ന് തലയാട്ടി. അവളുടെ ഈ സങ്കോചവും നാണം കാട്ടലും... എന്റെ ക്ഷമ കെടാൻ തുടങ്ങിയിരുന്നു.

"ഞങ്ങൾ അവളുടെ വീട്ടിൽ പോയി. അച്ഛമ്മയുടെ സമ്മതം വാങ്ങി." അർമീനെ പറഞ്ഞു.

"എമിലിക്ക് കണക്കിൽ ചില സംശയങ്ങളുണ്ട്..." അർസീനെ വിശദീകരിച്ചു. "അർമെന്റെ സഹായത്തിനാണ് അവൾ വന്നിരിക്കുന്നത്.

ഞാൻ അതിശയത്തോടെ എന്റെ മകന്റെ മുഖത്തേക്ക് നോക്കി. എന്നെ നേരിടാതെ അവൻ സ്വന്തം മുറിയിലേക്കോടി... "ഓ... ഞാനിപ്പോ വരാം."

ഇന്നത്തെ ദിവസം... എത്ര അപ്രതീക്ഷിത സംഭവങ്ങൾ! കണക്ക് അർമേന്റെ ബദ്ധശത്രുവാണ്. അതുകഴിഞ്ഞാൽ, അല്ലെങ്കിൽ അതിനോടൊപ്പം രണ്ടാമത്തെ വൈരി ഉപന്യാസമെഴുതലാണ്.

"ഇന്നെന്താ കഴിക്കാൻ?" കുട്ടികളുടെ ഇടനേരത്തെ പലഹാരത്തെപ്പറ്റി അപ്പോഴാണ് ഞാനോർത്തത്.

ഞാൻ എന്തോ ഒഴികഴിവു പറഞ്ഞു. "വല്ലാത്ത ജോലിത്തിരക്ക്. പ്രത്യേകിച്ചൊന്നുമുണ്ടാക്കാൻ സമയം കിട്ടിയില്ല." ഇതു പതിവില്ലാത്തതാണല്ലോ... എന്തുപറ്റി എന്ന മട്ടിൽ പെൺകുട്ടികൾ എന്നെ തലചെരിച്ചു പിടിച്ചു നോക്കി. അവരുടെ വിടർന്ന കണ്ണുകളിൽ അദ്ഭുതത്തേക്കാൾ അധികം ഒരു പിടികിട്ടായ്ക...

"എന്തായിരുന്നു ഇത്രയധികം ജോലി?"

"എന്തുകൊണ്ടാണ് സമയം കിട്ടാതിരുന്നത്?"

എനിക്കു ദേഷ്യം വന്നു... "അവിടെ റൊട്ടിയും ചീസുമുണ്ട്. തന്നത്താൻ എടുത്തു കഴിച്ചോളൂ... ഇത്രയധികം ചോദ്യങ്ങളൊന്നും ചോദിക്കണ്ട."

കുട്ടികൾ രണ്ടടി പിന്നോക്കംവെച്ച് തമ്മിൽ തമ്മിൽ നോക്കി. ഞാൻ നെറ്റിയിൽ കൈ അമർത്തി ചുമരിലേക്ക് ചാരി... കണ്ണടച്ചു. അർമീനേ ഓടിവന്ന് എന്റെ കൈ എടുത്തുമാറ്റി. “എന്താ അമ്മേ, സുഖം തോന്നു ന്നില്ലേ?”

അർസീനെ വന്ന് മറ്റേ കൈപിടിച്ചു. “അമ്മയ്ക്കു വയ്യ... അല്ലേ?”

“ഇല്ലാ തീരെ സുഖം തോന്നുന്നില്ല” എന്ന് കുട്ടികളോട് പറയണ മെന്നുണ്ടായിരുന്നു. അതിനുമുമ്പേ വാതിൽ മണിയടിച്ചു. എന്റെ സുഖ മില്ലായ്മയുടെ കാരണം കണ്ടുപിടിക്കാൻ സാവകാശം കിട്ടിയില്ല.

കുട്ടികളുടെ കൈവിടുവിച്ച് ഞാൻ വാതിൽ തുറക്കാൻ നിന്നു. “ദൈവമേ! എന്നെ കാത്തോളണേ!” ഞാൻ മനസ്സിലുരുവിട്ടു. ഇനി എന്താ ണാവോ വന്നു മുട്ടുന്നത്? ഇന്നത്തെ സംഭവങ്ങളെല്ലാം... അങ്ങനെയുള്ള താണല്ലോ. അദ്ഭുതലോകത്തിലെ ആലീസിന്റെ അമ്പരപ്പോടെയാണ് ഞാൻ ഉമ്മറവാതിൽ തുറന്നത്. എനിക്ക് അതിശയം തോന്നി. ആ പുസ്തകത്തിലെ കൊച്ചു കഥാനായികയുടെ പേരും എന്റെ സഹോദരി യുടെ പേരും ഒന്നായത് എത്ര ആകസ്മികം! എന്നാലും അപ്പോൾ എനിക്ക് ചിരി വന്നില്ല... എനിക്കത്രയും സുഖമില്ലായിരുന്നു.

അത് എണ്ണക്കമ്പനി വക ഇലക്ട്രീഷ്യനായിരുന്നു. മുറ്റത്തെ വിളക്കു കൾ നേരെയാക്കാൻ വന്നതായിരുന്നു. ഞാൻ മുമ്പ് കണ്ടിട്ടില്ലാത്ത ഒരു ചെറുപ്പക്കാരൻ. നന്നേ മെലിഞ്ഞ്... കവിളത്ത് വലിയൊരു മറുക്.

മുറ്റത്തിന്റെ ഓരത്തുനിന്ന് മറ്റേ അറ്റം വരെ ഞാൻ അയാളുടെ പിന്നാലെ നടന്നു. കേടുവന്ന വിളക്കുകൾ ഓരോന്നായി കാട്ടിക്കൊടുത്തു. ഓരോ വിളക്കും പരിശോധിക്കുന്നതിനിടയിൽ അയാൾ വർത്തമാനം പറഞ്ഞുകൊണ്ടിരുന്നു. കമ്പനിയിൽ പുതിയതായി ചേർന്നതാണ്. നല്ലൊരു ജോലി കിട്ടിയ സ്ഥിതിക്ക് ഇനി വിവാഹത്തിനെ പറ്റി ആലോചി ക്കണം. ചെറുപ്പകാലം മുതലേ അയാളുടെ മോഹമായിരുന്നു. അമ്മയുടെ സഹോദരിയുടെ മകളെ വിവാഹം കഴിക്കണമെന്ന്. അതറിഞ്ഞുകൊണ്ട് അമ്മയും സഹോദരിയോട് പറഞ്ഞുറപ്പിച്ചിരുന്നു. അവരുടെ മകളെ തന്റെ മകനുതന്നെ കൊടുക്കണമെന്ന്.

വിളക്കുകൾ എല്ലാം പരിശോധിച്ചതിനുശേഷം അയാൾ പറഞ്ഞു. ഒന്നിനുമാത്രമേ തകരാറുള്ളൂ. എനിക്കും അങ്ങനെ തോന്നിയിരുന്നു... ഒരു ഷോർട്ട് സർക്യൂട്ട്. അയാളുടെ കൈവശമുള്ള വോൾട്ട് മീറ്റർ പൊട്ടി യതായിരുന്നു. ഉപയോഗിക്കാൻ പറ്റിയതൊന്ന് ഞങ്ങളുടെ പക്കലുണ്ടോ എന്നയാൾ തിരക്കി.

അങ്ങനെ ഒന്ന് അവിടെ ഉണ്ട് എന്ന് എനിക്കുറപ്പുണ്ടായിരുന്നു. പക്ഷേ സാമാനപ്പെട്ടി മുഴുവൻ പരതിയിട്ടും അതു കിട്ടിയില്ല. ഒരുപക്ഷേ, അർമേൻ എടുത്തിട്ടുണ്ടാവും. ഞാൻ അവന്റെ വാതിലിൽ ചെന്നുമുട്ടി. “നീ വോൾട്ട് മീറ്റർ എടുത്തിട്ടുണ്ടോ?”

അവർ രണ്ടുപേരും കാലും തൂക്കിയിട്ട് എഴുത്തുമേശമേൽ ഇരിക്കുകയായിരുന്നു. രണ്ടുപേരും പെട്ടെന്ന് ചാടിയിറങ്ങി. അർമേൻ പരിഭ്രമിച്ചുകൊണ്ട് പറഞ്ഞു. "ഇല്ല, ഞാനെടുത്തിട്ടില്ല,"

തിരിഞ്ഞ് വീണ്ടും മുറ്റത്തേക്ക് നടക്കുന്നതിനിടയിൽ എനിക്കു തോന്നി... "നല്ല പഠിത്തം തന്നെ...! ഇങ്ങനെയിരുന്നാണോ കണക്കു പഠിക്കുക?"

ഇലക്ട്രീഷ്യൻ ചോദിച്ചു. "അടുത്ത വീട്ടിൽനിന്നും ഒരെണ്ണം വാങ്ങിത്തരാമോ?"

അടുത്ത വീട്ടിലെ മിസ്സിസ് റഹീമി ടെഹ്റാനിലാണ്. മിസ്റ്റർ റഹീമി ജോലികഴിഞ്ഞ് വന്നിട്ടുമുണ്ടാവില്ല. മറ്റുള്ള അയൽക്കാരുമായി എന്തെങ്കിലും ചോദിച്ചു വാങ്ങാൻ തക്ക അടുപ്പവുമില്ല. എന്നിട്ടും ഞാൻ പറഞ്ഞു, "ഒരു നിമിഷം... നോക്കട്ടെ..."

ഞാൻ പാത മുറിച്ച് കടന്ന് മിസ്സിസ് സിമോനിയന്റെ വാതിൽ മണിയടിച്ചു. എമിൽ കമ്പനിയിൽനിന്നും എത്തിയിട്ടുണ്ടാവില്ല. ഞാൻ ഉള്ളിൽ പറഞ്ഞു. അവരുടെ കൈയിൽ വോൾട്ട് മീറ്റർ ഉണ്ടെങ്കിൽ നന്നായി... പോരാ... അവരുടെ മട്ടും നന്നായിരിക്കണം. വാതിൽ തുറന്നത് എമിലായിരുന്നു. അയാൾ അകത്തുനിന്ന് വോൾട്ട് മീറ്റർ എടുത്തുകൊണ്ടുവന്നു. പടിവരെ എന്നെ അനുഗമിക്കുകയും ചെയ്തു. "ഒരുപക്ഷേ ഇലക്ട്രീഷ്യന് വല്ല സഹായവും വേണ്ടിവരും..." എമിൽ പറഞ്ഞു.

അതിന്റെ ആവശ്യമില്ല എന്നു പറയാൻ എന്തുകൊണ്ടോ എനിക്കായില്ല. മര്യാദയുടെ പേരിലെങ്കിലും "ബുദ്ധിമുട്ടേണ്ട" എന്നുപറഞ്ഞ് ആ സഹായം നിരസിക്കാമായിരുന്നു. ഈ നേരത്ത് അയാൾ വീട്ടിൽ എന്തു ചെയ്യുകയായിരുന്നു എന്ന സംശയവും എനിക്കുണ്ടായില്ല.

എനിക്ക് കുറേശ്ശെ സുഖം തോന്നാൻ തുടങ്ങിയിരുന്നു. ആലീസ് മനക്കോട്ടകൾ കെട്ടട്ടെ. അവൾ അത്രയ്ക്ക് വിഡ്ഢിയൊന്നുമല്ല.

പതിനേഴ്

ഇലക്ട്രീഷ്യനേക്കാൾ മുമ്പ് വയറിങ്ങിന്റെ തകരാറെന്താണെന്ന് എമിൽ കണ്ടെത്തി. അയാൾ അത് പാടുപെട്ടു നേരെയാക്കുന്നതും നോക്കി ഇലക്ട്രീഷ്യൻ അലസനായി മാറിനിന്നു. തന്റെ കല്യാണത്തെപറ്റി അയാൾ വാതോരാതെ സംസാരിച്ചു. ബഹ്മാൻ ഷേറിലോ ഫിറൗസ് ബാദിന്റെ ചുറ്റുവട്ടത്തോ ഒരു വീടു കിട്ടിയാൽ നന്നായി എന്നായിരുന്നു അയാളുടെ മനസ്സിൽ. ദൈവം തുണച്ചാൽ വിവാഹം കഴിഞ്ഞ് മഷാദി ലേക്ക് തീർത്ഥയാത്ര പോകണം. അവസാനം തന്റെ സാധനസാമഗ്രി കളൊക്കെ പെറുക്കികൂട്ടി പോകും മുമ്പേ അയാൾ എന്നെ നോക്കി പറഞ്ഞു. "ഇത്ര മിടുക്കനായൊരു എൻജിനീയർ അയൽപക്കത്തുള്ള പ്പോൾ എന്നെ വിളിക്കേണ്ട കാര്യമുണ്ടോ?" അയാൾ ഏതാണ്ട് പടിക്ക ലെത്തി. "നില്ക്കൂ" ഞാൻ പുറകിൽനിന്നും വിളിച്ചു.

ഞാൻ ഓടിപ്പോയി. അടുക്കളയിലെ അലമാര തുറന്ന് ഒരു പെട്ടിയെ ടുത്തുകൊണ്ടുവന്ന് അയാൾക്കു കൊടുത്തു. "സൂപ്പർമാർക്കറ്റിലെ ചോക്ലേറ്റോ?" അയാളുടെ കണ്ണുകൾ അദ്ഭുതം കൊണ്ടുവിടർന്നു.

"നിങ്ങളുടെ പ്രതിശ്രുതവധുവിനു കൊടുക്കൂ..." അയാൾക്ക് സന്തോഷമായി. കാര്യമായി നന്ദിപറഞ്ഞ് അയാൾ യാത്രയായി.

എമിൽ എന്നെത്തന്നെ ഉറ്റുനോക്കുകയായിരുന്നു. കൈകൾ കരി പുരണ്ട് അഴുക്കായിരുന്നു. ഞാൻ കൈ കഴുകാനായി അകത്തേക്ക് വിളിച്ചു. കൈ കഴുകിവരുമ്പോഴേക്കും കുവൈത്തി ബസാറിൽനിന്നും വാങ്ങിയ സോഡ ചേർത്ത് രണ്ടു ഗ്ലാസ്സ് പഴച്ചാറ് ഞാൻ മേശപ്പുറത്തു കൊണ്ടുവെച്ചു. ആ വീട്ടിൽ എനിക്ക് മാത്രമേ വിംടോ പഴച്ചാറ് ഇഷ്ട മായിരുന്നുള്ളൂ.

എമിൽ അടുക്കളയിൽ വന്ന് ചുറ്റുമൊന്നു നോക്കി. സ്വന്തം കൈ മണപ്പിച്ചുകൊണ്ടു പറഞ്ഞു. "നല്ല വാസനയുള്ള സോപ്പ്... ഭംഗിയുള്ള അടുക്കള... ഒന്നാന്തരം പഴച്ചാറ്."

അറിയില്ല. വിനോളിയ സോപ്പിന്റെ മണം എപ്പോഴും എന്നെ അച്ഛനെ കുറിച്ച് ഓർമ്മിപ്പിക്കുന്നതെന്തുകൊണ്ടാണെന്ന്. അതുപോലെ ഈ

വീട്ടിലെ വെളിച്ചം കുറഞ്ഞ ഇടനാഴി ടെഹ്റാനിലെ ഞങ്ങളുടെ വീടിനെക്കുറിച്ചും ഓർമ്മിപ്പിക്കും.

എമിൽ മേശയ്ക്കരികിൽ വന്നിരുന്ന് ജനലിലൂടെ പുറത്തേക്ക് നോക്കി. “ഈ ജനൽപ്പടി നിങ്ങൾ ഉണ്ടാക്കിച്ചതാണ്. അല്ലേ, ഞങ്ങളുടെ അടുക്കള ജനലിന് പടിയില്ല.”

ബവാർഡിലെ ഒരു വീട്ടിലും ജനലകൾക്ക് പടിയില്ല. ഞങ്ങൾ ബവാർഡയിൽ വന്ന കാലം. അന്ന് ഞാൻ അർമേനെ ഗർഭം ധരിച്ചിരുന്നു. അപ്പോഴാണ് എനിക്കുവേണ്ടി മിസ്റ്റർ മൊർടേസാ ഈ ജനലപ്പടി ഉണ്ടാക്കിത്തന്നത്.

എമിൽ ഗ്ലാസ്സെടുത്ത് ഒന്നുകൂടി മോന്തി. “നല്ല സ്വാദ്” എന്നു വീണ്ടും പറയുമെന്ന് ഞാനാശിച്ചു. പക്ഷേ, പറഞ്ഞില്ല. അപ്പോഴും നോട്ടം ജനൽപ്പടിയിലേക്കായിരുന്നു. “ആ സ്വീറ്റ് പി വള്ളികൾക്ക് കുറേശ്ശെ വാട്ടം ബാധിച്ചിരിക്കുന്നല്ലോ!” (ഒരു ജാതി പൂക്കളുണ്ടാകുന്ന വള്ളിചെടി)

മിസ്റ്റർ മൊർട്ടേസയുടെ ചെളിപുരണ്ട കൈകളുടെ പാട് അപ്പോഴും ജനൽപ്പടിയിൽ കാണാമായിരുന്നു. സ്വീറ്റ് പീ വള്ളികൾ നടുമ്പോൾ പറ്റിയതാകണം. അന്നയാൾ പറഞ്ഞത് ഞാൻ ഓർത്തു. “സ്വീറ്റ് പീ വള്ളികൾക്ക് പറ്റിയ ഇടമാണ് ഈ ജനൽപ്പടി പൂവിടട്ടെ... അതിന്റെ മണം എല്ലാവരേയും മയക്കും.” അതെന്തുതരം പൂവാണെന്ന് എനിക്ക് രൂപമുണ്ടായിരുന്നില്ല. വാസ്തവത്തിൽ അങ്ങനെയൊരു ചെടിയെപ്പറ്റി ഞാൻ കേട്ടിട്ടുമുണ്ടായിരുന്നില്ല.

അർമേൻ ജനിച്ച് രണ്ടുമൂന്നാഴ്ച കഴിഞ്ഞ്, ഒരു ദിവസം മിസ്റ്റർ മൊർട്ടേസെ പടികടന്നുവന്നു. അതയാളുടെ പതിവു ദിവസമായിരുന്നില്ല. സൈക്കിളിന്റെ പുറകിലായി നീണ്ട ഒരു പൂച്ചെടി കെട്ടിവെച്ചിരുന്നു. “ഇതാണ് സ്വീറ്റ് പീ വള്ളി.” ജനലപ്പടിയിൽ ആ പൂച്ചട്ടി അയാൾ വേണ്ട വിധത്തിൽ ഉറപ്പിച്ചുവെച്ചു. “സ്വീറ്റ് പീ... പുതുതായി പിറന്നയാൾക്ക് സ്വാഗതമരുളാൻ!” ആദ്യമായി അന്നാണ് ഞാൻ ആ പൂക്കൾ കണ്ടത്. നീലയും വെള്ളയും ഇളം ചുവപ്പും നിറത്തിൽ കൊച്ചുപൂക്കൾ. ഈ പൂക്കളുടെ പേര് എങ്ങനെയാണ് എമിൽ മനസ്സിലാക്കിയത്?

“അതിലെ മണ്ണ് മാറ്റാറായിരിക്കുന്നു.” ഞാൻ പറഞ്ഞു. ഗ്ലാസ്സിൽ നിന്നും വിംടോ കുടിച്ചുകൊണ്ട് എമിൽ പറഞ്ഞു, “മസ്ദിജ് സൊലേമാനിൽ ഞാൻ ധാരാളം സ്വീറ്റ് പീ നട്ടിരുന്നു. ഇവിടേയും വളവും നല്ല മണ്ണും കൊണ്ടുവരാൻ ഞാൻ പറഞ്ഞേല്പിച്ചിട്ടുണ്ട്. അതുകൊണ്ടു വന്നാൽ, നിങ്ങളുടെ ഈ ചട്ടിയിലെ മണ്ണും ഞാൻ വന്ന് മാറ്റിത്തരാം.”

“ആ വക കാര്യങ്ങളൊക്കെ ചെയ്യാൻ കമ്പനിവക തോട്ടക്കാരനുണ്ട്.”

അയാൾ കൈയിലിരുന്ന ഗ്ലാസ് താഴെ വെച്ചു കഴുത്തിലെ മാല ഷർട്ടിന്റെ ഏറ്റവും മുകളിലെ ബട്ടനിൽ കുരുങ്ങികിടന്നു. അയാൾ അത് വിടർത്തിയെടുത്തു. “അതൊക്കെ എനിക്കിഷ്ടമുള്ള കാര്യങ്ങളാണ്.

കിളയ്ക്കലും മണ്ണിൽ പണിയെടുക്കുന്നതും നടുന്നതുമെല്ലാം. സ്വന്തം കൈകൊണ്ട് പാകിയ വിത്ത്, നട്ട തൈ വളർന്നു വലുതാവുന്നത് കാണാനാവുക... അതൊരു സുഖം തന്നെയാണ്."

അർത്ഥമില്ലാത്തൊരു ചിരി എന്റെ ചുണ്ടിൽ വിറങ്ങലിച്ചുനിന്നു.

"നിങ്ങളുടേതുപോലെ നട്ടതൊക്കെ നന്നാവുന്ന കൈയ്യല്ല എന്റേത്." അയാൾ ചിരിച്ചു.

അയാൾ എന്തുദ്ദേശിച്ചാണ് അത് പറഞ്ഞതെന്ന് എനിക്ക് മനസ്സിലായില്ല. എന്റെ ആ ഭാവം കണ്ടിട്ടാകണം അയാൾ പറഞ്ഞത്. "അന്നു നീ എന്റെ അമ്മയ്ക്കു കൊടുത്ത ചുകന്ന റോസ പൂക്കൾ... നിന്റെ പെൺകുട്ടികളാണ് പറഞ്ഞത്, അത് നട്ടുവളർത്തിയത് അവരുടെ അമ്മതന്നെയാണെന്ന്."

ഞാനറിയുംമുമ്പേ എന്റെ കവിൾ തുടുത്തുപോയി. എന്തായിരുന്നു അതിനു കാരണം? അഭിനന്ദനങ്ങൾ സ്വീകരിച്ച് പരിചയമില്ലാത്തതുകൊണ്ടാണോ, അതോ ആ സംസാരത്തിൽ പ്രകടമായ അടുപ്പം കൊണ്ടാണോ? നിങ്ങൾ എന്നതിനു പകരം നീ എന്നാണല്ലോ അയാൾ പറഞ്ഞത്!

"ആ ഇലക്ട്രീഷ്യനെ നിങ്ങൾക്ക് മുമ്പു പരിചയമുണ്ടോ?" പെട്ടെന്ന് നീ വീണ്ടും നിങ്ങളായി മാറി.

"ഇല്ല, ആദ്യമായി കണ്ടതാണ്... അയാൾ ഈയിടെയാണത്രെ കമ്പനിയിൽ ജോലിക്ക് ചേർന്നത്."

അയാളുടെ നോട്ടം എന്റെ കുരിശുമാലയിലേക്കായി. "പിന്നെ എങ്ങനെയാണെന്നറിഞ്ഞത് അയാൾ കല്യാണം കഴിക്കാൻ പോകുന്നുവെന്ന്."

"അയാൾ പറഞ്ഞു..." മാലയിൽ ചുറ്റിക്കിടന്ന കുരിശ് ഞാൻ നേരെയിട്ടു.

അയാൾ പിന്നേയും കണ്ണുകൾ സ്വീറ്റ് പീകളുടെ നേരെ തിരിച്ചു

"എനിക്കറിയാം... നിങ്ങളോട് സംസാരിക്കാൻ എല്ലാവർക്കും ഇഷ്ടമാണ്... പ്രത്യേകിച്ചൊരു സുഖം." അയാൾ എന്റെ കണ്ണുകളിലേക്ക് നോക്കിക്കൊണ്ടു പറഞ്ഞു, "ആർക്കും തോന്നും... വർഷങ്ങളായി നിങ്ങളെ പരിചയമുണ്ടെന്ന്."

പെൺകുട്ടികൾ തുള്ളിച്ചാടി അരികിൽ വന്നുനിന്നു, "ഞങ്ങളുടെ ഹോംവർക്ക് മുഴുവനും കഴിഞ്ഞു. എമിലിയുടേത് ബാക്കിയാണ്."

അപ്പോഴാണ് ഓർമ്മവന്നത്. ഏതാണ്ടൊരു മണിക്കൂറായി അർമേന്റെ മുറിയിൽനിന്നും ഒച്ചയനക്കങ്ങളൊന്നും കേൾക്കുക ഉണ്ടായില്ലല്ലോ. ഞാൻ എഴുന്നേല്ക്കാൻ ഭാവിച്ചപ്പോഴേക്കും കൈയിൽ കണക്കു പുസ്തകവുമായി എമിലി വന്നു. അർമീനെയും അർസീനെയും എന്നെ വിട്ട് അവളുടെ കൈകളിൽ കയറിപ്പിടിച്ചു.

"ഇനി നമുക്ക് 'വീടാ'യി കളിക്കാം."

"അതോ ജാക് കളിക്കണോ?"

എമിലി അവളുടെ അച്ഛനെ നോക്കി. എമിൽ ഗ്ലാസ്സിലെ അവസാനത്തെ തുള്ളി പഴചാറും വായിലേക്കൊഴിച്ചു. "വീട്ടിൽ അച്ഛൻ തന്നെയുള്ളൂ... ഇന്ന് തലവേദനയുള്ള ദിവസവുമാണ്... നമ്മൾ പോകുന്നതായിരിക്കും..."

അയാൾ മുഴുവനാക്കുംമുമ്പേ അർമീനേ കയറിപ്പറഞ്ഞു. "അച്ഛമ്മയ്ക്ക് സുഖമില്ലെങ്കിൽ വിശ്രമിക്കട്ടെ... എമിലി ഇവിടെ ഞങ്ങളുടെ കൂടെ നില്ക്കട്ടെ."

"വേണമെങ്കിൽ താങ്കൾക്കും നില്ക്കാം." അർസീനെയും ഉടനെ പറഞ്ഞു. "അങ്ങനെയായാൽ അച്ഛമ്മയ്ക്ക് പൂർണ്ണ വിശ്രമം കിട്ടും."

എമിൽ കുലുങ്ങിച്ചിരിച്ചുകൊണ്ട് എന്നെ നോക്കി... "രണ്ടുരാത്രി തുടർച്ചയായി നിങ്ങളെ ബുദ്ധിമുട്ടിക്കുക.... അത് അന്യായമാവില്ലേ?"

"ഇല്ല..." ഞാൻ പറഞ്ഞു. അയാൾ വെറുതെ ലോഹ്യം പറഞ്ഞതാണെന്ന് എനിക്ക് തീർച്ചയുണ്ടായിരുന്നു. "അർതൂഷ്... എവിടെയാണെങ്കിലും എത്തേണ്ട നേരമായി..." ഞാൻ പറഞ്ഞു നാവെടുത്തില്ല... അതിനുമുമ്പേ അർതൂഷിന്റെ കാറ് പടിക്കൽ വന്നുനിന്നു.

പെൺകുട്ടികൾ രണ്ടുപേരും തുള്ളാൻ തുടങ്ങി. "പോകണ്ട, പോകണ്ട... നില്ക്കൂ." അവർ തെല്ലു സംശയത്തോടെ എന്റെ മുഖത്തേക്ക് നോക്കി.

"മിസ്സിസ് സിമോനിയനോട് ഞാൻ ഫോൺ ചെയ്തു പറയാം." ഞാൻ സമ്മതിച്ചു. ആ കാര്യം ഞങ്ങൾ നേരത്തെ മനസ്സിലാക്കിയിരുന്നു. എന്തു കാര്യത്തിനായാലും എമിലിക്കും എമിലിനും മിസ്സിസ് സിമോനിയന്റെ അനുവാദം കൂടിയേ തീരൂ.

അർതൂഷ് ഹായ് പറഞ്ഞു കയറിവന്നു. ഞാനും പ്രത്യഭിവാദനം ചെയ്തു. പെൺകുട്ടികൾ രണ്ടുപേരും അച്ഛന്റെ പുറത്തേക്ക് ചാടിക്കയറി.... മരം കയറുന്ന മട്ടിൽ... ഞാൻ ഫോണിൽ മിസ്സിസ് സിമോനിയന്റെ നമ്പർ കറക്കി... എങ്ങനെയായിരിക്കും അവർ പ്രതികരിക്കുക! വലിയ താത്പര്യമില്ലാത്ത മട്ടിൽ അവർ മറുപടി പറഞ്ഞു. ക്ഷീണിച്ച സ്വരം "അവർക്കിഷ്ടമുള്ളതുപോലെയാവാം... എന്റെ സമ്മതത്തിന്റെ ആവശ്യമില്ല." അവർ ക്ഷണത്തിൽ ഫോൺ താഴെ വെച്ചു.

ഞാൻ അത്താഴമുണ്ടാക്കാൻ തുടങ്ങി. കട്‌ലെറ്റും ഉരുളക്കിഴങ്ങ് വറുത്തതും. അന്നുച്ചയ്ക്കുണ്ടായ അപ്രതീക്ഷിതമായ സംഭവങ്ങൾ. എന്റെ അനിയത്തിയുടെ ആ ഉറച്ച തീരുമാനം... അതൊക്കെ എന്റെ ഓർമ്മയിൽ വളരെ പഴയ സംഗതികളായി. അത്രയ്ക്ക് ദേഷ്യം വരാൻ എന്തായിരുന്നു കാരണം? ഇതാദ്യമായല്ല ഇത്തരം തീരുമാനങ്ങളുമായി

ആലീസ് എന്റെയടുത്ത് വരുന്നത്. ആശുപത്രിയിലെ അർമേനിയൻ ഡോക്ടർ... അതും ഇതുപോലെയായിരുന്നല്ലോ! ടെഹ്റാനിൽനിന്നും വന്ന എന്റെ സുഹൃത്തിന്റെ അനിയന്റെ കാര്യത്തിലും അവർക്കിതേ നില പാടായിരുന്നു.

എന്റെ ദേഷ്യത്തിനുകാരണം അതൊന്നുമല്ല. എന്റെ വിമർശനബുദ്ധി മന്ത്രിച്ചു... അതിനു കാരണം... പറയൂ, എന്താണ്?

ഞാൻ വറവുചട്ടിയിലേക്ക് എണ്ണയൊഴിച്ചു. ആകപ്പാടെയുള്ള തളർച്ച... അതുകൊണ്ടാണെനിക്ക് അരിശം വന്നത്. ആണോ? തീർച്ച യില്ല. ഉമ്മറത്തളത്തിലിരുന്ന് അർതൂഷും എമിലും ചെസ്സുകളിക്കാൻ തുടങ്ങി. കുട്ടികൾ പുറത്ത് മുറ്റത്ത് ഓടിക്കളിക്കുന്നു.

ചട്ടിയിൽ കട്‌ലറ്റുകൾ മറിച്ചിടുന്നതിനിടയിൽ ഞാൻ എൽമീറാ സിമോ നിയനെ കുറിച്ച് ആലോചിച്ചു. അമ്മ പറഞ്ഞിരുന്നു, "അവരുടെ അച്ഛന്റെ വീട് ഒരു കൊട്ടാരം പോലെയായിരുന്നു. അമ്പതിലധികം മുറികൾ അതി വിശാലമായ പൂന്തോട്ടം. വേലക്കാർ... പരിചാരകർ... ആത്മഹത്യ ചെയ്ത, കുഞ്ഞിനെ നോക്കാൻ നിർത്തിയ സ്ത്രീ ഇംഗ്ലീഷുകാരിയായിരുന്നു. എൽമീറയ്ക്ക് പൊക്കം തീരെ കുറവായിരുന്നുവെങ്കിലും വിവാഹാ ഭ്യർത്ഥനയുമായി ഒട്ടേറെപേർ ചെന്നിരുന്നു. ആരാധകർക്കും കുറവുണ്ടാ യിരുന്നില്ല. വിവാഹത്തിനുമുമ്പും പിമ്പും പുത്തൻ പരിഷ്കാരികളായ യോഗ്യരായ പുരുഷന്മാർ അവരെ കാണാൻ യൂറോപ്പിൽനിന്നും ഇസ് ഫാനിൽ എത്തിയിരുന്നു... അവരുടെ ആധുനിക രീതിയിലുള്ള വിരുന്നു സത്കാരത്തിൽ പങ്കെടുത്തിരുന്നു.

ഉരുളക്കിഴങ്ങ് തൊലികളയുന്നതിനോടൊപ്പം എന്റെ ആലോചനകളും ഒഴുകിനീങ്ങി. ഒരിഴ നൂലിൽനിന്നും ആ സ്ത്രീയെക്കുറിച്ച് അവർ വലി യൊരു തുണി തന്നെ നെയ്തെടുത്തിട്ടുണ്ടാവണം. എന്തെല്ലാം കഥ കളാണ്. പലതും വല്ലാതെ അതിശയോക്തി കലർത്തിയിട്ടുള്ളതായി തോന്നി. ഇത്രയും ഉയരം കുറഞ്ഞ ഒരു സ്ത്രീയെ കുറിച്ച്.

മിസ്സിസ് സിമോനിയൻ ചെറുപ്പകാലത്ത് എങ്ങനെയായിരുന്നിരി ക്കണം? അതു സങ്കല്പിക്കാനുള്ള ശ്രമത്തിനിടയിൽ അർമേനും എമിലിയും അടുക്കളയിലേക്ക് കിതച്ചുകൊണ്ട് ഓടിവന്നു. ആകെ വിയർത്തു കുളിച്ചിരിക്കുന്നു. ഫ്രിഡ്ജിൽനിന്നും വെള്ളപ്പാത്രമെടുത്ത് അവൻ ആദ്യം എമിലിക്ക് ഒരു ഗ്ലാസ്സിൽ ഒഴിച്ചുകൊടുത്തു. പിന്നീട് താനും കുടിച്ചു. എമിലിയുടെ മുടിയിഴകൾ വിയർത്തു നനഞ്ഞ നെറ്റിയിൽ പറ്റി കിടന്നിരുന്നു. അവളുടെ കണ്ണുകൾക്ക് പതിവില്ലാത്ത തിളക്കം. ചെറുപ്പ കാലത്ത് ആ അച്ഛമ്മ ഈ കൊച്ചുമകളെപോലെ ആയിരുന്നിരിക്കുമോ? അർമേൻ അടുക്കളത്തിണ്ണയിൽവെച്ചുപോയ പാത്രം ഞാൻ വീണ്ടും ഫ്രിഡ്ജിലേക്കു വെച്ചു. ഒരുപക്ഷേ അവരെ കുറിച്ച് ആളുകൾ പറയു ന്നത് നേരായിരിക്കാം.

ഉരുളക്കിഴങ്ങുകഷണങ്ങൾ ഞാൻ തിളയ്ക്കുന്ന എണ്ണയിലിട്ടു. അമ്മ പറഞ്ഞതോർത്തു. "അച്ഛൻ മകളുടെ വിവാഹം എത്ര ആഘോഷമായാണ് നടത്തിയെന്നോ? ടെഹ്റാനിൽ നിന്നുമായിരുന്നു വാദ്യസംഘം. ഫ്രാൻസിൽനിന്നും വരുത്തിയ പാചകക്കാരനാണ് വിരുന്നൊരുക്കിയത്. പ്രിവോൺ എന്ന വ്യാപാരിയുടെ പക്കലുള്ള ഏറ്റവും പഴക്കംചെന്ന വീഞ്ഞ്. പ്രമാണിമാരായ സകലരേയും ക്ഷണിച്ചിരുന്നു. പൗരമുഖ്യന്മാർ മുതൽ വിദേശ രാജ്യങ്ങളിലെ അംബാസഡർ വരെ."

വറവുചട്ടിയിലെ എണ്ണയിൽ ഉരുളക്കിഴങ്ങ് തിരിച്ചും മറിച്ചും ഇട്ടുകൊണ്ട് ഞാൻ ആലോചിച്ചു, അമ്മ വർണ്ണിച്ച ആ കൊട്ടാരത്തിലെ ആഡംബര ജീവിതത്തിനുശേഷം ബവാർഡയിലെ ഈ വീട്... അവരുടെ കണ്ണിൽ എത്ര തരം താഴ്ന്നതായിരിക്കും! ആ വീട്ടിലെ വെളിച്ചം കുറഞ്ഞ ശൂന്യമായ മുറികൾ. ഒരു കാലത്ത് അതിമനോഹരമായിരുന്ന വിലകൂടിയ മേശവിരിയും നാപ്കിനുകളും. വക്കുപൊട്ടിയ പിഞ്ഞാണിപ്പാത്രങ്ങൾ, കറുത്ത ചെണങ്ങിയ വെള്ളി സാമാനങ്ങൾ... ശാഖകളോടുകൂടിയ ആ രണ്ടു മെഴുകുതിരിക്കാലുകൾക്ക് മാത്രമേ പഴയ അഴകും പ്രൗഢിയുമുള്ളൂ. അതുവെച്ചിരിക്കുന്ന മരംകൊണ്ടുള്ള ആ വലിപ്പുമേശയും പഴയ പ്രതാപം നിലനിർത്തുന്നുണ്ട്.

ഉരുളക്കിഴങ്ങു കരിഞ്ഞുപോകാതിരിക്കാൻ ഞാൻ അടുപ്പിനരികെത്തന്നെ നിന്ന് മനോരാജ്യത്തിൽ മുഴുകി. ആദ്യമായി ആ മനോഹരമായ മേശവിരി ഊണുമേശയിൽ വിരിച്ച ദിവസം... എവിടെയായിരുന്നു എൽമിറാ സിമോനിയൻ? കൽക്കത്തയിലെ വീട്ടിലായിരുന്നോ? പാരീസിലെ അപ്പാർട്ടുമെന്റിലായിരുന്നുവോ? അത് നോട്ടർഡാമിന് നേരെ എതിരെയായിരുന്നുവെന്ന് അവർ പറഞ്ഞിരുന്നു. മേശയുടെ നാലുവശത്തായി നിലം തൊട്ടുകിടക്കുന്ന ആ മേശവിരി ഞാൻ നന്നായി ഓർക്കുന്നു. അതിന്റെ അർത്ഥം വളരെ വലിയൊരു ഊണുമേശയ്ക്കുവേണ്ടിയാണ് അത് തയ്യാറാക്കപ്പെട്ടിട്ടുള്ളത് എന്നല്ലേ? പന്ത്രണ്ട് പേർക്ക് ഇരിക്കാവുന്നത്. പിൻവശം നല്ല ഉയരത്തിൽ ചാരിയിരിക്കാവുന്ന കസേലകൾ. അതിലെ വെൽവെറ്റ് കുഷ്യനുകൾ. ആതിഥേയയായി അവർ. മുഖം മോടിപിടിപ്പിച്ച് കറുകറുത്ത മുടി. ലേസ് കോളറുള്ള ഗൗൺ ധരിച്ച്... കാതിൽ നീണ്ട ലോലാക്ക്. അതിനുചേരുന്ന വിലപിടിച്ച വൈരമാല കഴുത്തിൽ. വീഞ്ഞുനിറച്ച സ്ഫടിക ചഷകം ചുകന്ന ചുണ്ടുകളോടടുപ്പിച്ച്."

അവരുടെ കണ്ണുകൾ മിന്നിത്തിളങ്ങിയിരിക്കണം... കുറച്ചുമുമ്പ് ഞാൻ കണ്ട അവരുടെ പേരക്കുട്ടിയുടെ കണ്ണുകൾ പോലെ. ആ വീഞ്ഞു ഗ്ലാസ്സിന്റെ അപ്പുറത്തുള്ള കണ്ണുകളിലെ തിളക്കം... വീണ്ടും ഞാനതിൽ എത്തിപ്പിടിച്ചു.

"എന്തു നല്ല മണം!" എമിലിന്റെ സ്വരമാണ് എന്നെ മനോരാജ്യത്തിൽ നിന്നുണർത്തിയത്. അയാളുടെ അമ്മയുടെ പാർട്ടികളെക്കുറിച്ചുള്ള എന്റെ

സങ്കല്പങ്ങൾ. ഞാൻ തിടുക്കത്തിൽ വറവുചട്ടിയിലേക്ക് നോക്കി. ഉരുളക്കിഴങ്ങ് കഷണങ്ങൾ കരിയാൻ തുടങ്ങിയിരുന്നു.

"അയ്യോ!" ഞാനറിയാതെ ഉറക്കെ ഒച്ചവെച്ചു. ആലോചിക്കാൻ നില്ക്കാതെ പൊള്ളുന്ന വറവുചട്ടി വെറുംകൈ കൊണ്ടെടുത്ത് അടുക്കളത്തിണ്ണയിൽവെച്ചു. വാസ്തവത്തിൽ ചട്ടി താഴത്തുവെച്ചപ്പോഴേ പൊള്ളലിന്റെ നീറ്റലറിഞ്ഞുള്ളൂ. ഇസ്തിരിയിടുമ്പോഴും ഭക്ഷണം പാകംചെയ്യുമ്പോഴുമുള്ള കൈപൊള്ളൽ എന്നെ സംബന്ധിച്ചിടത്തോളം സ്ഥിരം പതിവാണ്. അതുകൊണ്ടുതന്നെ ആ വേദന എനിക്ക് ശീലവുമായിരുന്നു. ഞാനങ്ങനെ ഒച്ചയും ബഹളവും കൂട്ടാറുമില്ല. എന്നിട്ടും അന്നെന്തോ ഉച്ചത്തിൽ നിലവിളിച്ചുപോയി, ഞാനാകെ വിയർത്തുമുങ്ങി.

"ഇതെന്താ നിങ്ങൾ കാണിച്ചത്" എമിൽ ഉച്ചത്തിൽ ചോദിച്ചു. എന്റെ തോളിൽ പിടിച്ച് അടുക്കളമേശയിലേക്ക് കൊണ്ടുവന്നു. ഏറ്റവും അടുത്തുള്ള കസേല വലിച്ചിട്ട് എന്നെ ഇരുത്തി..." കൈ കാണിക്കൂ... ഞാൻ നോക്കട്ടെ."

ഞാൻ കസേലയിൽ ഇരുന്നാലോചിച്ചു. അയാൾ ഇപ്പോൾ വീണ്ടും ഔപചാരികതയോടെ 'നിങ്ങൾ' എന്നാണല്ലോ പറയുന്നത്. ഞാൻ എന്റെ ഉള്ളം കൈയിലേക്ക് നോക്കി. ചോപ്പ് കൂടികൂടി വരികയാണ്. അയാൾ ഒരു ഗ്ലാസ്സിൽ വെള്ളമെടുത്ത് എന്റെ ചുണ്ടോടടുപ്പിച്ചു. "പരിഭ്രമിക്കണ്ട... ഒരു മിനിറ്റ്... നിന്റെ കൈ ഞാൻ ശരിയാക്കിത്തരാം." അയാൾ ഗ്ലാസ്സ് താഴെ വെച്ച് അടുക്കളയിലേക്കോടി. ദാ വീണ്ടും... നിങ്ങൾക്ക് പകരം നീ...

കൈയിലെ നീറ്റൽ സഹിക്കാമെന്നു തോന്നി... എന്നാൽ അടുത്ത ഏതാനും ദിവസം ഈ കൈകൊണ്ട് എന്തെങ്കിലും ചെയ്യുവാൻ പറ്റുമോ? ആ ആധിയായിരുന്നു എന്നെ കൂടുതൽ വിഷമിപ്പിച്ചത്. നാളത്തെ ഭക്ഷണം, പാത്രം കഴുകൽ, അങ്ങനെ സാരവും നിസ്സാരവുമായ നൂറു നൂറു കാര്യങ്ങൾ. ആരാണിതൊക്കെ ചെയ്യുക എന്ന അർതൂഷിന്റെ പരിഭ്രമം. എന്റെ കരച്ചിൽ കേട്ട് അദ്ദേഹം ഓടിവന്നിരുന്നു. എപ്പോഴത്തേയും പോലെ അപ്പോഴും അരികിൽനിന്നു മാറാതെ അദ്ദേഹം പിറുപിറുത്തു. ഇങ്ങനെ വല്ലതും സംഭവിക്കുമ്പോൾ ഇതാണദ്ദേഹത്തിന്റെ മട്ട്.

"ഒരായിരം തവണ ഞാൻ പറഞ്ഞിട്ടുള്ളതാണ് ശ്രദ്ധ വേണം, ശ്രദ്ധ വേണം എന്ന്. ഉരുളക്കിഴങ്ങ് കരിഞ്ഞാൽ കരിഞ്ഞു. അതിന് ഇത്രയധികം വെപ്രാളപ്പെടേണ്ടതുണ്ടോ? അവനവന് എന്തുപറ്റുമെന്ന് ആലോചിക്കണ്ടേ. ഒന്നാമത് ഈ ചൂടിൽനിന്ന് കട്ലെറ്റും, ഉരുളക്കിഴങ്ങ് വറുത്തതും ഉണ്ടാക്കേണ്ട കാര്യമുണ്ടോ? എവിടെനിന്നെങ്കിലും ഭക്ഷണം വരുത്താമായിരുന്നില്ലേ. ഹോട്ടൽ ഭക്ഷണം ആരേയും കൊല്ലാറില്ല. വേണ്ടാത്ത ഓരോ പേടി... അമ്മയിൽനിന്നും നിനക്ക് പാരമ്പര്യമായി കിട്ടിയതാണ്...

ഈയൊരു ശങ്കയിൽ പകുതിയെങ്കിലും നിന്റെ അനിയത്തിക്കുണ്ടായിരുന്നെങ്കിൽ!"

ഒന്നും കേൾക്കുന്നില്ലെന്ന് നടിക്കാൻ ഞാൻ ശ്രമിച്ചു. എത്രയോ വർഷംമുമ്പേ ഞാനതു മനസ്സിലാക്കിയതാണ്. അർതൂഷ് സ്നേഹം പ്രകടിപ്പിക്കുന്നത് ശകാരത്തിലൂടെയാണ്. പ്രത്യേകിച്ചും തനിക്ക് വേണ്ടപ്പെട്ടവർക്ക് ഇതുപോലെ എന്തെങ്കിലും അത്യാഹിതം സംഭവിക്കുമ്പോൾ. എനിക്കോ കുട്ടികൾക്കോ എന്തെങ്കിലും മുറിവുപറ്റിയാൽ, സുഖമില്ലാതായാൽ, വേദന അനുഭവപ്പെട്ടാൽ മൂപ്പരുടെ പെരുമാറ്റം ദാ... ഏതാണ്ട് ഈ മട്ടിലാണ്' ആലീസിനേയും അമ്മയേയും കുറ്റപ്പെടുത്താൻ കിട്ടുന്ന ഒറ്റ അവസരവും പാഴാക്കില്ല. അവർ തിരിച്ചും അതുപോലെ തന്നെ. ഈ രണ്ടു കൂട്ടർക്കുമിടയിൽ എങ്ങനെ മദ്ധ്യസ്ഥത വഹിക്കാമെന്ന് ഞാൻ പണ്ടേ ശീലിച്ചുകഴിഞ്ഞിരുന്നു.

ഇപ്പോൾ അർതൂഷ് വെപ്രാളപ്പെട്ട് മേശയ്ക്കു ചുറ്റും നടക്കുകയാണ്. എന്നെ ചുറ്റിപ്പറ്റി നിന്ന് പിറുപിറുക്കൽ തുടരുകയാണ്. അതെല്ലാം കേട്ട് എന്റെ തല പെരുക്കാൻ തുടങ്ങി. കൈയിലെ നീറ്റവും അനുനിമിഷമെന്നോണം ഏറിവരികയാണ്. അപ്പോഴേക്കും വലിയൊരു കുപ്പിഭരണിയുമായി എമിൽ എത്തി. ഒരക്ഷരം മിണ്ടാതെ അയാൾ എന്റെ അരികിൽ വന്നിരുന്നു. ഭരണിയിൽ കൈയിട്ട് കുഴമ്പുരൂപത്തിലെന്തോ എടുത്തു. എന്റെ രണ്ടുകൈ വെള്ളയിലും സമൃദ്ധമായി തേച്ചുപിടിപ്പിച്ചു. കറുത്ത്... പശപോലെ ഒട്ടുന്ന എന്തോ ഒന്ന്. അർതൂഷ് നിശ്ശബ്ദനായി ഞങ്ങളെ നോക്കിക്കൊണ്ടുനിന്നു. നോട്ടം എന്റെ ഉള്ളംകൈയിൽതന്നെ. പൊടുന്നനെ എന്റെ നീറ്റൽ അധികമായി. അസഹനീയമായ ചൂട്. കൈ രണ്ടും വറവുചട്ടിയിൽ ഒട്ടിനില്ക്കുന്നതുപോലെ. ഏതാനും നിമിഷം... കൈകൾ വിറയ്ക്കാൻ തുടങ്ങി. പിന്നെ ക്രമേണ മാറി ആകെ തണുത്തു. കുറച്ചു നേരം കഴിഞ്ഞതോടെ പൊള്ളലും വിറയും നിശ്ശേഷം നിന്നു. ഞാനാകെ വിയർപ്പിൽ കുളിച്ചു.

ഞാൻ പതുക്കെ തല ഉയർത്തി നേരെ മുമ്പിൽ എമിൽ. ചുണ്ടിൽ മൃദുവായൊരു ചിരി. കണ്ണുകൾ പറയാതെ പറയുന്നു. "അപ്പോഴേ ഞാൻ പറഞ്ഞില്ലേ, എല്ലാം ശരിയാക്കിത്തരാം... പേടിക്കേണ്ട എന്ന്."

പതിനെട്ട്

ഞങ്ങൾ മൂന്നുപേരും അടുക്കമേശയ്ക്കു ചുറ്റും ഇരിക്കുകയായിരുന്നു. ഉരുളക്കിഴങ്ങ് തൊലികളയുന്നതിനിടയിൽ എമിൽ വിസ്തരിച്ചു. ആ ഇന്ത്യൻ മരുന്നിന്റെ ഔഷധഗുണം. തീ പൊള്ളലിനുള്ള ഏറ്റവും ഫല പ്രദമായ മരുന്നാണ്. കരിഞ്ഞുപോയ ഉരുളക്കിഴങ്ങെല്ലാമെടുത്ത് അയാൾ കുപ്പത്തൊട്ടിയിലേക്കിട്ടു. റെഫ്രിജറേറ്ററിനുതൊട്ടുള്ള കുട്ടയിൽനിന്ന് വലുപ്പമുള്ള ഉരുളക്കിഴങ്ങ് നോക്കിയെടുത്തു. അത് തൊലികളയാൻ അർതൂഷും കൂടെ കൂടി. ഞാൻ വെറുതെ ആലോചിച്ചു. അർതൂഷ് ഇതിനു മുമ്പ് എപ്പോഴെങ്കിലും ഉരുളക്കിഴങ്ങ് തൊലികളഞ്ഞിട്ടുണ്ടോ? എമിൽ എത്ര തവണ ഈ പണി ചെയ്തിട്ടുണ്ടാകും? അയാൾ പറഞ്ഞതുപോലെ ഞാൻ അപ്പോഴും കൈവെള്ള മലർത്തിപ്പിടിച്ചിരിക്കുകയായിരുന്നു. "ഞങ്ങ ളുടെ ഒരു പാചകക്കാരൻ തെക്കേ ഇന്ത്യക്കാരനായിരുന്നു. അയാളാണ് അമ്മയ്ക്ക് ഈ മരുന്ന് കൊണ്ടുവന്നുകൊടുത്തത്... രണ്ട് കുപ്പി... എത്ര വർഷങ്ങളായെന്നോ?"

പെൺകുട്ടികൾ രണ്ടുപേരും അടുക്കളയിലേക്കോടി വന്നു.

"രാമു?" അതു ചോദിച്ചതും ഞാൻ നാക്ക് കടിച്ചു. വേണ്ടായിരുന്നു. അതു സുഖമില്ലാത്തൊരു ഓർമ്മയാണല്ലോ!

"അല്ല, രാമുവിന്റെ അച്ഛൻ" എമിൽ കത്തി താഴെ വെച്ചു. ഒരു നിമിഷം അയാൾ മൗനം പാലിച്ചു. വീണ്ടും കത്തി കൈയിലെടുത്തു. "ഞാൻ ഈ മരുന്ന് പല ദിക്കിലും പരീക്ഷിച്ചിട്ടുണ്ട്... എന്നാൽ ആർക്കും അതിന്റെ ചേരുവകളെന്താണെന്ന് പറയാൻ കഴിഞ്ഞിട്ടില്ല. പല ചെടി കളുടേയും ഇലകളും വേരുകളും ചേർത്തിട്ടുണ്ട് എന്ന് സാമാന്യമായി പറയാനേ എല്ലാവർക്കും സാധിച്ചുള്ളൂ. അത് എനിക്കും അറിയാവുന്ന കാര്യം തന്നെ." അർതൂഷ് എഴുന്നേറ്റ് ഫ്രിഡ്ജിന്റെ വാതിലടച്ചു. "കുട്ടി കൾക്കെന്താണ് വേണ്ടത്?" ഞാൻ ചോദിച്ചു.

"വെള്ളം" അർതൂഷ് പറഞ്ഞു.

അതിനകം ഏറെ ക്ലേശിച്ച് രണ്ട് ഉരുളക്കിഴങ്ങ് അദ്ദേഹം ഏതാണ്ട് തൊലി കളഞ്ഞെടുത്തിരുന്നു. എമിലാണെങ്കിൽ ബാക്കിയുള്ള

കിഴങ്ങെല്ലാം തൊലികളഞ്ഞ് വൃത്തിയാക്കി ഒരേ മട്ടിലുള്ള കഷണ ങ്ങളാക്കി നുറുക്കിവെച്ച് കഴിഞ്ഞിരുന്നു. അയാൾ അതെല്ലാം കഴുകി ഒരു അരിപ്പയിൽ വെള്ളം വാരാൻവെച്ചു.

“രാമുവിന്റെ കുടുംബത്തിൽ ഒരാൾക്കു മാത്രമേ ആ മരുന്നുണ്ടാ ക്കാനറിയൂ. അയാൾ മരിക്കുംമുമ്പേ അതിന്റെ കൂട്ട് കുടുംബത്തിലെ ഇനി യൊരാൾക്ക് പഠിപ്പിച്ച് കൊടുക്കും.”

അയാൾ വീണ്ടും അരിപ്പ പൈപ്പിൽചോട്ടിൽ കാണിച്ച് കഷണങ്ങൾ വീണ്ടും കഴുകി.

ഒരു കാര്യം ഞാൻ ശ്രദ്ധിച്ചു. അമ്മ കൂടെയില്ലാത്തപ്പോൾ മാത്രമാണ് എമിൽ ഇതുപോലെ സാധാരണ മട്ടിൽ സംസാരിക്കുന്നത്. ഇടനാഴിയിൽ ടെലിഫോൺ മണിയടിച്ചു. കുട്ടികളിലാരോ എടുത്തു. നിമിഷങ്ങൾ ക്കുള്ളിൽ അർമേൻ വിളിച്ചുപറഞ്ഞു. അമ്മേ... ഫോണിൽ... മിസ്സിസ് നൂറോല്ലാഹി,”

ഞാൻ തിരിച്ചു ചോദിച്ചു. “എനിക്കാണോ അതോ നിന്റെ അച്ഛനോ?”

“അമ്മയ്ക്കാണ്.”

ഞാൻ എഴുന്നേറ്റു. “ഫോൺ കൈയിൽ പിടിച്ച് നില്ക്കാനാവുമോ?” അർതൂഷ് പരിഭ്രമത്തോടെ ചോദിച്ചു.

എമിൽ തിരിഞ്ഞ് എന്നെ നോക്കി. ഉരുളക്കിഴങ്ങ് കഷണങ്ങളുടെ മേൽ പൈപ്പുവെള്ളം വീണുകൊണ്ടിരിക്കുന്നു. എനിക്ക് വെറുതെ തോന്നിയതാണോ? എന്നെ പ്രതി ആ കണ്ണുകളിൽ ആശങ്കയുണ്ടായിരു ന്നുവോ?

ഞാൻ എന്റെ കൈവെള്ള തുറന്നടച്ചു. അത്രയധികം വേദനയില്ല. “കുഴപ്പമില്ല” ഞാൻ തലയാട്ടി. ഫോണെടുക്കാൻ ഇടനാഴിയിലേക്ക് നടന്നു. വാതിലിനപ്പുറത്തേക്ക് നോക്കിയപ്പോൾ, അർമേനും എമിലിയും ചാരുകസേലയിൽ ചാഞ്ഞിരിക്കുകയാണ്. കാര്യമായി എന്തോ പറയുക യാണ് എമിലി. അതിനൊപ്പം അവളുടെ തലയും കൈകളും ചലിക്കു ന്നുണ്ട്. അവളിപ്പോഴും ഒരു കുട്ടിയാണെന്നെനിക്കറിയാം. ആ ചേഷ്ട കൾ കണ്ടാൽ മറ്റു വല്ലവരുമായിരുന്നെങ്കിൽ വിചാരിച്ചേനെ അവൾ പ്രായ പൂർത്തിവന്ന ഒരു യുവതിയാണെന്ന്. അർമേൻ താടിക്ക് കൈയും കൊടുത്ത് അവൾക്കെതിരായാണ് ഇരുന്നിരുന്നത്. അവൾ പറയുന്ന ഓരോ വാക്കും കാര്യമായി ശ്രദ്ധിച്ചുകൊണ്ട്.

ഞാൻ റിസീവർ കൈയിലെടുത്തു. മിസ്സിസ് നൂറോല്ലാഹിക്ക് എന്താ ണാവോ ഇത്ര അടിയന്തിരമായി എന്നോട് പറയാനുള്ളത്? ഞാൻ എന്റെ കൈകളിലേക്ക് നോക്കി... അവയുടെ പ്രാധാന്യത്തെക്കുറിച്ച് എന്റെ മന സ്സിൽ പുതിയൊരു മതിപ്പ്!

മിസ്സിസ് നൂറോല്ലാഹി പതിവുപോലെ എന്നെ ഊഷ്മളമായി അഭിവാദ്യം ചെയ്തു. എല്ലാവരെക്കുറിച്ചും കാര്യമായി അന്വേഷിച്ചു.

കുട്ടികളുടെ സുഖവിവരങ്ങൾ ഓരോരുത്തരുടേയും പേർപറഞ്ഞ് തിരക്കി. ക്രമേണ അവർ വിഷയത്തിലേക്ക് കടന്നു. നല്ല ഓർമ്മയുള്ള കൂട്ടത്തിലായിരുന്നു അവർ. കുട്ടികളുടെ പേരു മാത്രമല്ല അവർ പഠിക്കുന്ന ക്ലാസ്സും അവർക്ക് തെറ്റാതെ അറിയാമായിരുന്നു. ഏതാനും മാസം മുമ്പ് പെൺകുട്ടികൾക്കുണ്ടായ കഠിനമായ ജലദോഷം പോലും അവർ മറന്നിരുന്നില്ല. അവസാനം അവർ പറഞ്ഞു. "കഴിഞ്ഞയാഴ്ച ക്ലബ്ബിൽ പ്രസംഗിക്കാൻ വന്നപ്പോൾ ഞാൻ നിങ്ങളെ കാണുകയുണ്ടായി. പക്ഷേ, സംസാരിക്കാൻ സമയം കിട്ടിയില്ല... ക്ഷമിക്കണേ."

പ്രത്യേകിച്ചൊരു പരിഭവമൊന്നും ആ സ്വരത്തിലുണ്ടായിരുന്നില്ല. എനിക്ക് ലേശം വിഷമം തോന്നി. എന്താണിവർ പറഞ്ഞുകൊണ്ടു വരുന്നത്? അവരുടെ പ്രസംഗത്തിനുശേഷം ഞാൻ നേരിട്ടുചെന്ന് അവരെ അഭിനന്ദിക്കേണ്ടതായിരുന്നു. അതുണ്ടായില്ല. ആ കാര്യത്തിൽ ഖേദം പ്രകടിപ്പിക്കാൻ മിസ്സിസ് നൂറോല്ലാഹി എനിക്ക് സാവകാശം തന്നില്ല. അതിനെ കുറിച്ചൊരു വിശദീകരണം എന്നിൽനിന്നും അവർ പ്രതീക്ഷിച്ചതായും തോന്നിയില്ല.

"ഞാൻ വിളിച്ചത്, ഞങ്ങളുടെ സംഘടനയുടെ അടുത്ത യോഗത്തിൽ പങ്കെടുക്കാൻ നിങ്ങൾ വരുമോ എന്നറിയാനാണ്. ഞങ്ങളുമായി പങ്കുചേരാൻ എന്തോ... അർമേനിയൻ സ്ത്രീകൾ സന്നദ്ധത കാട്ടുന്നില്ല. നിങ്ങൾക്ക് നിങ്ങളുടേതായ ഒരു സംഘടനയുണ്ടെന്നും അത് വളരെ സജീവമാണെന്നും എനിക്കറിയാം. മജ്‌ലീസ് തിരഞ്ഞെടുപ്പ് അടുത്തുവരികയാണ്. വോട്ടവകാശത്തിന്റെ വിഷയത്തിൽ ഇറാനിലെ സ്ത്രീകളെ സംബന്ധിച്ചിടത്തോളം വരുന്ന ഈ വർഷം വളരെ നിർണ്ണായകമായിട്ടുള്ളതാണെന്ന് നിങ്ങൾക്കറിയാമെന്ന കാര്യത്തിലും എനിക്ക് സംശയമില്ല..."

മജ്‌ലിസ് തിരഞ്ഞെടുപ്പ് അടുത്തുവരികയാണെന്ന് യഥാർത്ഥത്തിൽ ഞാൻ അറിഞ്ഞിരുന്നില്ല. സ്ത്രീകളുടെ വോട്ടവകാശത്തെക്കുറിച്ച് അവിടവിടെ നിന്നായി കേട്ട അറിവേ എനിക്കുണ്ടായിരുന്നുള്ളൂ. ഞാൻ എന്നെത്തന്നെ ശാസിച്ചു. നിങ്ങളും നിങ്ങളെപോലെയുള്ള അർമേനിയൻ സ്ത്രീകളും ഈ രാജ്യത്താണ് ജീവിക്കുന്നത് എന്ന ബോധമില്ലാത്തതുപോലെയാണ് പെരുമാറുന്നത്. എനിക്കു ശരിക്കും നാണക്കേടു തോന്നി... കുറ്റബോധവും.

"എനിക്ക് ഒന്നു രണ്ടുചോദ്യങ്ങൾ ചോദിക്കാനുണ്ട്." അവരുടെ ആവശ്യം, ഞാൻ പ്രതീക്ഷിക്കാത്തതായിരുന്നു. "ഞാൻ അങ്ങോട്ട് വരാം. സൗകര്യംപോലെ സമയം അറിയിച്ചാൽ മതി."

എന്റെ വിവരക്കേട് അവർ അറിയാതിരിക്കാൻ ഞാൻ തിടുക്കത്തിൽ പറഞ്ഞു. "അതിനെന്താ...? ആവാലോ... സന്തോഷമേയുള്ളൂ."

ഫോൺ താഴെവെക്കുംമുമ്പേ അവർ ഒരു കാര്യം കൂടി തിരക്കി... ഈ "ഏപ്രിൽ 23-ന് എന്തെങ്കിലും പ്രത്യേകം പരിപാടികൾ നടത്തുന്നുണ്ടോ?"

ഫോൺ താഴെവെച്ച് ഞാൻ അടുക്കളയിലേക്ക് നടന്നു. മിസ്സിസ് നൂറോല്ലാഹി അർമീനിയക്കാരിയായിരുന്നില്ല. എന്നാലും 1915 ഏപ്രിൽ 24-ന് തുടങ്ങിയ ആ കൂട്ടക്കൊലയെക്കുറിച്ച് അവർക്ക് വ്യക്തമായി അറിയാമായിരുന്നു. ഞാനാണെങ്കിൽ, ആ രാജ്യത്ത് ജനിച്ചവരും... വീണ്ടും എനിക്ക് ലജ്ജയും കുറ്റബോധവും. അവർ പറഞ്ഞിരുന്നു, "നമ്മുടെ അർമേനിയൻ സുഹൃത്തുക്കളിൽനിന്നും നമുക്കൊരുപാട് പഠിക്കാനുണ്ട്." അത് വെറുതെ മര്യാദയുടെ പേരിൽ പറഞ്ഞതാവാം.

ഞാൻ പിന്നേയും മേശയ്ക്കരികിൽ ചെന്നിരുന്നു. കൈവെള്ളയിലേക്ക് നോക്കി. പൊള്ളിയതിന്റെ ലക്ഷണമേ കാണാനില്ല. അർതൂഷ് കുനിഞ്ഞു നിന്ന് എന്റെ പുറം തലോടി. മെല്ലെ ചോദിച്ചു, "വേദനിക്കുന്നുണ്ടോ?" എന്നോട് അലിവുകാട്ടുകയാണ്... അതാണ് ആ നേരിയ ചിരിയുടെ അർത്ഥം. ഞാനും തിരിച്ചു ചിരിച്ചു. വേദനിക്കുന്നില്ല എന്ന് തലയാട്ടി.

ഞാൻ എമിലിനുനേരെ നോക്കി. കൈയിൽ അരിപ്പയുമായി ഞങ്ങളുടെ നേരെ തിരിഞ്ഞു നില്ക്കുകയാണ്. ഉരുളക്കിഴങ്ങ് കഷണങ്ങളിൽനിന്നും വെള്ളം മുഴുവൻ വാർന്നു പോയിരിക്കുന്നു. ഞങ്ങൾ ഒരു നിമിഷം പരസ്പരം നോക്കിനിന്നു. "വറുക്കാനുള്ള എണ്ണ എവിടെ?" അയാൾ ചോദിച്ചു.

"അത്രയ്ക്കൊന്നും ബുദ്ധിമുട്ടേണ്ട." ഞാൻ ചാടി എഴുന്നേറ്റു. അരിപ്പ അയാളുടെ കൈയിൽനിന്നും വാങ്ങാൻ ശ്രമിച്ചു. അയാൾ പിടിവിട്ടില്ല.

"ഉരുളക്കിഴങ്ങ് വറുക്കണമെന്ന് ഇത്ര നിർബന്ധമാണോ?" അങ്ങോട്ടും ഇങ്ങോട്ടും ചുവടുമാറ്റിവെച്ച് അർതൂഷ് ചോദിച്ചു.

"നിങ്ങൾ കുട്ടികളുടെ അടുത്ത് പോയിരുന്നോളൂ..." അതു കേട്ടതും അദ്ദേഹം ആശ്വാസത്തോടെ സ്ഥലംവിട്ടു.

ഞാൻ എമിലിനെ നോക്കി. അയാൾ ഉരുളക്കിഴങ്ങ് കഷണങ്ങൾ അരിപ്പയിലിട്ടു കുടഞ്ഞു. "ഭക്ഷണം പാകം ചെയ്യാൻ ഇഷ്ടമുള്ള പുരുഷന്മാരിൽ ഒരാൾ ഞാനാണെന്നു തോന്നുന്നു." ഷർട്ടിന്റെ ഏറ്റവും മുകളിലെ രണ്ടു ബട്ടണുകൾ അഴിഞ്ഞുകിടക്കുന്നു. ആ സ്വർണ്ണമാല ഇപ്പോൾ നല്ലോണം കാണാനുണ്ട്. അയാൾ അടുക്കളവാതിലിനു നേരെ നോക്കി. ഒച്ച താഴ്ത്തി പറഞ്ഞു. "രാഷ്ട്രീയത്തിൽ ഒട്ടും താത്പര്യമില്ല. എനിക്ക് വെറുപ്പാണ്. പക്ഷേ അർതൂഷിന്..." എന്തോ പ്രതീക്ഷിച്ചെന്നപോലെ അയാൾ എന്റെ നേരെ നോക്കി.

"ശരിയാണ്... ഇല്ല... എന്നാലും... പത്രം പതിവായി വായിക്കും. പിന്നെ ചിലപ്പോൾ...." ഞാൻ പുറം തിരിഞ്ഞു അലമാരയിൽനിന്നും എണ്ണയുടെ ടിൻ എടുത്തു.

എന്റെ കൈയിൽനിന്നും എമിൽ എണ്ണ വാങ്ങി. "എനിക്ക് ഒരു കാലത്തും രാഷ്ട്രീയം ഇഷ്ടമായിരുന്നില്ല. ഈ ബന്ധങ്ങളും പ്രസ്ഥാനങ്ങളും വേദികളും... ഒന്നിന്റേയും തലയും വാലും എനിക്ക് പിടികിട്ടാറില്ല.

ആ സമയം പുസ്തകങ്ങൾ വായിച്ചിരിക്കാനാണ് എനിക്കിഷ്ടം. ഈ ലോകം ഏതെങ്കിലും കാലത്ത് മെച്ചപ്പെടുകയാണെങ്കിൽ - അതിനെക്കുറിച്ച് എനിക്ക് വലിയ സംശയമുണ്ട് - എന്തായാലും അത് രാഷ്ട്രീയത്തിൽ കൂടിയാവില്ല. അല്ലേ? നിങ്ങൾക്കെന്തു തോന്നുന്നു? മറുപടി പറയുന്നതിനു പകരം ഞാൻ അയാളെ നോക്കി ഒരു വിഡ്ഢിച്ചിരി ചിരിക്കും.

ഞങ്ങൾ രണ്ടുപേരും ഒരുമിച്ച് ഉരുളക്കിഴങ്ങ് വറുത്തെടുത്തു. ഒരു സലാഡുണ്ടാക്കി. അയാൾ ഇന്ത്യൻ ഭക്ഷണത്തെക്കുറിച്ച് സംസാരിച്ചു കൊണ്ടിരുന്നു. പലവിധത്തിലുള്ള മസാലകൾ... രുചിക്കൂട്ടുകൾ. അവയുടെ തനതായ ഗുണങ്ങൾ. പിന്നെ സംസാരം പുസ്തകങ്ങളെ കുറിച്ചായി. രണ്ടുപേർക്കും ഇഷ്ടപ്പെട്ട രചനകൾ... എഴുത്തുകാർ... അയാൾ പറഞ്ഞു. "എന്നെ എമിൽ എന്നു വിളിച്ചാൽ മതി. മിസ്റ്റർ സിമോനിയൻ എന്നു വേണ്ട... അയാളുടെ അമ്മ അടുത്തൊന്നുമില്ലെങ്കിൽ.... അയാളുമായി ഇടപഴകാൻ ഒരു പ്രയാസവുമില്ല. തികച്ചും പ്രസന്നമായ സംസാരവും പെരുമാറ്റവും.

മേശപ്പുറത്ത് വിളമ്പാനുള്ളതെല്ലാം ഞാൻ എടുത്തുവെച്ചു. അതിനിടയിൽ അർതൂഷും എമിലും ചെസ്ബോർഡിലേക്ക് കുനിഞ്ഞു. "നിങ്ങളുടെ അമ്മയ്ക്ക് ഞാൻ കുറച്ച് ആഹാരം കൊണ്ടുപോയി കൊടുക്കട്ടെ? വിരോധമുണ്ടാവില്ലല്ലോ!" ഞാൻ എമിലിനോട് ചോദിച്ചു. "തലവേദനയെടുത്ത് കിടക്കുകയല്ലേ... പകൽ കഴിക്കാനൊന്നും ഉണ്ടാക്കിയിട്ടുണ്ടാവില്ല."

"ആയിക്കോട്ടെ..." ഒരു നിമിഷം എന്നെ നോക്കിയിരുന്നതിനുശേഷമാണയാൾ മറുപടി പറഞ്ഞത്. "ശരിയാണ്... ചിലപ്പോൾ അത്താഴത്തിന് ഒന്നും ഉണ്ടാക്കിയിട്ടുണ്ടാവില്ല." എനിക്ക് തോന്നി. അമ്മയെപ്പറ്റി കേട്ടതും അയാളുടെ സ്വരത്തിന് മാറ്റം വന്നുവെന്ന്.

പത്തൊൻപത്

ഞാൻ ഒരു പാത്രത്തിൽ കുറച്ച് ഉരുളക്കിഴങ്ങു വറുത്തതും ഏതാനും കട്‌ലറ്റുകളും വെച്ചു. വേറൊരു പാത്രത്തിൽ സാലഡും. എല്ലാം കൂടി ഒരു നാപ്കിൻകൊണ്ടു മൂടി. ഒരു നൂറായിരം പ്രാണികളാണ് എല്ലായിടത്തും. ഞാൻ പാത മുറിച്ച് അപ്പുറത്തേക്ക് കടന്നു. മുറ്റത്ത് ലൈറ്റുകൾ കത്തിയിരുന്നു. എന്നാലും വളരെ സൂക്ഷിച്ചാണ് ആ പാത്രവും താങ്ങിപ്പിടിച്ചുനടന്നത്. ഓരോ ചുവടും ശ്രദ്ധയോടെ എടുത്തുവെച്ചു. അത് ഞാൻ ശീലിച്ച ഒരു സൂത്രമായിരുന്നു. കാലുകൾ അമർത്തിവെച്ച് ഒച്ചയുണ്ടാക്കി നടന്നാൽ മരമണ്ടൻ തവളകൾ മാറിപ്പോകും. അല്ലെങ്കിൽ അറിയില്ല ഏതു നേരത്താണ് അവ മുമ്പിൽവന്നു ചാടുക എന്ന്. എന്റെ ഈ നടത്തം കണ്ട് അർതൂഷും കുട്ടികളും എപ്പോഴും കളിയാക്കുമായിരുന്നു.

മിസ്റ്റർ റഹീമി പതിവുപോലെ ഉറക്കെ പാടിക്കൊണ്ട് തോട്ടം നനയ്ക്കുന്നുണ്ടായിരുന്നു. അർമേൻ എപ്പോഴും പറയും... "അയാളുടെ പാട്ട് മഹാ മോശമാണ്. വീടിനകത്ത് പാടരുതെന്ന് അയാളുടെ ഭാര്യ വിലക്കിയിട്ടുണ്ട്. അതുകൊണ്ടാണ് പുറത്തുനിന്ന് ഇങ്ങനെ പാടി രസിക്കുന്നത്." അവൻ ഒന്നും കൂടി ചേർത്തു പറയാറുണ്ട്. "മുൻപത്തെ മുറ്റവും പുറകുവശത്തെ മുറ്റവും റോഡിന്റെ പകുതി ഭാഗവും ദിവസവും മൂന്നുനേരം മിസ്റ്റർ റഹീമി നനക്കാറുണ്ട്... എന്തുകൊണ്ടാണെന്നോ? അത്രയും നേരം അയാൾക്ക് സ്വയം പാട്ടുപാടി ആസ്വദിക്കാമല്ലോ."

അർമേനും പെൺകുട്ടികളും തമ്മിൽ വഴക്കിടാത്ത ഒറ്റദിവസമുണ്ടാകില്ല. ചിലപ്പോൾ ചേട്ടനുമായി ഒരു യുദ്ധം തന്നെ നടക്കും. എന്നാലും അവന്റെ ഈ വക ഫലിതങ്ങൾ കേട്ടാൽ അവർ നിർത്താതെ ചിരിച്ചുകൊള്ളും.

പറയുന്നത്ര മോശമൊന്നുമല്ല മിസ്റ്റർ റഹീമിയുടെ സ്വരം. റോഡിന്റെ അപ്പുറത്തേക്ക് നടക്കവേ ഞാനാലോചിച്ചു. പൊടുന്നനെ എന്റെ കാൽ വഴുതി. അർമേൻ പറഞ്ഞത് ശരിയാണ്. അവിടെയൊക്കെ അയാൾ വെള്ളമൊഴിച്ചിരിക്കുന്നു.

ഞാൻ ഇരുമ്പുഗേറ്റ് തള്ളിത്തുറന്ന് ജി 4-ന്റെ മുറ്റത്തേക്ക് കടന്നു. മുറ്റത്തെ വിളക്കുകളിട്ടിരുന്നില്ല. എന്നാലും നിലാവെളിച്ചത്തിൽ കണ്ടു. പൂച്ചെടികളൊന്നുമില്ലാതെ ശൂന്യമായി കിടക്കുന്ന മുറ്റം, പുൽത്തകിടിക്ക് വാട്ടം തട്ടി മഞ്ഞനിറമായിരിക്കുന്നു. ചിലയിടങ്ങളിൽ ഉണങ്ങിയിരുന്നു. വീടിന്റെ പുറംഭിത്തിയിൽ പടർത്തിയിരുന്ന ഐവി വള്ളികൾ, എട്ടുകാലി വലകൾ പോലെ തോന്നി. കഴിഞ്ഞവർഷം ഈ ചുമരുകൾ മുഴുവൻ പച്ചനിറത്തിലായിരുന്നു. ഞാൻ വാതിൽ മണിയടിച്ചില്ല... രണ്ടുതവണ പതുക്കെ മുട്ടുകയാണ് ചെയ്തത്. വീട്ടിനകത്ത് ഇരുട്ടാണെന്നു തോന്നി. എമിലിന്റെ അമ്മ ഉറങ്ങുകയാവുമോ? ഞാൻ മടങ്ങിപ്പോകാൻ തിരിഞ്ഞപ്പോഴേക്കും അവർ വാതിൽ തുറന്നു. രാത്രി ധരിക്കുന്ന നീണ്ട കൈയുള്ള കുപ്പായം. കഴുത്തറ്റം വരെ ബട്ടണുകളിട്ടിരുന്നു. എന്റെ കൈയിലെ തട്ടത്തിലേക്കും നോക്കി അവർ നിന്നു. അത് അവരുടെ കണ്ണിന് നേരെ മുമ്പിലായിരുന്നു. അത്രയ്ക്കായിരുന്നല്ലോ അവരുടെ പൊക്കം. അവർ പതുക്കെ തല ഉയർത്തി.

“വിശ്രമിക്കുകയായിരുന്നു അല്ലേ? ക്ഷമിക്കണം... ഞാൻ നിങ്ങൾക്ക് കഴിക്കാൻ കുറച്ച് കട്‌ലെറ്റും കൊണ്ടുവന്നതാണ്...”

നിലാവെളിച്ചം അവരുടെ മുഖത്ത് വന്നു വീണു. കണ്ണുകൾ ചുകന്ന് വീർത്തിരുന്നു. വല്ലാതെ വിളർത്ത ചുണ്ടിൽ ക്ഷീണിച്ച ഒരു ചിരി. “നന്നായി... അകത്തേക്കു വരൂ... ഇതിനു മനസ്സുണ്ടായല്ലോ!” എനിക്ക് അകത്തേക്ക് കടക്കാൻ പാകത്തിന് അവർ ഒരു വശത്തേക്ക് ഒതുങ്ങി നിന്നു. ഫോണിൽ കേട്ട ദേഷ്യപ്പെട്ട, അക്ഷമ കാട്ടിക്കൊണ്ടുള്ള, നീരസത്തോടെയുള്ള സ്വരമല്ല ഇപ്പോൾ. നല്ല തളർച്ച തോന്നി. എങ്കിലും നീരസവും അക്ഷമയുമൊന്നുമില്ല. “ഞാൻ പോയി കിടക്കട്ടെ... എനിക്ക് തീരെ സുഖം തോന്നുന്നില്ല.” അവരുടെ സ്വരം ക്ഷമാപണത്തിന്റേതായിരുന്നു.

അവർ ഇടനാഴിയിലെ ലൈറ്റിട്ടു. നേരെ കിടപ്പുമുറിയിലേക്ക് നടന്നു. ഹാളിലെ ഇരുമ്പുപെട്ടി അവിടെ കണ്ടില്ല. തുമ്പിക്കൈ പൊട്ടിയ മരയാന അവിടെത്തന്നെ ഇരുന്നിരുന്നു. എമിലിയുടെ മുറിയിലേക്കുള്ള വാതിൽ തുറന്ന് കിടന്നിരുന്നു. താഴെ സംഗീത പുസ്തകത്തിലെ പേജുകൾ കീറിയിട്ടിരിക്കുന്നു. അതിന്റെ കൂടെ ഒരു കത്രികയും ഒരു വെളുത്ത തുണിയുടെ തുണ്ടുകളും.

മിസ്സിസ് സിമോനിയന്റെ കിടപ്പുമുറിയിൽ ഇരുട്ടായിരുന്നു. തീരെ മങ്ങി കത്തുന്ന ഒരു മേശവിളക്കിന്റെ വെളിച്ചം മാത്രം. ജനലുകളിൽ കർട്ടനുണ്ടായിരുന്നില്ല. താഴെ പേർഷ്യൻ പരവതാനിയുടെ ഒരു മൂല മടങ്ങിക്കിടന്നിരുന്നു. കട്ടിലിൽ ഏതാനും ഫോട്ടോകൾ കിടക്കുന്നതു കണ്ടു. തറയിൽ പാതിതുറന്ന ഒന്നുരണ്ടു ഫോട്ടോ ആൽബങ്ങൾ.

അവർ എന്റെ കൈയിൽനിന്നും ആ തട്ടം വാങ്ങി കട്ടിലിനു തൊട്ടുള്ള മേശമേൽവെച്ചു. അതു മൂടിയിരുന്ന നാപ്കിൻ എടുത്തുമാറ്റി. ഒരു

നിമിഷം ഞാൻ കൊണ്ടുവന്ന ഭക്ഷണത്തിലേക്കും സലാഡിലേക്കും നോക്കിക്കൊണ്ടിരുന്നു. "എന്നെക്കുറിച്ചാലോചിച്ചല്ലോ... നന്ദിയുണ്ട്..." അവർ എന്റെ നേരെ മുഖമുയർത്തി. മേശവിളക്കിന്റെ പ്രകാശത്തിൽ ഞാൻ അവരുടെ മുഖം വ്യക്തമായി കണ്ടു. അവർ കരയുകയായിരുന്നു.

ആ നിശ്ശബ്ദതയ്ക്കു ഭംഗം വരുത്താനായി ഞാൻ പറഞ്ഞു. "കുറച്ചെന്തെങ്കിലും കഴിക്കൂ... ഭക്ഷണം അകത്തുചെന്നാൽ തലവേദനയ്ക്ക് ശമനമുണ്ടാകുമെന്ന് കേട്ടിട്ടുണ്ട്." ഞാനെന്തിനാണാവോ അങ്ങനെ പുസ്തകത്തിൽ വായിച്ചത് അവരോട് പറഞ്ഞത്.

മെത്തയിൽ കിടന്നിരുന്ന പടങ്ങൾ അവർ ഒരു വശത്തേക്ക് തള്ളി മാറ്റി. കൈപൊക്കി മുടി ഒതുക്കി. കട്ടിലിലിരുന്നു. എന്റെ നേരെ കൈ കാട്ടി... "ഇരിക്കൂ..." ഫോട്ടോകളിൽ ഒന്നെടുത്ത് അവർ കുറച്ചുനോക്കി. എന്നിട്ട് അതെന്റെ നേരെ നീട്ടി.

പഴയമട്ടിലുള്ള ഒരു പടം. ഏതോ ഫോട്ടോഗ്രാഫറുടെ സ്റ്റുഡിയോയിൽ വെച്ചെടുത്തതാണ്. ആദ്യ നോട്ടത്തിൽ തോന്നി അത് എമിലിയാണെന്ന്. ഉടനീളം ബട്ടനുകളിട്ട ഒരു കറുത്ത ഉടുപ്പ്. പിൻവശം ഉയർന്ന ഒരു കസാലയിൽ നടുനിവർത്തിയിരിക്കുകയാണ്. തലയിൽ റിബ്ബൺ കൊണ്ട് വലിയൊരു ബൗ. തോളറ്റം വരെ മുടി ചുരുളുകളായി നീണ്ടു കിടന്നിരുന്നു. മടിയിൽ ഒരു പൂച്ചക്കുട്ടി. മുട്ടിനു താഴെയുള്ള ഭാഗം കാമറയുടെ ഫ്രേമിനു പുറത്താണ്.

എന്റെ കൈയിൽനിന്നും അവർ ആ ഫോട്ടോ തിരിച്ചുവാങ്ങി. "ഇത് എമിലിയല്ല, ഞാൻ തന്നെയാണ്. ഇപ്പോഴത്തെ എമിലിയേക്കാൾ കുറച്ചു പ്രായം കൂടും." അവർ അത് തിരിച്ചും മറിച്ചും നോക്കി. എന്റെ കൈയിൽ വെച്ചുതന്നെ. "എൽമീറാ ഹറോട്യൂനിയൻ ശരത്കാലം. 15 വയസ്സ് പ്രായം." ആ ഫോട്ടോവിന്റെ പുറകിൽ അത്രയും എഴുതിയിരുന്നു. വടിവൊത്ത കൈയക്ഷരം... നല്ല വലുപ്പത്തിൽ കട്ടിയിലാണ് എഴുതിയിരിക്കുന്നത്.

അവർ കട്ടിലിന്റെ പുറകിലുള്ള പലകയിൽ ചാരിയിരുന്ന് മേൽത്തട്ടിലേക്ക് ഉറ്റുനോക്കി. "ആണ്ടിൽ പല തവണ എന്റെ അച്ഛൻ ഫോട്ടോഗ്രാഫറെ ഞങ്ങളുടെ വീട്ടിലേക്ക് വിളിച്ചുകൊണ്ടുവരും. അല്ലെങ്കിൽ എന്നെ സ്റ്റുഡിയോയിലേക്ക് കൂട്ടിക്കൊണ്ടുപോകും. മുട്ടിനു മുകളിലുള്ള ഭാഗമേ കാണാവൂ എന്ന് അച്ഛന് നിർബന്ധമായിരുന്നു. എപ്പോഴും ഇരുന്നിട്ടുള്ള ഫോട്ടോ... എന്റെ ഉയരക്കുറവ് കാണില്ലല്ലോ! അച്ഛനു ഭയമായിരുന്നു ഉയരം ഇത്ര കുറവായതുകൊണ്ട് ഞാൻ ചെറുപ്പത്തിലേ മരിച്ചുപോകുമെന്ന്." അതുകൊണ്ടാണ് ഇടയ്ക്കിടയ്ക്ക് ഫോട്ടോ എടുത്തിരുന്നത്. "ഞാൻ മരിച്ചാലും കണ്ടുകൊണ്ടിരിക്കാൻ വേണ്ടി" എന്നു പറയാറുണ്ട്.

മേൽത്തട്ടിൽനിന്നും കണ്ണെടുക്കാതെ അവർ മുഖം കോട്ടി. ഞാൻ പറയുമായിരുന്നു. "അച്ഛനേക്കാൾ മുമ്പ് മരിക്കാൻ ഞാൻ ഉദ്ദേശിക്കുന്നില്ല. എന്റെ ഡോക്ടർമാർ പറഞ്ഞിരുന്നു, പ്രസവിക്കുകയാണെങ്കിൽ ഞാൻ

മരിച്ചുപോകുമെന്ന്. അവർ വേറെ ചില ഫോട്ടോകൾ എടുത്ത് എന്റെ നേരെ നീട്ടി. വീണ്ടും കട്ടിലിന്റെ പുറകിലേക്ക് ചാരിയിരുന്ന് കണ്ണടച്ചു. ഞാനാലോചിച്ചു, പതിവുള്ള ഔപചാരികത ഇപ്പോൾ അവരുടെ സംസാരത്തിലില്ലല്ലോ, എന്തായിരിക്കും കാരണം?

ഞാൻ ആ ഫോട്ടോകളെടുത്തു നോക്കി. എല്ലാം ഏതാണ്ട് ഒരേ മട്ടിലുള്ളത്. ആദ്യത്തെ പടം പോലെതന്നെ. തോട്ടത്തിൽ ബെഞ്ചിലിരിക്കുന്നു. തഴച്ചുനില്ക്കുന്ന ഒരു കുറ്റിച്ചെടിയുടെ അരികിൽ. ചെമ്പരത്തിപോലെ ഏതോ ആണെന്നു തോന്നി. അടുത്തത് വീടിനകത്തുവെച്ചുള്ളതാണ്... ചൂടുകായാനുള്ള നെരിപ്പോടിനുമുന്നിൽ ഇരുന്നുകൊണ്ട്... പുറകിൽ ഭിത്തിയിലെ അലങ്കാരപ്പണികൾ കാണാം. കസേലയിൽ, ഒരു വിശറിയും കൈയിൽ പിടിച്ചാണ് ഇരുപ്പ്. തൊട്ടരുകിലായി ഒരു നായയും. അതിന്റെ തലമാത്രമേ കാണുന്നുള്ളൂ. അവരുടെ കാൽമുട്ടിൽ ചേർത്തുവെച്ചിരിക്കുകയാണ്. ഓരോ ചിത്രത്തിന്റേയും പുറകിൽ കുറിച്ചുവെച്ചിട്ടുണ്ട്. എൽമീറാ ഹോറോട്യൂനിയൻ... 13 വയസ്സിൽ... പതിനാറുവയസ്സിൽ.... പന്ത്രണ്ടു വയസ്സിൽ. കൈയക്ഷരവും ഒന്നുതന്നെ. വടിവൊത്ത, കട്ടിയുള്ള വലിയ അക്ഷരങ്ങൾ.

ഞാൻ ആ ഫോട്ടോകൾ നോക്കിക്കൊണ്ടിരിക്കുന്നതിനിടയിൽ അവർ കണ്ണുതുറന്നു നിവർന്നിരുന്നു. കൈയെടുത്ത് നെറ്റി തലോടി. “ക്ഷമിക്കണേ... ഞാൻ ചിലപ്പോൾ ഇങ്ങനെയാണ്. പഴയ ഓർമ്മകളിൽ മുഴുകിയിരുന്നുപോകും... നേരം പോകുന്നതറിയില്ല... നിങ്ങൾ വന്നതിന് വളരെ നന്ദിയുണ്ട്... ഇനി വിരോധമില്ലെങ്കിൽ....”

ഞാൻ യാത്ര പറഞ്ഞുകൊണ്ട് എഴുന്നേറ്റു. അവർ പെട്ടെന്ന് ചോദിച്ചു, “കൈയിലെ പൊള്ളൽ... കുറവുണ്ടോ?” ഞാൻ തലയാട്ടി. ക്ഷീണിച്ച ഒരു ചിരിയോടെ അവരും തലയാട്ടി.

അന്നുരാത്രി കിടന്നുകൊണ്ട് ഞാൻ അർതൂഷിനോട് പറഞ്ഞു. “എനിക്ക് തോന്നുന്നത്, ജീവിതം മുഴുവൻ അവർ മറ്റുള്ളവരോട് പക തീർത്തുകൊണ്ടിരിക്കുകയാണ് എന്നാണ്.”

അദ്ദേഹം മറുപടി പറഞ്ഞില്ല. ഞാൻ തിരിഞ്ഞ് ആ മുഖത്തേക്ക് നോക്കി. അർതൂഷ് ഉറങ്ങിക്കഴിഞ്ഞിരുന്നു. ഞാൻ വിളക്കണച്ചു. എയർ കണ്ടീഷണറുടെ വിരസമായ മൂളൽമാത്രം. എന്റെ മനസ്സിൽ അപ്പോൾ ആ ഫോട്ടോകളായിരുന്നു. ബാക്കിയുള്ളതും കൂടി കാണാൻ കഴിഞ്ഞിരുന്നുവെങ്കിൽ!

ഇരുപത്

നീന താമസിച്ചിരുന്നത് ബ്രേയ്മിലായിരുന്നു, അവിടത്തെ വലിയ ബംഗ്ലാവുകളിലൊന്നിൽ. നീന്തൽക്കുളത്തിനടുത്തായിരുന്നു അവളുടെ വീട്. ആ ഭാഗത്തെ താമസക്കാർക്ക് പൊതുവായിട്ടുള്ള കുളം.

"സോഫിക്ക് ഭാഗ്യമുണ്ട്." അർമീനെ പറഞ്ഞു.

"നീന്തൽക്കുളത്തിലേക്ക് രണ്ടുമിനിറ്റ് നടന്നാൽ മതി." അർസീനെ മുഴുവനാക്കി.

അർതൂഷ് കാറ് പാർക്ക് ചെയ്തു. അർമേൻ വിളിച്ചുപറഞ്ഞു... "പതുക്കെ... നമ്മുടെ വയസ്സൻ കാറിനെ പോറലേല്ക്കാതെ സൂക്ഷിക്കണേ!" ചേട്ടന്റെ തമാശകേട്ട് അനിയത്തിമാർ ചിരിച്ചു. അർതൂഷിന്റെ പഴയ കാറിനെ ചൂണ്ടി ആരെങ്കിലും പരിഹസിക്കാതെ ഒരു ദിവസം കടന്നുപോവില്ല. ഞങ്ങൾ മുൻവശത്തെ മുറ്റത്തെത്തിയപ്പോഴേക്കും തന്നെ സോഫി പുറത്തേക്കോടി വന്നു. "ഞങ്ങൾ മുയലുകളെ വാങ്ങി." അവൾ സന്തോഷത്തോടെ പ്രഖ്യാപിച്ചു.

ഞങ്ങൾ അകത്തേക്ക് നടന്നു!

നീന ഞങ്ങളെ അവളുടെ പുതിയ വീട് കൊണ്ടുനടന്നു കാണിച്ചു. അതിനിടയിൽ പലതവണ അമ്മ എന്റെ ചെവിയിൽ കുശുകുശുത്തു... "കണ്ടില്ലേ, എല്ലാം വാരിവലിച്ചിട്ടിരിക്കുന്നു. ഇന്നലെയാണ് താമസം മാറ്റിയതെന്നു തോന്നുന്നു... അടുക്കിപ്പെറുക്കിവെക്കാൻ ഇനിയും സമയം കിട്ടിയിട്ടില്ലെന്നോ?"

ഞങ്ങൾ അടുക്കളയിലേക്ക് ചെന്നു. വലിയ അടുക്കള... കാണുമ്പോൾതന്നെ ഇഷ്ടം തോന്നും. നീന ഗ്ലാസ്സുകളിലേക്ക് സർവത്തൊഴിച്ചു. "ഇനിയും കുറേ സാധനങ്ങൾ പെട്ടിയിൽനിന്നും പുറത്തെടുത്തിട്ടില്ല. വല്ലവരും കണ്ടാൽ വിചാരിക്കും, ഇന്നലെയാണ് ഞങ്ങൾ ഈ വീട്ടിലേക്ക് മാറിവന്നതെന്ന്." അവൾ തന്നത്താൻ കളിയാക്കി ഉറക്കെ ചിരിച്ചു. "ഈ ഭൂമിയിലെ ഏറ്റവും ചിട്ടയില്ലാത്ത സ്ത്രീ ഞാനാണെന്ന് തോന്നുന്നുണ്ടാവും. ഇല്ലേ?"

ശരിയാണ് എന്ന ഭാവത്തിൽ അമ്മയും ആലീസും പരസ്പരം നോക്കി ചിരിച്ചു.

“അല്ല, ലോകത്തിലെ ഏറ്റവും ഉല്ലാസവതിയായ സ്ത്രീ എന്നാണവർ നിന്നെ വിളിക്കുക” അർതൂഷിനേയും കൂട്ടി ഗാർനിക്ക് അടുക്കളയിലെത്തി. സർബത്തിന്റെ ട്രേ ഗാർനിക്ക് നീനയുടെ കൈയിൽനിന്നും വാങ്ങി. “ഈ പണിയെങ്കിലും ഞാൻ ചെയ്യട്ടെ... എന്റെ ഓമനേ!” ആലീസ് ആരും കേൾക്കാതെ പിറുപിറുത്തു. “ചില പെണ്ണുങ്ങൾക്കിങ്ങനെയാണ് ലോകത്തിലെ എല്ലാ ഭാഗ്യവുമുണ്ടാകും.”

അർതൂഷ് വലിയൊരു കോട്ടുവായ അടക്കാൻ ശ്രമിച്ചു. കൈകൾ കാലുറയുടെ പോക്കറ്റിലിട്ട് ഗാർനിക്കിന്റെ പിന്നാലെ നടന്നു. പാർട്ടി തുടങ്ങിയിട്ടേയുള്ളൂ. അപ്പോഴേക്കും അദ്ദേഹത്തിന് മടുത്തുകഴിഞ്ഞു.

നീനയുടെ സ്വീകരണമുറിയും വളരെ വിശാലമായിരുന്നു. ഉത്സാഹം തോന്നുന്ന ഇടം. ഞങ്ങൾ സോഫിക്കായി വാങ്ങിക്കൊണ്ടുവന്ന കളിപ്പാട്ടങ്ങൾ, കുട്ടികൾ പൊതികളഴിച്ച് പരവതാനിയിൽ ചിതറി ഇട്ടിരുന്നു. അവർ പുതിയ കളിപ്പാട്ടങ്ങളുടെ രസത്തിലലിഞ്ഞു കഴിഞ്ഞിരുന്നു.

ഗാർനിക്ക് സർവത്തിന്റെ ട്രേയുമായി കുട്ടികളുടെ ഇടയിലേക്ക് ചെന്നു. തട്ടാതേയും മുട്ടാതേയും കാലുകൾ ഉയർത്തിവെച്ച് ശങ്ക നടിച്ചുകൊണ്ടുള്ള നടത്തം. ആ അഭിനയം കണ്ട് പെൺകുട്ടികൾ മൂന്നുപേരും ഒച്ചവെച്ചു ചിരിച്ചു. “എന്തു ഭംഗിയുള്ള സമ്മാനങ്ങൾ!” നീന അർമീനേയോടും അർസീനെയോടും നന്ദിപറഞ്ഞു.

അവൾ ജനലരുകിൽ തനിയെ നില്ക്കുന്ന അർമേന്റെ നേരെ തിരിഞ്ഞു. “നീയെന്താ അവിടെ നില്ക്കുന്നത്? ഇവിടെ വന്നിരിക്കൂ, എന്റെ ദൈവമേ! നീ ഇതിനകം എത്രയധികം ഉയരംവെച്ചു... ശരിക്കും ഒരു ചെറുപ്പക്കാരൻ”... നീ എപ്പോഴാണ് ഇത്രയും സുന്ദരനായത്? തീർച്ച... സ്കൂളിലെ പെൺകുട്ടികളെല്ലാം നിന്റെ പിന്നാലെയാവും! അല്ലേ?”

താഴെയിരുന്നു കളിച്ചിരുന്ന പെൺകുട്ടികൾ അർമേന്റെ നേരെ നോക്കി. കൈകൊണ്ട് വായ പൊത്തി ചിരി അമർത്തി. അവൻ അവരെ ദേഷ്യത്തോടെ തുറിച്ചുനോക്കി. ജനലരുകിലെ കസേലയിൽ വന്നിരുന്നു. അമ്മ സ്കർട്ട് കാൽമുട്ടുകൾക്കുമീതെ വലിച്ചിട്ട് ചുണ്ടുകൾ ഗൗരവത്തിൽ കൂട്ടിപ്പിടിച്ചാണിരുന്നിരുന്നത്. ആലീസ് കൈ സഞ്ചിയിൽനിന്നും ചെറിയ കണ്ണാടിയെടുത്ത് മുഖം നോക്കുന്ന തിരക്കിലായിരുന്നു. അവളുടെ മുഖം മിനുക്കുന്ന പൗഡർ മൂക്കിലടിച്ചാൽ ആ നിമിഷം ഞാൻ തുമ്മാൻ തുടങ്ങും.

“ഇനി ഞാൻ എനിക്കുള്ള സമ്മാനപ്പൊതി തുറക്കട്ടെ.” നീന എന്റെ അരികിൽ വന്നിരുന്നു. “ഇതെന്താ ഇത്ര വലിയൊരു പെട്ടി. എന്നെ നാണം കെടുത്താനാണോ ഭാവം?”നീന ചാരുകസേലകൾക്കിടയിലുള്ള മേശപ്പുറത്ത് ആ പെട്ടിവെച്ചു. പൊതിഞ്ഞിരുന്ന വർണ്ണക്കടലാസ് പതുക്കെ കീറിയെടുത്തു.

മുറിയുടെ മൂലയിൽ വലിയൊരു ഗ്രൺഡിങ്ങ് ടേപ് റെക്കോർഡർ ഇരുന്നിരുന്നു. അതിന്റെ കൂടെ ടേപ്പുകളുടെ കുറെ ചുരുളുകൾ. അപ്പോൾ കേട്ടുകൊണ്ടിരുന്ന പാട്ട് വീഗെന്റെ സ്വരത്തിലായിരുന്നു. “നീ... എന്റെ

എതിരാളിയാണ്, ശത്രുവുമാണ്." ഇതേ ടേപ്പ് ഞങ്ങളുടെ വീട്ടിലുമുണ്ടായിരുന്നു.

ആലീസ് എന്റെ ചെവിയിൽ സ്വകാര്യം പറഞ്ഞു. "കണ്ടില്ലേ... ഈ പൊങ്ങച്ചക്കാരി ഇപ്പോ പോയി വാങ്ങിക്കൊണ്ടുവന്നതാണ്... നിങ്ങളുടെ പോലെത്തന്നെയുള്ള ടേപ് റെക്കോർഡർ. ആരുടെ വീട്ടിൽ എന്തു കണ്ടാലും അത് തനിക്കും വേണമെന്ന ശാഠ്യം..."

നീന മേശയ്ക്കരുകിൽ മുട്ടുകുത്തിയിരുന്ന് ഞങ്ങൾകൊണ്ടുവന്ന സമ്മാനപ്പൊതി തുറക്കുകയായിരുന്നു. കൈയിൽ ഒരുപിടി വർണ്ണ കടലാസ്. "നീ എന്റെ ടേപ് റെക്കോർഡർ കണ്ടോ? അത് വെക്കാനുള്ള സ്റ്റാന്റ് വാങ്ങാൻ സമയം കിട്ടിയില്ല. സോഫിയുടെ പാട്ടും കവിതയുമെല്ലാം അതിൽ റെക്കോർഡ് ചെയ്തുതരാമെന്ന് ഗാർനിക്ക് പറഞ്ഞിട്ടുണ്ട്. അർതൂഷ് ഇരട്ടക്കുട്ടികളുടെ പാട്ടും മറ്റും റെക്കോർഡ് ചെയ്യാറില്ലേ? അതുപോലെ ചെയ്യണമെന്ന് ഞാൻ പ്രത്യേകം പറഞ്ഞിട്ടുണ്ട്."

അവർ ഒന്നുനിർത്തി ഒരു നെടുവീർപ്പിട്ടു, "ടൈഗ്രാന്റെ കുട്ടിക്കാലം ഓർമ്മിക്കാൻ ഒന്നും ഞങ്ങളുടെ കൈയിലില്ല. ഏതാനും ഫോട്ടോകളല്ലാതെ. അതുതന്നേയും ഭൂതക്കണ്ണാടിവെച്ച് കണ്ണിറുക്കി നോക്കിയാലേ ആളാരാണെന്ന് അറിയാനാവൂ. ഇനി സോഫിയുടെ കുട്ടിക്കാലത്തെ ചില കാര്യങ്ങളെങ്കിലും ഞങ്ങൾക്ക് സൂക്ഷിച്ചുവെക്കാനുണ്ടാകുമല്ലോ."

ഞാനവൾക്ക് മുന്നറിയിപ്പ് നല്കി. "സംഗതി തന്ന്... പക്ഷേ ഈ സാധനം പെട്ടിതുടച്ചു വൃത്തിയാക്കിവെക്കുന്ന ചുമതല നിന്റെ തലയിലേക്ക് ഗാർനിക് ഇടുമോ എന്നാണ് എന്റെ പേടി... അർതൂഷ് ചെയ്തത് അതാണ്... എത്രയധികം ടേപ്പുകളാണ്. അതൊക്കെ പൊടിതട്ടി വെക്കേണ്ട ഭാരം എനിക്കും."

"അതെന്തായാലുമുണ്ടാവില്ല" നീന ഉറക്കെ ചിരിച്ചു. "വിവാഹം കഴിഞ്ഞ് ഒന്നാമത്തെ ദിവസം തന്നെ ഗാർനിക് മനസ്സിലാക്കി, ആ വക പണിക്കൊന്നും ഭാര്യയെ കിട്ടില്ല എന്ന്. കല്പന കൊടുക്കാനേ എനിക്കറിയൂ... ഞാൻ ഗാർനിക്കിനോട് പറഞ്ഞു. അർതൂഷിന്റേയും ക്ലാരിസ്സിന്റേയും വീട്ടിലുള്ളതുപോലെ ഒരു ടേപ് റെക്കോർഡർ എനിക്കുവേണം."

ഞാൻ ആലീസിന്റെ നേരെ നോക്കി. അവൾ മുഖം തിരിച്ച് കൈയിലിരുന്ന കൊച്ചു കണ്ണാടിപ്പെട്ടി ഒച്ചവെച്ചടച്ചു. കൈയിൽ സർബത്തിന്റെ തട്ടവുമായി ഗാർനിക്ക് അവളുടെ അടുത്തു ചെന്നു.

"എനിക്കു വേണ്ട... ഞാനിതൊന്നും ഇപ്പോൾ കഴിക്കാറില്ല. ഭക്ഷണം വളരെ നിയന്ത്രിച്ചിട്ടാണ്... അല്ല, നിങ്ങളുടെ കൈയിൽ ഇംഗ്ലീഷ് പാട്ടുകൾ വല്ലതുമുണ്ടോ?"

ഗാർനിക് ട്രേയുമായി അമ്മയുടെ അടുത്തേക്ക് നീങ്ങി. "നാറ്റ് കിങ്ങ് കോളിന്റെ പാട്ടുകളിഷ്ടമാണോ?" ആലീസിനോട് ഗാർനിക് ചോദിച്ചു. "ടെഹ്റാനിൽനിന്ന് അദ്ദേഹത്തിന്റെ കുറേ അധികം ടേപ്പുകൾ എന്റെ മരുമകൾ കൊണ്ടുവന്നിട്ടുണ്ട്... പിന്നെ ആഹാരത്തിന്റെ കാര്യം... ഇന്നു

രാത്രി വലിയ നിയന്ത്രണമൊന്നും വേണ്ട. ടെഹ്റാനിൽനിന്നുള്ള പരിഷ്കാരി പെണ്ണുങ്ങളെ അനുകരിക്കാൻ നോക്കുന്നു. സ്ത്രീകളായാൽ ശരീരത്തിൽ കുറച്ച് എല്ലും മാംസവുമൊക്കെ വേണ്ടേ?" എന്റെ അമ്മ യുടെ ആ പതിവുപ്രയോഗം ഗാർനിക് അനുകരിച്ചു, "ഞാൻ പറയുന്നത് തെറ്റാണെങ്കിൽ തുറന്നു പറയൂ, തെറ്റാണെന്ന്" അതും പറഞ്ഞ് അയാൾ തന്നത്താൻ കുലുങ്ങി ചിരിച്ചു.

"ദാ വീണ്ടും തുടങ്ങി... ടെഹ്റാനി പെണ്ണുങ്ങളുടെ കുറ്റവും കുറവും പറയാൻ" പരിചയമില്ലാത്ത ശബ്ദം. എല്ലാ കണ്ണുകളും വാതിലിന്റെ നേരെ തിരിഞ്ഞു. ഇടത്തരം പൊക്കം, മെലിഞ്ഞിട്ടല്ല, തടിച്ചിട്ടുമല്ല. സ്വർണ്ണ നിറമുള്ള തോളറ്റം വരെ നീണ്ട മുടി. കണ്ണുകൾക്ക് പുത്തൻ തേനിന്റെ നിറം. ഉപ്പൂറ്റി പൊന്തിയ ചെരുപ്പുകളാണിട്ടിരുന്നത്. ചുകന്ന വട്ടപ്പുള്ളി കളുള്ള, കൈയില്ലാത്ത വെളുത്ത ഉടുപ്പ്. ഗാർനിക് താഴെ മേശപ്പുറത്ത് വെച്ച് രണ്ടും കൈയും നീട്ടി. "ഇതാണ് നമ്മുടെ വയലറ്റ് ടെഹ്റാനിൽ നിന്നും വന്നിരിക്കുന്ന എന്റെ അനന്തിരവൾ."

ടെഹ്റാനി അനന്തിരവൾ മുമ്പിലേക്ക് വന്നു. എല്ലാവരുടേയും കൈ പിടിച്ചു കുലുക്കി. എന്റെ ഇരട്ടക്കുട്ടികളുടെ കവിളിൽ ചുംബിച്ചു. അവർ രണ്ടുപേരും വായ പൊളിച്ച് വയലറ്റിനെ തന്നെ നോക്കിയിരുന്നു.

"നിങ്ങളെ കാണാൻ എന്തു ഭംഗിയാണ്!" അർമീനെ.

"റാവ്വൻസെല്ലിനെ പോലെതന്നെ!" അർസീനെ വയലറ്റ് തല പിന്നോക്കം ചായ്ച്ച് ഉറക്കെ ചിരിച്ചു. "ഞാനറിയില്ല. ഒരു റാവ്വൻസെല്ലി നേയും. എന്നാലും ഒന്നു പറയാം എല്ലാവർക്കും നിന്റെ പോലെ സൗന്ദര്യ ബോധമുണ്ടായിരുന്നെങ്കിൽ!"

നീന സമ്മാനപ്പൊതിയുടെ കടലാസ് കൈയിലിട്ട് ചുരുട്ടി. "എല്ലാ വർക്കുമറിയാം, നീ സുന്ദരിയും സുശീലയും പ്രസന്നവതിയുമാണെന്ന്. നിന്റെ ആ മണ്ടൻ ഭർത്താവ് മാത്രമേ അതു മനസ്സിലാക്കാതെയുള്ളൂ. നോക്കൂ, ക്ലാരീസ് എനിക്കുവേണ്ടി എന്താണ് കൊണ്ടുവന്നിരിക്കുന്ന തെന്ന്. "ഞങ്ങൾ കൊണ്ടുവന്ന കളിമൺ ശില്പം അവൾ പെട്ടിയിൽ നിന്നെടുത്തു." "ഹായ്! എത്ര മനോഹരം!"

വയലറ്റ് കുനിഞ്ഞുനിന്ന് ആ പ്രതിമയെ തൊട്ടുനോക്കി. മുഖം ആലീസിനും അമ്മയ്ക്കും നേരെ. പുറം അർതൂഷിനും അർമേനും എതിരെ. അവളുടെ സ്കർട്ടിന്റെ പുറകിലായി ചെറിയൊരു വിടവ്. അർതൂഷ് ജനാലയ്ക്കുനേരെ മുഖം തിരിച്ചു. അർമേൻ അല്പം അസ്വ സ്ഥനായി. ആലീസ് വയലറ്റിന്റെ മുഖത്തുനിന്ന് കണ്ണെടുത്തില്ല. അമ്മ നിസ്സംഗതയോടെ പതുക്കെ സർബത്ത് മൊത്തിക്കുടിച്ചു.

ഗാർനിക്കും അർതൂഷും കുട്ടികളും മുയലുകളെ കാണാൻ പുറകു വശത്തേക്കു പോയി. ഗാർനിക്ക് അവയെ അന്നു വാങ്ങിച്ചുകൊണ്ടുവന്ന തായിരുന്നു. അമ്മ നീനയോട് അവളുടെ മകനെക്കുറിച്ചു ചോദിച്ചു. "ടൈഗ്രാൻ ഹോസ്റ്റലിലാണോ താമസിക്കുന്നത്, അതോ വാടകയ്ക്ക് മുറിയെടുത്തിരിക്കുകയാണോ?"

പരവതാനിയിൽ ചിതറിക്കിടക്കുന്ന കളിപ്പാട്ടങ്ങളിൽ കാലുതട്ടാതെ നടന്നുവന്ന് നീന ഞങ്ങൾക്കെതിരെയുള്ള കസാലയിൽ ഇരുന്നു. "ഏതാനും ആഴ്ച അവൻ ഹോസ്റ്റലിൽ താമസിച്ചു. പിന്നീടവൻ ഗാർനിക്കിന്റെ അമ്മായിയുടെ വീട്ടിലേക്കു മാറി, വയലറ്റിന്റെ അമ്മ... സത്യം പറഞ്ഞാൽ അവൻ മറ്റു വിദ്യാർത്ഥികളുമായി അധികം കൂട്ടുകൂടണ്ട എന്നാണെന്റെ പക്ഷം. ഈ കാലത്ത് എല്ലാവരും എന്തെങ്കിലുമൊക്കെ രഹസ്യമായി ആസൂത്രണം ചെയ്യുന്നവരാണ്. നമ്മളെപോലെയുള്ളവർ രാഷ്ട്രീയകാര്യങ്ങളിൽ വെറുതെ ചെന്നു വീഴുന്നതെന്തിനാണ്? എന്റെ അഭിപ്രായത്തിൽ അർമേനിയക്കാർക്ക് നല്ലത് തലകുനിച്ചു നടക്കുന്നതാണ്. നമ്മുടെ തലയിലെ തൊപ്പി കാറ്റിൽ പറന്നുപോകാതെ കാക്കാം."

അമ്മ കുനിഞ്ഞ് പരവതാനിയിൽ നിന്നും ഏതോ കരട് പെറുക്കിയെടുത്ത് ആഷ്ട്രേയിലേക്കിട്ടു. തീരെ ചെറിയ എന്തോ ഒന്ന്. എന്താണെന്ന് പറയാനും കൂടിയാവില്ല. "അതെ... അതെ... ശരിയാണ്. രാജ്യകാര്യങ്ങളിൽ കൈകടത്താൻ നമ്മളാരാണ്? ഞാനതുതന്നെയാണ് അദ്ദേഹത്തോടെപ്പോഴും പറയാറുള്ളത്... മരിച്ചുപോയ, എന്റെ ഭർത്താവിനോട്. ദൈവം ആ ആത്മാവിന് നിത്യശാന്തിയരുളട്ടെ."

ആലീസ് വെറുതെ, ഇല്ലാത്തൊരു കോട്ടുവായിട്ടു. "ദാ... അമ്മ പിന്നേയും തുടങ്ങിയല്ലോ."

അമ്മ കൈമുട്ടുകൊണ്ട് അവളുടെ കൊഴുത്തുരുണ്ട കൈത്തണ്ടയിൽ ഒരു മുട്ടും കൊടുത്തു. "ഞാൻ വീണ്ടും തുടങ്ങിയെന്നോ? ഞാൻ വെറുതെ പൊളി പറയുകയാണോ?" ആലീസ് എന്റെ നേരെ നോക്കി ചിരിച്ചു.

സോഫി ജനലയ്ക്കൽ വന്നുനിന്ന് മുയൽകുഞ്ഞുങ്ങളിൽ ഒന്നിനെ ഉയർത്തികാണിച്ചു. നീന അവളെ നോക്കി കൈവീശി. "പാവം വയലറ്റ്! ഒന്നുരണ്ടുമാസം മുമ്പാണ് അവളുടെ വിവാഹമോചനം നടന്നത്. അവളുടെ ഭർത്താവ് ഒരു മുഴു 'വട്ടനാ'യിരുന്നു. അയാളെ കൂടാതെ അവൾ പുറത്തിറങ്ങിക്കൂടാ. അയാളുടെ ഒപ്പമല്ലാതെ തെരുവിന്റെ അറ്റം വരെ പോകാൻ പോലും അനുവാദമില്ല. അങ്ങേയറ്റത്തെ അസൂയ... അതുമൂലമുള്ള ബഹളം വെയ്ക്കാൻ. വഴിനടക്കുമ്പോഴൊ, ഏതെങ്കിലും വിരുന്നിനിടയിലോ ആരെങ്കിലും വയലറ്റിനെ നോക്കിയാൽ കഴിഞ്ഞു... പിന്നീടുള്ള കോലാഹലമൊന്നും പറയേണ്ട. "എനിക്കറിയാം, ഇവിടെ ഒരു കളി നടക്കുന്നുണ്ട്!" അയാൾ ഒച്ചവെക്കും. "അവരെന്തിനും നിന്റെ നേരെത്തന്നെ നോക്കുന്നത്... പ്രദർശനത്തിനു കൊണ്ടുവന്ന അപൂർവ ഇനം നായയാണോ നീ?" ഇതൊക്കെ എത്രനാൾ സഹിക്കും. അവൾക്കു മടുത്തു. വിവാഹത്തിനുമുമ്പുള്ള വാഗ്ദാനങ്ങൾ എന്തെല്ലാമായിരുന്നു! പുതിയ വീടും... ലണ്ടൻ പാരീസ് യാത്രകൾ. അതിലൊന്നുപോലും നടത്തിയില്ല... പകരം അയാൾ അവളെ ഭ്രാന്തിന്റെ വക്കിലെത്തിച്ചു. വിവാഹമോചനം നേടിയത് നന്നായി. അതുതന്നെയാണ് വേണ്ടത്. വിവാഹമോചനത്തിനുശേഷവും അയാൾ അവളെ വെറുതെ വിട്ടില്ല.

ഓരോ ദിവസവും ഓരോ പുതിയ പ്രശ്നവുമായി ഫോൺ ചെയ്യും. അവർ എവിടെപ്പോയാലും അയാൾ മുമ്പിലുണ്ടാവും. രണ്ടുമൂന്നാഴ്ച മുമ്പ് ടെഹ്റാനിലെ നദേരി റോഡിൽവെച്ച് അയാൾ അവളുടെ വഴിതടഞ്ഞു. ഖോസ്രാവീസ് പിരോസ്കി കൊട്ടാരത്തിന്റെ മുമ്പിൽവെച്ച്... ആളുകൾ കൂടി... അയാളൊരു രംഗം സൃഷ്ടിച്ചുവെന്നു പറഞ്ഞാൽ മതിയല്ലോ! അവളെ കുറച്ചുദിവസം ഇവിടെ കൊണ്ടുവന്നു നിർത്തി. ആ ഭ്രാന്തന്റെ ശല്യമൊഴിഞ്ഞുകിട്ടുമെന്നു വിചാരിച്ചു. അവളെത്ര നല്ലൊരു കുട്ടിയാണെന്നോ! ദൈവം നല്ലൊരു ഭർത്താവിനെ നല്കി അവളോടു കനിവു കാട്ടട്ടെ!"

അമ്മ നീനയുടെ നേരെത്തന്നെ നോക്കിക്കൊണ്ടിരുന്നു. ആലീസ് പകുതി കുടിച്ചുതീർന്ന സർവത്തുഗ്ലാസ്സിൽ കണ്ണുകളുറപ്പിച്ചു. ഞാൻ എന്നോടുതന്നെ പറഞ്ഞു. "കുട്ടികൾക്കുവേണ്ടി ഒരു ദിവസം 'ഫിറോഷ്കി' ഉണ്ടാക്കണം."

ഞങ്ങൾ കൊണ്ടുവന്ന പ്രതിമയുടെ പെട്ടിയും പൊതിഞ്ഞിരുന്നു. കടലാസും നീന വാരിയെടുത്തു. വാതില്ക്കലേക്ക് നോക്കി. ഞങ്ങളുടെ നേരെ കുനിഞ്ഞു. അതീവ രഹസ്യമാണെന്ന മട്ടിൽ പറഞ്ഞു. "ഞാൻ പറഞ്ഞിരുന്നില്ലേ അടുത്ത വീട്ടിൽ താമസിക്കുന്ന ഡച്ചുകാരനെ കുറിച്ച്. അവൾക്കു ചേരും... രണ്ടുപേരും കൂടി ഇണങ്ങിയാൽ നന്നായി. ഞങ്ങൾ അയാളേയും ഇന്നു ക്ഷണിച്ചിട്ടുണ്ട്... വയലറ്റിനേട് പറഞ്ഞിട്ടില്ല."

അവൾ നടുനിവർത്തിനിന്ന് ഉറക്കെ ചിരിച്ചു. "അയാൾക്ക് ഇത്തിരി നൊസ്സുണ്ടോ എന്നു തോന്നാറുണ്ട്. പറഞ്ഞുവരുമ്പോൾ നമ്മൾ ഇറാൻകാർക്ക് വിദേശികളെല്ലാവരും സ്വല്പം വട്ടുള്ളവരാണ്.... അല്ലേ? അയാൾ അവളെ വിവാഹം കഴിച്ച് ഇറാനിൽനിന്നും കൊണ്ടുപോയാൽ, അതൊരു വൻവിജയമാകും... തീർച്ച! അല്ലെങ്കിലും വയലറ്റ്, ഇറാൻ ജീവിതത്തിന് യോജിച്ചവളല്ല... ഞാനിതെല്ലാം അവിടെ കൊണ്ടുചെന്നുവെച്ചിട്ട് വരാം." ആ പെട്ടിയും കടലാസും കൈയിലൊതുക്കിപ്പിടിച്ച് അവൾ അപ്പുറത്തേക്ക് പോയി.

അടുക്കളയിലേക്ക് പോകുംവഴി നീന അമ്മയോട് പറഞ്ഞു. "ഞാനിന്ന് അത്താഴത്തിനുണ്ടാക്കിയിരിക്കുന്നത്... നിങ്ങൾക്കൂഹിക്കാനാവില്ല... ലൂസിയ പുലാവ്! നോക്കൂ ഞാൻ എത്ര നല്ലൊരു വീട്ടമ്മയായിരിക്കുന്നു. ഇനി എന്നെ കല്യാണം കഴിപ്പിച്ചയയ്ക്കാം അല്ലേ?" സ്വന്തം തമാശ രസിച്ചുകൊണ്ട് അവൾ തുറന്നു ചിരിച്ചു. ഞാൻ ആലീസിനെ നോക്കി. മുഖം കയറ്റിപ്പിടിച്ചിരിക്കുന്നു. കല്യാണത്തെക്കുറിച്ച് ആരെന്തു പറഞ്ഞാലും അവളുടെ ഭാവം ഇങ്ങനെയാണ്... അമ്മയുടെ ക്ഷമ കെടാതിരുന്നാൽ മതി. ഞാൻ ആത്മാർത്ഥമായി ആശിച്ചു.

നീന മുറിയിൽനിന്ന് പോയതും അമ്മ പിറുപിറുക്കാൻ തുടങ്ങി. "ഞാൻ നിന്നോടൊരായിരം തവണ പറഞ്ഞിട്ടുണ്ട്... ഗാർനിക്കും നീനയുമായി അടുപ്പം വേണ്ട എന്ന്. അകന്നുനില്ക്കുന്നതാണ് നല്ലത്. മര്യാദയും

അന്തസ്സും ലവലേശമില്ലാത്ത കൂട്ടർ, തലയിൽകൂടി കടന്നുപോകുന്ന തെല്ലാം നേരെ വായിൽ കൂടി പുറത്തുവരും. കുട്ടികൾ മുമ്പിലുണ്ടെന്നു പോലും ആലോചിക്കില്ല. വിവാഹത്തേയും വിവാഹമോചനത്തേയും കുറിച്ച് സംസാരിക്കുന്നത് കടയിൽനിന്നും ഉടുപ്പ് വാങ്ങുന്ന ലാഘവ ത്തോടെയാണ്... ഇട്ടുനോക്കി ഇഷ്ടമായില്ലെങ്കിൽ തിരിച്ചുകൊടുക്കാമെന്ന മട്ട്. നമ്മൾ ഇവിടെ വരരുതായിരുന്നു. ഒക്കെ ഈ ക്ലാരീസിന്റെ കുറ്റമാണ്."

ഞാൻ ചാടി എഴുന്നേറ്റു... "ഞാൻ ചെന്ന് നീനയെ സഹായിക്കട്ടെ. മേശപ്പുറത്ത് എല്ലാം കൊണ്ടുവെക്കാൻ."

അടുക്കളയിൽ എന്നെ കണ്ടതും നീന ചിരിച്ചു. "നന്നായി നിന്നെ ഒറ്റയ്ക്കു കിട്ടാൻ കാത്തിരിക്കുകയായിരുന്നു." അവൾ വാതിലിനു നേരെ നോക്കി. കേൾവിപ്പുറത്താരുമില്ലല്ലോ. ആലീസും അമ്മയും അടുത്തില്ലെ ന്നുറപ്പായപ്പോൾ അവൾ ചിരി തുടങ്ങി. "വാസ്തവത്തിൽ ഞാൻ വയ ലറ്റിനെ ഇങ്ങോട്ടുകൊണ്ടുവന്നതെന്തുകൊണ്ടാണെന്നോ...?" സ്വരം തീരെ താഴ്ത്തി അവൾ പറഞ്ഞു, "ഞങ്ങളുടെ മകൻ ടൈഗ്രാന് വയലറ്റിനോട് കലശലായ ഭ്രമം."

ഞാനാകെ അന്ധാളിച്ചു... എന്റെ വായ അറിയാതെ തുറന്നുപോയി. ഞാൻ നീനയെ പകച്ചുനോക്കി. എന്താണീ കേൾക്കുന്നത്!

ശാന്തനും ലജ്ജാശീലനുമായ ടൈഗ്രാൻ. മെലിഞ്ഞുണങ്ങിയ ശരീര പ്രകൃതി. കട്ടിച്ചില്ലുള്ള കണ്ണട. എപ്പോഴും വായനയിൽ മുഴുകിയിരിക്കും. എല്ലാ ക്ലാസ്സിലും ഒന്നാമൻ. സിനിമയിലും ക്ലബ്ബിലുമൊന്നും താത്പര്യ മില്ല. സ്നേഹിതന്മാർ എന്നു പറയാനും ആരുമില്ല. ഇലക്ട്രോണിക്സ് ഉപകരണങ്ങൾ തിരുപ്പിടിക്കലാണ് പ്രധാന വിനോദം. എന്റെ അമ്മ എപ്പോഴും അവനെ നോക്കി അദ്ഭുതപ്പെടാറുണ്ട്. "വിശ്വസിക്കാൻ വയ്യ. കുട്ടിക്കളി മാറാത്ത അച്ഛനമ്മമാർക്ക് ഇത്രയും ഗൗരവക്കാരനായൊരു മകൻ!"

"വിവാഹം മോചനം നേടി വയലറ്റ് ടെഹ്റാനിൽ അവളുടെ അമ്മ യുടെ വീട്ടിലേക്ക് തിരിച്ചുവന്നു. അപ്പോൾ ടൈഗ്രാൻ അവിടെയുണ്ട്. പറ ഞ്ഞില്ലേ, ഗാർനിക്കിന്റെ അമ്മായിയാണ് വയലറ്റിന്റെ അമ്മ. ഏതാനും ദിവസങ്ങൾക്കുള്ളിൽത്തന്നെ അവനാളാകെ മാറി. അവൻ ഒന്നുമില്ലെ ങ്കിൽ ഒറ്റയ്ക്കിരുന്ന് പ്രണയഗാനങ്ങൾ കേൾക്കും. അല്ലെങ്കിൽ വയലറ്റിന്റെ മുമ്പിലിരുന്ന് അവളെത്തന്നെ ഉറ്റുനോക്കും. യജമാനന്റെ മുഖത്ത് കണ്ണു നട്ടിരിക്കുന്ന വളർത്തുനായയെപോലെ. വയലറ്റ് അവനുമായി കൊഞ്ചാനും ആടാനും നിന്നു എന്നു കരുതേണ്ട. അവൾ ആ തരക്കാരിയല്ല. ഞാനും ഒരു സ്ത്രീയല്ലേ... അത്രയ്ക്ക് വിഡ്ഢിയുമല്ല. കാര്യങ്ങൾ എനിക്കും മനസ്സിലാകും. അത് വയലറ്റിന്റെ കുറ്റമായിരുന്നില്ല. അല്ലെങ്കിലും സൗന്ദര്യ മുണ്ടാകുന്നത് ഒരു സ്ത്രീയുടെ കുറ്റമാണോ? അവളുടെ സൗന്ദര്യം മറ്റു സ്ത്രീകളിൽനിന്നും അവളെ വേറിട്ടുനിർത്തുന്നു. ആളുകൾ വെറുതെ അവളെ പഴി പറയുന്നു. അതുകൊണ്ടാണ് ഞാൻ പറഞ്ഞത്, യൂറോപ്പാ യിരിക്കും അവൾക്ക് പറ്റിയ സ്ഥലമെന്ന്. അവിടെ തെരുവുനിറയെ

വെളുത്ത്, സ്വർണ്ണത്തലമുടിയുള്ള സ്ത്രീകളല്ലേ? ഞാൻ ചില അന്വേഷണ ങ്ങളൊക്കെ നടത്തി. ആ ഡച്ചുകാരന്റെ ഇവിടത്തെ കാലാവധി കഴിയാറായി. നോക്കാം, ഈ രാത്രികൊണ്ട് നമുക്കെന്താണ് ചെയ്യാ നാവുകയെന്ന്."

എന്റെ പെൺകുട്ടികൾ അടുക്കളയിലേക്കോടിവന്നു. അർമീനെ മുഖം വീർപ്പിച്ചുകൊണ്ട് തുടങ്ങി. "ഗാർനിക്ക് മാമൻ സോഫിക്ക്..."

"ഒരു ഹൂലാഹോപ് വാങ്ങിക്കൊടുത്തു" അർസീനെ പതിവുപോലെ ബാക്കിഭാഗം പൂരിപ്പിച്ചു. അവളും ചുണ്ടുവളച്ചു. പിന്നെ രണ്ടുപേരും ഒരു മിച്ചായി. "ഗാർനിക്ക് മാമൻ പറഞ്ഞു. ഹൂലാഹോപ്പുകൊണ്ട് പുറത്തിന് ദോഷമൊന്നുമുണ്ടാവില്ലെന്ന്."

"ഒരു ദോഷവുമുണ്ടാവില്ല."

"എല്ലാ കുട്ടികൾക്കുമുണ്ട് ഹൂലാഹോപ്."

"ഞങ്ങൾക്കും ഒരെണ്ണം വേണം...."

"ഒരെണ്ണം ഞങ്ങൾക്കും വാങ്ങിത്തരൂ..."

ഉമ്മറത്തളത്തിൽനിന്നും ഗാർനിക്ക് ഉറക്കെ വിളിച്ചു. "നിങ്ങൾക്ക് ഹൂലാഹോപ്പ് ഞാൻ വാങ്ങിത്തരാം... സങ്കടപ്പെടേണ്ട... ഇപ്പോ ഇങ്ങടു വരൂ... കണ്ടില്ലേ, മുയൽകുട്ടികളും പാർട്ടിക്കുവന്നു കഴിഞ്ഞു."

"ഉവ്വോ... നന്നായി... ഹുറേ..." ഇരട്ടക്കുട്ടികൾ ഒച്ചവെച്ചുകൊണ്ട് പുറ ത്തേക്കോടി.

നീന പഴങ്ങൾ വെച്ചിരിക്കുന്ന തട്ടമെടുത്തു. "അറിയില്ല... ആരാണത് തുടങ്ങിവെച്ചതെന്ന്... ഹൂലാഹോപ്പുകൊണ്ട് കളിക്കുന്നത് കുട്ടികളുടെ പുറത്തിന് നന്നല്ല എന്ന്. പുറംവേദന വരുമത്രെ. ആരും ഇപ്പോ ഇരു പത്തിനാലുമണിക്കൂറും അതിട്ട് വട്ടം തിരിയുന്നത്. ഒട്ടും പരിഭ്രമിക്കേണ്ട. രണ്ടോ മൂന്നോ ദിവസം അതിൽക്കിടന്ന് തിരിയും. അതോടെ ഭ്രമം തീരും. അത് ഏതെങ്കിലും മൂലയിൽ കൊണ്ടിടുകയും ചെയ്യും... മധുരം വിളമ്പാ നുള്ള കിണ്ണങ്ങൾ എടുത്തോളൂ..." അവൾ തിടുക്കത്തിൽ പൂമുഖത്തേക്ക് ചെന്നു.

വയലറ്റ് മുയൽകുട്ടികളിൽ ഒന്നിനെ മടിയിൽ വെച്ച് താലോലിച്ചു കൊണ്ട് താഴെ പരവതാനിയിൽ ഇരിക്കുകയായിരുന്നു. അവളുടെ ഇറു കിയ കറുത്ത സ്കർട്ട് മുകളിലേക്ക് കയറിക്കിടന്നു. വെളുത്തുരുണ്ട കാൽമുട്ടുകൾ - സ്റ്റോക്കിൻസ് ഇട്ടിരുന്നില്ല. എല്ലാവർക്കും കാണാവുന്ന വിധത്തിൽ. സോഫിയും എന്റെ ഇരട്ടകളും അവൾക്കു ചുറ്റും. അവരുടെ കൈയിലുമുണ്ടായിരുന്നു ഓരോ മുയൽകുഞ്ഞുങ്ങൾ. അർമേൻ വയ ലറ്റിന്റെ അരികുപറ്റിയിരുന്ന് അവളുടെ മുയൽകുഞ്ഞിനെ തലോടി.

അമ്മ ഒഴിഞ്ഞ സർബത്ത് ഗ്ലാസ്സുകളിൽ നോട്ടമുറപ്പിച്ചിരുന്നു. ആലീസ് അമ്മയെ തീർത്തും അവഗണിച്ചു. ശൂന്യമായ ഭിത്തികളിലേക്ക് നോക്കിക്കൊണ്ടിരുന്നു. പിണച്ചുവെച്ച കാലുകൾ അവൾ വെറുതെ

ആട്ടിക്കൊണ്ടിരുന്നു. അമ്മയും ആലീസും വഴക്കിട്ടിരിക്കുന്നു. എനിക്കു മനസ്സിലായി. പുതിയ എയർ കണ്ടീഷനർ എവിടെ വെക്കണം എന്ന ചർച്ചയിലായിരുന്നു ഗാർനിക്കും അർതൂഷും. ഞാൻ നേരത്തെ അർതൂഷിനോടു പറഞ്ഞിരുന്നു. "ദയവുചെയ്ത് രാഷ്ട്രീയം പറഞ്ഞ് തർക്കിക്കാൻ നില്ക്കരുത്."

ഊണുമേശയൊരുക്കാൻ ഞാനും നീനയോടൊപ്പം കൂടി. അതിനിടയിൽ ഉമ്മറത്തെ മണിയടിച്ചു.

അത് ആ ഡച്ചുകാരനായിരുന്നു. ഉയരം നന്നേ കുറവ്. കോലൻമുടിക്ക് വൈക്കോലിന്റെ നിറം. മുഖത്ത് വല്ലാതെ പുള്ളിക്കുത്തുകൾ, സാമാന്യത്തിലധികം വെയിൽ കായുന്നതുകൊണ്ടാകും. അയാൾ ഓരോരുത്തരുടേയും കൈപിടിച്ച് അമർത്തി കുലുക്കി. കുട്ടികളേയും അയാൾ മാറ്റി നിർത്തിയില്ല. പേർഷ്യൻ ഭാഷയിലാണ് സംസാരിച്ചത്. "ഞാൻ ജൂപ് ഹാൻസെൻ. നിങ്ങളെ പരിചയപ്പെടാനായതിൽ സന്തോഷമുണ്ട്." ഞങ്ങളെ അഭിവാദ്യം ചെയ്തുകൊണ്ട് അയാൾ പറഞ്ഞു.

വയലറ്റ് താഴെയിരുന്നുകൊണ്ടുതന്നെ, ഒരു കൈയിൽ മുയലിനെ ഒതുക്കിപ്പിടിച്ച് മറ്റേ കൈ നീട്ടി. "നോക്കൂ, എന്റെ മുയലിന് എന്തു ഭംഗിയാണ്, അല്ലേ?"

വയലറ്റിന് കൈക്കൊടുക്കാൻ വേണ്ടി ജൂപ് ഹാൻസെൻ ഏതാണ്ട് മുട്ടുകുത്തി. "അതേ... വളരെയധികം ഭംഗിയുണ്ട്."

വയലറ്റ് പുഞ്ചിരിതൂകി. ആ ഡച്ചുകാരന്റെ തികച്ചും ഔപചാരികമായ ഭാഷ... അതും ശീലമില്ലാത്തതുകൊണ്ട് തപ്പിയും തടഞ്ഞും... എന്തോ അവളെ അദ്ഭുതപ്പെടുത്തിയില്ല. അതുകേട്ട് അവൾ ചിരിക്കുകയുമുണ്ടായില്ല.

നീന പറയാറുള്ളത് ഞാനോർത്തു. "ഗാർനിക്കിന്റെ മരുമകളെ കാണുമ്പോൾ ഞാനെപ്പോഴും നിന്നെ ഓർക്കാറുണ്ട്." നീനയുടെ ബുദ്ധി കെട്ടുപോയോ ഇങ്ങനെ തോന്നാൻ? ഞാനും ഈ യുവതിയും തമ്മിൽ ഒരു തരത്തിലുള്ള സാദൃശ്യവും എന്റെ കണ്ണിൽപെട്ടില്ല. കാഴ്ചയിലോ, സംസാരത്തിലോ, പെരുമാറ്റത്തിലോ ഒന്നും ഞങ്ങൾ ഒരുപോലെയായിരുന്നില്ല. എന്നാൽ അവളുടെ പോലെയായിരുന്നെങ്കിൽ എന്നെനിക്ക് തോന്നാതിരുന്നില്ല.

ജൂപ് ഹാൻസെന്റെ പെരുമാറ്റം വളരെ സൗഹൃദം നിറഞ്ഞതായിരുന്നു. എപ്പോഴും ചിരിക്കുന്ന മുഖം. അയാൾ അർതൂഷിനോട് പറഞ്ഞു, "എന്നെ പേരെടുത്തു വിളിച്ചാൽ മതി. മിസ്റ്റർ ഹാൻസെൻ എന്നു വേണ്ട. അതുപോലെ എന്നോട് ഇംഗ്ലീഷിൽ സംസാരിക്കണ്ട. പേർഷ്യൻ മതി... ആ ഭാഷയിൽ സംസാരിക്കാനാണ് എനിക്ക് കൂടുതൽ ഇഷ്ടം."

അത്താഴത്തിനിടയിൽ അയാൾ പുലാവിന്റെ പാത്രമെടുത്ത് ആലീസിന്റെ നേരെ നീട്ടി. ആലീസിന്റേയും അമ്മയുടേയും ചുണ്ടിൽ ചിരി വിരിഞ്ഞു. അവിടെ വന്നതിനുശേഷം ആദ്യമായി.

ആലീസ് നന്ദിയോടെ നിരസിച്ചു... "ഞാൻ സലാഡ് മാത്രമേ കഴിക്കുന്നുള്ളൂ."

"എന്തുപറ്റി? ലോബിയാ പുലാവ് ഇഷ്ടമല്ലേ?"

"ഇഷ്ടമാണ്. പക്ഷേ..." ആലീസ് മുഴുവനാക്കിയില്ല.

അയാൾ പുലാവിന്റെ പാത്രം മേശപ്പുറത്തുവെച്ച് സലാഡ് എടുത്ത് ആലീസിന്റെ നേരെ നീട്ടി. "നിങ്ങൾ "ഡയറ്റി"ലാണ് അല്ലേ? കാര്യമായ ഭക്ഷണനിയന്ത്രണം." ജൂപ് കസേല പിന്നോക്കം നീക്കി എഴുന്നേറ്റു നിന്നു. വളരെ ഗൗരവത്തിൽ ആലീസിനെ ആകെയൊന്നു നോക്കി. "എന്റെ അഭിപ്രായത്തിൽ ഭക്ഷണം നിയന്ത്രിക്കേണ്ട ആവശ്യമൊന്നും നിങ്ങൾക്കില്ല. എന്റെ നോട്ടത്തിൽ നിങ്ങൾ ഇതുപോലെയിരുന്നാൽ മതി. നന്നായിരിക്കുന്നു."

ഞങ്ങൾ വീട്ടിൽ തിരിച്ചുവന്നു. വന്ന ഉടനെ ഞാൻ കട്ടിലിൽ ഊരിയിട്ട ഉടുപ്പ് എടുത്ത് അർതൂഷ് തിരിച്ചും മറിച്ചും നോക്കി. "നീ ഈ ഉടുപ്പിട്ടിരിക്കുന്നത് ഞാൻ കണ്ടില്ലായിരുന്നെങ്കിൽ വിചാരിച്ചേനെ, ഇത് നമ്മുടെ പെൺകുട്ടികളുടെ ഉടുപ്പാണെന്ന്."

ഞാനത് അർതൂഷിന്റെ കൈയിൽനിന്നും വാങ്ങി അലമാരയിൽ തൂക്കിയിട്ടു. "വലിയ തമാശയൊന്നും വേണ്ട. ഞാൻ വല്ലാതെ മെലിഞ്ഞിരിക്കുന്നുവെന്ന് നേരെ പറഞ്ഞുകൂടേ?"

എന്റെ പുറകിൽനിന്ന് അദ്ദേഹം ആ ഡച്ചുകാരനെ അനുകരിച്ചു. "എന്റെ നോട്ടത്തിൽ നിങ്ങൾ ഇതുപോലെയിരുന്നാൽ മതി.. നന്നായിരിക്കുന്നു."

"വയലറ്റിനും വടിവൊത്ത ദേഹമാണ്, അല്ലേ?" മെത്തയിൽനിന്നും വിരി മാറ്റുന്നതിനിടയിൽ ഞാൻ പറഞ്ഞു. അർതൂഷ് തന്റെ ഭാഗത്തു നിന്നും വിരിമാറ്റി. "ആണോ?" ഞാൻ ശ്രദ്ധിച്ചില്ല..." അദ്ദേഹം ഒരു മൂളിപ്പാട്ട് തുടങ്ങി. നാറ്റ് കിങ്ങ് കോളിന്റെ "മോണാലിസാ..."

"ഗാർനിക്കിനോട് രാഷ്ട്രീയം പറഞ്ഞ് വാദിച്ചില്ലല്ലോ, നന്ദിയുണ്ട്."

"അവിടുത്തെ ആഗ്രഹം എനിക്ക് ആജ്ഞയാണ്." അപ്പോഴും അദ്ദേഹം ജൂപ് ഹാർസെനെ അനുകരിച്ചു.

ഉറക്കെ ചിരിക്കാതിരിക്കാൻ ഞാൻ വായ പൊത്തി. എന്തുകൊണ്ടാണാവോ ആളുകൾ പറയുന്നത്. അർതൂഷ് ഒരു അരസികനാണെന്ന്.

"ഏപ്രിൽ 24-ാം തിയതി വ്യാഴാഴ്ച നടക്കുന്ന യോഗത്തിന് നിങ്ങൾ വരുന്നുണ്ടോ?" ഞാൻ ചോദിച്ചു.

അദ്ദേഹം കോട്ടുവായിട്ടു, കണ്ണടച്ചു "ഹും" എന്നൊരു മൂളൽ മാത്രമേ ഞാൻ കേട്ടുള്ളൂ... എനിക്കറിയാം, അതിന്റെ അർത്ഥം ഇല്ല എന്നാണെന്ന്... ഞാൻ മുറിയിലെ വിളക്കണച്ച് കിടന്നു.

ഇരുപത്തിയൊന്ന്

സ്കൂളിലെ ഓഡിറ്റോറിയം നിറഞ്ഞിരുന്നു. ഭിത്തികളിൽ അവിടവിടെയായി വെളുത്ത ഗ്ലാഡിയോലി പൂവ്വുകൾ കറുത്ത റിബ്ബൺകൊണ്ടു കെട്ടിയിട്ടുള്ള റീത്തുകൾ ഒട്ടിച്ചുവെച്ചിരുന്നു. അമ്മ ആലീസിനോട് പിറുപിറുത്തുകൊണ്ടിരുന്നു. "അപ്പോഴേ ഞാൻ പറഞ്ഞതാണ് നമ്മൾ വൈകുമെന്ന്, നീ കേട്ടില്ല. ദുഃഖാചരണത്തിന്റെ ഈ ദിവസവും മുടിനേരെയാക്കാൻ പോകണമെന്ന വാശി! ഒരു ദിവസം മുടി നേരെയാക്കാൻ വൈകിയാലെന്താ, ആകാശം ഇടിഞ്ഞു വീഴുമോ?"

ഞാൻ അമ്മയ്ക്ക് നീനയെ ചൂണ്ടിക്കാട്ടി. രണ്ടാംനിരയിലിരുന്ന് അവൾ ഞങ്ങൾക്ക് നേരെ കൈവീശി. അവളുടെ അരികത്തായി ഞങ്ങൾക്കും അവൾ ഇടം പിടിച്ചുവെച്ചിരുന്നു. തിരക്കിനിടയിൽ, കസേലയിൽ കാൽ തട്ടാതെ ഞങ്ങൾ പതുക്കെ മുമ്പോട്ടു നടന്നു. ഇടയിൽ പലതവണ 'ക്ഷമിക്കണേ' എന്നു പറഞ്ഞു. ഒടുവിൽ പ്രയാസപ്പെട്ട് നീനയുടെ അരികിലെത്തി.

ആലീസിന്റെ അക്ഷമ. പകുതിയിരുന്ന് അതോ പകുതിനിന്നോ അവൾ ആ ഹാൾ മുഴുവൻ, കഴുത്ത് പിന്നിലേക്ക് തിരിച്ചു നോക്കി. ആരൊക്കെ വന്നിട്ടുണ്ട്. അവരെന്താണ് ധരിച്ചിരിക്കുന്നത് എന്ന വിവരണമായി പിന്നീട്. നീന അന്നത്തെ പരിപാടികളുടെ കടലാസ് എന്റെ കൈയിൽ തന്നു. "എന്തേ വൈകാൻ?"

അമ്മയാണ് അതിനു മറുപടി പറഞ്ഞത്. "മഹാറാണി ആലീസ് മുടി നേരെയാക്കാൻ സലൂണിൽ പോയി." അപ്പോഴും അമ്മ ദേഷ്യപ്പെട്ടു. "ആലോചിച്ചു നോക്കൂ... ദുഃഖാചരണത്തിന്റെ ദിവസം ഹെയർഡ്രസ്സറുടെ സലൂണിൽ!"

നീന എന്റെ കാതിൽ അടക്കം പറഞ്ഞു. "ആർക്കറിയാം, ദുഃഖാചരണത്തിന്റെ ദിവസം അവളുടെ ജീവിതത്തിൽ ഭാഗ്യദിവസമാകില്ലെന്ന്!" അവൾ കുലുങ്ങിചിരിച്ചുകൊണ്ട് ചുറ്റും നോക്കി. "കുറെ കിഴവന്മാരും കിഴവികളും മാത്രമേ വന്നിട്ടുള്ളൂവെന്നു തോന്നുന്നു. കുട്ടികളെവിടെയാണ്? അർതൂഷിന്റെയടുത്തു വിട്ടുവോ?" അർതൂഷ് വരാത്തതെന്തേ എന്നവൾ തിരക്കിയില്ല. വിശദീകരണത്തിന്റെ ആവശ്യവുമുണ്ടായില്ല.

“ഗാർനിക് നിർബന്ധമായി പറഞ്ഞു, സോഫിയെ കൂടെ കൊണ്ടുവരണമെന്ന്.” സ്വരം തീരെ താഴ്ത്തി അവൾ ഭർത്താവിന്റെ വാക്കുകൾ അനുകരിച്ചു. “കുട്ടികൾ ചെറുപ്പത്തിൽത്തന്നെ മനസ്സിലാക്കിയിരിക്കണം, നമ്മുടെ ആൾക്കാർ അനുഭവിച്ച യാതനകൾ.” സോഫി കൂട്ടാക്കിയില്ല. അവളുടെ ശാഠ്യം... അവസാനം ഗാർനിക്ക് വഴങ്ങി. ഞാനവളെ വയലറ്റിന്റെ അടുത്താക്കി. സോഫിയെ തനിച്ചാക്കാൻ വയ്യ എന്ന് ഞാനവളോട് കാരണം പറഞ്ഞു. അല്ലെങ്കിലും ഇവിടെവന്ന് വയലറ്റ് എന്തു ചെയ്യാൻ? അവർക്ക് മുഷിയുകയേയുള്ളൂ. വാസ്തവം പറഞ്ഞാൽ, ഗാർനിക്കാണ് പ്രധാന സംഘാടകൻ. അതുകൊണ്ടുമാത്രമാണ് ഞാൻ വന്നത്. ചടങ്ങുകൾക്കൊക്കെ ഗാർനിക്ക് ആണ് നേതൃത്വം വഹിക്കുന്നത്... അതിരിക്കട്ടെ, നിന്റെ വിശേഷങ്ങൾ കേൾക്കട്ടെ.”

പ്രത്യേകിച്ച് വിശേഷമൊന്നുമില്ല എന്ന് ഞാൻ പറയും മുമ്പേ, ഞങ്ങളുടെ മുമ്പിലെ വരിയിലിരിക്കുന്ന ഒരു സ്ത്രീയുമായി അവൾ കുശലപ്രശ്നം തുടങ്ങി. അന്നത്തെ പരിപാടിയിലെ ആദ്യത്തെ പ്രസംഗകൻ അവരുടെ ഭർത്താവായിരുന്നു. ഞാൻ കാര്യപരിപാടിയെടുത്ത് വായിച്ചുതുടങ്ങി.

ഏപ്രിൽ 24-ലെ കൂട്ടക്കൊല - റോബർട്ട് മഡേഷ്യന്റെ പ്രഭാഷണം.

പുതിയൊരു സ്മാരകം പണിയുന്നതിനെക്കുറിച്ചുള്ള റിപ്പോർട്ട് സ്കൂൾ സംഘടനയും പള്ളിയും ചേർന്ന് സമർപ്പിക്കുന്നു...

ഇടവേള.

ആ ദുരന്തസംഭവങ്ങൾക്ക് ദൃക്സാക്ഷിയായിരുന്നു. മിസ്സിസ് ഖാട്ടൂൺ യെറീമിയൻ അവരുടെ ഓർമ്മകൾ പങ്കുവെക്കുന്നു.

ഓഡിറ്റോറിയത്തിലെ വിളക്കുകൾ മങ്ങി. ഗാർനിക്ക് വേദിയിൽ മൈക്കിനു മുമ്പിൽ വന്നുനിന്നു. അയാൾ സദസ്സിനെ സ്വാഗതം ചെയ്തു. തുടർന്ന് മഡേഷ്യൻ പ്രസംഗമാരംഭിച്ചു. 24 ഏപ്രിലിന്റെ അനുസ്മരണ ചടങ്ങുകൾ വർഷങ്ങൾക്കുമുമ്പുനടന്നത് ഞാനോർത്തു. അർതൂഷും മഡേഷ്യനും തമ്മിൽ ചൂടേറിയ വാഗ്വാദം നടന്നു. അന്ന് ശരിക്കും സംഗതി കൈവിട്ടുപോയത്രെ. ഭാഗ്യവശാൽ ഗാർനിക് ഇടപെട്ടു. പതിവു തമാശകളും കൊച്ചുവർത്തമാനങ്ങളുമായി അയാൾ പിരിമുറുക്കത്തിന് അയവു വരുത്തി.

ആ സംഭവത്തിനുശേഷം പലതവണ ഞാൻ അർതൂഷിനോടു പറയുകയുണ്ടായി. “ഇങ്ങനെയുള്ള സന്ദർഭങ്ങളിൽ രാഷ്ട്രീയം ചർച്ച ചെയ്യണമെന്ന് എന്താണിത്ര നിർബന്ധം? ഒരാൾ യാഥാസ്ഥിതികനോ, ഇടതുപക്ഷക്കാരനോ എന്നതുകൊണ്ട് ഒരു വ്യത്യാസവും വരാൻ പോകുന്നില്ല. സംഭവിച്ചതു സംഭവിച്ചു.. ദാരുണമായ കൂട്ടക്കൊല. നിങ്ങൾ അർമേനിയക്കാരനല്ലെങ്കിൽ കൂടി മനസ്സിൽ അതിന്റെ നീറ്റൽ അനുഭവപ്പെടേണ്ടതാണ്... വേണ്ട. അഭിപ്രായവ്യത്യാസമൊന്നും വേണ്ട. നിങ്ങളും ഈ ചടങ്ങുകളിൽ പങ്കെടുക്കണം.”

“ഇല്ല, ഞാനില്ല.” അർതൂഷ് ശാന്തനായി പറഞ്ഞു. “മനസ്സ്

നീറുന്നുണ്ട്, വല്ലാതെ... എന്നാലും ഞാൻ ആ യോഗത്തിൽ വരുന്നില്ല." എല്ലാ വർഷവും അർതൂഷിന്റെ നിലപാട് അതുതന്നെയായിരുന്നു.

മഡേഷ്യന്റെ പ്രസംഗം ഞാൻ ശ്രദ്ധിച്ചു. എല്ലാവർഷവും ഇതുതന്നെയാണല്ലോ പിന്നേയും പിന്നേയും കേൾക്കുന്നത്. ചില വസ്തുതാവിവരങ്ങൾ. ചില മുദ്രാവാക്യങ്ങൾ. അതൊക്കെത്തന്നെ. നീന പലതവണ എന്നെ നോക്കി. കണ്ണുകൊണ്ട്, മുമ്പിലെ നിരയിലിരിക്കുന്ന മിസ്സിസ് മഡേഷ്യന്റെ നേരെ ശ്രദ്ധ ക്ഷണിച്ചു. മിണ്ടാതിരിക്കണം എന്ന അർത്ഥത്തിൽ നീന ചുണ്ടത്ത് വിരൽവെച്ചു. തന്റെ ഭർത്താവ് പ്രസംഗിച്ചുകൊണ്ടിരിക്കേ ആരെങ്കിലും ഇടയിൽ സംസാരിച്ചാൽ സ്വാഭാവികമായും അവർക്ക് രസിക്കില്ല. വാസ്തവത്തിൽ അവർ പലതവണ പിന്നിലേക്ക് തിരിഞ്ഞു നോക്കി. അവരുടെ ഭർത്താവാണ് പ്രസംഗിക്കുന്നതെന്ന് പലർക്കും അറിയില്ലായിരുന്നു. അവരുടെ സംസാരം മിസ്സിസ് മഡേഷ്യനെ അലോസരപ്പെടുത്തി. അതിന്റെ ഫലമായിരുന്നു ആ തിരിഞ്ഞുനോട്ടം. അധികം പേരും തൊട്ടടുത്തിരിക്കുന്നവരുമായി ഒച്ചയൊതുക്കി സംസാരിക്കുകയായിരുന്നു. എല്ലാവരും കാര്യപരിപാടി വിശറിയായി മടക്കി വീശിക്കൊണ്ടിരുന്നു. ഞാനും വീശിക്കൊണ്ടിരുന്നു. രാവിലെ പതിവായി പെൺകുട്ടികൾക്ക് കൊടുക്കാറുള്ള വിറ്റമിൻ സിറപ്പ് ഞാൻ എടുത്തുകൊടുത്തുവോ? അതായിരുന്നു അപ്പോഴത്തെ എന്റെ ചിന്ത. ഉവ്വ്, ഞാൻ കൊടുത്തു... തീർച്ച. കാരണം, കുട്ടികളെന്നോട് തർക്കിച്ചുനിന്നു.

"എന്താ ഞങ്ങൾക്കു മാത്രം? അർമേന് എന്താ കൊടുക്കാത്തത്?"

"ഈ സിറപ്പ് ഇനിയും എത്രകാലം ഞങ്ങൾ കഴിക്കണം?"

"ജലദോഷം വരാതിരിക്കാനാണ് ഇത് കഴിക്കുന്നതെങ്കിൽ അർമേനും ഇത് കഴിക്കേണ്ടതല്ലേ?"

കൈയിലിരുന്ന കുറിപ്പുകൾ മിസ്റ്റർ മഡേഷ്യൻ ആവേശത്തോടെ ചൂണ്ടിക്കാട്ടി. പിന്നെ ഏതാനും നീളമേറിയ വാചകങ്ങൾ കൂടി. അയാൾ പ്രസംഗം ഉപസംഹരിച്ചു. എല്ലാവരുടേയുമൊപ്പം ഞാനും കൈയടിച്ചു. മിസ്സിസ് മഡേഷ്യന്റെ അടുത്തിരുന്ന ചിലർ അവരെ അഭിനന്ദിച്ചു. അവർ പുഞ്ചിരിച്ചുകൊണ്ട് അഭിനന്ദനങ്ങൾക്ക് നന്ദി പറഞ്ഞു. അവരുടെ ഭാവം പ്രസംഗിച്ചത് താൻ തന്നെയായിരുന്നു എന്നായിരുന്നു. നോട്ടം എന്റെ നേരെ പതിഞ്ഞപ്പോൾ പെട്ടെന്ന് അവർ മുഖം തിരിച്ചു.

ഏതാനും വരി പിന്നിലായിരുന്ന ഒരു സ്ത്രീയുമായി അമ്മ ലോഹ്യം പറയുന്നതു കണ്ടു. ആലീസ് അമ്മയെ തള്ളി പിന്നിലാക്കി എന്റെ കാതിൽ പറഞ്ഞു - ഞങ്ങൾക്ക് രണ്ടുപേർക്കും ഇടയിലായാണ് അമ്മ ഇരുന്നിരുന്നത്. "അവിടെ ആരാ ഇരിക്കുന്നതെന്ന് കണ്ടോ? മിസ്സിസ് നൂറോല്ലാഹി!" അവർ ഏറ്റവും പുറകിലായാണ് ഇരുന്നിരുന്നത്. ഞാൻ തിരിഞ്ഞുനോക്കാൻ ഭാവിച്ചപ്പോഴേക്കും ഗാർനിക്ക് വേദിയിലേക്ക് വന്നു. സ്മാരകം പണിയുന്നതിന്റെ റിപ്പോർട്ട് വായിക്കാൻ തുടങ്ങി.

അർമേനെ കുറിച്ചുള്ള പരാതി ബോധിപ്പിക്കാൻ പ്രിൻസിപ്പാൾ എന്നെ സ്കൂളിലേക്ക് വിളിപ്പിച്ച പല അവസരങ്ങളിലൊന്നിൽ, വാസ്ജൻ ഹയർ ഓപ്ഷൻ എനിക്കു കാണിച്ചുതന്നിരുന്നു. ആ സ്മാരകത്തിന്റെ രൂപരേഖ.

കരിങ്കൽകൊണ്ട് നിർമ്മിച്ച ദീർഘചതുരത്തിലുള്ള വലിയൊരു ഫലകം. അതിന്റെ ഒരുവശത്ത് തന്റെ കുഞ്ഞിന്റെ ജഡവും താങ്ങി നില്ക്കുന്ന ഒരു സ്ത്രീയുടെ രൂപം. മറുഭാഗത്ത് കൊത്തിവെച്ചിരിക്കുന്നത് ആ കൂട്ടക്കൊല നടന്നതിന്റെ തീയതിയും മറ്റുമായിരുന്നു. ഗാർനിക് സദസ്സിനെ അറിയിച്ചു, സ്മാരകത്തിന്റെ പണി ഏതാണ്ട് പൂർത്തിയായിരിക്കുന്നു. അടുത്തവർഷംതന്നെ അത് സ്കൂൾ അങ്കണത്തിൽ സ്ഥാപിക്കുന്നതായിരിക്കും. പള്ളിവാതിലിനുനേരെ മുന്നിലായി സ്ഥാപിക്കാനാണ് നിശ്ചയിച്ചിരിക്കുന്നത്. സാമ്പത്തികമായി സഹായിച്ചും മനസ്സറിഞ്ഞ് പിൻതുണ നല്കിയും കൂടെ നിന്ന എല്ലാവരോടും ഗാർനിക് നന്ദി പറഞ്ഞു. അതിനുശേഷം പതിനഞ്ചുമിനിറ്റു നീണ്ട ഇടവേളയായിരുന്നു.

അമ്മ പറഞ്ഞു. അവർ അവിടെത്തന്നെ ഇരിക്കാൻപോവുകയാണെന്ന്. സംസാരിക്കാൻ ഒരു ചങ്ങാതിയേയും കിട്ടി. അവർ ആയിടെ ജൂൽഫയിൽ പോയി വന്നിട്ടുണ്ടായിരുന്നു. ഏതാനും വരി പിന്നിലായാണ് അവർ ഇരുന്നിരുന്നത്. നീന പറഞ്ഞു, "ഞാൻ സ്റ്റേജിന്റെ പുറകിലൊന്നു പോയിനോക്കട്ടെ, ഗാർനിക് എന്താണ് ചെയ്യുന്നതെന്ന്." അവൾ ആലീസിനേയും കൂടെ കൊണ്ടുപോയി. ഞാൻ പുറത്തേക്കുള്ള ഒരു വാതിലിനു നേരെ തിടുക്കത്തിൽ നടന്നു. അതിലേ ചെന്നാൽ സ്കൂൾ മുറ്റമായി. ഞാൻ വാതിലിന്റെ ഓരത്തേക്ക് നീങ്ങിനിന്നു. ഒരു ട്രേയിൽ കുറെ സാൻവിച്ചുകളും പെപ്സി കുപ്പികളുമായി ഒരാൾ അതിലേ വന്നു. സ്കൂൾ മുറ്റത്ത് ഒരു മൂലയിലായി ലഘുഭക്ഷണത്തിനുള്ള മേശ ഒരുക്കിയിരുന്നു. കുറേ അധികം ആളുകൾ അതിനു ചുറ്റും കൂടിനില്ക്കുന്നത് കണ്ടു. പരിചയമുള്ള പലരോടും അതിനിടയിൽ ഞാൻ 'ഹലോ' പറഞ്ഞു. അപ്പോഴാണ് കണ്ടത്, മാന്യ എന്റെ നേരെ വരുന്നു.

പതിവുപോലെ വലിയ ഉത്സാഹത്തിൽ. ബ്ലൗസിന്റെ വെള്ള കോളർ ഒരുവശം മടങ്ങിക്കിടന്നിരുന്നു. ഞാൻ "ഹലോ" പറഞ്ഞുകൊണ്ട് അവരുടെ കോളർ നേരെയിട്ടു. "ആ റീത്തുകളും അതിന്മേലുള്ള കറുത്ത റിബ്ബണുകളും... മനോഹരമായിരുന്നു. നിങ്ങളുടെ ആശയം തന്നെ. അല്ലേ...? എനിക്ക് തീർച്ചയുണ്ട്."

നെറ്റി വിയർപ്പിൽ പറ്റിക്കിടന്ന ഒന്നുരണ്ടു മുടിയിഴകൾ മാന്യ പിന്നോക്കം മാറ്റി. "അകത്തേക്ക് അതിഥികളെ ആനയിക്കാൻ നിന്നവരുടെ കൈയിലെ കറുത്ത ബാൻഡ് ശ്രദ്ധിച്ചുവോ?"

ഞാനത് ശ്രദ്ധിച്ചിരുന്നു. തലേ രാത്രി അർമേൻ ടെലിഫോണെടുത്ത് സ്വന്തം മുറിയിലേക്ക് കൊണ്ടുപോയി. വാതിലടച്ചിരുന്ന് ആരോടൊ അരമണിക്കൂറോളം സംസാരിച്ചു. അതിനുശേഷം അവൻ അടുക്കളയിലേക്കു വന്നു. അമ്മയും ഞാനും പച്ചക്കറികൾ കഴുകുകയായിരുന്നു. "നാളത്തെ പരിപാടിയിൽ ഒരു സന്നദ്ധസേവകനായി ഞാനുമുണ്ടാകും." നിശ്ചയിച്ചുറപ്പിച്ച മട്ടിലാണ് അവൻ പറഞ്ഞത്.

“മിസ് മാന്യ പറഞ്ഞിട്ടുണ്ട് എല്ലാവരും കറുത്ത കൈപ്പട്ട് കെട്ടണമെന്ന്.”

“അതിനുവേണ്ടി ഈ അവസാനനിമിഷം വരെ കാത്തുനില്ക്കേണ്ടിയിരുന്നോ?” ഞാൻ ദേഷ്യപ്പെട്ടു.

അവന്റെ അമ്മൂമ്മ അപ്പോഴേക്കും രക്ഷിക്കാനെത്തി.

അമ്മയുടെ പഴയ പെട്ടികളും കുട്ടകളുമൊക്കെ പരതി. നൂറായിരം സാധനങ്ങളുണ്ട്. പക്ഷേ, കറുത്ത തുണിയുടെ ഒരു തുണ്ടുപോലും അതിലില്ല.

“പരിപാടികളെല്ലാം വളരെ നന്നായി.” ഞാൻ മാന്യയെ അഭിനന്ദിച്ചു. “നിങ്ങൾ ഒരുപാട് ബുദ്ധിമുട്ടിയിട്ടുണ്ടാവണം... അടുത്ത വലിയ പരിപാടി വർഷാവസാനം നടത്തുന്ന ആഘോഷം, അല്ലേ?”

അതിലെ വന്ന വേറൊരാളോട് ഹലോ പറഞ്ഞ് അവർ വീണ്ടും എന്റെ നേരെ തിരിഞ്ഞു. “അതെ, വർഷാവസാനത്തിലെ ആഘോഷങ്ങൾ ഈ മുറ്റത്തുവെച്ചുതന്നെ നടത്തും. അപ്പോഴേക്കും അവിടെ ഒരു സ്റ്റേജ് പണിതുണ്ടാക്കണം. “അവർ മുറ്റത്തിന്റെ ഒരു മൂലയിലേക്ക് വിരൽ ചൂണ്ടി... ഇഷ്ടികയും പലകയും മരത്തടിയുമെല്ലാം അവിടെ കൂട്ടിയിട്ടിരുന്നു.

മാന്യ മെല്ലെ എന്റെ തോളിൽ കൈവെച്ചു. അതിന് അല്പം പ്രയാസപ്പെട്ടിരിക്കണം. അവർക്ക് എന്നേക്കാൾ ഉയരം വളരെ കുറവായിരുന്നു. “ഒന്നോ രണ്ടോ ദിവസത്തിനകം ഞങ്ങൾ പരിശീലനം തുടങ്ങും” എന്റെ തോളിൽനിന്നും കൈത്തണ്ടയിലേക്ക് അവരുടെ കൈ ഊർന്നിറങ്ങി. “നിങ്ങളുടെ ഇരട്ടക്കുട്ടികൾക്കായി ഞാൻ പ്രത്യേകിച്ചൊന്ന് മനസ്സിൽ കണ്ടിട്ടുണ്ട്. വാസ്ജെൻ ഒന്നാന്തരമൊരു കവിത കണ്ടെത്തി. എഴുതിയതാരാണെന്ന് ഓർമ്മയില്ല. പക്ഷേ അതിന്റെ പേര് ‘നാലു ഋതുക്കൾ’ എന്നാണ്. എനിക്കു തോന്നി ആ കവിത നിങ്ങളുടെ മക്കൾ വായിച്ചാൽ നന്നായിരിക്കുമെന്ന്. അവർക്ക് മാറി മാറി വായിക്കാം. അർമീനെയ്ക്കു വസന്തവും ശിശിരവും. അർസീനെയ്ക്ക് ഹേമന്തവും ഗ്രീഷ്മവും. അങ്ങനെയാവുമ്പോൾ അവർക്ക് അണിയറയിൽപോയി വേഷം മാറി വരാനുള്ള സമയവും കിട്ടും. ഓരോ ഋതുവിനും അതിനു യോജിച്ച വേഷവിധാനം, കാലാനുസരണം...”

ഓഡിറ്റോറിയത്തിന്റെ ഒരു വാതിലിൽ അർമേൻ നില്ക്കുന്നത് എന്റെ കണ്ണിൽപ്പെട്ടു. എമിലിയോടു സംസാരിക്കുന്നു. ഹൈസ്കൂൾ ക്ലാസ്സിലെ വേറെ രണ്ട് ആൺകുട്ടികളും കൂടെയുണ്ട്. നേവിബ്ലൂ കാലുറകളും വെളുത്ത ഷർട്ടും കണ്ടാൽ തികച്ചും ഒരു ചെറുപ്പക്കാരൻ. എന്റെ ആ കൊച്ചുപയ്യനല്ല അവനിപ്പോൾ. എമിലിയുടെ കൂടെ അവളുടെ അച്ഛനും വന്നിട്ടുണ്ടാകുമോ? ആലീസ് എമിലിനെ ഇവിടെവെച്ചു കണ്ടുമുട്ടുമോ? എനിക്കല്പം ഭയം തോന്നി.

“വേഷത്തിന്റെ കാര്യം പറഞ്ഞല്ലോ... അത് ഞാൻ തന്നെ തുന്നി ശരിപ്പെടുത്തിക്കൊള്ളാം... ഞാൻ മാന്യയ്ക്ക് വാക്കുകൊടുത്തു. “അതിനെക്കുറിച്ച് നിങ്ങൾ പരിഭ്രമിക്കേണ്ട.”

അവർ എന്റെ കൈവിട്ടു. ചിരി മറയ്ക്കാനായി വായ പൊത്തി. “അതിനു വേണ്ടിയാണ് ഞാൻ നിങ്ങളെ തിരഞ്ഞുവന്നത്. പ്രയാസമുണ്ടാവില്ല. നീളമുള്ള നാല് ഉടുപ്പുകൾ. ലളിതമായി ചെയ്താൽ മതി. കൈകൾ നീണ്ട് അയഞ്ഞു കിടക്കണം. നിറങ്ങൾ വ്യത്യസ്തമായിരിക്കണം. വസന്തത്തിന് ഇളം ചുവപ്പ്. വേനലിന് പച്ച മതി. ശിശിരത്തിന് ഓറഞ്ചായാലോ... ഹേമന്തത്തിന് പ്രശ്നമില്ല, വെള്ള തന്നെ... മഞ്ഞിന്റെ നിറം.”

മുറ്റത്തിന്റെ അങ്ങേ അറ്റത്തായി അതാ എമിൽ. പള്ളിയിലെ പുരോഹിതനോടും ഭാര്യയോടും എന്തോ സംസാരിക്കുന്നു. ആലീസ് ആ പരിസരത്തൊന്നും വരാതിരുന്നാൽ മതി. വീണ്ടും എനിക്ക് വേവലാതിയായി. അപ്പോഴാണ് ഓർമ്മ വന്നത്. രണ്ടുപേരും പരസ്പരം കണ്ട് പരിചയപ്പെട്ടിട്ടില്ല. അതുകൊണ്ട് മുഖാമുഖം വന്നാലും അവർ തമ്മിൽ തിരിച്ചറിയില്ല.

“ഓരോ ഉടുപ്പിലും കാലത്തിനനുയോജ്യമായ എന്തെങ്കിലും ഞാൻ തുന്നിപിടിപ്പിക്കാം. വസന്തത്തിന് പൂക്കൾ, ശരത് കാലത്തിന് ഗോതമ്പിന്റെ കറ്റകൾ അങ്ങനെ...”

എമിലിയുടെ തലയിൽ കെട്ടിയ നാട ഊർന്നുവീണു. മറ്റേ രണ്ടു കുട്ടികൾ അത് കുനിഞ്ഞെടുക്കുംമുമ്പേ, അർമേൻ ക്ഷണത്തിൽ കുമ്പിട്ട് അതെടുത്ത് അവളുടെ കൈയിൽ കൊടുത്തു. അതിനിടയിൽ ആ തിരക്കിലെവിടേയോ എമിലിനെ കാണാതായി.

“അത് നല്ലൊരു ആശയം തന്നെ!” മാന്യയും സമ്മതിച്ചു. “ആ പിന്നൊരു കാര്യം.” “ലിറ്റിൽ ലോഡ് ഫോൺടിലിറോയുടെ പരിഭാഷ വാസ്ജെൻ മുഴുവനാക്കിയിരിക്കുന്നു. ഇനി...” അവർ പകുതിക്കുവെച്ച് നിർത്തി. അവർ എന്റെ നേരെ പുറകിലേക്ക് നോക്കി. എന്റെ പുറകിൽ... ആരെയാണ് അവർ നോക്കുന്നത്? അതും ഇങ്ങനെ അർത്ഥശൂന്യമായൊരു ചിരിയോടെ? ഞാൻ തലതിരിച്ച് പുറകിലേക്ക് നോക്കി... എമിൽ... “അല്ലാ! നിങ്ങളോ?” എന്ന ഭാവത്തിൽ അയാളുടെ കണ്ണുകൾ മാന്യയിൽനിന്നും എന്റെ നേരെ തിരിഞ്ഞു. ഹലോ പറഞ്ഞു. ഇപ്പോൾ അവരുടെ രണ്ടുപേരുടേയും നോട്ടം എന്റെ മുഖത്തേക്കായി. അവരെ രണ്ടുപേരേയും ഞാൻ പരസ്പരം പരിചയപ്പെടുത്തി. രണ്ടുപേരും തമ്മിൽ തമ്മിൽ കൈകുലുക്കി. മാന്യ, ഞാൻ നേരെയിട്ട അവളുടെ കോളർ വീണ്ടും നിവർത്തിയിട്ടു.

“നിങ്ങൾ ആ പരിഭാഷയെപ്പറ്റിയാണ് പറഞ്ഞിരുന്നത്...” ഞാൻ മാന്യയെ ഓർമ്മിപ്പിച്ചു.

“എന്താ പറഞ്ഞത്?” ഉറക്കമുണരുന്ന ഭാവത്തിലായിരുന്നു അവരുടെ ചോദ്യം. “ഓ... അതെ... അതെ... ആ പുസ്തകം പരിഭാഷ പൂർത്തിയായി. ഞാൻ കുട്ടികളെ ഏല്പിക്കാം, നിങ്ങൾക്ക് തരാനായി പറയാം. വേഗം വായിച്ച് തിരിച്ചുതന്നാൽ ഉപകാരമാകും. വർഷാവസാനത്തിലെ ആഘോഷങ്ങൾക്കുമുമ്പായി അതു പ്രസിദ്ധീകരിക്കണമെന്നാണ് ഞങ്ങളുടെ ആഗ്രഹം.”

എമിൽ പറഞ്ഞു, "നിങ്ങളാണ് ഇന്നത്തെ പരിപാടികളെല്ലാം സംഘടിപ്പിച്ചത് എന്നു കേട്ടു. എല്ലാം വളരെ നന്നായിരുന്നു. അഭിനന്ദനങ്ങൾ."

മാന്യയുടെ മുഖം പൊടുന്നനെ തുടുത്തു. "ദാ... വരുന്നു..." അപ്പുറത്തു നിന്ന് വിദ്യാർത്ഥികളിലൊരാൾ വിളിച്ചു. ഒരു സന്നദ്ധസേവകൻ. അവർ വീണ്ടും എമിലിന്റെ കൈപിടിച്ചു കുലുക്കി. "പരിചയപ്പെടാൻ സാധിച്ചതിൽ സന്തോഷം" അവർ തിടുക്കത്തിൽ അവിടെനിന്നുപോയി. അവർ വേണ്ടതിലധികം നേരം അങ്ങനെ കൈപിടിച്ചുനിന്നുവോ? അത് എന്റെ വെറും തോന്നലായിരുന്നുവോ... അതോ യഥാർത്ഥ്യമോ?

ഞാൻ ചുറ്റും നോക്കി ഭാഗ്യം... അമ്മയും ആലീസും അവിടെയെങ്ങുമുണ്ടായിരുന്നില്ല. എമിൽ ഒരു വെളുത്ത സ്യൂട്ടാണ് ധരിച്ചിരുന്നത്. അതിൽ തീരെ നനുത്ത നീളൻ നീല വരകൾ. ടൈ കറുത്തതായിരുന്നു.

അയാൾ ചുറ്റുമുള്ള ആളുകളെ നോക്കിക്കൊണ്ടുനിന്നു. വർത്തമാനം പറയുന്നു, പുക വലിക്കുന്നു, സാൻവിച്ച് തിന്നുന്നു... കാപ്പിയും പെപ്സിയുമൊക്കെ കുടിക്കുന്നു. "അമ്മ വന്നിട്ടില്ല, എമിലിയെ ഒറ്റയ്ക്കയയ്ക്കേണ്ട എന്നു കരുതിയാണ് ഞാൻ വന്നത്." അയാൾ പറഞ്ഞു. പിന്നെ കൂട്ടിച്ചേർത്തു... "കുറച്ചൊരു കൗതുകവുമുണ്ടായിരുന്നു. അബദാനിലെ അർമേനിയക്കാരെ പരിചയപ്പെടാമല്ലോ" അയാൾ തിരിഞ്ഞുനിന്ന് എന്നെ നോക്കി. "ഇവിടെയുള്ള സ്ത്രീകളെല്ലാം നിങ്ങളേയും മിസ്സ് മാന്യയേയും പോലെയാണെങ്കിൽ... അബദാൻ അത്ര മോശം സ്ഥലമാകാൻ തരമില്ല. സ്വന്തം ഫലിതം ആസ്വദിച്ചിട്ടാകാം അയാൾ ചിരിച്ചത്. "എന്നാലും നിങ്ങളോടു മാത്രമായി പറയുകയാണ്. ഇന്നത്തെ പരിപാടി കുറച്ച് മുഷിപ്പൻ തന്നെയായിരുന്നു." വീട്ടിലേക്ക് തിരിച്ചുപോയി കുറച്ചുകഴിഞ്ഞ് വീണ്ടും വന്ന് എമിലിയെ കൊണ്ടുപോയാലോ എന്നു ആലോചിക്കുകയാണത്രെ. അയാൾ സ്ഥലം വിടുകയാണെന്നു കേട്ടപ്പോൾ എനിക്ക് സന്തോഷമായി. ആലീസും അയാളും തമ്മിൽ കാണില്ലെന്നുറപ്പുവരുത്താനായി ഞാൻ ധൃതിയിൽ പറഞ്ഞു, "അവളെ കൂട്ടാനായി നിങ്ങൾ വരണമെന്നില്ല. എമിലിയെ ഞങ്ങൾ കൊണ്ടുവന്നാക്കാം."

അയാൾ നന്ദിയോടെ യാത്ര പറഞ്ഞു. ഉടനെ സ്ഥലം വിടുകയും ചെയ്തു.

ഞാൻ തിരക്കിനിടയിലൂടെ കണ്ണെത്തിച്ചു. മിസ്സിസ് നൂറോല്ലാഹി ആ കൂട്ടത്തിലുണ്ടാവുമോ? അവരെ അവിടെയൊന്നും കണ്ടില്ല. ഞാൻ ഓഡിറ്റോറിയത്തിലേക്കുതന്നെ മടങ്ങി. ഒരുപക്ഷേ ആലീസിന് തെറ്റു പറ്റിയതാകാം. അല്ലെങ്കിലും അവരെന്തിന് അവിടെ വരണം അവർ അർമേനിയക്കാരിയല്ല. ആ ഭാഷയുമറിയില്ല. മാത്രമല്ല, ഏപ്രിൽ 24-ാം തിയതി നടത്തുന്ന ആ പരിപാടികൾ പ്രത്യേകിച്ച് രസമുള്ളതുമല്ല.

പുറത്തെ ആൾക്കൂട്ടം പതുക്കെ ഹാളിനകത്തേക്ക് തിരിച്ചുവന്നു. അമ്മ വളരെ ഉത്സാഹത്തിലായിരുന്നു. ജൂൽഫയിൽനിന്നുള്ള പഴയ പരിചയക്കാരിയുമായി കുറച്ചുനേരം വർത്തമാനം പറഞ്ഞിരിക്കാൻ സാധിച്ചല്ലോ. അതിന്റെ സന്തോഷമായിരുന്നു അമ്മയുടെ മുഖത്ത്. മിസ്സിഡ് മഡേഷ്യനെ അവളുടെ വീട്ടിലേക്ക് അത്താഴത്തിന് ക്ഷണിക്കാൻ

പുറപ്പെടുകയായിരുന്നു. നീന, ഞാൻ എന്റെ സ്ഥാനത്തുവന്നിരുന്നതും ആലീസ് പറഞ്ഞു. "ഷുഷാനിക്കും ജാനറ്റും നല്ല കോളടിച്ചുണ്ടാവണം. നോക്കൂ, പ്രമാണികളായ എല്ലാ സ്ത്രീകളും പുത്തനുടുപ്പുകളാണ് അണി ഞ്ഞിരിക്കുന്നത്... അടിമുടി പുത്തൻ വേഷം! അതും എല്ലാം കറുപ്പ്..." അബദാനിലെ ഏറ്റവും പേരുകേട്ട തയ്യൽക്കാരായിരുന്നു ഷുഷാനിക്കും ജാനറ്റും.

ഗാർനിക് മൈക്കിന്റെ മുമ്പിൽവന്നുനിന്നു. സദസ്സ് നിശ്ശബ്ദമാകാൻ ഏതാനും നിമിഷം കാത്തു. അതിനുശേഷം പതിവിനു വിപരീതമായി ശാന്തഗംഭീരമായ സ്വരത്തിൽ - സ്വതവേ ചിരിയും ഒച്ചയുമാണല്ലോ അയാളുടെ പ്രകൃതം. ഖാട്ടും യെറീമിയനെ സദസ്സിനു പരിചയപ്പെടുത്തി. വാസ്തവത്തിൽ അവർ വാൻ എന്ന പട്ടണത്തിലായിരുന്നു. എന്നാൽ ഈയിടെയായി ടെഹ്റാനിലേക്ക് താമസം മാറ്റിയിരുന്നു. ആ ഭീകരദിവസ ങ്ങൾക്ക് അവർ ദൃക്സാക്ഷിയായിരുന്നു. ഇപ്പോൾ ഒരു ഹ്രസ്വസന്ദർശന ത്തിനായി അബദാനിലേക്കു വന്നിരിക്കുകയാണ്. ഗാർനിക് വേദിയുടെ പുറകുവശത്തേക്ക് കൈ കാട്ടി. ഞങ്ങളെല്ലാവരും അങ്ങോട്ടു നോക്കി. സഹായിക്കാൻ നിന്നിരുന്ന ആൺകുട്ടികളിലൊരാൾ കൈയുള്ള ഒരു കസേര മൈക്കിനുമുന്നിൽ കൊണ്ടുവെച്ചു. പ്രായമായൊരു സ്ത്രീ വേറൊരു കുട്ടിയുടെ കൈയിൽ പിടിച്ച് മെല്ലെ കാലു വലിച്ചുവെച്ച് നടന്നു വന്നു. നന്നേ മെലിഞ്ഞ്, ക്ഷീണിച്ച ഒരു രൂപം. ഞെറിയാണി മൂടുന്ന നീണ്ട കറുത്ത കുപ്പായം. പാടെ നരച്ച മുടിയുടെ മീതെ കൂടി ഒരു കറുത്ത ഷാൾ പുതച്ചിരുന്നു. ആ ആൺകുട്ടിയുടെ സഹായത്തോടെയാണ് അവർ കസേരയിലിരുന്നത്. ഗാർനിക് മൈക്രോ ഫോൺ താഴ്ത്തിക്കൊടുത്തു. ആ രണ്ട് ആൺകുട്ടികളുടേയും തലയിൽ കൈവെച്ച് താഴ്ന്ന സ്വരത്തിൽ എന്തോ പറഞ്ഞു. പ്രാർത്ഥനയോടുകൂടിയ അനുഗ്രഹമായിരിക്കും.

ഞങ്ങളെല്ലാവരും തികഞ്ഞ നിശ്ശബ്ദതയോടെ കാതു കൂർപ്പിച്ചിരുന്നു. ഏതാനും നിമിഷം അവർ ഒന്നും മിണ്ടാതെ സദസ്സിനെ ഒന്നടങ്കം ഉറ്റു നോക്കി. പിന്നെ തീരെ തളർന്ന സ്വരത്തിൽ സംസാരിച്ചുതുടങ്ങി. ഞങ്ങ ളുടെ സംസാരഭാഷയിൽനിന്നും വ്യത്യസ്തമായിരുന്നു അവരുടേത്. വാൻ പട്ടണം സ്ഥിതിചെയ്യുന്ന പടിഞ്ഞാറൻ അർമേനിയയിൽ ഭാഷ പ്രയോഗം മറ്റൊരു വിധത്തിലായിരുന്നു. 'ചെറിയ കഷണം' എന്നു ഞങ്ങൾ പറയു ന്നിടത്ത് 'ഇത്തിരിപ്പോന്നത്' എന്നാണവർ പറയുക. ഞങ്ങളുടെ 'സന്തോഷം' അവർക്ക് 'ആവേശ'മാണ്. "കഠിനമായ ദുഃഖങ്ങളുടേയും യാതനകളുടേയും ആ ദിവസങ്ങളെപറ്റി പറയുംമുമ്പേ, ഇത്തിരിപോന്ന ആ ആവേശങ്ങളുടെ ദിനങ്ങളെ ഞാനൊന്നോർക്കട്ടെ." അവർ പ്രസംഗം തുടങ്ങി. "കഴിഞ്ഞുപോയ ആ കാലങ്ങളിലേക്കുള്ള യാത്രയിൽ നിങ്ങളെ കൂടി ഒപ്പം കൂട്ടാൻ ഞാനാഗ്രഹിക്കുന്നു."

വാനിലെ, അവരുടെ ബാല്യകാലത്തെക്കുറിച്ച് അവർ സംസാരിച്ചു. വീടിന്റെ മുൻവശത്തെ മുറ്റത്ത് രണ്ടു മാതളമരങ്ങളുണ്ടായിരുന്നു. ഏതാനും ഒലീവ് മരങ്ങളും. മുറ്റത്ത് ഒരു മൂലയിലായി വലിയൊരു അടുപ്പ്. അതിലാണ് അമ്മ ലവാഷ് റൊട്ടികൾ ചുട്ടെടുക്കാറ്. മുറ്റത്ത് ചെറിയൊരു

തടത്തിൽ ജണ്ടുമല്ലി വളർത്തിയിരുന്നു. തന്റെ അച്ഛനെക്കുറിച്ചും അവരോർത്തു. തുണിക്കച്ചവടക്കാരനായിരുന്നു. വാനിലെ വലിയങ്ങാടി യിലായിരുന്നു കട. ദിവസവും വൈകുന്നേരം, പഴങ്ങൾ നിറച്ച സഞ്ചിയും തൂക്കി അച്ഛൻ വീട്ടിലേക്ക് വരും. ചിലപ്പോൾ തുണികളുടെ വലിയ ചുരുളു കളിൽ ബാക്കിവന്ന തുണിത്തുണ്ടുകൾ കാട്ടനും സഹോദരിയും ഉടുപ്പു കൾ തുന്നാനായി എടുത്തുകൊണ്ടുവരും. തുണ്ടുകൾ ചെറുതാണെങ്കിൽ അമ്മ മക്കൾക്കായി പാവക്കുട്ടികൾ തുന്നിയുണ്ടാക്കും. അവരുടെ ചേട്ടൻ കരിക്കട്ടകൊണ്ട് പാവക്കുട്ടികളുടെ കണ്ണും മൂക്കുമൊക്കെ വരച്ചുവെക്കും. ചേട്ടൻ എപ്പോഴും അങ്ങനെയായിരുന്നു. കൈയിൽ കിട്ടിയതെല്ലാം ക്യാൻ വാസാക്കി സദാ ചിത്രം വരച്ചുകൊണ്ടിരിക്കും. ഞായറാഴ്ച കുടുംബം മുഴുവനും നഗരത്തിലെ പള്ളിയിലേക്കു പോകും. നല്ല വീതിയുള്ള ഒരു വഴിയിലായിരുന്നു പള്ളി. പാതയുടെ രണ്ട് ഓരത്തും പോപ്ലാറും വില്ലോയും നിരന്നുനിന്നിരുന്നു. പെൺകുട്ടികൾ തുണിപ്പാവകളേയും കൈയിൽ ഒതുക്കിപ്പിടിച്ച്, കൈകോർത്ത് അമ്മയോടൊപ്പം നടക്കും. വില്ലോകളുടേയും പോപ്ലാറുകളുടേയും തണൽപറ്റി പുരുഷന്മാരിൽ എത്ര പേർ ചുകന്ന ഹെസ്തൊപ്പികൾ വെച്ചിട്ടുണ്ട് എന്നെണ്ണുക ഒരു രസമായി രുന്നു. അവരിൽ പലരും വഴിയിൽനിന്ന് അച്ഛനെ അഭിവാദ്യം ചെയ്യും. “കടയിലെ പഴയ പറ്റുകാരാണ്” അച്ഛൻ പറയും. “ദൈവഭയമുള്ള, സത്യ സന്ധരായ മനുഷ്യർ.”

വെള്ളിയാഴ്ചകളിൽ അടുത്തുള്ള മുസ്ലീമുകളുടെ പള്ളിയിൽനിന്നും മുക്രിയുടെ പ്രാർത്ഥനയ്ക്കുള്ള വിളികേൾക്കും. മുസ്ലീമുകളായ അയൽ ക്കാർ വെള്ളിയാഴ്ചകളിൽ പ്രാർത്ഥന കഴിഞ്ഞ് മടങ്ങുമ്പോൾ അച്ഛൻ അവരോട് ശാന്തസ്വരത്തിൽ പറയും, “ദൈവം നിങ്ങളുടെ പ്രാർത്ഥന കൈക്കൊള്ളുമാറാകട്ടെ.” വീട്ടിൽ അമ്മ തൈരു ചേർത്ത് സൂപ്പുണ്ടാക്കു മ്പോഴെല്ലാം ചെറിയ പിഞ്ഞാണിപ്പാത്രങ്ങളിൽ കുറച്ചെടുത്ത് മാറ്റി വെക്കും. മുസ്ലീമുകളായ അയൽക്കാർക്ക് കൊടുത്തയയ്ക്കാൻ വേണ്ടി. സൂപ്പിന്റെ മീതെ ജണ്ടുമല്ലി ഇതളുകളിട്ട് അമ്മ അലങ്കരിക്കും. അതിനു പകരം അയൽക്കാർ അമ്മയ്ക്ക് അവരുടെ ബക്കലാവ കൊടുത്തയക്കും.”

മിസ്സിസ് മഡേഷ്യൻ അവരുടെ കറുത്ത തുകലുകൊണ്ടുള്ള കൈ സഞ്ചി തുറന്ന് കൈലേസ് വലിച്ചെടുത്തു. കണ്ടാലറിയാം, വില കൂടിയ ബാഗാണ്. അവിടെയിരിക്കുന്നവരാരും ഇപ്പോൾ വീശുന്നില്ല എന്നും ഞാൻ ശ്രദ്ധിച്ചു.

ഖാട്ടും ഏതാനും നിമിഷം മൗനമവലംബിച്ചു. തലകുനിച്ച് ഷാളിന്റെ രണ്ടറ്റങ്ങൾ കൈത്തണ്ടയിൽ ചുറ്റി.... “പിന്നെ, ആ കറുത്ത ദിനങ്ങളുടെ തുടക്കമായി. ഒരു ദിവസം അച്ഛൻ പതിവിലും നേരത്തെ വീട്ടിൽവന്നു. ആകെ തളർന്ന് ഒഴിഞ്ഞ കൈകളോടെ, “അർമേനിയക്കാരെല്ലാവരും അവരുടെ കടകൾ അടച്ചുപൂട്ടി.” അച്ഛൻ അമ്മയോടു പറഞ്ഞു. തുറന്നു വെച്ച ഏതാനും കടകൾ പട്ടാളക്കാർ വന്ന് തീവെച്ചു നശിപ്പിച്ചു. അവർ അരി, ഗോതമ്പ് തുടങ്ങി ഉണ്ടായിരുന്നതെല്ലാം കൊള്ളയടിച്ചു. നമ്മൾ ഉടനെ സ്ഥലം വിടണം” അച്ഛന്റെ സ്വരം ഭയവിഹ്വലമായിരുന്നു. സ്വന്തം കവിളിൽ മാന്തിക്കൊണ്ട് അമ്മ വിലപിച്ചു, “നമ്മളപ്പാടെ നശിച്ചു.”

വീണ്ടും ഖാട്ടും നിശ്ശബ്ദയായി. ദീർഘമായൊരു നെടുവീർപ്പ്, കൈവെള്ളക്കൊണ്ട് പലതവണ കാൽമുട്ടിൽ അടിച്ചു. ആ മെലിഞ്ഞുണങ്ങിയ ശരീരം ഇടത്തോട്ടും വലത്തോട്ടുമുലഞ്ഞു. തല ശക്തിയായി കുലുക്കി. പിന്നെയും പറഞ്ഞു, “നമ്മളാകെ നശിച്ചു.”

ഞാൻ പേഴ്സ് തുറന്ന് കൈലേസെടുക്കാൻ തുടങ്ങിയപ്പോഴേക്കും ആലീസ് എന്റെ കൈയിലേക്ക് ഏതാനും ടിഷ്യുകൾ വെച്ചുതന്നു. അതിൽനിന്ന് ഒന്നു ഞാനെടുത്തു... പാക്കറ്റ് നീനയ്ക്കു കൈമാറി. അമ്മ മുമ്പോട്ടും പുറകോട്ടും തലയാട്ടിക്കൊണ്ടു തന്നത്താൻ പറഞ്ഞു. “എല്ലാ കെടുതികളിൽനിന്നും ദൈവം തന്നെ നമ്മളെ കാക്കട്ടെ!”

ഓഡിറ്റോറിയത്തിൽ കേട്ട ഒരേയൊരു ശബ്ദം ശ്വാസോച്ഛ്വാസത്തിന്റേതു മാത്രമായിരുന്നു.... ഖാട്ടുമിന്റെ പരവശമായ സ്വരം, “വീടിന്റെ വാതിൽ മലർക്കെ തുറന്നിരുന്നു. അമ്മ കരഞ്ഞുകൊണ്ട് ആകാവുന്നതെല്ലാം പെട്ടികളിലും സഞ്ചികളിലും പെറുക്കിവെക്കാൻ തുടങ്ങി. എല്ലാം അതിനകത്ത് കെട്ടിപൂട്ടിവെച്ചു. അച്ഛൻ ഒച്ചവെച്ചുകൊണ്ടിരുന്നു. “ഇതൊന്നും വെക്കാനുള്ള സ്ഥലമില്ല, പെണ്ണേ.... ഒക്കെ ഇവിടെയിട്ടേക്കൂ... വേഗമാവട്ടെ... ഒട്ടും സമയമില്ല.” കരച്ചിലിനിടയിൽ അമ്മ പറഞ്ഞു കൊണ്ടിരുന്നു. ‘നില്ക്കൂ... ഇത്തിരിനേരം കൂടി... ഇത്തിരി നേരം കൂടി...”

ഞാനും അനിയത്തിയും മുറ്റത്തെ മാതളച്ചോട്ടിൽ ചെന്നുനിന്നു. എന്താണ് സംഭവിക്കുന്നതെന്നറിയാതെ അന്ധാളിച്ച്. അപ്പോഴും ആ തുണിപ്പാവക്കുട്ടികൾ ഞങ്ങളുടെ കൈയിലുണ്ടായിരുന്നു. ചേട്ടൻ എന്തോ പിറുപിറുത്തുകൊണ്ടിരുന്നു. ആരോടോ പ്രതികാരം ചെയ്യുന്ന കാര്യം. തടത്തിൽനിന്നിരുന്ന ജണ്ടുമല്ലികൾ ചേട്ടൻ ചവിട്ടിമെതിച്ചു. അച്ഛൻ പെട്ടികളും കുട്ടകളും വണ്ടിയിൽ കയറ്റിവെച്ചു. അതിനുമുകളിലായി ഞങ്ങളും ഇരുന്നു. ഞങ്ങൾ യാത്രയായി. വഴിനിറയെ പലതരം വണ്ടികളുടെ തിരക്ക്. ഒട്ടകവും കഴുതയും കുതിരയും വലിക്കുന്ന വലുതും ചെറുതുമായ വണ്ടികൾ. മനുഷ്യരേയും അവന്റെ അത്യാവശ്യം സാമാനങ്ങളേയും കയറ്റിക്കൊണ്ടുപോകാവുന്നതെല്ലാം നിരത്തിലുണ്ടായിരുന്നു. വലിയൊരു കടൽച്ചുഴിയിൽ പെട്ടതുപോലെ... ഭയാനകം. നിലവിളികളും ഗർജ്ജനങ്ങളും ശകാരങ്ങളും ചുറ്റും ഉയർന്നുകേട്ടു. എപ്പോഴോ എങ്ങനേയോ ഞങ്ങളുടെ പാവക്കുട്ടികൾ വഴിയിൽ വീണുപോയി. ഞാനും അനിയത്തിയും നിർത്താതെ കരഞ്ഞുകൊണ്ടിരുന്നു. ആദ്യം പാവക്കുട്ടികൾക്കുവേണ്ടി, പിന്നെ അച്ഛന്... അതുകഴിഞ്ഞ് അമ്മയ്ക്ക്... ഒടുവിൽ ഞങ്ങളുടെ ചേട്ടനുവേണ്ടി... എല്ലാം കഴിഞ്ഞപ്പോൾ ഒരാൾ മറ്റേയാൾക്കുവേണ്ടി.”

ടിഷ്യുവിന്റെ പൊതി കൈമാറി കൈമാറിപ്പോയി. അവസാനം പൊതി ശൂന്യമായി.

അന്നു വൈകീട്ട് ഞാൻ സോഫയിലെ കുഷ്യനിൽ തലവെച്ച് ചാരിയിരുന്നു. കാലുകൾ, മുമ്പിലെ കൊച്ചുമേശപ്പുറത്തേക്ക് നീട്ടിവെച്ചു. മുടിയിഴകൾ വീണ്ടും വീണ്ടും വിരലിൽ ചുറ്റിക്കൊണ്ടിരുന്നു. ടെലിവിഷനു

മുകളിലായുള്ള ഛായചിത്രത്തിലായിരുന്നു എന്റെ കണ്ണുകൾ. അതൊരു ജലച്ഛായാചിത്രമായിരുന്നു... അർമേനിയയിലെ ഏജ്മിയാസ്റ്റിൻ ഭദ്രാസന പ്പള്ളിയുടെ. അതിനെ മാതൃകയാക്കിയാണ് അബ്ദാനിലെ പള്ളി പണി തിരിക്കുന്നതെന്ന് ആരോ പറയുകയുണ്ടായി. ആരാണെന്നോർമ്മയില്ല. എമിൽ അരികിലേക്ക് വന്നപ്പോൾ മാന്യയുടെ മുഖത്ത് കണ്ട പരിഭ്രമം. എന്തായിരിക്കും അതിനു കാരണം? എന്തായാലും ആലീസ് അവിടെ വെച്ച് എമിലിനെ കാണാതിരുന്നത് നന്നായി. എമിൽ മാന്യയോട് പറഞ്ഞത് പരിപാടികളൊക്കെ നന്നായി എന്നാണ്. അതേസമയം എന്നോട് 'മുഷിപ്പൻ' എന്നും പറഞ്ഞു. എന്തേ എന്നോട് അങ്ങനെ മാറ്റി പ്പറയാൻ? ആ ഛായാച്ചിത്രത്തെ നോക്കി ഞാൻ കുറച്ചുറക്കെ പറഞ്ഞു, 'പാവം മാനവജാതി'

"എന്തുപറ്റി?" പത്രത്തിന്റെ പുറകിൽനിന്നും തലനീട്ടി അർതൂഷ് ചോദിച്ചു.

"പാവം മാനവജാതി.... അവരുടെ അച്ഛൻ, അമ്മ, ജ്യേഷ്ഠൻ... അങ്ങനെയെത്രയെത്ര പേർ! നിങ്ങളും വരേണ്ടതായിരുന്നു." ഒരു പത്ര ത്താൾ മറിഞ്ഞു.

ഞാൻ വീണ്ടും എജ്മിയാസ്റ്റിൻ പള്ളിയിലേക്ക് നോക്കി. "കാല ങ്ങളായി തൊട്ടുതൊട്ട് അയൽപക്കങ്ങളിൽ താമസിക്കുന്നവർ. വാസ്തവ ത്തിൽ എന്താണ് സംഭവിച്ചത്? അതിനുള്ള കാരണമെന്തായിരുന്നു? ആരുടെ തെറ്റാണ്? ഒരു മുടിയിഴയെടുത്ത് ഞാൻ വിരലിൽ ചുറ്റുക യായിരുന്നു. നമുക്കാർക്കും ഒന്നും ചെയ്യാനാവില്ല. പ്രയോജനമില്ലാത്ത വാക്കുകളാൽ ആദരമർപ്പിക്കാം. ഇതുപോലെയുള്ള അനുസ്മരണയോഗ ങ്ങൾ സംഘടിപ്പിക്കാം, അല്ലാതെന്ത്? എന്തായാലും നിങ്ങളുംകൂടി വരണ മായിരുന്നു." വേറൊരു പേജുകൂടി മറഞ്ഞു.

"അവിടെവന്ന ഒരാൾ... ആരാണെന്ന് നിങ്ങൾക്കൂഹിക്കാനാവില്ല... മിസ്സിസ് നൂറോല്ലാഹി. ആലീസ് കണ്ടു. അവൾക്ക് തെറ്റുപറ്റിയതാണോ എന്നറിയില്ല."

അർതൂഷ് പത്രം മടക്കിവെച്ചു. താടിയിൽ വെറുതെ തടവി ഉറക്കെ ചിരിച്ചു. "ഓ... അപ്പോൾ അവർ വന്നു, അല്ലേ? എന്നോട് ചോദിച്ചിരുന്നു അനുസ്മരണ യോഗം നടക്കുന്ന സ്ഥലവും സമയവുമെല്ലാം. എനിക്കറി യില്ല എന്നുകണ്ട് വേറെ ചില അർമേനിയക്കാരോട് ചോദിച്ചു മനസ്സി ലാക്കി... ലൈറ്റുകൾ ഞാൻ കെടുത്തണോ, അതോ?"

"യോഗം നടക്കുന്ന സ്ഥലവും സമയവും നിങ്ങൾക്കറിയില്ല എന്നോ? എന്തേ നിങ്ങൾ വരാതിരുന്നത്? അതൊന്നും അത്ര പ്രധാനപ്പെട്ടതല്ല എന്നാണോ?"

അർതൂഷ് നിന്നിടത്തുതന്നെ നിന്നു. താടി തടവിക്കൊണ്ട് എജ്മി യിസ്റ്റാൻ പള്ളിയുടെ ചിത്രത്തിലേക്കുറ്റുനോക്കി. "ഷൊടായിറ്റ് എവിടെ യാണെന്ന് നിനക്കറിയാമോ?"

ഞാൻ മറുപടി പറഞ്ഞില്ല. കാലുറയുടെ പോക്കറ്റിലേക്ക് കൈകൾ രണ്ടും തിരുകിവെച്ച് അദ്ദേഹം ജനലരുകിൽ ചെന്നുനിന്നു. കുറച്ചുനേരം ഒന്നും മിണ്ടാതെ മുറ്റത്തേക്കു നോക്കി. പിന്നെ എന്റെ നേരെ തിരിഞ്ഞു. ഞങ്ങളുടെ പേർഷ്യൻ പരവതാനിയിലെ പൂക്കളിലൊന്നിന്റെ ചുറ്റുമായി അദ്ദേഹം കാൽവിരൽകൊണ്ടൊരു വൃത്തം വരച്ചു. "ഇവിടെനിന്നും ഏറെ ദൂരമില്ല. തൊട്ടപ്പുറത്ത് എന്നു പറയാം. അബ്ദാനിൽനിന്നും നാലു കിലോമീറ്റർ അകലെ മാത്രം." വീണ്ടും അദ്ദേഹം മുറ്റത്തേക്ക് കണ്ണുകൾ നീട്ടി. "വേണമെങ്കിൽ ഞാൻ നിന്നെ കൊണ്ടുപോകാം. എല്ലാം നേരിട്ട് കാണാം... മഡേഷ്യനേയും ഭാര്യയേയും ഒപ്പം കൂട്ടാം... ഗാർനിക്കിനേയും."

അദ്ദേഹം വീണ്ടും തിരിഞ്ഞ് എന്റെ മുഖത്തേക്ക് നോക്കി. "സ്ത്രീകളും പുരുഷന്മാരും കുട്ടികളും കാളകളും ആടുകളും ചെമ്മരിയാടുകളും. ഒക്കെ ഒരുമിച്ച് ഒരു കുടിലിൽ പാർക്കുന്നു." അർതൂഷ് പോക്കറ്റിൽനിന്നും കൈയെടുത്തു. കൈത്തണ്ടയിലെ വാച്ച് ഊരി. "പകൽസമയത്ത് പോകണം. ഷോടായാറ്റിൽ വൈദ്യുതിയില്ല. കൈയിൽ വെള്ളം കരുതാൻ മറക്കരുത്... അവിടെ ജലവിതരണത്തിനുള്ള സംവിധാനവുമില്ല."

അർതൂഷ് വാച്ചിന്റെ ചാവി തിരിച്ചു. "വളരെ സൂക്ഷിക്കണം. ആരുടേയെങ്കിലും കൈപിടിച്ചുകുലുക്കാൻ, കുഞ്ഞുങ്ങളെ തഴുകാൻ. ക്ഷയമോ അതുപോലെയുള്ള പകർച്ചവ്യാധികളോ കിട്ടാനുള്ള എല്ലാ സാദ്ധ്യതയുമുണ്ട്."

അർതൂഷ് വാതിലിനു നേരെ നടന്നു. അവിടംവരെ എത്തിയതിനു ശേഷം തിരിച്ചുവന്നു. "മിസ്സിസ് മഡേഷ്യനോടു പറയണം കുട്ടികൾക്കുവേണ്ടി ഇംഗ്ലീഷ് ചോക്ലേറ്റുകളൊന്നും കൂടെക്കൊണ്ടു വരരുത് എന്ന്. അതൊന്നും അവിടത്തെ കുട്ടികൾ ജീവിതത്തിലൊരിക്കലും കണ്ടിരിക്കാനിടയില്ല. ഗാർനിക്കിനോടു പറയണം, അയാളുടെ ഇറ്റാലിയൻ ഷൂസ് ധരിക്കേണ്ട എന്ന്. അവിടത്തെ ചെളിയും ചാണകവും... കണ്ണിക്കാൽവരെ പൊതിയും."

അപ്പോഴും ഞാൻ എജ്മിയാസ്റ്റിൻ പള്ളിയുടെ ചിത്രത്തിൽതന്നെ കണ്ണും നട്ട് നില്ക്കുകയായിരുന്നു. അദ്ദേഹം എന്റെ നേരെ മുന്നിൽ നിന്നുകൊണ്ട് എന്റെ കണ്ണുകളിലേക്കു നോക്കി. "ദുരന്തങ്ങൾ... അത് ഓരോ ദിവസവും സംഭവിച്ചുകൊണ്ടിരിക്കും. അമ്പതുകൊല്ലം മുമ്പുമാത്രമല്ല... ഇപ്പോഴും അത് ആവർത്തിച്ചുകൊണ്ടിരിക്കുന്നു... അകലെയെങ്ങുമല്ല... ദാ ഇവിടെ, നമ്മുടെ തൊട്ടടുത്ത്. ഒരു കല്ലെടുത്തെറിഞ്ഞാൽ കൊള്ളാവുന്ന അകലം. സുരക്ഷിതവും സുന്ദരവും പച്ചനിറഞ്ഞതും ആധുനിക സൗകര്യങ്ങളോടുകൂടിയതുമായ അബ്ദാനിനു സമീപം..."

അർതൂഷ് വീണ്ടും വാച്ച് കൈത്തണ്ടയിൽ കെട്ടി. "അതേ സമയം നീ പറഞ്ഞതും ശരിയാണ്... പാവം മാനവജാതി..."

അദ്ദേഹം വാതിൽ കടന്ന് കിടപ്പുമുറിയിലേക്ക് പോയി.

ഇരുപത്തിരണ്ട്

കുട്ടികൾ സ്കൂളിൽ നിന്നെത്താറായി. അവർക്ക് ഇടനേരം കഴിക്കാനായി ഞാൻ ചോംബുർ ഉണ്ടാക്കുകയായിരുന്നു. റൊട്ടി പൊടിച്ചതിന്റെ മീതെ ചീസും വാൾനട്ട് തുണ്ടുകളും വെച്ച്. വഴിയിൽ സ്കൂൾ ബസ് ബ്രേക്കിട്ടു നില്ക്കുന്ന ശബ്ദം കേട്ടു.

ഞാൻ കൈകൾ ഏപ്രണിൽ തുടച്ചു. അകത്തേക്കോടിക്കയറുന്ന കാൽച്ചുവടുകൾക്കായി കാത്തുനിന്നു. പതിവുശബ്ദങ്ങളൊന്നും കേട്ടില്ല. തിടുക്കത്തിൽ ഇടനാഴിയിലൂടെ ചെന്ന് ഉമ്മറവാതിൽ തുറന്നു. അവർ നടപ്പാതയുടെ പാതിവഴിയിലായിരുന്നു. അർസീനെ മുഖം കുനിച്ചുപിടിച്ച് കരയുകയായിരുന്നു. രണ്ടുപേരുടേയും സ്കൂൾ സഞ്ചികൾ അർമീനെ ഒരു കൈയിൽ തൂക്കിപ്പിടിച്ചിട്ടുണ്ട്. മറ്റേ കൈ അർസീനെയുടെ തോളത്ത്. എന്തോ അവൾ സഹോദരിയുടെ കാതിൽ മെല്ലെ പറയുന്നുണ്ട്. അർമേനെ അവിടെയെങ്ങും കണ്ടില്ല.

ഞാൻ പരിഭ്രമിച്ചോടിച്ചെന്നു. "എന്തുപറ്റി? താഴെ വീണോ? അതോ ആരോടെങ്കിലും വഴക്കുകൂടിയോ? അസുഖം വല്ലതും തോന്നുന്നുണ്ടോ?"

എന്റെ ചോദ്യങ്ങൾ... കുട്ടിയുടെ കരച്ചിലിന് ശക്തി കൂടി. തേങ്ങലിനിടയിൽ അവൾ ബുദ്ധിമുട്ടി പറഞ്ഞു. 'ഞാനെന്തുചെയ്തുവെന്നാണ്? ഞാൻ ഒന്നും പറഞ്ഞില്ല. പറഞ്ഞതൊക്കെ അവരാണ്. സ്കൂളിലെ കുട്ടികൾ. കളിയാക്കി ചിരിച്ചതും അവരാണ്." കരച്ചിലിന്റെ ശക്തിയിൽ അവൾ ചുമയ്ക്കാൻ തുടങ്ങി.

"അർസീനെ പറഞ്ഞതാണ് ശരി... അർസീനെ പറഞ്ഞതാണ് ശരി..." അർമീനെ പിന്നെയും പിന്നെയും ഉറപ്പിച്ചു പറഞ്ഞു.

ഞാൻ അർസീനെയുടെ കൈയും മുഖവും കഴുകിച്ച് അടുക്കളയിലെ കസേരയിൽ പിടിച്ചിരുത്തി. കുറച്ചുവെള്ളം കുടിക്കാൻ കൊടുത്തു. "ഇനി പറയൂ, എന്താണുണ്ടായത്?"

അവർ തമ്മിൽ തമ്മിൽ നോക്കി. അർസീനെ മുഖം താഴ്ത്തി. വിരലുകൾ കോർത്തുപിടിച്ചു. കൈകൾ അകത്തേക്കും പുറത്തേക്കും തിരിച്ചു.

അർമീനെ രണ്ടടി പിന്നോക്കം വെച്ച് അടുക്കളയുടെ നടുവിലായി നിന്നു. താടി മുന്നോട്ടു നീട്ടി. കൈകൾ രണ്ടും എളിയിൽ തിരുകി.

"അർമേനെ ഓർത്ത് ഇതുവരെ ഞങ്ങൾ മിണ്ടാതിരുന്നു. ഒരു രഹസ്യവും പുറത്തു പറഞ്ഞില്ല. ഇന്ന് ബസ്സിൽവെച്ച് അവൻ, ഞങ്ങളോട് നന്ദി പറയേണ്ടതിനുപകരം അർസീനെയുടെ കവിളത്തടിച്ചു. അതും ആ കുട്ടികളുടെയൊക്കെ മുമ്പിൽവെച്ച്... ഇനി മിണ്ടാതിരുന്നാൽ ശരിയാവില്ല... കഥ മുഴുവൻ പറയാൻ സമയമായി..."

അർമേൻ എമിലിയുമായി പ്രണയത്തിലാണെന്ന് അവൻ പറഞ്ഞു. "എമിലി അർമേനിൽ അസൂയ ഉണ്ടാക്കാനായി സ്കൂളിലെ മറ്റു ആൺകുട്ടികളോടൊപ്പം കളിക്കുകയും തമാശ പറയുയും ചെയ്യുന്നു. ഇന്ന് സ്കൂൾബസ്സിൽ ആരോ വലിയ അക്ഷരത്തിൽ എഴുതിവെച്ചു. "അർമേൻ എമിലിയെ പ്രേമിക്കുന്നു, എമിലിക്ക് ആരോടും പ്രേമമില്ല" കുട്ടികളെല്ലാവരും അതുവായിച്ച് ചിരിയും ബഹളവുമായി..."

അർമേൻ അനിയത്തിമാരെ കുറ്റപ്പെടുത്തി, ബസ്സിൽ അതെഴുതിവെച്ചത് അവരാണെന്ന്. അർസീനെയുടെ കവിളിൽ ആഞ്ഞടിക്കുകയും ചെയ്തു.

അർമീനെ ഒരു ദീർഘനിശ്വാസത്തോടെ കഥ തുടർന്നു. "അന്നുരാത്രി എമിലിയുടെ വീട്ടിൽവെച്ച് അർമേൻ വല്ലാതെ ചുമച്ചില്ലേ, എന്തുകൊണ്ടാണെന്നോ?"

അർസീനെ തിടുക്കത്തിൽ പറഞ്ഞു, "വേണ്ട... അവനെപ്പറ്റി ഒന്നും പറയണ്ട."

അർമീനെ കൂട്ടാക്കിയില്ല. "ഞാൻ തീർച്ചയായും പറയും. എന്തുകൊണ്ട് പറഞ്ഞുകൂടാ? അന്ന് ഞങ്ങൾ കുപ്പി കറക്കി കളിച്ചില്ലേ? അവനെക്കൊണ്ട് ഒരു ഗ്ലാസ് നിറയെ വിനീഗർ എമിലി കുടിപ്പിച്ചു. മാത്രമല്ല, അവളുടെ അച്ഛമ്മ ഉണ്ടാക്കിയ കുറെ ചട്നിയും അവൾ അതിൽ കോരിയൊഴിച്ചു."

എന്തു പറയണമെന്നറിയാതെ, ഞാൻ കസേരയിൽ പകച്ചിരുന്നു.

ആ ചട്നി കോരി ഒഴിച്ച് ഒരു ഗ്ലാസ് വിനീഗർ മുഴുവൻ എന്റെ മകൻ അകത്താക്കിയെന്നോ? അത് കേൾക്കുമ്പോൾ തന്നെ തൊണ്ട പൊള്ളിനീറുന്നു. പെൺകുട്ടികൾ ആശങ്കയോടെ എന്റെ നേരെ നോക്കി. അവരുടെ ഉടുപ്പിനു ചേർന്ന നിറത്തിലുള്ള റിബ്ബൺ കെട്ടഴിഞ്ഞ്, മുടിയെല്ലാം മുഖത്തേക്ക് ചിതറിവീണിരുന്നു. ഉരുണ്ട കവിൾത്തടങ്ങൾ വല്ലാതെ തുടുത്തിരുന്നു. രണ്ടുപേരും എന്റെ പ്രതികരണമറിയാൻ ആകാംക്ഷയോടെ കാത്തുനില്ക്കുകയാണ്.

എന്താണ് സംഭവിച്ചുകൊണ്ടിരിക്കുന്നത്? എന്താണ് ഞാൻ ആലോചിച്ചുകൊണ്ടിരുന്നത്? എന്തോ, ഇതൊന്നും എന്റെ ശ്രദ്ധയിൽ

പെടാതിരുന്നത്? നെറ്റിയിലെ വിയർപ്പു തുടച്ചുമാറ്റിക്കൊണ്ട് ഞാൻ ചോദിച്ചു "ആട്ടെ, അർമേൻ എങ്ങോട്ടുപോയി?"

അവർ തോളുകുലുക്കി. "അറിയില്ല" മുഖം കനപ്പിച്ച് കുട്ടികൾ എന്റെ മുമ്പിൽ അക്ഷമയോടെ നിന്നു.

ജനൽത്തിട്ടയിലെ സ്വീറ്റ് പീ ചെടികൾ ഇളങ്കാറ്റിലുലയുന്നു. വെയിൽ ചാഞ്ഞുതുടങ്ങിയ നേരം. ആ ഭാഗത്ത് നിഴൽ വീണു കഴിഞ്ഞു. പൂക്കളെ ചുറ്റിപ്പറ്റി ഒരു തേനീച്ച മൂളിപ്പായുന്നു.

അർസീനെയുടെ കണ്ണുകൾ അപ്പോഴും ചുകന്ന് കലങ്ങിയിരുന്നു. അർമീനെ സ്കൂൾ സഞ്ചി തുറന്ന് എന്തോ തിരയുന്നു. അവൾ ഒരു പുസ്തകവും നോട്ടുപുസ്തകവുമെടുത്ത് എന്റെ നേരെ നീട്ടി. "ഇത് അമ്മയ്ക്ക് കൊടുക്കണമെന്നുപറഞ്ഞ് മിസ് മാന്യ തന്നതാണ്." ലിറ്റിൽ ലോഡ് ഫോൺട് റിലോയുടെ പരിഭാഷയുടെ കൈയെഴുത്തു പ്രതി. ഒപ്പം ഇംഗ്ലീഷിലുള്ള മൂലകൃതിയും.

കുട്ടികളെ അടുക്കളയിലിരുത്തി. പാലും പലഹാരവും എടുത്തു കൊടുത്ത് ഞാൻ പൂമുഖത്തളത്തിലേക്ക് ചെന്നു. ജനലരികിലുള്ള പച്ച കുഷ്യനിട്ട കസേലയിലിരുന്നു. ജനലയിൽ കർട്ടനില്ല. രാവിലെ ഞാനത് അലക്കാനിട്ടിരുന്നു. എമിലിയെ കുറിച്ചാണ് ഞാൻ ആലോചിച്ചത്. അവൾക്കങ്ങനെ ചെയ്യാൻ സാധിക്കുമോ? ആദ്യമായി അവളെ കണ്ട ദിവസം അർതൂഷ് പറഞ്ഞത് ഞാനോർത്തു... "എത്ര നല്ല കുട്ടി!" ഞാനും വിചാരിച്ചിരുന്നു. വലിയ നാണക്കാരിയാണല്ലോ! വീണ്ടും എന്റെ ആലോചന ചട്നി നിറച്ചൊഴിച്ച വിനീഗറിനെ കുറിച്ചായി. എന്തു കൊണ്ടോ പെട്ടെന്നെന്റെ ഓർമ്മയിൽ തെളിഞ്ഞുവന്നു. അർമേൻ ജനിച്ച ദിവസം.

അർതൂഷിന്റെ ഒരു ബന്ധുവും അവളുടെ ഭർത്താവും ടബ്രീസിൽ നിന്നും ഞങ്ങളെ കാണാൻ വന്നിരുന്നു. അന്നുച്ചഭക്ഷണത്തിനു അമ്മയും ആലീസും കൂടെ ഉണ്ടായിരുന്നു. അടുക്കളയ്ക്കും ഊണുമുറിക്കുമിടയിൽ ഞാൻ തിരക്കിട്ടു നടന്നു. അതിനിടെ അവരുടെ വർത്തമാനത്തിന്റെ തുണ്ടുകൾ എന്റെ കാതിൽ വന്നുവീണു.

"പതിവില്ലാത്ത തണുപ്പാണ് ഈയാണ്ടിൽ."

"മഞ്ഞുപെയ്യുമെന്നാണ് തോന്നുന്നത്."

"മഞ്ഞോ...? അബ്ദാനിലോ? ഇത് ടൈബ്രീസല്ല... അറിയില്ലേ?"

"ക്ലാരീസ് ഇത്രയധികം നടക്കണ്ട. ഈ അവസ്ഥയിൽ അത് നന്നല്ല."

"നല്ല തമാശ! ഇന്ന് അവൾ തോട്ടക്കാരന്റെ കൂടെ പറമ്പുമുഴുവൻ നടന്നു. എല്ലാ തക്കാളിത്തൈയ്യിനും തന്റെ കൈക്കൊണ്ടുതന്നെ ഊന്നും കുത്തിക്കൊടുത്തു."

"എന്തു കുത്തിക്കൊടുത്തു?"

“താങ്ങായി തക്കാളിക്ക് ഊന്നു കുത്തികൊടുക്കണം... എന്നാലേ അവ നേരാംവണ്ണം വളരൂ...”

“ടാബ്രീസിൽ ആരും വീട്ടുമുറ്റത്ത് തക്കാളി വളർത്താറില്ല.”

“അല്ലെങ്കിലും... ടാബ്രീസിൽ എന്താണവർ വളർത്താറ്?”

ഞാൻ ആദ്യമായാണ് വീട്ടിൽ തക്കാളി നട്ടത്. ദിവസവും രാവിലെ എഴുന്നേറ്റാൽ ആദ്യം പുറകുവശത്തെ മുറ്റത്തേക്കു ചെല്ലും... അപ്പോഴും പച്ചയായ കുഞ്ഞി കുഞ്ഞി തക്കാളികളെ നോക്കിനില്ക്കും.

അന്നു വൈകീട്ട് അർതൂഷിന്റെ ബന്ധുവിനേയും അവളുടെ ഭർത്താവിനേയും വണ്ടി കയറ്റാനായി ഞങ്ങൾ റെയിൽവേ സ്റ്റേഷനിലേക്ക് പോയി. ഖൊറാഷറിലേക്ക്, തിരിച്ചുവരും വഴി അബ്ദാനിന് അടുത്തെത്തിയപ്പോഴേക്കും എനിക്ക് അസ്കിതകൾ തോന്നിത്തുടങ്ങി. ഞങ്ങൾ നേരിട്ട് ആശുപത്രിയിലേക്ക് പോയി. ഏതാണ്ട് പാതിരാത്രിയായപ്പോഴാണ് അർമേൻ ജനിച്ചത്. വെളിച്ചമാവുന്നതുവരെ ഞാൻ ഉണർന്നു കിടന്നു. എണ്ണക്കമ്പനി വകയായുള്ള ആശുപത്രിയിലെ കട്ടിലിൽ. എന്റെ ശരീരം വല്ലാതെ വിറച്ചിരുന്നു. ആ തണുപ്പും വിറയലും പ്രസവത്തിന്റെ ഭാഗമായിരിക്കുമെന്നാണ് ധരിച്ചത്. പിന്നീട് പ്രഭാതമായതിനുശേഷം അമ്മയും ആലീസും ആശുപത്രിയിലേക്ക് വന്നു. രണ്ടുപേരും കനത്ത കമ്പിളിക്കുപ്പായങ്ങൾ ധരിച്ചിരുന്നു.

“ഇന്നലെ രാത്രി. മരവിപ്പിക്കുന്ന തണുപ്പായിരുന്നു.”

“മഞ്ഞുവീണ് ചെടികളും പൂക്കളുമെല്ലാം ചുരുണ്ട് കരിവാളിച്ചു.”

“എന്റെ തക്കാളിച്ചെടികൾ?” അവയെക്കുറിച്ചായിരുന്നു എന്റെ ഭയം.

അമ്മ മെല്ലെ അർമേനെ കൈയിലെടുത്തു. “ഒരു നഗരത്തിലെ മുഴുവൻ ചെടികളും പൂക്കളും തക്കാളികളും... എന്റെ കണ്ണിൽ അവയ്ക്കൊന്നും എന്റെ കൊച്ചുമകന്റെ ഒരു തലനാരിഴയുടെ പോലും വിലയില്ല.” അമ്മ പറഞ്ഞു.

ആലീസ് അർമേന്റെ നിറുകയിൽ ചുംബിച്ചു. “എന്തൊരു മുടി!” അവൾ ചിരിച്ചുകൊണ്ട് അദ്ഭുതം കൂറി.

ആശുപത്രിയിൽനിന്നും വീട്ടിൽ വന്ന ഉടനെ, ഞാൻ ആദ്യം പോയത് വീടിന്റെ പുറകിലേക്കാണ്. മഞ്ഞുവീഴ്ചയിൽ എന്റെ തക്കാളിച്ചെടികളെല്ലാം കരിഞ്ഞുപോയിരുന്നു. ഞാൻ മുറ്റത്തിരുന്നു പൊട്ടിക്കരഞ്ഞു.

അമ്മ ദേഷ്യപ്പെട്ടു, “നാണമാവുന്നില്ലേ... നിസ്സാരമായ ഈ തക്കാളിച്ചെടികൾക്കുവേണ്ടി മുറ്റത്തിരുന്നു മോങ്ങാൻ?

അർതൂഷ് കക്ഷത്തിൽകൂടി കൈയിട്ട് എന്നെ വാരിയെടുത്ത് അകത്തേക്ക് കൊണ്ടുപോയി.

ആലീസ് നേരിയ പരിഹാസത്തോടെ പറഞ്ഞു, “ചിലർക്ക് പ്രസവത്തിനുശേഷമുണ്ടാകുന്ന വിഷാദാവസ്ഥയാണിത്... സാരല്ല്യ.”

"എന്തസംബന്ധമാണിത്" അമ്മ ഒച്ച ഉയർത്തി. "കുഞ്ഞിനെ വേഗം അകത്തേക്ക് കൊണ്ടുപോകൂ. അവന് ജലദോഷം പിടിക്കണ്ട."

അർമേനുവേണ്ടി ഞങ്ങൾ പ്രത്യേകമായി ഒരു മുറി ഒരുക്കിയിരുന്നു. ഞാൻ തന്നെ ചിത്രത്തുന്നൽ ചെയ്തു തയ്യാറാക്കിയ കർട്ടനുകൾ ഭിത്തിയിൽ പലയിടത്തായി എലികളുടേയും പൂച്ചകളുടേയും മുയലുകളുടേയുമൊക്കെ പടങ്ങൾ. തൊട്ടിലിലിടാൻ വേണ്ടി അമ്മ പ്രത്യേകിച്ചു തുന്നിയ കുഞ്ഞുകമ്പിളിപുതപ്പ്. ഞാൻ അതിലാണ് അർമേനെ കിടത്തിയത്. കിടന്നതും അവൻ സുഖമായി ഉറങ്ങുകയും ചെയ്തു. ഞാൻ കണ്ണീർ തുടച്ചുകൊണ്ട് കുഞ്ഞിനെ നോക്കിനിന്നു.... "പാവം എന്റെ കുഞ്ഞുമോൻ!"

ഇന്ന് ഈ പച്ച കുഷ്യനിൽ ചാരിയിരുന്ന് ഞാൻ വീണ്ടും എന്റെ കണ്ണീർ തുടയ്ക്കുകയാണ്. പുറത്ത് കാറൊഴിഞ്ഞ തെളിവാർന്ന ആകാശം. എന്റെ കുഞ്ഞിന് കുടിക്കാൻ ആരോ ഒരു ഗ്ലാസ് വിനീഗർ കൊടുത്തു... പാവം... എന്റെ മകൻ! വല്ലാതെ സങ്കടം. അവൻ വളരാതിരുന്നെങ്കിൽ! ചെറിയ കുട്ടിയായിരുന്നപ്പോൾ ഞാൻ പറഞ്ഞതുമാത്രമേ അവൻ ചെയ്തിരുന്നുള്ളൂ. ഞാൻ കൊടുക്കുന്നതേ കഴിക്കൂ. ഞാൻ പറഞ്ഞിടത്തേക്കേ പോകൂ. അങ്ങനെയായിരുന്നു കുട്ടി. ഇപ്പോൾ... ആരോ കൊടുത്ത ഒരു ഗ്ലാസ് വിനീഗർ മുഴുവൻ കുടിച്ചുവെന്നോ? എന്റെ ചിന്തകൾ എമിലിയുടെ നേരെ തിരിഞ്ഞു. ഇങ്ങനെയുള്ള കൊള്ളരുതായ്മകൾ കാണിക്കാൻ അവൾ എവിടെനിന്നു പഠിച്ചു?

ആ നോട്ടുപുസ്തകം അപ്പോഴും എന്റെ മടിയിലുണ്ടായിരുന്നു. ഞാനത് മെല്ലെ തുറന്നു. വാസജെന്റെ വൃത്തിയുള്ള പതറാത്ത കൈപ്പട. എപ്പോഴും കറുത്ത മഷികൊണ്ടാണ് അയാൾ എഴുതുന്നത്. വായിക്കാൻ ഉത്സാഹം തോന്നിയില്ല. പിന്നീടാകാം, ഞാൻ പുസ്തകം മടക്കി ബുക്ഷെൽഫിൽ കൊണ്ടുവെച്ചു. വീണ്ടും അടുക്കളയിലേക്ക് ചെന്നു. അർമീനെയും അർസീനെയും ചേർന്നിരുന്ന് എന്തോ അടക്കം പറയുകയാണ്. എന്നെ കണ്ടതും അവർ ചാടി എഴുന്നേറ്റു. "അർമേൻ ദാ... ഇപ്പൊ വന്നു. നേരെ അവന്റെ മുറിയിലേക്ക് പോയി."

"ഞങ്ങൾ പറഞ്ഞത് തെറ്റായോ?"

"അമ്മ അവനെ ശിക്ഷിക്കുമോ ഇല്ലല്ലോ"

എന്നോടു സത്യം പറഞ്ഞതിൽ ഒരു തെറ്റുമില്ല എന്ന് ഞാൻ അവരെ പറഞ്ഞു മനസ്സിലാക്കി. അർമേനെ ശിക്ഷിക്കണമെന്നും ഞാൻ വിചാരിക്കുന്നില്ല. "മുറിയിൽ പോയി ഹോംവർക്ക് ചെയ്തോളൂ..." ഞാനവരെ പറഞ്ഞയച്ചു.

ഞാൻ അർമേന്റെ വാതിലിൽ മുട്ടി. "പൂട്ടിയിട്ടില്ല..." അവൻ അകത്തുനിന്നറിയിച്ചു.

കൈകൾ തലയ്ക്കുപിന്നിൽ പിണച്ചുവെച്ച് മേൽത്തട്ടിലേക്കും നോക്കി അവൻ മെത്തയിൽ മലർന്നു കിടക്കുകയായിരുന്നു. ഞാൻ

അവന്റെ അരികിൽ ചെന്നിരുന്നു. ആദ്യത്തെ ചിത്രത്തുന്നൽ ചെയ്ത കർട്ടനുകൾ ഞാൻ പിന്നീട് മാറ്റിയിട്ടിരുന്നു. അതിനുശേഷം തന്നെ വർഷങ്ങൾ എത്ര കഴിഞ്ഞു! അവന്റെ തൊട്ടിക്കട്ടിലും കൊച്ചുകമ്പിളി പുതപ്പുകളും പെട്ടിയിലാക്കി ഞാൻ ആവശ്യമില്ലാത്ത സാധനങ്ങൾ സൂക്ഷിക്കുന്ന മുറിയിൽ കൊണ്ടുവെച്ചിരുന്നു. ഭിത്തിയിലെ എലികളുടേയും പൂച്ചകളുടേയും പടങ്ങളോ? എന്തുചെയ്തു എന്ന് എനിക്കോർക്കാനായില്ല. ഏതാനും കൊല്ലങ്ങളായി ഭിത്തിയിൽ അത്തരം പടങ്ങളുടെ സ്ഥാനത്ത് അലേൻ സിലോൺ, കിർക്ഡഗ്തുഡ്, ബർട്ട്ലൻ കാസ്റ്റർ എന്നിവരുടെ പോസ്റ്റുകളാണ്. ക്ലോഡിയ കാർഡിനേലിന്റേയും ബ്രിജിറ്റ് ബാർഡോറ്റിന്റേയും പോസ്റ്ററുകളും കൂട്ടത്തിലുണ്ട്.

ഞാൻ അവന്റെ മുഖത്തേക്ക് നോക്കി. ഞാനറിയാത്ത ഏതോ ഒരാൾ എന്ന തോന്നൽ. അന്നു രാവിലെവരെ എന്റെ പാവം കുട്ടിയായിരുന്ന പതിനഞ്ചുവയസ്സുകാരൻ മകൻ ഇപ്പോൾ... ഞാനവന്റെ കൺപീലികളിലേക്ക് നോക്കി... ചെറിയ കുട്ടിയായിരുന്നപ്പോഴത്തെ പോലെത്തന്നെ. നീർപോളൽ വന്നതിന്റെ വടു ഇപ്പോഴും അവന്റെ ഇടതുകണ്ണിന്റെ അരികിലായുണ്ട്. അന്ന് അവന് ഒരു വയസ്സേ ആയിരുന്നുള്ളൂ. ഇപ്പോൾ തോന്നുന്നു കഴിഞ്ഞ പതിനഞ്ചുകൊല്ലത്തിനിടയ്ക്ക് ആദ്യമായാണ് ഞാനത് കാണുന്നതെന്ന്.

അവനോട് ഞാൻ എന്താണ് പറയേണ്ടത്. ഒരെത്തും പിടിയും കിട്ടാതെ ആലോചിച്ചിരിക്കേ അവൻ തന്നെ എന്നെ സഹായിക്കാനെത്തി.

“എനിക്കറിയാം, ഞാൻ ചെയ്തത് ശരിയായിരുന്നില്ല എന്ന്. അത് അർസീനെയുടെ തെറ്റായിരുന്നില്ല.”

അർസീനെയുടെ കരണത്തടിച്ചത്... മറ്റൊരവസരത്തിലായിരുന്നെങ്കിൽ ഞാനവനെ കഠിനമായി ശാസിച്ചേനേ. നല്ല ശീലങ്ങൾ പാലിക്കേണ്ടുന്നതിനെക്കുറിച്ച് നീണ്ടൊരു പ്രസംഗവും നടത്തിയേനേ. പക്ഷേ, ഇന്നു ഞാൻ മിണ്ടാതിരുന്നു. പറയാനുള്ളതെല്ലാം അവൻതന്നെ പറയട്ടെ. കാര്യമായ വിഷയത്തിന്റെ ആഴത്തിലേക്ക് അവൻ തന്നെ കടക്കട്ടെ. എനിക്കവനോട് സംസാരിക്കാൻ, ഞങ്ങൾ രണ്ടുപേരും ചേർന്ന് എമിലിയുടെ കാര്യം ചർച്ചചെയ്യാൻ, അതിലുമുപരി പ്രണയത്തെക്കുറിച്ച് എന്റെ പതിനഞ്ചുവയസ്സുകാരൻ മകനോട് വിവരിക്കാൻ... ഒക്കെ പ്രയാസമുള്ള കാര്യങ്ങളായിരുന്നു.

എങ്ങനെ, എവിടെനിന്ന് തുടങ്ങണമെന്ന് രൂപമില്ലായിരുന്നു. നേരെ മുമ്പിലുള്ള ചുമരിൽ തൂക്കിയിട്ടിട്ടുള്ള ഇറാന്റെ ഭൂപടത്തിലേക്ക് നോക്കി. എന്റെ കണ്ണുകൾ ഒരു തടാകത്തിന്റെ ചുറ്റുമായി പറ്റിനിന്നു. അതിന്റെ പേര് വായിക്കാനായി ഞാൻ സ്വല്പം മുന്നോട്ടാഞ്ഞു... ബക്തെജൻ... പെട്ടെന്ന് മിസ്സിസ് നൂറോല്ലാഹിയെ ഓർത്തു. അവരെ കാണാമെന്ന് പറഞ്ഞിട്ടുള്ളതാണല്ലോ അർമേനിയൻ ഭൂപടത്തിലെ ചെറുതും വലുതുമായ

എല്ലാ പട്ടണങ്ങളുടെ പേരെനിക്കറിയാം. നേരിട്ട് ഒരിക്കലും കണ്ടിട്ടില്ലെങ്കിലും. പക്ഷേ, ഇറാനിലെ തടാകങ്ങളുടെ പേര് എനിക്ക് നിശ്ചയമില്ല. അതെന്തുകൊണ്ടാണ്?

അർതൂഷുമായുള്ള വിവാഹനിശ്ചയം നടന്ന നാളുകൾ ഓർക്കാൻ ശ്രമിച്ചു. ആ ഒരു സമയത്തുമാത്രമേ, മനസ്സിൽ യഥാർത്ഥത്തിൽ പ്രണയം പൂത്തുനിന്നിട്ടുള്ളൂ. കാര്യമായൊന്നും ആ ദിവസങ്ങളെക്കുറിച്ച് ഓർക്കാനാവുന്നില്ല. ആദ്യം കണ്ടുമുട്ടിയതിനും തുടർന്ന് വിവാഹം നിശ്ചയിച്ചതിനും ഇടയിലുള്ള കാലം അത്ര നീണ്ടതായിരുന്നില്ല. നിശ്ചയത്തിനുശേഷം അധികം താമസിയാതെ വിവാഹവും നടന്നു.

ഞങ്ങളുടെ രണ്ടുപേരുടേയും സുഹൃത്തായിരുന്ന ഒരാളുടെ പിറന്നാൾ സത്കാരത്തിലാണ് ആദ്യം തമ്മിൽ കാണുന്നത്. അതിനുശേഷം ഞങ്ങളുടെ വീടിനടുത്തുവെച്ച് വീണ്ടും ഞാൻ അർതൂഷിനെ കണ്ടു. ആദ്യം അതിശയം തോന്നി. പിന്നീട് സന്തോഷവും.

അർതൂഷിനും എന്നെ കണ്ടപ്പോൾ അദ്ഭുതമായി... "എത്ര യാദൃച്ഛികം. അല്ലേ? എന്നാലും സന്തോഷം തന്നെ!"

"അതേ, തികച്ചും യാദൃച്ഛികം."

അതിൽ പിന്നീട് ഒരു ദിവസം ഞങ്ങൾ രണ്ടുപേരും മിഗ്നോൺ ബേക്കറിയിൽനിന്നും വാങ്ങിയ ഹിറോഷ്കിയും തിന്നുകൊണ്ട് സാദി അവന്യൂവിൽകൂടി നടക്കുകയായിരുന്നു.

പെട്ടെന്ന് അർതൂഷ് എന്നോട് ചോദിച്ചു, "അന്ന്... നിന്നെ കാണാൻ വേണ്ടിത്തന്നെയാണ് ഞാൻ ആ ഭാഗത്തേക്ക് വന്നതെന്ന് നീ മനസ്സിലാക്കിയില്ല എന്നാണോ?"

വാസ്തവത്തിൽ അങ്ങനെയൊരു ചിന്ത എനിക്കുണ്ടായിരുന്നില്ല. ഞാൻ അദ്ഭുതത്തോടെ ചോദിച്ചു. "ഞാൻ എവിടെയാണ് താമസിക്കുന്നതെന്ന് നിങ്ങളെങ്ങനെ അറിഞ്ഞു?"

വളരെ ഗൗരവത്തോടെയായിരുന്നു അർതൂഷിന്റെ വിശദീകരണം. "ശരിയാണ്. വളരെ ക്ലേശിച്ചാണ് നിന്റെ മേൽവിലാസം കണ്ടുപിടിച്ചത്. പക്ഷേ..." എന്റെ കണ്ണുകളിൽ അദ്ദേഹം കണ്ടതെന്താണാവോ? പറഞ്ഞുവന്നത് പാതിവഴിയിൽ നിർത്തി അദ്ദേഹം ചിരിക്കാൻ തുടങ്ങി. "ഞാൻ പലരോടും അന്വേഷിച്ചു..." അരുമയോടെ ആ കൈകൾ എന്റെ തോളിലമർന്നു. "നിന്റെ ഈ നിഷ്കളങ്കത... അതാണെനിക്കേറ്റവും ഇഷ്ടം."

എന്റെ നോട്ടം ഭൂപടത്തിലെ ബക്തേജൻ തടാകത്തിൽത്തന്നെ പതിഞ്ഞുനിന്നു. മനസ്സ് സ്വയം ചോദിച്ചു, യഥാർത്ഥത്തിൽ അത് നിഷ്കളങ്കതയായിരുന്നോ അതോ ശുദ്ധവിവരക്കേടോ?

അർമേൻ മേൽതട്ടിൽനിന്നും കണ്ണെടുക്കാതെ ചോദിച്ചു. "അച്ഛനും അമ്മയും വിവാഹം കഴിക്കുന്നതിനുമുമ്പുതന്നെ പ്രണയിക്കാൻ തുടങ്ങിയിരുന്നുവോ?"

പെട്ടെന്ന് പിടിവിട്ടുപോയെന്ന തോന്നൽ. അപ്രതീക്ഷിതമായ ചോദ്യം. വിചാരിക്കാത്ത രീതിയിലുള്ള പെരുമാറ്റം. എപ്പോഴും എന്റെ സ്ഥിതി യിങ്ങനെയാണ്. മുൻകൂട്ടി കാണാനാവാത്ത സാഹചര്യങ്ങളുടെ മുമ്പിൽ ഞാൻ പതറിപ്പോകുന്നു. ആ കാര്യത്തിൽ അർമേന് പ്രത്യേകം മിടുക്കാണ്. ആരും പ്രതീക്ഷിക്കാത്ത വിധത്തിലാണ് അവൻ പ്രതികരിക്കുക.

ഇപ്പോൾ അവന്റെ നോട്ടം എന്റെ മുഖത്താണ്. എന്റെ മറുപടിക്കുള്ള അക്ഷമ അവന്റെ കണ്ണുകളിലുണ്ട്.

ഞാൻ എഴുന്നേറ്റ് ജനലരുകിൽ ചെന്നുനിന്നു. എന്റെ ഓർമ്മയിൽ അപ്പോൾ തെളിഞ്ഞത് വർഷങ്ങൾക്കു മുമ്പുള്ള ഒരു ഹൈസ്കൂൾ ദിവസ മാണ്. ആൾജിബ്രാ ക്ലാസ്സിൽ ഒരു കണക്കു ചെയ്യാനായി ടീച്ചർ എന്നെ ബോർഡിന്റെ അരികിലേക്ക് വിളിച്ചു. എന്റെ ഊഴമായിരുന്നില്ല. ആ കണക്ക് എങ്ങനെ ചെയ്യണമെന്ന് എനിക്ക് ഒരു രൂപവുമുണ്ടായിരുന്നില്ല. മുഴുവൻ സഹപാഠികളുടെയും കണ്ണുകൾ എന്റെ തലയ്ക്ക് പിന്നിലേക്ക് തുളച്ചുകയറുന്ന പ്രതീതി. അക്ഷമയോടെ ഉത്തരത്തിനായി കാത്തു നില്ക്കുന്ന ടീച്ചറെ കൺകോണിലൂടെ കണ്ടു. അദ്ദേഹത്തിന്റെ വിരലു കൾ മേശമേൽ ഏതോ താളത്തിൽ കൊട്ടിയിരുന്നു. എന്റെ ഹൃദയം ശക്തി യായി മിടിച്ചു. ആകെ വിയർത്തൊലിച്ചു. "ദൈവമേ കാക്കണേ... വേഗം ഉത്തരം കിട്ടണേ!" ഞാൻ നിർത്താതെ പ്രാർത്ഥിച്ചുകൊണ്ടിരുന്നു.

ഇന്ന് എന്റെ ഹൃദയം മിടിക്കുന്നില്ല. ഞാൻ വിയർപ്പിൽ കുതിർന്നിട്ടില്ല. എന്നാലും ആ രംഗം വേഗം അവസാനിച്ചെങ്കിൽ എന്ന് ഞാൻ ആശിച്ചു. ഞാൻ അവന് പുറം തിരിഞ്ഞാണിരുന്നത്. എന്റെ നോട്ടം മുറ്റത്തെ ജുജുബ് മരത്തിനു നേരെയായിരുന്നു. "ഞാൻ നിന്നെപോലെത്തന്നെ യായിരുന്നു. കണക്ക് ഒട്ടും ഇഷ്ടമായിരുന്നില്ല."

അന്നു രാത്രി അർമേൻ അവന്റെ മുറിയിൽനിന്നും പുറത്തുവന്നില്ല. അത്താഴത്തിനു വിളിച്ചപ്പോൾ അവിടെനിന്ന് അവൻ വിളിച്ചു പറഞ്ഞു, "എനിക്ക് വിശപ്പില്ല."

പെൺകുട്ടികൾ ഒന്നും മിണ്ടാതെയിരുന്ന് ആഹാരം കഴിച്ചു. നിശ്ശബ്ദ രായി പല്ലുതേച്ചു. വസ്ത്രം മാറ്റി കിടക്കാൻ പോയി. പതിവുപോലെ കഥ പറയാൻ ആവശ്യപ്പെട്ടില്ല. സാധാരണ ചെയ്യാറുള്ളതുപോലെ വൈകി ഉറങ്ങാനുള്ള സൂത്രങ്ങൾ പ്രയോഗിച്ചില്ല. അന്നുരാത്രി ഇഷിയേയും റാവ്വൻസെലിനേയും കാണാതായതുമില്ല.

ഇരുപത്തിമൂന്ന്

അർതൂഷ് ടെലിവിഷനു മുമ്പിലിരിക്കുന്നുണ്ടായിരുന്നു. ഒരു കൈയിൽ ചെസ്സ് തന്ത്രങ്ങളെ കുറിച്ചുള്ള ഒരു പുസ്തകം. മറ്റേ കൈ താടി തിരുപ്പിടിച്ചുകൊണ്ട്. മേശപ്പുറത്ത് ചെസ് ബോർഡ് തുറന്നുവെച്ചിരുന്നു.

ഞാൻ അദ്ദേഹത്തിന്റെ അടുത്തു ചെന്നിരുന്നു. കുറച്ചുനേരം ടെലിവിഷനിലേക്ക് ശ്രദ്ധ തിരിച്ചു. ആവാസിലെ ഈന്തപ്പഴത്തോപ്പുകളെ കുറിച്ചുള്ള ഒരു വാർത്താചിത്രം. “അമ്മ പറഞ്ഞത് ശരിയാണ്.” മുഖവുരകൂടാതെ ഞാൻ തുടങ്ങി. “ഇനി മുതൽ സിമോനിയൻ കുടുംബത്തിൽ നിന്നും കുറച്ചകന്നു നില്ക്കണം.”

“എന്തുപറ്റി?” താടി ഉഴിഞ്ഞിരുന്ന കൈ പൊടുന്നനെ നിശ്ചലമായി.

ഞാൻ നടന്നതെല്ലാം വിശദമായി പറഞ്ഞു. വിനീഗറും ചട്നിയും കുടിപ്പിച്ച കാര്യം പ്രത്യേകം ശ്രദ്ധയോടെ കേട്ടു. സ്കൂൾ ബസ്സിൽ കുട്ടികൾ എഴുതിവെച്ചതിനെക്കുറിച്ച് പറഞ്ഞപ്പോൾ ഉറക്കെ ചിരിച്ചു. അർമേൻ അർസീനെയുടെ കവിളിൽ തല്ലിയ കാര്യം. അപ്പോഴേക്കും അദ്ദേഹത്തിന്റെ ശ്രദ്ധ കൈയിലിരുന്ന പുസ്തകത്തിലേക്കും ചെസ്സിലേക്കും തിരിച്ചുപോയിരുന്നു.

“ഇതൊന്നും ഇത്ര ഗൗരവമായി കാണേണ്ട. കുട്ടികൾ ഇങ്ങനെയൊക്കെയാണ്. വേറൊരു കാര്യം... എമിൽ പറഞ്ഞു നാളെ ഉച്ചയ്ക്കു ശേഷം അയാൾ അവധിയെടുക്കുന്നുണ്ടെന്ന്. ഇവിടെ വന്ന് പൂച്ചട്ടികളിലെ മണ്ണ് മാറ്റാൻ നിന്നെ സഹായിക്കാമെന്നു പറഞ്ഞിട്ടുണ്ട്. അതോ ചെടികൾ നടാനോ? എന്തായാലും അങ്ങനെയെന്തോ ആണ്... നല്ല ഓർമ്മയില്ല.”

ഏതാനും നിമിഷത്തേക്ക് അർമേനേയും എമിലിയേയും വിനീഗറിനേയും കുറിച്ച് ഞാൻ മറന്നു. സിമോനിയൻ കുടുംബവുമായി അകലം പാലിക്കേണ്ട കാര്യവും ഓർമ്മയിലുണ്ടായില്ല. മുടിയിഴ വിരലിൽ ചുറ്റി ഉത്സാഹത്തോടെ ഞാൻ പറഞ്ഞു. “നന്നായി... അപ്പോൾ... ആ കാര്യം അയാൾ മറന്നിട്ടില്ല, അല്ലേ?”

അർതൂഷ് ചതുരംഗക്കരുക്കൾ നീക്കി. “അയാൾ എന്തു മറന്നില്ല

എന്ന്?" ടെലിവിഷനിലെ വാർത്താചിത്രത്തിൽ ഒരു അറബി ഒരു ഈന്ത പ്പനയിൽ കയറാൻ തുടങ്ങുകയായിരുന്നു.

"ഏതാനും ദിവസം മുമ്പു വന്നപ്പോൾ അയാൾ പറഞ്ഞിരുന്നു. സ്വീറ്റ് പീ ചട്ടിയിലെ മണ്ണു മാറ്റിയിടാൻ സഹായിക്കാമെന്ന്. വെറുതെ ലോഗ്യം പറഞ്ഞതാണെന്നാണ് ഞാൻ കരുതിയത്." അർതൂഷ് തല ഉയർത്തി എന്റെ നേരെ നോക്കി. "സ്വീറ്റ് പീയോ?" "അതെ... അടുക്കളയിലെ ജനൽ ത്തിണ്ടിൽ വെച്ചിട്ടുള്ള സ്വീറ്റ് പീ ചട്ടി!"

"അടുക്കളയിലോ?"

ഞാൻ ഒരു നെടുവീർപ്പിട്ട് ചാരിയിരുന്നു. വീണ്ടും ടെലിവിഷനിലേക്ക് നോക്കി. ഈന്തപ്പനയുടെ മുകളറ്റത്തേക്ക് അറബി വേഗത്തിൽ പൊത്തി പ്പിടിച്ചു കയറുന്നു. "നമുക്കൊരു വീടുണ്ട്. വീട്ടിൽ ഒരു അടുക്കളയുണ്ട്. അടുക്കളയിൽ ഒരു ജനലുണ്ട്. ജനലയ്ക്ക് ഒരു പടിയുണ്ട്. ആ ജനൽപ്പടി യിൽ ഒരു പൂച്ചട്ടിയുണ്ട്. അതിൽ ഏതാനും വർഷങ്ങളായി ഞാൻ സ്വീറ്റ് പീ വളർത്തുന്നുണ്ട്. കൊല്ലംതോറും പുതിയതു നടണം. ആണ്ടിൽ രണ്ടു തവണ മണ്ണുമാറ്റുകയും വേണം." അപ്പോഴേക്കും അറബി ഈന്തപ്പന യുടെ തുഞ്ചത്തെത്തിക്കഴിഞ്ഞിരുന്നു.

അർതൂഷ് ഒരു ചതുരംഗക്കരു വിരലുകൾക്കിടയിലിട്ടു തിരിച്ചു. "ആ..." ആ ശബ്ദത്തിൽ വല്ലാത്തൊരു പരിഹാസം. "അയാൾ ഉച്ചതിരിഞ്ഞ് അവധിയെടുക്കുന്നത് പൂച്ചട്ടിയിലെ മണ്ണുമാറ്റാൻ വേണ്ടിയാണോ? നല്ല കാര്യം..."

"നമ്മുടെ പൂച്ചട്ടിയിലെ മണ്ണുമാറ്റാനല്ല അയാൾ അവധിയെടുക്കുന്നത്. സ്വന്തം വീട്ടിൽ തടമൊരുക്കി ചെടികൾ നടാനാണ്."

അതിനിടയിൽ വിനീഗറും ചട്നിയും വീണ്ടും ഓർമ്മയിലെത്തി. "എന്തൊക്കെയായാലും...." ഞാൻ പിന്നേയും പറഞ്ഞു. "അവരുമായി അകലം പാലിക്കുന്നതുതന്നെയാണ് നല്ലത്."

അർതൂഷ് ചെസ്സിന്റെ പുസ്തകം അടച്ചുവെച്ചു. പേജു മറിയാതിരി ക്കാനായി ഇടയിൽ വിരൽ തിരുകി. "വീണ്ടും ഉറുമ്പുപുറ്റിനെ മഹാപർവ്വത മാക്കി കാണാൻ തുടങ്ങുകയാണോ? അവർ കുട്ടികളാണ്. പിണങ്ങും, ഇണങ്ങും... വീണ്ടും തമ്മിൽ തല്ലും. നമ്മൾ ആ കുടുംബവുമായി അകലം പാലിക്കുന്നുവോ ഇല്ലയോ... ഈ വക സംഗതികളുമായി അതിനെന്തു ബന്ധം?... വിട്ടേക്കൂ."

"ചെസ്സു കളിക്കാൻ കൂട്ടില്ലാതാവുമോ എന്നാണ് നിങ്ങൾക്ക് പേടി?" ചോദ്യം എന്നോടുതന്നെയായിരുന്നു. നിശ്ശബ്ദമായി. "നിങ്ങൾ പറഞ്ഞ താണ് ശരി..." ഉള്ളിലെ നീരസം മുഴുവൻ ഞാൻ എന്റെ വാക്കുകളിൽ നിറച്ചു. "കാര്യമെന്തായാലും അതിനെ ഞാൻ വലുതാക്കി പറയും. അല്ലേ? ഞാൻ ഗൗരവത്തോടെ എന്തെങ്കിലും പറഞ്ഞിട്ടുണ്ടോ അപ്പോ ഴൊക്കെ ഇതുതന്നെയായിരുന്നു നിങ്ങളുടെ മട്ട്. ചെറിയൊരു കാര്യം ഞാൻ പെരുപ്പിച്ചു കാണുന്നു."

രണ്ടുനിമിഷം നിശ്ശബ്ദനായി അദ്ദേഹം മുകളിലേക്ക് നോക്കിയിരുന്നു. പിന്നെ കുറച്ചുനേരം ടെലിവിഷനിലേക്ക്... അതു കഴിഞ്ഞെഴുന്നേറ്റ് ചെസ്സ് പലക മടക്കി മേശപ്പുറത്തിട്ട് മുറിയിൽ നിന്നുപോയി. ഒരു 'കറുത്ത കാലാൾ' മേശപ്പുറത്തുനിന്ന് താഴേക്ക് വീണു. അത് ഉരുണ്ട് കസേര യുടെ ചുവട്ടിൽ ചെന്നു കിടന്നു.

ടി.വി.യിലെ പ്രക്ഷേപക, മിസ്സിസ് സുറാൻസീഷ് പുഞ്ചിരി തൂകി. എല്ലാവർക്കും "ശുഭരാത്രി" ആശംസിച്ചു. എനിക്ക് വല്ലാതെ സങ്കടം തോന്നി... കരച്ചിലിന്റെ വക്കിലെത്തി... ഗദ്ഗദം കൊണ്ട് വീർപ്പുമുട്ടുന്നതു പോലെ.

ഇരുപത്തിനാല്

ആലീസിന് സന്തോഷമടക്കാനാവുന്നില്ല. നേരെ സംസാരിക്കാനാവാത്ത സ്ഥിതി. "അദ്ദേഹം എന്നെ ടെലിഫോണിൽ വിളിച്ചു. വിശ്വസിക്കാനാവുന്നില്ല, അല്ലേ? ക്ലബ്ബിൽ ഭക്ഷണം കഴിക്കാൻ ക്ഷണിച്ചിട്ടുണ്ട്.

അവൾ ചിരിക്കുന്നു. ഇക്കിളിയിടുന്നു. എന്നേയും അമ്മയേയും ചുറ്റി ഞങ്ങളുടെ ഊണുമേശയ്ക്ക് വലംവെക്കുന്നു.

അമ്മ എഴുന്നേറ്റു. ഫ്രിഡ്ജിൽനിന്നും വെള്ളമെടുത്ത് ഒരു ഗ്ലാസ്സ് അവൾക്ക് കുടിക്കാൻ കൊടുക്കുന്നു. "ദൈവം തന്നെ കാക്കണം... ഇവൾക്ക് ശരിക്കും ഭ്രാന്തുപിടിച്ചിരിക്കുന്നു!"

കുറച്ചുനേരം കഴിഞ്ഞു. ക്രമേണ ആലീസ് ശാന്തയായി, മധുരപലഹാരങ്ങളൊന്നും അവൾ തൊട്ടുനോക്കിയില്ല. കാപ്പിയും കുടിച്ചില്ല. പക്ഷേ വിശദവിവരങ്ങൾ ഒന്നുപോലും വിട്ടുകളയാതെ അവൾ ഞങ്ങൾക്കു പറഞ്ഞുതന്നു. ജൂപ്ഹാൻസെൻ അവളെ ഫോണിൽ വിളിച്ച കഥ, പ്രസക്തമോ അപ്രസക്തമോ എന്ന ചിന്തയില്ലാതെ.

ആലീസ് എഴുന്നേറ്റു. പേഴ്സ് എടുത്തു കക്ഷത്തിൽവെച്ചു. നേരെ ഉമ്മവാതിലിലേക്ക് നടന്നു. കാൽ കസേരയിൽ തടഞ്ഞു. ഇടനാഴിയിലെ മേശമേൽ ചെന്നുമുട്ടി. ചുമരിലേക്ക് മറിഞ്ഞുവീണേനേ. അവസാനം അനിഷ്ടങ്ങളൊന്നും സംഭവിക്കാതെ ഉമ്മറത്തെത്തി. അവൾ വീർപ്പടക്കി തിരിഞ്ഞുനിന്നു പ്രഖ്യാപിച്ചു. "എനിക്ക് സലൂണിൽ പോയി മുടി ശരിയാക്കണം. രാത്രി കൃത്യം എട്ടുമണിക്ക് ക്ലബ്ബിലെത്തണം" വീണ്ടും ഒരു ഇക്കിട്ടം... അവൾ വാതിൽ തുറന്ന് പുറത്തേക്ക് പോയി.

അമ്മയും ഞാനും ഒന്നും മിണ്ടാതെ കുറച്ചുനേരമിരുന്നു. ഞാൻ ഉപ്പിന്റെ കുപ്പി തിരുപ്പിടിച്ചു. അമ്മ പഞ്ചസാരക്കുപ്പിയിൽ നോക്കി ആലോചനയിൽ മുഴുകി. "നിനക്കെന്തു തോന്നുന്നു?" അവസാനം അമ്മ ചോദിച്ചു.

അമ്മയുടെ മുഖത്തെ പരിഭ്രമവും ആശങ്കയും കണ്ടപ്പോൾ എനിക്ക് ചിരിക്കാനാണ് തോന്നിയത്. എത്ര നിസ്സാരകാര്യമായാലും അമ്മയ്ക്ക്

പരിഭ്രമിക്കാനുള്ള വകയാണ്. വെറുതെ ഓരോന്നോർത്ത് വേവലാതി പ്പെടുക അമ്മയുടെ ശീലമാണ്. ആലീസിന്റെ വിവാഹം ഇനിയും നട ന്നില്ലല്ലോ എന്നത് സ്ഥിരം ആവലാതിയായിരുന്നു. അതേസമയം ഏതെങ്കിലും ഒരു പുരുഷൻ അവളോട് താത്പര്യം കാണിച്ചാൽ അത് അമ്മയെ ഭയപ്പെടുത്തുകയും ചെയ്തിരുന്നു.

വാസ്തവത്തിൽ എനിക്കും അതിശയം തോന്നിയിരുന്നു. നീനയുടെ വീട്ടിലെ പാർട്ടിയിൽവെച്ച് ആ ഡച്ചുകാരൻ അവളോടു പെരുമാറിയ രീതി... അവൾക്ക് നല്കിയ പരിഗണന. അതിലും എന്നെ അദ്ഭുത പ്പെടുത്തിയത്, ഇത്രയും കുറച്ച് ദിവസത്തിനുള്ളിൽ അയാൾ ആലീസിനെ ക്ലബ്ബിലേക്ക് അത്താഴത്തിന് ക്ഷണിച്ചതായിരുന്നു. എന്നാലും എനിക്ക് ശരിക്കും സന്തോഷം തോന്നി. ഒന്നാമത്തെ കാര്യം, എമിലിനെ പാട്ടിലാ ക്കാനുള്ള ആ വേണ്ടാത്ത ശ്രമം അവൾ ഉപേക്ഷിക്കും. അതിനുള്ള കെണി അവൾ ഒരുക്കുന്നുണ്ടായിരുന്നു. രണ്ടാമത്തെ കാര്യം എന്റെ മനസ്സ് മന്ത്രിക്കാൻ തുടങ്ങിയിരുന്നു...

“ആർക്കറിയാം? ഒരുപക്ഷേ ഇത്...”

അമ്മ എന്റെ മനസ്സിലുള്ളത് വായിച്ചെടുത്തുവെന്നു തോന്നി.

“അത് നടക്കാത്ത കാര്യമാണ്. നീന അന്നേ പറഞ്ഞു, അവളുടെ ടെഹ്റാനി ബന്ധുവിനെ അയാൾക്ക് ഇഷ്ടമായിരിക്കുന്നുവെന്ന്... അവളുടെ പേരെന്താണ്? ഗാർനിക്കിന്റെ ആ അനന്തിരവൾ? എന്നാൽ പിന്നെ നമ്മുടെ ആച്ചോവിനെ അയാൾ ഫോൺ ചെയ്ത് ക്ഷണിച്ചതെന്തി നാകും? ആലീസ് സ്ഥലത്തില്ലല്ലോ... അമ്മയ്ക്ക് ധൈര്യമായി അവളുടെ ഓമനപ്പേരു വിളിക്കാം. അവൾ കേൾക്കാൻ ഇടയായാൽ കഴിഞ്ഞു, പിന്നെ അതുമതി വഴക്കിനും പിണക്കത്തിനും.

ഞാൻ എഴുന്നേറ്റ് ജനലയിലെ വല ഒരു ഭാഗത്തേക്ക് നീക്കി. സ്വീറ്റ് പീ ചട്ടിയിൽ വെള്ളം പാറ്റി. അമ്മയെ സംബന്ധിച്ചിടത്തോളം ആശങ്ക ഉളവാക്കുന്ന സംഗതി തന്നെ. എന്നാലും ഞാനതിന്റെ നല്ലവശം തപ്പി യെടുക്കാൻ ശ്രമിച്ചു. ഞാൻ കണ്ടെത്തിയ ന്യായം അതിൽ എനിക്കു തന്നെ വിശ്വാസം തോന്നിയില്ല എന്നതായിരുന്നു സത്യം.

അമ്മ കസേരയിൽ നടുനിവർത്തി ഇരുന്നു. കൈകൾ പിണച്ചുവെച്ചു. “നടക്കാനിടയില്ലാത്ത കാര്യം” അമ്മ വീണ്ടും അതുതന്നെ പറഞ്ഞു. “ആ കാടന്റെ മനസ്സിൽ മറ്റെന്തോ ഉണ്ട്.”

തലേരാത്രിയിലെ സംഭവം ഞാനോർത്തുപോയി. “പൂച്ചട്ടിയിലെ മണ്ണു മാറ്റാൻ വരുന്നുണ്ടെന്ന് എമിൽ പറഞ്ഞു.” ഒരു നിമിഷം എനിക്കുത്സാഹം തോന്നി. ഉടനെ ഞാൻ താഴെ വീണ ആ ‘കറുത്ത കാലാളി’നെകുറി ച്ചോർത്തു. അതിപ്പോഴും ആ സോഫയുടെ താഴെ കിടക്കുന്നുണ്ടാകും. വീണ്ടും എന്റെ തൊണ്ടയിൽ ഗദ്ഗദം വന്നുനിറയുമെന്ന് ഞാൻ പ്രതീ ക്ഷിച്ചു. അതുണ്ടായില്ല. ആദ്യം മണ്ണു മാറ്റാം. എന്നിട്ടാവാം നനയ്ക്കൽ. ഞാൻ തീർച്ചയാക്കി.

നനക്കാൻ കൈയിലെടുത്ത പാത്രം ഞാൻ അടുക്കളത്തിണ്ണയിൽത്തന്നെ വെച്ചു. അമ്മയുടെ നേരെ തിരിഞ്ഞുനിന്നു. "ഒരുപക്ഷേ ആലീസിനെ അയാൾക്ക് ശരിക്കും ഇഷ്ടമായിട്ടുണ്ടാവും. അതിലും നല്ലൊരു കാര്യം വേറെയുണ്ടോ?" ഞാൻ ക്ലോക്കിലേക്ക് നോക്കി.

"അമ്മ വീട്ടിലേക്ക് ചെല്ലൂ, അതാണ് നല്ലത്. പതിവുപോലെ ആവശ്യത്തിലധികം അവൾ അണിഞ്ഞൊരുങ്ങാതെ നോക്കണം. ഞാൻ കുട്ടികൾ വരുമ്പോഴേക്കും കഴിക്കാനെന്തെങ്കിലും ഉണ്ടാക്കിവെക്കട്ടെ... അവർ വരാനുള്ള സമയമായിരിക്കുന്നു."

എമിൽ വരുമ്പോൾ അയാളോട് അർമേനെയും എമിലിയേയും പറ്റി സംസാരിക്കണമെന്ന് ഞാനുറപ്പിച്ചിരുന്നു. അമ്മ അവിടെയുണ്ടെങ്കിൽ അതു നടക്കില്ല, തീർച്ച.

അമ്മയുടെ മനസ്സു മുഴുവൻ ആലീസും ഡച്ചുകാരനും തമ്മിൽ നടക്കാൻ പോകുന്ന കൂടിക്കാഴ്ചയിലായിരുന്നു. 'കുട്ടികൾ വരാൻ ഇനിയുമെത്ര കഴിയണം' എന്ന എതിർപ്പൊന്നും അവർ പ്രകടിപ്പിച്ചില്ല. ആലീസിന് ക്ലബ്ബിൽ പോകാൻ ധാരാളം സമയം ബാക്കിയുണ്ടെന്നും ഓർമ്മിച്ചില്ല. 'നീ പറഞ്ഞത് ശരിയാണെന്ന്' സമ്മതിച്ചുകൊണ്ട് അമ്മ എഴുന്നേറ്റു. 'പരിശുദ്ധമാതാവേ, കാത്തുകൊള്ളണേ' എന്ന് പലവട്ടം പ്രാർത്ഥിച്ചു.

അടുക്കളയുടെ നടുവിൽ ഞാൻ ഇത്തിരിനേരം വെറുതെ നിന്നു. എന്റെ മനസ്സിന്റെ രണ്ടുഭാഗങ്ങൾ തമ്മിൽ ഒരു പോരാട്ടം. ഒടുവിൽ ഒരു പകുതി മറ്റേ പകുതിയെ ശാസിച്ചു. "ഇത്തിരി വൃത്തിയിലും ഭംഗിയിലും നില്ക്കുന്നതിൽ ഒരു തെറ്റുമില്ല."

ഞാൻ കിടപ്പുമുറിയിൽ ചെന്ന് മുടി കോതിവെച്ചു. ലിപ്സ്റ്റിക് പുരട്ടി. അതിനുശേഷം നല്ലവണ്ണം കൈകഴുകി ക്രീം തേച്ചു. വാച്ചിലേക്ക് നോക്കി. എപ്പോഴാണ് അയാൾ വരാൻ പോകുന്നതെന്ന് അറിഞ്ഞിരുന്നെങ്കിൽ!

ചെയ്യാനുള്ള കാര്യങ്ങളെ കുറിച്ചൊക്കെ ഞാൻ ആലോചിച്ചു. പെൺകുട്ടികളുടെ യൂണിഫോം ഇസ്തിരിയിട്ട് വെക്കണം. അർമേൻ ഉടുപ്പുകൾ വെക്കുന്ന അലമാര ഒന്നൊതുക്കണം. പുറകിലെ മുറ്റത്ത് അയയിൽ കിടക്കുന്ന തുണികളെടുത്ത് മടക്കിവെക്കണം. എന്നാൽ അതൊന്നും ചെയ്യാതെ ഞാൻ ഉമ്മറത്തളത്തിലെ കസേരയിൽ ചെന്നിരുന്നു. "ലിറ്റിൽ ലോഡ് ഫോൺട് ലിറോയുടെ" പരിഭാഷയുടെ കൈയെഴുത്തു പ്രതിയെടുത്ത് തുറന്നു.

പത്തൊമ്പതാം നൂറ്റാണ്ട്. ഒരു അമേരിക്കക്കാരി ഒരു ഇംഗ്ലീഷുകാരനെ വിവാഹം കഴിക്കുന്നു. അയാൾ 'ലോഡ്' എന്ന പദവിക്ക് അർഹനാണ്. പാരമ്പര്യമായുള്ള ഒരു സ്ഥാനപ്പേര്. പതിവുപോലെ വാസ്ജെന്റെ പരിഭാഷ ലളിതമായിരുന്നു. നല്ല ഒഴുക്കുള്ളതും.

മിസ്സിസ് സിമോനിയന് അറിയുമോ എന്തോ, അവരുടെ മകൻ ഇന്ന് ഞങ്ങളുടെ വീട്ടിലേക്ക് വരുന്നുണ്ട് എന്ന്. അറിയാതിരിക്കാൻ വഴിയില്ല.

മുതിർന്ന ലോഡ് ആകെ വിഷമത്തിലാണ്. മകൻ ഒരു അമേരിക്ക ക്കാരിയെ വിവാഹം കഴിച്ചത് അദ്ദേഹത്തിന് ഉൾക്കൊള്ളാനാവുന്നില്ല... അദ്ദേഹം "ലോഡ്" എന്ന ആ ബഹുമതി സ്വന്തം മകന് നല്കേണ്ട തില്ലെന്ന് തീരുമാനിച്ചു.

ഈ കഥ തീർച്ചയായും പെൺകുട്ടികൾക്ക് രസിക്കും. വീട്ടിലിരിക്കു മ്പോൾ ഞാൻ ഒരിക്കലും ലിപ്സ്റ്റിക് ഇടാറില്ല.

ഈ വാചകത്തിന് നീളം ഇത്തിരി കൂടുതലാണ് ഇതിനെ രണ്ടാക്കി യാൽ നന്നായിരിക്കും. പേനയെവിടെ? കുട്ടികൾ എടുത്തുകൊണ്ടു പോയിട്ടുണ്ടാവും. ഈ വീട്ടിൽ ഒരു സാധനവും വെച്ചിടത്തിരിക്കില്ല. കഷ്ടം തന്നെ!

ലോഡിന്റെ മകനും അമേരിക്കക്കാരിക്കും ഒരു മകൻ ജനിച്ചു.

"ഉറുമ്പുപുറ്റിനെ നീ മഹാപർവതമാക്കുന്നു" അദ്ദേഹം ഞങ്ങളുടെ ജീവിതവുമായി യാതൊരു ബന്ധവുമില്ലാത്ത കാര്യങ്ങളെക്കുറിച്ച് മണി ക്കൂറുകളോളം സംസാരിച്ചുകൊണ്ടിരിക്കും. എന്നാൽ കുടുംബത്തെ നേരിട്ടുബാധിക്കുന്ന വിഷയങ്ങളെക്കുറിച്ച് പറയാൻ ചെന്നാലോ? നിസ്സാരമായി തട്ടിമാറ്റുകയും ചെയ്യും. കുട്ടികളേക്കാൾ പ്രധാനപ്പെട്ടതായി ജീവിതത്തിലെന്തുണ്ട്? അതെന്താ അർതൂഷ് മനസ്സിലാക്കാത്തത്?

ലോഡിന്റെ മകൻ അകാലത്തിൽ മരിച്ചു. എന്തൊരു സ്വാർത്ഥനാണ് ആ മുത്തശ്ശൻ. പാവം അമേരിക്കക്കാരി...

അർതൂഷും സ്വാർത്ഥനാണ്. തികച്ചും സ്വാർത്ഥൻ. വാതിൽമണി അടിച്ചു. ഞാൻ ചാടി എഴുന്നേറ്റു. ഇടനാഴിയിലേക്ക് കടക്കുംമുമ്പേ ഒരു ടിഷ്യു എടുത്ത് ചുണ്ടിലെ ലിപ്സ്റ്റിക് തുടച്ചുമാറ്റി.

ബ്രൗൺനിറത്തിലുള്ള കാലുറകളാണ് അയാൾ ധരിച്ചിരുന്നത്. കൈയിറക്കം കുറഞ്ഞ വെള്ള ഷർട്ട്. കൈയിലിരുന്ന മണ്ണിന്റെ ചാക്ക് അടുക്കള ജനലയ്ക്കു താഴെയായി മുറ്റത്തുവെച്ചു. ഞാൻ പൂച്ചട്ടി എടുക്കാൻ ചെന്നു. "വേണ്ട, അവിടെ വെച്ചേക്കൂ. മണ്ണും തൊടേണ്ട. എനിക്കൊരു മൺകോരി എടുത്തുതന്നാൽ മാത്രം മതി..."

ഷഹാൻഡേയുടെ ആ സംഭവം ഞാനോർത്തു...

ഞങ്ങൾ കുവൈത്ത് ബസാറിൽനിന്നും രണ്ട് സ്യൂട്ട്കേസുകൾ വാങ്ങി യിരുന്നു. ഓരോ കൈയിൽ ഓരോ പെട്ടിയും തൂക്കി ഞാൻ അർതൂഷിന്റെ പുറകെ കാറിലേക്ക് നടക്കുകയായിരുന്നു. ഷഹാൻഡേയുടെ കടയ്ക്കു സമീപമാണ് കാറ് പാർക്ക് ചെയ്തുന്നത്. അദ്ദേഹം കടയിൽനിന്നും പുറ ത്തേക്ക് വന്നു, ലോഗ്യം പറയാനായി. അദ്ദേഹം ആദ്യം എന്റെ കൈകളി ലേക്ക് നോക്കി. പിന്നെ എന്റെ നേരെയും. അവസാനം അർതൂഷിന്റെ മുഖത്തുനോക്കി പൊട്ടിച്ചിരിച്ചുകൊണ്ട് ചോദിച്ചു. "ചുമട്ടുകാരിയായി നല്ലൊരു സുന്ദരിയെത്തന്നെ കിട്ടിയിട്ടുണ്ടല്ലോ."

അന്നുരാത്രി അർതൂഷ് എന്റെയടുത്തു പറഞ്ഞു, "നമ്മുടെ ഷഹാൻഡേ ഒരു തമാശക്കാരനാണ്. അദ്ദേഹം പറഞ്ഞതുകേട്ട് നിനക്ക് വിഷമമൊന്നും തോന്നിയില്ലല്ലോ!"

വിഷമം തോന്നിയത് ഷഹാൻഡേയോടല്ല, എന്നെ ചുമട്ടുകാരിയാക്കിയ നിങ്ങളോടാണെന്ന് ഞാൻ പറഞ്ഞില്ല.

നിമിഷങ്ങൾക്കുള്ളിൽ എമിൽ ചട്ടിയിലെ മണ്ണുമാറ്റി എഴുന്നേറ്റുനിന്നു. "അങ്ങനെ നമ്മുടെ ജോലി കഴിഞ്ഞു."

"നമ്മൾ എന്നു പറയേണ്ട. ജോലി ചെയ്തത് താങ്കളാണ്... ഞാൻ വെറുതെ നോക്കി നിന്നതേയുള്ളൂ."

അയാൾ പുറംകൈക്കൊണ്ട് നെറ്റിയിലെ വിയർപ്പ് തുടച്ചുമാറ്റി. "നമ്മൾ തമ്മിൽ ഔപചാരികതയൊന്നും വേണ്ട. "താങ്കൾ" വിളി ഉപേക്ഷിച്ചു" എന്നെ നിങ്ങൾ എന്നു വിളിച്ചാൽ മതി, സാധാരണമട്ടിൽ." അയാൾ എന്നെ നോക്കിക്കൊണ്ട് പറഞ്ഞു. "ഇനി ചെടികൾ നനക്കേണ്ട ജോലി, അതു നിങ്ങളുടേതാണ്." നിങ്ങൾ എന്ന് ഉറപ്പിച്ചുപറഞ്ഞുകൊണ്ട് അയാൾ ചിരിച്ചു. "ആ നല്ല വാസനസോപ്പ് ഇപ്പോഴും അവിടെയുണ്ടോ?"

ഞാൻ ചെടികൾക്ക് വെള്ളം പാറ്റി. എന്റെ മനസ്സിന്റെ രണ്ട് പകുതികൾ പിന്നേയും പോരാട്ടം തുടങ്ങി. ആദ്യത്തെ പകുതി രണ്ടാമത്തേതിന് ഒട്ടും വിട്ടുകൊടുക്കാൻ തയ്യാറായിരുന്നില്ല.

"ഇന്നെന്താ ഇത്ര തിടുക്കം? സാധാരണയായി ഹോസിന്റെ ചുരുൾ ഒതുക്കി പൈപ്പിനു മീതെ കെട്ടിവെക്കുകയല്ലേ പതിവ്. ഇന്നു നോക്കൂ... നന കഴിഞ്ഞതും അതവിടെത്തന്നെ ഇട്ടിട്ടുപോന്നു. എന്തിനാ വീണ്ടും ക്ലോക്കിലേക്ക് നോക്കുന്നത്? അർതൂഷ് ഇന്ന് വൈകിയേ വരൂ എന്ന് പറഞ്ഞത് നിനക്കോർമ്മയുണ്ട്. എന്നാൽ അതിന്റെ കാരണം... അതു മറന്നുപോയി."

അപ്പോഴേക്കും രണ്ടാം പകുതി ഇടിച്ചുകയറി. "എനിക്ക് അയാളോട് എമിലിയേയും അർമേനേയും കുറിച്ച് സംസാരിക്കണം, കുട്ടികൾ വരുന്നതിനുമുമ്പായി. അല്ലാതെ വേറെ കാരണമൊന്നുമില്ല."

ഞാൻ കാപ്പിയുണ്ടാക്കി. സ്വീകരണമുറിയിലിരുന്നു കുടിക്കാം എന്നു ഞാൻ നിർബന്ധം പിടിച്ചു. കർട്ടനുകളെല്ലാം അലക്കി ഉണക്കി ഇസ്തിരിയിട്ട് ഞാൻ വീണ്ടും ജനലകളിൽ തൂക്കിയിരുന്നു, അന്നു രാവിലെ. കാപ്പി കുടി കഴിഞ്ഞിട്ടാവാം സംസാരം എന്ന് ഞാൻ നിശ്ചയിച്ചു.

വാസ്ജെന്റെ പരിഭാഷയുടെ കൈയെഴുത്തുപ്രതിയും "ലിറ്റിൽ ലോഡ് ഫോൺട് ലിറോയ്" എന്ന ഇംഗ്ലീഷ് പുസ്തകവും മേശപ്പുറത്ത് കിടന്നിരുന്നു. എമിൽ ആ പുസ്തകമെടുത്ത് അലസമായി താളുകൾ മറിച്ചു. അതിനുശേഷം അർമേനിയൻ കൈയെഴുത്തു പ്രതിയും നോക്കി. "നിങ്ങളാണോ ഈ പുസ്തകം പരിഭാഷ ചെയ്തത്?"

ഞാൻ കാപ്പിക്കപ്പുകൾ മേശപ്പുറത്തുവെച്ച് മറുപടി പറയും മുമ്പേ

അയാൾ പറഞ്ഞു. “ഓ... ഇപ്പോഴോർമ്മ വന്നു. അന്ന് മിസ്സിസ് മാന്യ പറഞ്ഞ പുസ്തകം, അല്ലേ?”

“അതേ” അതുപറയുമ്പോൾ മറ്റൊരു ചിന്ത കൂടി എന്റെ മനസ്സിൽ പൊന്തി. ആവശ്യമില്ലാതെ, ഇയാൾ ഓർക്കുന്നത് പുസ്തകത്തെയാണോ മാന്യയെയാണോ?

അയാൾ ബുക്ഷെൽഫിന്റെ അടുത്തു ചെന്ന് ശ്രദ്ധയോടെ നോക്കി. “സാർഡോവിന്റെ പുസ്തകങ്ങളെല്ലാമുണ്ടല്ലോ, ഒന്നുരണ്ടെണ്ണമൊഴികെ.”

എങ്ങനെ തുടങ്ങി എന്നോർമ്മയില്ല. തുടങ്ങി എന്നതു നേര്.

എനിക്കിഷ്ടപ്പെട്ട സർസോ നോവലുകളെക്കുറിച്ച് ഞാൻ സംസാരിച്ചു. ഇഷ്ടപ്പെടാത്ത നോവലുകളെകുറിച്ചും പറഞ്ഞു. അതിനുള്ള കാരണങ്ങളും വ്യക്തമാക്കി. മിസ്റ്റർ ഡാവിഷ്യന്റെ അഭിപ്രായവും ഞാൻ അയാളെ അറിയിച്ചു. ആരക്സ് പുസ്തകശാലയുടെ ഉടമസ്ഥൻ. ടെഹ്റാനിൽ കാവം അൽ സർത്താ നേ കവലയിലാണ് ആ കട. എനിക്കേറ്റവും ഇഷ്ടമുള്ള പുസ്തകവില്പനശാല. ടെഹ്റാനിൽ പോകുമ്പോഴെല്ലാം ഞാൻ ആദ്യം പോകുന്നയിടം അതാണ്. മണിക്കൂറുകളോളം ഞാൻ അതിനുള്ളിൽ ചിലവഴിക്കും. മിസ്റ്റർ ഡാവിഷ്യനെ ഞാൻ ഏർപ്പാടാക്കിയിട്ടുണ്ട്. പതിവായി പുസ്തകങ്ങൾ അയച്ചുതരാൻ. സർസോവിന്റെ പുസ്തകങ്ങൾ എല്ലാം ഞാൻ വായിച്ചിട്ടില്ല... അങ്ങനെ ഞാൻ സംസാരിച്ചുകൊണ്ടേയിരുന്നു.

സ്കൂൾ സഞ്ചിയും തോളിൽ തൂക്കി ഉമ്മറ വാതില്ക്കൽ കുട്ടികൾ വന്നുനിന്നു. ഞാനൊന്നു ഞെട്ടി. പടിക്കൽ സ്കൂൾബസ് വന്നു നില്ക്കുന്ന ശബ്ദം ഞാൻ കേൾക്കാതെ പോയതെന്തേ?

ഈ നേരമത്രയും എമിൽ എന്നെത്തന്നെ നോക്കിക്കൊണ്ട് ആ ചാരു കസേരയിലിരിക്കുകയായിരുന്നു. കസേരക്കൈയിൽ കൈമുട്ട് കുത്തി വെച്ച്... ഉള്ളംകൈകൊണ്ട് താടി താങ്ങി.

ഇരുപത്തിയഞ്ച്

കറി വെക്കാനുള്ള വഴുതനങ്ങ കഴുകിയെടുക്കുന്നതിനിടയിലാണ് അമ്മയും ആലീസും അടുക്കളയിലേക്ക് കടന്നുവന്നത്.

പതിവുള്ള ഹലോ പറയാതെ, എന്തോ പിറുപിറുത്തുകൊണ്ട് അമ്മ നേരെ മേശയ്ക്കരികിൽ വന്നിരുന്നു. കണ്ണുകൾ മേൽത്തട്ടിലേക്കുറ്റു നോക്കി.

കസേര വലിച്ചിട്ട് ഇരിക്കുന്നതിനുമുമ്പുതന്നെ ആലീസ് തുടങ്ങി. തലേ രാത്രി ആ ഡച്ചുകാരനുമൊന്നിച്ച് ക്ലബ്ബിൽ പോയതിന്റെ വിശദവിവരണം. "ആതിഥ്യമര്യാദയുടെ കാര്യത്തിൽ അയാൾക്ക് ഒന്നാംസ്ഥാനം തന്നെ കൊടുക്കണം. ഞാൻ ക്ലബ്ബിന്റെ അകത്തുചെന്നതും അയാൾ എഴുന്നേറ്റ് നിന്ന് എന്നെ അഭിവാദ്യം ചെയ്തു."

അയാൾ വീട്ടിൽവന്ന് നിന്നെ കൂട്ടിക്കൊണ്ടുപോകാഞ്ഞതെന്തേ എന്നു ചോദിക്കാൻ ഞാൻ നാവെടുത്തതാണ്. പിന്നെ വേണ്ടെന്നുവെച്ചു. "കാപ്പി വേണോ?" ഞാൻ പതിവുപോലെ ചോദിച്ചു.

"വേണ്ട" അവൾ തലയാട്ടി. ആവേശം നുരഞ്ഞുപൊങ്ങുന്ന ഭാവം. കിതച്ചുകൊണ്ടാണവൻ തുടർന്നത്. "എല്ലാ കാര്യങ്ങളും അയാൾ പറഞ്ഞു. അമ്മയെക്കുറിച്ച്... അമ്മ താമസിക്കുന്നത് അവരുടെ സഹോദരിയുടെ കൂടെയാണ്. ഹോളണ്ടിന്റെ തെക്കുഭാഗത്തുള്ള ഒരു ചെറിയ പട്ടണം. ചെറിയൊരു വീട്. കാടിനടുത്തായി. പോസ്റ്റ് കാർഡുകളിലും മറ്റും കാണാറുള്ളതുപോലെ പണമുള്ളൊരു കൊച്ചുവീട്."

അമ്മയ്ക്കും എനിക്കുംവേണ്ടി ഞാൻ കാപ്പിയുണ്ടാക്കാൻ തുടങ്ങി. അമ്മ പുരികം ചുളിച്ച് ദേഷ്യം അടക്കിപ്പിടിച്ചിരിപ്പാണ്.

ആലീസ് കസേര പിന്നോക്കം നിരക്കി എഴുന്നേറ്റു. റെഫ്രിജറേറ്ററിന്റെ അടുത്തേക്ക് ചെന്നു. "ആ വീടിന്റെ ഫോട്ടോ എനിക്ക് കാണിച്ചുതന്നു. ഒപ്പം അമ്മയുടേയും അമ്മായിയുടേയും ചില പടങ്ങളും."

ആലീസ് ഒരു കൈകൊണ്ട് ഫ്രിഡ്ജ് തുറന്നു. മറ്റേ കൈകൊണ്ട് മേശമേൽനിന്നും ഒരു ഗ്ലാസ്സെടുത്തു. "പാവം അമ്മായി, നടക്കാൻ വയ്യ. വീട്ടിനകത്തുതന്നേയും ചക്രക്കസേര വേണം." ഗ്ലാസ്സിൽ വെള്ളം നിറച്ചു.

"ജൂഡ് പറഞ്ഞു നമ്മൾ ധാരാളം വെള്ളം കുടിക്കണമെന്ന്. അത്രയധികം ചൂടല്ലേ അബ്ദാനിൽ?" അവൾ രണ്ടു കവിൾ വെള്ളം കുടിച്ചു. "ജൂഡിന്റെ അമ്മായി ശരിക്കും ഒരു മാലാഖയാണ്... അത്രയ്ക്കും സ്നേഹവും... കനിവും..." അവൾ ഒരു കവിൾകൂടി വെള്ളം കുടിച്ചു. "അമ്മയും അമ്മായിയുടെ പോലെത്തന്നെയാണ്... വളരെ സ്നേഹമുള്ള പ്രകൃതം... ഒരു മുത്ത്" ഗ്ലാസ്സിൽ ബാക്കിയുണ്ടായിരുന്ന വെള്ളവും അവൾ കുടിച്ചു തീർത്തു. "പാവം അമ്മ, വർഷങ്ങളായി അവരുടെ സഹോദരിയെ ശുശ്രൂഷിക്കുന്നു... ഈ അടുത്തകാലത്താണ് കുറേശ്ശെ പരാതിപറയാൻ തുടങ്ങിയിരിക്കുന്നത്... നടുവേദന." ഒഴിഞ്ഞ ഗ്ലാസ് ആലീസ് അടുക്കളത്തിണ്ണയിൽവെച്ചു. "ജൂഡ് പറഞ്ഞത്, അമ്മയ്ക്കും അമ്മായിക്കും ആരുമായും അങ്ങനെ അടുപ്പവും ബന്ധവുമൊന്നും ഇല്ല എന്നാണ്. അവർ പുറത്തേക്കൊന്നും ഇറങ്ങാറുമില്ല. അവർക്ക് ആകപ്പാടെ ഒരു മോഹമേയുള്ളൂ. ജൂഡ് നല്ലൊരു പെൺകുട്ടിയെ വിവാഹം കഴിച്ച് ആ വീട്ടിലേക്ക് കൊണ്ടുവരണം. എല്ലാവരും ഒരുമിച്ച് സുഖമായി താമസിക്കണം."

ഞാൻ അടുപ്പിൽനിന്നും കാപ്പിപാത്രം ഇറക്കിവെച്ചു. തീയണച്ച് എന്റെയും അമ്മയുടേയും കപ്പുകളിലേക്ക് കാപ്പി പകർന്നു.

ആലീസ് ഇരിക്കപ്പൊറുതിയില്ലാതെ അവിടെയൊക്കെ നടന്നുകൊണ്ടിരുന്നു. എല്ലാഭാഗത്തേക്കും അവളുടെ കണ്ണുകളെത്തി. പക്ഷേ, അമ്മയേയും എന്നേയും നോക്കുകയുണ്ടായില്ല... ജൂഡിന്റെ വീട് വിജനമായൊരിടത്താണ്. മൈലുകളോളം മറ്റൊരാളില്ല. രാവിലെ നേരത്തെ എഴുന്നേറ്റ് ജനലിൽ കൂടി നോക്കിയാൽ മാനുകൾ മേയുന്നതു കാണാം... കേൾക്കുമ്പോൾ ഒരു സ്വപ്നം പോലെ, അല്ലേ? രാത്രിയായാൽ കുറുക്കന്മാർ ഓരിയിടുന്നതും കേൾക്കാം."

"പരിശുദ്ധ മറിയമേ! ദൈവം തമ്പുരാന്റെ മാതാവേ!" അമ്മ ഒച്ച താഴ്ത്തി ഇടയ്ക്കിടയ്ക്ക് പറഞ്ഞുകൊണ്ടിരുന്നു.

ഗ്ലാസ്സുകളും കപ്പുകളും കഴുകി എടുത്തുവെച്ചശേഷം ഞാനും മേശയ്ക്കരുകിൽ വന്നിരുന്നു. ആലീസും നടത്തം നിർത്തി ഇരുന്നു. "എന്തു നല്ല മനുഷ്യൻ! എന്തൊരു കരുതലും സ്നേഹവും... ലോലമായ മനസ്സാണ്. എന്നോടും എല്ലാ കാര്യങ്ങളും ചോദിച്ചറിഞ്ഞു. എവിടെയാണ് നഴ്സിങ്ങ് പഠിച്ചത്? എത്ര കാലമായി ജോലിചെയ്യാൻ തുടങ്ങിയിട്ട്?" എന്തിനാണാവോ അതുപറഞ്ഞ് അവൾ ചിരിച്ചത്?

"പിന്നീട്, ഞാൻ ഓപ്പറേഷൻ തിയ്യറ്ററിലെ നഴ്സാണെന്നു പറഞ്ഞപ്പോൾ വലിയ അദ്ഭുതവും... മതിപ്പും." അവൾ നേരെ അമ്മയെ നോക്കി. "മതിപ്പ് എന്നു പറഞ്ഞാൽ എന്താണെന്ന് മനസ്സിലായോ? അത് അയാളുടെ കണ്ണുകളിൽ കാണാമായിരുന്നു, സവിശേഷമായൊരു ഭാവം."

അതിനുശേഷം അവൾ എന്റെ നേരെ നോക്കി. "അയാൾ എന്നോടു ചോദിച്ചു, എന്നാണ് ഞാൻ ജോലിയിൽ ചേർന്നത് എന്ന്? ഉദ്യോഗത്തിൽ നിന്നും വിരമിക്കുമ്പോൾ പെൻഷനായി എത്ര രൂപ കമ്പനിയിൽനിന്നും

കിട്ടുമെന്ന്? മനസ്സിലെന്തെങ്കിലും കണ്ടിട്ടാകണം അങ്ങനെയൊക്കെ ചോദിച്ചത്. അല്ലേ? നിനക്കെന്തുതോന്നുന്നു?"

ഞാൻ അതിന് മറുപടി പറഞ്ഞില്ല. അതിനുപകരം ഒരു ബദാം ബിസ്കറ്റെടുത്ത് അവളുടെ നേരെ നീട്ടി.

അമ്മയ്ക്ക് കൂടുതൽ ക്ഷമിക്കാനായില്ല. "നിന്റെ ചേച്ചിയും എന്നെപ്പോലെത്തന്നെ വിചാരിക്കുന്നു, നീ ഒരു തനി കഴുതയാണെന്ന്."

ആലീസ് ആ ബിസ്കറ്റ് മുന്നിൽനിന്നു മാറ്റി. അമ്മ പറഞ്ഞതും, ഞാൻ പറയാതിരുന്നതും കേട്ട ഭാവമേയില്ല. അവൾ കസേരയിൽനിന്നെഴുന്നേറ്റു. "വ്യാഴാഴ്ച എനിക്കൊഴിവാണ്. ജൂഡ് ക്ഷണിച്ചിട്ടുണ്ട്. കൂടെ അബ്ദൊല്ലയിലേക്ക് ചെല്ലാൻ. അവിടെ ഏതോ ചില പദ്ധതിയുടെ പ്രവർത്തനങ്ങൾ പരിശോധിക്കാനുണ്ട്... മരുഭൂമിയുടെ ഒത്ത നടുവിലാണ്. സാൻവിച്ചുണ്ടാക്കി കൊണ്ടുവരാമെന്ന് ഞാനേറ്റിട്ടുണ്ട്... ഉച്ചഭക്ഷണത്തിന്. മരുഭൂമിയുടെ നടുവിൽ വേറെന്തു കിട്ടാൻ? അതുകഴിഞ്ഞ് ഞങ്ങൾ ഒരു സവാരി പോകും. സൂര്യാസ്തമയത്തെ മരുഭൂമി... ജൂപ്പിന് അതൊരു ഭ്രമമാണത്രെ. മരുഭൂമിയും മണലും സൂര്യനും."

ഏതോ പ്രണയ കവിതകളിലെ വരികളുരുവിടുന്നതു പോലെയാണ് അവളത് പറഞ്ഞത്... മരുഭൂമിയും... മണലും... സൂര്യനും. കൈകൾ രണ്ടും മലർക്കെ നീട്ടിപ്പിടിച്ചു, തല അല്പം മേലോട്ട് ചെരിച്ച് നോട്ടം ജനലിനപ്പുറം വിദൂരതയിലേക്ക്.

"എന്താ നിനക്ക് ഇനിയും മനസ്സിലാവാത്തത്?" അമ്മയുടെ ചോദ്യം. അതൊരു പൊട്ടിത്തെറിയായിരുന്നു.

ആലീസിന്റെ മുഖം പൊടുന്നനെ ഇരുണ്ടു. "നിങ്ങൾക്കാണ് ഒന്നും മനസ്സിലാവാത്തത്. അയാൾ എന്നോട് നേരിട്ടു പറഞ്ഞു, ആദ്യം കണ്ട നിമിഷം തന്നെ എന്നോട് പ്രേമം തോന്നിയെന്ന്."

അമ്മ ഒച്ചയും ബഹളവും തുടങ്ങി. ഞാൻ എന്റെ കൈയിലിരുന്ന ബിസ്കറ്റിലേക്ക് നോക്കി. ഒരു തുണ്ട് ഞാൻ കടിച്ചെടുത്തിരുന്നു. എനിക്ക് ബദാം ബിസ്കറ്റ് ഇഷ്ടമല്ലല്ലോ... ഞാനത് ആഷ്ട്രേയിലേക്കിട്ട് എഴുന്നേറ്റു നിന്നു.

ഞാൻ പിന്നേയും വഴുതിനങ്ങയെടുത്ത് തൊലികളയാൻ തുടങ്ങി. എന്റെ അനിയത്തി ഇത്ര മണ്ടിയായിപ്പോയതെന്തേ? മുമ്പ് ആയിരം തവണ പറഞ്ഞുകഴിഞ്ഞ കാര്യം അമ്മ ഇപ്പോഴും ആവർത്തിച്ചു കൊണ്ടിരിക്കുന്നതെന്തിനാണ്? ചിലത് സന്ദർഭത്തിന് യോജിച്ചതാവാം... ചിലത് തീരെ ചേരാത്തതും.

എന്താണാവോ എനിക്ക് വെറുതെ ഒരു ക്ഷീണം? പെട്ടെന്ന് വിരൽ മുറിഞ്ഞു. ഓർക്കാതെ ഞാൻ അയ്യോ എന്ന് നിലവിളിച്ചു. വേദനകൊണ്ടായിരുന്നില്ല... അവിചാരിതമായി സംഭവിച്ചതിന്റെ ഞെട്ടൽ.

"എന്തു പറ്റി?" അമ്മ ചാടി എഴുന്നേറ്റു.

പൈപ്പിന്റെ ചോട്ടിൽ വിരൽ കാട്ടി ഞാൻ ചോര കഴുകി കളഞ്ഞു. “ഒന്നും പറ്റിയില്ല.”

അമ്മയും ആലീസും വീണ്ടും അവരുടെ മുറുമുറുക്കൽ തുടർന്നു. ഞാൻ എന്നോടുതന്നെ ചോദിച്ചു, എന്തുകൊണ്ടാണത് സംഭവിച്ചത്? ഒരു ഗ്ലാസ് വിനീഗറും... വേണ്ടതിലധികം എരിവുള്ള ചട്നിയും. തലേരാത്രി അർതൂഷുമായുണ്ടായ നീരസം നിറഞ്ഞ സംസാരം, ആലീസിന്റെ വിഡ്ഢിത്തങ്ങൾ. ഡച്ചുകാരന്റെ അതിസാമർത്ഥ്യം, അമ്മയുടെ ഒച്ചയും വിളിയും... എമിൽ സിമോനിയൻ എന്നെക്കുറിച്ച് എന്താണ് കരുതിയിട്ടുണ്ടാവുക? എത്ര നേരമാണ് ഞാൻ അയാളോട് വായടയ്ക്കാതെ സംസാരിച്ചുകൊണ്ടുനിന്നത്? അര മണിക്കൂറോ അതോ ഒന്നോ? ആലോചിച്ചപ്പോൾ ലജ്ജ തോന്നി.

അമ്മ കുറ്റം പറയാൻ ആരെയെങ്കിലും കിട്ടാൻ കാത്തിരിക്കുകയായിരുന്നു. “ഒക്കെ ആ നീനയുടെ കുറ്റമാണ്. ഞാൻ നിന്നോട് എത്ര തവണ പറഞ്ഞിട്ടുണ്ട്, അവരുമായി വലിയ ലോഗ്യത്തിനൊന്നും പോകേണ്ടെന്ന്.”

ആലീസ് ഒച്ച ഉയർത്തി. “വെറുതെ ആവശ്യമില്ലാതെ ഒച്ചവെക്കേണ്ട. അല്ലെങ്കിലും ഇതുമായി നിനക്കെന്തു ബന്ധം?”

എമിൽ പോകുംമുമ്പേ എന്നോട് പറയുകയുണ്ടായി.

“നന്ദിയുണ്ട്”, കാപ്പിക്കും ആ പുതിയ ആശയങ്ങൾക്കും. അയാൾ എന്നെ കളിയാക്കിയതാവാം. അങ്ങനെയാണെങ്കിൽ അതെനിക്ക് കിട്ടേണ്ടതുതന്നെ.

അമ്മ ഉപ്പിന്റെ കുപ്പി ഒച്ചയോടെ മേശപ്പുറത്തുവെച്ചു. “നിനക്ക് മനസ്സിലായില്ല എന്നാണോ? ആ ചെറ്റ കെണിയൊരുക്കുന്നത് വലിയ ചിലവില്ലാതെ ഒരു നഴ്സിനെ കിട്ടാനാണ്... കിടപ്പിലായ അമ്മായിയേയും പുറംവേദനക്കാരിയായ അമ്മയേയും നോക്കാൻ ഭാര്യയായി കൊണ്ടുപോയാൽ പിന്നെ ശമ്പളം കൊടുക്കേണ്ട പ്രശ്നമില്ലല്ലോ.”

ആലീസ് കൈയ്യിലിരുന്ന പേനക്കത്തി കൂടുതൽ ഒച്ചയോടെ മേശപ്പുറത്തിട്ടു. “നിങ്ങൾക്കാർക്കും ഒന്നും മനസ്സിലായിട്ടില്ല.”

വഴുതിനങ്ങ നുറുക്കിയത് ഞാൻ അരിപ്പയിലിട്ടു. എന്റെ ആത്മവിമർശനബുദ്ധി അപ്പോഴേക്കും ഉണർന്നു. മറ്റുള്ളവരുടെ മുമ്പിൽ ‘ആളാ’വാനുള്ള പ്രവണത... ഇതെപ്പോഴും ഒരു പാഠമായിരിക്കട്ടെ.” ഞാൻ വഴുതിനങ്ങ കഷണങ്ങളിൽ ഉപ്പു വിതറി. എന്റെ വിശാലബുദ്ധി എന്നെ സഹായിക്കാനെത്തി. അവൾ ആളാവാൻ ശ്രമിച്ചതല്ല, അവൾക്കിഷ്ടമുള്ള കാര്യങ്ങളെക്കുറിച്ച് സംസാരിക്കുകയായിരുന്നു. ഉപ്പിന്റെ തരികൾ മുറിവിൽ വീണു. നല്ല നീറ്റം, ഞാൻ വിരൽ വായിലിട്ടു ഈമ്പി, ജനൽത്തിട്ടിലെ സ്വീറ്റ് പീ ചെടികളെ നോക്കിനിന്നു. എന്റെ ഒരിക്കലും പിന്മാറാത്ത വിമർശനബുദ്ധി വീണ്ടും എന്നെ വെല്ലുവിളിച്ചു. “എന്നുമുതലാണ് ഇഷ്ടകാര്യങ്ങൾ മാത്രം നമ്മൾ സംസാരിക്കാൻ തുടങ്ങിയത്?

എന്ത് മറുപടി പറയണമെന്നറിയാതെ എന്റെ വിശാലബുദ്ധി മൗന മവലംബിച്ചു.

"ക്ലാരീസ്, നീയെന്താണ് ഒന്നും പറയാതെ മാറിനില്ക്കുന്നത്? എന്തെങ്കിലും പറയൂ." അമ്മയുടെ വിളി എന്നെ മനോരാജ്യത്തിൽ നിന്നു ണർത്തി. വായിൽനിന്നും വിരലെടുക്കാതെ ഞാൻ അമ്മയുടെ നേരെ തിരിഞ്ഞുനിന്നു.

"ഞങ്ങൾ ഹോം വർക്ക് ചെയ്തുകഴിഞ്ഞു." പെൺകുട്ടികൾ അടുക്കളയിലേക്ക് ഓടിവന്നു. വായിൽനിന്ന് വിരലെടുത്ത് ഞാൻ അവരുടെ നേരെ ഒച്ചയിട്ടു. "പുറത്ത്... പുറത്ത്."

അതു പതിവില്ലാത്തതാണല്ലോ. കുട്ടികൾ ആദ്യം എന്നെ നോക്കി. പിന്നെ അവരുടെ അമ്മൂമ്മയേയും. അമ്മ തന്നത്താൻ എന്തോ എടുത്ത് വീശുകയായിരുന്നു. ഇതൊന്നും താനറിയുന്നില്ലെന്ന മട്ടിൽ ഒരാ പ്പിളെടുത്ത് തൊലിചെത്തുകയായിരുന്നു ആലീസ്. കുട്ടികൾ വീണ്ടും ഞങ്ങളെ മൂന്നുപേരേയും മാറിമാറിനോക്കി. വയ്യാതിരിക്കുമ്പോൾ ഞാൻ അവരോട് എതിരൊന്നും പറയില്ലെന്ന് കുട്ടികൾക്കറിയാമായിരുന്നു. അതുകൊണ്ടാകാം തല രണ്ടുവശത്തേക്കും ആട്ടിക്കൊണ്ട് അവർ കൊഞ്ചി...

"ഞങ്ങൾ എമിലിയെ..."

"പുറത്തുപോകാനല്ലേ പറഞ്ഞത്", ഞാൻ വീണ്ടും ദേഷ്യപ്പെട്ടു.

അമ്മ ആലീസിനു നേരെ തിരിഞ്ഞു. "ഒരാളെ ഒരു തവണ കാണു മ്പോഴേക്കും..."

"ഒന്നല്ല, രണ്ടുതവണയായി ഞങ്ങൾ തമ്മിൽ കാണുന്നു."

"എത്ര തവണ തന്നെ കണ്ടാലും... നിങ്ങളുടെ അച്ഛൻ ഉണ്ടായിരു ന്നെങ്കിൽ... ദൈവം അദ്ദേഹത്തിന്റെ ആത്മാവിന് ശാന്തി നല്കട്ടെ."

ഞാൻ കണ്ണുകളടച്ചു. നെറ്റിയിൽ കൈയമർത്തി. ഒരിക്കൽകൂടി ആലീസിനോട് പറയണോ, നീ ചെയ്തത് ശരിയാണോ എന്ന്.

കുട്ടികൾ ഇടനാഴിയിലേക്ക് കടന്നില്ല. അപ്പോഴേക്ക് ഉമ്മറവാതിലിൽ മണിയടിച്ചു.

"ഹലോ! നീനമ്മായി..."

"ഹലോ! വയലറ്റ് അമ്മായി..."

കുട്ടികളുടെ സന്തോഷം തുളുമ്പുന്ന സ്വാഗതം.

"സോഫി എന്തു ഭംഗിയുള്ള ഉടുപ്പാണിത്!"

"നന്നായി... നിങ്ങളെല്ലാവരും കൂടി വന്നല്ലോ!"

അവർ വന്നത് നന്നായെന്നോ? അമ്മയുടെ നോട്ടത്തിൽ കണ്ട മൂർച്ച, ഞാൻ തീർച്ചയാക്കി. അമ്മ അവരുമായി ഒരു വഴക്കുണ്ടാക്കുമെന്ന്.

നീന വാതിൽ കടന്നതും വിളിച്ചുചോദിച്ചു, "എവിടെപ്പോയി ഇവിടത്തെ ഗൃഹനാഥ?"

ഞാൻ വേഗം ഇടനാഴിയിലേക്ക് ചെന്നു. ഉമ്മറത്തളത്തിൽതന്നെ ഇരിക്കാമെന്ന് ഒന്നുരണ്ടുതവണ പറഞ്ഞു. "വേണ്ട അടുക്കളയിലിരിക്കാം." നീന നേരെ അടുക്കളയിലേക്ക് നടന്നു. "എത്ര നാളായി നിന്റെ ഈ സുന്ദരി വീട്ടിൽ വന്നിട്ട്... ഹൻഡലിന്റേയും ഗ്രെറ്റലിന്റേയും കഥയിലെ പോലത്തെ കൊച്ചുവീട്!"

അകത്തുവന്നപ്പോഴാണവൾ അമ്മയും ആലീസും അവിടെയുണ്ടെന്നറിഞ്ഞത്. "അല്ല മിസ്സിസ് വോസ്കാനിയനും ആലീസും ഇവിടെയുണ്ടോ? വളരെ വളരെ സന്തോഷം..."

ആലീസ് നീനയോടു പറഞ്ഞു, "ഞാൻ ക്ലാരിസ്സിനോടു പറഞ്ഞതേയുള്ളൂ എത്രനാളായി നീനയെ കണ്ടിട്ട് എന്ന്" അമ്മ ഒന്നും മിണ്ടാതെ ചുട്ടനോട്ടവുമായി മുഖം കനപ്പിച്ചിരുന്നു. ആലീസ് രണ്ടു കൈകളും നീട്ടി നീനയേയും വയലറ്റിനേയും സ്വാഗതം ചെയ്തു. രണ്ടുപേരേയും കെട്ടിപ്പിടിച്ച് കവിളിൽ ചുംബിച്ചു. അമ്മ നീനയുടെ അഭിവാദ്യത്തിന് മറുപടി പറഞ്ഞില്ല. "എന്തു ചന്തമുള്ള അടുക്കള!" ചുറ്റും നോക്കിക്കൊണ്ട് വയലറ്റ് കണ്ണുകൾ വിടർത്തി.

അമ്മ എന്നേയും നീനയേയും വയലറ്റിനേയും അടുക്കളയിലെ ഭിത്തികളേയും മാറി മാറി നോക്കി... ഒട്ടും രസിക്കാത്ത മട്ടിലുള്ളൊരു നോട്ടം. എല്ലാവർക്കും ഇരിക്കാനുള്ള കസേരകളവിടെയുണ്ടോ എന്ന് ഞാൻ പരിഭ്രമിക്കുന്നതിനിടയിൽ വീണ്ടും വാതിൽ മണിയടിച്ചു.

"ഹലോ! എമിൽ മാമാ..."

"ഹലോ! മിസ്സിസ് സിമോനിയൻ."

"എമിലി, ഞങ്ങൾ നിന്നെ വിളിക്കാൻ വരികയായിരുന്നു."

"അകത്തേക്ക് വരൂ. എല്ലാവരും അടുക്കളയിലാണ്."

കൂടുതലെന്തെങ്കിലും ചിന്തിക്കാനോ ഒന്നനങ്ങാനോ എനിക്ക് സമയം കിട്ടിയില്ല. അപ്പോഴേക്കും അമ്മയും മകനും എന്റെ അടുക്കളവാതിലിൽ വന്നുനില്പായി.

ഒരു നിമിഷം... ആകെയൊരു നിശ്ശബ്ദത. ആകെ കേട്ട ഒരു ശബ്ദം... വയലറ്റ് ഒച്ചയൊതുക്കി പാടുന്നതിന്റെ മൂളൽ മാത്രം. അവൾ ഞങ്ങളുടെ പുറംതിരിഞ്ഞ് ജനലരുകിൽനിന്ന് ആ സ്വീറ്റ് പീ പൂക്കൾ മണത്തുനോക്കുകയായിരുന്നു.

എന്റെ അനിയത്തിയാണ് ആദ്യം സംസാരിച്ചത്. നേരെ മിസ്സിസ് സിമോനിയന്റെ അടുത്തുചെന്ന് അവരുടെ നേരെ കൈനീട്ടി.

"കണ്ടതിൽ സന്തോഷം. ഞാൻ ആലീസ് വോഡ്കാനിയൻ. ക്ലാരിസ്സിന്റെ സഹോദരിയാണ്."

എന്റെ ഇരട്ടക്കുട്ടികൾ എമിലിന്റേയും അമ്മയുടേയും പുറകിലാണ് നിന്നിരുന്നത്. സോഫിയോടും എമിലിയോടുമൊപ്പം.. ആലീസിന്റെ സ്വയം പരിചയപ്പെടുത്തൽ. എന്റെ മക്കൾക്ക് ചിരി അടക്കാനായില്ല. ഞാനവരെ

കണ്ണുകൊണ്ടു ശാസിക്കുംമുമ്പേ വായ പൊത്തിപ്പിടിച്ച് അവർ പുറത്തേക്കോടി. സാധാരണഗതിയിലാണെങ്കിൽ ഞാനും ചിരിച്ചുപോയേനേ. ആലീസിന്റെ സ്ഥൂലിച്ച ശരീരം, ഗംഭീരസ്വരത്തിൽ ഔപചാരികമായ ആ പരിചയപ്പെടുത്തൽ... അതിനു മുമ്പിൽ പകച്ചുനില്ക്കുന്ന മിസ്സിസ് സിമോനിയന്റെ ആ ചെറിയ രൂപം.

അമ്മയിൽനിന്നും ആലീസ് മകന്റെ നേരെ തിരിഞ്ഞു. എമിലിന്റെ കൈപിടിച്ചു കുലുക്കിക്കൊണ്ട് അവൾ പറഞ്ഞു, "പരിചയപ്പെടാൻ സാധിച്ചതിൽ സന്തോഷം. കുറച്ചുനാളായി ഞാൻ ഈയൊരവസരത്തിനായി കാത്തിരിക്കുകയായിരുന്നു. താങ്കളേയും താങ്കളുടെ കുലീനയായ അമ്മയേയും പരിചയപ്പെടാനുള്ള അവസരം. ക്ലാരിസ് എപ്പോഴും നിങ്ങളെക്കുറിച്ച് വളരെ കാര്യമായി പറയാറുണ്ട്."

ഞാൻ എപ്പോഴാണ് അവരെക്കുറിച്ച് "കാര്യമായി" സംസാരിച്ചിട്ടുള്ളത്? ഇതെന്താ ആലീസ് ഇങ്ങനെ പുസ്തകഭാഷയിൽ സംസാരിക്കുന്നത്? നഗരം മുഴുവൻ ഇന്ന് എന്റെ അടുക്കളയിൽ വന്നുകൂടാനുള്ള കാരണമെന്താകും?

"എന്തു വാസനയാണീ പൂക്കൾക്ക്!" ഞങ്ങൾ ജനലരുകിലേക്കു തിരിഞ്ഞു. ചുകന്ന ബ്ലൗസും ഞൊറിവെച്ച വെള്ളപ്പാവാടയും ധരിച്ച് വയലറ്റ്. കാതിൽ തൂങ്ങിക്കിടക്കുന്ന വലിയ റിങ്ങുകൾ. ജനൽപ്പടിയിൽ ചാരിനില്ക്കുകയാണ്. പുറത്തുനിന്നുള്ള വെയിലിന്റെ വെളിച്ചം അവളുടെ മുഖത്താകെ പരന്നുകിടക്കുന്നു. അവളുടെ മുടിക്ക് സ്വതവേ ഉള്ളതിനേക്കാൾ കൂടുതലായി ഒരു സ്വർണ്ണനിറം.

ഞാൻ എല്ലാവരേയും പരിചയപ്പെടുത്തി. "ഇനി നമുക്ക് പൂമുഖത്തളത്തിലിരുന്നു സംസാരിക്കാം."

"കുവൈത്ത് ബസാറിലേക്ക് പോരുന്ന വഴി ഒന്നു കയറിയതാണ്." മിസ്സിസ് സിമോനിയൻ പറഞ്ഞു. "എമിൽ നിങ്ങൾക്ക് തരാനായി എന്തോ കൊണ്ടുവന്നിട്ടുണ്ട്.' അവർ നീനയുടെ നേരെ നോക്കി തല കുനിച്ചതിനു ശേഷം അമ്മയുടെ നേരെ തിരിഞ്ഞു. അമ്മ അവരോടെന്തോ ചോദിക്കാൻ തുടങ്ങി.

ആലീസ് എമിലിനേയും അമ്മയേയും തെല്ലൊരവജ്ഞയോടെ നോക്കി. ആ നോട്ടം അവർ രണ്ടുപേരും കാണുകയുണ്ടായില്ല. ആലീസ് നീനയുടെ അരയിൽ ചുറ്റിപ്പിടിച്ചു. "നമുക്ക് അവിടെയിരുന്ന് സംസാരിക്കാം" നീനയേയും കൂട്ടി അവൾ പൂമുഖത്തേക്ക് നടന്നു. "നിന്നെ കണ്ടതു നന്നായി... അല്ലെങ്കിൽ രാത്രി ഞാൻ അങ്ങോട്ടു വിളിച്ചേനേ."

അമ്മ മിസ്സിസ് സിമോനിയനോട് സംസാരിക്കുകയായിരുന്നു. "മരിച്ചുപോയ എന്റെ അച്ഛൻ, നിങ്ങളുടെ പരേതനായ പിതാവിന്റെ സുഹൃത്തായിരുന്നു. നിങ്ങളുടെ വിവാഹത്തിന് എന്റെ അച്ഛനമ്മമാരെ ക്ഷണിച്ചിരുന്നു. എന്നെ ക്ഷണിച്ചിരുന്നില്ല. ഞാൻ അന്ന് ചെറിയ കുട്ടിയായിരുന്നു."

ഞാൻ വീണ്ടും പറഞ്ഞു, "നമുക്ക് തളത്തിൽ പോയിരുന്ന് സംസാരിക്കാം."

മിസ്സിസ് സിമോനിയൻ തീരെ പതിഞ്ഞ സ്വരത്തിൽ മകനോടെന്തോ പറഞ്ഞു. ഞാൻ അയാളുടെ നേരെ തിരിഞ്ഞു. അയാളുടെ നോട്ടം ജനലിനു നേരെയായിരുന്നു. ചട്ടിയിൽനിന്നും ഒരു വെളുത്ത സ്വീറ്റ് പീ പറിച്ചെടുത്ത്, വിരലുകൾക്കിടയിൽവെച്ചു തിരിച്ചു വയലറ്റ് സ്വയം മറന്ന് പുഞ്ചിരിക്കുന്നു!

അമ്മ പറഞ്ഞു, "കൊട്ടാരംപോലെയുള്ള സുന്ദരമായ ആ വീട് വില്ക്കേണ്ടിവന്നല്ലോ! കഷ്ടമായി... ഞാൻ ക്ലാരിസ്സിനോട് പറയുകയായിരുന്നു..."

"എമിൽ..." മിസ്സിസ് സിമോനിയൻ വിളിച്ചു.

അമ്മ വീണ്ടും പറഞ്ഞു, "ഞാൻ ക്ലാരിസ്സിനോട് പറയുകയായിരുന്നു..."

മിസ്സിസ് സിമോനിയൻ കുറച്ചുകൂടി ഉച്ചത്തിൽ വിളിച്ചു.

"എമിൽ..." അവർ തിടുക്കത്തിൽ അടുക്കളയിൽനിന്നും പുറത്തേക്ക് ചെന്നു.

എമിൽ അമ്മയുടെ പുറകെ ഏതാണ്ട് ഓടുകയായിരുന്നു.

ഞാനും അവരുടെ പിന്നാലെ വേഗത്തിൽ ചെന്നു. മുറ്റത്തേക്കിറങ്ങി. പാതയുടെ പാതിയെത്തിയപ്പോൾ അയാൾ എന്നെ തിരിഞ്ഞുനോക്കി. ഒരു പൊതി എന്റെ നേരെ നീട്ടി. "ഇന്നലെ ഞാൻ പുസ്തകങ്ങൾ വെച്ചിരുന്ന പെട്ടി തുറന്നപ്പോൾ..."

"എമിലി..." മിസ്സിസ് സിമോനിയന്റെ ഗർജ്ജനം.

ഞാൻ കൈനീട്ടി ആ പൊതി വാങ്ങി. സ്വാഭാവികമായും എന്റെ നോട്ടം അതിലേക്കായി. പിന്നീട് ഞാൻ തല ഉയർത്തിയപ്പോൾ മുറ്റത്ത് ആരും ഉണ്ടായിരുന്നില്ല. ഇരുമ്പുഗേറ്റ് പാതി തുറന്നു കിടന്നിരുന്നു. ഞാൻ അടുക്കളയിലേക്ക് തിരിച്ചുനടന്നു.

അമ്മ ഒരു തുണിയെടുത്ത് അടുക്കളത്തിണ്ണ തുടയ്ക്കുകയായിരുന്നു. ഏതു പണിയും ക്ഷണത്തിൽ ചെയ്തു തീർക്കണം. അത് അമ്മയുടെ ഒരു ശീലമായിരുന്നു. എന്നാൽ ദേഷ്യം പിടിച്ചാൽ മട്ടുമാറും. എല്ലാം വളരെ പെട്ടെന്ന്... ഞൊടിയിടയിലാകും, നിശ്ശബ്ദ സിനിമകളിൽ കാണുന്നതുപോലെയുള്ള അതിവേഗ ചലനങ്ങൾ.

വയലറ്റ് അമ്മയെ സൂക്ഷിച്ചു നോക്കുന്നുണ്ടായിരുന്നു. എന്നെ കണ്ടപ്പോൾ വലിയ അദ്ഭുതത്തോടെ അവൾ പറഞ്ഞു, "എത്ര വേഗത്തിലാണ് നിങ്ങളുടെ അമ്മ പണിയെടുക്കുന്നത്! പിന്നെ നിങ്ങളുടെ അയൽപക്കത്തെ ആ സ്ത്രീ... എത്ര പൊക്കം കുറവാണ് അല്ലേ? എനിക്കു തോന്നി അവർ ആരോടോ കലശലായി ദേഷ്യപ്പെട്ടിരിക്കുകയാണെന്ന്... അങ്ങനെയാണോ?"

അമ്മ പെട്ടെന്ന് വയലറ്റിനു നേരെ തിരിഞ്ഞുനിന്നു. “ശരിയാണ്, അവർക്ക് കലശലായ ദേഷ്യമുണ്ടായിരുന്നു. അത്ര നല്ല ആ വീട് എന്തിനാണ് വിറ്റുകളഞ്ഞതെന്ന് ഞാൻ ചോദിച്ചില്ലേ. അതിന്റെ ദേഷ്യം. അതു മാത്രമല്ല, അവരുടെ പഴയ ചരിത്രമൊക്കെ എനിക്കറിയാമെന്നും അവർക്ക് മനസ്സിലായി. തല മുതൽ വാൽ വരെ എല്ലാ സംഗതികളും എനിക്കറിയാം. എന്റെ മുമ്പിൽ അവർക്ക് അങ്ങനെ “ആളാവാൻ” സാധിക്കില്ല. അവരുടെ കല്യാണക്കാലത്ത് ഞാൻ ചെറിയ കുട്ടിയായിരുന്നുവെന്നു പറഞ്ഞതും അവരെ അരിശം പിടിപ്പിച്ചു... അതൊന്നും ഞാൻ കള്ളം പറഞ്ഞതല്ല...” അമ്മ ഞങ്ങൾക്ക് പുറം തിരിഞ്ഞുനിന്നു. പൂർവ്വാധികം ശക്തിയോടെ തേക്കാനും തുടയ്ക്കാനും തുടങ്ങി.

പാതി തുറന്ന വായയുമായി വയലറ്റ് അമ്മയുടെ കൈകളുടെ ദ്രുതചലനം നോക്കിക്കൊണ്ടുനിന്നു. അടുക്കളത്തിണ്ണയിൽ മിന്നൽവേഗത്തിലാണ് ആ കൈകൾ നീങ്ങിയിരുന്നത്. അതിനിടയിൽ മുഖത്തേക്ക് ചിതറിവീണ മുടി പുറംകൈക്കൊണ്ട് ഒതുക്കിയിട്ടു.

“അതുശരി... അവരുടെ ദേഷ്യത്തിന്റെ കാരണം ഇപ്പോഴാണെനിക്ക് മനസ്സിലായത്.” വയലറ്റ് തനിയെ പറഞ്ഞു.

ഞാൻ അമ്മയുടെ കൈയിൽനിന്നും തുണി പിടിച്ചുവാങ്ങി. രണ്ടു പേരേയും തളത്തിലേക്ക് പറഞ്ഞയച്ചു. തനിച്ചായപ്പോൾ രണ്ടു കൈയും കൊണ്ട് ഞാൻ തല അമർത്തിപ്പിടിച്ചു. ഏതാനും നിമിഷം. മൂന്നുനാലു തവണ ദീർഘമായി ശ്വസിച്ചു. അതിനുശേഷം ഞാൻ സ്റ്റൗവിൽ കാപ്പിക്കു വെള്ളം തിളപ്പിക്കാൻ വെച്ചു. കപ്പുകളെടുത്തു ട്രേയിൽ നിരത്തി. ഒട്ടും സുഖം തോന്നിയില്ല. വല്ലാത്ത ക്ഷീണം. അതിലേറെ ദേഷ്യം. ആകെ ഭ്രാന്തുപിടിച്ചതുപോലെ. ആരോടായിരുന്നു എന്റെ രോഷം? ആലീസിനോടോ? അമ്മയോടോ? അതോ നീനയോടോ? അവർ നേരത്തെ പറയാതെ വന്നു കയറിയതെന്തിനാണ്? എനിക്ക് എന്നോടുതന്നെ ദേഷ്യം തോന്നി. എമിലിന്റേയും അമ്മയുടേയും പുറകെ മുറ്റത്തേക്കിറങ്ങി. അതിലെ കുമിളകൾ പതുക്കെ അടങ്ങുന്തോറും എന്റെ ഹൃദയമിടിപ്പിന്റെ ശക്തി കൂടാൻ തുടങ്ങി. ആ നിമിഷം ഞാൻ സ്റ്റൗ കെടുത്തേണ്ടതായിരുന്നു. അപ്പോഴാണ്, “അമ്മേ... അമ്മേ... ഞങ്ങൾ...” പെൺകുട്ടികൾ ഒരുമിച്ചു.

“വേണ്ട...” ഞാൻ പിന്നോക്കം തിരിഞ്ഞ് ഉച്ചത്തിൽ പറഞ്ഞു.

അപ്പോഴേക്കും കാപ്പി തിളച്ചുപോയിക്കഴിഞ്ഞിരുന്നു. ഞാൻ പെട്ടെന്ന് തിരിഞ്ഞു. പാത്രത്തിലെ കാപ്പി കുറെയധികം തിളച്ച് പുറത്ത് പോയിരുന്നു. സ്റ്റൗവിനും ചുറ്റും പരന്ന് അഴുക്കായിരുന്നു. ഞാൻ കണ്ണടച്ചു. “ഇനി ഇതും...”

ഇടനാഴിയിൽനിന്ന് അർമീനെയുടെ സ്വരം. “അമ്മയ്ക്ക് ദേഷ്യം വന്നു. കാപ്പി മുഴുവൻ തിളച്ചുപോയി.”

അപ്പോഴേക്കും അർസീനെ ഇടയിൽ കയറി. “അങ്ങനെയല്ല, ആദ്യം കാപ്പി തിളച്ചുപോയി. അപ്പോൾ അമ്മയ്ക്ക് ദേഷ്യം വന്നു.”

പൈപ്പിന്റെ ചോട്ടിൽ കൊണ്ടുവെച്ച് ഞാൻ കാപ്പിപ്പാത്രം കഴുകി വൃത്തിയാക്കി. വെള്ളം അളന്നൊഴിച്ചു. പാകത്തിന് കാപ്പിയും പഞ്ചസാരയും ചേർത്തു. വീണ്ടും കാപ്പി തിളപ്പിക്കാൻ തുടങ്ങി.

ട്രേയിൽ കാപ്പിയുമായി ഞാൻ പൂമുഖത്തളത്തിലെത്തിയപ്പോൾ ആലീസ് നീനയോടു പറയുകയായിരുന്നു. "എന്തു ബുദ്ധിമുട്ട്... ഒരു ബുദ്ധിമുട്ടുമില്ല. ഞാൻ ഇപ്പോൾത്തന്നെ ഗാർനിക്കിനെ വിളിച്ചു പറയാം." എന്നെ കണ്ടതും ആലീസ് ഉത്സാഹത്തോടെ ചിരിച്ചു. "രാത്രി ഞങ്ങൾ ഒരുമിച്ച് ആഹാരം കഴിക്കാൻ നിശ്ചയിച്ചു. നീ ഗാർനിക്കിനെ വിളിച്ചൊന്നു പറയണം."

അവൾ എന്താണ് എന്റെ കണ്ണിൽ കണ്ടതെന്നറിയില്ല. ഏതായാലും വേഗം പറഞ്ഞു. "വേണ്ട, ഞാൻ തന്നെ വിളിച്ചു പറയാം." അവൾ അപ്പോൾത്തന്നെ എഴുന്നേറ്റ് ഇടനാഴിയിലേക്ക് പോയി, ഗാർനിക്കിന് ഫോൺ ചെയ്യാൻ.

ഞാൻ കാപ്പിക്കപ്പുകൾ മേശപ്പുറത്തുവെച്ചു. നീനയുടെ അരികത്തു ചെന്നിരുന്നു. അവൾ പറയുന്നതെന്താണെന്ന് കേൾക്കാൻ കാതോർത്തു. അമ്മ കസേരയുടെ വക്കുപറ്റിയാണ് ഇരുന്നിരുന്നത്. ചുണ്ടുപൂട്ടി. പരവതാനിയിൽ കണ്ണുനട്ടുകൊണ്ട്.

ആലീസ് തളത്തിലേക്ക് തിരിച്ചുവന്നു. "ഗാർനിക്ക് പറഞ്ഞത് അയാൾക്ക് കടുത്ത ജലദോഷമുണ്ടെന്നാണ്. കൂടെ വന്നാൽ നമ്മൾക്കും പകർന്നാലോ എന്ന ഭയം. നീനയും വയലറ്റും വന്നോട്ടെ. അവർക്കും രസമാകും. തന്റെ കാര്യമോർത്ത് വിഷമിക്കേണ്ട എന്നാണ്. എന്തു നല്ല മനസ്സ്! പറയാതെ വയ്യ.

ആലീസ് എന്റെ നേരെ നോക്കി... "മാറിയിരിക്ക്... എനിക്ക് നീനയോട് ചിലത് പറയാനുണ്ട്."

ഞാൻ എഴുന്നേല്ക്കാൻ ഭാവിച്ചപ്പോഴേക്കും ഇടനാഴിയിൽ വലിയ ഒച്ചയും വിളിയും. ആരോ ഏതോ വാതിൽ അടച്ചു... ചില്ലുപൊട്ടി ചിതറി വീഴുന്ന ശബ്ദം, സോഫി ഉറക്കെ നിലവിളിച്ചു. "അയ്യോ! എന്റെ കൈ... എന്റെ കൈ!"

ഞങ്ങളെല്ലാവരും ഇടനാഴിയിലേക്കോടി. അർമേന്റെ മുറിയിലേക്കുള്ള വാതിലിന്റെ മുകളിലായി ഘടിപ്പിച്ചിട്ടുള്ള ചില്ലാണ് പൊട്ടിവീണത്. എങ്ങും തകർന്നുവീണ ചില്ലുതുണ്ടുകൾ. സോഫി കൈ മാറത്തടക്കിപ്പിച്ചു നിലവിളിക്കുന്നു. എന്റെ പെൺകുട്ടികൾ പരിഭ്രമത്തോടെ വിളിച്ചുപറഞ്ഞു, "സോഫിയുടെ കൈ മുറിഞ്ഞു!"

എന്റെ ശ്വാസം നിലച്ചു... "ഈശ്വരാ! കുഞ്ഞിന്റെ കൈത്തണ്ടയിലെ വലിയ ഞരമ്പാണോ മുറിച്ചിരിക്കുന്നത്" നീന എന്റെ കൈയിൽ കയറിപ്പിടിച്ചു. "കർത്താവേ! രക്ഷകാ! എന്താണ് സംഭവിച്ചത്. ഞാൻ ഇനി എന്തുചെയ്യാൻ?" അവളാകെ ഭയന്നുനിന്നു.

സോഫി അപ്പോഴും കുമ്പിട്ടുനിന്ന് നിലവിളിക്കുകയായിരുന്നു. മാറ ത്തടക്കിപ്പിടിച്ച കൈ അനക്കാൻ അവൾ കൂട്ടാക്കിയില്ല. എന്റെ കുട്ടികൾ രണ്ടുപേരും പരസ്പരം കെട്ടിപ്പിടിച്ച് പകച്ചുനില്ക്കുന്നു. അമ്മ സ്വന്തം കവിളിൽ മാറിമാറി അടിച്ച് ഞങ്ങളുടെ തൊട്ടുപിന്നിൽ. "ചെകുത്താനേ, നീ തുലഞ്ഞുപോകട്ടെ..."

ആലീസ് അവളുടെ ശരീരത്തിന് തീരെ ചേരാത്ത വേഗത്തിലും കരുതലോടുകൂടിയുമാണ് സോഫിയുടെ അരികിലേക്ക് ഓടിയെത്തിയത്. അവൾ സോഫിയുടെ കൈയിൽ ബലമായി പിടിച്ച് ഉറക്കെ പറഞ്ഞു, "കൈ വിടൂ... ഞാൻ നോക്കട്ടെ... കൈവിടൂ..."

എല്ലാവരും പെട്ടെന്ന് നിശ്ശബ്ദരായി... കൈവിടൂ... കൈത്തണ്ട പിടിച്ചു നോക്കി. ഇത്തിരി തൊലിപോയിട്ടേ ഉണ്ടായിരുന്നുള്ളൂ. കുട്ടിയുടെ കൈ എല്ലാവർക്കും കാണാൻ പാകത്തിൽ അവർ നിവർത്തിപ്പിടിച്ചു.

ആലീസ് കുനിഞ്ഞുനിന്ന് സോഫിയുടെ മുഖത്ത് കണ്ണുകളുറപ്പിച്ചു. "രണ്ടുദിവസം മുമ്പ് അവർ ഒരു എലിക്കുഞ്ഞിനെ ആശുപത്രിയിലേക്ക് കൊണ്ടുവന്നു. ദാ... ഇതുപോലെയൊരു അപകടം അതിനു പറ്റിയിരുന്നു. അതിന് എന്തു സംഭവിച്ചെന്നറിയാമോ?" സോഫിയുടെ കരഞ്ഞു കലങ്ങിയ കണ്ണുകൾ വലിയ ഭയത്തോടെ ആലീസിനെ നോക്കി. "അത് ചത്തുപോയി" ആലീസ് ഉറക്കെ ചിരിച്ചു.

നീന എന്റെ കൈവിട്ട് മകളുടെ അടുത്തേക്ക് നീങ്ങി. അവളെ അണച്ചുനിർത്തി. "ദൈവത്തിനു നന്ദി... എന്നെ കാത്തല്ലോ!"

"ദൈത്തിനു നന്ദി" കവിളത്തടിച്ചും, ചെകുത്താനെ പഴിക്കലും നിർത്തി അമ്മയും പറഞ്ഞു.

എന്റെ മനസ്സും നിശ്ശബ്ദമായിട്ടാണെങ്കിലും അതു തന്നെ മന്ത്രിച്ചു "ദൈവമേ നന്ദി..."

അർമീനെയും അർസീനെയും കൂട്ടുകാരിയെ കെട്ടിപ്പിടിച്ചു. ചിരിച്ചു കൊണ്ടാണെങ്കിലും അവൾ അസഹ്യത നടിച്ചു, "ഹാവൂ..."

ആലീസ് നീനയുടെ അടുത്തുവന്നു, "സോഫിയുടെ മുറിവിൽ ക്ലാരിസ് മരുന്നുവെച്ചോളൂ... ആന്റിസെപ്റ്റിക്. വരൂ, ബാക്കിയുള്ളതുകൂടി ഞാൻ പറയട്ടെ."

അനു ആലീസിന്റെ കൂടെ പോകുന്നതുകണ്ട് സോഫി കരയാൻ തുടങ്ങി.

ഞാൻ കുളിമുറിയിൽ പോയി ഡെറ്റോളും പഞ്ഞിയും കൊണ്ടുവന്നു. സോഫി അപ്പോഴും കരയുകയായിരുന്നു. നീന വീണ്ടും മകളെ സമാധാനിപ്പിച്ച് ചേർത്തുനിർത്തി. എന്റെ കുട്ടികൾ അർമേന്റെ വാതിലിൽ തട്ടി ബഹളം വെച്ചു, "ഒക്കെ നിന്റെ കുറ്റമാണ്."

"ഞാനൊന്നും ചെയ്തിട്ടില്ല." അർമേൻ അകത്തുനിന്ന് വിളിച്ചു പറഞ്ഞു.

എന്റെ അമ്മ ഉറക്കെ ശകാരിച്ചു. "ശബ്ദം കേട്ടുപോകരുത്."

വയലറ്റ് പൂമുഖത്തെ നിലക്കണ്ണാടിക്കുമുമ്പിൽനിന്ന് മുടി കോതി ക്കെട്ടുകയായിരുന്നു. അലങ്കാരപ്പണികളുള്ള ഒരു മുടിപ്പിൻ ചുണ്ടുകൾക്കിട യിൽ കടിച്ചു പിടിച്ചിരുന്നു. ഇത്രനേരം ഇവൾ എവിടെയായിരുന്നു?

ആലീസ് എന്റെ നേരെ ഒച്ചയിട്ടു. "വേഗമാവട്ടെ..."

എത്രനേരം വേണം ഇത്തിരി പഞ്ഞിയും ഡെറ്റോളും കൊണ്ടുവരാൻ. അവൾ എന്റെ കൈയിൽനിന്നും അത് പിടിച്ചുവാങ്ങി.

ഉമ്മറവാതിൽ തുറന്നു. അർതൂഷ് അകത്തേക്ക് വന്നു. കൂടെ എമിലും...

"ഊണിനുമുമ്പ് കുറച്ചുനേരം കളിക്കാമെന്നു വിചാരിച്ചു."

ഒരു വിഡ്ഢിച്ചിരിയോടെ അർതൂഷ് പറഞ്ഞു. എന്റെ മനസ്സിലുയർന്ന ചോദ്യത്തിനുത്തരം എന്നപോലെ എമിൽ പറഞ്ഞു, "അമ്മയ്ക്ക് വീണ്ടും തലവേദന തുടങ്ങി. ഞങ്ങൾ ബസാറിൽ പോകേണ്ടെന്നുവെച്ചു." അപ്പോഴാണ് രണ്ടുപേരും തറയിൽ ചിതറിക്കിടക്കുന്ന ചില്ലുകഷണങ്ങൾ കണ്ടത്.

പുതിയ കാണികളെ മുന്നിൽ കണ്ടപ്പോൾ സോഫി പിന്നേയും കരച്ചിൽ തുടങ്ങി. ആലീസ് ഡെറ്റോൾ പുരട്ടി മുറിവ് തുടച്ചു. എമിലിനും അർതൂഷിനും വേണ്ടി അമ്മയും നീനയും എന്റെ മകളും ചേർന്ന് നടന്ന തെല്ലാം വിശദമായി അവതരിപ്പിച്ചു.

എന്റെ നോട്ടം അപ്പോഴും വയലറ്റിൽനിന്നും മാറാതെ നിന്നു. അവർ ഒന്നു ചിരിച്ചു. മുടിപ്പിൻ ചുണ്ടിൽനിന്നും താഴെ വീണു. "അയ്യോ!" ഉടനെ വായ പൊത്താനായി അവളുടെ കൈയുയർന്നു. അവൾ കുമ്പിട്ട് മുടി പിൻ എടുത്തു. ബ്ലൗസിന്റെ തുറന്നുകിടന്ന കോളറിനകത്ത് അവളുടെ കറുത്ത അടിക്കുപ്പായം... എന്തൊരു വെളുപ്പാണ് അവളുടെ ചർമ്മത്തിന്!

ഞാൻ സ്റ്റൗ തുടച്ച് കാപ്പി തിളച്ചുപോയതിന്റെ പാടുകൾ നീക്കുക യായിരുന്നു. ഒപ്പം അത്താഴത്തിന് എന്തുണ്ടാക്കണമെന്ന ആലോചനയും. എന്തധികാരത്തിലാണ് അവരെയെല്ലാം എന്റെ വീട്ടിൽ അത്താഴത്തിന് ആലീസ് ക്ഷണിച്ചത്? അർമേന്റെ തോന്നിവാസം. അവനെന്തുപറ്റി? ഇരട്ടക്കുട്ടികൾ എന്തിനാ ഇങ്ങനെ ബഹളം വെക്കുന്നത്? അർതൂഷ് പുറകിൽവന്ന്, ഇന്ന് അത്താഴത്തിനെന്താ എന്ന് എന്നോട് ചോദിച്ചപ്പോൾ എന്തിനാ നീന അത്ര ഉച്ചത്തിൽ ചിരിച്ചത്?

തുടയ്ക്കുന്ന തുണി ഞാൻ സിങ്കിലേക്കിട്ടു. തിരിഞ്ഞുനോക്കാതെ അർതൂഷിനോട് പറഞ്ഞു, 'ഞാൻ ഒന്നും ഉണ്ടാക്കുന്നില്ല. അനെക്സിൽ നിന്നും എന്തെങ്കിലും വാങ്ങിക്കൊണ്ടുവന്നോളൂ..."

ആദ്യം അർതൂഷിന് അദ്ഭുതം തോന്നി. പിന്നെ, ആലോചിച്ചപ്പോൾ സന്തോഷവും. "അനെക്സിലെ കറി ഒട്ടും മോശമല്ല." അതിനുശേഷ മാണ് ഓർത്തിട്ടുണ്ടാവുക, എരിവുകൂടിയ കറികൾ തനിക്കിഷ്ടമല്ല എന്ന്. 'വറുത്ത മത്സ്യവും, ഉരുളക്കിഴങ്ങ് വറവലും കൂടി വാങ്ങാം നമ്മളെത്ര പേരുണ്ട്? ഞാൻ എണ്ണിനോക്കാം." അർതൂഷ് തളത്തിലേക്ക് പോയി.

വറുത്ത മത്സ്യവും ഉരുളക്കിഴങ്ങും കുട്ടികൾക്ക് വളരെ ഇഷ്ടമായിരുന്നു. പ്രത്യേകിച്ചും, അനക്സ് റെസ്റ്റോറന്റിൽ നിന്നാവുമ്പോൾ. ഒന്നുരണ്ടുതവണ ഞാൻ വീട്ടിലുണ്ടാക്കിക്കൊടുത്തു. അവർക്ക് തൃപ്തിയായില്ല. മുഖം ചുളിച്ചിരുന്നു. "അനക്സിലെ അത്ര സ്വാദില്ല."

അർതൂഷിന്റെ ഷെവർലെ പതിവുപോലെ കുറച്ചുനേരം തടസ്സം കാണിച്ചുനിന്നു. കുറച്ചുകഴിഞ്ഞ് ശരിയായി. അർതൂഷ് അനക്സിലേക്ക് യാത്രയായി.

അമ്മ അടുക്കളയിലേക്ക് വന്നു. "അങ്ങനെ ഡോക്ടറുടെ ആഗ്രഹം നടന്നു. ആഹാരം വാങ്ങിക്കൊണ്ടുവരാൻ പുറത്തേക്കുപോയി. അല്ലേ?" അമ്മ ഒന്നു നിർത്തി തുടർന്നു, "സോനേർ കെ ബാബ് ആയിരിക്കും കൊണ്ടുവരിക. അല്ലെങ്കിൽ സമോസ... എന്തായാലും ഒരു ഈച്ചപ്പട തന്നെ അതിൽ കയറിയിരുന്നു പോയിട്ടുണ്ടാകും... ഛി... എനിക്കാലോചിക്കാൻ വയ്യ!"

വയലറ്റ് അടുക്കളയിലേക്ക് കടന്നുവന്നു. അടിക്കുപ്പായത്തിന്റെ തോൾഭാഗത്ത് അടിക്കുപ്പായത്തിന്റെ വാറുകൾ പിടിച്ച് നേരെയിട്ടു. 'അവർ' അനെക്സിൽനിന്നും ഭക്ഷണം വാങ്ങാൻ പോവുകയാണെന്നു പറഞ്ഞു. ഒരിക്കൽ നീനയോടും ഗാർനിക്കിനോടുമൊപ്പം ഞാനവിടെ പോയിരുന്നു. അവിടത്തെ കറിക്ക് അസാദ്ധ്യ സ്വാദാണ്!"

അമ്മ വയലറ്റിനെ പുറകിൽനിന്നും അടിമുടി നോക്കി. ഭാവം കണ്ടാൽ കൃത്യമായി ഉയരം കണക്കാക്കുകയാണെന്നു തോന്നും. അവളുടെ മുടിക്കെട്ട്... അത് മനഃപൂർവ്വം ചെരിച്ചു കെട്ടിയതാകാം... അമ്മയുടെ നോട്ടം ഉപ്പൂറ്റി പൊന്തിയ ഷൂസിന്റെ അറ്റം വരെ നീണ്ടു.

"അനിക്സ് എന്നല്ല അനെക്സ്" എന്നാണ് പറയുക. അവരുടെ ഭക്ഷണം തരക്കേടില്ല. വീട്ടിലുണ്ടാക്കിയ നല്ല ആഹാരം കഴിച്ചു ശീലമില്ലാത്തവർക്ക് അതിന് 'അസാദ്ധ്യ സ്വാദ്' തോന്നിയേക്കാം. ആവശ്യത്തിലധികം ഉച്ചത്തിലാണ് അമ്മ സ്വന്തം അഭിപ്രായം വെളിപ്പെടുത്തിയത്. പിന്നെ കുറെ കൂടി ഉച്ചത്തിൽ പറഞ്ഞു. "ഫ്രീ... ഈച്ച പൊതിഞ്ഞ ഭക്ഷണം... ആലോചിക്കാൻ വയ്യ." അതും പറഞ്ഞ് അമ്മ അടുക്കളയിൽ നിന്നുപോയി.

വയലറ്റ് തന്നത്താൻ കളിയാക്കി ചിരിച്ചു. "എന്റെ ഇംഗ്ലീഷ് വളരെ മോശമാണ്." അവൾ എന്റെ അടുത്തേക്ക് വന്നു. "സലാഡ് ഉണ്ടാക്കുകയാണോ? ഞാൻ സഹായിക്കാം."

മറ്റൊരവസരത്തിലാണെങ്കിൽ നിശ്ചയമായും ഞാൻ പറഞ്ഞേനേ. "വേണ്ട, ബുദ്ധിമുട്ടേണ്ട. എനിക്ക് ചെയ്യാനുള്ളതേയുള്ളൂ." എന്നാൽ ഇത്തവണ... ഞാൻ തടിച്ചുരുണ്ട ഒരു സവാള അവളുടെ മുമ്പിലേക്ക് നീക്കിവെച്ചു. "ദാ.. ഇത് തൊലി കളഞ്ഞ് അരിഞ്ഞോളൂ..."

ഇരുപത്തിയാറ്

അന്നത്തെ ദിവസം... തുടങ്ങിയതേ താളം പിഴച്ചിട്ടായിരുന്നു. അർതൂഷ് ചോദിച്ചു. "എന്റെ കണ്ണട കണ്ടുവോ?" ഞാൻ തിരിഞ്ഞുനിന്ന് ദേഷ്യപ്പെട്ടു, "എന്താ എന്റെ നെറ്റിയിൽ എഴുതിവെച്ചിട്ടുണ്ടോ, കാണാതായ വസ്തുക്കൾ കണ്ടുകിട്ടുന്ന സ്ഥലം എന്ന്."

സ്കൂളിൽ ഇടവേളയിൽ കഴിക്കാൻ കുട്ടികൾക്ക് സാൻവിച്ചുണ്ടാക്കാൻ പുറപ്പെട്ടപ്പോൾ, പെട്ടിയിൽ ഒരു തുണ്ടുപോലും റൊട്ടിയില്ല. ഞാൻ പെൺകുട്ടികളുടെ കൈയിൽ പണം കൊടുത്തു. "ക്രാക്കേർഡ് വാങ്ങി തിന്നോളൂ..." രണ്ടുപേരുടേയും കണ്ണുകൾ വിടർന്നു. "വറവുസാധനങ്ങളും നന്നല്ലാത്ത പലഹാരങ്ങളുമൊന്നും വാങ്ങരുത്. ക്രക്കറുകൾ മാത്രമേ വാങ്ങാവൂ. അതും ഉച്ചഭക്ഷണത്തിനുശേഷം."

ഞാൻ ഓർക്കാൻ ശ്രമിച്ചു. ആ ദിവസം ഉച്ചയ്ക്ക് സ്കൂൾ കാന്റീനിൽ ഉച്ചഭക്ഷണത്തിനുള്ള വിഭവമെന്താണ്? കുട്ടികൾക്ക് ഇഷ്ടമുള്ളതോ അതോ അവർ തീരെ കഴിക്കാത്തതോ? ഓരോ ദിവസവും ഓരോ പ്രത്യേകം വിഭവം. എത്ര ഓർത്തിട്ടും അന്നത്തെ വിഭവമെന്താണെന്ന് ഓർമ്മയിൽ വരുന്നില്ല. നീനക്ക് അറിയുമായിരിക്കും. ഞാൻ ചോദിക്കുന്നുവെന്നു കരുതൂ. "ഇന്ന് അവർ തയ്യാറാക്കുന്നത് ആട്ടിൻകാലാണ്. കുട്ടികൾക്ക് അതിഷ്ടമല്ല." ഉടനെ അവൾ മറുപടി പറയും. "കടുപ്പം കൂടുതലുള്ളതുകൊണ്ടാണോ ഇഷ്ടമില്ലാത്തത് എന്നാൽ അത് കഴിച്ചു ശീലിക്കണം. വിളമ്പിക്കൊടുക്കുന്ന ഭക്ഷണം എന്തായാലും അത് രുചിയോടെ കഴിക്കാൻ കുട്ടികളെ പഠിപ്പിക്കണം." നീന പറയുന്നതല്ലേ ശരി... അർസീനെയുടെ യൂണിഫോമിലെ ചുളിവു നിവർത്തുന്നതിനിടയിൽ ഞാൻ സ്വയം ചോദിച്ചു.

ഞാൻ കൊടുത്ത പണം കാലുറയുടെ കീശയിൽ തിരുകി യാത്ര പറയാതെ അർമേൻ ഇറങ്ങിപ്പോയി. അനിയത്തിമാരുമായി പല തവണ അവൻ തർക്കിച്ചു. അവന്റെ അച്ഛനോടും എന്നോടും മിണ്ടിയിട്ടില്ല. മിനിഞ്ഞാന്നുമുതൽ കാര്യമായി ഒന്നും കഴിച്ചിട്ടുമില്ല. അവനെ പറഞ്ഞു ബോധിപ്പിക്കാനുള്ള ഊർജ്ജം എനിക്കുണ്ടായിരുന്നില്ല. ഭക്ഷണം

വാങ്ങാനായ, ഇടവേളയിൽ സ്കൂൾപരിസരം വിട്ട് പുറത്തുപോകരുതെന്ന് അവനെ കർശനമായി വിലക്കണം എന്ന് വിചാരിച്ചതാണ്. "അമ്മമാരുടെ പുന്നാരമക്കൾ മാത്രമേ ഉച്ചഭക്ഷണം വീട്ടിൽനിന്നുകൊണ്ടുവരൂ." ഹൈസ്കൂൾ ക്ലാസ്സിലെ കുട്ടികൾ പതിവായി പറയുന്നതങ്ങനെയാണ്. തങ്ങൾ മുതിർന്നിരിക്കുന്നുവെന്ന് തെളിയിക്കാനായി കൂട്ടത്തിലൊരാളെ അവർ ദിവസവും ഇടവേളയിൽ പുറത്തേക്ക് രഹസ്യമായി അയച്ചു. അവൻ അടുത്തുള്ള ഒരു ബേക്കറിയിൽനിന്നും എല്ലാവർക്കുമുള്ള ലവാഷ് വാങ്ങിക്കൊണ്ടുവരും. പലപ്പോഴും ഇങ്ങനെ ഒളിച്ചുപോയി വരുന്നത് അർമേൻ ആയിരിക്കും. ആ പരാതി ബോധിപ്പിക്കാൻ പ്രിൻസിപ്പാൾ എത്ര തവണ എന്നെ സ്കൂളിലേക്ക് വിളിപ്പിച്ചിരിക്കുന്നു.

"ഇനി അങ്ങനെയുണ്ടാവില്ല." ഓരോ തവണയും അവൻ വാക്ക് തരും. അതൊക്കെ വെറുതെയാണ്. വാക്കുതെറ്റിക്കൽ അവന്റെയൊരു ശീലമാണ്.

പെൺകുട്ടികളുടെ കൈയിൽ പിടിച്ച് ഞാൻ മുറ്റത്തേക്കിറങ്ങി. പടി തുറക്കുന്ന അർമേനെ ചൂണ്ടിക്കാട്ടി ഞാൻ ചോദിച്ചു. "ഇവനിതെന്തുപറ്റി?"

കുട്ടികൾ ആദ്യം പരസ്പരം നോക്കി. പിന്നെ എന്നെ നോക്കി. ഒടുവിൽ അറിയില്ല എന്ന് തോളുകുലുക്കി. "ഇന്നലെ രാത്രി എമിലി വരാതിരുന്നതിന്റെ പിണക്കമാണോ?" ഇത്തവണ അവർ പരസ്പരം നോക്കിയില്ല. എന്നാലും ചിരിക്കാതിരിക്കാൻ ശ്രമിച്ചു.

പടിക്കൽനിന്ന് കുട്ടികളെ കയറ്റി സ്കൂൾ ബസ്സ് പോയി. അതിന്റെ ശബ്ദം അകലത്തിലേക്ക് നേർത്തുനേർത്തു പോയി. ഞാൻ പടിയടച്ച് തോട്ടത്തിലെ പാതയിലൂടെ നടന്ന് വീട്ടിലേക്ക് കയറി. അകത്തുകടന്ന് ഒരു ദീർഘശ്വാസത്തോടെ വാതിലടക്കാൻ ഭാവിക്കുമ്പോൾ... ഷെവർലയുടെ നേരിയ മർമ്മരം. ഉച്ചവരെ സ്വൈര്യമായിരിക്കാമല്ലോ എന്ന ആശ്വാസം അതോടെ മറന്നു.

ഇത് ഞങ്ങളുടെ ദിനചര്യയിലെ ഒരു പതിവു പരിപാടിയാണ്. രാവിലെയായാൽ അർതൂഷിന്റെ കാർ പണിമുടക്കുന്നത് എന്നും അതിന്റെ ഹൂഡ് തുറന്ന് അദ്ദേഹം അതിൽ മുഴുകി നില്ക്കുന്നതു കാണാം. പഴക്കംചെന്ന, പലപ്പോഴും തുരുമ്പുപിടിച്ച കാറിന്റെ ഉൾയന്ത്രങ്ങൾ പല സാധനങ്ങളും തിരിച്ചും മറിച്ചുംവെച്ച് പരീക്ഷിച്ചുനോക്കുന്നതു കാണാം. എന്താണ്... ഏതാണ് എന്ന് അദ്ദേഹത്തിനും വലിയ പിടിയില്ല എന്ന് എനിക്കറിയാം.

"എന്തേ വണ്ടി സ്റ്റാർട്ടാകുന്നില്ലേ?" എന്നു ഞാൻ ചോദിക്കും.

"ഹും" എന്ന് അർതൂഷിന്റെ മറുപടി. അദ്ദേഹത്തോടൊപ്പം ഞാനും അതിനകത്തേക്കുറ്റു നോക്കും. എന്നെ സംബന്ധിച്ചിടത്തോളം അത് ഡോക്ടർമാർ കൈയൊഴിഞ്ഞ രോഗിയാണ്. രക്തം കൊടുത്തും കുത്തിവെപ്പു നടത്തിയും ജീവൻ നിലനിർത്തിക്കൊണ്ടു പോരുന്നു എന്നുമാത്രം.

"ഒരു ടാക്സി വിളിക്കട്ടെ. അല്ലെങ്കിൽ മിസ്റ്റർ സയ്യിദിനെ വിളിക്കാം."

എന്റെ അടുത്ത വാക്കുകൾ

നേരം വൈകിയാൽ അർതൂഷ് ഉടനെ പറയും. "ടാക്സി" ഒരു സർജൻ നഴ്സിനോട് "കഞ്ഞി" എന്നു പറയുമ്പോലെ അടിയന്തിരമായി. വലിയ ധൃതിയില്ല. ഉന്തിയും തള്ളിയും വർക്ക്ഷോപ്പുവരെ എത്തിക്കാനും വയ്യ എന്ന സ്ഥിതിയിലാണെങ്കിൽ പറയും "മിസ്റ്റർ സയ്യിദിനെ വിളിക്കൂ..." അപ്പോഴും സർജന്റെ ഭാവം തന്നെ. നഴ്സിനോട് "ഈ രോഗിക്ക് ഒരു പൈന്റു രക്തം കൊടുക്കൂ" എന്നു പറയുന്നതുപോലെ ഗൗരവം വിടാതെ.

വർക്ഷോപ്പിന്റെ ഉടമസ്ഥനായിരുന്നു മിസ്റ്റർ സയ്യിദ്. ഖൊർഷിദ് സിനിമാകൊട്ടകയ്ക്കടുത്തായിരുന്നു അത്. അർതൂഷിനേയും അദ്ദേഹത്തിന്റെ പഴഞ്ചൻ കാറിനേയും കാണുമ്പോഴൊക്കെ അയാൾ ആർത്തു ചിരിക്കും. കരിപുരണ്ട കൈ. അതിലും കറുത്ത ചുരുണ്ട മുടി. പിന്നെ തലയിൽവെച്ച് പറയും, "അല്ല... നമ്മുടെ അപ്പൂപ്പൻ കാറ് പിന്നേയും പണിമുടക്കിയോ?"

അയാൾ പഴയ കാറിനടുത്തുവന്നു നില്ക്കുമ്പോഴൊക്കെയും അർതൂഷ് കേൾക്കാതെ ഒച്ചയൊതുക്കി എന്നോട് പറയും, 'മിസ്സിസ് ഡോക്ടർ, നിങ്ങളുടെ കാര്യത്തിൽ കൈകടത്തുന്നുവെന്നു വിചാരിക്കരുത്. മറ്റു സ്ത്രീകളെപോലെ നിങ്ങളും വിടാതെ ഭർത്താവിന്റെ കാതിൽ ഓതിക്കൊണ്ടിരിക്കണം. എന്നാൽ ഉറപ്പായും ഡോക്ടർ ഈ പഴഞ്ചൻ കാറുമാറ്റി ഏറ്റവും മുന്തിയതരത്തിലുള്ള പുത്തൻ കാറ് വാങ്ങും."

"ഡോക്ടർക്ക് ഈ കാറു കൈവിടാൻ താത്പര്യമില്ല. അത്രയ്ക്കും പ്രിയപ്പെട്ടതാണ്."

മിസ്റ്റർ സയ്യിദ് അതുകേട്ട് നിസ്സഹായനായി തലകുലുക്കി പിറുപിറുക്കും.

"നിങ്ങളുടെ ഭർത്താവും നിങ്ങളും... എനിക്കൊരു പിടിയും കിട്ടുന്നില്ല. എണ്ണക്കമ്പനിയിലെ ഉദ്യോഗസ്ഥന്മാർ ശമ്പളവും ഗ്രേഡും കൂട്ടാൻ കാത്തു നില്ക്കും. കിട്ടിയാലുടനെ കൂടുതൽ നല്ല വീടിനും കാറിനുമായി പിടിമുറുക്കും. എന്നാൽ ഇവിടെ നിങ്ങൾ രണ്ടുപേരും."

സമയമനുസരിച്ച് ഞാൻ അയാൾക്ക് ചായയോ സർബത്തോ കൊണ്ടുവന്നുകൊടുക്കും.

"ഏതു വീട്ടിൽ പാർക്കുന്നു... ഏതു തരം കാറ് ഓടിക്കുന്നു... അതൊന്നും നിശ്ചയിക്കുന്നത് ശമ്പളവും ഗ്രേഡുമൊന്നുമല്ല,"

"അല്ലേ...?" ഗ്ലാസ്സിലുള്ളതു മുഴുവൻ കുടിച്ചുതീർത്ത് സംശയത്തോടെ അയാൾ ചോദിക്കും, "അങ്ങനെയല്ലേ?"

അന്നു ഞാൻ പതിവുപോലെ ആ ചടങ്ങുകളിൽ പങ്കുചേരാൻ പോയില്ല. ചുമരിൽ ചാരി കണ്ണടച്ച് ഇടനാഴിയിൽതന്നെ നിന്നു. എനിക്ക് തന്നെയിരിക്കാനാണ് തോന്നിയത്. കുറച്ച് നേരമെങ്കിലും ഒറ്റയ്ക്ക് സൈ്വര്യമായി. തലയിലാരോ ഇടിക്കുന്നതുപോലെ... ഒന്നും ചെയ്യാനുള്ള ക്ഷമയോ ശക്തിയോ ഇല്ലായിരുന്നു.

പതുക്കെ എൻജിൻ പ്രവർത്തിക്കാൻ തുടങ്ങി. ഞാൻ കണ്ണുതുറന്നു. പക്ഷേ അവിടെത്തന്നെ അനങ്ങാതെ നിന്നു. അർതൂഷ് ഗരാജിൽനിന്നും കാറ് പുറകിലേക്കെടുത്തു. പടികടന്ന് വഴിയിലേക്കിറക്കി. കാറിന്റെ ശബ്ദം ദൂരേക്കെത്തുന്നതുവരെ ഞാൻ കാത്തുനിന്നു. പിന്നെ പതുക്കെ പറഞ്ഞു, "ദൈവമേ, നന്ദി"

മനസ്സ് വല്ലാതെ വിഷാദമഗ്നമാകുമ്പോൾ ഞാൻ അച്ഛനെക്കുറിച്ചാലോചിക്കും. അതുപോലെ മനസ്സിൽ സന്തോഷം വന്നു നിറയുമ്പോഴും ഞാൻ ആദ്യം ഓർക്കുക അച്ഛനെയാണ്. ഞാൻ നട്ട പൂച്ചെടിയുടെ കമ്പ് വേരുപിടിച്ച് തളിരിടാൻ തുടങ്ങുമ്പോൾ... അല്ലെങ്കിൽ പുതിയൊരു വിഭവം ഉണ്ടാക്കാൻ ശ്രമിക്കുന്നത് പ്രതീക്ഷിച്ചതിലധികം വിജയകരമാവുമ്പോൾ... പരീക്ഷയിൽ അർമേൻ ഉന്നതമായ മാർക്ക് കരസ്ഥമാക്കുമ്പോൾ... ഒക്കെ മനസ്സിൽ ആദ്യം ഓർക്കുക അച്ഛനെയാണ്.

ഞാൻ അടുക്കളയിലെ മേശയ്ക്കരുകിൽ ചെന്നിരുന്നു. എന്നോടു തന്നെ ഒച്ചയിട്ടു. "എന്താണ് നിന്റെ പ്രശ്നം?" ഞാൻ പെട്ടിയിൽനിന്നും ക്ലീനക്സ് വലിച്ചെടുത്ത് കണ്ണുതുടയ്ക്കാൻ തുടങ്ങി. പതിവുപോലെ അച്ഛൻ ചിന്തകളിൽ നിറഞ്ഞുനിന്നു. എനിക്കുതന്നെ അതിശയം തോന്നാറുണ്ട്. മനസ്സ് കൂടുതലായി സന്തോഷിക്കുമ്പോഴും സങ്കടപ്പെടുമ്പോഴും ഞാൻ അച്ഛനെ ഓർക്കുന്നത് എന്തുകൊണ്ടാണ്?

ഞാൻ തല ഉയർത്തി ഫ്രിഡ്ജിന്മേൽ ഞാൻതന്നെ ടേപ്പുകൊണ്ട് ഒട്ടിച്ചുവെച്ചിട്ടുള്ള രണ്ടു പടങ്ങളിലേക്ക് നോക്കി. അതിലൊന്ന് അർമീനെയും അർസീനെയും ചേർന്ന് വരച്ചതാണ്. കഴിഞ്ഞതിനു മുമ്പിലെ വർഷം മാതൃദിനത്തിന് അവർ എനിക്ക് സമ്മാനമായി തന്നതാണ്. രണ്ട് ഹൃദയങ്ങൾ നിറപ്പകിട്ടുള്ള വലിയ പൂക്കൾ. ഓരോ ഹൃദയത്തിനകത്തും 'ഐ ലവ് യു' എന്ന് എഴുതിവെച്ചിരുന്നു. മറ്റേ ചിത്രം അർമേൻ വരച്ചതായിരുന്നു. അന്നവന് നാലോ അഞ്ചോ വയസ്സേ ആയിരുന്നുള്ളൂ. മഞ്ഞ നിറത്തിലുള്ള ജലച്ചായമാണ് ഉപയോഗിച്ചിരിക്കുന്നത്. ഒരു സ്ത്രീയുടെ രൂപരേഖ എന്നാണ് സങ്കല്പം. ആ സ്ത്രീയുടെ കൈയിൽ - അത് കൈയാണെന്ന് ഒട്ടും തോന്നില്ല - ഒരു പച്ചവലയം. രണ്ടു കണ്ണുകളോടു കൂടിയ ഒരു തല പോലെ.

"ഇതെന്താണ്?' ഞാൻ ചോദിച്ചു.

"അമ്മ അർമേനെ എടുത്തുകൊണ്ട് നില്ക്കുകയാണ്." അവൻ പറഞ്ഞു.

താടിയിൽ കൈ കൊടുത്ത് ആ ചിത്രങ്ങളിലേക്ക് തന്നെ ഞാൻ നോക്കിയിരുന്നു. ഇനിയൊരിക്കലും ഇതുപോലെ നിന്നെ എടുത്തു നില്ക്കാൻ എനിക്കാവില്ലല്ലോ! എന്റെ മനസ്സ് വിതുമ്പി.

എന്റെ കണ്ണുകൾ ചുറ്റിക്കറങ്ങി അടുക്കളത്തിണ്ണയുടെ ഒരറ്റത്തിരിക്കുന്ന കെട്ടഴിക്കാത്ത പൊതിയിൽ ചെന്നുപറ്റി. എമിൽ മിനിഞ്ഞാന്ന് കൈയിൽ തന്നതാണ്. ദേഷ്യപ്പെട്ട് തിടുക്കത്തിൽ പുറത്തേക്ക് പോകുന്ന അയാളുടെ അമ്മയുടെ പുറകെ അയാളും ഞാനും ഓടി. അതിനിടയിലാണ് ഈ പൊതി അയാൾ തന്നത്. ഇതുവരെ ഞാൻ ആ പൊതിയുടെ കാര്യം മറക്കാനെന്തേ? ഞാനതെടുത്ത് ഉമ്മറത്തളത്തിലേക്ക് പോയി. ഞാനതിന്റെ കാര്യം മറന്നതിൽ അദ്ഭുതമൊന്നുമില്ല. ഇന്നലെ ഉച്ചയ്ക്കും വൈകുന്നേരവുമായി എന്തായിരുന്നു വീട്ടിലെ ബഹളം! എന്തെല്ലാം അവിടെ നടന്നു. പച്ച കുഷ്യനിട്ട കസേരയിൽ ചാരിയിരുന്ന് പതുക്കെ ഞാൻ ആ പൊതി തുറന്നു.

അത് സാർദോവിന്റെ ഒരു നോവലായിരുന്നു. ഞാൻ വായിക്കാത്ത ഒരു പുസ്തകം. ആ പുസ്തകത്തിന്റെ പുറംചട്ടയ്ക്കകത്തായി അയാൾ എഴുതിവെച്ചിരുന്നു. “ക്ലാരിസ്സിന്, നിങ്ങൾ സംസാരിക്കുന്നത് ദിവസങ്ങളോളം കേട്ടിരുന്നാലും എനിക്ക് മതിയാവില്ല.”

ഞാൻ പുസ്തകം അടച്ചുവെച്ചു. മുറിക്കകത്ത് അത്ര തണുപ്പുണ്ടായിരുന്നില്ല. എന്നിട്ടും എനിക്ക് വല്ലാതെ തണുത്തു. വീണ്ടും ഞാനും പുസ്തകം തുറന്നു. വീണ്ടും ആ വാചകം വായിച്ചു. എന്റെ വിരൽതുമ്പുകൊണ്ട് ഞാൻ ആ അക്ഷരങ്ങൾ തലോടി. എത്ര വടിവൊത്ത കൈയ്യക്ഷരം! എല്ലാം ഒരേ വലുപ്പത്തിൽ, അല്പം ചെരിഞ്ഞ്. എന്റെ അർമേനിയൻ എഴുത്ത് കുത്തനെയായിരുന്നു. വലിയ അക്ഷരങ്ങൾ. ഞാൻ എഴുതുന്ന ‘ഒ’വിന് ദീർഘചതുരാകൃതിയായിരുന്നു. എമിലിന്റെ അക്ഷരങ്ങൾ അല്പം വളഞ്ഞ്, ഇരുണ്ട്, വൃത്തിയുള്ളതായിരുന്നു.

എന്റെ മനസ്സിന്റെ മടുപ്പും ഉദാസീനതയും മെല്ലെ മെല്ലെ മാറാൻ തുടങ്ങി. വെള്ളം തിളച്ച് കുമിളകളായി പിന്നെ കുമിളകളോരോന്നും നീരാവിയായി വറ്റിത്തീരുന്നതുപോലെ. ഉള്ളിൽനിന്നും ഏതോ ഭാരം ഒഴിഞ്ഞുകണ്ടതുപോലെ. ആകപ്പാടെ ഒരു ഉന്മേഷം. “അതു ശരി... അപ്പോ അയാൾക്ക് ഞാൻ പറഞ്ഞതൊക്കെ രസിച്ചിരുന്നു. ഒട്ടും മുഷിവുതോന്നിയില്ല എന്ന്...” താടിക്ക് താങ്ങായി നിർത്തിയ കൈയും കൈത്തണ്ടയിലെ വാച്ചും ഞാൻ ഓർത്തു. വാച്ചിന്റെ തുകൽപട്ട. അത് വെളുത്തതായിരുന്നു.

മുറ്റത്ത് രണ്ടു തവളകൾ അന്യോന്യം വിളിക്കുന്നു. ഞാൻ ജനാലയിൽകൂടി പുറത്തേക്ക് നോക്കി. “ഒരുപക്ഷേ രണ്ടും തമ്മിൽ തമ്മിലുള്ള അവയുടെ സംസാരം നന്നായി ആസ്വദിക്കുന്നുണ്ടാവും.” ഞാൻ പറഞ്ഞതു ശരിയാണെന്ന മട്ടിൽ മുറ്റത്തെ ബൊഗേൻവില്ല തലയാട്ടി.

ഞാൻ വീണ്ടും പുസ്തകം കൈയിലെടുത്തു. പുറകിലെ ചട്ടയിൽ പുസ്തകത്തേയും... ഗ്രന്ഥകർത്താവിനേയും കുറിച്ചു കൊടുത്തിട്ടുള്ള കുറിപ്പ് വായിച്ചു. ഇയാൾ ആ സ്ത്രീയുമായി ചെറുപ്പം മുതലേ പ്രണയത്തിലായിരുന്നു. അയാളുടെ ഒരേയൊരു ലക്ഷ്യം അവളുമായി ഒന്നു ചേരുക എന്നതായിരുന്നു. എന്നാൽ ഇപ്പോൾ അയാൾ പൂർണ്ണമായും രാഷ്ട്രീയ പ്രവർത്തനങ്ങളിൽ മുഴുകിയിരിക്കയാണ്. അങ്ങനെയുള്ള സാഹചര്യത്തിൽ അയാൾ വലിയൊരു ധർമ്മസങ്കടത്തിലാണ്... സ്വന്തം പ്രണയമാണോ പ്രധാനം. അതോ സമൂഹത്തോടുള്ള കടമയോ?

എന്റെ ശ്രദ്ധ അതിൽനിന്നും തെന്നി വീണ്ടും എമിലിന്റെ വാക്കുകളിലേക്ക് മടങ്ങി. ഞാൻ പുസ്തകം തുറന്ന് ആദ്യത്തെ അദ്ധ്യായം വായിക്കാൻ തുടങ്ങി. കഥാനായകന് ഒരു തീരുമാനത്തിലെത്താനാവുന്നില്ല. അയാളെ തിരിച്ചുപിടിക്കാനായി കഥാനായിക പല തന്ത്രങ്ങളും പ്രയോഗിക്കുന്നു.

ഫോൺ അടിച്ചു. ഞാൻ വാച്ചിലേക്ക് നോക്കി. എനിക്ക് വിശ്വസിക്കാനായില്ല... ഇതിനുമുമ്പ് എപ്പോഴാണ് ഞാൻ ഒരേയിരുപ്പിലിരുന്ന് ഇത്ര നേരം ഒരു പുസ്തകം വായിച്ചിട്ടുള്ളത്... ഒരാളും സ്വൈര്യം കെടുത്താൻ വരാതെ...

ഇരുപത്തിയേഴ്

ഫോണിന്റെ മറ്റേ തലയ്ക്കൽ നീനയുടെ ശബ്ദം. ഗാർനിക് പറയാറുള്ളതുപോലെ, നിർത്താതെ, വേഗത്തിൽ, തുടർച്ചയായി ഒരു മണിയടിക്കുന്നതുപോലെ. "നീനയുടെ മോട്ടോർ പ്രവർത്തനം തുടങ്ങി" എന്ന് ഗാർനിക് കളിയാക്കാറുണ്ട്. "സത്യം പറയാം. എനിക്കിപ്പോഴും സംഗതി തികച്ചും മനസ്സിലായിട്ടില്ല. ആലീസ് വെറുതെ മനക്കോട്ടകൾ കെട്ടുന്നതാണോ അതോ അതിൽ വാസ്തവം വല്ലതുമുണ്ടോ? അതിനെപ്പറ്റി കേട്ടതും വയലറ്റ് പറഞ്ഞതെന്താണെന്നോ? ആ പന്ത് ബാറ്റിൽ തൊട്ടിട്ടേയില്ല... ജൂപ്പിന് ആലീസിൽ താത്പര്യം തോന്നാൻ ഒരു കാരണവുമില്ല എന്നാണ്. അങ്ങനെയാണെങ്കിൽ അത് നമ്മുടെ ശ്രദ്ധയിൽ പെടാത്തതെന്തേ? ഞാനൊരു മണ്ടി, അയാളെ വയലറ്റുമായി ചേർക്കാൻ സൂത്രപ്പണികൾ ചെയ്യുന്നു. എന്തായാലും വലിയ നഷ്ടമില്ല. മുൻഗണന ആലീസിനുതന്നെ."

അവൾ ഉറക്കെ ചിരിച്ചു. പിന്നെ സ്വരം താഴ്ത്തി പറഞ്ഞു. അവൾ ഏതാനും തവണ. 'എമിൽ സിമോനിയൻ" എന്നു പറയുന്നതു കേട്ടു. എന്താണ് പറയുന്നത് എന്നു ചോദിച്ചപ്പോൾ ഒന്നുമില്ല എന്നായിരുന്നു മറുപടി. ഇന്നു നീ ബസാറിലേക്ക് എന്റെ കൂടെ വരുമോ? ഉച്ചയ്ക്കുശേഷം പോവാം. ഒരു പരന്ന തുണിത്തൊപ്പി വേണമെന്ന് കുറേ നാളായി സോഫി പറയുന്നു. "ഇന്നെനിക്ക് സമയമില്ല" എന്നു പറയാൻ അവൾ എനിക്കിട തന്നില്ല. അപ്പോഴേക്കും അവൾ, അപ്പോ ഉച്ചയ്ക്കുശേഷം കാണാം" എന്നു പറഞ്ഞു ഫോൺ താഴെ വെച്ചു. അതിനുമുമ്പേ പറഞ്ഞു, "വയലറ്റ് നിന്നോട് ഹലോ പറയാൻ ഏല്പിച്ചിരിക്കുന്നു."

മുളപൊട്ടിയെന്നു പറയാറായിട്ടില്ല. അതിനുമുമ്പേ അത് കായ്ക്കാൻ തുടങ്ങി എന്നു പറയുന്നതിലെ വിവരക്കേട്. ജൂപ് ഹാൻഡേർസനുമായുള്ള തന്റെ സൗഹൃദത്തെ കുറിച്ചുള്ള ആലീസിന്റെ വ്യാഖ്യാനം എന്നെ വളരെയധികം അദ്ഭുതപ്പെടുത്തിയെന്നു പറയാനാവില്ല. എന്നാൽ, അതിനിടയിൽ നീന എമിലിനെക്കുറിച്ച് പറഞ്ഞത്. അതെന്നെ അലോസരപ്പെടുത്തി. അതു പറഞ്ഞപ്പോൾ അവൾ ശബ്ദം താഴ്ത്താനെന്താണ്

കാരണം. അവൾ "അതൊക്കെ ഞാൻ പിന്നെ പറയാം" എന്നു പറഞ്ഞത് എന്തുകൊണ്ടാണ്?

ഞാൻ പുറകുവശത്തെ മുറ്റത്തുചെന്ന് ആയിടെ നട്ട പച്ചക്കറി ച്ചെടികൾ പരിശോധിച്ചു. ഏതാനും ടുമാറ്റോകൾ പറിച്ചെടുത്തു. തിരിഞ്ഞു നിന്ന് ജൂബ് ജൂബ് മരത്തിലേക്ക് നോക്കി. നല്ല തടിച്ചുരുണ്ട ഒരു കുരുവി പറന്നുവന്ന് ആ മരക്കൊമ്പിലിരുന്നു. അവിടെ എവിടേയോ അത് കൂട് കൂട്ടിയിരുന്നു. കൊക്കിലെന്തോ ഉണ്ടല്ലോ. കുഞ്ഞുങ്ങൾക്കുള്ള തീറ്റി യായിരിക്കും. കടുത്ത ചൂടുള്ള ദിവസം. എങ്ങും ഒച്ചയനക്കങ്ങളൊന്നുമില്ല. ഞാൻ വീട്ടിനകത്തേക്ക് ചെന്നു, ഒരു മൂളിപ്പാട്ടും പാടിക്കൊണ്ട്.

സ്കൂളിൽനിന്നു വരുമ്പോൾ കഴിക്കാനായി ഞാൻ കുട്ടികൾക്ക് ഇഷ്ട മുള്ള ഒരു പലഹാരമുണ്ടാക്കി. റൊട്ടിക്കഷണത്തിനുമേൽ ചീസുവെച്ച് ഓവനിൽ ചുട്ടെടുത്തത്. റൊട്ടി പൊരിയാനും ചീസ് ഉരുകി അതിൽ പറന്നിറങ്ങാനുമായി കാത്തുനിന്നു. ഈ കാലത്തിനിടയിൽ ഇതുപോലെ എത്ര ഇടനേരപലഹാരങ്ങൾ ഉണ്ടാക്കിയിട്ടുണ്ടാവണം... എത്ര ഉച്ച ഭക്ഷണം... എത്ര അത്താഴങ്ങൾ... കണക്കുകൂട്ടൽ പാതിവഴിക്ക് നിർത്തി. ഇരുമ്പുഗേറ്റ് തുറക്കുന്ന ശബ്ദം... നടപ്പാതയിലൂടെ ഓടിവരുന്ന കാലടി കളുടെ ഒച്ച.

സോഫി പറഞ്ഞു "അമ്മ ഇവിടെ വന്നിരിക്കാൻ എന്നോട് പറഞ്ഞു. അമ്മയും ഇങ്ങോട്ടുവരും... ഇപ്പൊത്തന്നെ."

"കൈയും മുഖവും കഴുകിവരൂ. പാലും സാൻവിച്ചും കഴിച്ച് തയ്യാ റായിക്കോളൂ... പിയാനോ ടീച്ചർ വരാറായി."

"സോഫിയും ഞങ്ങളുടെ കൂടെ പിയാനോക്കു വന്നാൽ നല്ല രസ മായിരിക്കും." അർമീനെ അവളുടെ മോഹം പറഞ്ഞു.

"അതെ.. അതെ.. നല്ല രസമായിരിക്കും. സോഫി കൂടിവന്നാൽ" അർസീനെക്കും അതേ അഭിപ്രായം.

രണ്ടുപേരും സോഫിയുടെ നേരെ തിരിഞ്ഞു. "മിഡ്ജൂഡി പേർഷ്യൻ സംസാരിക്കുന്നതു കേട്ടാൽ..."

"ചിരിച്ചു ചിരിച്ചു ചാവും..." അർമീനെ തുടങ്ങിയത് പതിവുപോലെ അർസീനെ മുഴുവനാക്കി.

"അർമേൻ, കാപ്പി കുടിക്കാൻ വരൂ." ഞാൻ ഉറക്കെ വിളിച്ചു.

"എനിക്ക് വിശപ്പില്ല..." മുറിയിൽനിന്നും പുറത്തുവരാതെ അവന്റെ മറുപടി.

പെൺകുട്ടികൾ ചിരിയൊതുക്കി. ഞാൻ അവരുടെ നേരെ നോക്കി. "സത്യം... ഞങ്ങൾക്കൊന്നും അറിയില്ല. പക്ഷേ..."

"എമിലിയുമായുള്ള പിണക്കം തീർന്നുവെന്നു കേട്ടു...." അർസീനെ പറഞ്ഞു.

"അതുകൊണ്ടായിരിക്കും അവന് വിശപ്പില്ലാത്തത്" സോഫി പറഞ്ഞതും മൂന്നുപേരും കൂടി പൊട്ടിച്ചിരിക്കാൻ തുടങ്ങി.

ഇടനാഴിയിൽ ഫോണടിക്കാൻ തുടങ്ങിയപ്പോൾ അതെടുക്കാനായി ഞാൻ അങ്ങോട്ടുചെന്നു. അപ്പുറത്ത് മിസ്സിസ് സിമോനിയന്റെ കല്പന "ഇന്നും ഉച്ചതിരിഞ്ഞ് എമിലിക്കു പിയാനോ ക്ലാസ്സുള്ളതാണ്. അതേ സമയം തന്നെ നിങ്ങളുടെ മക്കൾക്കും ക്ലാസ്സുണ്ടെന്നു കേട്ടു. അതുകൊണ്ട് ക്ലാസ്സ് കഴിഞ്ഞ് അവൾ നിങ്ങളുടെ ഇരട്ടക്കുട്ടികൾക്കൊപ്പം വരട്ടെ. എമിലിന് ആപ്പീസിൽ ജോലിത്തിരക്കുള്ളതുകൊണ്ട് വരാൻ വൈകും. എനിക്കാണെങ്കിൽ വല്ലാത്ത പുറം വേദന; കുട്ടിയെ കൊണ്ടുനടക്കാൻ വയ്യ." അവർ ഫോൺ താഴെ വെച്ചു. സാമാന്യ മര്യാദ പാലിക്കാനൊന്നും അവർ മിനക്കെട്ടില്ല. തനിക്ക് ബുദ്ധിമുട്ടാകുമോ എന്ന ചിന്തയില്ല. മറിച്ച്, അത് തന്റെ കടമയാണ് എന്ന ഭാവം.

ഞാൻ ഫോൺ താഴെ വെക്കും മുമ്പേ അർമേൻ ചാടിവീണു.

"ഞാൻ പോയി എമിലിയെ വിളിച്ചുകൊണ്ടുവരട്ടെ."

ഞാൻ ചോദ്യഭാവത്തിൽ പുരികം വളച്ചു. അവൻ നിന്നു പരുങ്ങി.

"എമിലി പറഞ്ഞു, അവൾ പിയാനോ പഠിക്കുന്നുണ്ട് എന്ന്. അപ്പോൾ ഞാനും വിചാരിച്ചു, വീണ്ടും പഠിച്ചുതുടങ്ങാമെന്ന്."

അവന്റെ മുഖത്ത് പ്രകടമായ ആ ജാള്യത... ഞാൻ ഉറക്കെ ചിരിച്ചുപോയി. മിസ്സിസ് സിമോനിയന്റെ സംസാരംകേട്ട് മനസ്സിൽ നിറഞ്ഞുപൊന്തിയ നീരസം അപ്പാടെ താഴ്ന്നുപോയി. അപ്പോഴാണ് നീന വാതിൽ തുറന്ന് അകത്തുവന്നത്.

"എന്തൊരു ചൂട്... ആകെ പൊള്ളുന്നു."

നീനയോട് ഹലോ പറയാൻപോലും നില്ക്കാതെ അർമേൻ ഞങ്ങൾക്കിടയിലൂടെ പുറത്തേക്കോടി. പടിക്കൽനിന്ന് അവൻ വിളിച്ചുപറഞ്ഞു.

"ഞങ്ങൾ ബസ് സ്റ്റോപ്പിൽ നിങ്ങളെ കാത്തുനില്ക്കാം."

നീന അദ്ഭുതത്തോടെ എന്നെ നോക്കി. "നിന്റെ ഈ മകന് എന്തുപറ്റി."

ദൈവത്തിനു മാത്രമറിയാം എന്ന മട്ടിൽ ഞാൻ മുകളിലേക്ക് നോക്കി. "അവൻ പ്രേമത്തിൽ പെട്ടിരിക്കുന്നു!" അതുപറഞ്ഞ് നീന പതിവുപോലെ പൊട്ടിച്ചിരിക്കുമെന്ന് ഞാൻ കരുതി. എനിക്ക് തെറ്റി. അവൾ വെറുതെ തലയാട്ടി. "കമ്പനിയുടെ ജലവിതരണത്തിൽ, അവർ പുതിയതായി എന്തോ ചേർത്തിരിക്കുന്നു... എനിക്ക് ബലമായ സംശയമുണ്ട്! അടുക്കളയിലേക്ക് നോക്കി ഞാൻ കുട്ടികളെ വിളിച്ചു. "വരൂ... പോവാം..."

എമിലി വെളുത്ത ബ്ലൗസും കറുത്ത കാലുറകളുമാണ് ധരിച്ചിരുന്നത്. പിയാനോ പുസ്തകം മാറത്തടക്കിപ്പിടിച്ചിരുന്നു. ബസ് സ്റ്റോപ്പ് എന്ന് എഴുതിവെച്ചിരിക്കുന്ന തൂണിൽ ചാരിയാണ് നില്പ്. തലകുനിച്ച്, താഴെ

കിടക്കുന്ന ചരൽകല്ലുകൾ കാൽവിരൽകൊണ്ട് അങ്ങോട്ടും ഇങ്ങോട്ടും തട്ടി, നീണ്ട കോലൻമുടിയിഴകളിൽ ചിലത് മുഖത്തേക്ക് വീണു കിടന്നിരുന്നു. അർമേൻ കൈകൾ വീശി അവളുടെ മുമ്പിൽ ഉലാത്തുന്നു. എന്തോ സംസാരിക്കുന്നുമുണ്ട്. ഞങ്ങൾ നടന്നുവരുന്നതുകണ്ടതും അവൻ നിശ്ശബ്ദനായി. എമിലി പെട്ടെന്ന് തല ഉയർത്തി മെല്ലെ "ഹലോ!" പറഞ്ഞു. മുടി മുഖത്തിന്റെ രണ്ടുവശത്തേക്കുമായി വീണു.

"എന്തു നല്ല കുട്ടി!" നീന പറഞ്ഞു.

ഞാൻ എന്നോട് ചോദിച്ചു, "അവൾ ഒരു കുട്ടിയാണോ?" എമിലി ഒരു നിമിഷം എന്നെ നോക്കിനിന്നു. എനിക്കു തോന്നി എന്റെ മനസ്സിലുള്ളത് അവൾ വായിച്ചിരിക്കുന്നുവെന്ന്. പാറിവീണ മുടി ചെവിക്കുപിന്നിൽ ഒതുക്കിവെച്ചുകൊണ്ട് അവൾ ചിരിച്ചു. എന്തെങ്കിലും കാര്യം നേടാനുണ്ടെങ്കിൽ എന്റെ പെൺകുട്ടികൾ എന്നെ നോക്കി ചിരിക്കുന്ന ആ ചിരി. ഇത് അതുപോലെയായിരുന്നില്ല.

ബസ്സു വന്നു. ഞാൻ കയറിയപ്പോൾ ഡ്രൈവർ എന്നെ അഭിവാദ്യം ചെയ്തു. അയാളെ കണ്ടപ്പോൾ എനിക്കദ്ഭുതം തോന്നി, "ഹലോ മിസ്റ്റർ അബ്ദി. നിങ്ങൾ സാധാരണ റീഫൈനറി വഴിയിലല്ലേ ഉണ്ടാവാറ്?"

അയാൾ ചിരിച്ചു, "എന്തുചെയ്യാനാ മാഡം? ഉദ്യോഗക്കയറ്റം കിട്ടി. നിങ്ങളുടെ കാര്യം പറയൂ. സുഖം തന്നെയല്ലേ? ഞങ്ങൾക്കുവേണ്ടി നിങ്ങൾ ബുദ്ധിമുട്ടിയതിനൊക്കെ ഒരുപാട് നന്ദിയുണ്ട്."

"എന്തു ബുദ്ധിമുട്ട്... ഒന്നുമില്ല. ആട്ടെ, മകനെങ്ങനെയുണ്ട്?"

കുട്ടികൾ ഓരോരുത്തരായി ഡ്രൈവറെ കടന്നുപോയി. ഓരോരുത്തരും പറഞ്ഞു, "പാസ്" മിസ്റ്റർ അബ്ദി ചിരിച്ചുകൊണ്ട് ഒരു തമാശ പറഞ്ഞു. "രണ്ടുദിവസം മുമ്പ് ഒരു ടെഹ്റാൻകാരൻ ബസ്സിൽ കയറി. എണ്ണക്കമ്പനിയിൽനിന്നുള്ള യാത്രക്കാർ 'പാസ്സ്' എന്ന് പറയുന്നത് അയാൾ കേട്ടു. പക്ഷേ, ആ വാക്ക് ശരിക്ക് പിടികിട്ടിയില്ല. എന്തായാലും അതുപറയുന്നവരാരും ടിക്കറ്റിനു പണം കൊടുക്കുന്നില്ല എന്ന് മനസ്സിലാക്കി. ഞാൻ ടിക്കറ്റിനുവേണ്ടി കൈനീട്ടിയപ്പോൾ അയാൾ പറഞ്ഞു, "ഗാസ്..." "പാസ്" എന്നതിനു പകരം.

ഞാനും അയാളോടൊപ്പം ചിരിച്ചു. മിസ്റ്റർ അബ്ദി ബട്ടനമർത്തി. ബസ്സിന്റെ വാതിലടഞ്ഞു. അദ്ദേഹം എന്റെ നേരെ തിരിഞ്ഞുപറഞ്ഞു, "ദൈവത്തിനു നന്ദി. എന്റെ മകന് ഇപ്പോൾ വളരെ ഭേദമുണ്ട്. അവനെ ഞങ്ങൾ വീട്ടിൽ കൊണ്ടുവന്നു. നിങ്ങളുടെ അനിയത്തി വലിയ സഹായമായിരുന്നു. വളരെ വളരെ നന്ദി."

നീന എന്നെ കൈമുട്ടുകൊണ്ട് കുത്തി. "മുമ്പിലേക്ക് നീങ്ങ്..."

ബസ്സിൽ യാത്രക്കാർ കുറവായിരുന്നു. എന്റെ ഇരട്ടമക്കളും സോഫിയും പുറകിൽ പോയി ഇരുന്നു. അർമേനും എമിലിയും ഡ്രൈവറുടെ തൊട്ടുപുറകിലായി ഇരുന്നു. കുട്ടികളിൽനിന്നും അകലെയുള്ള ഒരു സീറ്റിലേക്ക്

നീന എന്നെ അക്ഷരാർത്ഥത്തിൽ തള്ളിക്കൊണ്ടുപോയി. ഞാൻ അവളോടു പറയുകയായിരുന്നു, "അദ്ദേഹത്തിന്റെ മകന് തീരെ സുഖ മില്ലാതെ ആശുപത്രിയിലായിരുന്നു. വേണ്ട സഹായങ്ങൾ ചെയ്യണമെന്ന് ഞാൻ ആലീസിനോട് പറഞ്ഞു... മുഴുവൻ പറയുംമുമ്പേ നീന

"അതെ... അതെ... എണ്ണക്കമ്പനിയിലെ സർവ്വരും നിന്റെ ചങ്ങാതി മാരാണ്. ഡ്രൈവർമാരും തോട്ടക്കാരും പ്ലംബർമാരും... നീയില്ലെങ്കിൽ ഇവിടെ സൂര്യനുദിക്കില്ലെന്നു തോന്നും...."

അവൾ പുറകിലേക്ക് നോക്കി. എന്നോട് കൂടുതൽ ചേർന്നിരുന്നു. "നിന്റെ പുതിയ അയൽക്കാരനെപറ്റി പറയൂ... സിമോനിയൻ എന്നല്ലേ പേര്... ഭാര്യ മരിച്ചു, അല്ലേ?"

അല്പനേരം ഞാൻ ഒന്നും മിണ്ടാതെ അവളെ നോക്കിയിരുന്നു. എന്തുകൊണ്ട് ഞാനിത് നേരത്തെ മനസ്സിലാക്കിയില്ല? ഇപ്പോൾ മനസ്സി ലായ സ്ഥിതിക്ക് എന്താണിങ്ങനെ ഒരു ശൂന്യത തോന്നാൻ? എന്തു കൊണ്ടിത്ര ചൂടുതോന്നുന്നത്? അവിടെയെത്താൻ എന്താണിത്ര താമസം?

മിസ്സ് ജൂഡി താമസിച്ചിരുന്നത് ബവാർഡയിലെ തെക്കേ ഭാഗത്തായി രുന്നു. ഞങ്ങൾ അവിടെയെത്തുംമുമ്പേ, ജി 4-ലെ പുതിയ താമസക്കാരെ കുറിച്ച് എനിക്കറിയാവുന്നതെല്ലാം ഞാൻ നീനയോട് പറഞ്ഞുകഴിഞ്ഞി രുന്നു. സ്റ്റോപ്പിനടുത്തെത്താറായപ്പോൾ ഞാൻ എഴുന്നേറ്റ് നിന്നു. ചരടു വലിച്ചു. "കുട്ടികൾ പിയാനോ ക്ലാസ്സിലിരിക്കുമ്പോൾ നമുക്ക് രണ്ടു പേർക്കും ബസാറിൽ പോയിവരാം..." ഞാൻ പറഞ്ഞു.

"സോഫിക്ക് തൊപ്പി വാങ്ങിക്കേണ്ടേ?"

"എന്തു തൊപ്പി?" അവൾ എന്നെ പകച്ചുനോക്കി.

ഞാൻ കുട്ടികളോട് ഇറങ്ങിക്കൊള്ളാൻ പറഞ്ഞു. നീന അപ്പോഴും ഇരിക്കുകയായിരുന്നു. "എഴുന്നേല്ക്കൂ... നമ്മളെത്തി... നീയല്ലേ പറഞ്ഞത് സോഫിക്ക് ഒരു തൊപ്പി വാങ്ങണമെന്ന്."

നീന സീറ്റിൽനിന്നെഴുന്നേറ്റു. "തത്ക്കാലം ചെയ്യാൻ കൂടുതൽ പ്രധാനപ്പെട്ട ചില കാര്യങ്ങളുണ്ട്... തൊപ്പി വാങ്ങൽ പിന്നീടാവാം. വ്യാഴാഴ്ച രാത്രി നിന്നെ ആരും പ്രത്യേകിച്ച് ക്ഷണിച്ചിട്ടില്ലല്ലോ?

"ഇല്ല" എന്ന് ഞാൻ പറഞ്ഞതും അവൾ അറിയിച്ചു, "എന്നാൽ അന്നു രാത്രി നിനക്ക് അതിഥികളുണ്ട്."

ഞാൻ ഡ്രൈവറോട് യാത്ര പറഞ്ഞ് ബസ്സിൽ നിന്നിറങ്ങി. ഏറ്റവും അവസാനം ഇറങ്ങിയത് ഞാനായിരുന്നു. ഞാൻ എന്നെത്തന്നെ ശകാരിച്ചു. "ഈ ചൂടിലോ പരന്ന വട്ടത്തൊപ്പി?" കേട്ടാൽ അമ്മ പറ ഞ്ഞേനേ, "നീയൊരു കഴുതയാണ്... തനി കഴുത."

ഇരുപത്തിയെട്ട്

കുട്ടികളുടെ പിയാനോ ക്ലാസ്സ് കഴിഞ്ഞതിനുശേഷം ഞങ്ങളെല്ലാവരും ഒരുമിച്ച് ബസ്സിൽ വീട്ടിലേക്ക് മടങ്ങി. ബസ്സിൽനിന്നിറങ്ങി ഞാൻ തിരിഞ്ഞു നോക്കി. എമിലി പെൺകുട്ടികളോടൊപ്പമുണ്ട്. അവർ ഞങ്ങളുടെ വീട്ടിലേക്ക് വരികയാണ്. ഞാൻ അവളോടെന്തെങ്കിലും ചോദിക്കുംമുമ്പേ അവൾ എന്നോട് പറഞ്ഞു, "അച്ഛമ്മ പറഞ്ഞു കുറച്ചുനേരം നിങ്ങളുടെ വീട്ടിലിരിക്കാൻ... ഒന്നു രണ്ടു മണിക്കൂർ."

"അച്ഛമ്മ ആളു കൊള്ളാം." ഞാൻ മനസ്സിൽ പറഞ്ഞു. "ഓരോരുത്തരും ചെയ്യേണ്ടതെന്താണെന്ന് താൻ തന്നെ മുൻകൂട്ടി നിശ്ചയിക്കുന്നു."

ഞാൻ തിടുക്കത്തിൽ അടുക്കളയിലേക്ക് ചെന്നു. ആലീസും അമ്മയും നേരത്തെതന്നെ വന്നു കഴിഞ്ഞിരുന്നു. എത്രയോ തവണ ഞാൻ അവരോടു പറഞ്ഞിട്ടുണ്ട്. വീടിന്റെ താക്കോൽ അവർക്ക് കൊടുത്തിരിക്കുന്നത് അത്യാവശ്യം വന്നാൽ മാത്രം ഉപയോഗിക്കാനാണെന്ന്. ഞങ്ങൾ സ്ഥലത്തില്ലെങ്കിലും അടിയന്തിരഘട്ടങ്ങളിൽ വീട്ടിൽ വരാനായി മാത്രം. എത്ര പറഞ്ഞിട്ടും അതുകൊണ്ട് പ്രയോജനമില്ലായിരുന്നു. അതവരുടെ ശീലമായി കഴിഞ്ഞിരുന്നു. അറിയിക്കാതെ കയറിവരിക, തോന്നുമ്പോഴെല്ലാം. ഞങ്ങൾ വീട്ടിലില്ലെങ്കിലും അവർ വാതിൽ തുറന്ന് അകത്തു കയറി ഇഷ്ടംപോലെ പെരുമാറും.

ആലീസ് മേശയ്ക്കരികിലിരുന്ന് നഖം മിനുക്കുകയായിരുന്നു. അമ്മ ഒരു കസേരയിൽ കയറിനിന്ന് അലമാരയുടെ മുകളിൽ വെച്ചിരിക്കുന്ന ചീനഭരണികൾ പൊടിതട്ടിവെക്കുന്നു. ഞാൻ കടന്നുചെന്ന് ഹലോ പറഞ്ഞു. അതിനു മറുപടിയെന്നോണം അവർ എന്നെ ശകാരിക്കാൻ തുടങ്ങി, "നിന്നെക്കൊണ്ട് എന്തുചെയ്യണമെന്നറിയുന്നില്ല. എന്തെല്ലാം ചവറുകളാണ് പ്രദർശനത്തിനുവെച്ചിരിക്കുന്നത്? നിന്റെ അച്ഛന്റെ ശീലം തന്നെ. ദൈവം അദ്ദേഹത്തോട് കരുണ കാണിക്കട്ടെ."

"അമ്മയോടാരാ ഇതിനു മുകളിൽ കയറി നില്ക്കാൻ പറഞ്ഞത്? കഴിഞ്ഞയാഴ്ച അഷ്ക്കേൻ എല്ലാം പൊടിതുടച്ചുവെച്ചതാണ്."

അമ്മ കസേരയിൽനിന്നും താഴെയിറങ്ങി. "അഷ്കേന്റെ പൊടിതട്ടൽ... തട്ടാതിരിക്കുന്നതിനു സമമാണ്."

നീന അകത്തേക്ക് വന്നു. അമ്മ സന്തോഷത്തോടെ അവളെ സ്വാഗതം ചെയ്തു. തലേനാളത്തെ പിണക്കം അവസാനിച്ചതിന്റെ ലക്ഷണം. അപ്പോഴേക്കും അർതൂഷിന്റെ കാറും പടികടന്നുവരുന്ന ശബ്ദം കേട്ടു.

നീനയും ആലീസും പരസ്പരം കെട്ടിപ്പിടിച്ചു, ചുംബിച്ചു. നീന അവളോട് വ്യാഴാഴ്ചയിലെ വിരുന്നിനെക്കുറിച്ച് പറഞ്ഞു. സോഫിയും, എന്റെ പെൺകുട്ടികളും ഉത്സാഹത്തോടെ ചാടിത്തുള്ളി, കൈക്കൊട്ടി. "പാർട്ടി... പാർട്ടി..."

അവർ എമിലിയുടെ കൈ എത്തിപ്പിടിച്ചു. "നീയും വരണം." അർമീനെ ക്ഷണിച്ചുകഴിഞ്ഞു.

അർസീനെയും പറഞ്ഞു, "വരണം, തീർച്ചയായും വരണം." അർമേൻ എമിലിയുടെ നേരെ നോക്കി... അവൾ താഴേക്ക് നോക്കി പറഞ്ഞു. "അച്ഛമ്മ സമ്മതിക്കുകയാണെങ്കിൽ."

"അതോർത്ത് വിഷമിക്കേണ്ട..." നീന പറഞ്ഞു. "നിന്റെ അച്ഛനേയും അച്ഛമ്മയേയും വിരുന്നിന് ക്ഷണിക്കുന്നുണ്ട്."

ആലീസ് കണ്ണാടി നോക്കാതെ ലിപ്സ്റ്റിക് പുരട്ടി. "ജൂപ്പിന് പേർഷ്യൻ ഭക്ഷണം വളരെ ഇഷ്ടമാണ്."

അമ്മ പറഞ്ഞു, "അയാൾക്കുവേണ്ടി ക്ലാരിസ് ഫെസൻജാൻ ഉണ്ടാക്കും." ആ ഡച്ചുകാരനുനേരെ അമ്മയ്ക്കുണ്ടായിരുന്ന അമർഷവും തീർന്നു എന്നർത്ഥം.

അർസീനെ അർമീനയെ തോണ്ടി... "ഇനി നീ മിസ്സിസ് ജൂഡിയെ അനുകരിച്ചുകാട്ടൂ... കാട്ടൂ... എല്ലാവരും കാണട്ടെ..."

അർമീനെ കാൽവിരലുകൾ തറയിൽ കുത്തിനിന്നു. ചൂണ്ടുവിരൽ അർമേന്റെ നേരെ നീട്ടി. "ഇത്തവണ നീ പിയാനോ പഠിക്കുന്നെങ്കിൽ അത് ഗൗരവമായി വേണം... അല്ലെങ്കിൽ ഹോക്കി കളിക്കാൻ പോകാം."

അർസീനെ അർമേന്റെ ഭാഗമഭിനയിച്ചു. "ഞാൻ ഗൗരവമായി എടുത്തോളാം."

അർമീനെ പുരികം വളച്ചു. ചുണ്ടുകൾ അമർത്തിപ്പിടിച്ചു. "അങ്ങനെയാണെങ്കിൽ, എമിലി പുറത്തെ മുറിയിൽ പോയിരിക്കൂ... ഞാൻ വിളിക്കുന്നതുവരെ!"

മിസ്സ് ജൂഡിയുടെ വികലമായ പേർഷ്യൻ ഉച്ചാരണം. കുട്ടികൾ അതേപടി അനുകരിച്ചു. സോഫി വയറമർത്തിപ്പിടിച്ച് ചിരിക്കുകയായിരുന്നു. "ശരിക്കും ഇതുപോലെത്തന്നെയാണ് അവർ സംസാരിക്കുന്നത്.

"കുറുമ്പിപ്പെണ്ണേ..." നീന അരുമയായി അർമീനെയുടെ കവിളിൽ തട്ടി. അമ്മയും ചിരിച്ചുകൊണ്ട് അഭിനന്ദനം പ്രകടിപ്പിച്ചു. "എന്റെ കൊച്ചു താന്തോന്നി."

ആലീസും ആ അനുകരണം കണ്ട് പൊട്ടിച്ചിരിക്കുകയായിരുന്നു. ഒരു കൈയിൽ ലിപ്സ്റ്റിക്. മറ്റേ കൈയിൽ നഖംവെട്ടി.

എമിലി ഇടങ്കണ്ണിട്ട് അർമേനെ നോക്കി. അവൻ എന്തോ കളിപറഞ്ഞ് ചിരിച്ചു.

അർതൂഷ് അകത്തേക്ക് വന്നതും ഇരട്ടക്കുട്ടികൾ അദ്ദേഹത്തിന്റെ കൈകളിൽ തൂങ്ങി. "അച്ഛാ, വ്യാഴാഴ്ച രാത്രി നമുക്ക് വിരുന്നുകാരുണ്ട്. സോഫിയും എമിലിയും പിന്നെ എല്ലാവരും."

പിയാനോ ക്ലാസ്സ് കഴിഞ്ഞ് മടങ്ങിവരുമ്പോൾ "വേണ്ട" എന്നുപറയാൻ ഞാൻ പലതവണ തുടങ്ങിയതാണ്. പക്ഷേ, അവൾ എനിക്കവസരം തന്നില്ല. ഇപ്പോഴും ഞാൻ വായ തുറക്കാൻ ശ്രമിച്ചതാണ്. അപ്പോഴേക്കും എന്റെ തോളിൽ അവളുടെ കൈ വീണു. "എല്ലാ കാര്യവും ഞാൻ നോക്കിക്കൊള്ളാം. നിനക്ക് ഒരു വിരലനക്കേണ്ടി വരില്ല." അവൾ എന്റെ പുറത്തു കൈ അമർത്തി. അടുക്കളയിൽനിന്നും തള്ളി പുറത്താക്കി. "നീ ആ പുതിയ അയൽക്കാരെ ക്ഷണിച്ചാൽ മാത്രം മതി. ബാക്കിയൊക്കെ ഞാനേറ്റു."

അർതൂഷ് പെൺകുട്ടികളെ ഉമ്മവെച്ചു. "സംഗതി തരക്കേടില്ല. എമിലും ഞാനും ചെസ്സ് കളിക്കും."

അടുക്കളയിൽനിന്ന് പുറത്ത് കടക്കവേ ഞാനാലോചിച്ചു. "കസേരച്ചുവട്ടിൽ കിടന്ന ആ കറുത്ത കാലാൾ, അന്നേ ഞാൻ ചവറ്റുകുട്ടയിൽ എറിയേണ്ടതായിരുന്നു."

ഉമ്മറത്തെ വാതിൽ ഞാൻ അടച്ചോ ഇല്ലയോ എന്ന് ഓർമ്മയില്ല. എന്തായാലും മുറ്റത്തേക്കിറങ്ങി, ഗേറ്റ് തുറന്നു. എന്നാൽ റോഡിന്റെ അപ്പുറത്തേക്ക് കടക്കുന്നതിനുപകരം, തെരുവുചാലിനരികിൽ കൂടി അടുത്തുള്ള മൈതാനത്തിലേക്ക് നടക്കുകയാണ് ചെയ്തത്.

എനിക്ക് ശരിക്കും ഭ്രാന്തുപിടിച്ചിരുന്നു. ഞാനെന്തിന് നീനയുടെ സമ്മർദ്ദത്തിനു വഴങ്ങി? വ്യാഴാഴ്ച രാത്രി എന്റെ വീട്ടിൽ പാർട്ടി നടത്താൻ സമ്മതിച്ചു? അവൾതന്നെ പറഞ്ഞു, വയലറ്റിനേയും എമിലിനേയും തമ്മിൽ അടുപ്പിക്കാനുള്ള പദ്ധതിയാണെന്ന്. അവനവനെ പറ്റി മാത്രം ചിന്തിക്കുന്ന ആലീസിനോടും ആലീസിനെപ്പറ്റി മാത്രം ചിന്തിക്കുന്ന അമ്മയോടും എനിക്ക് കലശലായി ദേഷ്യം തോന്നി. കുട്ടികളെന്തിനാണ് ഇത്ര തുള്ളിച്ചാടിയത്? അർതൂഷിനാണെങ്കിൽ ചെസ് എന്ന വിചാരം മാത്രമേയുള്ളൂ. എന്താണ് ആരും എന്നെപ്പറ്റി ചിന്തിക്കാത്തത്? എനിക്കെന്താണ് വേണ്ടതെന്ന് ഒരാളും ചോദിക്കുകയുണ്ടായില്ലല്ലോ!"

എന്റെ സഹതാപവാസന ഉണർന്നു. “ശരി, പറയൂ, നിനക്കെന്താണ് വേണ്ടത്?”

“ദിവസവും ഏതാനും മണിക്കൂറെങ്കിലും എനിക്ക് സ്വസ്ഥമായി തനിച്ചിരിക്കണം. എനിക്കിഷ്ടമുള്ള കാര്യങ്ങളെക്കുറിച്ച് ഇടയ്ക്കെന്തെങ്കിലും ആരെങ്കിലുമായി സംസാരിക്കണം.”

അപ്പോഴേക്കും എന്റെ വിമർശനബുദ്ധി തല പൊന്തിച്ചു, “ശരിക്കും എന്താണ് വേണ്ടത്?” സ്വൈര്യമായി ഒറ്റക്കിരിക്കണോ? അതോ താത്പര്യമുള്ള വിഷയങ്ങളെക്കുറിച്ച് ആരോടെങ്കിലും സംസാരിക്കണോ?”

ഞാൻ ഒരു യൂക്കാലിപ്റ്റസ് മരം കടന്നുപോയി. കൈ എത്തിച്ച് ഒരു ഇല പറിച്ചെടുത്തു. ഉള്ളംകൈയിൽവെച്ച് ഞെരിച്ച് മണപ്പിച്ചുനോക്കി. ഏതാനും അടികൂടി നടന്നു. ഞെരിച്ചമർത്തിയ ഇല ഓടയിലേക്കെറിഞ്ഞു. “സാർദോവിന്റെ നോവലിലെ കഥാനായകൻ അവസാനം എന്തായിരിക്കും തീരുമാനിക്കുക? എനിക്കറിയാൻ തിടുക്കമായി. ഞാനറിയാതെ വാക്കുകൾ പുറത്തേക്ക് വന്നു. പെട്ടെന്ന് ഒരു ചുവട് പിന്നോക്കം വെച്ചു. വഴിയോരത്ത് ചത്തുമലച്ചുകിടന്ന ഒരു തവളയുടെ മീതെ കാൽവെച്ചേനേ! അതിന്റെ മീതെ കൂടി കനമുള്ള ഒരു ടയർ കടന്നുപോയിട്ടുണ്ടാവണം. ഞാൻ വെറുതെ പിറുപിറുത്തു. “ഈ നശിച്ച നഗരം തുലഞ്ഞുപോകട്ടെ... കൂടെ ഇവിടെയുള്ള തവളകളും... പല്ലികളും... നീർക്കോലികളും... ചത്തതോ ജീവിച്ചിരിക്കുന്നതോ ഒക്കെ നശിച്ചുപോകട്ടെ.”

ഒരു ചുടുകാറ്റ് എന്നെ വീശിക്കൊണ്ടു കടന്നുപോയി. ഏതോ ഒരു മരത്തിന്റെ കായ എന്റെ തലയിൽ വന്നുവീണു. ആദ്യം ഞാൻ വിചാരിച്ചു, അത് ഏതോ പ്രാണിയോ ചീവീടോ ആയിരിക്കുമെന്ന്. അറിയാതെ തന്നെ ക്ഷണത്തിൽ അതിനെ തട്ടി താഴെയിട്ടു. ചെടിപ്പുകൊണ്ട് ഞാനൊന്നു ഞെട്ടി. അബ്ദാനിൽ വന്നതുമുതൽ ജീവിതം ഇങ്ങനെയാണ്. ഒരു നൂറു തരം പ്രാണികളുമായുള്ള അവസാനമില്ലാത്ത ഏറ്റുമുട്ടൽ. ചിലത് ചിറകുള്ളവ... ചിലത് ഇഴയുന്നവ. തീരെ ചെറുതായിരുന്നപ്പോൾ മുതലേ കീടങ്ങളോടും പ്രാണികളോടുമൊക്കെ എനിക്ക് കഠിനമായ വെറുപ്പായിരുന്നു. അസഹ്യത ഇപ്പോഴും അതുപോലെ തുടരുന്നു. അതുപോലെത്തന്നെ അബ്ദാനിന് സഹജമായ പലവിധത്തിലുള്ള ഗന്ധങ്ങൾ. എന്റെ മനസ്സിനെ വല്ലാതെ മടുപ്പിച്ചിരുന്നു. റിഫൈനറിയിൽനിന്നുള്ള ഗന്ധം. വഴിവക്കിലെ ഓടകളിൽനിന്നുള്ള നാറ്റം. കുവെത്തിബസാറിൽ അത്തറിന്റെ സുഗന്ധത്തോടൊപ്പം, ഉപ്പിട്ട ഉണക്കമീനിന്റെ നാറ്റം കൂടി കലരുമ്പോഴുണ്ടാകുന്ന രൂക്ഷമായ മണം. ഈ വക ഗന്ധങ്ങളെല്ലാം ചേർന്ന് അങ്ങാടിയിൽ പോകുമ്പോഴെല്ലാം എനിക്ക് മനംപുരട്ടലുണ്ടാക്കുമായിരുന്നു. ഇതിന്റെയെല്ലാം കൂടി പ്രധാന കുറ്റവാളിയായി അബ്ദാനിലെ ചൂടും ഉഷ്ണവും, എന്തിനാണ് ഞാൻ ഇങ്ങനെയൊരിടത്തിലേക്ക് വന്നത്? ടെഹ്റാനിൽത്തന്നെ താമസിച്ചാൽ പോരായിരുന്നോ?

ടെഹ്റാനിലെ ഞങ്ങളുടെ വീടിനെക്കുറിച്ച് സ്വാഭാവികമായും ഞാൻ ഓർമ്മിച്ചുപോയി. എന്തു ചന്തമായിരുന്നു ആ ഉമ്മറമുറ്റത്തിന്! അവിടത്തെ ചെറിയ ഇടവഴികളും വഴിയോരത്ത് ഉയർന്നുനില്ക്കുന്ന മരങ്ങളും. വേനൽക്കാലമായാൽ ഞങ്ങളോ, അയൽപക്കത്തുള്ളവരോ മരങ്ങൾ നനയ്ക്കും. നനവാർന്ന മണ്ണിന്റെ മണം, മൂക്കിൽ വന്നടിക്കും. തണുപ്പുകാലമായാൽ ഉണർന്നെഴുന്നേല്ക്കുന്നതിനുമുമ്പേ പറയാനാകും, തലേരാത്രി മഞ്ഞുപെയ്തിട്ടുണ്ടോ എന്ന്. കിടപ്പുമുറിയുടെ ജനലിൽകൂടി അകത്തേക്ക് നീണ്ടുവരുന്ന വെയിൽനാളങ്ങൾ സാധാരണപോലെയാവില്ല. തറയിൽവീണുകിടക്കുന്ന മഞ്ഞിൽ തട്ടിവരുന്ന വെയിലിന് വേറെത്തന്നെ ഒരു തെളിച്ചമുണ്ടാകും.

മഞ്ഞുപെയ്യുന്ന ദിവസങ്ങളിൽ സ്കൂളിൽ പോകുന്നത് തലയിൽ ഹാറ്റ്, കൈയുറകൾ, അമ്മ എനിക്കായി പ്രത്യേകിച്ചുണ്ടാക്കിയ കമ്പിളി സ്കാർഫ്. ബൂട്ടുകൾ ഇട്ടു നടക്കുമ്പോൾ കാൽച്ചുവട്ടിൽ ഞെരിഞ്ഞമരുന്ന മണ്ണിന്റെ ശബ്ദം. വർഷങ്ങളെത്ര കഴിഞ്ഞു, നല്ലൊരു മഞ്ഞു കണ്ടിട്ട്, ഓവർകോട്ടും കൈയുറകളുമണിഞ്ഞിട്ട്, നെരിപ്പോടിനുമുമ്പിൽ കൈകൾ തിരിച്ചും മറിച്ചും വെച്ച് ചൂടു കാഞ്ഞിട്ട്, എന്റെ വായിൽനിന്ന് വരുന്ന നീരാവി കലർന്ന നിശ്വാസവായു കണ്ടിട്ട്!

എന്റെ മൂക്കിൻമേൽ പറന്നിറങ്ങാൻ വന്ന കൊതുകിനെ ഞാൻ കൈക്കൊണ്ട് തട്ടിമാറ്റി. ടെഹ്റാനിൽ താമസം തുടരാതെ എന്തിനുവേണ്ടിയാണ് അബ്ദാനിലെത്തിയത്? അർതൂഷിന് എണ്ണക്കമ്പനിയിൽ നിയമനം കിട്ടി. ആലീസിനും കമ്പനിവക ആശുപത്രിയിൽ ജോലി തരമായി. അതുകൊണ്ട് അവളോടൊപ്പം അമ്മയും അബ്ദാനിലേക്ക് വന്നു. വാസ്തവത്തിൽ അമ്മ വന്ന.ത് ആലീസിനോടൊപ്പം താമസിക്കാൻ വേണ്ടിയായിരുന്നോ? അതോ ഞാൻ അവിടെയുണ്ടല്ലോ എന്നു വിചാരിച്ചിട്ടായിരുന്നുവോ? വയസ്സ് മുപ്പത്തിയെട്ടായി. ഈ കാലത്തിനിടയ്ക്ക് താൻ തനിക്കുവേണ്ടി എന്താണ് ചെയ്തിട്ടുള്ളത്?

നേരം ഇരുട്ടിത്തുടങ്ങിയിരുന്നു. മൈതാനത്തിൽ ആളൊഴിഞ്ഞു. അവിടെയെങ്ങും ഒരാളുമില്ല. വെട്ടിനിർത്തിയ വേലിച്ചെടികൾക്കപ്പുറത്ത് വീടുകളിൽ ഒന്നൊന്നായി വിളക്കുകൾ തെളിയാൻ തുടങ്ങി. ഞാൻ ഞങ്ങളുടെ തെരുവിനുനേരെ തല തിരിച്ചു. തിരിച്ചുപോകണം, വീട്ടിൽ ചെന്നാൽ ചെയ്തുതീർക്കാനുള്ള നൂറുകൂട്ടം കാര്യങ്ങൾ. ആലോചിച്ചപ്പോഴേ മടുപ്പുതോന്നി. അത്താഴം പാകം ചെയ്യണം, വ്യാഴാഴ്ച വിരുന്നിനുള്ള കാര്യങ്ങൾ ഏർപ്പാട് ചെയ്യണം. അർമേൻ കുറേ നാളായി പുതിയ കാലുറകൾ ആവശ്യപ്പെടുന്നു. ഇന്ന് വീണ്ടും അവൻ അത് ഓർമ്മിപ്പിക്കും. വ്യാഴാഴ്ച വിരുന്നിന് അതിടണമെന്ന് അവന് മോഹമുണ്ടായിരിക്കും. അതിനൊക്കെ പുറമെ മിസ്സിസ് സിമോനിയനെ അവരുടെ വീട്ടിൽച്ചെന്ന് പാർട്ടിക്ക് ക്ഷണിക്കണം... അവരെ കുറിച്ചോർക്കുമ്പോൾ ശാഠ്യക്കാരിയായ സ്വാർത്ഥ എന്ന വിശേഷണമാണ് മനസ്സിൽവന്നത്. എല്ലാം തന്റെ

ഇഷ്ടത്തിന് എന്ന ദുഃശ്ശാഠ്യം. ബാക്കിയെല്ലാവരും തന്റെ ആജ്ഞാനുവർത്തികളായ അടിമകളോ, വേലക്കാരോ എന്നാണ് അവരുടെ വിചാരം. ഇഷ്ടമില്ലാത്ത ഒരുപാടു പണികൾ. എന്നാൽ നിർബന്ധമായും ചെയ്തിരിക്കുകയും വേണം. എന്നിട്ടും അപ്പോൾ ഞാനാഗ്രഹിച്ചത് ചാരുകസേരയിൽ ചാരിയിരുന്ന് സർദോവിന്റെ നോവൽ വായിക്കാനായിരുന്നു. കഥാനായകൻ അവസാനം എന്തു തീരുമാനമെടുത്തു എന്നറിയാനുള്ള ഉത്കണ്ഠ. പ്രണയമോ? കടമയോ? ഏതിനാണയാൾ മുൻതൂക്കം നല്കിയിരിക്കുക?

തെരുവുമൂലയിൽ ഒരു ഇരുണ്ട നിഴൽ. പരിഭ്രമിച്ച് ഞാൻ ഒന്നു ഞെട്ടി. മങ്ങിവരുന്ന നാട്ടുവെളിച്ചം. ഒന്നും വ്യക്തമായി കാണാനാവുന്നില്ല. ഏതെങ്കിലും ഒരു കുട്ടിയായിരിക്കും. അവനും ഭയന്നിട്ടുണ്ടാവും. ഞാൻ അതിനുനേരെ നടന്നു. ഏതാണ്ട് ഓടി. പെട്ടെന്ന് വഴിയിൽനിന്നു. മിസ്സിസ് സിമോനിയനും അവിടെത്തന്നെ നിന്നു. കറുത്ത കാലുറ, ഇടുങ്ങിയ കഴുത്തുള്ള വെള്ള ബ്ലൗസ്, അന്നുച്ചയ്ക്ക് അവരുടെ പേരക്കുട്ടിയും ഇതേ പോലെയാണ് വേഷം ധരിച്ചിരുന്നത്. ഉപ്പൂറ്റി പരന്ന ചെരിപ്പുകൾ. അവർക്ക് പതിവിലും കുറവ് പൊക്കം തോന്നിച്ചു.

ഒരു നിമിഷം അനങ്ങാതെ നിന്നതിനുശേഷം അവർ നടത്തം തുടർന്നു. എന്റെ മുഖത്തുനോക്കാതെ ചോദിച്ചു, "വൈകീട്ട് നടക്കാനിറങ്ങാൻ നിങ്ങൾക്കും ഇഷ്ടമാണ്" അതൊരു ചോദ്യമായിരുന്നില്ല. എന്തു ചെയ്യണമെന്നറിയാതെ ഞാനൊന്നു പരുങ്ങി. അവരുടെ ഒപ്പം നടക്കണോ? അതോ, കുറച്ച് പിന്നാലെ പോയാൽ മതിയോ? അവർ തിരിഞ്ഞുനിന്നു. "നിങ്ങൾ വീട്ടിലേക്ക് മടങ്ങുകയാണ്" വീണ്ടും... അതൊരു ചോദ്യമായിരുന്നില്ല. "കുറച്ചുനേരം നമുക്ക് ഒരുമിച്ച് നടന്നാലോ?" ഇത്തവണ അതൊരു ചോദ്യമായിരുന്നു. മാത്രമല്ല, അതിൽ ഒരു അപേക്ഷയുടെ ഛായയും കലർന്നിരുന്നു.

ഞാൻ അവരുടെ വശം ചേർന്നു. ചെറിയൊരു കുറ്റബോധം തോന്നി. ദുഃശ്ശാഠ്യക്കാരി, സ്വാർത്ഥ എന്നൊക്കെ മനസ്സിൽ അവരെ വിളിച്ചല്ലോ. അവരുടെ സ്വരത്തിലെ എന്തോ ഒന്ന്. എനിക്കവരെക്കുറിച്ച് സങ്കടം തോന്നി. ഞങ്ങൾ പരസ്പരം ഒന്നും മിണ്ടാതെ മൈതാനത്തിലേക്ക് തിരിച്ചുനടന്നു. ഞാൻ അല്പം മുമ്പ് എഴുന്നേറ്റുപോയ അതേ ബെഞ്ചിൽ ഇരുന്നു. എന്റെ അയൽക്കാരി എന്നോട് ചോദിച്ചു, "നമുക്ക് കുറച്ചുനേരം ഇവിടെ ഇരുന്നുകൂടേ? എനിക്ക് വല്ലാത്ത ക്ഷീണം."

അവരെ സംബന്ധിച്ചിടത്തോളം ആ ബെഞ്ചിന് ഉയരം കൂടുതലായിരുന്നു. എന്നാലും പ്രയാസം കൂടാതെ അവർ അതിൽ കയറിയിരുന്നു. ചാടുകയും എത്തിപ്പിടിക്കുകയുമൊന്നുമുണ്ടായില്ല. പതുക്കെ തന്നത്താൻ ഉയർത്തി കയറിയിരുന്നു. ഒരു ജീവിതകാലം മുഴുവൻ ശീലിച്ചതല്ലേ. അതിശയിക്കേണ്ട കാര്യമില്ലല്ലോ. ഒരു ബെഞ്ചിൽ കയറി ഇരിക്കാൻ ഒരായുഷ്കാലത്തെ പരിശീലനം! ഞാൻ എന്നോടുതന്നെ പറഞ്ഞു.

ഇരുട്ടു പരന്നു കഴിഞ്ഞിരുന്നു. ഒട്ടും കാറ്റില്ല. മൂടിക്കെട്ടിയ അന്തരീക്ഷം. ഓടകളിൽനിന്നും തവളകളുടെ ഒരേ മട്ടിലുള്ള മടുപ്പിക്കുന്ന ഒച്ചകൾ. ഇടയ്ക്കിടക്ക് അവ ആ ചാലുകളിലെ വെള്ളത്തിലേക്ക് ചാടുന്ന ശബ്ദം. ഞാൻ എന്റെ ഉള്ളംകൈ ഉയർത്തി വാസനിച്ചു. യൂക്കാലിപ്റ്റസ് ഇലയുടെ മണം വിട്ടുപോയിട്ടില്ല.

വലിയൊരു പെട്ടി പുറകിൽ കെട്ടിവെച്ച് ഒരു സൈക്കിളുകാരൻ അവിടെ വട്ടം കറങ്ങുന്നു. അത് ഹജ്ജിയായിരുന്നു. കുട്ടികളുടെ റൊട്ടിക്കാരൻ. അയാൾ ദിവസവും രാവിലെയും വൈകീട്ടും വരും. എണ്ണക്കമ്പനിവക വീടുകളിൽ താമസിക്കുന്നവർക്ക് ലവാഷ് വില്ക്കാൻ. വില്പന കഴിഞ്ഞ് വീട്ടിലേക്ക് മടങ്ങുകയാവും. അഹമ്മദാബാദിലാണ് അയാൾ താമസിച്ചിരുന്നത്... വൃത്തികെട്ട ഒരു ഇടുങ്ങിയ വഴിയിലായിരുന്നു അയാളുടെ വീട്. ഇവിടെനിന്നും അവിടെയെത്താൻ ഏതാണ്ട് ഒരു മണിക്കൂർ സൈക്കിൾ ചവിട്ടണം. ഏതാനും വർഷം മുമ്പ് അയാളുടെ മകൻ മുങ്ങിമരിച്ചു, ഷട്ട്-അൽ-അരബ് ആറ്റിൽ. അന്ന് ഞാൻ അയാളുടെ വീട്ടിൽ പോയിരുന്നു. ഭാര്യയെകണ്ട് അനുശോചനമറിയിക്കാൻ. ദുഃഖം സഹിക്കാതെ മരണത്തിന്റെ വക്കത്തായിരുന്നു അവർ. ഹജ്ജിന്റെ വീട്ടിലേക്ക് ഞാൻ പോയി എന്നറിഞ്ഞപ്പോൾ അമ്മയും ആലീസും ഒരുമിച്ചു പറഞ്ഞു, "നിനക്ക് വട്ടാണ്."

അർതൂഷ് പറഞ്ഞു, "നന്നായി.... വേണ്ടതുതന്നെ..."

മകൻ മരിച്ച് നാല്പത് ദിവസത്തെ ദുഃഖാചരണം കഴിഞ്ഞിരുന്നില്ല. അതിനുമുമ്പേ ഹജ്ജിയുടെ ഭാര്യ സ്വയം തീകൊളുത്തി മരിച്ചു.

രണ്ടുമാസം കഴിഞ്ഞപ്പോൾ ഹജ്ജി വീണ്ടും വിവാഹം കഴിച്ചു.

അമ്മ എന്നെ പരിഹസിച്ചു, "നീ പോകുന്നില്ലേ, വിവാഹസമ്മാനവുമായി?" ആലീസും അമ്മയോടൊപ്പം ചേർന്നു. അർതൂഷ് ഒന്നും മിണ്ടാതെ തല കുലുക്കി. എന്തായാലും അതിൽ പിന്നെ ഞാൻ ഹജ്ജിയുടെ കൈയിൽനിന്നും ലവാഷ് വാങ്ങാതായി. (പുളിക്കാത്ത മാവുകൊണ്ടുണ്ടാക്കിയ റൊട്ടി)

"ഇതൊരു ജീവനില്ലാത്ത നഗരം തന്നെ." മിസ്സിസ് സിമോനിയൻ അഭിപ്രായപ്പെട്ടു.

ഞാൻ മനസ്സിൽ കരുതി. ഒരു വെടിക്ക് രണ്ടു പക്ഷി. വ്യാഴാഴ്ചയിലെ വിരുന്നിന്റെ കാര്യം ഇപ്പോഴേ പറഞ്ഞേക്കാം. "നിങ്ങൾക്കുമുമ്പ് ജി-4ൽ താമസിക്കുന്ന കൂട്ടർ. ഇന്നലെ ഞങ്ങളുടെ വീട്ടിൽവെച്ചു കണ്ടില്ലേ? അവർ ഒരു...."

പറഞ്ഞുവന്നത് മുഴുവനാക്കാൻ അവരെന്നെ അനുവദിച്ചില്ല. എന്റെ മുഖത്തേക്ക് നേരിട്ടു നോക്കി വളരെ ഗൗരവത്തോടെ പറഞ്ഞു, "ഉവ്വ്... ഞാൻ കണ്ടു... ഇനി ഞാൻ പറയാം. അവർക്ക് എന്റെ മകനെ വിരുന്നിനു

ക്ഷണിക്കണം. അതിനുവേണ്ടി അവർ എന്നേയും എമിലിയേയും കൂടി വിളിക്കുന്നു. എന്താ, എന്റെ ഊഹം ശരിയല്ലേ? ഒരു പക്ഷേ, ആ പാർട്ടി അവർ നിങ്ങളുടെ തലയിൽ കെട്ടിവെച്ചിട്ടുമുണ്ടാകും. കഷ്ടം!" അവർ എന്നെ നോക്കി ചുണ്ടുകോട്ടി.

ഞാൻ ശ്വാസമടക്കിപ്പിടിച്ചിരുന്നു. ചൂടുള്ളൊരു കാറ്റുവീശി. പുറകിലുള്ള ഓലിയാൻഡർ മരത്തിൽനിന്നും ഏതാനും പൂക്കൾ കൊഴിഞ്ഞു വീണു. മൈതാനത്തിനുചുറ്റുമുള്ള മസാസാ മരങ്ങളിലേക്ക് ഞാൻ നോക്കി. ഇരുമ്പുകൊണ്ടുള്ള വിളക്കുകാലുകൾ പൊഴിക്കുന്ന മങ്ങിയ വെളിച്ചം... ഇവരിതെങ്ങനെ അറിഞ്ഞു?

അവർ അവരുടെ കൈ എന്റെ കാൽമുട്ടിൽ വെച്ചു. "ക്ലാരീസ് എനിക്ക് നിങ്ങളെ ഇഷ്ടമാണ്. ആദ്യമായാണ് അവർ എന്നെ നിങ്ങൾ എന്നു വിളിക്കുന്നത്. തെല്ലു ആദരവുകാട്ടിക്കൊണ്ട്. അല്ലെങ്കിൽ എപ്പോഴും അത് വെറും 'നീ' ആയിരുന്നു. "നിങ്ങൾ മറ്റു സ്ത്രീകളിൽനിന്നും വ്യത്യസ്തയാണ്. മറ്റുള്ളവർ ശ്രദ്ധിക്കാത്ത കാര്യങ്ങളും നിങ്ങൾ ശ്രദ്ധിക്കുന്നു. അവർ നിസ്സാരമായി കാണുന്നത്. നിങ്ങളുടെ നോട്ടത്തിൽ സാരമായിട്ടുള്ളതാണ്. നിങ്ങൾ പലതുകൊണ്ടും എന്നെപോലെയാണ്... എന്നുവെച്ചാൽ ചെറുപ്പകാലത്തെ എന്നെപ്പോലെ."

ഞാൻ മിസ്സിസ് സിമോനിയനെപോലെയാണെന്നോ? ഒരിക്കലും കേൾക്കാൻ ആഗ്രഹിച്ചിട്ടില്ലാത്ത കാര്യം. അങ്ങനെയൊരാഗ്രഹം അറിയാതെപോലും എന്റെ മനസ്സിലൂടെ മിന്നിമറഞ്ഞിട്ടില്ല. ഇതെല്ലാവരും പറയുന്നതാണല്ലോ... എനിക്ക് അവരറിയുന്ന ആരോ ആയി വല്ലാത്ത സാമ്യം... ഇതെന്താണിങ്ങനെ? നീന പറഞ്ഞത് എന്നെ കാണുമ്പോൾ വയലറ്റിനെ ഓർമ്മവരുന്നു എന്നാണ്. ഇപ്പോൾ...

അവർ എന്റെ മുട്ടിൽനിന്നും കൈയെടുത്തു. "എനിക്കീ നഗരം തീരെ ഇഷ്ടമല്ല. അല്ലെങ്കിലും വർഷങ്ങളായി, ഞാൻ എനിക്കിഷ്ടമുള്ള ഒരു നഗരത്തിൽ താമസിച്ചിട്ട്. ഞാൻ പൊരുത്തപ്പെട്ടുപോകുന്നു എന്നുമാത്രം, എമിലിനും എമിലിക്കും വേണ്ടി." അവർ വീണ്ടും നിശ്ശബ്ദയായി. ഒരു കാര്യം ഞാൻ ശ്രദ്ധിച്ചു. വളരെ സാധാരണ മട്ടിൽ പതിവുള്ള ഔപചാരികത തീരെയില്ലാതെയാണ് അവർ സംസാരിക്കുന്നത്.

അവരുടെ കണ്ണുകൾ ജലസംഭരണിയിൽ പറ്റിനിന്നു. "അവനവനെക്കുറിച്ച് അറിയാറായ കാലം മുതൽ, ഞാൻ ഇങ്ങനെയാണ്. സാഹചര്യങ്ങളുമായി പൊരുത്തപ്പെട്ടുപോകുന്നു. അതാണ് ഞാൻ തിരഞ്ഞെടുത്ത വഴി. ആദ്യം അച്ഛനുവേണ്ടി. പിന്നീട് ഭർത്താവിനുവേണ്ടി. ഇപ്പോഴിതാ എന്റെ മകനും അവന്റെ മകൾക്കും വേണ്ടി. ഞാൻ എനിക്കുവേണ്ടി ഇതുവരെയായും ഒന്നും ചെയ്തിട്ടില്ല." അവർ തന്നോടു തന്നെ സംസാരിക്കുന്നതുപോലെയാണ് തോന്നിയത്. ഞാനും ആ ജലസംഭരണിയുടെ നേരെ നോക്കി. നാലു തുരുമ്പുകാലുകളിൽ തല ഉയർത്തി നില്ക്കുന്ന ഒരു

ഊക്കൻ രാക്ഷസൻ. ആ ഉയരത്തിൽനിന്ന് അവൻ ഞങ്ങളെ ഉറ്റു നോക്കുന്നു... താഴെ ഇരുട്ടിൽ രണ്ടു സ്ത്രീകൾ...

അവർ പുച്ഛം കലർന്നൊരു ചിരി ചിരിച്ചു. "ഞാൻ പറഞ്ഞത് നിങ്ങളെ അതിശയിപ്പിച്ചു അല്ലേ? എല്ലാവരേയും പോലെ നിങ്ങളും വിശ്വസിക്കുന്നു, ജീവിതം ഞാൻ ആഗ്രഹിക്കുന്നതുപോലെ ഞാൻ ജീവിക്കുന്നു എന്ന്." അവർ പതുക്കെ ബെഞ്ചിൽനിന്നു വഴുതിയിറങ്ങി എഴുന്നേറ്റുനിന്നു. "എന്റെ വീട്ടിലേക്ക് വരൂ. ബാക്കിയുള്ള ഫോട്ടോകളും കൂടി ഞാൻ കാണിച്ചുതരാം." കൂടുതലൊന്നും പറയാതെ അവർ നടന്നു.

കുട്ടികളുടെ രാത്രി ഭക്ഷണത്തെക്കുറിച്ച് ഞാനാലോചിച്ചില്ല. നീന യെകുറിച്ചോ അമ്മയെക്കുറിച്ചോ ആലീസിനെ കുറിച്ചോ ആലോചിച്ചില്ല. അവരാരോടും എന്തെങ്കിലും പറയണമെന്നോ അവർക്കുവേണ്ടി എന്തെ ങ്കിലും ചെയ്യണമെന്നോ തോന്നിയില്ല. എനിക്കിഷ്ടമുള്ളതെന്തെങ്കിലും ചെയ്യണം എന്ന് ശക്തമായൊരു തോന്നൽ... അതെ അവരുടെ വീട്ടിൽ പോയി ആ ഫോട്ടോകൾ കാണണം."

ജി-4 ന്റെ പടി തുറന്നുകിടന്നിരുന്നു. ഞങ്ങൾ മുറ്റം കടന്നുചെന്നു. വലത്തെ ഭാഗത്തെ പൂത്തടങ്ങൾ കളനിറഞ്ഞു കിടക്കുന്നു. ഇടത്തെ ഭാഗത്തെ തടങ്ങളിൽ മണ്ണ് കിളച്ചൊരുക്കിയിരുന്നു. അയാൾ തന്നെ യാവുമോ കളകൾ പറച്ചിരിക്കുക? കിളക്കലും തന്നെ ചെയ്തിരിക്കുമോ?

വീട്ടിൽ ഇരുട്ടായിരുന്നു. യാതൊരു ശബ്ദവുമുണ്ടായിരുന്നില്ല. മിസ്സിസ് സിമോനിയൻ നേരെ കിടപ്പുമുറിയിലേക്കാണ് പോയത്. തുമ്പിപൊട്ടിയ ആനയുടെ അരികെ ഒരു നിമിഷം നിന്നു. അതിന്റെ തലയിലൊന്നു തടവി. "ഹിന്ദുക്കൾക്ക് ഗണേശൻ സമ്പത്തിന്റേയും സൗഭാഗ്യത്തിന്റേയും ദേവ നാണ്." ആനയുടെ തുമ്പിയും അവർ പതുക്കെ തലോടി. "നോക്കൂ, ഈ പാവം ആനയുടെ ക്ഷമയും ഞാൻ കാരണം മുറിഞ്ഞുപോയിരി ക്കുന്നു." അവർ കിടപ്പുമുറിയുടെ വാതിൽ തുറന്നു. "എമിലി നിങ്ങളുടെ വീട്ടിലാണ്. എമിൽ അവളെ കൂട്ടിക്കൊണ്ടുവരാൻ പോയിട്ട് അവിടെ ത്തന്നെ ഇരുന്നിട്ടുണ്ടാവും. ആ സ്വർണ്ണ തലമുടിക്കാരിയും നിങ്ങളുടെ വീട്ടിലുണ്ടോ?"

"ഇല്ല. അവൾ വന്നിട്ടില്ല."

കട്ടിലിന്റെ ചുവട്ടിൽനിന്നും കട്ടിയുള്ള ഒരാൽബം അവർ വലി ച്ചെടുത്തു. ചുവന്ന തുകൽകൊണ്ടുള്ള പുറംചട്ട. സ്വർണ്ണനിറത്തിലും നീല നിറത്തിലും അതിൽ ചിത്രപ്പണികൾ. ഇങ്ങനെയൊന്ന് ഞാൻ മുമ്പ് കണ്ടിട്ടുണ്ടായിരുന്നില്ല. ആൽബം തുറന്ന് അവർ പിറുപിറുത്തു. "അവൾ പുറത്തുവരും... അവളിപ്പോൾ പുറത്തുവരും." പൊടുന്നനെ അവർ മിണ്ടാ തായി.

മുറിയിൽ അധികം സാമാനങ്ങളില്ല. വെളിച്ചവും തീരെ മങ്ങിയത്. ഞാൻ ചുറ്റും നോക്കി. ആ മുറിയിൽ താമസിക്കുന്നയാൾ ആദ്യമായി

അപ്പോൾ വന്നിട്ടേയുള്ളൂ എന്ന പ്രതീതി. സാധനങ്ങളൊന്നും അടുക്കി ഒതുക്കിവെക്കാൻ സാവകാശം കിട്ടിയിട്ടില്ല എന്നു തോന്നും. അതോ തനിക്കാവശ്യമുള്ളതെല്ലാം എടുത്ത് അയാൾ മറ്റൊരു മുറിയിലേക്ക് മാറിയതാകുമോ?

മിസ്സിസ് സിമോനിയൻ ഒരു ഫോട്ടോ എടുത്ത് എന്റെ കൈയിൽ തന്നു. വെളുത്ത സ്യൂട്ട് ധരിച്ച ഒരു ചെറുപ്പക്കാരൻ വീതിയേറിയ ഒരു കോണിപ്പടിയിൽ നില്ക്കുന്നു. ഒരു പാദം തൊട്ടുമുകളിലെ പടിയിലാണ്. കോണിയുടെ കൈവരി കല്ലിൽ തീർത്തതാണ്. അതിന്മേൽ നിരയൊത്ത് പൂച്ചട്ടികൾ. അവയിൽ നിറയെ പൂത്തുനില്ക്കുന്ന ചെടികൾ. ആ യുവാവ് ക്യാമറയുടെ നേരെ നോക്കി പുഞ്ചിരി തൂകുന്നു. കണ്ണുകൾക്ക് ചാര നിറമാണ്.

“ഇത് ഞങ്ങളുടെ ഇസ്ഫാനിലെ വീട്ടിലേക്കുള്ള കവാടമാണ്.” മിസ്സിസ് സിമോനിയൻ പറഞ്ഞുതന്നു. “നിങ്ങളുടെ അമ്മ പറഞ്ഞില്ലേ, വിറ്റുപോയത് കഷ്ടമായി എന്ന്.... ആ വീട്.” അവർ ചിരിവരാതെ ചിരിച്ചു. “ആ വീടിനോടാകെത്തന്നെ എനിക്ക് വെറുപ്പായിരുന്നു. വിശാലമായ പൂന്തോട്ടം, ഉയർന്ന തട്ടോടുകൂടിയ മുറികൾ, മരംകൊണ്ടുതീർത്ത തറയോടുകൂടിയ നീണ്ട ഇടനാഴികൾ, വിലകൂടിയ സാധനസാമഗ്രികൾ... വീട്ടുസാമാനങ്ങൾ... എന്റെ അച്ഛൻ എന്നോടു ചോദിക്കാറുണ്ട്. “ഇതിൽ കൂടുതൽ നിനക്കെന്തു വേണം?” വർഷങ്ങളോളം എനിക്കറിയില്ലായിരുന്നു, എനിക്കെന്താണ് വേണ്ടതെന്ന്. അവസാനം എന്താണ് വേണ്ടതെന്ന് മനസ്സിലായപ്പോൾ അത് ഞാൻ അച്ഛനോടാവശ്യപ്പെട്ടു. അദ്ദേഹം പറഞ്ഞു.... “ഇല്ല...”

അവർ വേറൊരു ഫോട്ടോ എടുത്തുനീട്ടി. ആ യുവാവുതന്നെ. ഒരു മേശയ്ക്കു പുറകിലായി ഇരിക്കുന്നു. മേശപ്പുറത്ത് കുറെ പുസ്തകങ്ങളും കടലാസുകളും. അയാൾ ക്യാമറയ്ക്കു നേരെയാണ് നോക്കുന്നത്. ഒരു കൈയിൽ പേന, മറ്റേ കൈ കുത്തി താടി ചേർത്തുവെച്ചിരിക്കുന്നു. നന്നേ നീളം കുറച്ചുവെട്ടിയ മുടിയാണ്. നേരിയ നീളൻ വരകളോടുകൂടിയ കോട്ടും ജാക്കറ്റും. ഇതുപോലെയൊരു കോട്ട് മിസ്റ്റർ സാപ്ഷ്യൻ ധരിക്കാറുണ്ടല്ലോ എന്നോർത്തപ്പോഴേക്കും അവർ അടുത്ത ഫോട്ടോ കൈയിൽവെച്ചുതന്നു. ഇതിലും അതേ ചെറുപ്പക്കാരൻ വെളുത്ത ഷർട്ട്. ഒരു റഷ്യൻ ഷർട്ടുപോലെ. പരന്ന തുറന്ന കോളർ. തോളിലേക്ക് വീണു കിടക്കുന്ന മുടി. നേർത്ത താടി മീശ. എളിയിൽ കൈക്കുത്തി നില്ക്കുന്നു. പിൻഭാഗം ഉയർന്ന ഒരു കസേരയ്ക്കരികെ ക്യാമറയിലേക്ക് തന്നെയാണ് നോട്ടം. അടുത്തുള്ള കസേരയിൽ ഒരു പെൺകുട്ടി... അവളുടെ മുടി കെട്ടിവെച്ചിരിക്കുന്നു. അവൾ കറുത്ത ബ്ലൗസാണ് ഇട്ടിരിക്കുന്നത്. കഴുത്തിന്റെ അറ്റംവരെ ബട്ടനുകളിട്ടിട്ടുണ്ട്. കഴുത്തിൽ പല ഇഴകളുള്ള ഒരു നന്മുത്തുമാല. അവളുടെ മുട്ടിനുമേലെയുള്ള ഭാഗമേ കാണാനാവൂ. അയാളുടെ കണ്ണുകൾക്ക് ചാരനിറം തന്നെയാണ്.

ആ ഫോട്ടോയിൽ കണ്ട പെൺകുട്ടി. അമ്പതോ അറുപതോ വർഷങ്ങൾക്കുശേഷം... ഇവിടെ എന്റെ മുന്നിലിരിക്കുന്നു. എന്റെ അച്ഛൻ പറഞ്ഞു, "ഒരു ജീവിതം കെട്ടിപ്പടുക്കാൻ പറ്റിയ ഒരാളല്ല, ഒരു കവി. എന്റെ പണം മാത്രം ആഗ്രഹിച്ചാണ് അയാൾ എന്നെ വിവാഹം കഴിക്കാൻ തയ്യാറാവുന്നത്. ഒരാൾക്ക് ഒരു കുള്ളത്തിയോട് പ്രേമം തോന്നില്ല. അദ്ദേഹം പറഞ്ഞു. പക്ഷേ, എന്റെ ഭർത്താവും എന്റെ അച്ഛനും പ്രേമിച്ചു... ഒരാൾ മറ്റേയാളിന്റെ പണത്തെ. അച്ഛൻ കർശനമായി പറഞ്ഞു. "ഞാൻ അയാളെ വിവാഹം കഴിക്കാൻ വിസമ്മതിച്ചാൽ...." അവർ കണ്ണു തുറന്നു, മുന്നോട്ടാഞ്ഞു, എന്റെ കൈയിൽനിന്നും ആ ഫോട്ടോ പിടിച്ചു വാങ്ങി.

"അച്ഛന്റെ സമ്മതം കൂടാതെയാണ് ഞങ്ങൾ ഈ ഫോട്ടോ എടുത്തത്. ജൂൽഫയിലെ തൂജനി ജോൺസിന്റെ ഫോട്ടോ സ്റ്റുഡിയോയിൽ വെച്ച്. തൂനി വാക്കുതന്നു അച്ഛനോട് പറയില്ലെന്ന്. അയാൾ അത് പാലിക്കുകയും ചെയ്തു. തൂനി നല്ലൊരു മനുഷ്യനായിരുന്നു."

അവർ പിന്നെയും ആ ഫോട്ടോയിലേക്ക് നോക്കി. ചുണ്ടുകൾ കടിച്ചമർത്തി. അവരുടെ വായയ്ക്കു ചുറ്റുമുള്ള ചുളിവുകൾ കൂടുതൽ പ്രകടമായി... പുറത്ത് മുറ്റത്ത് തവളകൾ ഒച്ചവെച്ചുകൊണ്ടിരുന്നു.

"പിന്നീടെന്ത് സംഭവിച്ചു?" ഞാൻ ചോദിക്കാൻ ഭാവിച്ചതായിരുന്നു. പക്ഷേ, ചോദിച്ചില്ല.

അവർ എന്റെ മുഖത്തുനോക്കി ചിരിച്ചു. "പിന്നീടെന്തുണ്ടായി എന്ന് അല്ലേ?" അവർ വീണ്ടും ആൽബം തുറന്നു. പേജുകൾ മറിച്ചു. പ്രത്യേകിച്ചൊരു പേജ് നിവർത്തിവെച്ചു. അവർ അയാളോടൊപ്പമിരിക്കുന്നു. അലങ്കാരപ്പണികൾ ചെയ്ത ഒരു ഇരുമ്പുബെഞ്ചിൽ. ഐഫൽ ടവ്വറിനു മുന്നിൽ. അടുത്ത ചിത്രത്തിൽ അവർ ആ ചെറുപ്പക്കാരനോടൊപ്പം ഒരു റിക്ഷയിൽ യാത്രചെയ്യുന്നു. ഇരുണ്ട നിറമുള്ള ഒരാളാണ് റിക്ഷ വലിക്കുന്നത്. അരയ്ക്കുചുറ്റും കെട്ടിയ തുണി ഒഴിച്ചാൽ അയാൾ നഗ്നനാണ്. ഇനിയൊരു ചിത്രം. രണ്ടുപേരും തിരക്കുള്ള ഒരു തെരുവിലെ നടപ്പാതയിൽ. ഒരു മേശയ്ക്ക് ഇരുവശവുമായി ഇരിക്കുന്നു, അതൊരു വഴിയോര കാപ്പിക്കടയാണ്.

അവർ പറഞ്ഞുകൊണ്ടിരിക്കുന്നു. ഞാൻ അത് ശ്രദ്ധിച്ചുകൊണ്ട് പടങ്ങൾ ഓരോന്നായി നോക്കി. "അയാൾ എല്ലായിടത്തും എന്നെ പിൻതുടർന്നു... ഇന്ത്യ, ഇംഗ്ലണ്ട്, ഫ്രാൻസ്... വീണ്ടും ഇന്ത്യ. എന്റെ ഭർത്താവ് മരിച്ചപ്പോൾ ഞാൻ കരുതി, ഞാൻ സ്വതന്ത്രയായി എന്ന്. അവസാനം ഇനി തമ്മിൽ വിവാഹിതരാകാമെന്ന്. ഭൂമിയിലെ ഏറ്റവും ഭാഗ്യവതിയായ സ്ത്രീ ഞാനാണെന്ന് വിചാരിച്ചു.

അവർ ആ ഫോട്ടോയിൽ മെല്ലെ വിരലോടിച്ചു. പിന്നെ പതുക്കെ പേജുകൾ മറിച്ചു. അവസാനത്തെ പേജ് തുറന്നു. അതിൽ വലിയൊരു

ഫോട്ടോ. അതൊരു സെമിത്തേരിയിലെ കല്ലറയായിരുന്നു. ചുറ്റിലും വന്മര ങ്ങൾ വളർന്നു നില്ക്കുന്നു. എൽമീറാ സിമോനിയൻ കറുത്ത വസ്ത്ര ങ്ങൾ ധരിച്ച് ആ കല്ലറയ്ക്കരികെ... കറുത്ത ഹാറ്റ്... മുഖപടം. കറുത്ത സ്യൂട്ട് ധരിച്ച് ഒരു ചെറിയ ആൺകുട്ടിയുടെ കൈ പിടിച്ചിരിക്കുന്നു. അവരുടെ വാക്കുകൾ... ദൂരെ എവിടെയോ നിന്നാണ് കേൾക്കുന്നത് എന്നു തോന്നി. ഏതാനും മാസങ്ങളേ കഴിഞ്ഞുള്ളൂ. അദ്ദേഹവും പോയി... ഞങ്ങൾ പാരീസിലായിരുന്നു. അവിടെത്തന്നെ ശവമടക്കം ചെയ്തു... പെലേഷ്യ സെമിത്തേരിയിൽ.

അവർ പിന്നെയും നിശ്ശബ്ദമായി. കട്ടിലിന്റെ തലയ്ക്കലേക്ക് ചാരി യിരുന്ന് മേലോട്ടു നോക്കി. എനിക്ക് തോന്നി, അവർ ആ മുറിയിലില്ലെന്ന്. അവർ ഐഫെൽ ടൗവ്വറിന്റെ പരിസരത്താകാം. ബോംബെയിലെ ഏതെങ്കിലുമൊരു ഇടവഴിയിലാകാം... ഇംഗ്ലണ്ടിലെ ഏതോ കാപ്പിക്കട യിലാകാം. അതോ ആ സെമിത്തേരിയിലായിരിക്കുമോ? മാനം മുട്ടേ വളർന്നു നില്ക്കുന്ന ആ മരങ്ങൾക്കിടയിൽ.

ഞാൻ ആൽബം അടച്ചുവെച്ചു. ആ വലിയ ഫോട്ടോ... സ്റ്റുഡിയോ യിലെടുത്തതു മാത്രം കൈയിലെടുത്തു. ആ ചെറുപ്പക്കാരന്റെ മുഖത്ത് ഒരു ദേഷ്യഭാവം. കണ്ണുകൾക്കൊരു പച്ചനിറം അതോ നീലയോ?

"അദ്ദേഹത്തിന്റെ കണ്ണുകൾക്ക് നീലനിറമായിരുന്നുവോ?"

അവർ കൈകൊണ്ട് നെറ്റി തലോടി. എന്റെ കൈയിൽനിന്നും ആ ഫോട്ടോ വാങ്ങി ആൽബത്തിൽ തിരികെ വെച്ചു. മറ്റു പടങ്ങളോടൊപ്പം ഒന്നും മിണ്ടാതെ എഴുന്നേറ്റു.

മുറ്റത്തിന്റെ അറ്റം വരെ ഞങ്ങൾ ഒരുമിച്ചു നടന്നു. ഒരു വാക്കുപോലും അന്യോന്യം സംസാരിച്ചില്ല. ഗേറ്റ് തുറന്ന് കിടന്നിരുന്നു. അവർ എന്റെ കൈപിടിച്ച് അവിടെനിന്നു. "ക്ഷമിക്കണം, എനിക്ക് വല്ലാതെ വിഷമം തോന്നിയ സമയമായിരുന്നു. പഴയ ഓർമ്മകൾ. ഒന്നും മറക്കാനാവുന്നില്ല... ശരി... ഗുഡ് ഈവനിങ്ങ്..." അവരെന്നെ യാത്രയാക്കി. ഞാൻ തെരുവി ലേക്കിറങ്ങിയപ്പോൾ അവർ എന്നെ പിന്നിൽനിന്നു വിളിച്ചു. ഞാൻ തിരിഞ്ഞുനിന്നു... ആ ഗേറ്റിന്റെ പൊക്കമേയുള്ളൂ അവർക്ക്. ഇരുട്ടിൽ അവരുടെ മുഖം വ്യക്തമായിരുന്നില്ല. പക്ഷേ, ആ സ്വരം... വീണ്ടും അകലെ എവിടെയോ നിന്നാണെന്ന തോന്നൽ. "അതിനു പച്ചനിറ മായിരുന്നു. മകന്റെ കണ്ണുകളുടെ അതേ നിറം."

വഴിയിൽ ഞാൻ തനിച്ചായി. വെട്ടിനിർത്തിയ വേലിച്ചെടികളും മസ്മാൻ മരങ്ങളുമൊക്കെ നല്ല കറുപ്പ്. തെരുവു വിളക്കുകൾക്കുചുറ്റും ഇയ്യാംപാറ്റ കൂട്ടങ്ങൾ. എണ്ണകമ്പനിയിലെ ഗ്യാസിന്റെ മണം കാറ്റിൽ വീശിയിറങ്ങുന്നു.

ഞാൻ പടി തുറന്ന് അകത്തേക്ക് കടന്നു. എങ്ങും തികഞ്ഞ നിശ്ശ ബ്ദത. ടെലിഫോൺ മേശയ്ക്കരികെ കിടന്നിരുന്ന ഹെയർബാൻഡ്

എടുക്കാനായി ഞാൻ കുനിഞ്ഞു. അർമീനെയുടേതാണോ അതോ അർസീനെയുടേതോ? അല്ലെങ്കിലും ഇവരിൽ ആരുടേതാണെന്ന് വേർതിരിച്ചുപറയുക പ്രയാസം തന്നെ. അവരുടെ പെൻസിൽ മുനകൾപോലും ഒരേ രീതിയിലാണ് കൂർപ്പിക്കുക.

പെൻസിലുകളിൽ കാണുന്ന "കടിപ്പാടുകളും" ഒരേപോലെയായിരിക്കും. ടെലിഫോൺ മേശയ്ക്കു താഴെ ചിത്രപ്പണികളുള്ള ഒരു മുടിപ്പിന്നും കിടന്നിരുന്നു. അതാരുടേതാണ്...? സംശയമില്ല, സ്വർണ്ണമുടിക്കാരിയുടേതുതന്നെ.

ഞാൻ അടുക്കളയിലേക്ക് ചെന്നു. എപ്പോഴാണാവോ എമിൽ എമിലിയെ കൂട്ടിക്കൊണ്ടുപോകാൻ വന്നിട്ടുണ്ടാവുക? എപ്പോഴാണവർ വീട്ടിൽ തിരിച്ചുവന്നിട്ടുണ്ടാവുക? അതേന്തേ ഞാൻ അറിയാതെ പോയത്? നീനയും സോഫിയും പോയിക്കഴിഞ്ഞിരിക്കുമോ? രാത്രി കുട്ടികൾ എന്തായിരിക്കും കഴിച്ചിട്ടുണ്ടാവുക? ഞാൻ വീട്ടിൽനിന്നും പോയിട്ട് എത്ര നേരമായി? ജനലപ്പടിയിലിരിക്കുന്ന സ്വീറ്റ് പീ ചെടികളേയും നോക്കി ഞാൻ നിന്നു. ആ ഫോട്ടോകളും... മിസ്സിസ് സിമോനിയന്റെ വർത്തമാനവും... എന്റെ തലയിൽ കിടന്ന് തിരക്കുകൂട്ടുന്നതുപോലെ. ഊണുമേശപ്പുറം നിറയെ എച്ചിൽ പാത്രങ്ങളും ഗ്ലാസ്സുകളും.

ഞാൻ ഏപ്രണെടുത്ത് അരയിൽ ചുറ്റി പാത്രങ്ങൾ കഴുകാൻ തുടങ്ങി. പുറകിൽ അർതൂഷിന്റെ കാൽപെരുമാറ്റം. ഞാൻ കഴുകൽ നിർത്തിയില്ല.

"നീ മിസ്സിസ് സിമോനിയനോടൊപ്പമായിരുന്നോ? കിണ്ണത്തിൽ ഒട്ടിപ്പിടിച്ചിരുന്ന ടുമാറ്റോ ഓംലെറ്റിന്റെ ബാക്കി ഞാൻ ചുരണ്ടി കുപ്പത്തൊട്ടിയിലേക്കിട്ടു. അതെങ്ങനെ അദ്ദേഹം അറിഞ്ഞു? എന്റെ ചിന്തയ്ക്ക് അർതൂഷ് മറുപടി നല്കി.

"എമിൽ നിന്നെ വിളിക്കാൻ വന്നിരുന്നു."

അർതൂഷ് എന്റെ പുറകിലായിരുന്നു. എനിക്ക് മുഖം കാണാനായില്ല. എന്നാലും സങ്കല്പിക്കാനായി. വാതിലിൽ ചാരിനില്ക്കുന്നു. ഒരു കൈ കാലുറയുടെ പോക്കറ്റിൽ തിരുകി മറ്റേ കൈക്കൊണ്ട് താടിമീശ തിരുപ്പിടിക്കുന്നുണ്ടാവും. എന്റെ മനസ്സ് അസ്വസ്ഥമാണെന്നു കണ്ടാൽ. ആ കെട്ടഴിക്കാൻ അദ്ദേഹം സാധാരണ അതാണ് ചെയ്യുക. "എന്തുപറ്റി?" എന്ന് ഒരിക്കലും ചോദിക്കാറില്ല. ഇന്നത്തെപോലെ, എന്റെ പ്രശ്നവുമായി തനിക്ക് ബന്ധമൊന്നുമില്ലെന്ന് ഉറപ്പുണ്ടെങ്കിൽ പോലും... പാത്രം കഴുകുന്ന പൊടിയെടുത്ത് ഞാൻ കിണ്ണത്തിൽ വിതറി.

"എന്നെ തിരഞ്ഞുവന്നത് എന്റെ ഭർത്താവായിരുന്നില്ല... എമിൽ ആയിരുന്നു." ഞാൻ മനസ്സിൽ പറഞ്ഞു.

തറയിൽ കസേരയുടെ കാലുകൾ നിരങ്ങുന്ന ശബ്ദം. "നിന്റെ അമ്മയും ആലീസും വീണ്ടും തർക്കം തുടങ്ങി. വിഷയമെന്താണെന്ന് എനിക്ക് മനസ്സിലായില്ല. അവർ നേരത്തെ പോയി. നീന കുട്ടികൾക്ക് ഓംലെറ്റ് ഉണ്ടാക്കിക്കൊടുത്തു. ഞാൻ അവളേയും സോഫിയേയും കാറിൽ വീട്ടിൽ കൊണ്ടുചെന്നാക്കി. കാറ്... നാശം... അത് വീണ്ടും ബുദ്ധിമുട്ടിക്കാൻ തുടങ്ങി. സ്റ്റാർട്ടാക്കാൻ കുറച്ചൊന്നുമല്ല പാടുപെട്ടത്."

ഞാൻ അരയിൽ കെട്ടിയിരുന്ന ഏപ്രൺ അഴിച്ചുമാറ്റി. അദ്ദേഹം എന്തോ ഒന്ന് മേശപ്പുറത്ത് അങ്ങോട്ടുമിങ്ങോട്ടുമിട്ട് തട്ടുകയായിരുന്നു. ഉപ്പുകുപ്പിയാകും... അല്ലെങ്കിൽ പഞ്ചസാരക്കുപ്പി.

എനിക്ക് മനസ്സിലായി... ഇനിയെന്തു പറയണമെന്ന് ആലോചിക്കുകയാണ്. "നാളെ എന്താണ് പാകം ചെയ്യാൻ പോകുന്നത്" എന്നു ചോദിക്കുമായിരിക്കും. പക്ഷേ, അദ്ദേഹം ചോദിച്ചത്, "മിസ്സിസ് സിമോനിയന് അസുഖമൊന്നുമില്ലല്ലോ?" ഞാൻ പൊട്ടിച്ചിരിച്ചു.

തിരിഞ്ഞുനിന്ന് ഞാൻ അർതൂഷിനെ നോക്കി. ശബ്ദം ഒതുക്കിയാണ് പറഞ്ഞത്. "മിക്കവാറും എല്ലാ ദിവസവും രാത്രി ഇഷിയെ കാണാതാകുന്നു. കുറച്ചുദിവസമായി അർമേൻ ആഹാരം കഴിക്കുന്നില്ല. അവൻ പ്രണയത്തിൽപ്പെട്ടിരിക്കുന്നു. എനിക്ക് നല്ല സുഖം തോന്നുന്നില്ല. അതൊന്നും നിങ്ങളെ ബാധിക്കുന്ന കാര്യങ്ങളല്ല. മിസ്സിസ് സിമോനിയന് സുഖം തന്നെ. അതിനെകുറിച്ചും ആധി വേണ്ട."

അദ്ദേഹം കുറച്ചുനേരം പഞ്ചസാരക്കുപ്പിയിലേക്ക് നോക്കി. പിന്നെ എന്റെ മുഖത്തേക്കും. അർതൂഷ് കസേര പിന്നോക്കം നീക്കി എഴുന്നേറ്റു. കൂടുതലൊന്നും പറയാതെ അടുക്കളയിൽനിന്നും പോയി.

പഞ്ചസാര കുപ്പി മേശപ്പുറത്ത് തട്ടിമറിഞ്ഞു കിടന്നു. എനിക്കാകെ വീർപ്പുമുട്ടി. ഞാൻ വീണ്ടും പൈപ്പിൻചോട്ടിലെ എച്ചിൽ പാത്രങ്ങളിലേക്ക് തിരിഞ്ഞു. അപ്പോഴും എന്നെ നോക്കി ചിരിക്കുകയായിരുന്നു നോർമൽ വിസ്ഡം.

ഇരുപത്തിയൊൻപത്

അർമേനും അർതൂഷും ഒരുമിച്ചാണ് വിട്ടിൽനിന്നിറങ്ങിയത്. രണ്ടുപേരും എന്നോട് യാത്ര പറഞ്ഞില്ല.

ഇടനാഴിയിൽനിന്ന് ഞാൻ പെൺകുട്ടികളുടെ മുടി നേരെയാക്കി. റിബ്ബൺ കൂടുതൽ ഇറുക്കികെട്ടി. ഓരോരുത്തരായി രണ്ടുപേരും എന്നോട് യാത്ര പറഞ്ഞു. ഇടനേരത്ത് കഴിക്കാനുള്ള ഭക്ഷണത്തിന്റെ പെട്ടി അർമീനെ സഞ്ചിക്കുള്ളിൽ തിരുകിവെച്ച് സിബ് ഇട്ടു. "ഞങ്ങളോടൊപ്പം വാതില്ക്കലേക്ക് വരുന്നില്ലേ?" ഞാൻ അവളുടെ കവിളിൽ ഉമ്മവെച്ചു കൊണ്ട് തലയാട്ടി. "ഇല്ല,"

അർസീനെ ചോദിച്ചു, "എന്താ? അമ്മയ്ക്കു വയ്യേ...."

ഞാൻ അവളേയും ചുംബിച്ചു. "അതെ" തല കുലുക്കി.

അർമീനെ ലേസ്കർട്ടന്റെ ഇടയിലൂടെ പുറത്തേക്ക് നോക്കി. "ഇന്നും മഞ്ഞുമൂടിയിട്ടുണ്ട്." ഞാൻ മുറ്റത്തേക്ക് നോക്കി. ശരിയാണ്. വല്ലാതെ മഞ്ഞു മൂടിക്കെട്ടിയിരിക്കുന്നു. ഒന്നും വ്യക്തമായി കാണാനില്ല. അങ്ങനെ വരുമ്പോൾ പുറത്തേക്കിറങ്ങാൻ കുട്ടികൾക്ക് ഭയമാണ്. സാധാരണ, ഞാൻ അവരുടെ കൈ പിടിച്ച് മുറ്റത്തുകൂടി പടിവരെ നടക്കും. പാട്ടും പാടും. അവരുടെ പേടിയകറ്റാൻ "നമ്മൾ മേഘങ്ങൾക്കിടയിൽ ഒഴുകി നടക്കുകയാണ്."

ഞാൻ കർട്ടൻ നേരെയിട്ടു. "ഇന്ന് രണ്ടുപേർക്കും കൂടി മേഘങ്ങൾ ക്കിടയിലൂടെ ഒഴുകിപോകാം... പോരേ?" അവർ ആദ്യം പരസ്പരം നോക്കി. പിന്നെ എന്റെ നേരെ അവരുടെ കണ്ണിൽ ഒരു വിഷാദഛായ. പതിവുള്ള തിളക്കമില്ല.

രണ്ടുപേരും കൈകോർത്തുപിടിച്ച് മൂടൽമഞ്ഞിലൂടെ മുറ്റം കടന്ന് മറയുന്നത് ഞാൻ ലേഡ് കർട്ടനിടയിലൂടെ നോക്കിനിന്നു. പടി കാണാനാവുന്നില്ല. ഉഴിഞ്ഞാലയും വില്ലോ മരങ്ങളും പുൽത്തകിടിയും മറ്റും ഏതോ നിഴൽ ചിത്രങ്ങൾ പോലെ... ഇരുണ്ട്... അവ്യക്തമായി.

സാധാരണ ഞാൻ കുട്ടികളോടൊപ്പം ബസ് സ്റ്റാന്റിലേക്ക് നട ക്കാറുണ്ട്. ഇന്നെന്തുകൊണ്ട് ഞാനത് ചെയ്തില്ല? വെറുതെ അവരെ

സങ്കടപ്പെടുത്തിയതെന്തിനാണ്? കാരണം, എന്റെ മനസ്സിനു സുഖമില്ല... വല്ലാത്തൊരു തളർച്ച. പക്ഷേ, അത് കുട്ടികളുടെ കുറ്റംകൊണ്ടല്ലല്ലോ? എന്റെ സഹതാപമനസ്സ് ആശ്വസിപ്പിച്ചു, "നീയും ഒരു മനുഷ്യനല്ലേ. ഇടയ്ക്കു ചിലപ്പോൾ മറ്റുള്ളവരെപോലെ വിഷാദവും ഉന്മേഷക്കുറവും ക്ഷീണവുമൊക്കെ തോന്നാൻ നിനക്കും അവകാശമുണ്ട്. എല്ലാവരേയും പോലെ നീയും... "അപ്പോഴേക്കും ഫോൺ മണിയടിച്ചു. അപ്പുറത്ത് മിസ്സിസ് നൂറോല്ലാഹിയായിരുന്നു. "രാവിലെ കുറച്ചുനേരം സൗകര്യപ്പെടു മെങ്കിൽ... ഞാൻ അങ്ങോട്ടുവരട്ടെ?"

നടന്നതൊന്നും പോരാഞ്ഞിട്ടാണോ ഇപ്പോൾ ഇത്... ഒഴിഞ്ഞുമാറാൻ കാരണം തിരയുന്നതിനിടയിൽ ഞാൻ ചോദിച്ചു, "എന്തുപറ്റി? ഇന്ന് ഓഫീസില്ലേ?"

"എന്റെ മേലധികാരി എനിക്ക് കുറച്ചുനേരം ഒഴിവനുവദിച്ചിരിക്കുന്നു. വളരെ നല്ല ഒരാളാണ്... നിങ്ങളും അദ്ദേഹത്തെ അറിയും." വലിയൊരു തമാശ പറഞ്ഞെന്ന മട്ടിൽ അവർ ഉറക്കെ ചിരിച്ചു.

"ദൈവത്തിനു നന്ദി... ചിലരോടെങ്കിലും അദ്ദേഹം നല്ല മനസ്സ് കാട്ടുന്നുണ്ടല്ലോ!" ഞാൻ മനസ്സിൽ പറഞ്ഞു, ആ പഞ്ചസാരക്കുപ്പി മേശ പ്പുറത്ത് മറിച്ചിട്ടുപോയതാണ്. അതിൽപിന്നെ അവരുടെ മേലധികാരി എന്നോടൊരക്ഷരം മിണ്ടിയില്ല. എന്തുകാരണം പറഞ്ഞാണൊഴിയുക.... "വാസ്തവത്തിൽ ഞാൻ ഇന്ന് പട്ടണത്തിലെ ബസാറിൽ പോകണമെന്ന് വിചാരിച്ചിരുന്നു."

"അതു നന്നായി..." അവർ ഉത്സാഹത്തോടെ പറഞ്ഞു.

"എനിക്കും കുറച്ച് സാധനങ്ങൾ വാങ്ങാനുണ്ട്. നമുക്ക് പത്തുമണി യോടെ "മിൽക് ബാറിൽ" കാണാം എന്താ?"

വീണ്ടും ഒരു ഒഴികഴിവു കണ്ടുപിടിക്കുംമുമ്പേ അവർ നന്ദി പറഞ്ഞു, "ശരി... അപ്പോ പത്തുമണിക്ക് "മിൽക്ക്ബാറിൽ" അവർ ഫോൺ താഴെ വെച്ചു. നന്ദിപറയാൻ അവർ മൂന്നു നീണ്ട വാചകങ്ങളെടുത്തു. യാത്ര പറയാൻ ചെറിയൊരു "ഗുഡ്ബൈ"യിൽ ഒതുക്കി.

പത്തുമണിയാവാൻ ഇനിയും കുറച്ച് സമയമുണ്ട്. ഇന്ന് കിടക്ക വിരികൾ മാറ്റേണ്ട ദിവസമാണ്. ഞാൻ അർമേന്റെ മുറിയിലേക്ക് ചെന്നു.

ആ മുറിയുടെ അടുക്കും ചിട്ടയുമില്ലാത്ത അവസ്ഥ കണ്ടില്ലെന്ന് നടി ക്കാൻ ശ്രമിച്ചു. ഷൂസും സോക്സും പുസ്തകങ്ങളും മാസികകളും 45 ആർ.പി.എം. റെക്കോർഡുകളും ഒഴിഞ്ഞ പാൽ ഗ്ലാസ്സുകളും... അതു പോലും അടുക്കളയിൽകൊണ്ടുവെക്കാൻ അവന് സമയമില്ലെന്നോ? മെത്തയിൽ ചുരുട്ടികൂട്ടിയിട്ടിരുന്നു, രാത്രി ഇടുന്ന കാലുറകളും പുസ്തക ങ്ങളും ഞാൻ പെറുക്കിയെടുത്തു. അതിനുശേഷം വിരിപ്പ് വലിച്ചുമാറ്റി. മെത്ത ചെറുതായൊന്നു കുലുങ്ങി. വിരിപ്പിനടിയിൽനിന്നും ഒരു തുണ്ടു കടലാസ് താഴേക്ക് വീണു. ഞാൻ ആദ്യം വിചാരിച്ചത് അത് ക്ലാസ്പരീക്ഷ യുടെ ഉത്തരക്കടലാസായിരിക്കുമെന്നാണ്. മാസപരീക്ഷയുടെ ഫലം

മോശമായാൽ അവൻ ചിലപ്പോൾ അതെന്നെ കാണിക്കാതെ ഒളിച്ചു വെക്കാറുണ്ട്. അങ്ങനെ ധാരാളം കടലാസുകൾ അവൻ കൂട്ടിവെച്ചിരിക്കുന്നത് പലപ്പോഴും കണ്ടെടുത്തിട്ടുണ്ട്. ചിലപ്പോൾ പെൺകുട്ടികളുടെ കാണാതായ കളിപ്പാട്ടങ്ങളും കൂട്ടത്തിൽ കാണും. എയർ കണ്ടീഷനറുടെ പുറകിൽ. മരുന്നുകൾ സൂക്ഷിക്കുന്ന അലമാരയിൽ, തറയിലെ പരവതാനിയുടെ ചുവട്ടിൽ... അങ്ങനെ ഓരോ ഇടം അവൻ കണ്ടുപിടിക്കും. ഞാൻ ആ കടലാസ് എടുത്തുനിവർത്തി തുറന്നപ്പോഴേ കണ്ടു. അതൊരു കത്താണ്. വായിക്കുന്നത് തെറ്റല്ലേ എന്നു ഞാൻ എന്നോടുതന്നെ പറഞ്ഞു. മറ്റൊരാളുടെ സ്വകാര്യതയിലേക്ക് അതിക്രമിച്ചുകടക്കുന്നത് ശരിയല്ല. സ്വന്തം മകന്റേതായാലും അവൻ സ്വകാര്യമായി എഴുതിയിരിക്കുന്ന കത്തു വായിക്കുക... വേണ്ട... വേണ്ട... എന്നിട്ടും ഞാനത് വായിച്ചു. കുത്തിക്കുറിച്ചിരിക്കുന്നതുപോലെ. വെട്ടലും തിരുത്തലും ധാരാളം... ആദ്യമായി എഴുതിനോക്കിയതാവണം.

"ഏറ്റവും സുന്ദരിയായ... എന്റെ പ്രിയപ്പെട്ട എമിലി.

ഞാൻ ജീവിച്ചിരിക്കുന്നിടത്തോളം കാലം നിന്നെ മറക്കുകയില്ല. ഭൂമിയുടെ അറ്റംവരേയും നിന്നെ പിന്തുടരാൻ ഞാൻ തയ്യാറാണ്. കരുണയില്ലാത്ത നിന്റെ അച്ഛനിൽനിന്നും ഭീകരിയായ നിന്റെ അച്ഛമ്മയിൽനിന്നും ഞാൻ നിന്നെ കാത്തുകൊള്ളാം. എന്റെ മണികളായ സഹോദരിമാരിൽനിന്നും അമ്മയിൽനിന്നും എനിക്കും രക്ഷപ്പെടണമെന്നുണ്ട്. എന്റെ അമ്മയ്ക്ക് ശകാരിക്കാനും ആവലാതി പറയാനും വെച്ചുവിളമ്പാനും ചെടികൾ നട്ടുവളർത്താനും മാത്രമേ അറിയൂ. അച്ഛനാണെങ്കിൽ ചെസ്സിലും പത്രവായനയിലും മാത്രമാണ് താത്പര്യം. എല്ലാ അച്ഛനമ്മമാരും അച്ഛമ്മമാരും അമ്മൂമ്മമാരും തുലഞ്ഞുപോകട്ടെ."

ആ കത്തും കൈയിൽ പിടിച്ച് ഞാൻ അവന്റെ മെത്തയിലിരുന്നു. ജനലിൽകൂടി തോട്ടത്തിലെ ജുജൂബ് മരത്തിലേക്ക് നോക്കി. ഞാനറിയാതെ ആരോ എന്നെ കടന്നാക്രമിച്ചതുപോലെ... എന്നെ ആരോ ഒരു കണ്ണാടിയുടെ മുമ്പിൽ കൊണ്ടുവന്നു നിർത്തിയിരിക്കുന്നു. അതിൽ കാണുന്ന എന്റെ പ്രതിച്ഛായ എനിക്കുതന്നെ തിരിച്ചറിയാനാവുന്നില്ല.

ഞാൻ കത്തുമടക്കി മെത്തയുടെ ചുവട്ടിൽത്തന്നെ വെച്ചു. കിടക്ക പൊടിതട്ടി. വിരിപ്പും തലയിണ ഉറയും മാറ്റി. മുറിയിൽനിന്നും പുറത്തേക്ക് പോയി. ക്ലോക്കിലേക്ക് നോക്കി... കണ്ണീർ നിറഞ്ഞ് കാഴ്ച മങ്ങിയിരിക്കുന്നു. സമയം ശരിയായി കാണാനാവുന്നില്ല. അടുത്തുചെന്നു നോക്കി. മണി ഒമ്പത് കഴിഞ്ഞിരിക്കുന്നു. പുറത്തുപോകാൻ ഒട്ടും ഉത്സാഹം തോന്നിയില്ല. മിസ്സിസ് നൂറോല്ലാഹിയേയോ മറ്റാരേയെങ്കിലുമോ കാണണമെന്നും തോന്നിയില്ല.

വാസ്തവത്തിൽ അപ്പോൾ മനസ്സാഗ്രഹിച്ചത് വീണ്ടും കുട്ടിക്കാലത്തേക്ക് മടങ്ങാനാണ്. ഒരു ചെറിയ കുട്ടിയായി അച്ഛന്റെ കഴുത്തിൽ ചുറ്റിപ്പിടിച്ച് മതിയാവോളം കരയാൻ.

മുപ്പത്

ബസ്സിൽ യാത്രക്കാരാരുമുണ്ടായിരുന്നില്ല. ഞാൻ മാത്രം. ഡ്രൈവർ ഒച്ച താഴ്ത്തി ഒരു അറബിഗാനം മൂളിപ്പാടിക്കൊണ്ടിരുന്നു. "യാ... ഹബീബീ... യാ അസീസി..." എന്ന വരികൾ എത്ര ആർദ്രമായാണ് അയാൾ പാടിയിരുന്നത്. അതൊരു പ്രണയഗാനമായിരിക്കണം, തീർച്ച. ഞങ്ങൾ താജ് സിനിമ കൊട്ടക കടന്നുപോയി. അർമേന്റെ കൈയും പിടിച്ച് താജിൽ സിനിമ കാണാൻ വന്നിരുന്ന നാളുകൾ. ഇന്നലെ കഴിഞ്ഞതുപോലെ. പെൺകുട്ടികളുണ്ടായപ്പോൾ ഞാൻ അവരെ അമ്മയുടെ അടുത്താക്കി എല്ലാ വെള്ളിയാഴ്ചയും അവനേയുംകൊണ്ട് സിനിമ കാണാൻ പോകും. ഇടയിൽ കഴിക്കാൻ സാൻവിച്ച് കൈയിൽ കരുതും. സവാളയും ചീസും പാർഡ്‌ലിയുമൊക്കെ ഉള്ളിൽവെച്ചുണ്ടാക്കുന്ന മൊർടാഡെല്ലാ സാൻവിച്ച് അവന് വളരെ ഇഷ്ടമായിരുന്നു. ഇഷ്ടമുള്ള വേറൊന്ന് കാനഡ ഓറഞ്ച് സോഡയായിരുന്നു. അതും തന്നത്താൻ പോയിവാങ്ങണം എന്ന് നിർബന്ധം. താജിന്റെ അകത്തുതന്നെ ഒരു ലഘുഭക്ഷണശാലയുണ്ടായിരുന്നു. ഞങ്ങൾ രണ്ടുപേരും മാത്രം. എന്തു രസമായിരുന്നു അന്ന്. തിരിച്ച് എന്റെ കൈയും പിടിച്ച് നടന്നുവരുന്നതിനിടയിൽ അന്നു കണ്ട സിനിമയിലെ കഥ ഒരു മൂന്നുതവണയെങ്കിലും അവൻ പറഞ്ഞിരിക്കും, ആദ്യം മുതൽ അവസാനം വരെ.

ബ്ലൂസ്റ്റാർ കടയുടെ മുന്നിലായി ബസ്സ് നിന്നു. ഞാൻ അർമേന്റെ കൈ പിടിച്ചിട്ട് എത്ര കാലമായിട്ടുണ്ടാവണം? ഞങ്ങൾ രണ്ടുപേരും മാത്രമായി ഒരു സിനിമയ്ക്ക് അവസാനമായി പോയതെന്നാണ്? ബസ്സിൽ നിന്നിറങ്ങുന്നതിനുമുമ്പ് ഒരു നിമിഷം ഞാൻ നിന്നു. ഡ്രൈവറോട് പറഞ്ഞു, "നിങ്ങൾ പാടിയിരുന്ന പാട്ട് അസ്സലായിരുന്നു" ആ ചെറുപ്പക്കാരൻ സന്തോഷത്തോടെ ചിരിച്ചു, മൂന്ന് സ്വർണ്ണപ്പല്ലുകൾ കാട്ടി.

ബ്ലൂസ്റ്റാറിന്റെ മുമ്പിൽ ഞാൻ നിന്നു. ചില്ലലമാരിയിൽ നിരവധി സാധനങ്ങൾ പ്രദർശിപ്പിച്ചിട്ടുണ്ട്. മിസ്സിസ് നൂറോല്ലാഹിക്ക് എന്താണാവോ വാങ്ങേണ്ടത്? എന്റെ മകന് എന്നോട് അത്രയധികം വെറുപ്പാണോ? എന്റെ പിണക്കം തീർക്കാൻ എന്തേ അർതൂഷ് ശ്രമിക്കാതിരുന്നത്? ബ്ലൂസ്റ്റാറിന്റെ ചില്ലു ഭിത്തിയിൽ വലിയൊരു പരസ്യം "ഞങ്ങളുടെ പുതിയ

മാതൃകയിലുള്ള വാഷിങ്ങ് മെഷീൻ. പ്രവർത്തിപ്പിക്കാൻ വളരെ എളുപ്പം. അമേരിക്കയിൽ നിർമ്മിച്ചത്. അകത്തു വന്നു കാണുക." പലതവണ അർതൂഷ് ചോദിച്ചിരുന്നു, "നിനക്കൊരു വാഷിങ്ങ് മെഷീൻ വാങ്ങിച്ചു കൂടേ?"

അമ്മ പറയും, "തുണികളൊക്കെ കൈകൊണ്ടാണ് തിരുമ്പേണ്ടത്."

ആലീസ് പറയാറുള്ളത് വാഷിങ്ങ് മെഷീനൊക്കെ വലിയ വിലയാണ് എന്നാണ്.

"നീ തീർച്ചയായും ഒരെണ്ണം വാങ്ങണം." വില അർതൂഷിന് പ്രശ്ന മായിരുന്നില്ല.

ഞാൻ "മിൽക്ക് ബാറിൽ" എത്തി. പിരിയൻ കോവണി കയറി മുകളിൽ ചെന്നു. ചില്ലുഭിത്തിക്കരികിലുള്ള മേശകളിൽ മിക്കവാറും ആളുകൾ ഇരുന്നിരുന്നു. അധികവും കൗമാരപ്രായക്കാർ. അത്ര ചെറുപ്പ മല്ലാത്ത സ്ത്രീപുരുഷന്മാരും ധാരാളമുണ്ടായിരുന്നു. എന്തോ എനി ക്കാകപ്പാടെ ഒരു അസ്വസ്ഥത. "മിൽക്ക് ബാറി"നെ പറ്റി ആരെങ്കിലും എന്തെങ്കിലും പറഞ്ഞാൽ ഉടനെ ആലീസ് പുരികമുയർത്തും. "രാവിലെ നേരത്തെ കൂടിക്കാഴ്ചയ്ക്കുപറ്റിയ സ്ഥലമാണ്. ഞാനുദ്ദേശിച്ചതെന്തെന്ന് മനസ്സിലായല്ലോ!"

ഹോട്ടൽ പരിചാരകനെ വിളിച്ചു ഞാൻ പറഞ്ഞു, ഒരു കൂട്ടുകാരി കൂടി വരാനുണ്ടെന്ന്. കൂട്ടുകാരി എന്ന് എടുത്തു പറയാൻ ഞാൻ മറന്നില്ല. രണ്ടുപേർക്കുള്ള ഒരു മേശയ്ക്കരികിൽ ചെന്നിരുന്നു. കോണി കയറി വരുന്നിടത്തുതന്നെ നോട്ടമുറപ്പിച്ചു. മിസ്സിസ് നൂറോല്ലാഹി താമസിയാതെ വരുമെന്നും പറയാനുള്ളത് പറഞ്ഞ് വേഗം പിരിഞ്ഞുപോകുമെന്നും ഞാനാശിച്ചു. വീണ്ടും ഓർമ്മയിൽ അർമേന്റെ കത്ത്. മേശപ്പുറത്ത് അർതൂഷ് തട്ടിമറിച്ചിട്ട പഞ്ചസാരക്കുപ്പി. എന്തുകൊണ്ടാണ് ആരും എന്നെ മനസ്സിലാക്കാത്തത്? തുടർച്ചയായി അസുഖകരമായ അനുഭവങ്ങൾ. ഇതിനുമുമ്പൊരിക്കലും ഇങ്ങനെയുണ്ടായിട്ടില്ല. എന്റെ ജീവിതം എത്ര സ്വസ്ഥവും ശാന്തവുമായിരുന്നു. എമിലിയും അവളുടെ അച്ഛമ്മയും ജി-4യിലെ താമസക്കാരായി എത്തുന്നതുവരെ. എന്റെ വിമർശനബുദ്ധി പുറകിൽ നിന്നെന്നെ ഉന്തി. "അതുശരി, നിന്റെ സ്വൈര്യജീവിതത്തിന് ഭംഗം വരുത്തിയത് എമിലിയും അവളുടെ അച്ഛമ്മയും മാത്രമാണെ ന്നാണോ പറഞ്ഞുവരുന്നത്?" വലിയ പുള്ളികളുള്ള ഒരു റിബ്ബൺകൊണ്ട് ഉയർത്തികെട്ടിയ മുടി... കോണി കയറിവരുന്നത് എന്റെ കണ്ണിൽപെട്ടു... നന്നായി എന്റെ മനസ്സിലുയർന്ന ചോദ്യത്തിന് തത്ക്കാലം ഉത്തരം പറയാതെ രക്ഷപ്പെടാനായി.

കസേരയിൽ വന്നിരുന്നതും മിസ്സിസ് നൂറോല്ലാഹി ചോദിച്ചു, "എന്തു പറ്റി? സുഖമില്ലേ?" ഞാനൊന്നു ഞെട്ടി. മനസ്സിന്റെ അസുഖം എന്റെ മുഖത്ത് അത്രയും പ്രകടമാണോ? ചെറിയൊരു ലജ്ജയോടെ ഞാൻ

പറഞ്ഞു, “എന്താണാവോ? ഈയിടെയായി എപ്പോഴും ഓരോ തിരക്ക്. എന്നും വിരുന്നുകാർ. കുട്ടികളുടെ മേൽനോട്ടം. അതിനുപുറമെ ഈ നശിച്ച ചൂടും ഉഷ്ണവും എല്ലാംകൂടി എന്നെ തളർത്തി.”

കുട്ടികൾ വലുതാവുന്നു. അതോടൊപ്പം അവരുടെ പ്രശ്നങ്ങളും വളരുന്നു. അതൊക്കെ ശരിയായി മനസ്സിലാക്കുക. പരിഹാരം കാണുക പ്രയാസമുള്ള പണിതന്നെ. ഇടയ്ക്കെനിക്ക് തോന്നാറുണ്ട് ഞാൻ നല്ലൊരു അമ്മയല്ല എന്ന്. എന്നെ സഹായിക്കുന്നതിനുപകരം, കൂടെയുള്ളവർ എന്റെ ചുമലിൽ കൂടുതൽ ഭാരമേറ്റിവെക്കുന്നു. “എനിക്കറിഞ്ഞുകൂടാ, എന്തുവേണമെന്ന്.... എനിക്ക് വയ്യാതായി.” ഞാൻ കരഞ്ഞുതുടങ്ങി.

നാണക്കേടു തോന്നി. ഒരാവശ്യവുമില്ലാതെ ഇങ്ങനെ... മേശയ്ക്കടിയിൽ മറഞ്ഞിരിക്കാൻ കഴിഞ്ഞെങ്കിൽ! പരിചയമില്ലാത്തൊരു ചുറ്റുപാടിലിരുന്ന് സ്വയം മറന്നിങ്ങനെ കരയുകയോ? ഇതൊക്കെ ഞാൻ ഇവരോട് പറഞ്ഞതെന്തിനാണ്... മൂന്നുനാലുതവണ കണ്ടിട്ടുള്ള പരിചയമല്ലേയുള്ളൂ. ഇതുവരെ ആരോടും വെളിപ്പെടുത്താത്ത കാര്യങ്ങൾ ഇപ്പോൾ ഇവരുടെ മുമ്പിൽ...

മിസ്സിസ് നൂറോല്ലാഹി അവരുടെ പേഴ്സ് തുറന്നു ഒരു ടിഷ്യു എടുത്ത് എന്റെ കൈയിൽ തന്നു. ഞാൻ കണ്ണുതുടച്ചുകൊണ്ട് പറഞ്ഞു, “ക്ഷമിക്കണം, എന്തുപറ്റി എന്നറിഞ്ഞുകൂടാ.”

അവർ എന്റെ കൈപിടിച്ചു. ഒന്നും മിണ്ടിയില്ല. ഞാൻ മുഖമുയർത്തി അവരെ നോക്കുന്നതുവരെ ക്ഷമയോടെ കാത്തിരുന്നു. “നിങ്ങളുടെ മുടി കാണാൻ എന്തു ഭംഗിയാണ്... എനിക്കും ഇതുപോലെ നീണ്ട കോലൻ മുടിയുണ്ടായിരുന്നെങ്കിൽ!” അവർ പലതവണ എന്റെ കൈയിൽ തട്ടി. “ഇവിടെ പ്രത്യേകിച്ചൊരുതരം കാപ്പിയുണ്ട്... കേമമാണെന്ന് പറഞ്ഞു കേട്ടിട്ടുണ്ട്.”

അവർ പരിചാരകനെ വിളിച്ച് രണ്ടുപേർക്കും കാപ്പികൊണ്ടുവരാൻ പറഞ്ഞു. ഞാൻ ചില്ലു ഭിത്തിയിലൂടെ പുറത്തേക്ക് നോക്കി. അപ്പുറത്തുള്ള പനകളിൽ ഒന്ന് ഏതാണ്ട് ഉണങ്ങിക്കഴിഞ്ഞിരിക്കുന്നു. ചെറിയ കുട്ടിയായിരുന്നപ്പോൾ അമ്മ എന്നെ നോക്കി പറയുമായിരുന്നു, “നിന്റെ മുടിയും ആലീസിന്റേതുപോലെ കുറച്ച് ചുരുണ്ടിട്ടായിരുന്നെങ്കിൽ!”

പരിചാരകൻ പോയപ്പോൾ ഞങ്ങൾ വീണ്ടും സംസാരിക്കാൻ തുടങ്ങി. “നിങ്ങൾ അർമേനിയൻ സ്ത്രീകൾ ഞങ്ങളേക്കാൾ മുമ്പിലാണ്.” മിസ്സിസ് നൂറോല്ലാഹി പറഞ്ഞു. “നിങ്ങൾ കുറേ മുമ്പുമുതലേ അനുഭവിക്കുന്ന സ്വാതന്ത്ര്യം... മുസ്ലീംസ്ത്രീകൾ ഈയിടെ മാത്രമാണ് അതിനുവേണ്ടിയുള്ള പോരാട്ടം തുടങ്ങിയത്.

ഞങ്ങൾ ആ വഴിയിലൂടെ യാത്ര തുടങ്ങിയിട്ടേയുള്ളൂ.”

“നിങ്ങൾ വിചാരിക്കുന്നതുപോലെയല്ല യഥാർത്ഥത്തിൽ കാര്യങ്ങൾ”

മനസ്സുരുവിട്ടത് ഞാൻ പുറത്തുപറയുകയുണ്ടായില്ല. വെറുതെ തല കുലുക്കിയിരുന്നു.

അവർ എന്നിൽനിന്നും അറിയാൻ ആഗ്രഹിച്ചത് അദാബ് അർമേനിയൻ സ്കൂളിനെ സംബന്ധിച്ച സംഗതികളായിരുന്നു. അതിന്റെ ട്രസ്റ്റികൾ ആരെല്ലാമാണ്? കാര്യനിർവ്വഹണം എങ്ങനെയാണ്? അർമീനിയൻ സമൂഹത്തിന് അതിലുള്ള പങ്കാളിത്തം... അർമീനിയക്കാർ തന്നെയാണ് ആ സ്കൂൾ പണിതിട്ടുള്ളത്. സ്വന്തം കൈകൾകൊണ്ട് കമ്പനിയിലെ ജോലി കഴിഞ്ഞുള്ള നേരം അവരതിനായി വിനിയോഗിച്ചു... ഓരോ ഇഷ്ടികയായി പടുത്തുയർത്തു.

“എന്തുകൊണ്ടാണ് സ്കൂളിനെ അദാബ് എന്നു വിളിക്കാൻ തീരുമാനിച്ചത്?”

അതിനുള്ള ഉത്തരം എന്റെ കൈയിലുണ്ടായിരുന്നില്ല. സ്കൂളിലെ പഠിപ്പിനെക്കുറിച്ചാണ് ഞാൻ സംസാരിച്ചത്. മാതാപിതാക്കളുടെ ശമ്പളത്തിനനുസരിച്ചായിരുന്നു ഓരോ വിദ്യാർത്ഥിയിൽനിന്നു ഫീസ് പിരിച്ചിരുന്നത്. കൂടുതൽ ശമ്പളമുള്ളവരുടെ മക്കൾ കൂടുതൽ ഫീസ് കൊടുക്കണം. താഴ്ന്ന വരുമാനമുള്ളവരുടെ മക്കളിൽ പലരും ഫീസേ കൊടുത്തിരുന്നില്ല. വേറെ ചിലർക്ക് സ്കൂൾ സാമ്പത്തികസഹായം നല്കിയിരുന്നു. കൂടുതൽ മെച്ചപ്പെട്ട വരുമാനമുള്ള ചിലർ ഫീസിനായി ചിലപ്പോൾ വിലപേശൽ നടത്താറുണ്ടെന്ന് ഞാൻ പറഞ്ഞില്ല. ട്രസ്റ്റിമാരുടെ ബോർഡ് എല്ലാ വർഷവും കൊടുക്കേണ്ട ഒരു അംഗത്വഫീസും നിശ്ചയിച്ചിട്ടുണ്ട്. അതും ഓരോരുത്തരുടേയും വരുമാനത്തിന്റെ തോതനുസരിച്ചാണ്. അതും കൊടുക്കാതെ ഒഴിഞ്ഞുമാറാൻ ശ്രമിക്കുന്നവരും കൂട്ടത്തിലുണ്ടെന്ന് വെളിപ്പെടുത്തിയില്ല. സഹായധനം സ്വരൂപിക്കാനായി ആണ്ടിൽ രണ്ടോ മൂന്നോ തവണ നടത്തുന്ന പരിപാടികളെ കുറിച്ച് വിശദീകരിച്ചു. സ്ത്രീകൾ വീട്ടിലുണ്ടാക്കിയ പലതരം വിഭവങ്ങളും. അവർ തന്നെ നിർമ്മിച്ച കരകൗശലവസ്തുക്കളും തുന്നിയുണ്ടാക്കിയ ഉടുപ്പുകളും മറ്റും വില്പനയ്ക്ക് വെക്കും. അങ്ങനെ കിട്ടുന്ന തുക സമൂഹത്തിലെ നിർധനരെ സഹായിക്കാനുള്ളതാണ്. ഇങ്ങനെയുള്ള പരിപാടികൾ പലപ്പോഴും പരദൂഷണത്തിനും പൊങ്ങച്ചം കാട്ടാനും കിടമത്സരത്തിനുമുള്ള വേദികളായി മാറാറുണ്ട് എന്നും അവരെ അറിയിച്ചില്ല. മുന്തിയ കാറുകൾ, യൂറോപ്പിലേ ക്കുള്ള വിനോദയാത്രകൾ, ഭർത്താക്കന്മാർക്ക് എണ്ണ കമ്പനിയിലെ പദവി – ഇതൊക്കെ ആ അവസരങ്ങളിൽ ചൂടുപിടിച്ച തർക്കങ്ങൾക്ക് വകയാവാറുണ്ട്.

ഞാൻ പറയുന്നതെല്ലാം അവർ വളരെ ശ്രദ്ധയോടെ കേട്ടുകൊണ്ടിരുന്നു. പരിചാരകൻ കാപ്പികൊണ്ടുവന്നുവെച്ചും അവർ അയാളെ നന്ദി അറിയിച്ചു.

"നിങ്ങൾക്ക് മിസ്സിസ് എമ്മ കാമ്പടൂറിയാനെ അറിയാമോ?"

"ഇല്ല..." ഞാൻ പറഞ്ഞു. പക്ഷേ, അവരുണ്ടാക്കുന്ന കേക്കുകൾ ഏറ്റവും മുന്തിയതാണെന്ന് സൂചിപ്പിച്ചപ്പോൾ എനിക്കോർമ്മ വന്നു. അമ്മ എപ്പോഴും പറയാറുണ്ട്, കേക്ക് തിന്നണോ, അത് എമ്മ ഉണ്ടാക്കിയ താവണം." അങ്ങനെ ആരുടേയും കേക്കിന്റെ സ്വാദ് സമ്മതിച്ചുകൊടുക്കുന്ന ആളല്ല എന്റെ അമ്മ... എന്നിട്ടും.

"ഞാൻ ടെഹ്റാനിൽ താമസിച്ചിരുന്ന കാലത്ത് മിസ്സിസ് നൂറോല്ലാഹി പറഞ്ഞു, "അവർ ഫാറാ ചാരിറ്റബിൾ സൊസൈറ്റിയിൽ ബേക്കിംഗ് പഠിപ്പിച്ചിരുന്നു. അപൂർവ രുചിയുള്ള കേക്കുകൾ... ഒരു പ്രത്യേകം പേസ്ട്രി... പേരു ഞാൻ മറന്നു, നസോക് എന്നോ മറ്റോ?

"അതെ... നാ സുക്..."

"അതുതന്നെ... അതുതന്നെ... അവരുടെ നാസൂക്കിന് ഒരു പ്രത്യേക രുചിയാണ്."

അവർ അവരുടേതായ സംഘടനയേയും അതിന്റെ പ്രവർത്തനങ്ങളേയും കുറിച്ചാണ് പിന്നീട് സംസാരിച്ചത്. വോട്ടവകാശത്തിനുവേണ്ടിയുള്ള സമരം, സ്ത്രീ സാക്ഷരതയ്ക്കായുള്ള പ്രവർത്തനം. ഇറാനിയൻ സ്ത്രീകൾക്ക് ഇപ്പോഴും അവരുടേതായ അവകാശങ്ങളെക്കുറിച്ച് ബോധമില്ല. അവർ കൂടുതൽ സാമാന്യമായ രീതിയിലാണ് സംസാരിച്ചിരുന്നത്. പ്രസംഗവേദിയിലെ കനപ്പെട്ട വാക്കുകളില്ല. കേട്ടിരിക്കാൻ കൗതുകം തോന്നി. എന്നേയും ആ വാക്കുകൾ ഉണർത്തുന്നതുപോലെ. ഞാനതു പറഞ്ഞപ്പോൾ അവർ ചിരിച്ചു.

"പ്രസംഗവേദിയിൽ ഇങ്ങനെ പോരല്ലോ.. ഔപചാരികത വേണ്ടേ? അല്ലെങ്കിൽ ആളുകൾ വിചാരിക്കും ഞാനൊരു പഠിപ്പില്ലാത്ത സ്ത്രീയാണെന്ന്. അതല്ലെങ്കിൽ അവർ കരുതും ഞാൻ പറയുന്നതൊന്നും അത്ര കാര്യമായിട്ടുള്ളതല്ല എന്ന്."

ഞങ്ങൾ കാപ്പി ആസ്വദിച്ചു കുടിച്ചു. ശരിക്കും അതിന് വ്യത്യസ്തമായൊരു സ്വാദായിരുന്നു.

കൗമാരക്കാരായ ഒരാൺകുട്ടിയും പെൺകുട്ടിയും റെക്കോഡ് മെഷിന്റെ അടുത്തേക്ക് പോയി. യൂറോപ്പിൽനിന്നും 'മിൽക്ക് ബാർ' ആയിടയ്ക്ക് ഒരു റെക്കോഡ് മെഷീൻ ഇറക്കുമതി ചെയ്തിട്ടുണ്ടെന്നു കേട്ടിരുന്നു. അതിന്റെ പേര് 'ജൂക്ബോക്സ്' എന്നാണെന്നും ഞാൻ മനസ്സിലാക്കിയിരുന്നു. എന്നാൽ അതു കാണാൻ ഇതുവരെ അവസരം കിട്ടിയിരുന്നില്ല. ഏത് പാട്ട് തിരഞ്ഞെടുക്കണം എന്ന വിഷയത്തിൽ കുട്ടികൾ തമ്മിൽ സൗഹൃദപൂർണ്ണമായൊരു തർക്കം നടന്നു. ആൺകുട്ടി നന്നേ മെലിഞ്ഞ് ഉയരമുള്ള കൂട്ടത്തിലായിരുന്നു. പെൺകുട്ടി ഓറഞ്ച് നിറത്തിലുള്ള ഒരു ഉടുപ്പാണ് ധരിച്ചിരുന്നത്. ഒരൊഴുക്കൻ കുപ്പായം.

പ്രത്യേകിച്ചൊരു ആകൃതിയുമില്ല. അതിന്റെ കൈകളിലും കീഴറ്റത്തും വീതികുറഞ്ഞ ഞൊറികൾ പിടിപ്പിച്ചിരുന്നു.

മിസ്സിസ് നൂറോല്ലാഹിയും അവളെത്തന്നെയാണ് നോക്കിയിരുന്നത്. "ഈ പ്രായത്തിലുള്ള കുട്ടികൾ ആടിപ്പാടി രസിക്കുന്നതു കാണാൻ എനിക്ക് വളരെ ഇഷ്ടമാണ്. അതിനുവേണ്ടിയാണ് ഞങ്ങൾ ഇത്ര പാടു പെടുന്നത്. എന്റെ സ്വന്തം ചെറുപ്പകാലത്തെ കുറിച്ച് പറഞ്ഞാൽ...."

അവസാനം അവർ രണ്ടുപേരും ഒരു തീരുമാനത്തിലെത്തി. രണ്ടു പേർക്കും ഇഷ്ടമുള്ള ഒരു റെക്കോർഡ് തിരഞ്ഞെടുത്തു. അർമേനും ഈ പാട്ട് ഇടയ്ക്ക് അവന്റെ ചെറിയ ടേപ് റെക്കോർഡറിൽ പാടിക്കാറുണ്ട്. അതിന്റെ താളത്തിനൊപ്പിച്ച് വളഞ്ഞും പുളഞ്ഞും നൃത്തം ചെയ്യുന്നതും കാണാം. പാട്ടുകാരൻ ആവർത്തിച്ചു പാടുന്ന ആ വരികൾ. അതിലെ വാക്കുകളെന്താണെന്ന് എത്ര ശ്രമിച്ചിട്ടും എനിക്ക് മനസ്സിലാവാറില്ല. ഇപ്പോൾ "മിൽക്ബാറി"ലിരുന്ന് ആ കാപ്പി നുണഞ്ഞു കുടിക്കുമ്പോഴാണ് അതെനിക്ക് പിടികിട്ടിയത്. അയാൾ പാടുന്നത്, "ഹിറ്റ് ദി റോഡ്, ജാക്" എന്നാണ്. ഇതുവരെയായും ആ പാട്ട് എനിക്കിഷ്ടമല്ലായിരുന്നു... എന്തു കൊണ്ടാണ്? അത് നല്ലൊരു പാട്ടാണല്ലോ!

മിസ്സിസ് നൂറോല്ലാഹി ഒരു സ്പൂണെടുത്ത് അവരുടെ കാപ്പി ഇളക്കി. "അർമേനിയക്കാരെ സംബന്ധിച്ചിടത്തോളം അതിൽ അസാധാരണമായി ഒന്നുമല്ല. എന്നാൽ ഞങ്ങൾക്ക് അത് തികച്ചും പുതുമയാർന്നതാണ്. എന്റെ അച്ഛനും അമ്മയും താരതമ്യേന വിദ്യാസമ്പന്നരും പുരോഗമന വാദികളുമായിരുന്നു. എന്നിട്ടുപോലും അവർ എന്നെ ഏറെ നിർബന്ധിച്ചു. എന്റെ അമ്മായിയുടെ മകനെ വിവാഹം കഴിക്കാൻ. അർമേനിയക്കാരുടെ ഇടയിൽ അങ്ങനെയൊരു നാട്ടുനടപ്പില്ല എന്നെനിക്കറിയാം. എന്നാൽ ഞങ്ങൾ മുസ്ലീമുകളുടെ കാര്യം വേറെയാണ്. കുടുംബത്തിൽ തന്നെ യുള്ളവർ തമ്മിലുള്ള വിവാഹത്തിന് വിലക്കില്ല എന്നുമാത്രമല്ല അതൊരു ഭാഗ്യമായാണ് എല്ലാവരും കണക്കാക്കുന്നത്. ഒരുപക്ഷേ, നിങ്ങൾ കേട്ടിരിക്കും പഴമക്കാർ പറയുന്നത്. "അച്ഛന്റെ സഹോദരി സഹോദര ന്മാരുടെ മക്കളുമായി നടക്കുന്ന വിവാഹം, അത് ദൈവത്താൽ വിശേ ഷിച്ചും അനുഗ്രഹിക്കപ്പെട്ടതാണ്."

അത് ഞാനും കേട്ടിട്ടുള്ളതായിരുന്നു. അർമേനിയൻ സമൂഹത്തിൽ നടക്കുന്ന പല കാര്യങ്ങളും അവർ വിചാരിക്കുന്നതുപോലെ പുരോഗ മനപരമല്ല എന്ന് അവരോടു പറയണമെന്നുണ്ടായിരുന്നു. അർമേനിയൻ സ്ത്രീകളും നേരിടുന്നുണ്ട്. അവരുടേതായ നിരവധി പ്രശ്നങ്ങൾ. എന്നാൽ അതൊന്നും വിസ്തരിക്കാൻ മിസ്സിസ് നൂറോല്ലാഹി എനിക്ക വസരം തന്നില്ല.

മുടിയിൽ കെട്ടിയിരുന്ന തവിട്ടു നിറത്തിലുള്ള റിബ്ബൺ അവർ തൊട്ടു നോക്കി. കെട്ടഴിഞ്ഞിട്ടില്ലല്ലോ... സ്ഥാനം തെറ്റിയിട്ടില്ലല്ലോ എന്ന് പരിശോധി ച്ചതാവാം. "എന്തുവന്നാലും അമ്മായിയുടെ മകനെ വിവാഹം കഴിക്കില്ല

എന്ന ശാഠ്യത്തിൽ ഞാൻ ഉറച്ചുനിന്നു." അവർ ഉള്ളുതുറന്നു ചിരിച്ചു. രണ്ടു കവിളിലും നുണക്കുഴികൾ വിരിഞ്ഞു. "സത്യം പറയട്ടെ, എന്റെ അമ്മായിയുടെ മകന്റെ സ്നേഹിതനുമായി ഞാൻ പ്രണയത്തിലായിരുന്നു. ഒന്നുരണ്ടുതവണ അയാൾ ഞങ്ങളുടെ വീട്ടിൽ വന്നിരുന്നു. ഞങ്ങൾ മൂന്നുപേരും ഒരുമിച്ചുനിന്നു. അയാൾ, എന്റെ അമ്മായിയുടെ മകൻ, ഞാൻ. വീട്ടിലുള്ളവരോടെല്ലാം ഞങ്ങൾ വാദിച്ചു. ബന്ധപ്പെട്ട എല്ലാ അച്ഛന്മാരോടും അമ്മമാരോടും. അവസാനം അവർ സമ്മതം മൂളി."

ഞാൻ താടിക്കും കൈയുംകൊടുത്ത് അവർ പറയുന്നത് കൗതുകത്തോടെ കേട്ടുകൊണ്ടിരിക്കുകയായിരുന്നു. "നിങ്ങൾ നിങ്ങളുടെ അമ്മായിയുടെ മകന്റെ കൂട്ടുകാരനെയാണോ വിവാഹം കഴിച്ചത്?" അവർ അവരുടെ ബ്ലൗസിനുചുറ്റും വിരലുകൾകൊണ്ടൊരു വട്ടം വരച്ചു. പുറത്തേക്ക് നോക്കിക്കൊണ്ട് പതുക്കെ തലകുലുക്കി. അവരുടെ കണ്ണിലും ചുണ്ടിലും നേരിയ ഒരു പുഞ്ചിരിയുടെ വെളിച്ചം. "അതെ... ഏതാണ്ട് ഇരുപത് വർഷം മുമ്പ്."

"ഇപ്പോഴാ നിങ്ങൾ...? ചോദിക്കണമെന്നു തോന്നി. എന്നാൽ അതിനുള്ള ധൈര്യം തോന്നിയതുമില്ല. എന്നിട്ടും ഒടുവിൽ ഞാൻ ചോദിച്ചു.

സ്ട്രോയിൽകൂടി ഗ്ലാസ്സിലെ അവസാനത്തെ തുള്ളി കാപ്പിയും അവർ വലിച്ചു കുടിച്ചു. ഇനിയൊട്ടും ബാക്കിയില്ലെന്ന് സൂചിപ്പിക്കുന്ന ശബ്ദം... അവർ ഗ്ലാസ്സ് നീക്കിവെച്ചു. നാപ്കിനെടുത്ത് ചുണ്ടുകളൊപ്പി അവർ ചിരിച്ചു. "ശബ്ദമുണ്ടാക്കി വലിച്ചുകുടിക്കരുതെന്ന് ഞാൻ കുട്ടികളോട് പറയും... എന്നിട്ടും ഞാനിപ്പോൾ അതുതന്നെ ചെയ്യുന്നു. "ഇപ്പോഴും നിങ്ങൾ..." എന്താണ് ഉദ്ദേശിച്ചത്? എന്റെ ദാമ്പത്യജീവിതം സന്തോഷകരമാണോ എന്ന് അല്ലേ?..."

"അതെ..." ഞാൻ തല കുലുക്കി. അവർ ദീർഘമായൊന്നു നിശ്വസിച്ചു. "ഞാനിട്ടിരിക്കുന്ന ഈ ഉടുപ്പുകണ്ടോ?" അതിന്റെ കോളർ അവർ നുള്ളിക്കാണിച്ചു. "ഈ മാതൃക ഞാനൊരു മാസികയിൽ കണ്ടതാണ്. ആ ഉടുപ്പിന് പീറ്റർ പാൻ കോളുകളുണ്ടായിരുന്നു. അരക്കെട്ടുവരെ ആറു ബട്ടനുകളും. "ഇതു തുന്നിക്കാനുള്ള തുണിക്കുവേണ്ടി ഞാൻ ടെഹ്റാൻ മുഴുവൻ തിരഞ്ഞു." വെളുത്ത പരുത്തിതുണികൊണ്ടാണ് ആ ഉടുപ്പ് തയ്പ്പിച്ചിരുന്നത്. അതിൽ വലിയ മഞ്ഞ പുള്ളികൾ. ഇതു ശരിയായി തുന്നിക്കിട്ടാൻ വേണ്ടി ഒരു പന്ത്രണ്ടുതവണ ഞാൻ തയ്യൽക്കടയിൽ പോയി. നല്ലൊരു തുക ചിലവാക്കുകയും ചെയ്തു. "അവർ കസേരയിൽ ചാരിയിരുന്ന് എന്നെ നോക്കി. ഞാനും അവരെത്തന്നെ നോക്കിക്കൊണ്ടിരുന്നു, ബാക്കിഭാഗം കൂടി കേൾക്കാൻ കാതുകൂർപ്പിച്ച്...

ഹോട്ടൽ ജോലിക്കാരൻ ഗ്ലാസ്സുകൾ എടുത്തുമാറ്റാൻ വന്നു. അയാൾ പോയിക്കഴിഞ്ഞപ്പോൾ അവർ മുന്നോട്ടാഞ്ഞു. കൈമുട്ടുകൾ മേശമേൽ കുത്തി. "ഈ ഉടുപ്പ് ഏതാനും തവണ ധരിച്ചു. പിന്നെ അത് മാറ്റണമെന്ന്

തോന്നിതുടങ്ങി. എന്നാലും ഇപ്പോഴും എനിക്കിഷ്ടമാണ്. ഇതിടുമ്പോഴെല്ലാം കറയും ചെളിയും പുരളാതിരിക്കാൻ ശ്രദ്ധിക്കാറുണ്ട്. പുറത്തുനിന്നു വന്നാൽ ഉടനെ അഴിച്ചുമാറ്റും. ചുളിവൊന്നും കൂടാതെ അലമാരയിൽ തൂക്കിയിടും. പക്ഷേ..." അവർ പേഴ്സ് തുറന്നു. ഒരു സിഗരറ്റ് കൂടെടുത്തു. "നിങ്ങൾ സിഗററ്റ് വലിക്കാറുണ്ടോ?"

"വല്ലപ്പോഴും" ഞാൻ അതിൽനിന്നും ഒന്നെടുത്തു.

"ഞാനും അങ്ങനെത്തന്നെ." ഞാനവരുടെ സിഗരറ്റുപെട്ടി ശ്രദ്ധിച്ചു. വെള്ളിയാണ്. അതിന്മേൽ നീണ്ട തണ്ടോടുകൂടിയ മനോഹരമായ ഒരു പൂവ് ആലേഖനം ചെയ്തിരിക്കുന്നു.

"എന്ത് ഭംഗിയുള്ള പെട്ടി!"

അവർ പരിചാരകനെ വിളിച്ച് സിഗരറ്റിന്റെ ചാരം കുടയുന്നതായി ആംഗ്യം കാണിച്ച്, ആഷ്ട്രേ കൊണ്ടുവരാൻ ആവശ്യപ്പെട്ടു. പിന്നെ വീണ്ടും എന്നെ നോക്കി ചിരിച്ചു. "ഇതൊരു സമ്മാനമാണ്," നിങ്ങൾ പറഞ്ഞിരുന്നത് ഈ ഉടുപ്പിനെ കുറിച്ചായിരുന്നല്ലോ!" ഞാൻ ഓർമ്മപ്പെടുത്തി.

അവർ ആ സിഗരറ്റുപെട്ടിയുടെ മുകളിലൂടെ കൈയോടിച്ചു, തഴുകുന്നതുപോലെ. ആഞ്ഞ് പുകയൂതി. "നവവത്സരത്തിന് ഞാൻ ടെഹ്റാനിലായിരുന്നപ്പോൾ. വളരെ യാദൃച്ഛികമായി ഈ ബെൽറ്റ് എന്റെ കണ്ണിൽപ്പെട്ടു," ജനറൽ മോഡിൽ. അവർ കസേര അല്പം പുറകോട്ടു നോക്കി ആ ബെൽറ്റ് എന്നെ കാണിച്ചു. "എന്റെ ഈ ഉടുപ്പിലെ പുള്ളികളുടെ അതേ നിറം, അല്ലേ?" ശരിയായിരുന്നു. അവരുടെ ഉടുപ്പിലെ മഞ്ഞപ്പുള്ളികളുടെ അതേ നിറമായിരുന്നു ആ ബെൽറ്റിനും. ബെൽറ്റിൽ സ്വർണ്ണനിറത്തിലുള്ള വലിയൊരു ബക്കിളുമുണ്ടായിരുന്നു.

വീണ്ടും അവർ കസേര മുന്നോട്ട് വലിച്ചിട്ടു. വാച്ചിലേക്ക് നോക്കി പറഞ്ഞു. "ചുരുക്കത്തിൽ കൈവശമുള്ളതെന്തോ അത് കളയാതെ സൂക്ഷിക്കണം, എല്ലാവരും. മണി 11.30-ന് എനിക്ക് ഡോക്ടറെ കാണാനുണ്ട്. കുറെ അധികം ചോദ്യങ്ങൾ നിങ്ങളോട് ചോദിക്കാനുണ്ടായിരുന്നു."

അവർ അവരുടെ മഞ്ഞ കൈസഞ്ചിയിൽനിന്നും ഒരു തുണ്ട് കടലാസ് പുറത്തെടുത്തു. "അതെല്ലാം ഞാൻ ഇതിൽ കുറിച്ചുവെച്ചിട്ടുണ്ട്. അവർ അത് ഉറക്കെ വായിക്കാൻ തുടങ്ങി. അർമേനിയക്കാരുടെ ഇടയിൽ നിലവിലുള്ള വിവാഹ നിയമങ്ങൾ വിവാഹമോചനത്തിന്റേയും. വിവാഹമോചനത്തിനുശേഷം മക്കളുടെ രക്ഷാകർതൃത്വം ഏതു വിധത്തിലാണ്. അർമേനിയയിലെ സ്ത്രീകളെ സംബന്ധിച്ചുള്ള അവകാശങ്ങളുടെ ചരിത്രം, സ്ത്രീകളുടെ ഇടയിലുള്ള സാക്ഷരതാ ശതമാനം... അവർ മുഴുവനാക്കും മുമ്പുതന്നെ ഞാൻ പറഞ്ഞു. ഇതിനെയൊക്കെപറ്റിയുള്ള

കൃത്യമായ കണക്കുകളും കാര്യങ്ങളും എന്റെ പക്കലില്ല. പള്ളിയിലും സ്കൂളിലും ചെന്ന് അന്വേഷിക്കുകയാവും നല്ലത്.

"അങ്ങനെയാവാം" അവർ സമ്മതിച്ചു. ചിലരുടെ പേരും വിവരവും കുറിച്ചെടുത്തു. അവരുടെ സംഘടനയുടെ യോഗങ്ങളിൽ പങ്കെടുക്കാൻ അർമേനിയൻ സ്ത്രീകളേയും ക്ഷണിക്കണമെന്ന് അവർ ആഗ്രഹിച്ചു. "സ്ത്രീകളുടെ പ്രശ്നങ്ങൾ, അതെല്ലാം സ്ത്രീകൾക്കും സാമാന്യമായുള്ളതാണ്. അതിന് മുസ്ലീം എന്നോ അർമേനിയൻ എന്നോ ഉള്ള വേർതിരിവുകളില്ല. സ്ത്രീകൾ കൈകോർത്തുപിടിച്ച് ഒരുമിച്ചുനിന്ന് അവരുടേതായ പ്രശ്നങ്ങൾക്ക് പരിഹാരം കാണണം. പരസ്പരം പഠിപ്പിക്കണം, മനസ്സിലാക്കണം, പാഠങ്ങൾ പങ്കുവെക്കണം." ഇപ്പോൾ... ഞാൻ മനസ്സിൽ പറഞ്ഞു. അവർ സംസാരിക്കുന്നത് പ്രസംഗവേദിയിൽനിന്നെന്നപോലെയാണ്.

ഞാൻ നിർബന്ധിച്ചു. ഹോട്ടലിൽ കൊടുക്കേണ്ട തുക ഞാൻ കൊടുക്കാമെന്ന്. പക്ഷേ അവർ സമ്മതിച്ചില്ല. "ഇന്ന് നിങ്ങൾ ഞങ്ങളുടെ സംഘടനയുടെ അതിഥിയാണ്." ഞങ്ങൾ തെരുവിലേക്കിറങ്ങി. യാത്ര പറയാൻ ഭാവിക്കവേ ഞാൻ ചോദിച്ചു അന്ന് അവർ ഏപ്രിൽ 24-ന്റെ അനുസ്മരണയോഗത്തിൽ പങ്കെടുക്കുവാൻ വന്നിരുന്നോ എന്ന്.

"വന്നിരുന്നു"

എനിക്കദ്ഭുതം തോന്നി. "അവിടെ വന്നത്.... എന്തിനായിരുന്നു? എന്റെ ചോദ്യം അവരേയും അദ്ഭുതപ്പെടുത്തി. "എന്തുകൊണ്ടുവന്നുകൂടാ? ഒരു ദുരന്തം ഒരു ദുരന്തം തന്നെയാണ്. അതിന് അർമേനിയനെന്നോ മുസ്ലീമെന്നോ ഉള്ള വ്യത്യാസമില്ല."

ആ പറഞ്ഞതിന് ഒരു പൊതുപ്രസംഗത്തിന്റെ ഛായയുണ്ടായിരുന്നില്ല.

മുപ്പത്തിയൊന്ന്

മിൽക്ക് ബാറിനകത്തെ തണുപ്പും അരണ്ടവെളിച്ചവും. അവിടെനിന്നും പുറത്തേക്കിറങ്ങിയപ്പോൾ നല്ല ചൂടും, വെളിച്ചവും എനിക്കാകപ്പാടെ സുഖം തോന്നി. എന്തോ ഒരു ലാഘവം... ഉണർവ്വ്. റെക്സ് സിനിമയുടെ മുന്നിൽ ടിക്കറ്റ് വാങ്ങാൻ നില്ക്കുന്നവരുടെ നീണ്ട നിര. എല്ലാവരും പുരുഷന്മാർ. ഏറെയും അറബികൾ. ഈ സമയത്ത് അവർ പണിസ്ഥലങ്ങളിലുണ്ടാകേണ്ടതല്ലേ? അവിടെ കാണിക്കുന്ന പടം 'ടോം തംപ്' ആയിരുന്നു. അവിടെ പ്രദർശിപ്പിച്ചിട്ടുള്ള പോസ്റ്ററുകളും സിനിമാദൃശ്യങ്ങളും ഞാൻ നോക്കി. നൂൽചുറ്റിവെക്കുന്ന ഒരു ചക്രത്തിന്റെ മീതെ ടോം ഇരിക്കുന്നു. അത് അവന്റെ കസേരയാണ്. മേശയ്ക്കു പകരം മുന്നിലുള്ളത് കമഴ്ത്തിവെച്ചിരിക്കുന്നു ഒരു കപ്പാണ്. വെള്ളം കുടിക്കുന്നത് തള്ളവിരലിൽ സൂചി കുത്തികയറാതിരിക്കാനിടുന്ന കുഞ്ഞി ഉറയിലാണ്. തിയ്യറ്ററിനുമുമ്പിൽനിന്ന് ഒരു ഉന്തുവണ്ടിക്കാരൻ അറബി ഉണക്കച്ചെമ്മീൻ വില്ക്കുന്നു. അത് കടന്നുപോയപ്പോൾ ഞാൻ മൂത്തുപൊത്തി. പെൺകുട്ടികളെ ഈ സിനിമ കാണിക്കാൻ കൊണ്ടുവരണം. ഞാൻ മനസ്സിൽ വിചാരിച്ചു. അവർ ഇനിയും വലുതാകുംമുമ്പേ... അർമേനെപോലെ എല്ലാം സ്വതന്ത്രമായി ചെയ്തു തുടങ്ങുംമുമ്പേ...

ഞാൻ അർമേൻ ആവശ്യപ്പെട്ട കാലുറകൾ വാങ്ങി. കുറച്ചുനാളായി അവൻ ആ മോഹം പറയുന്നു. കടക്കാരനോടും ഞാൻ പ്രത്യേകം പറഞ്ഞു, "മകനു പാകമായില്ലെങ്കിൽ തിരിച്ചു കൊണ്ടുവരും... മാറ്റിത്തരുമല്ലോ!"

കടയിൽനിന്നു പുറത്തുവന്നപ്പോൾ, എന്താണെന്നറിയില്ല, ഉടനെ വീട്ടിലേക്ക് മടങ്ങേണ്ട എന്നു തോന്നി. വെറുതെ ചുറ്റിനടന്ന് ആലോചിക്കണമെന്നും തോന്നി. അല്ലെങ്കിൽ ഒന്നും ആലോചിക്കാതെ ചുറ്റി നടക്കാം. ഞാൻ ഒരു ലക്ഷ്യവുമില്ലാതെ നടക്കാൻ തുടങ്ങി, ഒപ്പം ആലോചിക്കാനും. എപ്പോഴും വീട്ടിലിരിക്കുക, പതിവുള്ള ചിലരുമായി മാത്രം എന്നും ഇടപഴകുക, എല്ലാ ദിവസവും ആവർത്തനവിരസതയോടെ മുമ്പിൽ വന്നു വീഴുന്ന പ്രശ്നങ്ങളെ നേരിടുക... ഇതെല്ലാംകൂടി എന്നെ തളർത്തുകയാണ്. എന്റെ ഉന്മേഷം കെടുത്തുകയാണ്. ഞാനെന്തെങ്കിലുമൊന്നു

ചെയ്തേ പറ്റൂ. എനിക്കേറ്റവും താത്പര്യമുള്ളൊരു വിഷയത്തിൽ മനസ്സിനെ തളച്ചിടാൻ ശ്രമിക്കണം. മിസ്സിസ് നൂറോല്ലാഹിയെ പോലെ. മെഹ്ത്താബ് ബേക്കറിയുടെ മുമ്പിലൂടെ ഞാൻ നടന്നു. വ്യാഴാഴ്ചയിലെ പാർട്ടി താനേ ഓർമ്മവന്നു. ഞാൻ തിരിച്ചു നടന്നു. ബേക്കറിയുടെ അകത്തുചെന്ന് ഏതാനും പേസ്ട്രികളും വേറെ ചില സാധനങ്ങളും വാങ്ങിച്ചു.

എല്ലാം പൊതികെട്ടി വാങ്ങി, കൈ നിറയെ സാമാനങ്ങളുമായി പുറത്തേക്കിറങ്ങിയപ്പോൾ നേരെമുമ്പിൽ എമിൽ സിമോനിയൻ. കണ്ടപ്പോൾ വളരെ അസ്വസ്ഥനാണെന്നുതോന്നി.... അത് നേരായിരുന്നുവോ അതോ എന്റെ തോന്നൽ മാത്രമോ? എന്തേ ഇന്ന് ജോലിക്ക് പോയില്ല എന്ന് ഞാൻ ചോദിക്കുന്നതിനുമുമ്പേ, അയാൾ അതിനുള്ള മറുപടി പറഞ്ഞു.

“എന്തോ... ഇന്നാകപ്പാടെ ഒരു സുഖം തോന്നിയില്ല. ജോലിക്ക് പോകേണ്ട എന്നുവെച്ചു. “സുഖമില്ല” എന്ന് എഴുതിക്കൊടുത്തു. ബസാറിൽ വന്നത് ഒരു മൺവെട്ടിയും കൈയുറകളും വാങ്ങാൻവേണ്ടിയാണ്.”

അങ്ങാടി ഇവിടെയല്ല. മറ്റേ ഭാഗത്താണ് എന്ന് ഞാൻ പറയാൻ തുടങ്ങിയപ്പോഴേക്കും അയാൾ ചോദിച്ചു. “പ്രത്യേകിച്ച് തിരക്കൊന്നുമില്ലെങ്കിൽ എന്റെ കൂടെ വരാമോ? ഈ വക സാധനങ്ങൾ എവിടെ കിട്ടുമെന്ന് എനിക്കറിഞ്ഞുകൂടാ.”

ഇയാൾക്കെന്തിനാ ഇങ്ങനെയൊരു പരിഭ്രമം? ഒരുപക്ഷേ ഓർക്കാപ്പുറത്ത് എന്നെ കണ്ടതുകൊണ്ടായിരിക്കാം എന്ന് മനസ്സ് ഉത്തരം തന്നു. എന്റെ ഏതു ബുദ്ധിയാണ് ആ സമയത്ത് എന്നോട് സംസാരിച്ചതെന്ന് വ്യക്തമായിരുന്നില്ല.

“ഈ വക സാധനങ്ങൾ കിട്ടാൻ “ഗാർഡനേഴ്സ് ക്ലബ്ബ്” എന്ന കടയിൽ പോയാൽ മതി.”

എന്റെ കൈയിൽനിന്നും പൊതികൾ ഏറ്റെടുത്തുകൊണ്ട് എമിൽ ചോദിച്ചു. “ആ കട എവിടെയാണ്?”

ഞങ്ങൾ ഒരു ടാക്സി വിളിച്ചു. ഞാൻ ഡ്രൈവറോട് പറഞ്ഞു, “അൽഫി പ്ലാസ”

“ഗാർഡനേഴ്സ് ക്ലബ്ബിന്റെ” മുമ്പിലുള്ള നടപ്പാതയിൽ ഒരാൾ ഒലീവും ഉപ്പിലിട്ട പഴങ്ങളും മുന്തിരിയിലകളും വില്ക്കുന്നതു കണ്ടു. അയാളുടെ അടുത്തുനിന്നും ഞാൻ ഒലീവും കുറച്ച് ഉപ്പിലിട്ട പഴങ്ങളും വാങ്ങി. വ്യാഴാഴ്ചയിലെ വിരുന്നിന് നന്നായിരിക്കും. എമിൽ കടയിൽപോയി മൺവെട്ടിയും കൈയുറകളും വാങ്ങിവന്നു. കൂടെ ചില വിത്തുകളുടെ പാക്കറ്റുകളും കണ്ടു.

“സ്വീറ്റ് പീ വിത്തുകളാണ്” അപ്പോഴാണയാൾ ആ കച്ചവടക്കാരനെ

കണ്ടത്. "എനിക്ക് മുന്തിരി കൊണ്ടുള്ള ഡോൽമ വളരെ ഇഷ്ടമാണ്... വളരെ കാലമായി കഴിച്ചിട്ട്."

ഞാൻ ഒരു പിടി മുന്തിരിയിലയും വാങ്ങി.

തിരിച്ച് ബവാർഡയിലേക്കുള്ള ബസ്സിൽ കയറി. യാത്രയിൽ മുഴുവൻ ഞങ്ങൾ സംസാരിച്ചുകൊണ്ടിരുന്നു.

"എനിക്ക് വളരെ ഇഷ്ടമാണ്"

"എനിക്കും" അത് ഞങ്ങൾ എത്ര തവണ ആവർത്തിച്ചുവെന്നറിയില്ല.

വീടിന്റെ പടിക്കലെത്തിയപ്പോൾ അയാൾ പൊതികൾ എന്റെ കൈയിൽ വെച്ചുതന്നു. "വെറുതെ പറയുന്നു എന്ന് കരുതണ്ട, എന്നെ വിശ്വസിക്കണം... നിങ്ങളുമായി എനിക്കെത്ര നേരം വേണമെങ്കിലും സംസാരിച്ചുകൊണ്ടിരിക്കാം. എനിക്ക് ഇതുപോലെയൊരാൾ വേറെയില്ല.

ഡോൽമക്കുവേണ്ടതെല്ലാം തയ്യാറാക്കി കഴിഞ്ഞപ്പോഴേക്കും രാത്രിയായി. ഞാൻ അർതൂഷിനോട് ചോദിച്ചു. "കുട്ടികളെ കൊണ്ടുപോയി മത്സ്യവും ഉരുളക്കിഴങ്ങു വറുത്തതും വാങ്ങിക്കൊടുക്കാമോ?" അതു കേട്ടതും അവർ രണ്ടുപേരും ചാടിത്തുള്ളി. അർതൂഷ് വിചാരിച്ചിട്ടുണ്ടാകും, ഞാൻ അനുരഞ്ജനത്തിനു ശ്രമിക്കുകയാണെന്ന്. ഡോൽമയിൽ നിറയ്ക്കാനുള്ളതെല്ലാം ഞാൻ ഫ്രിഡ്ജിൽ എടുത്തുവെച്ചു. വ്യാഴാഴ്ച വിരുന്നിനുമുമ്പ് കുറെ അധികം പണികൾ ചെയ്തു തീർക്കാനുണ്ടെന്ന് ഉറക്കെ പറഞ്ഞു. അവരുടെ ആരുടെയും മുഖത്തുനോക്കാതിരിക്കാൻ വേണ്ടി ഞാൻ ഫ്രിഡ്ജ് തുറന്നുവെച്ച് എന്തോ തിരയുന്നതായി ഭാവിച്ചു.

ഞാൻ കുട്ടികൾക്കുവേണ്ടി വാതിൽ തുറന്നുകൊടുത്തു. രണ്ടുപേരും വായപൊത്തിപിടിച്ചുകൊണ്ട് പുറത്തേക്ക് കടന്നു. ഞാൻ കാണാതിരിക്കാൻ വേണ്ടിയിട്ടാകണം. എനിക്ക് മനസ്സിലായി. അവർ 'കൂൾ ഏയ്ഡ്' മിഠായികൾ നുണയുന്നുണ്ടാവും. അതിന്റെ ചുകപ്പ് ചുണ്ടിൽ പരന്നിട്ടുമുണ്ടാകും. പുറകിൽനിന്ന് ഞാൻ പറഞ്ഞു, "ലിപ്സ്റ്റിക്കിന്റെ നിറം കൊള്ളാം.' രണ്ടുപേരും കൈ താഴ്ത്തി പൊട്ടിച്ചിരിച്ചു.

അവർ പടിക്കലേക്ക് നടന്നു. അച്ഛന്റെ പുറകിൽ. കൂടെ ചേട്ടനുമുണ്ട്. "പതുക്കെ വന്നാൽ മതി, ധൃതിവെക്കേണ്ട." ഞാൻ പറഞ്ഞതുകേട്ട് നാലുപേരും തിരിഞ്ഞുനോക്കി. അവരുടെ കണ്ണുകളിൽ "ഇന്നെന്തുപറ്റി?" എന്ന അതിശയം.

ഞാൻ ഉമ്മറത്തളത്തിലെ ജനലയ്ക്കരുകിൽ ചെന്നുനിന്നു. ജി-4ലെ വിളക്കുകൾ കത്തുന്നുണ്ട്. അയാൾ എന്തുചെയ്യുകയായിരിക്കും. അമ്മയോടെന്തെങ്കിലും സംസാരിക്കുന്നുണ്ടാവും. അല്ലെങ്കിലും ഏതെങ്കിലും പുസ്തകം വായിക്കുകയാവാം, അതോ?

ഞാൻ തിടുക്കത്തിൽ കർട്ടൻ വലിച്ചിട്ടു. വീണ്ടും അടുക്കളയിലേക്ക് ചെന്നു. മുന്തിരി ഇലകൾ മേശപ്പുറത്ത് നിരത്തിവെച്ചു. അതിൽ നിറയ്ക്കാൻ തയ്യാറാക്കിവെച്ചത് ഫ്രിഡ്ജിൽനിന്നും പുറത്തെടുത്തു.

ഞാൻ ആദ്യത്തെ ഡോൽമ തയ്യാറാക്കി. ഭംഗിയായി പൊതിഞ്ഞ് പാത്രത്തിൽ വെച്ചു. എന്റെ ബുദ്ധിയുടെ രണ്ടുഭാഗങ്ങളും ഒരേ സമയം തുടങ്ങി ഒരു പിടിവലി.

"നീ ശരിക്കും ഒരു മണ്ടിയാണ്."

"എന്താ കാരണം? രണ്ടുപേർ. അവർ ഒരേ താത്പര്യങ്ങൾ പങ്കു വെക്കുന്നു. അതിലെന്താണ് തെറ്റ്?"

"തെറ്റൊന്നുമില്ല. പക്ഷേ..."

"ഓ... ഒരാൾ പുരുഷനും മറ്റേത് സ്ത്രീയും ആണ് എന്നതാണോ? അതുകൊണ്ട് അവർ തമ്മിൽ സംസാരിക്കരുത് എന്നാണോ?"

"അവർ വെറുതെ സംസാരിക്കുക മാത്രമായിരുന്നോ?"

"തീർച്ചയായും. അവർ വെറുതെ സംസാരിക്കുകയായിരുന്നു."

"...."

"ഞാൻ പറയുന്നത് മനസ്സിലാക്കുന്ന ഒരേയൊരാൾ അയാളാണ്."

"..."

"ഞാനെപ്പോഴും തന്നത്താൻ സംസാരിച്ചുകൊണ്ടിരിക്കുന്നു... അതെന്നെ ഭ്രാന്തുപ്പിടിപ്പിക്കുന്നുണ്ട്."

"...."

"മറ്റുള്ളവർക്കുവേണ്ടി ഓരോന്നുചെയ്തുചെയ്ത് എനിക്ക് തീരെ വയ്യാതായി."

"..."

"ദാ... ഇതാണ് എനിക്ക് പറയാനുള്ളത്! എന്റെ മകൻ പറയുന്നത് വിമർശിക്കാനും ശകാരിക്കാനും മാത്രമേ എനിക്കറിയൂ എന്നാണ്. എന്റെ ഭർത്താവിനാണെങ്കിൽ എന്നോട് മിണ്ടാനേ ഇഷ്ടമില്ല. എന്റെ അമ്മയ്ക്കും സഹോദരിക്കും എന്നോട് വളരെയധികം പുച്ഛമാണ്. എന്റെ കൂട്ടുകാരി എന്നു പറയുന്ന നീന, എപ്പോഴും എന്റെ കൈയിലേക്ക് കൂടുതൽ കൂടുതൽ പണികളിട്ടു തരുന്നു.... ദാ ഇപ്പോഴത്തെന്നെ കണ്ടില്ലേ? എനിക്ക് വേണം എന്ന തോന്നാത്തവർക്കായി ഭക്ഷണമുണ്ടാക്കി വിളമ്പാൻ ഞാൻ നിർബന്ധിതയായിരിക്കുന്നു. അവരെയൊന്നു കാണണം എന്നുപോലും തോന്നുന്നില്ല."

"അവരിൽ ആരേയും കാണണമെന്നു തോന്നുന്നില്ല?"

"..."

"അങ്ങനെയാണെങ്കിൽ ഈ ഡോൽമ ഉണ്ടാക്കുന്നതെന്തിനാണ്?"

"..."

"അതാണ് പറഞ്ഞത്, നീ തനി മണ്ടിയാണ്."

അവസാനത്തെ ഡോൽമയും പൊതിഞ്ഞ് ഞാൻ പാത്രത്തിൽ വെച്ചു. വെറുതെ സ്വീറ്റ് പീകളേയും നോക്കിക്കൊണ്ട് അനങ്ങാതിരുന്നു.

മുപ്പത്തിരണ്ട്

വ്യാഴാഴ്ച രാത്രി. എനിക്കുതോന്നി, അതിഥികൾ തമ്മിൽ ഒരു മത്സര മാണോ എന്ന്. ആരാണ് ആദ്യം എത്തുക?

പെൺകുട്ടികൾ രണ്ടുപേരും സോഫിയോടൊപ്പം ഉമ്മറത്തെ മുറ്റത്ത് ഊഞ്ഞാലാടുകയായിരുന്നു. വില്ലോ മരത്തിന്റെ ചോട്ടിലായിരുന്നു ഊഞ്ഞാൽ. ഊഞ്ഞാൽപ്പടി മുകളിലേക്കുയർന്നപ്പോഴൊക്കെ കുട്ടികൾ സന്തോഷത്തോടെ ബഹളമുണ്ടാക്കി. വില്ലോ മരച്ചില്ലകൾ എത്തിപ്പിടി ക്കാൻ ശ്രമിച്ചു. ഊഞ്ഞാലിലേക്ക് ചാഞ്ഞുകിടക്കുന്ന വില്ലോ ചില്ലകൾ. പഴയൊരു അർമേനിയൻ എഴുതിയ 'പർവാന' എന്ന കവിത. കുട്ടി ക്കാലത്ത് ഞാനത് പലവട്ടം വായിച്ചിട്ടുണ്ട്. ഏതാണ്ട് കാണാപാഠ മാണെന്നു പറയാം. ഞാൻ ആ മരത്തിലേക്കും നോക്കി അടുക്കള ജനലി നരികിൽനിന്ന് വെള്ളരിക്കയും തക്കാളിയുമരിഞ്ഞു. എന്റെ ചുണ്ടുകൾ ഞാനറിയാതെ ആ കവിതയിലെ വരികൾ പാടി.... ഉറക്കെ.

"രാജകീയമായ വാദ്യഘോഷങ്ങളുടെ അകമ്പടിയോടെ
സുന്ദരിയായ രാജകുമാരി മുന്നിൽ വന്നു
വൃദ്ധി പ്രാപിച്ചുവരുന്ന ചന്ദ്രനെപോലെ
പ്രകാശമാർന്ന മുഖത്തോടുകൂടിയ മകൾ
അവളുടെ അരികെ മെലിഞ്ഞുണങ്ങിയ രാജാവ്
അച്ഛൻ ഒരു ഊക്കൻ കാർമേഘംപോലെ ഇരുണ്ട് മുഖം കനപ്പിച്ച്
ചന്ദ്രനും മേഘവും സ്നേഹപൂർവ്വം കൈകോർത്തുപിടിച്ച്"

എന്റെ പുറകിലായി ഉടുപ്പുകളുലയുന്ന ശബ്ദം... കിതച്ചുകൊണ്ടുള്ള ശ്വാസോച്ഛ്വാസം. ഞാൻ തിരിഞ്ഞുനോക്കി. എന്റെ പെൺകുട്ടികളും സോഫിയും അടുക്കള വാതില്ക്കൽ.

സോഫിയാണ് പറഞ്ഞത്. "എത്ര നല്ല കവിതയാണ്, അമ്മായി."

"ആദ്യം മുതലേ പാടിത്തരൂ." അർമീനെ ആവശ്യപ്പെട്ടു.

"അതെ... അതെ... ആദ്യംമുതൽ കേൾക്കണം" അർസീനെ.

വെള്ളരിക്കത്തോൽ വാരിക്കൂട്ടി ഞാൻ കുപ്പയിലിട്ടു. "ഈ കവിത നിങ്ങൾക്കുവേണ്ടി ഒരു നൂറുതവണ ഞാൻ വായിച്ചു തന്നിട്ടുണ്ടല്ലോ."

"ആയിക്കോട്ടെ. എന്നാലും സോഫിക്കു കേൾക്കാൻ വേണ്ടി." അർസീനെ പിന്നേയും പറഞ്ഞു.

"ഈ കവിത നീ കേട്ടിട്ടില്ലല്ലോ" അവർ രണ്ടുപേരും ചേർന്ന് സോഫിയോട് ചോദിച്ചു.

"ഇല്ല" അവൾ തലയാട്ടി.

മേശപ്പുറത്തെ പാത്രത്തിൽ ഞാൻ ഒലിവെണ്ണയും നാരങ്ങനീരും കൂട്ടിക്കലർത്തി, അരിഞ്ഞ തക്കാളിയും വെള്ളരിയും ചേർത്ത് സലാഡ് ഉണ്ടാക്കാൻ തുടങ്ങി. അതിനിടയിൽ ആ കവിതയും ചൊല്ലി... കഥ പറഞ്ഞു.

വളരെ ഉയരമുള്ള ഒരു മലയുടെ മുകളിൽ ഒരു രാജാവും രാജകുമാരിയും താമസിച്ചിരുന്നു. രാജകുമാരി മുതിർന്നു, വിവാഹപ്രായമായി. അവളെ വധുവാക്കാനുള്ള മോഹവുമായി ലോകത്തിന്റെ നാനാഭാഗങ്ങളിൽനിന്നും രാജകുമാരന്മാരെത്തി. രാജാവ് സ്വർണ്ണംകൊണ്ടുള്ള ഒരാപ്പിൾ മകളുടെ കൈയിൽ കൊടുത്തുകൊണ്ട് പറഞ്ഞു. "ഏത് രാജകുമാരനെയാണോ ഭർത്താവായി വരിക്കാൻ ആഗ്രഹിക്കുന്നത്, ആ രാജകുമാരന്റെ നേരെ ഈ ആപ്പിൾ എറിയുക."

താടിയിൽ കൈയും കൊടുത്ത് പെൺകുട്ടികൾ മൂന്നുപേരും മേശയ്ക്ക് ചുറ്റുമിരുന്ന് വലിയ കൗതുകത്തോടെ ആ കഥ കേട്ടു. അന്ന് ആദ്യമായി എനിക്ക് തോന്നി. ആ രാജകുമാരിയുടെ ഭാഗ്യം! സ്വന്തം ഭർത്താവിനെ തിരഞ്ഞെടുക്കാൻ അവസരം കിട്ടിയല്ലോ. സാധാരണ മറിച്ചാണല്ലോ പതിവ്.

എണ്ണമയം പുരണ്ട കൈ ഞാൻ ഏപ്രണിൽ തുടച്ചു. രാജകുമാരിയെ കിട്ടാനായി രാജകുമാരന്മാർ തമ്മിൽ മത്സരമായി. കുമാരി ആഗ്രഹിക്കുന്നതെന്തും ഉടനടി സാധിപ്പിച്ചുകൊടുക്കാൻ തങ്ങൾ തയ്യാറാണെന്ന് അവരോരുത്തരും ആണയിട്ടു. സ്വർണ്ണം, രത്നങ്ങൾ, ചന്ദ്രൻ, നക്ഷത്രങ്ങൾ എന്തായാലും നിമിഷങ്ങൾക്കകം കുമാരിയുടെ കൈയിലെത്തിക്കാൻ അവർ ആകാംക്ഷയോടെ കാത്തുനിന്നു.

"രാജകുമാരി ഭാഗ്യവതി തന്നെ!" സോഫി വിടർന്ന കണ്ണുകളോടെ പറഞ്ഞു, ഞാനാണെങ്കിൽ അപ്പോ പറയും എനിക്ക് ചന്ദ്രനും ആഭരണങ്ങളും വേണം... പിന്നെ ലോകത്തിലുള്ള ചോക്ലേറ്റ് മുഴുവനും."

"മിണ്ടാതിരിക്കൂ... കഥ കേൾക്കൂ..." എന്റെ മക്കൾ അവളുടെ കൈയിൽ തട്ടി.

ഞാൻ പാത്രത്തിലെ സാലഡ് കുലുക്കിയിളക്കി. "രാജകുമാരി "തീ" എന്ന വാക്കു പറഞ്ഞതും രാജകുമാരന്മാർ മുൻപിൽ നോക്കാതെ തീയിനായി ഓടി. അവർ വിചാരിച്ചു ശരിയായ തീയാണ് അവൾ

ആവശ്യപ്പെട്ടതെന്ന്. അവൾ മുഴുവൻ പറയുന്നതുകേൾക്കാൻ അവർക്ക് ക്ഷമയുണ്ടായില്ല. രാജകുമാരന്മാർ തിരിച്ചെത്തുന്നതും കാത്ത് അവൾ അവിടെത്തന്നെ നിന്നു."

അർമീനെ കൈനീട്ടി സാലഡ് പാത്രത്തിൽനിന്നും എന്തോ ചൂണ്ടി. ഞാൻ അവളുടെ കൈയിൽ ഒരു തട്ട് കൊടുത്തു.

"രാജകുമാരി വർഷങ്ങളോളം കാത്തുനിന്നു. ഒടുവിൽ എല്ലാ പ്രതീക്ഷയും അസ്തമിച്ചു. അവൾ തലയും കുമ്പിട്ട് തോരാതെ കണ്ണീരൊഴുക്കിക്കൊണ്ടിരുന്നു. ആ കണ്ണീരെല്ലാം ചേർന്ന് ആഴമുള്ള വലിയൊരു കുളമായി. ആ കുളത്തിൽ രാജകുമാരിയുടെ കൊട്ടാരം മുഴുവനായും മുങ്ങിപ്പോയി."

തല ചെരിച്ച് പിടിച്ച്, കണ്ണിമ പൂട്ടാതെ, അതീവ ശ്രദ്ധയോടെ മൂന്നു പേരും കഥ കേട്ടിരുന്നു.

സലാഡിന്റെ പണി പൂർത്തിയാക്കി ഞാനത് അടുക്കളത്തിണ്ണ യിലേക്ക് മാറ്റിവെച്ചു. "നമ്മൾ കാണുന്ന ഈ വില്ലോ മരം ആ രാജ കുമാരിയാണ്. ഇന്നും അവൾ തല കുമ്പിട്ട്, കണ്ണീരൊലിപ്പിച്ചുതന്നെ വിവാഹം കഴിക്കാൻ ഏതെങ്കിലുമൊരു രാജകുമാരൻ വരും എന്നു വിചാരിച്ച് കാത്തുനില്ക്കുകയാണ്. രാത്രി വിളക്കിനുചുറ്റും കാണുന്ന ഇയ്യാംപാറ്റകൾ, രാജകുമാരിക്ക് നല്കാൻ തീയും തേടി ഇറങ്ങിയ രാജകുമാരന്മാരാണ്."

ഒരു കുരുവി ജനലയ്ക്ക് നേരെ പറന്നുവന്നു. വലയിൽ മുട്ടി നൊന്തു കരഞ്ഞുംകൊണ്ട് തിരിച്ചുപറന്നു.

"പാവം വില്ലോ..." അർമീനെ സങ്കടത്തോടെ പറഞ്ഞു.

"പാവം പാറ്റകൾ" അർസീനെയ്ക്കും വിഷമമായി.

സോഫി അപ്പോഴും എന്റെ മുഖത്തുനിന്നു കണ്ണെടുക്കാതെ വായും പൊളിച്ചിരിക്കുകയായിരുന്നു.

മുപ്പത്തിമൂന്ന്

ആലീസ് ജൂപ്പിന് തൊട്ടിരുന്ന് നിർത്താതെ സംസാരിച്ചു. കൃത്രിമമായ നീട്ടിയ കൺപീലികൾ വെട്ടിച്ചുകൊണ്ടിരുന്നു. റാപുൻസെലിനെപോലെ. കുട്ടികൾ അതിനെ എടുത്ത് ചാച്ചും ചെരിച്ചും പിടിക്കുമ്പോൾ ആ കൺപീലികൾ ക്ഷണത്തിൽ അടഞ്ഞുതുറക്കും... നേരെ എതിരെയുള്ള ഒരു കസേരയിലിരുന്ന് അമ്മ മകളുടെ ഗോഷ്ഠികൾ ശ്രദ്ധിച്ചിരുന്നു. ഭാവം കണ്ടാൽ തോന്നും, ഒരു പിങ്ങ്ഹേങ്ങ് മത്സരം ശ്രദ്ധയോടെ നോക്കി യിരിക്കുകയാണെന്ന്. അമ്മ മാറി മാറി ആലീസിനേയും ജൂപ്പിനേയും നോക്കിക്കൊണ്ടിരുന്നു.

അർതൂഷും എമിലും ചെസ്സ് കളിക്കാനിരുന്നു. എമിലി അവളുടെ അച്ഛന്നരികത്ത്. നോട്ടം താഴെ കാർപ്പെറ്റിൽ. കാലുകൾ രണ്ടും കൂട്ടിവെച്ച് കാൽമുട്ടുകളിൽ, കൈമുട്ടുകൾ അമർത്തി... കൈകളാൽ താടി താങ്ങിപ്പിടിച്ച്. അർമേൻ അവന്റെ അച്ഛന്റെ പുറകിലായി നിന്നു. പുതിയ പാന്റുകളാണ് ധരിച്ചിരുന്നത്. മുറിയുടെ മറ്റേ അറ്റത്ത് വയലറ്റ് ഞങ്ങളുടെ വിവാഹ ആൽബം കാര്യമായി നോക്കുന്നുണ്ടായിരുന്നു. അർതൂഷും ഞാനും വിവാഹം കഴിച്ച കാലത്ത് എങ്ങനെയായിരുന്നു എന്ന് കാണണമെന്ന് അവൾ നിർബന്ധം പിടിക്കുകയായിരുന്നു. ഗാർനിക്കും നീനയും ഇടയ്ക്ക് ആലീസിനോടും ജൂപ്പിനോടും സംസാരിച്ചു. ചിലപ്പോൾ തിരിഞ്ഞ് എന്റെ അമ്മയോടും... എന്നാലും അധികവും തമ്മിൽ തമ്മിൽ തന്നെയായിരുന്നു അവരുടെ സംസാരം. എന്തിനാണെന്നറിഞ്ഞില്ല, അടിക്കടി എന്തെങ്കിലും പറഞ്ഞ് അവർ ഉറക്കെ ചിരിക്കുന്നതു കേട്ടു.

വയലറ്റ് ചോദിച്ചു, “വിവാഹ ഫോട്ടോകളിൽ ഒന്നെങ്കിലും ചില്ലിട്ട് ഭിത്തിയിൽ തൂക്കാത്തതെന്താണ്?”

അതിനെന്താണൊരു കാരണം പറയുക എന്നാലോചിക്കുന്നതിനിടയിൽ എമിലി രണ്ടുകൈകൊണ്ടും അവളുടെ കവിളിലടിച്ചു.

“അയ്യോ! എന്റെ ഷൂസിലെ പൂവ് കാണാനില്ല.” ഞങ്ങളെല്ലാവരും എമിലിയുടെ ഷൂസിലേക്ക് നോക്കി. ഇളം പച്ചനിറം. ഒന്നിൽ പെരുവിരലിന്റെ മുകളിലായി ഒരു വെളുത്ത പൂവുണ്ടായിരുന്നു... മറ്റേതിലെ പൂ കാണാനില്ലായിരുന്നു.

"അത് ഇവിടെ എവിടെയെങ്കിലും വീണു കിടക്കുന്നുണ്ടാകും..." അർമേൻ ഉടനെ പറഞ്ഞു, "വരൂ, നമുക്ക് തിരഞ്ഞു നോക്കാം."എമിലി തല ചെരിച്ചുപിടിച്ച് അവളുടെ അച്ഛന്റെ നേരെ നോക്കി. എമിൽ ചിരിച്ചു കൊണ്ട് മകളോടുപറഞ്ഞു, "പോയി നോക്കൂ... ചിലപ്പോൾ ഇവിടെ നിന്നു തന്നെ കിട്ടും."

എമിലി സാവധാനം എഴുന്നേറ്റു. ഇറുകിയ കറുത്ത സ്കർട്ടിന്റെ ചുളിവുകൾ നേരെയാക്കി അർമേന്റെ കൂടെ പോയി. ആൽബവും കൈയിൽ പിടിച്ച് വയലറ്റ് വന്നു. എമിലിയുടെ സ്ഥാനത്തിരുന്നു.

അർതൂഷ് എമിലിനോട് പറഞ്ഞു... "ചെക്ക്... ഇന്ന് നിങ്ങളുടെ ശ്രദ്ധ കളിയിലല്ല."

വയലറ്റ് ആൽബം അടച്ചുവെച്ചു.

കുടിക്കാനുള്ളത് എടുത്തുകൊണ്ടുവരാനാണെന്ന നാട്യത്തിൽ ഞാൻ അടുക്കളയിലേക്ക് ചെന്നു. എമിലി വന്നപ്പോൾ രണ്ടു ഷൂസുകളിലും പൂവുണ്ടായിരുന്നു. ആ കാര്യം എനിക്ക് തീർച്ചയായിരുന്നു. കാരണം, ഇതേപോലെയുള്ള ഷൂസുകൾ ഏതാനും ആഴ്ചമുമ്പ് ഞാനും വാങ്ങിച്ചിരുന്നു എന്ന് അതുകണ്ടപ്പോൾ ഞാനോർത്തതാണ്. ഞാൻ എന്നോടുതന്നെ അപ്പോൾ ചോദിക്കുകയും ചെയ്തു. "ഞാൻ കുട്ടികൾക്കുള്ള ഷൂസ് വാങ്ങിച്ചതാണോ? അതോ ഈ കുട്ടി മുതിർന്ന സ്ത്രീകൾക്കുള്ളത് വാങ്ങിച്ചതോ?"

അടുക്കളയ്ക്കും പൂമുഖത്തളത്തിനുമിടയിൽ ഞാൻ പലതവണ നടന്നു. എന്റെ തലയിൽ എല്ലാവരും കൂടി കെട്ടിവെച്ച ഈ വിരുന്ന്. എപ്പോഴാണൊന്ന് അവസാനിക്കുക? ഞാൻ എന്നോടുതന്നെ പറഞ്ഞു... ക്ഷമിക്കൂ... എല്ലാവരും പോയികഴിഞ്ഞശേഷം, പാത്രങ്ങളൊക്കെ കഴുകി ഒതുക്കിവെച്ച്, അടുക്കള തുടച്ചുവൃത്തിയാക്കി ഞാൻ സാവധാനം ജനലരുകിലെ പച്ച കുഷ്യനിട്ട കസേരയിൽ വന്നിരിക്കും. സർഡോവിന്റെ നോവലിലെ നായകൻ അവസാനം എന്തു തീരുമാനിച്ചു എന്ന് മനസ്സിലാക്കും.

അന്നു രാവിലെ ഞാൻ വീണ്ടും മിസ്സിസ് സിമോനിയനെ പാർട്ടിക്ക് ക്ഷണിക്കാനായി അവരുടെ വീട്ടിൽ പോയിരുന്നു. ഇത്തവണ ആരും നിർബന്ധിച്ചിട്ടല്ല. എനിക്കുതന്നെ തോന്നിയതുകൊണ്ട് പോയതാണ്. വെള്ളനിറത്തിൽ നീണ്ട് അയഞ്ഞ ഒരു കുപ്പായമാണ് അവർ ധരിച്ചിരുന്നത്. വന്ന് വാതിൽ തുറന്നുതന്നപ്പോഴേ എനിക്ക് തോന്നി. അവർക്ക് സുഖമില്ലെന്ന്. കണ്ണുകൾ കുഴിയിൽ പോയിരുന്നു. മുഖത്തിനാകെ ഒരു വിളർപ്പ്. ഞങ്ങൾ സ്വീകരണമുറിയിൽ പോയി ഇരുന്നു. സുഖമില്ലേ എന്നു ഞാൻ തിരക്കിയപ്പോൾ അവർ പറഞ്ഞു, "ഇന്നലെ രാത്രി തീരെ ഉറങ്ങിയില്ല."

പാർട്ടിക്കു ക്ഷണിച്ചപ്പോൾ വരില്ല എന്ന് ഉറപ്പിച്ചു പറഞ്ഞു, ഒരു ശാഠ്യം പോലെ. പിന്നെ ഞാൻ നിർബന്ധിച്ചതുമില്ല. അല്ലെങ്കിലും എന്നെ

സംബന്ധിച്ചും ആ പാർട്ടിക്ക് തീരെ പ്രാധാന്യമുണ്ടായിരുന്നില്ല. ഞാനാഗ്രഹിച്ചത്, അവരിൽനിന്നും ആ പച്ചക്കണ്ണുള്ള മനുഷ്യനെക്കുറിച്ച് കൂടുതലായി അറിയാനായിരുന്നു. എമിലിനെ കുറിച്ചും അയാളുടെ ഭാര്യയെ കുറിച്ചും അവരെന്തെങ്കിലും പറഞ്ഞെങ്കിൽ എന്ന് ഞാൻ ആഗ്രഹിച്ചു. ആ കഥ മുഴുവനായും എനിക്കറിയണം. സിനിമയിലെ 'ട്രെയിലർ' കണ്ടു കഴിയുന്നതോടെ പടം മുഴുവനായും കാണാനുള്ള ആകാംക്ഷ സ്വാഭാവികമായും മനസ്സിലുണ്ടാകുമല്ലോ. അതായിരുന്നു എന്റെ സ്ഥിതി. എന്നാൽ മിസ്സിസ് സിമോനിയന് അന്ന് ഒന്നിനും ഉത്സാഹമുണ്ടായിരുന്നില്ല. ഒന്നും മിണ്ടാതെ താഴെ വിരിച്ച പേർഷ്യൻ പരവതാനിയിലേക്ക് കണ്ണും നട്ടിരുന്നു. ഇനി എഴുന്നേറ്റ് യാത്ര പറയുകയാവും ഭേദം എന്നെനിക്ക് തോന്നി. "കുറച്ചുനേരം കൂടി ഇരിക്കൂ" എന്ന് അവർ ലോഹ്യം പറഞ്ഞതുമില്ല. വളരെ തണുത്ത മട്ട്. ഏതാനും ദിവസം മുമ്പ് തന്റെ വ്യക്തിപരമായ പല കാര്യങ്ങളും അവർ പറയുകയുണ്ടായല്ലോ. ആ സ്ത്രീയാണ് ഇപ്പോൾ മുമ്പിലിരിക്കുന്നത് എന്നു തോന്നിയില്ല. അത്രയും വ്യത്യാസം.

ഞാൻ പാകം ചെയ്ത ആഹാരം ചൂടാക്കാനായി സ്റ്റൗവിൽ വെച്ചു. ചോറ്, ഫെസ്ജാൻ, മുന്തിരി ഇലയിൽ പൊതിഞ്ഞ ഡോൽമ, ഇക്റ, അതിനുപുറമേ ഊണിനു മുമ്പേ കഴിക്കാനുള്ള ഒരു പാനീയവും. എനിക്ക് സ്വതവേ വളരെ ഇഷ്ടമുള്ള ഒന്നാണ്. മിസ്സിസ് സിമോനിയൻ വന്നെങ്കിലോ എന്നു വിചാരിച്ച് അന്ന് ഞാൻ അതിൽ കൂടുതൽ എരിവ് ചേർത്തിരുന്നു. ഞാൻ ഫ്രിഡ്ജിൽനിന്നും പഴക്കംതട്ടാതെ സൂക്ഷിച്ചുവെച്ച ബേസിൻ ഇലയും പാർസിലിയും ഉള്ളിത്തണ്ടും, മുള്ളങ്കിയുമൊക്കെ എടുക്കുകയായിരുന്നു. കൂട്ടത്തിൽ ഉപ്പിലിട്ട പച്ചക്കറികളുമുണ്ടായിരുന്നു. പുറകിൽ പൊടുന്നനെ എമിലിന്റെ ശബ്ദം, "നിങ്ങളെ ഞങ്ങൾ അനാവശ്യമായി ബുദ്ധിമുട്ടിക്കുകയാണ്."

ഞാൻ തിരിഞ്ഞുനോക്കി. അടുക്കളമേശയ്ക്കരികെയാണ് അയാൾ നിന്നിരുന്നത്. "എനിക്ക് ബുദ്ധിമുട്ടൊന്നുമില്ല... നിങ്ങൾക്കിതൊരു രസമുള്ള നോരമ്പോക്കാണെങ്കിൽ..."

എന്റെ വിമർശനബുദ്ധി തൽക്ഷണം ശാസിച്ചു, "വേണ്ടാത്തതു പറഞ്ഞു" ഉടനെ ഞാൻ തിരുത്തി, "ഞാനുദ്ദേശിച്ചത് എല്ലാവർക്ക് സന്തോഷമാണെങ്കിൽ എന്നാണ്."

ഉപ്പിലിട്ടതിന്റേയും പച്ചിലകളുടേയും പാത്രങ്ങൾ അയാൾ എന്റെ കൈയിൽനിന്നും വാങ്ങി. സാലഡ് കിണ്ണത്തിന് തൊട്ടടുത്തായി ട്രേയിൽ വെച്ചു. "ക്ലാരിസ്, നമുക്ക് ഒന്ന് സംസാരിക്കണം... നിങ്ങൾക്കിത്തിരിയെങ്കിലും ഒഴിവുകിട്ടുമ്പോൾ" അയാളുടെ കഴുത്തിലെ സ്വർണ്ണമാല ഷർട്ടിനു പുറത്തേക്ക് വീണുകിടന്നിരുന്നു. എന്റെ ഹൃദയം അതിവേഗം തുടിക്കാൻ തുടങ്ങി. നീന അകത്തേക്ക് വന്നു. "പറയൂ, ഞാനെന്താണ് ചെയ്യേണ്ടത്? ഇതെല്ലാം ഞാൻ ഊണുമേശയിൽകൊണ്ടു വെക്കട്ടെ?"

ഞാൻ തല കുലുക്കി. പക്ഷേ ശബ്ദിക്കാനായില്ല. കൈയിൽ ട്രേയുമായി നീന പുറത്തേക്ക് പോയി.

"തിങ്കളാഴ്ച ഉച്ചയ്ക്കുശേഷം?" എമിൽ ചോദിച്ചു.

പാത്രത്തിൽനിന്നും ചട്ടുകം കൊണ്ട് കോരിയെടുത്ത് ഞാൻ വിളമ്പാനുള്ള തട്ടത്തിൽ നിറച്ചു. തിങ്കളാഴ്ച കുട്ടികൾ സ്കൂളിൽനിന്നും വൈകീട്ടാണെത്തുക എന്ന ചിന്ത പെട്ടെന്ന് മനസ്സിൽ മിന്നി. അന്ന് വാർഷികാഘോഷങ്ങൾക്കുള്ള പരിശീലനമുണ്ട്... സ്കൂൾ വിട്ടതിനു ശേഷം. തിങ്കളാഴ്ച രാവിലെ അർതൂഷിന് ലൊറാംഷഹറിൽ പോകണം. രാത്രി വൈകിയേ തിരിച്ചുവരൂ. ആലീസിന് രാത്രി ജോലിയാണ്. അമ്മയെ ഏതോ കൂട്ടുകാരി ക്ഷണിച്ചിട്ടുമുണ്ട്. ഇല്ല, എനിക്ക് വേറെ തിരക്കൊന്നുമില്ല. "ആയിക്കോട്ടെ" ഞാൻ പറഞ്ഞു.

നീന അപ്പുറത്തുനിന്ന് എമിലിനെ വിളിച്ചു. അയാൾ പുറത്തേക്ക് കടക്കവേ അകത്തേക്ക് വരുന്ന അമ്മയുടെ മേൽ മുട്ടി. "ക്ഷമിക്കണേ" എമിൽ ഒരു വശത്തേക്കൊതുങ്ങിനിന്നു. ഇത്തിരി ഞെരുങ്ങിയാണ് അമ്മ അകത്തേക്ക് കടന്നത്.

അമ്മ അകത്തേക്ക് വന്നു. മേശയ്ക്കരുകിൽ നില്ക്കുന്ന എന്റെ കാതിൽ സ്വകാര്യം പറഞ്ഞു. "നമ്മൾ രണ്ടുപേരും കഴുതകളായി. പരിഭ്രമം തോന്നേണ്ട കാര്യമൊന്നുമില്ല. അവർ തമ്മിൽ നല്ല ചേർച്ച. എത്ര കാര്യമായാണ് ജൂപ് ആലീസിനോട് സംസാരിക്കുന്നത്. അവളുടെ വിധി ഇതായിരിക്കും. അയാൾ അർമേനിയനല്ല... എന്നാലെന്താ? നീ എന്താ കാട്ടുന്നത്? ചോറൊക്കെ പാത്രത്തിനു പുറത്താണല്ലോ!"

ഞാൻ ചോറിന്റെ തട്ടമെടുത്ത് അടുക്കളയിൽനിന്നും പുറത്തേക്ക് കടന്നു. "കുട്ടികളേ, ഉണ്ണാറായി! ഞാൻ മൂന്നുതവണ വിളിച്ചതിൽ പിന്നേയാണ് അർമേനും എമിലിയും ഭക്ഷണം കഴിക്കാൻ വന്നത്. പെൺകുട്ടികൾ മൂന്നുപേരും അവരുടെ ഭക്ഷണം തട്ടിലെടുത്ത് ഉഴിഞ്ഞാലയിലിരുന്നു കഴിക്കാൻ തയ്യാറായി. ഞാൻ വേണ്ട എന്നുപറയാൻ നാക്കെടുത്തപ്പോഴേക്കും സോഫി എന്റെ അരക്കെട്ടിൽ ചുറ്റിപ്പിടിച്ചു. "അമ്മായി ഞങ്ങൾ രാജകുമാരിയുടെ അടുത്തിരുന്ന് ആഹാരം കഴിച്ചോട്ടെ!"

"എന്ത്? ഏതു രാജകുമാരി?" എനിക്ക് കാര്യം മനസ്സിലായില്ല.

"അമ്മയ്ക്കറിയില്ല." സോഫി പറഞ്ഞുകൊടുത്തു. "വാസ്തവത്തിൽ ആ വില്ലോ മരം ഒരു രാജകുമാരിയാണ്..."

അവൾ പറഞ്ഞുതീരുംമുമ്പേ നീന ധൃതി കൂട്ടി. "കുട്ടികൾക്ക് ഞാൻ വിളമ്പിക്കൊടുക്കാം. ക്ലാരീസ്, നീ കുറച്ചുനേരം അടങ്ങിയിരിക്ക്."

"കാണുമ്പോഴേ കൊതിയാവുന്നു." സ്വന്തം തട്ടിലേക്ക് ചോറു വിളമ്പിക്കൊണ്ട് ഗാർനിക് പറഞ്ഞു.

വയലറ്റ് എമിലിനോട് ചോദിച്ചു. "ഡോൽമ ഇഷ്ടമാണോ?"

ഞാൻ മേശപ്പുറത്തേക്ക് സൂക്ഷിച്ചുനോക്കി. എല്ലാം എടുത്തു വെച്ചിട്ടില്ലേ? ഒന്നും മറന്നിട്ടില്ലല്ലോ. അതിനിടയിൽ ഞാൻ എന്നോടുതന്നെ ചോദിച്ചു. വയലറ്റും എമിലും തമ്മിൽതമ്മിൽ നീ എന്നു പറയാൻ തുടങ്ങിയതെപ്പോഴാണ്. ഔപചാരികമായ "നിങ്ങൾ" അവർ തീരെ വേണ്ടെന്നുവെച്ച പോലെയുണ്ടല്ലോ.

ഞാൻ എയർ കണ്ടീഷണറിന്റെ തണുപ്പുകൂട്ടാൻ പോയി. ജൂപ്പിന്റെ തട്ടിലേക്ക് ചോറ് കോരിയിടുന്ന ആലീസിനോടായി അമ്മ പറഞ്ഞു... "ഇത്ര കുറച്ചോ? കുറച്ചുംകൂടി വിളമ്പൂ ദാ..., ആ വലിയ കഷണം ഇറച്ചി ജൂപ്പിനെടുത്തു കൊടുക്കൂ."

എനിക്ക് കഴിക്കാൻ തട്ടുണ്ടായിരുന്നില്ല. അതെന്റെ പതിവാണ്. ഭക്ഷണത്തിന് അതിഥികൾ ഉണ്ടെങ്കിൽ, കൂട്ടത്തിൽ എന്നെ ചേർക്കാൻ ഞാനെപ്പോഴും മറക്കും. ഞാൻ തട്ടെടുക്കാൻ അടുക്കളയിലേക്ക് ചെന്നു. അതിനിടയിൽ പറഞ്ഞു, "നിങ്ങൾ തുടങ്ങിക്കോളൂ, ഞാനിതാ വന്നു."

വാസ്തവത്തിൽ എന്റെ കാര്യം ആരും ശ്രദ്ധിച്ചിരുന്നില്ല. അവരെല്ലാ വരും ഭക്ഷണം കഴിക്കാൻ തുടങ്ങിയിരുന്നു. എമിലും വയലറ്റും മാത്രം തൊട്ടുതൊട്ടിരുന്ന് വർത്തമാനം പറയുകയായിരുന്നു. ആഹാരം കഴിക്കാൻ തുടങ്ങിയിരുന്നില്ല. നീന കണ്ണുകാട്ടി എന്റെ ശ്രദ്ധ അവരുടെ നേരെ തിരിച്ചു. അവൾ എന്നെ നോക്കി കണ്ണിറുക്കി, "സൂത്രം ഫലിച്ചു" എന്ന ഭാവം. ചുണ്ടുകൾ കടിച്ചമർത്തി എമിലി വയലറ്റിനെ തുറിച്ച് നോക്കു ന്നത് കണ്ടു. നീനയുടെ കണ്ണിറുക്കൽ അവൾ ശ്രദ്ധിച്ചിരിക്കുമോ?

ഞാൻ അടുക്കളയുടെ നടുവിൽ ചെന്നുനിന്നു. എന്തിനാണെന്റെ ഹൃദയം ഇത്ര ശക്തിയിൽ മിടിക്കുന്നത്? എന്റെ വിശപ്പെവിടെപ്പോയി? ഊണുമേശയിലേക്ക് മടങ്ങാൻ മനസ്സു മടിക്കുന്നതെന്തു കൊണ്ടാണ്? ഈ പാർട്ടി ഒന്ന് അവസാനിച്ചു കിട്ടിയെങ്കിൽ!

ഊണിനുമുമ്പായി കുടിക്കാനും കഴിക്കാനും കൊടുത്തതിന്റെ ഗ്ലാസ്സുകളും പ്ലേറ്റുകളും അവിടെ കൂടി നിന്നിരുന്നു. ഞാൻ ഓരോന്നായി എടുത്ത് കഴുകാൻ തുടങ്ങി. എമിലിനു എന്തായിരിക്കും എന്നോടു പറ യാനുണ്ടാവുക? വയലറ്റിനോട് എന്തിനെ കുറിച്ചായിരിക്കും അയാളി പ്പോൾ സംസാരിക്കുന്നത്? എന്റെ ഈ ക്ഷീണത്തിനും വല്ലായ്മയ്ക്കും എന്താണ് കാരണം? ഈ എയർകണ്ടീഷനറിന് എന്തുപറ്റി? ഒട്ടും തണുപ്പു തോന്നുന്നില്ലല്ലോ!

പെട്ടെന്ന് ആ നിലവിളി കേട്ടപ്പോൾ ഞാൻ ഭയന്ന് പുറത്തേക്കോടി. വയലറ്റ് എഴുന്നേറ്റു നില്ക്കുന്നു. അവളുടെ വെളുത്ത ഉടുപ്പിൽ പച്ചനിറ ത്തിൽ വലിയൊരു കറ. എമിലി എഴുന്നേറ്റുനിന്ന് വായപൊത്തി ക്ഷമാ പണം നടത്തുന്നു... "അറിയാതെ പറ്റിയതാണ്... കൈയിൽനിന്നും വഴുതി പ്പോയി... ക്ഷമിക്കണേ..." അച്ചാറിന്റെ കുപ്പി താഴെ വീണ് തകർന്നു കിടന്നിരുന്നു.

അമ്മ പറഞ്ഞു, "വേഗമാവട്ടെ... ആ കറയുടെ മീതെ ഇപ്പോൾതന്നെ ഉപ്പ് വിതറൂ.. അമ്മ ഉപ്പുകുപ്പിയെടുത്തു അർതൂഷിനെ ഏല്പിച്ചു. നീനയ്ക്കു കൊടുക്കാനായി. അവൾ കുനിഞ്ഞിരുന്ന് ക്ലീനെക്സുകൊണ്ട് കറ തുടച്ചുമാറ്റാൻ ശ്രമിക്കുകയായിരുന്നു.

"സാരല്ല്യാ" ഗാർനിക് പറഞ്ഞു. "അച്ചാറിന്റെ കറയല്ലേ... നന്നായി വെള്ളമൊഴിച്ച് തേച്ചു കഴുകിയാൽ പൊയ്ക്കോളും." ആലീസ് പറഞ്ഞു, "ആർക്കും രണ്ടുതവണ മിന്നലേല്ക്കില്ല." ജൂപ്പിന് സംഗതി മനസ്സിലായില്ല... "രണ്ടുതവണ... മിന്നൽ?" ആലീസ് വിശദമാക്കാൻ തുടങ്ങി. "ഈ രാത്രി ഇനി വേറെ അപായമൊന്നും അവർക്ക് സംഭവിക്കില്ല എന്നാണുദ്ദേശിച്ചത്." എമിൽ എമിലിയോടു ചോദിച്ചു, "നീ ഒരിക്കലും അച്ചാറു കഴിക്കാറില്ലല്ലോ... പിന്നെ എന്തിനാണാ കുപ്പിയെടുത്തത്? അച്ഛൻ മകളെ കുറ്റപ്പെടുത്തുകയായിരുന്നില്ല, അദ്ഭുതം പ്രകടിപ്പിക്കുകയായിരുന്നു. എമിലിയുടെ ഭാവം... കരച്ചിലിന്റെ വക്കിലെന്നപോലെ.

"കൈ തെറ്റിയതാണ്." നീന പറഞ്ഞു. "അറിയാതെ സംഭവിച്ച ഒരു അബദ്ധം."

ഞാൻ എമിലിയെ നോക്കി... ശരിക്കും അത് ഒരു കൈയ്യബദ്ധമായിരുന്നുവോ?

ഞാൻ വയലറ്റിനേയും കൊണ്ട് കുളിമുറിയിലേക്കു പോയി. കറ കഴുകി കളയാൻ പുതിയൊരു തേപ്പെടുത്തു കൊടുത്തു. അവൾ അതെന്റെ കൈയിൽ നിന്നും തിടുക്കത്തിൽ പിടിച്ചുവാങ്ങി. നിർത്താതെ പിറുപിറുത്തുകൊണ്ട് തേച്ചുകഴുകാൻ തുടങ്ങി. "മണ്ടിപ്പെണ്ണ്... എന്റെ വിലകൂടിയ ഉടുപ്പാണ് നശിപ്പിച്ചുകളഞ്ഞത്. അത് ലണ്ടനിൽനിന്നും വാങ്ങിയ ഒരു ഓർമ്മ സമ്മാനമായിരുന്നു... എനിക്കേറ്റവും ഇഷ്ടമുള്ള ഉടുപ്പ്."

തേപ്പു തുണി അവളൊരു മൂലയിലേക്ക് എറിഞ്ഞു. ചുമരിലെ കണ്ണാടിയിൽ നോക്കി മുടി നേരെയാക്കി. ഞാനരികിൽ നില്ക്കുന്നതുപോലും ഗൗനിക്കാതെ വയലറ്റ് പല്ലിറുമ്മിക്കൊണ്ട് പറഞ്ഞു, "ദുഷ്ട... നോക്കിക്കോ... ജീവിതത്തിൽ ഒരിക്കലും മറക്കാത്തൊരു പാഠം ഞാൻ നിന്നെ പഠിപ്പിക്കും."

ഞങ്ങൾ വീണ്ടും മേശയ്ക്കരികിലേക്ക് വന്നു. എമിൽ എഴുന്നേറ്റു നിന്നു. വയലറ്റ് സ്വന്തം സ്ഥാനത്തിരിക്കുന്നതുവരെ അയാൾ ഇരുന്നില്ല. തന്റെ അടുത്തുനിന്നിരുന്ന എമിലിയോടയാൾ പറഞ്ഞു,

"മാപ്പു ചോദിക്കൂ..."

എമിലി ഉറക്കെത്തന്നെ പറഞ്ഞു, "നിങ്ങളുടെ ഇത്രയും നല്ല ഉടുപ്പ് കേടുവരുത്തിയതിന് എന്നോട് ക്ഷമിക്കണം."

വയലറ്റ് ചിരിച്ചുകൊണ്ട് സ്നേഹപൂർവം എമിലിയുടെ കവിളിൽ

തലോടി. "ഇതൊന്നും അത്ര കാര്യമാക്കാനില്ല, മോളേ... സത്യം പറ ഞ്ഞാൽ ഇത് എനിക്കിഷ്ടമില്ലാത്ത ഉടുപ്പുകളിലൊന്നാണ്..."

എമിലി പിന്നോക്കം അടിവെച്ചു... അവിടെനിന്നുപോയി. വയലറ്റ് എന്റെ നേരെ നോക്കി കണ്ണു വിടർത്തി. 'നിങ്ങളുടെ പാചകം... കെങ്കേമം തന്നെ!"

ഞാൻ എമിലിന്റെ തട്ടിലേക്ക് നോക്കി. കുറച്ച് സലാഡും ഇത്രയും തന്നത്താൻ എടുത്തിരുന്നു. ഞാൻ മേശയിലേക്ക് ചാഞ്ഞ് ഡോൽമയുടെ പാത്രം കൈയിലെടുത്ത് അയാളുടെ തട്ടിലേക്ക് വിളമ്പാനാഞ്ഞു. അപ്പോ ഴേക്കും സോഫിയും എന്റെ ഇരട്ടകളും ഒച്ചവെച്ചുകൊണ്ട് അകത്തേ ക്കോടി വന്നു.

"ഒരു ആമയോളം വലുപ്പമുള്ള ഒരു ഊക്കൻ തവള... ഊഞ്ഞാൽപടി യിലേക്ക് ചാടിവീണു." അർമീനെ പറഞ്ഞു.

"അതെ, ഒരു ആമയോളം വലുപ്പമുള്ളൊരു തവള..." പതിവുപോലെ അർസീനെ ഏറ്റുപറഞ്ഞു.

"അമ്മായി, അതിനു കുശുമ്പായിരുന്നു... ആ ഇയ്യാംപാറ്റകളോട്" സോഫി സ്വന്തം തമാശ ആസ്വദിച്ചുകൊണ്ട് ചിരിച്ചു.

"എന്ത്?" നീന ചോദിച്ചു. സോഫി "പർവാന"യുടെ കഥ പറയാൻ തുടങ്ങി.

"മതി... മതി..." മകളുടെ കൈയിൽനിന്നും നീന തട്ടം വാങ്ങി.

"പോയി കളിച്ചോളൂ... ഇത് കഥ കേൾക്കാനുള്ള സമയമല്ല."

"അമ്മ ഒരിക്കലും എനിക്ക് കഥ പറഞ്ഞുതരാറില്ല." സോഫി കിണുങ്ങി. "ഇന്ന് ക്ലാരീസ് അമ്മായി ഒരു കഥ പറഞ്ഞു... എന്തു രസ മായിരുന്നു!"

ഞാൻ സോഫിയുടെ മുഖത്ത് പറ്റിപ്പിടിച്ചിരുന്നത് തുടച്ചുമാറ്റി. മൂന്നു പേരോടുമായി പറഞ്ഞു, "പോയി നോക്കൂ, രാജകുമാരിയും തവളയും എന്താണ് ചെയ്യുന്നതെന്ന്"

"നിങ്ങളാരെങ്കിലും കേട്ടോ പെഗോവിനും ഷംക്കാലിനും ഇടയി ലുണ്ടായ സംഭവം?"

"ആര്...? ചംക്കാലോ?"

"ചംക്കാലല്ല" ഗാർനിക്ക് അവളെ തിരുത്തി. "ഷംകാൽയ എണ്ണ ക്കമ്പനിയിലെ, പൊതുകാര്യവകുപ്പിന്റെ തലവനാണ്. നീന വീണ്ടും അതുതന്നെ പറഞ്ഞ് ഉറക്കെ ചിരിച്ചു, "അതു ശരി... ചംക്കാൻ അല്ലേ?" അവൾ എന്റെ നേരെ തിരിഞ്ഞു.

"ഇക്ര... അസ്സലായിരിക്കുന്നു!"

"എരിവ് കുറച്ചധികമായി" അമ്മ പരാതിപ്പെട്ടു. വഴുതിനങ്ങ ചുട്ടത് പോരാ... കുറച്ചുകൂടി ആവാമായിരുന്നു. എങ്കിൽ ഇത് ഒന്നാന്തരമായേനേ!"

“നിങ്ങൾക്കറിയാമോ?” ഗാർനിക്കിന്റെ ചോദ്യം അർതൂഷിനോടാ യിരുന്നു. “ഷംക്കാൻ ഡാഗേസ്ഥാനിലെ യുവരാജാവായിരുന്നു.”

“അങ്ങനെയെന്തോ ഞാനും കേട്ടിട്ടുണ്ട്.” അർതൂഷ് കുറച്ച് ഡോൽമ യെടുത്ത് സ്വന്തം തട്ടിലേക്കിട്ടു. ഞാൻ എമിലിന്റെ കിണ്ണത്തിലേക്ക് നോക്കി. ഡോൽമ ഇനിയും തൊട്ടിട്ടില്ല.

ഗാർനിക്ക് അയാളുടെ തട്ടെടുത്ത് നീനയുടെ നേരെ നീട്ടി. “കുറച്ച് ഫെസെൻജാൻ വിളമ്പിത്തരൂ, ക്ലാരീസിന്റെ ഫെസെൻജാൻ കഴിക്കാൻ തുടങ്ങിയാൽ... എനിക്ക് നിർത്താനാവില്ല. ഒന്നാലോചിച്ച് നോക്കൂ. ഡാഗേ സ്ഥാനിലെ മുൻഷായുടെ മകൻ ഇപ്പോൾ സോവിയറ്റ് അംബാസഡറുടെ ആതിഥേയൻ!”

“അതിരിക്കട്ടെ... ഈ പറഞ്ഞ സാഗേസ്ഥാനെവിടെയാണ്?” നീന ചോദിച്ചു... അവൾ എന്റെ അമ്മയുടെ നേരെ തിരിഞ്ഞു, മിസ്സിസ് വൊസ്കാനിയൻ, കുടിക്കാനെന്താ വേണ്ടത്? പെപ്സി? അതോ കാനഡാ ഡ്രൈ വേണോ?”

ജൂപ് ചെറുതായൊന്ന് ചുമച്ച് എല്ലാവരുടേയും ശ്രദ്ധ ക്ഷണിച്ചു... “നിങ്ങളുടെ സമ്മതത്തോടെ... ഞാൻ പറഞ്ഞു തന്നാലോ” അയാൾ വിശദമായൊരു വിവരണം തന്നെ നല്കി. അയാൾ ഡഗേസ്ഥാൻ എന്ന തിനുപകരം ഡാജെസാഥാനി എന്നാണ് പറഞ്ഞത്. കാസ്പിയൻ കടലിനും ജോർജ്ജിയക്കുമിടയിലുള്ള ഒരു രാജ്യം നിറയെ പർവത ങ്ങളാണ്. ഡാഗ് എന്നാൽ ടർക്കി ഭാഷയിൽ പർവ്വതം എന്നാണർത്ഥം. റഷ്യയിലെ വിപ്ലവം വരെ അവിടെ രാജഭരണമായിരുന്നു... ഷായാണ് രാജ്യാധിപതി. കമ്മ്യൂണിസ്റ്റ് ഭരണം പ്രാബല്യത്തിൽ വന്നപ്പോൾ അത് സോവിയറ്റ് റിപ്പബ്ലിക്കിന്റെ ഒരു ഭാഗമായി. പഴയ ഷാ യൂറോപ്പിലേക്ക് പലായനം ചെയ്തു. ഇപ്പോൾ അദ്ദേഹത്തിന്റെ മകൻ അബ്ദാനിലെ എണ്ണ കമ്പനിയിൽ, പൊതുകാര്യ വകുപ്പിന്റെ തലവനാണ്.”

ഏതാനും നിമിഷം അവിടെ തികഞ്ഞ നിശ്ശബ്ദതയായിരുന്നു. എല്ലാ വരും മിണ്ടാതെ ജൂപ്പിനെത്തന്നെ നോക്കിയിരുന്നു. ആലീസ് ആണ് ആദ്യം കൈയടിച്ചത്... “അസ്സലായി... നിങ്ങളൊരു സർവവിജ്ഞാന കോശം തന്നെ... ആ മട്ടിലായിരുന്നു വിവരണം! ജൂപ്പിന്റെ മുഖം തുടുത്തു. “ചരിത്രത്തിലും ഭൂമിശാസ്ത്രത്തിലും എനിക്ക് വളരെ താത്പര്യമാണ്.”

ഗാർനിക് എന്റേയും നീനയുടേയും നേരെതിരിഞ്ഞ്, തീരെ പതിഞ്ഞ സ്വരത്തിൽ പറഞ്ഞു, “എന്റെ ഊഹം തെറ്റിയിട്ടില്ലെങ്കിൽ ഇയാളൊരു ചാരനാണ്... അല്ലെങ്കിൽ അതുപോലെയുള്ള എന്തോ ഒന്ന്...”

അയാൾ തമാശ പറഞ്ഞതുപോലെ കുലുങ്ങിചിരിച്ചു. നീന അയാളെ പതുക്കെ ശാസിച്ചു. “നിങ്ങളും നിങ്ങളുടെ ഓരോ മണ്ടൻ ഊഹങ്ങളും!”

എല്ലാവരും കേൾക്കാനായി ഗാർനിക് ഉറക്കെ പറഞ്ഞു, “കൃത്യസമ യത്ത്... ഞാൻ ചുരുക്കിപ്പറയാം... എണ്ണക്കമ്പനി സന്ദർശിക്കാൻ വരുന്ന

പെഗോവിനെ സ്വീകരിക്കാൻ ഷംക്കാൻ. ചില വകുപ്പുമേധാവികളുമായി പോകുന്നു. വഴയ യുവരാജാവും ഇപ്പോഴത്തെ സോവിയറ്റ് സ്ഥാന പതിയും ആദ്യം പരസ്പരം അടിതൊട്ടു മുടി വരെ നോക്കി നില്ക്കുന്നു. ഗാർനിക് എഴുന്നേറ്റുനിന്നു. ഫോർക്കും സ്പൂണും കൈയിൽ പിടിച്ചു കൊണ്ടുതന്നെ ആ രണ്ടുപേരുടേയും ഭാവഹാവാദികൾ അനുകരിക്കാൻ ശ്രമിച്ചു. "എല്ലാവരും വീർപ്പടക്കി നിന്നു. ഒരു മൽപിടുത്തത്തിനുള്ള പുറപ്പാടായിരിക്കുമോ?" ഫോർക്കും സ്പൂണും കൊണ്ട് ഗാർനിക് ഒരു വാൾപയറ്റ് അഭിനയിച്ചുകാണിച്ചു. "പിന്നെ സാവധാനം സമരവീര്യ ത്തോടുകൂടിയ കമ്മ്യൂണിസ്റ്റുകാരനും സ്ഥാനം നഷ്ടപ്പെട്ട പഴയ രാജ കുമാരനും പരസ്പരം കൈ കൊടുത്തു... സൗഹൃദപൂർവം ഹലോ പറഞ്ഞു... ഭാഷ ഒരുപക്ഷേ റഷ്യൻ ആയിരിക്കാം... എന്തായാലും കണ്ടു നിന്നവരുടെ ശ്വാസം നേരെ വീണു, സമാധാനമായി.

കിണ്ണത്തിൽ പെഡൻജാൻ ധാരാളം വിളമ്പി നീന ഭർത്താവിനു നേരെ നീട്ടി. "ഹേ... സൂക്ഷിക്കണം മിസ്റ്റർ ബർട്ലൻകാസ്റ്റർ, നിങ്ങളുടെ കൈയിലെ മുള്ള് എന്റെ കണ്ണിൽ കുത്തിക്കയറിയേനേ."

ഗാർനിക് ചിരി നിർത്തി തന്റെ സ്ഥാനത്തിരുന്നു. "ഞാൻ ഒന്നു രണ്ടു തവണ ഷംകാലിനെ കണ്ടിട്ടുണ്ട്. നല്ല കൂട്ടത്തിലാണ്... സരസനു മാണ്. നല്ല വിവരമുള്ള ആൾ. അഞ്ചോ ആറോ ഭാഷ നന്നായി കൈ കാര്യം ചെയ്യും... ഇത്രയും നല്ല ഫെഡൻജാൻ പാകം ചെയ്ത പ്രതിഭ യ്ക്ക് എന്റെ അഭിനന്ദനങ്ങൾ!"

ഗാർനിക് കുറച്ച് സലാഡ് തന്റെ കിണ്ണത്തിലേക്കെടുത്തിട്ടു. "നമ്മൾ ഇന്ന് ജീവിക്കുന്നത് ഒരു മാതിരി ഭ്രാന്തുപിടിച്ച ഒരു ലോകത്തിലാണ്. കടലാസിൽ എഴുതിയത് റബ്ബർ കൊണ്ട് മായ്ച്ചുകളയുന്ന ലാഘവ ത്തോടെയല്ലേ അവർ ഓരോ രാജ്യങ്ങളെ ഭൂപടത്തിൽനിന്ന് മാറ്റിക്കള യുന്നത്?" അർതൂഷ് വളരെ ഗൗരവത്തിൽ അതിനനുബന്ധമായി പറഞ്ഞു. "ആ ഇസ്ഥാനം... ഈ ഇസ്ഥാനം. അങ്ങനെയുള്ളതിനെ യൊക്കെ ഭൂപടത്തിൽനിന്നും മാറ്റേണ്ട കാലം അതിക്രമിച്ചു... എല്ലാം കൂടി ഇനി ഒന്നു മതി."

ഗാർനിക് പച്ചിലകളുടെ തട്ടിലേക്ക് കൈനീട്ടി. "മതി... മതി... ഇനി എല്ലാവരും റഷ്യൻ ഭാഷ സംസാരിച്ചാൽ മതി... മാക്സിം ഗോർക്കിയുടെ പുസ്തകങ്ങൾ വായിച്ചാൽ മതി."

നീനയും ഞാനും ഒരുമിച്ചു പറഞ്ഞു... "നിർത്തുന്നുണ്ടോ രണ്ടു പേരും... ഇനി പതിവുള്ള തർക്കം തുടങ്ങേണ്ട."

ഏതാനും നിമിഷം എല്ലാവരും നിശ്ശബ്ദരായി ഇരുന്നു. അമ്മയും ആലീസും മാത്രം ജൂപ്പിന് വിശദമായി പറഞ്ഞുകൊടുത്തു. ഫെസെൻജാൻ പാകം ചെയ്യുന്ന വിധം. എമിൽ വയലറ്റിന്റെ കാതിൽ എന്തോ പറഞ്ഞു. രണ്ടുപേരും കുലുങ്ങിചിരിച്ചു. നീന വീണ്ടും

ഗാർനിക്കിനെ തോണ്ടി... "അപ്പോൾ അത് ചംകാലാണ്, അല്ലേ?" ഗാർനിക്ക് പ്രേമപൂർവ്വം അവളുടെ കവിളിൽ നുള്ളി... "കുറുമ്പീ..."

ജൂപ് എന്തോ ഗൗരവത്തോടെ ആലീസിനു വിശദീകരിച്ചു കൊടുക്കുകയായിരുന്നു. എമിൽ വയലറ്റിന്റെ കാതിൽ വീണ്ടും അടക്കം പറഞ്ഞുകൊണ്ടിരുന്നു. എന്തായിരിക്കും അവർ ഇത്ര കാര്യമായി സംസാരിക്കുന്നത്? അതിനെ കുറിച്ച് കൂടുതൽ ചിന്തിക്കാൻ ഇടകിട്ടിയില്ല. "എല്ലാവരും ഇതൊന്നു കേൾക്കൂ..." ആലീസ് എല്ലാവരുടേയും ശ്രദ്ധ ക്ഷണിച്ചു. "പറയൂ... എല്ലാവരും കേൾക്കട്ടെ, " അവൾ ജൂപ്പിന് പ്രോത്സാഹനം നല്കി. അപ്പോഴും അയാളുടെ മുഖം തുടുത്തു. അയാൾ വെറുതെ തലയാട്ടി. ആലീസ് ഞങ്ങളുടെ നേരെ തിരിഞ്ഞു. "ആർക്കെങ്കിലും അറിയാമോ ബ്രേയം, ബവാർഡാ എന്നീ വാക്കുകളുടെ അർത്ഥം?" അവൾ പിന്നേയും ജൂപ്പിനെ നോക്കി. "ഇതൊക്കെ നിങ്ങൾ എങ്ങനെ മനസ്സിലാക്കി?" അപ്പോഴും ജൂപ്പിന്റെ മുഖം ചുകന്നു. "ശരി ഞാൻ പറയാം. ബ്രേയം എന്നത് ഒരുതരം ഈന്തപ്പഴമാണ്. ബ്രിട്ടീഷുകാർ അബ്ദാൻ സ്വന്തമാക്കുന്നതിനുമുമ്പ് ഈ പ്രദേശം മുഴുവൻ ഈന്തൽ തോപ്പുകളായിരുന്നു. ഒരു പ്രത്യേകം ജാതി ഈന്തപ്പഴമാണ് അതുല്പാദിപ്പിച്ചിരുന്നത്."

"ഡോൽമയ്ക്ക് പ്രത്യേകം അഭിനന്ദനം" ഗാർനിക് വിളിച്ചു പറഞ്ഞു.

"ഈന്തപ്പഴത്തിനും നല്ല സ്വാദുണ്ട്."

ആലീസ് പറയുന്നത് അർതൂഷ് ശ്രദ്ധയോടെ കേട്ടിരുന്ന ഒരു അപൂർവ്വാവസരം. സാധാരണ അവൾ പറയുന്നത് അദ്ദേഹം കേൾക്കുന്നതായി നടിക്കാറുപോലുമില്ല.

ഫോർക്കും സ്പൂണും കിണ്ണത്തിൽവെച്ച് ആലീസ് മുമ്പോട്ടാഞ്ഞു. "ഇനി ബാക്കിയുള്ളതും കൂടി കേട്ടോളൂ. ബവാർഡ എവിടെ നിന്നുവന്നുവെന്ന് ആർക്കെങ്കിലും ഊഹിക്കാൻ പറ്റുമോ? ഇല്ല അല്ലേ? ഈ പ്രദേശം മുഴുവൻ ഒരു അറബിയുടെ സ്വന്തമായിരുന്നു. അദ്ദേഹത്തിന് സുന്ദരിയായൊരു മകളുണ്ടായിരുന്നു. പേര് വാർഡ. അറബിക്കിൽ വാർഡാ എന്നാൽ റോസാണ്... ഞാൻ പറഞ്ഞത് ശരിയല്ലേ?" അവൾ ജൂപ്പിന്റെ നേരെ തിരിഞ്ഞുചോദിച്ചു. ശരിയാണ് എന്ന് ജൂപ് തല കുലുക്കി. ആലീസ് വീണ്ടും തന്റെ വിവരണം തുടർന്നു. "ഈ അറബിപ്രമാണിയെ അന്നത്തെ നാട്ടുനടപ്പനുസരിച്ച് എല്ലാപേരും ബു-വാർഡ എന്നാണ് വിളിച്ചിരുന്നത്. അതായത് വാർഡയുടെ അച്ഛൻ എന്ന്. ഈ പ്രദേശം ഇംഗ്ലീഷുകാർ വാങ്ങിച്ചപ്പോൾ അവർ അതിനെ പഴയ ഉടമസ്ഥന്റെ പേരിൽ ബുവാർഡ എന്നു വിളിക്കാൻ തുടങ്ങി. കാലം കഴിയവേ ബുവാർഡ മാറി ബവാർഡയുമായി. "ആലീസ് തല വലത്തോട്ട് ചെരിച്ച് പിടിച്ചു... "വടക്കേ ബർവാർഡ്...? അവൾ തല ഇടത്തോട്ട് ചായ്ച്ചു... "തെക്കെ ബർവാർഡ."

"കേൾക്കാൻ രസമുള്ള കാര്യം തന്നെ." അർതൂഷ് പറഞ്ഞു.

ഗാർനിക് വീണ്ടും ഒച്ച താഴ്ത്തി പറഞ്ഞു. "ഞാൻ പറഞ്ഞില്ലേ... ഒരു ചാരനോ മറ്റോ"

"മിണ്ടാതിരിക്കൂ" നീന ഭർത്താവിനെ കൈമുട്ടുകൊണ്ട് മെല്ലെ കുത്തി.

ആലീസ് ആദരവോടെ ജൂപ്പിന്റെ മുഖത്തേക്ക് നോക്കി. "കേൾക്കേണ്ട കാര്യങ്ങൾ തന്നെ... നിങ്ങളെ ഞങ്ങൾ അങ്ങനെ വിടില്ല." ജൂപ് പിന്നേയും നാണിച്ചു. പിന്നേയും ചിരിച്ചു.

പച്ചിലകളുടെ തട്ടം അമ്മ വീണ്ടും എല്ലാവർക്കും എടുത്തുകാണിച്ചു. സുഗന്ധവും ഔഷധഗുണവുമുള്ള ബേസിൽ പോലുള്ള ഇലകൾ. ജൂപ് പറഞ്ഞത് ശരിയാണെങ്കിൽ അത് തികച്ചും അസാധാരണം തന്നെ. സാധാരണയായി ആൺമക്കളുടെ പേര് ചേർത്താണ് അച്ഛന്മാരെ പറ്റി പറയാറ്... പെൺകുട്ടികളുടെ പേരുമായി ബന്ധപ്പെടുത്തിയിട്ടില്ല. എനിക്കതിശയം തോന്നി.

ജൂപ്പും അർതൂഷും തമ്മിൽ സംസാരിക്കുന്നതു കണ്ടു. ജൂപ് പറഞ്ഞു. "ഇത് വെറുമൊരു കെട്ടുകഥയായിക്കൂടെന്നില്ല."

അർതൂഷ് പറഞ്ഞു, "കെട്ടുകഥയോ, യാഥാർത്ഥ്യമോ... സംഗതി രസകരം..."

ഭക്ഷണമേശ വൃത്തിയാക്കുന്നതിനിടയിൽ ആലോചിച്ച് ഞാൻ അദ്ഭുതപ്പെട്ടു. ഞാൻ ഭക്ഷണം കഴിച്ചിട്ടില്ലെന്ന് ആരും ശ്രദ്ധിച്ചിട്ടില്ലല്ലോ. അപ്പോഴേക്കും എമിൽ പറഞ്ഞു... "ഇന്നത്തെ ഡോൾമ ഒന്നാന്തരമായിരുന്നു. നിങ്ങളെങ്ങനെ അറിയാൻ അല്ലേ... ഒന്നും തന്നെ കഴിച്ചില്ലല്ലോ!" അയാളും മേശ വൃത്തിയാക്കാനും പാത്രങ്ങൾ മാറ്റാനും എന്റെ ഒപ്പം കൂടി.

അമ്മ അടുക്കളയിലേക്ക് വന്ന് എമിലിനോട് പറഞ്ഞു. "അവിടെ പോയി ഇരിക്കൂ. ഊണു കഴിഞ്ഞാൽ മേശ വൃത്തിയാക്കുന്ന പണി ആണുങ്ങളുടേതല്ല. അപ്പോഴേക്കും നീനയും അയാളെ വിളിക്കാൻ തുടങ്ങി... എമിൽ പുറത്തേക്ക് പോയി. അമ്മ പിറുപിറുക്കുന്നത് ഞാൻ വ്യക്തമായി കേട്ടു. "സ്ത്രീകളുടെ ചേലത്തുമ്പിൽ തൂങ്ങിനടക്കുന്ന പുരുഷന്മാരെ എനിക്ക് വെറുപ്പാണ്. ജൂപ് ആലീസിനോട് ഊണുകഴിക്കുന്നതിനിടയിൽ പറഞ്ഞത് നീ കേട്ടോ...? അയാൾ പറഞ്ഞു.

മേശപ്പുറത്തുനിന്ന് എച്ചിൽ പാത്രങ്ങൾ പെറുക്കി ഞാൻ അടുക്കളയിലേക്ക് നടന്നു. "ഞാൻ കേട്ടില്ല. എനിക്ക് കേൾക്കുകയും വേണ്ട... എന്നെയൊന്നു വെറുതെ വിടുമോ...? വലിയ ഉപകാരമാകും."

വിരുന്ന് കഴിഞ്ഞ് എല്ലാവരും പിരിയാൻ നേരം നീന എന്റെ കാതിൽ മെല്ലെ പറഞ്ഞു, "നല്ല ചേർച്ച... ശരിയായി എന്നു തോന്നുന്നു.

"വളരെ നന്ദി" വയലറ്റ് എന്റെ അടുത്തുവന്നുപറഞ്ഞു.

അമ്മയുടെ നിർദ്ദേശം, "ബാക്കിവന്ന ഫെസെൻജാൻ കുപ്പിപ്പാത്രത്തിലാക്കി വേണം ഫ്രിഡ്ജിൽ വെക്കാൻ... മറക്കരുത്."

നന്ദി പറയാനും യാത്ര പറയാനുമായി ജൂപ് ഏതാണ്ട് പതിനഞ്ചു മിനിറ്റ് സമയമെടുത്തു.

എല്ലാവരും പോയി. ഞാൻ ഉമ്മറവാതിലടച്ച് കുറ്റിയിട്ടു.

ഞാൻ അടുക്കളയിൽചെന്ന് പാത്രം കഴുകാൻ തുടങ്ങി. അർതൂഷ് പിന്നിൽ വന്നുനിന്നു. എന്റെ അടുത്തേക്ക് ചാഞ്ഞുകൊണ്ട് പറഞ്ഞു, "പെൺകുട്ടികൾ കഥ കേൾക്കാൻ കാത്തിരിക്കുന്നു." അദ്ദേഹം ഉറക്കെ ചിരിച്ചു. സന്ധ്യ മുതൽ ഞാൻ ശ്രദ്ധിക്കുന്നതാണ്. അദ്ദേഹം നിർത്താതെ ചിരിക്കുന്നുണ്ട്.

"എനിക്ക് കഥ പറയാൻ തോന്നുന്നില്ല" മനസ്സിലെ മുഷിവ് വാക്കുകളിലും നിറഞ്ഞു.

"എന്തുപറ്റി?"

ഞാൻ അർതൂഷിന്റെ മുഖത്തേക്ക് നോക്കിയില്ല. "വല്ലാത്ത ക്ഷീണം..." അദ്ദേഹം തന്റെ ഊശാന്താടി തിരുപ്പിടിച്ച് അവിടെത്തന്നെ നിന്നു. ഞാൻ തിരിഞ്ഞുനിന്ന് അദ്ദേഹത്തിന്റെ മുഖത്തേക്ക് നോക്കി.

"നിങ്ങൾക്ക് ഈ താടി വടിച്ചു കളഞ്ഞുകൂടേ?"

മുപ്പത്തിനാല്

ഞാൻ ഏതോ വലിയൊരു വീട്ടിലാണ്. നീണ്ടുപോകുന്ന ഇടനാഴികൾ. കുറെ അധികം മുറികൾ. ഒരുപാട് ആളുകൾ വന്നുപോകുന്നുണ്ട്. എന്നാൽ ഒരാളേയും എനിക്ക് പരിചയമില്ല. അർസീനയുടേയും അർമീന യുടേയും കൈപിടിച്ച് ഞാൻ പുറത്തേക്ക് കടക്കാൻ ശ്രമിച്ചു. പുറത്തേ ക്കുള്ള വഴിയേതാണ്? എനിക്ക് കണ്ടെത്താനായില്ല. വളരെ ഉയരമുള്ള ഒരാൾ, ഒരു പുരോഹിതൻ എന്റെ അരികത്തുവന്നു..." ഈ കടങ്കഥയ്ക്ക് ഉത്തരം തരാതെ നിങ്ങൾക്ക് പുറത്തുപോകാനാകില്ല." അയാൾ എന്റെ മകളുടെ കൈപിടിച്ചു വലിച്ചു. ബലമായി കൂടെ കൊണ്ടുപോയി. ഞാൻ അവരുടെ പിന്നാലെ ഓടി.

വിശാലമായൊരു മുറ്റം. അതിനു ചുറ്റുമായി നിരവധി മുറികൾ. മുറ്റ ത്തിനു നടുവിൽ വെള്ളമില്ലാത്ത ഒരു പൊട്ടക്കുളം. ഞാൻ എന്റെ കുഞ്ഞു ങ്ങളെ വിളിച്ച് ഉറക്കെ കരഞ്ഞു. ഒരു ചെറുപ്പക്കാരി ചെറിയൊരു കുട്ടിയെ ഒക്കത്തെടുത്തു. ഒരു മുറിയിൽനിന്നും പുറത്തേക്ക് വന്നു. അവൾ നീണ്ട ചുകന്ന പാവാട ധരിച്ചിരുന്നു. അത് നിലത്തു തട്ടി ഇഴയുന്നുണ്ട്. അവൾ കുളത്തിനു ചുറ്റും നൃത്തം വെച്ചു നടന്നു. കുട്ടിയെ പലതവണ മുകളി ലേക്ക് എറിഞ്ഞുപിടിച്ചു.

ഞാൻ ഉറക്കമുണർന്നു. ഹൃദയം ശക്തിയായി മിടിക്കുന്നു. ആകെ വിയർത്തു കുളിച്ചിരിക്കുന്നു. അരികിൽ അർതൂഷ് നല്ല ഉറക്കത്തിൽ. ഞാൻ പുതപ്പുമാറ്റി എഴുന്നേറ്റു. കട്ടികുറഞ്ഞ ഒരു സ്വെറ്റർ എന്റെ രാത്രി ഉടുപ്പിനു മീതെ എടുത്തിട്ടു. വീട്ടിലിടുന്ന ചെരുപ്പുമിട്ട് ഞാൻ വാതിൽ തുറന്ന് മുറ്റത്തേക്കിറങ്ങി. പുലരാറാകുന്നതേയുള്ളൂ. വായുവിലെങ്ങും ചുകന്ന ബോവറിന്റെ മണം. പനിനീർ ചെടികളിൽ ഏതാനും പുതിയ മൊട്ടുകൾ.

മുൻവശത്തെ നടപ്പാതയിലൂടെ ഞാൻ വെറുതെ നടന്നു. വാതിൽക്കൽ നിന്ന് പടിവരെ. പിന്നെ തിരിച്ചും... ഏതാനും തവണ. അല്പം മുമ്പു കണ്ട സ്വപ്നത്തെക്കുറിച്ചാണ് ഞാൻ ആലോചിക്കുന്നത്.

ഞാൻ ഊഞ്ഞാൽപ്പടിയിൽ ചെന്നിരുന്നു. രാത്രി പെയ്ത മഞ്ഞിന്റെ നനവ് അതിൽ പറ്റി നിന്നിരുന്നു. വില്ലോ ചില്ലകൾ ചാഞ്ഞുകിടന്നിരുന്നു വെങ്കിലും ഊഞ്ഞാലിൽ തൊട്ടിരുന്നില്ല. ഞാൻ സ്വപ്നത്തിൽ കണ്ട ആ വീട്. ഒരു തരത്തിലും എനിക്ക് പരിചയമുള്ളതായിരുന്നില്ല. അതുപോലെ അവിടെ കണ്ട പുരോഹിതനേയും എനിക്ക് തിരിച്ചറിയാനായില്ല. അയാൾ സൂചിപ്പിച്ച ആ കടങ്കഥ... അതെന്തായിരുന്നു? എന്നാലും ആ നടുമുറ്റവും അതിന്റെ നടുവിലെ കുളവും ഞാൻ കണ്ടിട്ടുള്ളതാണല്ലോ... എവിടെ? എപ്പോൾ?

ഊഞ്ഞാൽപ്പടിയിലെ മഞ്ഞിന്റെ നനവ് എന്നെ അലോസരപ്പെടുത്തി. ഞാൻ എഴുന്നേറ്റ് പുറകുവശത്തെ മുറ്റത്തേക്ക് നടന്നു. തോട്ടം നനയ്ക്കാനുള്ള പൈപ്പിനു താഴെ എന്റെ ഇരട്ടക്കുട്ടികൾ ഒരു കുഴി കുഴിച്ചുവെച്ചിരുന്നു. അവരുടെ ഇഷ്ടമുള്ളൊരു കളി. ആ കുഴിയിൽ വെള്ളം നിറക്കും. ഒരുപിടി ചരലും പച്ചിലുകളും പുല്ലുമൊക്കെ അതിലിടും. രണ്ടു കമ്പുകളെടുത്ത് ഇളക്കിക്കൊണ്ടിരിക്കും. സൂപ്പ് ഉണ്ടാക്കുകയാണത്രെ.

അമ്മ പറഞ്ഞു, “ഇഷ്ഫാനിൽനിന്നും നാമഗേഡിലെത്താൻ തികച്ചും രണ്ടു മണിക്കൂർ വേണ്ട.” അന്നെനിക്ക് പത്തുവയസ്സായിരുന്നു. ആ യാത്രയുടെ ദൈർഘ്യം അമ്മ പറഞ്ഞതിൽനിന്നും എത്രയോ അധികമാണെന്നു തോന്നി.

വഴി നീളെ ആലീസ് വാശിപിടിച്ചു കരഞ്ഞു. “നമ്മൾ എപ്പോഴാണവിടെയെത്തുക?”

“നമ്മൾ നെയ്യു വാങ്ങാനാണ് നാമഗേഡിലേക്ക് പോകുന്നത്.” അമ്മ അവളെ ആശ്വസിപ്പിച്ചു. അമ്മ നെയ്യ് ചേർത്തുണ്ടാക്കുന്ന വിഭവങ്ങൾ അച്ഛന് വളരെ ഇഷ്ടമായിരുന്നു.

ഞാൻ അച്ഛന്റെ കൈയും പിടിച്ച് ഗ്രാമത്തിലെ ഇടുങ്ങിയ ഇടവഴികളിലൂടെ നടന്നു. മെലിഞ്ഞുശോഷിച്ച കുട്ടികൾ. തണലിനായി അവരുടെ വീടുകളുടെ മൺഭിത്തികളിൽ ചാരിനിന്നു. വേറെ ചിലർ പൊട്ടിപ്പൊളിഞ്ഞ ജനലഴികളിലൂടെ നഗരത്തിൽനിന്നു വന്ന യാത്രക്കാരെ അദ്ഭുതത്തോടെ നോക്കിനിന്നു.

ആലീസ് നിർത്താതെ കിണുങ്ങിക്കൊണ്ടിരുന്നു. “ഈ ചളിയും പൊടിയും എനിക്ക് ശ്വാസം മുട്ടുന്നു.” എന്നാൽ ആ ചളിയും പൊടിയും ചൂടുമൊന്നും എന്നെ അലോസരപ്പെടുത്തിയില്ല. ഞാൻ ഗ്രാമത്തിലെ സ്ത്രീകളെയാണ് ശ്രദ്ധിച്ചിരുന്നത്. ആ പ്രദേശത്തിന്റെ തനതായ രീതിയിലുള്ള വസ്ത്രങ്ങൾ അവർ ധരിച്ചിരുന്നു. തലയിലിട്ടിരുന്ന നിറപ്പകിട്ടുള്ള തട്ടങ്ങളുടെ തുമ്പുകൊണ്ട് ചെറുപ്പക്കാരികൾ അവരുടെ വായ മറച്ചിരുന്നു. അവിടത്തെ ചൂടും പൊടിയും അമ്മയേയും അലട്ടിയിരുന്നു. അതിനു പുറമെ മുഖത്ത് വന്നടിക്കുന്ന ഉഷ്ണക്കാറ്റും.

“ഇവരെന്തിനാ വായ മറച്ചുപിടിക്കുന്നത്?”

എന്റെ ചോദ്യത്തിന് അമ്മ മറുപടി പറഞ്ഞു. “ചെറുപ്പക്കാരികളായ ഭാര്യമാർ സംസാരിക്കാൻ പാടില്ല എന്നാണ്. വിശേഷിച്ചും ഭർത്താവിന്റെ മുതിർന്ന ബന്ധുക്കളുടെ മുമ്പിൽ.”

ആ യുവതികൾ തലയിലിട്ടിരുന്ന മഞ്ഞയും ചുകപ്പും പച്ചയും നിറത്തിലുള്ള തട്ടങ്ങൾ... ആ ചുറ്റുപ്പാടിൽ നിറഭംഗിയുള്ളതായി അതു മാത്രമേ കണ്ടുള്ളൂ. മറ്റുള്ളതിനൊക്കെയും പൊടിയുടെ മങ്ങിയ നിറമായിരുന്നു.

ഞങ്ങൾ ഒരു മുറ്റത്തേക്ക് നടന്നു. ആലീസ് അമ്മയുടെ കൈപിടിച്ച് പിന്നോക്കം വലിച്ചു കരഞ്ഞു, “നമുക്ക് തിരിച്ചുപോകാം.” ആ നടുമുറ്റത്തിന്റെ നടുവിലായി വെള്ളമില്ലാത്ത ഒരു വട്ടക്കുളം. മുറ്റത്തിനു ചുറ്റുമായി കുറെ മുറികൾ. മുറികളുടെ വാതിലുകൾ മരംകൊണ്ടാണ്. ഓരോ പാളിയുടേയും മേൽഭാഗം ചില്ലുകൊണ്ടുള്ളതും. നടുമുറ്റത്തിന്റെ ഒരു മൂലയിൽ ഇഷ്ടികകൊണ്ടുതീർത്ത ചെറിയൊരു അടുപ്പ്. ഏതാനും യുവതികൾ അതിനരികെയിരുന്ന് റൊട്ടി ചുട്ടെടുക്കുന്നു.

പ്രായമായൊരു സ്ത്രീ കുറച്ചുമാറിയിരുന്നു ചെറുപ്പക്കാരികളുടെ കുറ്റവും കുറവും പറയുന്നു. അവർ ചെയ്യുന്നത് ശരിയാകുന്നില്ലെന്ന് ശകാരിക്കുന്നു. ഞങ്ങളുടെ അച്ഛൻ ആ വീടിനെ ഉടമസ്ഥനുമായി സംസാരിക്കുന്നുണ്ടായിരുന്നു. തുറിച്ച കണ്ണ്... അച്ഛനേക്കാൾ തടി കൂടും. അപ്പോഴും ആലീസ് ചിണുങ്ങിക്കൊണ്ടിരുന്നു. ഞാൻ ഒന്നും മിണ്ടാതെ ചുറ്റും നോക്കിക്കൊണ്ടുനിന്നു. എനിക്കുതന്നെ തോന്നി, ഞാനൊരു പൊട്ടിക്കരച്ചിലിന്റെ പക്ഷത്താണെന്ന്.

ആ വീടിന്റെ മുൻവശത്ത് തുറന്നു കിടന്നിരുന്ന വാതിലിലൂടെ ഒരു സ്ത്രീ മുറ്റത്തേക്ക് കടന്നുവന്നു. മെലിഞ്ഞ്... നല്ല ഉയരമുണ്ട്. കാലിൽ ചെരിപ്പില്ല. നീണ്ട മുടി പാറി കിടക്കുന്നു. അതിൽ നിറയെ വൈക്കോൽ നാരുകൾ. അവരുടെ പുറകിലായി ശോഷിച്ചുണങ്ങിയ ഒരു നായയും.

ഞങ്ങളെ കണ്ടതും ആ സ്ത്രീ തുറന്നു ചിരിച്ചു. ആലീസ് കരച്ചിൽ നിർത്തി. ഞങ്ങൾ രണ്ടുപേരും അവരെത്തന്നെ ഉറ്റുനോക്കി. അപ്പോഴേക്കും അവർ കുളത്തിനു ചുറ്റുമായി നൃത്തച്ചുവടുകൾ വെക്കാൻ തുടങ്ങിയിരുന്നു. നായ ഉമ്മറവാതിലിനരികെ മോങ്ങിക്കൊണ്ടിരുന്നു. കുറച്ചുനേരത്തേക്ക് അവിടെ ആ സ്ത്രീ പാടുന്ന ശബ്ദം മാത്രമേ ഉണ്ടായിരുന്നുള്ളൂ. അല്ലാ, വീശിയടിക്കുന്ന കാറ്റിന്റേയും നായയുടെ മോങ്ങലിന്റേയും കൂടി ശബ്ദമുണ്ടായിരുന്നു. കുറച്ചുകഴിഞ്ഞപ്പോൾ...

വീട്ടുടമസ്ഥൻ അവിടെ കിടന്നിരുന്ന ഒരു വടിയെടുത്ത് ആ സ്ത്രീയുടെ നേരെ ഓങ്ങി... “മതിയാക്കൂ... നാണമാവുന്നില്ലേ... കടന്നുപോ.”

റൊട്ടി ചുടുന്ന ചെറുപ്പക്കാരികൾ തട്ടംകൊണ്ട് വായ മറച്ച് ചിരിക്കാൻ തുടങ്ങി. പ്രായമായ സ്ത്രീ ഞങ്ങളോടായി പറഞ്ഞു. "പേടിക്കണ്ട... അവൾക്കു ഭ്രാന്താണ്... പക്ഷേ ഉപദ്രവിക്കില്ല." അവർ അടുപ്പിന്റെ അരികിൽ കിടന്ന ഒരു കല്ലെടുത്ത് ആ ഭ്രാന്തിയുടെ നേരെ എറിഞ്ഞു... "നാണം കെട്ടവൾ" അവരും ശകാരിച്ചു. ആ സ്ത്രീ രണ്ടു കൈകൊണ്ടും മുഖം പൊത്തി കരയാൻ തുടങ്ങി. കുറച്ചുനേരം മാത്രം... പിന്നെ പാട്ടു പാടി, നൃത്തം ചവുട്ടി പുറത്തേക്കു പോയി. പുറകിൽ ആ ചാവാലൻ നായയും.

ഇസ്ഫഹാനിലേക്ക് മടങ്ങുന്ന വഴി അമ്മ എനിക്ക് പറഞ്ഞുതന്നു. ജൂൽഫയിൽ അങ്ങനെയാണ്. ആർക്കെങ്കിലും തലയ്ക്കു സുഖമില്ലാതായാൽ അവരെ ബന്ധുക്കൾ നാമഗേഡിൽ കൊണ്ടുചെന്നാക്കും. അങ്ങനെയുള്ളവരെ സംരക്ഷിക്കുന്ന ഏതാനും കുടുംബങ്ങൾ അവിടെയുണ്ട്. ചെലവിന് മാസം തോറും ഒരു തുക കൊടുത്താൽ മതി. അന്ന് വീട്ടിലെത്തുന്നതുവരെ ഞാൻ കരഞ്ഞുംകൊണ്ടിരുന്നു. ആലീസ് എന്നെ ആശ്വസിപ്പിച്ചു. "ഇനി എന്തിനാ കരയുന്നത്? ഇവിടെ ചളിയും പൊടിയുമില്ല. അവിടത്തെ അത്ര ചൂടുമില്ല." ഞാൻ ജുജൂബ് മരത്തിനും ചീരത്തടങ്ങൾക്കും ചുറ്റുമായി നടന്നു. ചീരത്തൈകൾക്കിടയിൽ വളരുന്ന കളകൾ കുമ്പിട്ടുനിന്നു പറിച്ചു കളഞ്ഞു. അവിടവിടെയായി കറുത്തുണങ്ങിയ ജുജൂബ് പഴങ്ങൾ വീണുകിടന്നിരുന്നു. ഞാൻ കുറെ പഴങ്ങൾ പെറുക്കിയെടുത്തു. മരത്തിൽ ചാരി താഴെയിരുന്നു. വെറുതെ ആ പഴങ്ങൾ ഒരു കൈയിൽനിന്നും മറ്റേതിലേക്കിട്ടു... അങ്ങനെ തിരിച്ചും മറിച്ചും കുറച്ചുനേരം.

തല ചെരിച്ച് ഞാൻ ആ മരച്ചില്ലകളിലേക്ക് നോക്കി. യുമോ തന്നെ. അതു പറഞ്ഞത്...? അതോ മറ്റു വല്ലയിടത്തും വായിച്ചതാണോ? ലോട്ടസ് മരത്തിന്റെ വേറൊരു പേരാണ് ജുജൂബ്. അതിന്റെ ഇലകൾ ഉണക്കിപ്പൊടിച്ച് ഷാംപു ഉണ്ടാക്കാൻ ഉപയോഗിക്കാറുണ്ട്. ഞാൻ വെറുതെ ആലോചിച്ചു... എത്ര മരങ്ങൾക്ക് അതിന്റെ കായിൽനിന്നും വ്യത്യസ്തമായ പേരുകളുണ്ട്? ലോട്ടസ് മരത്തിന്റെ കായയ്ക്ക് ജുജൂബ് എന്നാണ് പറയുന്നത്. പനമരത്തിന്റെ കായയ്ക്ക് ഈന്തൻ എന്നും. ആലോചിക്കുമ്പോൾ വേറൊന്നും കിട്ടുന്നില്ല... ഏതായാലും ഈ രണ്ടു മരങ്ങളും അബ്ദാനിൽ ധാരാളമുണ്ട് എന്നത് രസമുള്ള സംഗതി തന്നെ.

ഞാൻ എഴുന്നേറ്റു. കൈയിലിരുന്ന ഉണക്ക കായകൾ ചീരത്തടത്തിലേക്കെറിഞ്ഞു. ഞാൻ വീണ്ടും കിടപ്പുമുറിയിലേക്ക് ചെന്നു. ഒച്ച വെക്കാതെ വേഷം മാറി. ഒരു കുറിപ്പെഴുതി ടെലിഫോൺ മേശയുടെ മുകളിൽ വെച്ചു. തിടുക്കത്തിൽ വീട്ടിൽനിന്നും പുറത്തേക്കിറങ്ങി.

മുപ്പത്തിയഞ്ച്

പള്ളിക്കകത്ത് ഇരുട്ടായിരുന്നു. കുന്തിരിക്കം പുകച്ചതിന്റെ മണം.

പള്ളി സൂക്ഷിപ്പുകാരി എനിക്കുവേണ്ടി വാതിൽ തുറന്നു തന്നു. അവർ അവരുടെ കുഞ്ഞിന്റെ സുഖക്കേടിനെപ്പറ്റി സംസാരിച്ചുകൊണ്ടിരുന്നു. ഞാൻ അവരുടെ കൈയിൽ കുറച്ചു പണം വെച്ചുകൊടുത്തു. "വിളക്കിടേണ്ട... കുന്തിരക്കവും പുകയ്ക്കണ്ട." ഞാനവരോടു പറഞ്ഞു. അവർ പിൻ തിരിഞ്ഞപ്പോൾ ഞാൻ വാതിലടച്ചു.

വാതിലിനരികെയുള്ള മേശമേൽ നിന്ന് ഞാൻ തലയിടാനുള്ള ലേസ് തുണികളിലൊന്നെടുത്തു. തല മൂടി. കുരിശുവരച്ചു. ചുകന്ന പരവതാനിയിലൂടെ നടന്ന് അൾത്താരയുടെ മുമ്പിൽ ചെന്നുനിന്നു. ഏറ്റവും ആദ്യത്തെ നിരയിൽ ചെന്നിരുന്നു. അമ്മയുടെ കൈയിൽ ഒതുങ്ങിക്കിടക്കുന്ന ഉണ്ണിയേശുവിന്റെ രൂപത്തിലേക്ക് നോക്കിയിരുന്നു. പുറത്ത് വെളിച്ചം പരക്കുംവരെ. പ്രഭാതരശ്മികൾ നിറമുള്ള ജാലകച്ചില്ലിലൂടെ അകത്തേക്കൊഴുകിയെത്തി. പള്ളിക്കകത്തെ ഇരുട്ടിന്റെ കട്ടി കുറഞ്ഞു.

അൾത്താരയിലെ മേശപ്പുറത്തുവെച്ചിരിക്കുന്ന സാധനങ്ങൾ ഓരോന്നായി ഞാൻ സൂക്ഷിച്ചുനോക്കി. മെഴുകുതിരിക്കാലുകൾ, വെള്ളിപൂപ്പാത്രം, അതിനകത്ത് പ്ലാസ്റ്റിക് പൂക്കൾ. പരിശുദ്ധ വീഞ്ഞ് സൂക്ഷിച്ചിട്ടുള്ള ചഷകം. അതിനുതൊട്ട് പുരോഹിതൻ ധരിക്കുന്ന സ്വർണ്ണനൂൽ കൊണ്ട് ചിത്രപ്പണികൾ ചെയ്ത നീണ്ട മേലുടുപ്പ്. ഇതിനുമുമ്പ് ഇതെല്ലാം ഞാൻ എത്രവട്ടം കണ്ടിട്ടുള്ളതാണ്. എന്നാൽ ഇന്ന്... എല്ലാം.... ആദ്യമായി കാണുകയാണെന്ന തോന്നൽ.

ഉണ്ണിയേശുവിന്റെ രൂപം. അർമേൻ കുഞ്ഞായിരിക്കുമ്പോഴത്തെപോലെ. നീന പറയാറുള്ളത് ഞാനോർത്തു. "ഈ ചിത്രം കാണുമ്പോഴെല്ലാം, ട്രൈഗ്രാൻ കുഞ്ഞായിരുന്ന കാലം ഞാൻ ഓർക്കും." പെൺകുട്ടികൾ ചെറുതായിരുന്നപ്പോഴും ഇതുപോലെത്തന്നെയായിരുന്നു. ഉണ്ണിയേശുവിനെ നോക്കിക്കൊണ്ട് ഞാൻ പറഞ്ഞു. ഒരുപക്ഷേ എല്ലാ കുട്ടികൾക്കും കുഞ്ഞുനാളുകളിൽ യേശുവിന്റെ തന്നെ ഛായയാകും.

ഞാനൊരു ദീർഘശ്വാസമെടുത്തു. കുരിശുവരച്ചു. കണ്ണടച്ചിരുന്ന് പ്രാർത്ഥിച്ചു. "സ്വർഗ്ഗസ്ഥനായ പിതാവേ... അങ്ങയുടെ നാമം പരിശുദ്ധമായിരിക്കട്ടെ." എന്നാണ് ഈ പ്രാർത്ഥന ആദ്യമായി ചൊല്ലിയത്. "അങ്ങയുടെ രാജ്യം വരേണമേ. അങ്ങേയുടെ തിരുമനസ്സ് സ്വർഗ്ഗത്തിലെന്നപോലെ ഭൂമിയിലും നിലനില്ക്കേണമേ." ഈ പ്രാർത്ഥന ഇതിനുമുമ്പ് ഞാൻ ചൊല്ലിയത് എന്നാണ്. "ഇന്ന് ഞങ്ങൾക്ക് ഇന്നത്തേക്കുള്ള അപ്പം തരുമാറാകണെ. ഞങ്ങളിൽനിന്നും കടം വാങ്ങിയവനോട് ഞങ്ങൾ ക്ഷമിക്കുന്നതുപോലെ ഞങ്ങളുടെ കടങ്ങളും ക്ഷമിക്കുമാറാകട്ടെ." എനിക്കു തോന്നി ജീവിതത്തിൽ ആദ്യമായാണ് ഞാൻ ആ പ്രാർത്ഥന ചൊല്ലുന്നത് എന്ന്. "പ്രലോഭനങ്ങളിൽ ഞങ്ങളെ ഉൾപ്പെടുത്തരുതേ... എല്ലാതിന്മകളിൽനിന്നും ഞങ്ങളെ രക്ഷിച്ചു കൊള്ളേണമേ." ഞാൻ പ്രാർത്ഥന ചൊല്ലിതീർത്തു. "രാജ്യവും ശക്തിയും മഹത്ത്വവും എന്നെന്നും അങ്ങയുടേതാണ്."

ഞാൻ കണ്ണു തുറന്നു, "ആമേൻ". കുരിശുവരച്ചുകൊണ്ട് ഞാൻ വീണ്ടും യേശുവിന്റേയും മേരിയുടേയും രൂപത്തിലേക്ക് നോക്കി. മേരി തലയിലൂടെ നീലനിറത്തിലുള്ള ഒരു ഷാൾ പുതച്ചിരുന്നു. അത് തോളിലൂടെ മുന്നോട്ട് വീണിരുന്നു. ഉണ്ണിയേശുവിനെ കൈകളിൽ ഒതുക്കിപ്പിടിച്ചിരുന്നു. ഒരു മഞ്ഞ തുണികൊണ്ടാണ് കുഞ്ഞിനെ പൊതിഞ്ഞിരുന്നത്.

ഒറ്റയിരുപ്പിൽ ഇരുന്ന് കാലുകൾ മരവിച്ചിരുന്നു. ഞാൻ പതുക്കെ എഴുന്നേറ്റ് നേർച്ചപ്പെട്ടിയുടെ അടുത്തുചെന്ന് കാണിക്കയായി കുറച്ച് പണം അതിലേക്കിട്ടു. പതിവുപോലെ ഏഴ് മെഴുകുതിരികളെടുത്തു. ആറെണ്ണം, എന്റെ മൂന്നു മക്കൾക്കും അർതൂഷിനും അമ്മയ്ക്കും ആലീസിനും വേണ്ടി. ഏഴാമത് എന്റെ അച്ഛനുവേണ്ടി. ഏഴാമത്തെ മെഴുകുതിരി കത്തിച്ചുകൊണ്ട് ഞാൻ പറഞ്ഞു, "എന്നെ സഹായിക്കണേ!"

ഞാൻ പള്ളിക്കു ചുറ്റും നടന്നു. ഗായകർ കൂടിനിന്നു പാടാറുള്ള വേദിയും ഓർഗനും കടന്നുപോയി. ഭിത്തിയിൽ ധാരാളം ഫലകങ്ങൾ. രോഗവിമുക്തരായ, ആഗ്രഹം സഫലമാക്കി കിട്ടിയ വിശ്വാസികൾ സംഭാവന ചെയ്തതാണ് അതൊക്കെ. കഴിഞ്ഞ എത്രയോ വർഷങ്ങളായി എത്രയോ തവണ ഞാൻ ഈ പള്ളിയിൽ വന്നിരിക്കുന്നു. പക്ഷേ, ഈ ഫലകങ്ങൾ അപ്പോഴൊന്നും ശ്രദ്ധയിൽപെട്ടിട്ടില്ല. അധികവും അർമേനിയനിലാണ് എഴുതിയിരിക്കുന്നത്. ചുരുക്കം ചിലത് ഇംഗ്ലീഷിൽ. ചെറിയൊരു മാർബിൾ ഫലകത്തിൽ പേർഷ്യനിലും എഴുതിക്കണ്ടു.

"കന്യാമറിയമേ, ദുഃഖാർത്തയായ മാതാവേ! അവിടുത്തെ മകന്റെ തിരുമുറിവുകളുടെ പേരിൽ ഞാൻ ആണയിട്ട് പറയുന്നു. അവിടുന്ന് എന്റെ മകനെ എനിക്ക് തിരിച്ചുതന്നിരിക്കുന്നു."

ആ ചെറിയ മാർബിൾ ഫലകത്തിന്റെ മുകളിൽ കൂടി ഞാൻ വിരലോടിച്ചു. "ആ സ്ത്രീ എത്രമാത്രം ദുഃഖിച്ചിരിക്കും... പാവം!" ഞാൻ വട്ടംചുറ്റി പള്ളിയുടെ പുറത്തേക്കുള്ള വാതില്ക്കലെത്തി. ഞാൻ

എന്നോടുതന്നെ ചോദിച്ചു. "ആ മാർബിൾ ഫലകം സംഭാവന ചെയ്ത രോഗിയായ ആ കുട്ടിയുടെ അമ്മയാണെന്ന് എങ്ങനെ തീർച്ചയാക്കി. അച്ഛനായി കൂടെന്നുണ്ടോ?"

ഞാൻ വീണ്ടും അൾത്താരയുടെ നേരെ തിരിഞ്ഞു നിന്നു. കുരിശു വരച്ചു. പുറകോട്ടു നടന്ന് പള്ളിയിൽനിന്നും പുറത്തേക്ക് വന്നു.

ഞാൻ വീട്ടിലേക്ക് നടന്നു. പുറത്തെ ചൂടിൽ സുഖം തോന്നി. ചൂടുള്ള കാലാവസ്ഥ രസമുള്ളതായി തോന്നിയിട്ടുള്ളത് എത്ര കാലം മുമ്പാണ്? താജ് സിനിമയുടെ മുമ്പിലെത്തും മുമ്പേ ഞാൻ വലതുവശത്തേക്ക് തിരിഞ്ഞുനോക്കി. വലിയൊരു നീല വാതിലിൽ ചെന്നു മുട്ടുന്ന ചെറിയൊരു ഇടവഴിയുണ്ട് അവിടെ. ആ വാതിൽ എപ്പോഴും അടഞ്ഞു കിടക്കുന്നതു കാണാം. പടിക്കൽ ഒരു കാവൽക്കാരനുണ്ടാകും ആ നീല വാതിലിനപ്പുറത്ത് കുവൈത്തി ബസാറിനോളം വലുപ്പം വരുന്ന ഒരു പറമ്പുണ്ട് എന്ന് കേട്ടിട്ടുണ്ട്. അവിടെ കാപ്പിക്കടകളും. മറ്റു കടകളും വീടുകളും വഴിയോരക്കച്ചവടക്കാരുമൊക്കെ ഉണ്ടത്രെ. ആ നീല വാതിലിനപ്പുറത്ത് താമസിക്കുന്ന സ്ത്രീകൾ കൊല്ലത്തിലൊരിക്കലോ മറ്റോ മാത്രമേ മതിൽകെട്ടിനു പുറത്തുവരാറുള്ളൂ പോലും. എപ്പോഴും എനിക്ക് തോന്നാറുണ്ട് അതിന്റെ ഉള്ളിൽ കടന്നൊന്നു കാണണം എന്ന്. അത് അസാദ്ധ്യമായ കാര്യമാണെന്ന് എനിക്കറിയാമായിരുന്നു.

വഴിയോരത്തുകൂടെ അഞ്ചാറാടുകളേയും കൊണ്ട് ഒരു അറബി നടന്നുവന്നു. തന്റെ ഓരം പറ്റി സൈക്കിൾ മെല്ലെ ചവിട്ടിവരുന്ന മറ്റൊരു അറബിയുമായി അയാൾ സംസാരിച്ചുകൊണ്ടിരുന്നു. സൈക്കിളുകാരൻ നടന്നുപോകുന്ന ചങ്ങാതിയുടെ നടത്തവുമായി ചേർന്നുപോകാൻ കുറച്ച് ബുദ്ധിമുട്ടുന്നുണ്ടായിരുന്നു. സൈക്കിളിന്റെ മുൻചക്രം ഇടത്തോട്ടും വലത്തോടും അടിക്കടി തിരിയുന്നുണ്ടായിരുന്നു. എണ്ണക്കമ്പനിയിലെ ഗ്യാസിന്റെ മണമായിരുന്നു വായുവിലെമ്പാടും. ആകാശത്ത് ഒട്ടും കാറുണ്ടായിരുന്നില്ല. നല്ലവണ്ണം തെളിഞ്ഞ മാനം.

താജ് സിനിമയിലേക്കുള്ള വഴിയിലൂടെ ഞാൻ നടന്നു. അവിടവിടെ പനകളുടെ കൂട്ടങ്ങൾ... കാട്ടുപുല്ല് വളർന്നു നില്ക്കുന്ന ഇടകൾ. വളരെ കാലമായി ഞാൻ അബ്ദാനിൽ താമസം തുടങ്ങിയിട്ട്. ഇപ്പോഴും എനിക്കദ്ഭുതമാണ്... പട്ടണത്തിലെ എണ്ണക്കമ്പനിയുടെ അധീനത്തിലുള്ള പ്രദേശവും ബാക്കിഭാഗവും തമ്മിലുള്ള വ്യത്യാസം കാണുമ്പോൾ. ലേശം പോലും വെള്ളം കാണാത്ത ഒരു തരിശു ഭൂമിയിൽനിന്നും ഹരിതാഭമായ ഒരു ഉദ്യാനത്തിലേക്ക് പ്രവേശിക്കുന്ന പ്രതീതി.

വീതിയേറിയ നഗരവീഥികൾ. ഇരുവശത്തും ഒരേ മാതൃകയിൽ പണിതീർത്ത വീടുകളുടെ നിരകൾ. ഭംഗിയിൽ വെട്ടിനിർത്തിയിട്ടുള്ള വേലിച്ചെടിപ്പടർപ്പുകൾ... പച്ചനിറത്തിലുള്ള പെട്ടികൾ നിരത്തിവെച്ചിരിക്കുന്നതുപോലെ. ബാർബറുടെ കടയിൽനിന്നും മുടി പറ്റെ വെട്ടിയിറങ്ങിയ കുട്ടികളുടെ ഓർമ്മ വരും. അവൾ സ്കൂൾ വരാന്തയിൽ ഹെഡ്മാസ്റ്ററെ

കാത്തുനില്ക്കുകയാണ്. അദ്ദേഹം ഇപ്പോൾ വന്ന് അവരെ അഭിനന്ദിക്കും," വളരെ നന്നായിരിക്കുന്നു... വൃത്തിയും, ചിട്ടയുമുള്ള മിടുക്കന്മാർ!"

ഞാൻ ഞങ്ങളുടെ തെരുവിലേക്കും തിരിഞ്ഞു. ചീവിടുകളുടെ ചിലക്കൽ മാത്രമാണ് ആകെ കേൾക്കുന്ന ശബ്ദം. ഇടയ്ക്കു ചിലപ്പോൾ തവളകൾ ആവലാതി പറയുന്ന ഒച്ചകളും ചുറ്റുപാടും നോക്കിക്കൊണ്ട് ഞാൻ വിചാരിച്ചു, "ചൂടുള്ള, പച്ചനിറഞ്ഞ, ശാന്തമായ ഈ പട്ടണം... എനിക്കിഷ്ടമല്ല." ഞാൻ ഗേറ്റ് തുറന്ന് മുറ്റത്തേക്ക് കടന്നു.

അർതൂഷ് അടുക്കളയിലുണ്ടായിരുന്നു. ഒപ്പം കുട്ടികളും. പെൺകുട്ടികൾ അദ്ഭുതത്തോടെ അതിലേറെ പരിഭ്രമത്തോടെ എന്നെ നോക്കി. എന്നാൽ എന്റെ ചുണ്ടിലെ ചിരി കണ്ടതും രണ്ടുപേരും ഒന്നിച്ചുവന്ന് എന്നെ കെട്ടിപ്പിടിച്ചു. അർമേൻ എന്റെ അരികിൽ വന്നുനിന്നു. ഞാൻ അവന്റെ കവിളിൽ ഉമ്മവെച്ചു. പതിവുപോലെ അന്ന് അവൻ ലജ്ജ നടിച്ചു പിന്മാറിയില്ല.

"ഞാൻ കാപ്പിയുണ്ടാക്കട്ടെ?" അർതൂഷ് ചോദിച്ചു.

ഒഴിവുദിവസമാണെങ്കിലും ഉച്ചഭക്ഷണത്തിന് ക്ലബ്ബിൽ പോകേണ്ട എന്ന തീരുമാനം കുട്ടികളുടേതായിരുന്നു.

അർമീനെ പറഞ്ഞു. "ഞങ്ങൾക്ക് പഠിക്കാനുണ്ട്."

അർസീനെ പറഞ്ഞു, "കൊല്ലപരീക്ഷ അടുത്തെത്തി."

തലേ ദിവസത്തെ വിരുന്ന് കഴിഞ്ഞ് ബാക്കിവന്ന ആഹാരമെല്ലാം ഞാൻ ചൂടാക്കി വിളമ്പി. അർതൂഷ് ചോറും ഡോൽമയും കഴിച്ചു.

"നിന്റെ അമ്മയോടു പറയണ്ട, ഡോൽമ വെറും ചോറിനോടൊപ്പം കഴിക്കാനാണ് ഏറ്റവും സ്വാദ്!" എന്റെ അമ്മ എപ്പോഴും പറയാറുണ്ട്. അർമേനിയക്കാർ വെറും ചോറിനോടൊപ്പമാണ് ഡോൽമ കഴിക്കുക... രണ്ടും കൂടി നല്ല ചേർച്ചയാണ്. അതു കേൾക്കുമ്പോഴൊക്കെ അർതൂഷ് അമ്മയെ കളിയാക്കി ചിരിക്കാറുണ്ടായിരുന്നു. ആഹാരം കഴിച്ച് എഴുന്നേല്ക്കുന്നതിനിടയിൽ അർതൂഷ് പറഞ്ഞു. "ഇന്നലത്തെ വിഭവങ്ങളോരോന്നും ഒന്നാന്തരമായിരുന്നു... പ്രത്യേകിച്ചും ഡോൽമ... മികച്ചതു തന്നെ."

മുപ്പത്തിയാറ്

അഷ്കേൻ കിടപ്പുമുറിയിൽ പൊടിതട്ടുകയായിരുന്നു. വായടയ്ക്കാതെ വർത്തമാനം.

"മിസ്സിസ് ക്ലാരിസ്, നിങ്ങൾക്കുവേണ്ടി എന്തുപണിയും ഞാൻ ചെയ്യും... പക്ഷേ ആ മിസ്സിസ് സിമോനിയന്റെ വീട്ടിൽ പണിയെടുക്കാൻ എന്നെക്കൊണ്ടാവില്ല. ഒന്നാമത്തെ കാര്യം, വെള്ളിയാഴ്ച പണിക്കു വരണമെന്നു നിർബന്ധം. സാധാരണയായി വെള്ളിയാഴ്ചകളിൽ എനിക്കു വിരുന്നുകാരുണ്ടാവും. മാത്രമല്ല, ഒഴിവുദിവസമല്ലേ? ഭർത്താവിനെ കുളിക്കാൻ സഹായിക്കണം. അതുകൂടാതേയും ധാരാളം ചില്ലറ പണികൾ ചെയ്യാനുണ്ടാവും. വേറൊരു കാര്യം... അവർ എപ്പോഴും കുറ്റം പറഞ്ഞുകൊണ്ട് പിന്നാലെ നില്ക്കും, "എന്താ ഇങ്ങനെ തുണി അലക്കുന്നത്? എന്താ ഇങ്ങനെ ഇസ്തിരിയിടുന്നത്?" സദാ സമയവും മകനോടും പേരകുട്ടിയോടും വഴക്കിട്ടുകൊണ്ടിരിക്കും. അവരുടെ മകൻ വളരെ നല്ല കൂട്ടത്തിലാണ്, തികച്ചും മാന്യൻ. എതിർത്തോ, കുറ്റപ്പെടുത്തിയോ അമ്മയോട് ഒരു വാക്കുപോലും പറയില്ല. എന്നാലാ പെൺകുട്ടീ... ഒന്നും പറയണ്ട.. ഒരു രാക്ഷസിയാണ്. മുഴുത്ത അഹങ്കാരം. വായ തുറന്നാൽ ചീത്ത വാക്കേ വരൂ. സകല സാധനങ്ങളും വലിച്ചെറിഞ്ഞു നശിപ്പിക്കും. കണ്ടതൊക്കെ കത്രികയെടുത്ത് വെട്ടിമുറിച്ചിടും.

അഷ്ക്കേൻ ചവുട്ടി കുടഞ്ഞു താഴെ സ്ഥാനത്തിട്ടു. "ഒരു ദിവസം അവൾ ഫോണിൽ പറയുന്നത് ഈ കാതുകൊണ്ട് ഞാൻ കേട്ടു.

"നീയെന്നെ യഥാർത്ഥത്തിൽ സ്നേഹിക്കുന്നുണ്ട് എങ്കിൽ മിസ്റ്റർ വാസ്ജെന്റെ കരണത്തടിച്ച് കാണിച്ചുതരണം." മനസ്സിലായില്ലേ, മിസ്സിസ് ക്ലാരിസ്... സ്കൂളിലെ പ്രിൻസിപ്പാളിനെയാണ് അവൾ ഉദ്ദേശിച്ചത്."

അതിനിടയിൽ പൊടി തട്ടുന്ന കാര്യം അഷ്കേൻ തീരെ മറന്നിരുന്നു. മിസ്റ്റർ വാസ്ജെനെ എനിക്ക് പരിചയമില്ലെന്നു പറഞ്ഞ് ഞാൻ ഒഴിഞ്ഞു. കിടപ്പുമുറികൾ വൃത്തിയാക്കിയതിനുശേഷം ഉമ്മറത്തളവും അവിടത്തെ സാധനങ്ങളുമെല്ലാം പൊടിതട്ടണമെന്ന് ഓർമ്മിപ്പിച്ചു.

കിടപ്പുമുറിയിൽനിന്ന് പുറത്തേക്ക് കടക്കുമ്പോൾ ആലോചന അതു തന്നെയായിരുന്നു. "ഫോണിൽ ആരോടാണ് എമിലി അങ്ങനെ ആവശ്യപ്പെട്ടിട്ടുണ്ടാവുക? ..." ഫോൺ അടിക്കുന്ന ശബ്ദം. ഞാനതെടുക്കാൻ പോയി... അർമേനോട് കാര്യമായൊന്നു സംസാരിക്കണം. ഞാൻ റിസീവർ കൈയിലെടുത്തു.

എമിലിന്റെ സ്വരം. പതിവുപോലെ ശാന്തം... സൗമ്യം.

"വ്യാഴാഴ്ച രാത്രിയിലെ വിരുന്നിന് നന്ദി പറയാൻ വിളിച്ചതാണ്. നിങ്ങൾ വല്ലാതെ ബുദ്ധിമുട്ടി. വേറൊരു കാര്യം... ഇന്നലെ രാത്രി ഒരു പുസ്തകം കിട്ടി. എനിക്കു തോന്നി. അത് നിങ്ങൾക്കിഷ്ടമാവുമെന്ന്. ഞാൻ മാറ്റിവെച്ചിട്ടുണ്ട്. തിങ്കളാഴ്ച വരുമ്പോൾ കൊണ്ടുവരാം. മറന്നിട്ടില്ലല്ലോ...? തിങ്കളാഴ്ച തമ്മിൽ കാണാമെന്ന് നിങ്ങൾ സമ്മതിച്ചിട്ടുണ്ട്."

എന്റെ മനസ്സിന്റെ പാതിഭാഗം ഒച്ചവെച്ചു. "അയാളോടു പറയൂ, തിങ്കളാഴ്ച കാണാൻ പറ്റില്ല, വേറെ തിരക്കുകളുണ്ട് എന്ന്..." എന്തെങ്കിലുമൊരു കാരണം കണ്ടുപിടിക്കൂ..."

"അതൊന്നും ഒരു ബുദ്ധിമുട്ടായിരുന്നില്ല..." ഞാൻ എമിലിനോട് പെട്ടെന്ന് പറഞ്ഞു. "തമ്മിൽ കാണാമെന്ന് പറഞ്ഞത് മറന്നിട്ടില്ല എന്നും. തലേ ആഴ്ച സമ്മാനിച്ച പുസ്തകത്തിന് നന്ദിയുണ്ടെന്നും ഞാനയാളെ അറിയിച്ചു. ഞാൻ ഫോൺ താഴെ വെച്ചു. അപ്പോഴും എന്റെ മനസ്സിന്റെ രണ്ടു പാതികളും തമ്മിൽ കടുത്ത വാക്കേറ്റം തുടരുകയായിരുന്നു.

ടെലിഫോൺ മേശയിൽ ചാരിനിന്ന് ചിന്തകളെ വഴി തിരിച്ചുവിടാൻ ഞാനൊരു ശ്രമം നടത്തി. എന്തുപറഞ്ഞാണ് അർമേനുമായി സംസാരിച്ചുതുടങ്ങുക?

അപ്പുറത്തുനിന്ന് അഷ്കേൻ വിളിച്ചു... ഇവർക്കിപ്പോൾ എന്താണ് വേണ്ടത്? കുട്ടികൾ എത്താൻ വൈകുന്നതെന്തുകൊണ്ടാണ്? മണി നാലേകാലായി.

ഞാൻ തല ഉയർത്തി. ലേസ് കർട്ടനിടയിലൂടെ കണ്ടു, കുട്ടികൾ പടി കടന്നു വരുന്നുണ്ട്. പെൺകുട്ടികൾ ഒറ്റക്കാലിൽ ചാടിച്ചാടി നടപ്പാതയിലൂടെ. അർമേൻ അവരുടെ പുറകിലായി പതുക്കെ കൈകൾ രണ്ടും പാന്റിന്റെ പോക്കറ്റിൽ.

"മിസ്സിസ് ക്ലാരീസ്..." അഷ്കേൻ പിന്നേയും വിളിച്ചു. ഞാൻ വാതിൽ തുറന്നു.

"ഹലോ!" അർമീനെ പറഞ്ഞു, "ഒരു എ+ രണ്ട് എ കളും.

"അർസീനെ ഒന്ന് മാറ്റിപ്പറഞ്ഞു, "രണ്ട് എ കൾ, ഒരു എ+."

അവർക്ക് രണ്ടുപേർക്കും ഒരേ തരത്തിലുള്ള മാർക്ക്. ആ കാര്യത്തിൽ എനിക്ക് ലേശം സംശയം തോന്നിയിരുന്നു. രണ്ടുപേരും ബോധപൂർവ്വം ഒരേ തെറ്റുകൾ വരുത്തുകയാവുമോ? അങ്ങനെയായാൽ രണ്ടുപേരുടേയും

ഗ്രേഡും ഒന്നുതന്നെയാവുമല്ലോ. എന്നാൽ അതിന് സാദ്ധ്യത കുറവായിരുന്നു. ഞാൻ അവരുടെ ക്ലാസ് ടീച്ചറെ പ്രത്യേകം പറഞ്ഞേല്പിച്ചിരുന്നു, രണ്ടുപേരേയും കഴിവതും അകറ്റി ഇരുത്തണമെന്ന്... വേറെ വേറെ ബെഞ്ചുകളിൽ.

അർമേൻ വാതിലടച്ചു. അനിയത്തിമാർ ചാടിത്തുള്ളുന്നതു നിർത്താനായി കാത്തുനിന്നു. ഈയിടെയായി അവൻ എന്നും സ്കൂൾ വിട്ടു വന്നാൽ നേരെ സ്വന്തം മുറിയിൽ കയറി വാതിലടയ്ക്കുകയാണ് പതിവ്. ഇന്നെന്താ ആ പതിവിനൊരു മാറ്റം? എന്തിനുവേണ്ടിയായിരിക്കും അവൻ അക്ഷമനായി കാത്തുനില്ക്കുന്നത്? ഞാൻ അവന്റെ നേരെ നോക്കി. അവൻ എന്നോട് പറഞ്ഞു, "അമ്മ മിസ് ജൂഡിയെ വിളിച്ചു പറയാമോ, ഒന്നുരണ്ടാഴ്ച ഇനി പിയാനോ ക്ലാസ് വേണ്ട എന്ന്... കൊല്ലപരീക്ഷ കഴിയുന്നതുവരെ."

ചേട്ടൻ പറഞ്ഞത് ശരിയാണെന്ന മട്ടിൽ അനിയത്തിമാരും തലയാട്ടി. എനിക്കതിശയം തോന്നി. പരീക്ഷയ്ക്ക് പഠിക്കാനുള്ള അവന്റെ താത്പര്യം... പെട്ടെന്ന് ഇതെവിടുന്നു വന്നു? എന്റെ അദ്ഭുതം ഇരട്ടിപ്പിച്ചുകൊണ്ട് അവൻ ആവശ്യപ്പെട്ടു, "എന്റെ ചരിത്രപുസ്തകത്തിൽനിന്നും അമ്മ ചോദ്യങ്ങൾ ചോദിക്കുമോ? നാളെ ഒരു ക്ലാസ് പരീക്ഷയുണ്ട്."

അഷ്കേൻ ഇടനാഴിയിലേക്ക് വന്ന് എന്നെ വിളിച്ചു, "മിസ്സിസ് ക്ലാരീസ്"

ഞാൻ പെൺകുട്ടികളുടെമേൽ കൈമുട്ടുകൊണ്ട് കുത്തി.

"അവരോട് ഹലോ പറയൂ."

അഷ്കേൻ സന്തോഷത്തോടെ ശബ്ദമുയർത്തി, കുട്ടികളോട് ചിരിച്ചുകൊണ്ട് തിരിച്ച് ഹലോ പറഞ്ഞു.

"എന്റെ ഓമനകളായ സുന്ദരിക്കുട്ടികൾ... ഒരാൾ മധുരം, മറ്റേയാൾ വെളിച്ചവും. ഒരാൾ പാല്, മറ്റേയാൾ തേൻ.

ഇല്ല... ഇല്ല... അതുചെയ്തത് നിങ്ങളാവില്ല... ഇല്ല..."

"ഞങ്ങൾ എന്തു ചെയ്തിരിക്കില്ല എന്നാണ് പറയുന്നത്?" രണ്ടുപേരും ഒരുമിച്ചു ചോദിച്ചു.

തലയിൽ കെട്ടിയിരുന്ന തൂവാലയുടെ തുമ്പുകൾ അഷ്കേൻ ഒന്നുകൂടി ഇറുക്കികെട്ടി. ഉമ്മറത്തെ മുറിയിലേക്ക് വിരൽ ചൂണ്ടി.... "അവിടെ... ആ ചാരുകസേര...?"

ഞങ്ങളെല്ലാവരും തളത്തിലേക്ക് ചെന്നു. കസേരകളിൽനിന്ന് കുഷ്യനുള്ളതെല്ലാമെടുത്ത് അഷ്കേൻ ഒരു വശത്ത് മാറ്റിവെച്ചിരുന്നു. അവർ ഒരു ചാരുകസേരയിലേക്ക് വിരൽ ചൂണ്ടി. ഞങ്ങൾ അടുത്തുചെന്നു നോക്കി. കസേരയുടെ ചട്ടയിൽ കുഷ്യനു താഴെയായി ഒരു ദ്വാരം. ആരോ മനഃപൂർവ്വം കത്തിക്കൊണ്ട് തുളച്ചുണ്ടാക്കിയതുപോലെ. അതല്ലെങ്കിൽ മറ്റേതോ മൂർച്ചയുള്ള ആയുധംകൊണ്ട്. ഞാൻ അർമേന്റെ മുഖത്തേക്ക്

നോക്കി. അവൻ എന്റെ നേരേയും. ഭയത്തോടെ. "ദൈവമാണേ സത്യം..." അത് മുഴുവനാക്കാതെ അവൻ അവിടെ നിന്നോടി.

പെൺകുട്ടികൾ എന്നേയും അഷ്കേനേയും മാറിമാറി നോക്കി. ഒടുവിൽ എന്നോട് പറഞ്ഞു, "ഇതു ചെയ്തത് അർമേനല്ല."

"സത്യം... ഇതു ചെയ്തത് അർമേനല്ല."

എങ്കിൽ ആരാണിത് ചെയ്തിട്ടുണ്ടാവുക? ഞാനത് ചോദിക്കും മുമ്പേ വീണ്ടും അവർ ഉറപ്പിച്ചു പറഞ്ഞു, "ആരാണിത് ചെയ്തതെന്നറിയില്ല..."

"പക്ഷേ അത് അർമേനല്ല എന്നു തീർച്ച."

അഷ്കേൻ അവരുടെ തടിച്ചുന്തിയ വയറിനു മീതെ കൈയും കെട്ടി നിന്ന് ചില ശബ്ദങ്ങളുണ്ടാക്കി... അദ്ഭുതവും പ്രതിഷേധവും പ്രകടിപ്പിച്ചു.

കുട്ടികളോട് ഞാൻ പറഞ്ഞു, "പാലും പലഹാരവും മേശപ്പുറത്തുണ്ട്. പോയി കഴിച്ചോളൂ..."

അഷ്കേനോടു പറഞ്ഞു, "തത്ക്കാലം കുഷ്യൻ കൊണ്ട് അത് മറച്ചു വെക്കൂ... ബാക്കി കാര്യം പിന്നെ നോക്കാം."

അഷ്കേൻ അന്നത്തെ ജോലി കഴിഞ്ഞു യാത്രയായി. ഞാൻ അവർക്കുള്ള കൂലി എടുത്തു കൊടുത്തു. അവർ തലയിലെ തൂവാല അഴിച്ചുകുടഞ്ഞ് വീണ്ടും കെട്ടി. ഇത്തവണ താടിക്കു കീഴെയായി. അതാണവരുടെ ശീലം. പണി തുടങ്ങും മുമ്പേ തൂവാല തലയിലിട്ട് തുമ്പുകൾ പുറകുവശത്ത് കൂട്ടിക്കെട്ടും. പണി കഴിഞ്ഞാൽ അതഴിച്ച് വീണ്ടും തുമ്പുകൾ താടിക്കടിയിലായി കെട്ടിവെക്കും. ഞാൻ കൊടുത്ത പണം പേഴ്സിൽവെച്ച് സിബ് ഇട്ടു. വീട്ടിൽ കൊണ്ടുപോകാനായി ഞാൻ കൊടുത്ത ഭക്ഷണവും കുട്ടികളുടെ പഴയ ഉടുപ്പുകളും ഭാണ്ഡം കെട്ടി തോളിലും തൂക്കി. അവർ നന്ദി പറഞ്ഞ് ഇറങ്ങിപ്പോയി.

ഞാൻ ഉമ്മറവാതിലടച്ചു. ഏതാനും നിമിഷം അവർ പോകുന്നത് ലേസ് കർട്ടനിടയിലൂടെ ഞാൻ നോക്കിനിന്നു. കൈയിലെ ഭാണ്ഡക്കെട്ടും സഞ്ചിയും തൂക്കി എന്തൊക്കെയോ പിറുപുറുത്തും കിതച്ചും അവർ നടപ്പാത കടന്ന് ഗേറ്റിനടുത്തെത്തി. "പാവം സ്ത്രീ..." അവരെയോർത്ത് വിഷമം തോന്നി. ജീവിതം മുഴുവൻ ഇങ്ങനെ പാടുപെടാനാണല്ലോ ഇവർക്ക് യോഗം. ഞാൻ എന്റെ ഏപ്രൺ അഴിച്ച് അഴുക്കുതുണികളിടുന്ന കുട്ടയിലേക്കിട്ടു. അഷ്കേന്റെ ഒപ്പം നിന്ന് ഞാനും ദിവസം മുഴുവൻ പണിയെടുത്തിരുന്നു. അതിനുള്ള തെളിവാണ് ഈ ചളിപറ്റിയ ഏപ്രൺ.

ഞാൻ അർമേന്റെ മുറിയിലേക്ക് ചെന്നു. എന്റെ ചാരുകസേരയിലെ തുളയെപ്പറ്റി ഒന്നും പറയുകയില്ലെന്ന് ഞാനുറപ്പിച്ചിരുന്നു. അതിലും ഗൗരവമേറിയ കാര്യങ്ങളാണ് അവനുമായി സംസാരിക്കാൻ മനസ്സിൽ കരുതിയിരുന്നത്. അവൻ ചരിത്രപുസ്തകമെടുത്ത് എന്റെ കൈയിൽ തന്നു.

"മിസ്റ്റർ വാസ്ജെന്റെ വിശേഷങ്ങളെന്തെല്ലാമാണ്?"

മെത്തയിലിരുന്നുകൊണ്ട് അവൻ മറുപടി പറഞ്ഞു, "പ്രത്യേകിച്ചൊന്നുമില്ല, സുഖം തന്നെ. എന്തേ ചോദിക്കാൻ?" ഞാൻ പാഠപുസ്തകം തുറന്നു. "ഒന്നുമില്ല, വെറുതെ ചോദിച്ചതാണ്."

അവൻ എഴുന്നേറ്റു. സ്കൂൾ സഞ്ചി തുറന്നു. എന്തോ തിരഞ്ഞു. "വാസ്തവത്തിൽ ഇന്നു ഞാൻ പ്രധാന ഓഫീസിൽ പോയിരുന്നു. മിസ്റ്റർ വാസ്ജെനും അവിടെ ഉണ്ടായിരുന്നു."

ഞാൻ പുസ്തകം അടച്ചുവെച്ചു. "നീയെന്തിനാ ഇന്ന് പ്രിൻസിപ്പാളിന്റെ ഓഫീസിൽ പോയത്?"

സാധാരണഗതിയിൽ അവനവിടെ പോകേണ്ട ആവശ്യമില്ല. കുരുത്തക്കേടുകൾ എന്തെങ്കിലും ചെയ്യുമ്പോഴാണ് ശാസിക്കാനോ ശിക്ഷിക്കാനോ ആയി ആപ്പീസിലേക്ക് വിളിപ്പിക്കുക. ഞാൻ ആത്മാർത്ഥമായി പ്രാർത്ഥിച്ചു, പ്രിൻസിപ്പളിന്റെ കരണത്തടിക്കുക എന്ന വിവരക്കേട് എന്റെ മകൻ കാട്ടിയിട്ടുണ്ടാവരുതേ!

അവൻ ഒരു തുണ്ടു കടലാസ് എന്റെ നേരെ നീട്ടി. "ഇതിന്" എന്റെ മനസ്സിടിഞ്ഞു. എന്നെ സ്കൂളിലേക്ക് വിളിപ്പിച്ചുകൊണ്ടുള്ളതാണ്! വീണ്ടും അവൻ ശിക്ഷിക്കപ്പെട്ടിരിക്കണം. ഞാനൊരു വിറയലോടെ ആ കുറിപ്പ് വായിച്ചു. "അർമേൻ അയ്വാസീയന് അഭിനന്ദനം... ഗണിതത്തിലുള്ള ശ്രദ്ധയ്ക്കും പ്രയത്നത്തിനും" ഞാൻ ചാടി എഴുന്നേറ്റ് അവനെ കെട്ടിപ്പിടിച്ചു. കവിളിൽ തുരുതുരെ ചുംബിച്ചു. അവൻ ഉറക്കെ ചിരിച്ചു. "അമ്മ എന്നെ തിരുമ്മി പിഴിയുകയാണ്!"

ആവേശം ഒന്നാറിയപ്പോൾ ഞാൻ അവനോടു പറഞ്ഞു.

"സത്യം പറയാലോ... ഈയിടെയായി നിന്റെ കാര്യത്തിൽ എനിക്ക് കലശലായ പരിഭ്രമമുണ്ടായിരുന്നു."

എമിലിയുടെ വിഷയം എങ്ങനെ അവതരിപ്പിക്കണം എന്ന് ആലോചിക്കുന്നതിനിടയിൽ അവൻ പറഞ്ഞു, "എന്നെ പറ്റിയുള്ള പരിഭ്രമം... എന്തിന്റെ പേരിലാണെന്ന് എനിക്കറിയാം. ഒരു പരിഭ്രമവും വേണ്ട. അമ്മയുടെ മകൻ ഒരു വിഡ്ഢിയല്ല... അതൊക്കെ പോട്ടെ... അമ്മ ചോദ്യം ചോദിക്കൂ..."

അവൻ കുമ്പിട്ട് താഴെ വീണുപോയ ചരിത്ര പുസ്തകമെടുത്തു. എന്റെ കൈയിലോട്ടുവെച്ചു. എന്നെ അതിശയിപ്പിക്കുന്നതിൽ എന്റെ മകനുള്ള വിരുത്, എന്തേ ഞാൻ മറന്നുപോകാൻ?

ആ വാരാന്ത്യത്തിൽ വാസ്ജെന്റെ ദ്വിഭാഷയുടെ കൈയെഴുത്തുപ്രതി ഞാൻ വായിച്ചുതീർത്തു. അർതൂഷിനുവേണ്ടി വഴുതിനങ്ങ വേവിച്ചുടച്ച് ഞാൻ മാഷ്പോലോ ഉണ്ടാക്കി. അദ്ദേഹത്തിന് വളരെ ഇഷ്ടമുള്ള ഒരു വിഭവം. കുട്ടികൾക്കുവേണ്ടി ബദാം കേക്കുമുണ്ടാക്കി. മുറി വൃത്തിയാക്കി

വെക്കുന്നില്ല എന്നുപറഞ്ഞ് ഞാൻ അർമേനെ ശകാരിച്ചില്ല. പെൺകുട്ടികളേയും കൊണ്ട് ടോംതംബ് കാണാൻ തിയ്യറ്ററിലേക്ക് പോയി. അർമേൻ ഞങ്ങളുടെ കൂടെ വന്നില്ല. "അത് ചെറിയ കുട്ടികൾക്കുള്ള പടമാണ്... ഞാനില്ല."

അടുത്ത ദിവസം രാത്രി നാഫ്ട് ക്ലബ്ബിൽ "ടാർസൻ" ഉണ്ടായിരുന്നു. ഞാൻ അർമേനോടു പറഞ്ഞു, "വേണമെങ്കിൽ നിന്നെ ഞാൻ കൊണ്ടുപോകാം... പക്ഷേ, രാവിലെ എഴുന്നേല്ക്കാൻ മടികാണിച്ചു കിണുങ്ങരുത്."

പെൺകുട്ടികൾക്ക് സന്തോഷം സഹിക്കാനാവുന്നില്ല... അതിലേറെ അദ്ഭുതവും. രണ്ടുദിവസം തുടർച്ചയായി അമ്മ അവരെ സിനിമയ്ക്ക് കൊണ്ടുപോവുകയോ?

"എനിക്കു വയ്യ കാറോടിക്കാൻ" അർതൂഷ് ക്ഷീണമഭിനയിച്ചു.

"വേണ്ട. ഞങ്ങൾ ടാക്സിയിൽ പൊക്കോളാം." പെൺകുട്ടികൾ പ്രശ്നം പരിഹരിച്ചു.

എന്നാൽ ഞാൻ പറഞ്ഞത് വേറൊന്നായിരുന്നു. അതുകേട്ട് അച്ഛനും മക്കളും ഒരുപോലെ ഞെട്ടി. "കാറ് അർമേൻ ഓടിക്കട്ടെ. ക്ലബ്ബിലേക്ക് അത്ര ദൂരമൊന്നുമില്ലല്ലോ... വൈകുന്നേരമായാൽ വഴിയിലൊന്നും തിരക്കുമുണ്ടാവില്ല,"

നാഫ്ട് ക്ലബ്ബിലേത് തുറന്ന തിയ്യറ്ററായിരുന്നു. കുട്ടികളും ഞാനും ടാർസന്റെ പരാക്രമങ്ങൾ തീർത്തും ആസ്വദിച്ചു. ആ പുള്ളിയുടെ കുറുമ്പുകാട്ടൽ... എല്ലാവരും രസിച്ചുകണ്ടു, നാഫ്ട് ക്ലബ്ബിലെ ഭക്ഷണശാലയിലെ ആ രാത്രി. ഒരു ഭാഗത്ത് പുഴയുടെ ഗന്ധം... മറുഭാഗത്ത് കെബാബ് ചുടുന്ന മണം... കുട്ടികളുടെ മുഖത്ത് തെളിഞ്ഞ സന്തോഷം... എനിക്കും സന്തോഷമായി.

മുപ്പത്തിയേഴ്

തിങ്കളാഴ്ച രാവിലെ ആകാശം മൂടിക്കെട്ടിയിരുന്നു. കാറ്റും ശക്തിയായി വീശിയിരുന്നു. ഞാൻ കുട്ടികളെ സ്കൂളിലേക്കയയ്ക്കാൻ തയ്യാറാക്കുന്നതിനിടയിൽ അർമീനെ പെട്ടെന്നു ചോദിച്ചു.

"ഒരു കൊടുങ്കാറ്റുണ്ടായാലോ?"

അർസീനെ നിസ്സാരമട്ടിൽ പറഞ്ഞു, "മിസ്സ് മാന്യ ഒരുപക്ഷേ പരിശീലനം വേണ്ടെന്നുവെക്കും."

"എന്നാൽ അത്രയും നല്ലത്." സ്കൂൾസഞ്ചി വലിച്ച് തോളിലിട്ട് അർമേൻ പുറപ്പെട്ടു.

ഞാൻ പെൺകുട്ടികളെ വീണ്ടും ഓർമ്മിപ്പിച്ചു. "മറക്കരുത്, ആ നോവലും പരിഭാഷയും മിസ് മാന്യയെ ഏല്പിക്കണം അല്ലെങ്കിൽ മിസ്റ്റർ വാസ്ജെനെ."

"അമ്മ ഉറപ്പു പറഞ്ഞതല്ലേ, അത് ഞങ്ങൾക്കു വായിച്ചുതരാമെന്ന്."

"അതിനുള്ള സമയമില്ല. മിസ്റ്റർ വാസ്ജെന് ധൃതിയുണ്ട്. ഏതായാലും അത് പ്രസിദ്ധീകരിച്ചു വരട്ടെ. നമുക്കൊരുമിച്ച് വായിക്കാം."

"ശരി... ശരി..." രണ്ടുപേരും അവരുടെ ഉരുണ്ടുതുടുത്ത കവിളുകൾ കാട്ടി. ഞങ്ങൾ പരസ്പരം ഉമ്മവെച്ചു. അവരോടൊപ്പം ഞാനും പടിക്കലേക്ക് നടന്നു.

പരിശീലനം വേണ്ടെന്നുവെച്ചാൽ കുട്ടികൾ നേരത്തെ വീട്ടിലെത്തും... എന്താണെന്റെ മനസ്സിൽ? അവർ വേഗം വരണമെന്നാണോ, അതോ വൈകി വന്നാൽ മതിയെന്നാണോ?

എമിലി അവളുടെ വീടിനു മുമ്പിൽ നിന്നിരുന്നു. സ്കൂൾ യൂണിഫോമിലാണ്. ഇരുണ്ട നീല നിറത്തിലുള്ള ഉടുപ്പ്. ലേഡ് കോളർ. മുട്ടോളമെത്തുന്ന വെള്ള സോക്സ്.

ബസ്സുവന്നപ്പോൾ എമിലി ആദ്യം കയറാനായി അർമേൻ വാതിലിനരികെ മാറിനിന്നു.

ഗേരേജിൽ അർതൂഷ് കാറിന്റെ വലയത്തിൽ കൈവെച്ചു തയ്യാറായി ഇരുന്നു. ഞാൻ വീർപ്പടക്കി നിന്നു. ഭാഗ്യം! രണ്ടാമത്തെ ശ്രമത്തിൽ

എൻജിൻ സ്റ്റാർട്ടായി. ഞാൻ ആശ്വാസത്തോടെ ശ്വാസം പുറത്തേക്ക് വിട്ടു. എന്നെ നോക്കി ചിരിച്ചുകൊണ്ട് അദ്ദേഹം കാറോടിച്ചുപോയി. പടികടക്കുംമുമ്പേ തല പുറത്തേക്കിട്ട് വിളിച്ചുപറഞ്ഞു, “ഞാൻ രാത്രി വരാൻ വൈകും. ഓർമ്മയുണ്ടല്ലോ!”

ഞാൻ തല കുലുക്കിക്കൊണ്ട് ചിരിച്ചു. അച്ഛന്റെ കാറും കുട്ടികളുടെ ബസ്സും കാഴ്ചയിൽനിന്നും മറഞ്ഞു. ഗേറ്റടച്ച് ഞാൻ അകത്തേക്ക് കയറി. മുറ്റത്ത് ബൊഗേൻ വില്ലകൾ കാറ്റിലുലഞ്ഞു. ഒരു പിടി പൂക്കൾ പാറി താഴെ വീണു.

ഉമ്മറ വാതിൽ അടച്ചില്ല. അതിനുമുമ്പേ പുറത്തെ ഇരുമ്പുഗേറ്റ് തുറക്കുന്ന ശബ്ദം. തളത്തിലെ ലേസ് കർട്ടന്റെ ഇടയിലൂടെ ഞാൻ കണ്ടു. അവർ പടി കടന്നുവരുന്നു. സ്കർട്ടും ബ്ലൗസുമാണ് വേഷം. രണ്ടും കറുപ്പ് .കാലിൽ പരന്ന ചെരുപ്പ്. ഒരു വെള്ള ഷാൾ തോളിലൂടെയിട്ട് പുതച്ചിട്ടുണ്ട്. അന്നാദ്യമായി അവർ വരുന്നത് കണ്ട് എനിക്ക് ശരിക്കും സന്തോഷം തോന്നി.

അവർ അടുക്കള മേശയ്ക്കു മുമ്പിൽ വന്നിരുന്നു. കാപ്പി വേണമെന്ന് പറഞ്ഞു. സാധാരണ പാലൊഴിച്ച ചായയാണ് അവർ കുടിക്കാറ്. ഞാൻ കാപ്പിയുണ്ടാക്കുന്നതിനിടയിൽ അവർ മിണ്ടാതിരുന്നു. “ഒരു കൊടുങ്കാറ്റി നുള്ള പുറപ്പാടുണ്ട്.” എന്നു മാത്രം പറഞ്ഞു. “ഞങ്ങൾ ഇന്ത്യയിലായി രുന്നപ്പോൾ ഇതുപോലെയുള്ള കാലാവസ്ഥ കാലവർഷം തുടങ്ങാറായി എന്നതിന്റെ സൂചനയായിരുന്നു.”

അവർ മുടി പിന്നോക്കം കോതി കെട്ടിവെച്ചിരുന്നു. കാതിൽ മുത്തു കൊണ്ടുള്ള കമ്മൽ. അതല്ലാതെ ആഭരണങ്ങളൊന്നുമില്ല. ഞാൻ കാപ്പി ക്കപ്പ് മേശപ്പുറത്തുവെച്ചു. ഒരു തട്ടത്തിൽ നൈസ് ബിസ്കറ്റും. അവർക്ക് അഭിമുഖമായി ഞാനിരുന്നു. ഒരു നിമിഷം അവർ കപ്പിലേക്ക് നോക്കി മിണ്ടാതിരുന്നു. പുറത്ത് കാറ്റിന് ശക്തി കൂടി. ചുഴലിക്കാറ്റായി മാറുന്നതു പോലെ. കുസേസ്ഥാൻ പ്രദേശത്തെ മരുഭൂമിയിലെ മണലല്ലേ. ഒന്നായി അത് ചുറ്റി എറിയുകയാണെന്നു തോന്നി. എന്റെ ജനൽപ്പടിയിലെ സ്വീറ്റ് പീകൾ വല്ലാതെ വിറയ്ക്കുന്നുണ്ടായിരുന്നു.

“ഇപ്പോ കുറച്ച് സുഖം തോന്നുന്നുണ്ടോ?” ഞാൻ ചോദിച്ചു. എന്തെ ങ്കിലും പറയണമല്ലോ എന്നു കരുതി ചോദിച്ചതായിരുന്നില്ല. വാസ്തവ ത്തിൽ അവരുടെ സ്ഥിതിയോർത്ത് എനിക്ക് വിഷമം തോന്നിയിരുന്നു. അവരുടെ മുഖത്തെ വിളർപ്പ് മാറിയിരുന്നു. ചുണ്ടിൽ പീച്ച് നിറത്തിലുള്ള ലിപ്സ്റ്റിക് തേച്ചിരുന്നു.

ഒരു കവിൾ കാപ്പികുടിച്ചതിനു ശേഷമാണ് അവർ തല ഉയർത്തി യത്. കൃഷ്ണമണികൾ കറുത്ത ഗോട്ടിക്കായകൾ പോലെ. അവർ ഒന്നു ചുമച്ചു. “അന്നുരാത്രി എന്തിനാണാവോ ഞാൻ നിങ്ങളോട് അതുമിതു മൊക്കെ പറഞ്ഞത്... അങ്ങനെ സംസാരിക്കുന്നത് എന്റെ ശീലമല്ല. എന്നെപ്പറ്റി ഇതുവരെയായി ഞാൻ ആരോടും സംസാരിച്ചിട്ടില്ല. ആർക്കും

അതൊന്നും മനസ്സിലാവില്ല എന്നു തോന്നുന്നതുകൊണ്ടാകാം. നിങ്ങൾക്ക് ഞാൻ പറയുന്നത് മനസ്സിലാവും എന്നു തോന്നാൻ എന്താണാവോ കാരണം? അറിയില്ല."

അവർ വീണ്ടും മൗനം പാലിച്ചു. കാറ്റ് ഒച്ചവെച്ചുകൊണ്ട് ആഞ്ഞു വീശി. ജനലപ്പടിയിൽവെച്ചിരുന്ന പൂപ്പെട്ടി താഴേക്ക് മറിഞ്ഞുവീണു.

അവർ ഒരു കാതിൽനിന്നും കമ്മൽ ഊരിയെടുത്തു. വിരൽകൊണ്ട് ചെവിത്തട്ട നന്നായി തിരുമ്മി. കമ്മൽ വീണ്ടും അതിന്റെ സ്ഥാന ത്തുറപ്പിച്ചു. വളരെ താഴ്ന്ന സ്വരത്തിലാണ് അവർ സംസാരിച്ചത്. വേറെ യാരെങ്കിലും കേട്ടാലോ എന്നു പേടിയുള്ളതുപോലെ.

"എമിലിന് അവന്റെ അച്ഛനിൽനിന്നും പാരമ്പര്യമായി കിട്ടിയത് ആ കണ്ണുകളുടെ നിറം മാത്രമാണ്... പുസ്തകങ്ങളോടുള്ള താത്പര്യവും. അച്ഛന് കവിതയും ജീവിതവും വ്യക്തമായി വേർതിരിച്ചറിയാൻ കഴി ഞ്ഞിരുന്നു. എന്നാൽ മകന്, അവൻ ജീവിക്കുന്നത് കഥകളിലും കവിത കളിലുമാണ്. കുട്ടിക്കാലം മുതലേ... അവൻ എപ്പോഴും ആരോടെങ്കിലും പ്രേമത്തിലായിരിക്കും. എമിലിയുടെ അമ്മയുമായി അവൻ പ്രണയ ത്തിലായി. അവൾ ഒരു ദരിദ്രകുടുംബത്തിൽനിന്നായിരുന്നു. അച്ഛൻ കടുത്ത മദ്യപാനി. അവളെ വല്ലാതെ ദ്രോഹിച്ചിരുന്നു. അവൻ അവളുടെ രക്ഷകന്റെ സ്ഥാനമെടുത്തു. ആ പെൺകുട്ടി സുന്ദരിയായിരുന്നു. തുടക്ക ത്തിൽ ഞാൻ ആ ബന്ധത്തെ എതിർത്തു. പിന്നെ, തടയാൻ വൈകി പ്പോയി എന്നു മനസ്സിലായപ്പോൾ ഞാൻ സമ്മതം മൂളി. രണ്ടുമാസം തികച്ചും കഴിഞ്ഞില്ല. എന്റെ മകന് അവന്റെ തെറ്റ് ബോദ്ധ്യമായി. ഈശ്വരന്റെ നിശ്ചയമായിരുന്നു. ഏതാനും വർഷങ്ങൾക്കുള്ളിൽ അവൾ മരിച്ചു."

കാറ്റ് കൂടുതൽ ഒച്ചയോടെ ആഞ്ഞുവീശി. ജനൽപ്പടിയിലെ സ്വീറ്റ് പീ ചെടിയും മറിഞ്ഞു താഴെ വീണു. അത് തകരുന്ന ശബ്ദം ഞാൻ കേട്ടു. ഞാനറിയും മുമ്പേ എന്റെ മനസ്സിനെയാകെ ഏതോ വിഷാദം വന്നു നിറഞ്ഞു. എന്തായിരുന്നു അതിനു കാരണം? എന്റെ പൂച്ചട്ടി താഴെ വീണു തകർന്നതുകൊണ്ടാണോ? അതോ ഒരാൾ എത്ര ലാഘവത്തോടെ മരണത്തെക്കുറിച്ച് സംസാരിക്കുന്നു എന്ന് വിചാരിച്ചിട്ടാണോ?

"അവൻ എന്നും അങ്ങനെയായിരുന്നു" അവർ തുടർന്നു. "എപ്പോഴും തെറ്റായ തീരുമാനങ്ങൾ. കാര്യങ്ങൾ ശരിയായി മനസ്സിലാക്കുന്നതിൽ പരാജയപ്പെടുന്നു. ഞാൻ നഗരങ്ങളിൽനിന്നു നഗരങ്ങളിലേക്ക്, രാജ്യ ങ്ങളിൽനിന്ന് രാജ്യങ്ങളിലേക്ക് മാറിക്കൊണ്ടേയിരിക്കുന്നു, അവൻ അബദ്ധങ്ങളിൽ ചെന്നു ചാടി സ്വയം മുറിവേല്പിക്കാതിരിക്കാൻ... അല്ലെ ങ്കിൽ എന്നേയും എമിലിയേയും മുറിവേല്പിക്കാതിരിക്കാൻ. ഇപ്പോൾ അതൊന്നും എന്നെ കാര്യമായി ബാധിക്കാതായി. എന്നാൽ എമിലിയുടെ കാര്യം അതല്ല. അതൊന്നും അവൾക്ക് സഹിക്കാൻ വയ്യ. അവൾ എന്തെ ങ്കിലും സാഹസം കാണിക്കുമെന്ന് എനിക്ക് ഭയമുണ്ട്. അവളുടെ അമ്മയും മാനസികമായി..."

അവർ പറഞ്ഞുവന്നതു മുഴുവനാക്കാതെ വെറുതെ തല കുലുക്കി. കപ്പിലെ അവസാനത്തെ തുള്ളി കാപ്പിയും കുടിച്ചു തീർന്ന് കപ്പ് മേശപ്പുറത്തുവെച്ചു... സോസറിൽ.

എന്തെങ്കിലും സംസാരിക്കാമെന്നു കരുതി ഞാൻ ചോദിച്ചു. "ഞാൻ നിങ്ങളുടെ ഭാവി പ്രവചിക്കട്ടെ." ഞാൻ ആ കപ്പിലേക്ക് വിരൽ ചൂണ്ടി. എന്തു വിഡ്ഢിത്തമാണ് ഞാൻ പറഞ്ഞത്. ഈ വക കാര്യങ്ങളിൽ എനിക്ക് തീരെ വിശ്വാസമുണ്ടായിരുന്നില്ല. ലക്ഷണം നോക്കി ഫലം പറയാനുള്ള മിടുക്കുമുണ്ടായിരുന്നില്ല. എന്നിട്ടും വെറുതെ... സംഭാഷണത്തിന്റെ തുടർച്ചയ്ക്കായി മാത്രം...

പെട്ടെന്ന് ഉറക്കത്തിൽനിന്നു ഞെട്ടിയുണരുന്നതുപോലെ അവർ കസേര പിന്നോക്കം നീക്കി എഴുന്നേറ്റു. മുടി കൈക്കൊണ്ട് തലോടി ഒതുക്കി. തോളിലെ ഷാൾ നേരെയിട്ടു. "നിങ്ങളുടെ സമയം കൂടുതലെടുക്കുന്നില്ല... ഭാവിഫലം?" അവർ ആ കാപ്പിക്കപ്പിലേക്ക് നോക്കി ചുണ്ടു കോട്ടി. "എന്റെ ഭാഗ്യം... കാലങ്ങൾക്കുമുമ്പേ തീരുമാനിക്കപ്പെട്ടതാണ്." അവർ കണ്ണടച്ചു തുറന്നു സയത് നോവയുടെ നിഴൽ കവിതകൾ വളരെ ഇഷ്ടമായിരുന്നു. ഹൃദയത്തിനോട് തൊട്ടുനില്ക്കുന്നത് എന്നാണ് പറയാറ്. അദ്ദേഹവും ഹൃദയത്തിൽ തൊട്ടുകൊണ്ടാണ് എപ്പോഴും എഴുതിയിരുന്നത്... ആരും അദ്ദേഹത്തെ മനസ്സിലാക്കിയില്ല."

അവരോടൊപ്പം ഞാനും വാതില്ക്കലേക്ക് നടന്നു.

വാതിലിനരികെ, അവർ തിരിഞ്ഞുനിന്നു. കൈയ്യെടുത്ത് എന്റെ കൈയിൽവെച്ച് മൃദുവായൊന്നു ചിരിച്ചു.

"എമിൽ, പെട്ടെന്ന് ഹൃദയം നഷ്ടപ്പെടുന്ന കൂട്ടത്തിലാണ്." അവർ ഷാൾ വലിച്ച് താടിക്കുചുറ്റുമായി ഇറുകി പൊതിഞ്ഞു.

"അവനെ സഹായിക്കണം. ഇത് നല്ലൊരു തീരുമാനമല്ല... അവന് ശരിയായ ഉപദേശം കൊടുക്കൂ... നിങ്ങൾക്കതിനാകും."

അവർ നടപ്പാതയിലൂടെ പടിക്കലേക്ക് നടക്കാൻ തുടങ്ങി.

കാറ്റിൽ അവരുടെ ഷാൾ. തോളിനു ചുറ്റുമായി ഇളകി നടന്നു. നടപ്പാത നിറയെ ഇളംചുവപ്പു ബൊഗേയ്ൻ വില്ല പൂക്കൾ കൊഴിഞ്ഞു വീണിരുന്നു. വില്ലോ മരം ആരോ ചവിട്ടി മെതിച്ചെന്നപോലെ നിസ്സാഹായയായി ചാഞ്ഞു കിടന്നു. ദുഃഖപരവശയായ ഒരു സ്ത്രീ സങ്കടം സഹിക്കാതെ മുടിപിടിച്ചു വലിച്ചു കരയുന്നതുപോലെ. മണ്ണിലേക്ക് വീണ മഴത്തുള്ളികൾ നിമിഷം കൊണ്ട് നീരാവിയായി ഉയർന്നു. ആകാശത്തിനാകെ വല്ലാത്തൊരു ചുകന്ന നിറം.

മുപ്പത്തിയെട്ട്

വീട്ടിലെ എല്ലാ മുറികളിലും ഞാൻ കയറി ഇറങ്ങി. സാധനങ്ങൾ ഇവിടെ നിന്ന് അവിടേക്കും അവിടെനിന്ന് ഇവിടേക്കും സ്ഥാനം മാറ്റിവെച്ചു. വാസ്തവത്തിൽ അതിന്റെ ആവശ്യമുണ്ടായിരുന്നില്ല. എല്ലാം യഥാസ്ഥാന ങ്ങളിലായിരുന്നു. എന്നിട്ടും... ഓരോ ജനാലയുടേയും മുമ്പിൽ ചെന്നു നിന്ന് ഞാൻ പുറത്തേക്ക് നോക്കി. തക്കാളിച്ചെടിയുടെ ഇലകൾ വിറച്ചു കൊണ്ടിരിക്കുന്നു. പൂച്ചെടികൾ ഇടയ്ക്ക് ചായുന്നു. പിന്നെ നിവരുന്നു... അങ്ങനെ വീണ്ടും വീണ്ടും. അർമീനയുടേയും അർസീനേയുടേയും മരങ്ങൾ പൂവുകളെല്ലാം കാറ്റിന് സമർപ്പിച്ചുകഴിഞ്ഞു. എമിലിയുടെ മരച്ചില്ലയിൽമാത്രം ഒരു പിടി പൂക്കൾ കൊഴിയാതെ നിന്നിരുന്നു. വില്ലോ മരം അപ്പോഴും അതിന്റെ മുടി പിടിച്ചുവലിച്ചുകൊണ്ട് വിലപിക്കുകയായി രുന്നു. ലോട്ടസ് മരം മാത്രം ആ കാറ്റിലും പതറാതെ നിന്നു.

ഞാൻ എല്ലാ കർട്ടനുകളും വലിച്ചിട്ടു. ഇനി താഴെ പോയി ജനൽ ത്തിട്ടിൽനിന്നും മറിഞ്ഞുവീണ പൂച്ചെട്ടികൾ എടുത്തുമാറ്റി തറ വൃത്തി യാക്കണം. പക്ഷേ, ഞാനതിനൊന്നും പുറപ്പെട്ടില്ല. എനിക്കേറ്റവും ഇഷ്ട മുള്ള പൂക്കൾ നഷ്ടമായിക്കഴിഞ്ഞു. എന്നിട്ടും അത് വലിയൊരു കാര്യ മായി എന്നെ അലട്ടിയില്ല എന്നത് എനിക്കുതന്നെ അദ്ഭുതമായി. ഒരു പ്രവൃത്തി ദിവസത്തിന്റെ അവസാനമറിയിച്ചുകൊണ്ട് എണ്ണക്കമ്പനിയിലെ സൈറൺ മുഴങ്ങി. ഞാൻ കിടപ്പുമുറിയിലേക്ക് ചെന്നു. മിസ്റ്റർ മൊർട്ടേസ യെക്കുറിച്ചാലോചിച്ചു. സൈറൺ മുഴങ്ങുന്നതു കേൾക്കുമ്പോഴെല്ലാം അയാൾ ഒരു മന്ത്രമുരുവിടുന്ന ഭാവത്തോടെ പറയും, "ഫേയ്ഡഡ്". അതോടെ അയാൾ ജോലി അവസാനിപ്പിച്ച് വീട്ടിലേക്ക് മടങ്ങും. എന്താണയാൾ പറയുന്നതെന്ന് ആദ്യമൊന്നും എനിക്ക് മനസ്സിലാവാറില്ല. വളരെ കഴിഞ്ഞാണ് അത് ചോദിച്ചറിയാനുള്ള ധൈര്യമുണ്ടായത്. "അതിന്റെ അർത്ഥം" മിസ്റ്റർ മൊർട്ടേസ ഉറക്കെ ചിരിച്ചു. "പണി നിർത്താ നുള്ള സൈറൻ എന്നു മാത്രമാണ്."

എന്റെ വിമർശനവായന പരിഹസിച്ചു "നീ ഇപ്പോൾ മിസ്റ്റർ മൊർ ട്ടേസയെ പറ്റി ചിന്തിച്ചത്, എന്തിനാണ് നീ ഇപ്പോൾ ലിപ്സ്റ്റിക് പുരട്ടു ന്നത് എന്നു ഞാൻ ചോദിക്കാതിരിക്കാനല്ലേ? അല്ലെങ്കിൽ ഇത്രയും

ശ്രദ്ധിച്ചു മുടി കോതിവെക്കുന്നതെന്തിനാണെന്ന്? കൈയിൽ ഇത്ര കാര്യമായി ക്രീം പുരട്ടി മൃദുലമാക്കുന്നതെന്തിനാണെന്ന്?"

കൈയിലിരുന്ന, മുടി കോതുന്ന ബ്രഷ് ഞാൻ ആ മേശപ്പുറത്തുതന്നെ വെച്ചു.

അയാൾക്ക് എന്താണ് എന്നോട് പറയാനുള്ളത്?

അയാൾ അതു പറഞ്ഞാൽ ഞാൻ എന്താണ് മറുപടി പറയേണ്ടത്? അതെ, ഞാനെന്താണ് പറയേണ്ടത്? അയാളുടെ അമ്മ പറയുകയുണ്ടായി. "അത് നല്ലൊരു തീരുമാനമല്ല" എന്ന്. ഞാൻ എന്റെ സ്കർട്ടിലെ ചുളിവുകൾ തടവി നിവർത്തി. എന്റെ സഹതാപ ബുദ്ധി ഉപദേശിച്ചു. "നമ്മൾ നല്ല സുഹൃത്തുക്കളാണ് എന്നുമാത്രം പറഞ്ഞാൽ മതി." ഞാൻ എന്റെ കക്ഷത്തിലെ വിയർപ്പ് തുടച്ചുമാറ്റി. വാതിൽ മണിയടിച്ചു. ചുണ്ടിൽ അധികമുള്ള ലിപ്സ്റ്റിക് ക്ലീനക്സുകൊണ്ട് ഒപ്പിയെടുത്തു. "ഇടനാഴിയിൽ എന്താണിത്ര ഇരുട്ട്?" ഞാൻ എന്നോടുതന്നെ ചോദിച്ചു.

ഞാൻ വാതിലിന്റെ കൈപ്പിടി ഒന്നു തിരിച്ചപ്പോഴും കാറ്റിന്റെ ഊക്കിൽ വാതിൽ താനേ തുറന്നു. എമിൽ അകത്തേക്ക് വന്നു. ഒപ്പം ഒരു കുട്ട മണ്ണും പൊടിയും ഉണങ്ങിയ പുല്ലും ഇലകളും... അകമാകെ ചപ്പുചവറുകൾ... കൂട്ടത്തിൽ കാക്കി നിറത്തിലുള്ള ചിലതും. വെട്ടുകിളികളാണെന്നു തോന്നി. ഞങ്ങൾ രണ്ടുപേരും ചേർന്ന് വാതിൽ തള്ളിയടച്ചു. അതെത്ര എളുപ്പമായിരുന്നില്ല. ആ ശ്രമം കൊണ്ടാകാം രണ്ടുപേരും അല്പനേരം വാതിലിൽ ചാരിനിന്നു. എമിൽ കിതയ്ക്കുന്നുണ്ടായിരുന്നു. മുടിയിലും മുഖത്തുമൊക്കെ പൊടിപറ്റിക്കിടന്നു.

"ഇതെന്താണവിടെ....?"

"വെട്ടുകിളിക്കൂട്ടങ്ങൾ" തലയിലും ഉടുപ്പിലും പറ്റിപ്പിടിച്ചിരുന്ന പൊടി തട്ടിമാറ്റിക്കൊണ്ട് എമിൽ പറഞ്ഞു.

"എന്ത്?" ഞാൻ താഴേക്കു നോക്കി. ഞാൻ വെട്ടുകിളി പോലെ എന്നു വിചാരിച്ചത് യഥാർത്ഥത്തിൽ വെട്ടുകിളികൾ തന്നെയായിരുന്നു. എന്റെ വീടിനകത്ത് ചത്തതും ചാവാറായതുമായി പത്തിരുപതെണ്ണം. ഞാനാകെ ഭയന്നു വിളർത്തു... വിറച്ചു തുടങ്ങി.

അയാൾ എന്റെ കൈയിൽ കയറിപ്പിടിച്ചു... "ഇതെന്താ? വിറയ്ക്കുന്നോ? വെട്ടുകിളികളെ പറ്റി നിങ്ങൾക്കറിയില്ലേ?"

"എന്തെന്നറിയില്ല?" ഞാൻ പരിഭ്രമത്തോടെ തിരിച്ചു ചോദിച്ചു. അയാൾ കാലുറയിൽ പറ്റിപ്പിടിച്ച മണ്ണും പുല്ലും കൈക്കൊണ്ട് തട്ടിമാറ്റി. "ചിലപ്പോൾ വെട്ടുകിളികൾ ഒരിടത്തുനിന്ന് മറ്റൊരിടത്തേക്ക് പാർപ്പു മാറ്റുന്നതിനിടയിൽ... നിങ്ങൾക്ക് സുഖമില്ലെന്നുണ്ടോ?... ദാ ഇവിടെയിരിക്കൂ...

ഞാൻ ആകപ്പാടെ ഒന്നും മനസ്സിലാകാത്ത ഒരവസ്ഥയിലായിരുന്നു. ഞാൻ വെറുതെ അയാളുടെ മുഖത്തേക്ക് നോക്കിനിന്നു. എമിൽ എന്നെ കൈപിടിച്ച് അടുക്കളയിലേക്ക് കൊണ്ടുപോയി. അതിനകത്ത് കൂരിരുട്ട്.

അയാൾ എന്നെ ഒരു കസേരയിലിരുത്തി. ലൈറ്റിട്ടു. ഫ്രിഡ്ജ് തുറന്ന് വെള്ളമെടുത്ത് കുടിക്കാൻ തന്നു. കൈയിൽ ഗ്ലാസ്സും പിടിച്ചുകൊണ്ട് ഞാൻ നിലവിളിച്ചു. “അയ്യോ! എന്റെ കുട്ടികൾ....”

അയാൾ വേറൊരു കസേര വലിച്ച് എനിക്കഭിമുഖമായി ഇരുന്നു. എന്റെ നേരെ ചാഞ്ഞു. “പേടിക്കണ്ട, ഇങ്ങോട്ടു വരുംമുമ്പേ ഞാൻ സ്കൂളിലേക്ക് ഫോൺ ചെയ്തിരുന്നു. എല്ലാം ഒന്നു ശാന്തമാകുന്നതുവരെ അവർ ആരേയും പുറത്തുവിട്ടില്ല. ഇവിടെ ജനലകളൊന്നും തുറന്നിട്ടില്ലല്ലോ? എയർകണ്ടീഷണറുകൾ ‘ഓഫ്’ ആക്കിയിട്ടില്ലേ?”

എന്റെ ശൂന്യമായ നോട്ടം. മറുപടിക്കു കാത്തു നില്ക്കേണ്ടതില്ലെന്ന് എമിലിന് മനസ്സിലായി. അയാൾ തിടുക്കത്തിൽ എഴുന്നേറ്റു. വീടു മുഴുവൻ ഓടിനടന്നു വേണ്ടതു ചെയ്തു.

ഞാൻ ഒരു കവിൾ വെള്ളം കുടിച്ചു... അതോ കുടിച്ചില്ലേ? ഏതായാലും എഴുന്നേറ്റ് ജനലരികിൽ ചെന്നുനിന്നു. ജനൽപ്പടിയിൽ നിറയെ വെട്ടുകിളികൾ. ചത്തതും പാതി ജീവനുള്ളതും താഴെ വീണു കിടക്കുന്ന പൂച്ചട്ടി നേരെ എടുത്തു വെക്കാനായെങ്കിൽ! ആകാശം ആകെ ഇരുണ്ടിരുന്നു. പുറത്തെ ഒച്ച... ഇതുവരെ കേട്ടിട്ടില്ലാത്തവിധം ഭയാനകം. “അത് വെട്ടുകിളികൾ ചിറകടിക്കുന്ന ശബ്ദമാണ്.” എന്റെ പുറകിൽനിന്ന് എമിൽ പറഞ്ഞു.

ഞങ്ങൾ ഒരുമിച്ച് ജനാലയുടെ മുമ്പിൽ നിന്നു. മുറ്റത്തുകണ്ട കാഴ്ച മനസ്സിലേക്ക് ഒപ്പിയെടുത്തു. മഴ പെയ്യുമ്പോലെയാണ് വെട്ടുകിളികൾ മാനത്തുനിന്ന് താഴേക്ക് വീണിരുന്നത്. തറയിൽ വന്നു മുട്ടുമ്പോൾ ഒരു ടൺ കടലാസ് ഒന്നായി ഞെരിച്ചമർത്തുന്നതുപോലെയുള്ള ശബ്ദം. അപ്പോഴും എന്റെ വിറയൽ മാറിയിരുന്നില്ല. മുഖത്തെ വിളർപ്പും അതുപോലെത്തന്നെ. അയാൾ എന്റെ നേരെ തിരിഞ്ഞു.” അവിടെ ചെന്നിരിക്കുകയാവും നല്ലത്... അല്ലേ?”

ഞങ്ങൾ വീണ്ടും രണ്ടു കസേരകളിൽ നേർക്കുനേർ ഇരുന്നു. “ഇതിനെ പറ്റിയൊന്നും നിങ്ങൾ മുമ്പ് കേട്ടിട്ടില്ല എന്നാണോ?” ഇല്ല എന്ന് ഞാൻ തലയാട്ടി. “വെട്ടുകിളികൾ വളരെ വലിയ കൂട്ടമായാണ് ദേശാന്തരം പോവുക.” എന്റെ തൊട്ടുമുമ്പിലായിരുന്നു അയാളുടെ മുഖം. “ചിലപ്പോൾ അനവധി കിലോമീറ്ററുകൽ താണ്ടി അവ പറക്കും.” അയാളുടെ താടിയിൽ ചെറിയൊരു മുറിവ്. “കൂടുതൽ പറക്കാൻ വയ്യാതാവുമ്പോൾ കൂട്ടം രണ്ടായി പിളരും... ഒന്നിനുമേൽ ഒന്നായി... രണ്ടു തട്ട്... താഴെ തട്ട് പറന്നുകൊണ്ടിരിക്കും. അതിനുമീതെ മേൽത്തട്ടുകാർ ഇരുന്നു വിശ്രമിക്കും. ശക്തി വീണ്ടുകിട്ടുംവരെ” താടിയിലെ മുറിവ് ... അങ്ങനെ കാണത്തക്ക വിധമല്ല.

“താഴെ തട്ടുകാർ തളർന്ന് താഴെ വീണുചാവും.” അയാൾ ജനലിൽ കൂടി പുറത്തേക്ക് നോക്കി. അപ്പോഴും പുറത്ത് ഇരുട്ടുതന്നെ.

“വെട്ടുകിളിക്കൂട്ടം സാധാരണയായി രണ്ടു തട്ടുകളായി മാറുന്നത്

കടലിനു മുകളിൽ കൂടി പറക്കുമ്പോഴാണ്. ചിലപ്പോൾ നഗരത്തിനു മീതെ എത്തുമ്പോഴും അങ്ങനെ സംഭവിക്കാറുണ്ട്."

പുറത്തെ ഒച്ചയ്ക്കും ബഹളത്തിനും ഒരു കുറവുമില്ല. ഒരു കൂട്ടം പോർവിമാനങ്ങൾ വീടിനുമുകളിൽ കൂടി പറക്കുന്നുവെന്നാണ് എനിക്ക് തോന്നിയത്. അപ്പോഴും ഞാൻ വിറച്ചുകൊണ്ടിരുന്നു.

"സമാധാനമായിരിക്കൂ...." അയാൾ എന്നെ ആശ്വസിപ്പിച്ചു.

"ഏതാനും മിനിറ്റുകൾക്കുള്ളിൽ എല്ലാം ശാന്തമാകും. പെട്ടെന്നാണ് എനിക്കോർമ്മ വന്നത്. "നിങ്ങളുടെ അമ്മ!" അയാൾ ഒരു നിമിഷം ജനലിൽ കൂടി പുറത്തെ ഇരുട്ടിലേക്ക് നോക്കി. "അമ്മ ഉറക്കഗുളിക കഴിച്ച് കിടക്കുകയാണ്. നല്ല സുഖമില്ല... വല്ലപ്പോഴുമൊരിക്കൽ ഇങ്ങനെ അസുഖം വരാറുണ്ട്."

ഞങ്ങൾ നിശ്ശബ്ദരായി അവിടെത്തന്നെയിരുന്നു. പുറത്ത് പോർ വിമാനങ്ങൾ പറക്കുന്ന ശബ്ദവും കടലാസ് ഞെരിഞ്ഞമരുന്ന ശബ്ദവും പതുക്കെ പതുക്കെ കുറഞ്ഞു. പുറത്ത് ഇരുട്ടു നീങ്ങി, മെല്ലെ വെളിച്ചം പരന്നു. എല്ലാം ഒരു ദുഃസ്വപ്നം പോലെ തോന്നി.

ഫോൺ മണിയടിക്കുന്നതുകേട്ട് ഞാൻ ചാടിയെഴുന്നേറ്റു. കൈപ്പത്തികൾ കവിളുകളിൽ അമർത്തിവെച്ചു. ഞാൻ സ്വപ്നം കാണുകയല്ല എന്ന് സ്വയം ബോദ്ധ്യപ്പെടുത്താനാവാം. ഫോൺ മൂന്നാമതും അടിച്ചു. "അമ്മേ, കുഴപ്പമൊന്നുമില്ല." ഞാൻ പറഞ്ഞു. ആലീസ് ആശുപത്രിയിൽനിന്നു വിളിച്ചിരുന്നുവെന്ന് അമ്മ പറഞ്ഞു. "സമാധാനമായി... ജൂപ്പും ആലീസിനെ ആശുപത്രിയിലേക്ക് വിളിച്ച് അന്വേഷിച്ചിരുന്നു. എത്ര നല്ല കാര്യം!"

"ഇല്ല, അർതൂഷ് ഇനിയും കൊറാംഷേറിൽ നിന്നും വിളിച്ചിട്ടില്ല. കുട്ടികൾ സ്കൂളിൽ തന്നെ... അതെ... അതെ... വല്ലാതെ പേടിച്ചുപോയി."

"നീ വീട്ടിൽ തനിച്ചല്ലേ?"അമ്മയുടെ സ്വരത്തിൽ വേവലാതി.

"ഞാൻ പിന്നെ വിളിക്കാം." കൂടുതലൊന്നും പറയാൻ നില്ക്കാതെ ഞാൻ ഫോൺ താഴെ വെച്ചു.

ഫോണിന്റെ അരികിൽ നിന്ന് രണ്ടടിവെച്ചില്ല. അതിനുമുമ്പേ അത് വീണ്ടും അടിച്ചു. നീനയായിരുന്നു. "അതെ.. അതെ... ഭയങ്കരം തന്നെ. ഗാർനിക്ക് വീട്ടിലുണ്ടായത് നന്നായി... വയലറ്റ് ഇതൊക്കെ കണ്ട് ചിരിച്ചെന്നോ? ഭയങ്കര ധൈര്യം! ഞാനും സ്കൂളിലേക്ക് ഫോൺ ചെയ്യാൻ തുടങ്ങുകയായിരുന്നു."

"അപ്പൊ... ഈ ബഹളമൊക്കെ ഉണ്ടായപ്പോൾ നീ വീട്ടിൽ തന്നെയായിരുന്നോ?" നീനയുടെ വാക്കുകളിൽ ഉത്കണ്ഠ.

"ഞാൻ പിന്നെ വിളിക്കാം..." വിശദീകരണത്തിനൊന്നും മുതിരാതെ ഞാൻ ഫോൺ താഴെ വെച്ചു.

എമിൽ അപ്പോഴും ആ കസേരയിലിരിക്കുകയായിരുന്നു. കാല് അല്പം അകത്തിവെച്ച്. എതിരെയുള്ള കസേരയിലേക്ക് ഒന്നു ചാഞ്ഞ്... ജനലിൽ കൂടി പുറത്തേക്ക് നോക്കിക്കൊണ്ട്.

ഞാൻ വാതിൽക്കൽ ചാരിനിന്ന് തലയിലൂടെ കൈയ്യോടിച്ചു. കൈയിൽ നിറയെ ചളിക്കട്ട പറ്റിപ്പിടിച്ചതുപോലെ. തോട്ടത്തിൽ മണ്ണു മാറ്റുകയും തടങ്ങളിളക്കുകയും ചെയ്യുമ്പോഴത്തെപോലെ. രണ്ടുമൂന്നു തവണ ഞാൻ തുടർച്ചയായി തുമ്മി.

"കുറച്ചു സുഖം തോന്നുന്നുണ്ടോ?"

"ഉവ്വ്." ഞാൻ തലകുലുക്കി. "പൊടി എനിക്ക് തീരെ പറ്റില്ല. ഒരു തരം പനി പിടിക്കും..." ഞാൻ കസേര കുറച്ച് പിന്നോക്കം നീക്കിയിരുന്നു. വല്ലാതെ വിയർക്കാൻ തുടങ്ങി. ഏതാനും നിമിഷം രണ്ടുപേരും ഒന്നും സംസാരിച്ചില്ല... ചുറ്റുപാടും പൊടിയുടെ മണം നിറഞ്ഞുനിന്നു.

എമിൽ എന്റെ നേരെ നോക്കി. "ക്ലാരിസ് ഞാൻ പറയുന്നതു കേൾക്കൂ... ഇതുപോലൊരു അനുഭവം നിങ്ങൾക്ക് മുമ്പുണ്ടായിട്ടില്ല എന്ന് എനിക്കറിയാം. പക്ഷേ..."

"എന്താണെന്നു വെച്ചാൽ വേഗം പറയൂ" ശബ്ദമില്ലാതെ ഞാൻ പറഞ്ഞു.

അയാൾ ഒരു നെടുവീർപ്പിട്ടു. "പുറത്ത്... മുറ്റം... കാണാൻ കൊള്ളാവുന്ന ഒരു കാഴ്ചയല്ല. തത്ക്കാലം വെട്ടുകിളികളെ... നിങ്ങൾക്ക് വെറുപ്പാണ്, സഹിക്കാനാവില്ല... എന്നാലും..."

രണ്ടു കവിളുകളിലും ഞാൻ വിരൽത്തുമ്പുകളുയർത്തി ബലമായി അമർത്തി. കാണുന്നത് സ്വപ്നമല്ല എന്നുറപ്പു വരുത്താൻ. മുറ്റം... കാണാൻ കൊള്ളില്ല...? വെട്ടുകിളികളെ എനിക്കിഷ്ടമല്ല.

ഞാൻ എഴുന്നേറ്റു. ഒപ്പം അയാളും. ഞങ്ങൾ ഇടനാഴിയിലേക്ക് നീങ്ങി. അയാൾ വാതിൽ തുറന്ന് മുറ്റത്തേക്ക് നോക്കി. പിന്നാലെ ഞാനും. ഞാൻ സ്വപ്നം കാണുകയാണോ? ഇത്രയൊക്കെ ശരിക്കും സംഭവിച്ചുവെന്നോ?

പുൽത്തകിടി, മരങ്ങൾ, വേലിച്ചെടികൾ, നടപ്പാത... എവിടേയും കാക്കി നിറം മാത്രം. വെട്ടുകിളികളുടെ തനതായ പൊടിനിറം. അതു വെറും പൊടിയല്ല, താഴെ വീണുകിടക്കുന്ന വെട്ടുകിളികളാണെന്ന് തിരിച്ചറിയാൻ ഏതാനും നിമിഷം വേണ്ടിവന്നു. നോക്കുന്നിടത്തെല്ലാം അതുമാത്രം. എനിക്ക് തല ചുറ്റുന്നതുപോലെ. അയാൾ എന്റെ തോളിൽ കൈവെച്ചു. "സാരല്ല്യാ... നമുക്ക് വൃത്തിയാക്കിയെടുക്കണം." എങ്ങനെയാണ് ഞാൻ വീണ്ടും വന്ന് കസേരയിലിരുന്നത്... ഓർമ്മയില്ല.

എമിൽ കാപ്പിയുണ്ടാക്കി... ഞാൻ ഒരു ബോധവുമില്ലാത്തതുപോലെ മേശപ്പുറത്തെ പൂപാത്രത്തിലേക്ക് നോട്ടമുറപ്പിച്ച് വെറുതെ ഇരുന്നു. അന്നു രാവിലെ, അയാളുടെ അമ്മ എന്റെ വീട്ടിൽ വന്നു മടങ്ങിപ്പോയതിനു ശേഷമാണ് ഞാൻ ആ രണ്ടു ചുകന്ന റോസപ്പൂക്കൾ പറിച്ച് പൂപാത്രത്തിൽ

വെച്ചത്. അതിന്റെ മീതെ വെട്ടുകിളികളെയൊന്നും കാണാനില്ല... എന്തായിരിക്കും കാരണം?

ഞങ്ങൾ കാപ്പി കുടിച്ചു. എമിൽ പലതരം വെട്ടുകിളികളെക്കുറിച്ച് വിവരിച്ചുകൊണ്ടിരുന്നു. മരുഭൂമിയിലുള്ളത്... മൊറോക്കൻ... ചുകന്ന നിറത്തിലുള്ളത്... വെട്ടുകിളികളിൽ ഒരു തരത്തിന് ആണിനു മാത്രമേ ചിറകുണ്ടാവൂ. അതുകൊണ്ട് അവ പറക്കുകയല്ല ചെയ്യുന്നത്, രണ്ടും ചിറകുകളും കൂട്ടിത്തിരുമ്മി പെൺകിളിയെ ആകർഷിക്കാനുള്ളതാണത്രെ. ഒരു ജാതിയിൽപ്പെട്ടവയുടെ എണ്ണം ക്രമാതീതമായി പെരുകുമ്പോൾ അവയുടെ ആകൃതിയിലും പ്രകൃതത്തിലും ചില മാറ്റങ്ങളുണ്ടാകും പോലും. തവിട്ടുനിറം മാറി ഇളം ചുകപ്പോ, മഞ്ഞയോ ആകും. അവ ഒരുമിച്ച് ചേർന്ന് വേറൊരു കൂട്ടമാകും. പഴയ നിയമത്തിൽ പ്രവാചകനായ ജോയെൽ പറയുന്നുണ്ട്. അവനവന്റെ പാപങ്ങളെ കുറിച്ചോർത്ത് പശ്ചാത്തപിക്കുക. വെട്ടുകിളികളുടെ മഹാബാധയിൽനിന്നും രക്ഷ പ്രാപിക്കാൻ അതേ ഒരു മാർഗ്ഗമുള്ളൂ.

പടിക്കൽ സ്കൂൾ ബസ് വന്നുനില്ക്കുന്ന ശബ്ദം കേട്ട് ഞാൻ ചാടി എഴുന്നേറ്റു.

ഞാൻ നടപ്പാതയിൽ പാതിയെത്തിയപ്പോഴേക്കും പെൺകുട്ടികൾ രണ്ടുപേരും അവിടെ എത്തിക്കഴിഞ്ഞിരുന്നു. ഏറെ നേരം കരഞ്ഞതിന്റെ പാടുകൾ അവരുടെ മുഖത്ത് പ്രകടമായിരുന്നു. എന്നെ കണ്ടതും അവർ വീണ്ടും പൊട്ടിക്കരയാൻ തുടങ്ങി. അർമേൻ അവരുടെ തൊട്ടു പുറകിലുണ്ടായിരുന്നു. മുഖത്ത്, കാര്യമായി ഒന്നും സംഭവിച്ചിട്ടില്ല എന്ന ഭാവം. എന്നാലും അവന്റെ വിളർത്ത് വിയർപ്പുനിറഞ്ഞ മുഖം... അവനും ഒന്നു ഭയന്നിട്ടുണ്ട് എന്ന് വിളിച്ചു പറഞ്ഞു. പെൺകുട്ടികളെ ചേർത്തുപിടിച്ച് ഞാൻ പിന്നേയും പിന്നേയും പറഞ്ഞു.

“പേടിക്കണ്ടാ... ഒക്കെ കഴിഞ്ഞു... ആർക്കും ഒന്നും പറ്റിയിട്ടില്ല... എന്നാലും ഭയങ്കരം തന്നെയായിരുന്നു.”

ഞാൻ അർമേന്റെ നേരെ തിരിഞ്ഞു. അവൻ എന്റെ തോളിൽ കൈ വെച്ചു. “എന്നാലും അമ്മയ്ക്കു പേടിയായില്ലേ...? ഈ കണ്ട നേരമത്രയും ഇതിനകത്ത് തനിച്ച്...?”

കരച്ചിലടക്കാൻ പാടുപെട്ടുകൊണ്ട് ഞാൻ പറഞ്ഞു, “ഞാൻ ഒറ്റയ്ക്കായിരുന്നില്ല.”

പെൺകുട്ടികൾ എന്റെ സ്കർട്ടിൽ മുറുകെ പിടിച്ചു.

മുറ്റം നിറഞ്ഞുകിടക്കുന്ന വെട്ടുകിളികളെ കണ്ടില്ലെന്നു നടിച്ച് ഞങ്ങൾ അകത്തേക്ക് നടന്നു. കയറിച്ചെല്ലുന്നിടത്തു കിടക്കുന്നവയെ എമിലും അർമേനും ചേർന്ന് ഷൂസിന്റെ അടിഭാഗംകൊണ്ട് തട്ടിത്തട്ടി പുറത്തേക്കിട്ടു. പെൺകുട്ടികളെ കുളിമുറിയിലേക്ക് കൊണ്ടുപോയി അവരുടെ കൈയും മുഖവും കഴുകി വൃത്തിയാക്കി. ഞാൻ പുറത്തുവന്നപ്പോൾ

എമിൽ ഉമ്മറവാതിലിൽനിന്ന് അർമേനോട് സംസാരിക്കുകയായിരുന്നു. അർമേൻ എന്റെ നേരെ നോക്കി. "ആവശ്യമുണ്ടെങ്കിൽ വിളിച്ചോളൂ" അതും പറഞ്ഞ് അവൻ സ്വന്തം മുറിയിലേക്ക് പോയി.

ഞാൻ കൈകൊണ്ട് മുഖം പൊത്തി. മനം പുരട്ടുന്നതുപോലെ... ബോധം കെടുന്നതുപോലെ. വയറാകെ കിടന്നു മറയുന്നു... ഞാൻ ടെലിഫോൺ മേശയിൽ ചാരിനിന്നു.

എമിൽ അർമേന്റെ മുറിയുടെ അടഞ്ഞ വാതിലിൽ നോക്കിനിന്നു. "ഞാൻ സംസാരിക്കാൻ ശ്രമിച്ചതാണ്. ഫലമുണ്ടായില്ല." അയാൾ തല താഴ്ത്തി, "ഒരുപക്ഷേ... പിന്നീട്" അയാൾ പുറത്തേക്കുള്ള വാതില്ക്കലെത്തി. "എമിലിയും വന്നുകാണും... അവളും പേടിച്ചിട്ടുണ്ടാകും." അയാൾ തിരിഞ്ഞുനോക്കി ചിരിക്കാൻ ശ്രമിച്ചു. "അവൾക്ക് അവളുടെ അച്ഛനേക്കാൾ ധൈര്യമുണ്ട്."

വാതിൽപ്പടിയിൽ കൈവെച്ച് എന്തോ ആലോചിച്ച് അയാൾ ഒരു നിമിഷം നിന്നു. പിന്നെ കൈയെടുത്ത് അയാൾ എന്റെ മുഖത്തേക്ക് നോക്കി. "എന്തൊക്കെയായാലും, എനിക്കത് നിങ്ങളോട് പറയാതെ വയ്യ. സുഹൃത്ത് എന്നു പറയാൻ എനിക്ക് നിങ്ങൾ മാത്രമേയുള്ളൂ... നിങ്ങൾക്കെന്നെ മനസ്സിലാക്കാൻ സാധിക്കും... ഞാൻ വയലറ്റിനെ വിവാഹം കഴിക്കാൻ തീരുമാനിച്ചു."

മുപ്പത്തിയൊൻപത്

ഞാൻ ആഷ്ട്രേയിലെ ചാരം കുപ്പത്തൊട്ടിയിലേക്കിടുകയായിരുന്നു. അർതൂഷ് അടുക്കളയിലേക്ക് വന്നു ചോദിച്ചു, "ഇന്നലെ രാത്രി ശരിക്കുറങ്ങിയില്ലേ?"

"ഇല്ല... എന്തോ ഉറക്കം വന്നില്ല. ഞാൻ കുറേനേരം വായിച്ചു." അദ്ദേഹത്തിന്റെ മുഖത്തേക്കൊഴിച്ച് മറ്റെല്ലായിടത്തേക്കും ഞാൻ നോക്കി.

അർതൂഷ് എന്റെ തോളിൽ കൈവെച്ചു. "ഇന്നലത്തെ ആ കാറ്റും ബഹളവുമൊക്കെക്കൊണ്ടാകാം. മുഖം വല്ലാതെ വിളർത്തിരിക്കുന്നു. ഇന്നെങ്കിലും കുറച്ചു വിശ്രമിക്കാൻ നോക്കൂ. ഞാൻ കമ്പനിയിലെ പണിക്കാരെ വിളിച്ചു പറയാം." അദ്ദേഹം ഇടനാഴിയിലേക്ക് നടന്നു. ഇന്നലത്തെ ബഹളമോ? എന്താണദ്ദേഹം ഉദ്ദേശിച്ചത്... വെട്ടുകിളികളുടെ കാര്യമായിരിക്കും. എന്റെ തോളിൽ, അർതൂഷ് തൊട്ടിടത്ത്... ഇപ്പോഴും ചൂട്.

അടുക്കളയിൽ ജനൽ കർട്ടൻ ഞാൻ വലിച്ചു മൂടി, മുറ്റത്തെ കാഴ്ച കണ്ണിൽപ്പെടാതിരിക്കാൻ. മേശപ്പുറത്ത് പ്രാതലിനുള്ള വിഭവങ്ങൾ എടുത്തുവെച്ചു. എന്റെ തലയ്ക്കകത്ത് രണ്ടു ശബ്ദങ്ങൾ ഏറ്റുമുട്ടുകയായിരുന്നു.

ഈ പതിനേഴു കൊല്ലത്തിനിടക്ക് എത്ര തവണ അർതൂഷ് നിന്റെ കാര്യത്തിൽ വേവലാതിപ്പെട്ടിട്ടുണ്ട്? എത്ര തവണ, അങ്ങനെയുണ്ടെങ്കിൽ തന്നേയും പുറത്തുകാണിക്കുകയോ പറയുകയോ ചെയ്തിട്ടുണ്ട്?

ശരിയാണ്... ചുരുക്കം തവണമാത്രം.

എന്നാൽ ഇന്ന്, ആ ചുരുക്കം തവണകളിൽ ഒന്നായി ഇതിനെ കണ്ടുകൂടേ?

അതിന്റെ ആവശ്യം?

വളരെ സാധാരണമായൊരു കാരണം...

അർമേൻ അടുക്കളയിലേക്ക് വന്നു, എന്തോ പറഞ്ഞു. ഞാൻ അവനെ നോക്കി തന്നത്താൻ പറഞ്ഞു, "സാധാരണമായൊരു കാരണം..."

"അമ്മ എന്തെങ്കിലും പറഞ്ഞോ?" അവൻ എന്റെ നേരെ നോക്കി.

"എന്തുവേണം?" ഞാൻ ചോദിച്ചു.

"പേടിക്കണ്ട എന്നാണ് ഞാൻ പറഞ്ഞത്... ഷൂ ലേസ് തട്ടി താഴെ വീഴുമെന്നല്ലേ... ദാ ഞാനത് ഇപ്പോത്തന്നെ കെട്ടിയേക്കാം... എന്താ അമ്മയുടെ മുഖം ഇങ്ങനെ? വല്ലാതെ വിളർത്ത്..."

ഞാൻ അവന്റെ ഷൂസിലേക്ക് നോക്കി... "സാധാരണ ഒരു കാരണം...?"

അപ്പോഴേക്കും പെൺകുട്ടികൾ ഓടിവന്നു. രണ്ടുപേരും "ഗുഡ് മോണിങ്ങ്" പറഞ്ഞു.

അർമീനെ പറഞ്ഞു, "ഇന്നലെ രാത്രി ഞാനൊരു സ്വപ്നം കണ്ടു. ഞങ്ങൾ എമിലിയുടെ കൂടെ നീന്താൻ പോയെന്ന്."

അർസീനെ അവൾ സ്വപ്നത്തിൽ കണ്ടവരെയെല്ലാം വിരലിലെണ്ണി. "എമിലി, സോഫി, വയലറ്റ് അമ്മായി, പിന്നെ എമിൽമാമനും."

അർമീനെ കസേരയിലിരുന്നുകൊണ്ടു പറഞ്ഞു, "അത്രയധികം പേരൊന്നും ഉണ്ടായിരുന്നില്ല..."

"ഉണ്ടായിരുന്നു... ഉണ്ടായിരുന്നു." കസേരയുടെ പുറകിൽ കൈവെച്ചുകൊണ്ട് അർസീനെ ഉറപ്പിച്ചു പറഞ്ഞു.

"ഇല്ല..." അർമീനെ സമ്മതിച്ചില്ല.

"ഉണ്ടായിരുന്നു." അർസീനെ നിലത്ത് അമർത്തി ചവിട്ടി.

ഇതിനുമുമ്പ് അവരിങ്ങനെ പരസ്പരം വിരുദ്ധമായി പറയുന്നത് എനിക്കോർക്കാനായില്ല. ഈ തർക്കവും മത്സരവും ഇന്നുതന്നെ വേണമായിരുന്നോ? "മതി... നിർത്തൂ..." ഞാൻ അവരെ ദേഷ്യപ്പെട്ടു.

കുറച്ചുനേരം രണ്ടുപേരും മിണ്ടാതിരുന്നു. പിന്നെ അർമീനെ അർസീനെയുടെ കാതിൽ മെല്ലെ പറയുന്നത് കേട്ടു. "സ്വപ്നം കണ്ടതാരാണ്? ഞാനോ... നീയോ?"

അർസീനെ ചുണ്ടു കൂർപ്പിച്ചു. "നിന്റെ സ്വപ്നത്തിൽ ഞാനുമുണ്ടായിരുന്നില്ലേ?"

"ഉവ്വ്... നീയുമുണ്ടായിരുന്നു." ഒന്നാലോചിച്ചിട്ടാണ് അർമീനെ മറുപടി പറഞ്ഞത്.

"ശരി... അതാണ് പറഞ്ഞത്. സോഫിയും എമിലിയും വയലറ്റ് അമ്മായിയും എമിൽ മാമനും അവിടെ ഉണ്ടായിരുന്നു."

"ശരി... അവരും ഉണ്ടായിരുന്നു." അർമീനെ കീഴടങ്ങി.

"അമ്മ... ഇത്തിരി പാലു തരൂ."

അർസീനെയുടെ ഇരുണ്ട മുഖത്ത് പ്രകാശം പരന്നു. അവളും പ്രാതൽ കഴിക്കാൻ വന്നിരുന്നു, ചിരിച്ചുകൊണ്ട്. "ഇന്നലെ വെട്ടുകിളി മഴ പെയ്യാൻ തുടങ്ങിയപ്പോൾ സ്കൂൾ കാവൽക്കാരൻ പറഞ്ഞു, ലോകാവസാനം അടുത്തെത്തി. എന്താണമ്മേ അതിനർത്ഥം?"

അനിയത്തിമാർക്ക് അതിന്റെ അർത്ഥം വിശദമാക്കിക്കൊടുത്തത് അർമേനായിരുന്നു. മറ്റൊരവസരത്തിലായിരുന്നെങ്കിൽ ദൈവ ശാസ്ത്രത്തെക്കുറിച്ചുള്ള അവന്റെ ഏതാണ്ട് ശരിയായിട്ടുള്ള പരി ജ്ഞാനം എന്നെ അദ്ഭുതപ്പെടുത്തിയേനേ. എന്നാൽ അന്ന്...

അർമീനെ ആവലാതി പറഞ്ഞു, "മുറ്റം നിറയെ വെട്ടുകിളി വന്നു കിടക്കുന്നു. എങ്ങനെയാണ് ഞങ്ങൾ ബസ്സിൽ..."

അർസീനെ പാലു താഴെവെച്ചു. "അതുതന്നെ... ഞങ്ങളെങ്ങനെയാണ് അവിടംവരെ എത്തുക?"

അർമേൻ ഉടനടി പരിഹാരം നിർദ്ദേശിച്ചു, "രണ്ടുപേരേയും ഓരോരു ത്തരെയായി തോളിലെടുത്ത് ഞാൻ ബസ്സിൽ കൊണ്ടുപോയി ഇരുത്താം... അതുപോരേ?"

കുട്ടികൾ രണ്ടുപേരും സന്തോഷത്തോടെ ചിരിച്ചു. നന്നായി... നല്ല രസവും... ഒരു പണി സവാരി!"

അവരോടൊപ്പം അവനും നിറഞ്ഞു ചിരിക്കുന്നത് ഞാൻ നോക്കി യിരുന്നു. അവൻ എത്ര മാറിയിരിക്കുന്നു. മുതിർന്ന ഒരാളെപോലെ. അവൻ അർസീനെയുടെ ഗ്ലാസ്സിലേക്ക് പാലൊഴിച്ചുകൊടുത്തു. എന്തിനാ ണാവോ... എനിക്ക് കരച്ചിൽ വന്നു. എനിക്കറിയില്ല... അറിയില്ല.

അർതൂഷ് താടിമീശ തിരുപ്പിടിപ്പിച്ചുകൊണ്ട് അടുക്കളയിലേക്ക് വന്നു. ഞാൻ വിളിച്ചുപറഞ്ഞപ്പോൾ കമ്പനിയിലെ ജോലിക്കാരൻ അതൊരു നേരമ്പോക്കായാണ് എടുത്തത്. മുറ്റം വൃത്തിയാക്കാൻ പണിക്കാരെ അയ യ്ക്കണമെന്ന് പറഞ്ഞപ്പോൾ അയാൾ ഉറക്കെ ചിരിച്ചു. "ഉച്ചയ്ക്കുമുമ്പ് നേരെയാക്കാ"മെന്ന് പറഞ്ഞ് അയാൾ ഫോൺ താഴെ വെച്ചു. എന്താ യാലും ഓഫീസിൽ ചെന്നാൽ, കമ്പനിയുടെ സേവനവകുപ്പിന്റെ മേധാവി യോട് ഞാൻ പരാതി ബോധിപ്പിക്കുന്നുണ്ട്..."

വാതിൽ മണി അടിച്ചു. ആരായിരിക്കും... രാവിലെ ഇത്ര നേരത്തെ. വന്നത് യമയായിരുന്നു. അവരുടെ പുറകെ നാല് ആൺകുട്ടികൾ. പറ്റെ വെട്ടിയ മുടി. ശോഷിച്ച് എല്ലുന്തിയ ശരീരം. അഞ്ചുപേരുടേയും മുഖത്ത് കാതോട് കാതെത്തുന്ന ചിരി. അവരുടെ കൈയിൽ ചാക്കും സഞ്ചികളും വലിയൊരു കാർഡ് ബോർഡ് പെട്ടിയും. ഇതിനുമുമ്പ് ഞാൻ യമയുടെ മക്കളെ കണ്ടിട്ടുണ്ടായിരുന്നില്ല. പറഞ്ഞുവരുമ്പോൾ അവരുടെ മുഖത്തെ ചിരിയും ഞാൻ ആദ്യമായി കാണുകയായിരുന്നു. വായിൽ നാല് സ്വർണ്ണ പല്ലുകൾ. പച്ചപൂക്കളുള്ള വലിയൊരു ചുകന്ന തൂവാല അവർ തലയിൽ കെട്ടിയിരുന്നു. അത് ഏതാണ്ട് അവരുടെ അരവരെ നീണ്ടു കിടന്നു.

"എന്തുപറ്റി യമാ? രാവിലെത്തന്നെ പുറപ്പെട്ടിട്ടുണ്ടല്ലോ. വല്ല കല്യാണത്തിനു ക്ഷണം കിട്ടിയിട്ടുണ്ടോ?"

ആൺകുട്ടികൾ വാ തുറന്ന് ചിരിച്ചു. യമയും അവരോടൊപ്പം കൂടി. മിസ്സിസ് ഡോക്ടർ... ഈ ദിവസം... ഒരു കല്യാണദിവസത്തേക്കാൾ ഒട്ടും

താഴെയല്ല. ഞാൻ കുട്ടികളോട് അപ്പോഴേ പറഞ്ഞു, നമുക്ക് ആദ്യം മിസ്സിസ് ഡോക്ടറുടെ വീട്ടിൽ പോകാമെന്ന്. അവർ കുട്ടികളോട് ദയ കാട്ടും. നമ്മളപ്പോലെയുള്ള പാവങ്ങളുടെ കൈയിൽനിന്നും വലിയ വില ഈടാക്കുകയില്ല. അല്ലേ മക്കളേ?" അവർ തിരിഞ്ഞു കുട്ടികളെ നോക്കി. കുട്ടികൾ വീണ്ടും പല്ലുകാട്ടി ചിരിച്ചുകൊണ്ട് തല കുലുക്കി. അമ്മ പറഞ്ഞതത്രയും നേരാണ്. അവരുടെ ചെമ്പുനിറമാർന്ന മുഖത്ത്... ആ പല്ലുകൾ വെളുപ്പാണ്.

കാര്യം മനസ്സിലാവാതെ ഞാൻ പിന്നേയും യമയുടെ മുഖത്തേക്ക് നോക്കി. അപ്പോഴേക്കും അർതൂഷും ഉമ്മറത്തേക്ക് വന്നു.... "എന്തുപറ്റി?" അർമീനെയും അർസീനെയും എന്റെ സ്കർട്ടിന്റെ പിടിവിടിതെ നിന്നു. അർമേനും ചോദിച്ചു, "എന്താണിവിടെ നടക്കുന്നത്?"

ഞങ്ങളുടെ അഞ്ചംഗസംഘം പരസ്പരം നോക്കി നില്ക്കേ അവരുടെ അഞ്ചംഗസംഘവും ഞങ്ങളുടെ മുഖത്തുനിന്ന് കണ്ണെടുക്കാതെ നിന്നു.

യമ തന്നെയാണ് ആദ്യം സംഗതി വിശദമാക്കിയത്. അവർ തിരിഞ്ഞ് നിന്ന് മക്കളോട് എന്തോ അറബി ഭാഷയിൽ പറഞ്ഞു. അവരഞ്ചുപേരും ഉത്സാഹത്തോടെ ചിരിക്കാൻ തുടങ്ങി. യമ വന്നിട്ടുള്ളത് ഞങ്ങളുടെ വീട്ടിൽ വീണുകിടക്കുന്ന വെട്ടുകിളികളെ വാങ്ങാനായിരുന്നു. കുസേസ്ഥാനിലെ അറബികളുടെ ഇഷ്ടവിഭവങ്ങളിലൊന്നാണ് വെട്ടുകിളി. വറുത്തും പൊരിച്ചും അവരത് തിന്നുന്നു. "നിങ്ങൾ സൂര്യകാന്തി വിത്ത് വറുത്ത് തിന്നാറില്ലേ... അതുപോലെ." യമ പറഞ്ഞു. മൈലാഞ്ചിയണിഞ്ഞ തള്ളവിരലും ചൂണ്ടുവിരലും ചുണ്ടത്തുവെച്ച് സൂര്യകാന്തി വിത്ത് വറുത്തുതിന്നുന്നതുപോലെ അവർ ആംഗ്യം കാണിച്ചു... മുൻവശത്തെ പല്ലുകൾക്കിടയിൽവെച്ച് പൊളിച്ചെടുക്കുന്നു.

പെൺകുട്ടികൾ രണ്ടുപേരും അറപ്പോടെ ശബ്ദമുണ്ടാക്കി "ഛീ... ഛീ..." പക്ഷേ, യമ അത് കേട്ടില്ല. അവർ വിവരണം തുടരുകയായിരുന്നു. ചിലപ്പോൾ ഞങ്ങൾ പുഴുങ്ങിയും തിന്നും... വലിയ പാത്രത്തിലിട്ട്."

അർമേൻ ഉറക്കെ ചിരിക്കാൻ തുടങ്ങി. അതുകണ്ട് യമ ചിരിച്ചു. ആൺകുട്ടികൾ നാലുപേരും ആദ്യം ഒന്നു പകച്ചുനിന്നു. പിന്നെ അവരും ശങ്കയകന്ന് ഒപ്പം ചിരിച്ചു.

"ആദ്യം നടപ്പാതയിൽ കിടക്കുന്നതെടുത്തോളൂ... എന്നിട്ടാവാം മുറ്റത്തേക്ക് കടക്കാൻ." ഞാൻ യമയ്ക്ക് നിർദ്ദേശം നല്കി. വെട്ടുകിളികൾക്ക് വിലയൊന്നും തരേണ്ടതില്ല എന്നു ഞാൻ പറഞ്ഞപ്പോൾ അവർക്ക് വലിയ സന്തോഷം, അതിലേറെ അദ്ഭുതം. എട്ടും പത്തും കുപ്പിവളകൾ കിലുങ്ങുന്ന രണ്ടു കൈകളും മാനത്തേക്കുയർത്തി അവർ എന്നെ അനുഗ്രഹിച്ചു. "നിങ്ങളുടെ മനസ്സ് വളരെ വലുതാണ്. അമ്മേ, ദൈവം നിങ്ങളെ തുണക്കട്ടെ. എപ്പോഴും നിങ്ങൾക്ക് വേണ്ടതൊക്കെ തന്ന് കനിവുകാട്ടട്ടെ, ദൈവം നിങ്ങളെ..."

ഞാൻ വാതിലടച്ച് അകത്തേക്ക് പോയി. അപ്പോഴും അവർ എനിക്കു വേണ്ടിയുള്ള പ്രാർത്ഥന തുടരുകയായിരുന്നു.

അർമേൻ പെൺകുട്ടികളെ സ്വന്തം മുറിയിലേക്ക് വിളിച്ചു. "എനിക്ക് മൂന്നു പടങ്ങൾ കിട്ടിയിട്ടുണ്ട്... ടാർസന്റേയും ചീറ്റയുടേയും."

അർതൂഷ് ഒരു ഓഫീസ് ഫയൽ എടുത്ത് ടെലിഫോൺ മേശയിൽ വെച്ചു. ചില കടലാസുകളും കത്തുകളും മറിച്ചു മറിച്ചു നോക്കി. "ഒരാൾ എത്രമാത്രം ഗതികെട്ടിട്ടാവണം വെട്ടുകിളികളെ പെറുക്കി തിന്നുന്നത്!"

ഇടനാഴിയിലെ കാർപ്പെറ്റ് അറ്റം ചുരുണ്ടാണ് കിടന്നിരുന്നത്. ഞാൻ കുനിഞ്ഞുനിന്ന് അത് നിവർത്തിയിട്ടു. "അതവരുടെ ഒരു രീതിയാണ്. പലയിടത്തും ആളുകൾ വെട്ടുകിളികളെ തിന്നാറുണ്ട്... എത്രയോ കാല മായി."

അർതൂഷ് തല ഉയർത്തി എന്നെ നോക്കി. പക്ഷേ ഒന്നും പറഞ്ഞില്ല. പെൺകുട്ടികൾ ഇടനാഴിയിലേക്കോടി വന്നു. നേരെ ചെന്ന് ലേസ് കർട്ടൻ കുറച്ച് മാറ്റി തല നീട്ടി പുറത്തേക്ക് നോക്കി. ഒരുമിച്ച് അദ്ഭുതത്തോടെ പറഞ്ഞു, "പടിവരെ... ഒരൊറ്റ എണ്ണം പോലുമില്ല. എല്ലാം വൃത്തിയാക്കി യിരിക്കുന്നു."

അർമീന്റെ തോളിൽ പെൺകുട്ടികൾക്ക് ഇനി സവാരിയില്ല.

കുട്ടികൾ തിരിഞ്ഞുനോക്കിയപ്പോൾ, ഇടനാഴിയിലെ നിലക്കണ്ണാടി യുടെ മുമ്പിൽനിന്നും അർമേൻ മുടി കോതുന്നു. രണ്ടുപേരും ഒരേ മട്ടിൽ പുരികം ചുളിച്ചു... ഇത്തിരി പരിഹാസം... കുറച്ച് അദ്ഭുതവും.

അർസീനെ കിണുങ്ങി. "ഇതിന്റെ അർത്ഥം ഞങ്ങൾക്ക് സവാരി തര മാവില്ലെന്നാണോ?"

"അതുതന്നെ." അർമീനെ പറഞ്ഞു. "ഇന്ന് സവാരിയില്ല." രണ്ടു പേരും അതൃപ്തി പ്രകടിപ്പിച്ചുകൊണ്ട് വാതിൽ കടന്നുപോയി.

പുറത്തേക്കിറങ്ങവേ അർതൂഷ് പറഞ്ഞു, "ഉച്ചയ്ക്കുമുമ്പ് മുറ്റം വൃത്തി യാകുമെന്ന് കമ്പനിക്കാർ പറഞ്ഞത്... തമാശയായിരുന്നില്ല, അല്ലേ?" ഞാനും അദ്ദേഹത്തിന്റെ ഒപ്പം മുറ്റത്തേക്കിറങ്ങി. യമയും മക്കളും നടു നിവർത്താതെ പണിയെടുക്കുന്നുണ്ടായിരുന്നു. പത്തുമിനിറ്റിനുള്ളിൽ മൂന്നു ചാക്കുകളിൽ വെട്ടുകിളികളെ കുത്തിനിറച്ച് അവർ ഗേറ്റിനരികിൽ കൊണ്ടുവെച്ചു.

ഞങ്ങളുടെ തെരുവ്... അന്നത്തെ അത്ര തിരക്ക് ഞാനൊരിക്കലും കണ്ടിട്ടില്ല. പുരുഷന്മാരും സ്ത്രീകളും കുട്ടികളും വിയർത്തൊലിച്ച് ഓടി നടക്കുന്നു. മരങ്ങളും വേലിച്ചെടികളും പിടിച്ചുകുലുക്കുന്നു. ചില്ലകളിൽ നിന്നു വീഴുന്ന വെട്ടുകിളികളെ കൈയിലെ സഞ്ചികളിലും പെട്ടികളിലും വാരിക്കൂട്ടുന്നു. അതിനിടയിൽ ചില്ലറ തർക്കങ്ങൾ. ആ മരം ആരുടേതാണ്? എല്ലാവരും അതിർത്തി തിരിച്ച് വെട്ടുകിളികളെ പെറുക്കി കൂട്ടുകയാണ്.

ഒരുപക്ഷേ, ഈ നഗരത്തിൽ മുഴുവൻ ഇപ്പോൾ കാണുന്നത് ഇതേ ചിത്ര മായിരിക്കും.

സ്കൂൾ ബസ് ഇനിയും വന്നിട്ടില്ല. അർമേൻ റോഡു മുറിച്ച് അപ്പുറ ത്തേക്ക് കടന്നു. ജി-4 ന്റെ മുമ്പിൽ എമിലി നില്ക്കുന്നുണ്ട്.

അർമീനെ എന്റെ സ്കർട്ട് പിടിച്ചുവലിച്ചു. "അമ്മേ, ആ മരത്തിലേക്ക് നോക്കൂ..."

"അമ്മേ ഈ വേലിപ്പടർപ്പിലേക്ക് നോക്കൂ. അർസീനെയും എന്റെ സ്കർട്ട് പിടിച്ചുവലിച്ചു.

അർതൂഷ് പിന്നിൽനിന്ന് പറഞ്ഞു, "ഇതു കണ്ടോ?..."

ഞങ്ങളുടെ ഇടതുവശത്തുള്ള വേലി രണ്ട് അറബികൾ ബലമായി കുലുക്കുന്നു. എണ്ണമറ്റ വെട്ടുകിളികൾ അതിനിടയിൽനിന്നും താഴെ വീണു. വേലിയിൽ ശേഷിച്ചത് വെറും കുറ്റികൾ മാത്രം. ഇലകളെല്ലാം കൊഴിഞ്ഞ് വീണിരുന്നു. ഇലകളില്ലാതെ ശൂന്യമായി കിടക്കുന്ന മരച്ചില്ല കളിലേക്കും വേലികളിലേക്കും നോക്കി ഞാൻ അമ്പരന്നുനിന്നു. ഒറ്റ ഇലയുടെ പോലും പച്ചപ്പ് എങ്ങും കാണാനില്ല. ഇങ്ങനെ ഒരു അബ്ദാനെ ഞാൻ മുമ്പു കണ്ടിട്ടില്ല... എപ്പോഴും ഇത് പച്ചനിറഞ്ഞ ഒരു പ്രദേശമായി രുന്നു. എന്നാൽ ഇന്ന്...

അർമീനെ ചിരിച്ചുകൊണ്ട് നിരീക്ഷിച്ചു, "അമ്മേ, ചെടികളും മരങ്ങളു മൊക്കെ ബാർബർ ഷോപ്പിൽ പോയി വന്നതുപോലെ, അല്ലേ?"

അർസീനെ അവളുടെ അഭിപ്രായം പറഞ്ഞു, "മുടി മാത്രമല്ല, താടിയും വടിച്ചിരിക്കുന്നു."

പതിവിൽ കൂടുതൽ നേരം അന്നു ഞാൻ പടിക്കൽ നിന്നു. കുട്ടികൾ സ്കൂൾ ബസ്സിലും. അർതൂഷ് തന്റെ പഴഞ്ചൻ കാറിലും യാത്രയായി... ഞാൻ കൈവീശി... ഗുഡ്ബൈ പറഞ്ഞു.

വീണ്ടും മുറ്റത്തെത്തിയപ്പോൾ യമ വില്ലോ മരം പിടിച്ചുകുലുക്കുക യായിരുന്നു. മുനികഥയിലെ രാജകുമാരി... ഒരസ്ഥികൂടം കണക്കെ ഒഴിഞ്ഞ ചില്ലകളുമായി നിസ്സഹായയായി നിന്നു. ഞാൻ തിരിഞ്ഞ് പുൽത്തകിടിയിലേക്ക് നോക്കി. ഒരു ഭാഗത്ത് ഇപ്പോഴും വെട്ടുകിളിക്കൂട്ടം വീണു കിടപ്പുണ്ട്. യമയുടെ മക്കൾ ഒരു വിധമെല്ലാം വൃത്തിയാക്കി കഴിഞ്ഞു. കിളികളെല്ലാം ചാക്കിലായി. ഇനി മണ്ണുമാത്രമേ ബാക്കിയുള്ളൂ. ഇന്നലെ വരെ ഞങ്ങളുടെ തോട്ടത്തിൽ പച്ചനിറഞ്ഞ പുൽത്തകിടിയും ധാരാളം നിറപ്പകിട്ടുള്ള പൂക്കളും ഉണ്ടായിരുന്നുവെന്നു പറഞ്ഞാൽ ഇന്നാരും വിശ്വസിക്കില്ല. ഇപ്പോൾ എല്ലാ ദിക്കിലും മണ്ണും പൊടിയും മാത്രം... എല്ലാറ്റിനും മണ്ണിന്റേയും പൊടിയുടേയും നിറം മാത്രം.

നാല്പത്

മേശയ്ക്കു ചുറ്റും എല്ലാവർക്കും ഇരിക്കാൻ വേണ്ടത്ര കസേരകളുണ്ടായിരുന്നില്ല.

"നമുക്ക് ഉമ്മറത്തളത്തിൽ പോയി ഇരിക്കാം..., അതല്ലേ സൗകര്യം...?" രണ്ടുമൂന്നുതവണ ഞാൻ ഉറക്കെ പറഞ്ഞു. ആരും അത് കേട്ടതായി തോന്നിയില്ല. എല്ലാവരും ഒരേസമയം സംസാരിക്കുകയായിരുന്നു. ഞാൻ അർമേനോട് അവന്റെ മുറിയിൽനിന്നും പെൺകുട്ടികളുടെ മുറിയിൽ-നിന്നും കസേരകൾ എടുത്തുകൊണ്ടുവരാൻ പറഞ്ഞു. അവസാനം എല്ലാവർക്കും ഇരിക്കാൻ കസേരകളായി.

അർതൂഷ്, കമ്പനിയിലെ സേവനവകുപ്പിന് ഫോൺ ചെയ്ത കഥ പറയുകയായിരുന്നു. അതുകേട്ട് ഗാർനിക് ഉറക്കെ ചിരിച്ചു. അർമേൻ അടുക്കളത്തിണ്ണയിൽ ചാരി അർതൂഷിനു പിന്നിലായി നിന്നു. എന്റെ പെൺകുട്ടികളും സോഫിയും സ്കൂൾ വാർഷികത്തിനുള്ള പരിശീലനത്തിന്റെ ചർച്ചയിലായിരുന്നു. അമ്മ റൊട്ടിയും ചീസുംവെച്ച് ചെറിയൊരു 'കടി' ഉണ്ടാക്കിക്കൊണ്ടിരുന്നു. ആലീസ് പേഴ്സ് തുറന്ന് കണ്ണാടിയും ലിപ്സ്റ്റിക്കുമെടുത്ത് ചുണ്ടിനു തിളക്കം കൂട്ടി. നീനക്കാണെങ്കിൽ വെട്ടുകിളി വന്ന് വർത്തമാനം നിർത്താനാവുന്നില്ല.

"വെട്ടുകിളികളുടെ ശബ്ദം തന്നെ വേണ്ടതിലധികമുണ്ടായിരുന്നു... പിശാചിന്റെ പിടിയിൽ വീഴട്ടെ - തലയ്ക്കുമീതെ ജറ്റുവിമാനങ്ങൾ പുറപ്പെടുംപോലെത്തെ ശബ്ദം. അതിനുപുറമെ ഗാർനിക്കിന്റെ ഒച്ചവെക്കൽ. ഓരോ മുറിയിലും കയറി ഇറങ്ങി പറഞ്ഞുകൊണ്ടിരുന്നു. "പേടിക്കണ്ട... ശബ്ദമുണ്ടാക്കരുത്... അടങ്ങിയൊതുങ്ങി ഇരിക്കൂ..." ഒടുവിൽ ഞാൻ ഒരു ഗ്ലാസ്സിൽ വെള്ളമെടുത്ത് ഗാർനിക്കിന്റെ കൈയിൽ കൊടുത്തു. "വെറുതെ ചൂടാവണ്ട. നിങ്ങളാണ് ഞങ്ങളെ പേടിപ്പിക്കുന്നത്... ഇത് കുടിച്ചോളൂ... ഒന്നു തണുക്കും." ഞാൻ പിടിച്ച പിടിയാലെ വെള്ളം കുടിപ്പിച്ചു." അതുംപറഞ്ഞ് അവൾ ഉറക്കെ ചിരിച്ചു. ഗാർനിക്കിന്റെ കഴുത്തിലൂടെ കൈയിട്ട് സ്നേഹപൂർവ്വം അരികിൽ ചേർത്തു.

ഗാർനിക് തല ചൊറിഞ്ഞു. "സമ്മതിച്ചു... സമ്മതിച്ചു... യേശു തന്നെ തുണ. പറയുമ്പോ ഞാനൊരു വമ്പൻ കരടിയാണ്. എന്നാലും ഇന്നലെ ഞാൻ ശരിക്കും പേടിച്ചു. എന്നാൽ എന്റെ ഭാര്യയും... ഇവൾക്കും അതൊരു സാധാരണ സംഭവംപോലെയായിരുന്നു." "ഇവർ" എന്ന് ഗാർനിക് പറഞ്ഞത് വയലറ്റിന്റെ നേരെ വിരൽ ചൂണ്ടിക്കൊണ്ടായിരുന്നു. ഞാനല്ലാതെ അവൾ മാത്രമായിരുന്നു അവിടെ മിണ്ടാതേയും ചിരിക്കാതേയുമിരുന്നത്. അവൾ താൻ കുടിച്ച കാപ്പിക്കപ്പ് സോസറിലിട്ട് വെറുതെ വട്ടം ചുറ്റിക്കൊണ്ടിരുന്നു.

അമ്മ ഒരു ആപ്പിളെടുത്ത് നാലായി മുറിച്ച് ഓരോ ഭാഗം മൂന്നു പെൺകുട്ടികൾക്ക് കൊടുത്തു. നാലാമത്തെ കഷണം അർമേനു നീട്ടി. അർമേൻ വേണ്ടെന്നു പറഞ്ഞപ്പോൾ അമ്മതന്നെ അത് തിന്നാൻ തുടങ്ങി.

"എനിക്കൊട്ടും ഭയം തോന്നിയില്ല" അമ്മ പറഞ്ഞു. "കുട്ടികളേയും ക്ലാരിസ്സിനേയും ഓർത്തായിരുന്നു എന്റെ പരിഭ്രമം. പ്രത്യേകിച്ചും ക്ലാരിസ്സിനെ ഓർത്ത്... വീട്ടിൽ അവൾ തനിച്ചായിരുന്നല്ലോ!"

ഞാൻ മേശയ്ക്കരുകിൽനിന്നും എഴുന്നേറ്റു. മധുരം വിളമ്പാനുള്ള ചെറിയ കിണ്ണങ്ങൾ എടുത്തുമാറ്റാൻ തുടങ്ങി. സോഫി ചോദിച്ചു. "അതൊന്നും ഉപയോഗിച്ച കിണ്ണങ്ങളല്ലല്ലോ! അമ്മായി എന്തിനാ ഇപ്പോഴേ അത് മാറ്റിവെക്കുന്നത്?" അർമീനെ ചോദിച്ചു. "നാനാ... ഇനി യുണ്ടോ?"

അർസീനെയും അമ്മയോടു പറഞ്ഞു, "നാനാ, എനിക്കും വേണം ആപ്പിൾ."

അമ്മ പറഞ്ഞു, "ഒരു മിനിറ്റ് അടങ്ങിയിരിക്കു... ഇപ്പോ തരാം."

അമ്മ പഴക്കൂടയിൽനിന്നും വേറൊരാപ്പിളെടുത്ത് മുറിക്കാൻ തുടങ്ങി. ആലീസ് പറഞ്ഞു, "ഞാൻ ജൂപ്പിനോടു പറയുകയായിരുന്നു. സത്യമായും എനിക്ക് പേടിയില്ല. പക്ഷേ, അദ്ദേഹം ശഠിച്ചുനിന്നു... കൊടുങ്കാറ്റായാലും വെള്ളപ്പൊക്കമായാലും ഞാൻ ആശുപത്രിയിലേക്ക് വരികയാണ്." ഞാൻ ഒരു വിധത്തിൽ പറഞ്ഞു ബോധ്യപ്പെടുത്തി. "വരേണ്ട ആവശ്യമില്ല എന്ന്. ഞാൻ ചെറിയ കുട്ടിയൊന്നുമല്ലല്ലോ പേടിച്ചുനിലവിളിക്കാൻ. ജൂപ് ആശുപത്രിയിൽവന്ന് എന്തുചെയ്യാനാണ്?"

ഗാർനിക് കൈയെത്തിച്ച് നീനയുടെ തട്ടിൽനിന്നും ഒരു പിടി മുന്തിരിയെടുത്തു, ഓരോന്നായി വായിലേക്കിട്ടു. "ആലീസ്, ഒരു കാര്യം ചോദിക്കുന്നതിൽ ക്ഷമിക്കണേ. ആ ഡച്ചുകാരനറിയാമോ ഇംഗ്ലീഷിൽ കൊടുങ്കാറ്റ്, വെള്ളപ്പൊക്കം എന്നൊക്കെ പറയാൻ?" തുടർന്ന് അയാൾ ഉറക്കെ ചിരിക്കാൻ തുടങ്ങി. എന്റെ പെൺകുട്ടികളും സോഫിയും ആ ഫലിതം മനസ്സിലാക്കി കൂടെ ചിരിച്ചു.

"വായ നിറച്ച് ആപ്പിളുമിട്ട് ചിരിക്കുന്നോ?" അമ്മ കുട്ടികളെ ശാസിച്ചു. "തൊണ്ടയിൽ തടഞ്ഞ്... വീർപ്പുമുട്ടും."

ആലീസ് ലിപ്സ്റ്റിക്കും കണ്ണാടിയും വീണ്ടും പേഴ്സിനകത്തേക്കു വെച്ച് ഗാർനിക്കിനെ നോക്കി... പൊള്ളിക്കുന്നൊരു നോട്ടം.

നീന ഗാർനിക്കിന്റെ കൈത്തണ്ടയിൽ തല്ലി. "വീണ്ടും എന്റെ കിണ്ണത്തിൽനിന്നും മോഷ്ടിക്കുന്നോ?" നീന ആലീസിന്റെ നേരെ തിരിഞ്ഞു പറഞ്ഞു. "ഗാർനിക്ക് പറഞ്ഞത് കാര്യമാക്കണ്ട. മൂപ്പരെ അറിയാലോ... ഇങ്ങനെ ഓരോന്ന് പറഞ്ഞുകൊണ്ടിരിക്കും... ഒരു കാരണം കാത്തുനില്ക്കയാണ് വിഡ്ഢിത്തങ്ങൾ പറയാൻ... ഇന്നുരാത്രി നിങ്ങൾ തമ്മിൽ കാണുന്നുണ്ട്... ഇല്ലേ?"

ആലീസ് വിരലിൽ കിടന്ന മോതിരം വെറുതെ തിരിച്ചു. നഖങ്ങളിലേക്ക് നോക്കിയിരുന്നു. ചുണ്ടുകൾ കുറച്ചുനേരം അമർത്തിപ്പിടിച്ചു. "ഇന്നുരാത്രി ജൂപ്പിനെന്തോ പണിത്തിരക്കുണ്ട്... പിന്നെ അമ്മായിക്കും അമ്മയ്ക്കും കത്തെഴുതുകയും വേണ്ടേ..."

ഗാർനിക്ക് വീണ്ടും ഒച്ചവെച്ചു ചിരിക്കാൻ തുടങ്ങി. "ഇതിലും വലിയൊരു പണിത്തിരക്കുണ്ടാവാനില്ല. "അയാൾ പെൺകുട്ടികളുടെ നേരെ നോക്കി കണ്ണിറുക്കി. അയാൾ ചിരിച്ചു തുടങ്ങിയാൽ ആരും കൂടെ ചിരിച്ചു പോകും. എന്തറിഞ്ഞിട്ടോ എന്തോ അവരും ചിരിക്കാൻ തുടങ്ങി.

ആലീസ് ഗൗരവത്തിൽ ആരോടെന്നില്ലാതെ പറഞ്ഞു. "താമസിയാതെ എനിക്ക് രണ്ടോ മൂന്നോ ദിവസം അവധിയെടുക്കേണ്ടിവരും." നീന ഗാർനിക്കിനെ കൈമുട്ടുകൊണ്ടു കുത്തി "മിണ്ടരുത്" എന്ന മുന്നറിയിപ്പാകാം. അവൾ പെൺകുട്ടികളേയും ശാസിച്ചു. 'ഇവിടെയിരുന്ന് എന്തു കാണുകയാണ്? അപ്പുറത്തുപോയി കളിക്കൂ..."

അമ്മ തന്നത്താൻ വീശിക്കൊണ്ടിരുന്നു. അർതൂഷ് പേനക്കത്തി മേശപ്പുറത്തിട്ട് കറക്കികളിച്ചു. അർമേൻ എന്റെ തോളിൽ കൂടി ചാഞ്ഞ് മേശപ്പുറത്തിരിക്കുന്ന മധുരപലഹാരങ്ങളിലേക്ക് കൈനീട്ടി. ഞാനവന് രണ്ട് ബിസ്കറ്റ് എടുത്തുകൊടുത്ത് വയലറ്റിന്റെ മുഖം ശ്രദ്ധിച്ചു. ഇവൾക്കിതെന്തുപറ്റി. ഇവിടെ വന്നതിൽ പിന്നെ ഒരക്ഷരം മിണ്ടിയിട്ടില്ല.

സോഫി പറഞ്ഞു, "ഞങ്ങൾക്ക് വീടുണ്ടാക്കി കളിക്കണം, പാവകളെ എടുത്ത്."

അർമീനെ പറഞ്ഞു, "അലമാരയിൽനിന്ന് പാവകളെ എടുക്കണം."

അർസീനെ പറഞ്ഞു, "ഞങ്ങൾ വീടുണ്ടാക്കി കളിക്കാൻ പോകുന്നു."

അർമേൻ പറഞ്ഞു, "ഞാൻ സൈക്കിളോടിക്കാൻ പോവുകയാണ്."

ആലീസ് പരിഭവിക്കുന്നതുപോലെ പറഞ്ഞു. "വേറെ വഴിയില്ല. ആശുപത്രിയിൽനിന്നും കുറച്ചുദിവസം അവധിയെടുക്കണം.'

ഞാൻ വയലറ്റിനെ നോക്കി. മുടി കുതിരവാലായി കെട്ടിവെച്ചിരിക്കുന്നു. കാലിൽ അടിപരന്ന വെള്ള ചെരിപ്പുകൾ. അവൾ എഴുന്നേറ്റു ചെന്ന് ജനലച്ചില്ലിൽ വിരലമർത്തി... വിരൽപ്പാട് ചില്ലിൽ പതിഞ്ഞു.

"പാവങ്ങൾ!" അതു പറഞ്ഞപ്പോൾ ആ ചുണ്ടിൽ ചെറിയൊരു ചിരിയുണ്ടായിരുന്നുവോ? അതോ എനിക്കു വെറുതെ തോന്നിയതോ?

ആലീസ് കുറച്ചുറക്കെ പറഞ്ഞു, "എനിക്ക് ടെഹ്റാനിലേക്കും പോകണം."

"ടെഹ്റാനിലേക്കോ? അതെന്തിനാ?" നീനയാണ് ചോദിച്ചത്.

ഞങ്ങൾക്ക് പുറം തിരിഞ്ഞുനിന്നുകൊണ്ട് വയലറ്റ് പറഞ്ഞു. "ദേശാന്തരങ്ങളിലേക്ക് നീങ്ങുമ്പോൾ അവ കിലോമീറ്ററുകളോളം ദൂരം ഒറ്റയടിക്ക് പറക്കും. ഓരോ വെട്ടുകിളിയും അതിനോളം ഭാരം വരുന്ന അത്ര പച്ചിലകൾ ദിവസവും തിന്നുതീർക്കും. കമ്പോഡിയായിൽ, പാകം ചെയ്ത വെട്ടുകിളികൾ ഒരു വിശിഷ്ട വിഭവമാണ്." ഇതൊക്കെ അവൻ ആരിൽ നിന്നാണ് മനസ്സിലാക്കിയതെന്നറിയാൻ എനിക്കേറെ ഊഹിക്കേണ്ടി വന്നില്ല.

"ടെഹ്റാനിൽ പോകുന്നത്" ആലീസ് പറഞ്ഞു. "പാസ്പോർട്ട് പുതുക്കാനാണ്. ജൂപ് പറയുന്നത് സെപ്തംബറിൽ ഞങ്ങൾ ഒരുമിച്ച് ഹോളണ്ടിൽ പോകുമെന്നാണ്. അമ്മയേയും അമ്മായിയേയും കാണാൻ. അതിനുമുമ്പായി ഇവിടെവെച്ച് ചെറിയൊരു സത്കാരം ഞങ്ങളുടെ വിവാഹമാഘോഷിക്കാൻ."

ഞാൻ, അമ്മ, അർതൂഷ്, നീന, ഗാർനിക്ക്... എല്ലാവരും ഒരേസമയം ആലീസിനെ നോക്കി.

വയലറ്റ് വീണ്ടും പറഞ്ഞു, "പാവങ്ങൾ!"

ഞങ്ങൾ വയലറ്റിനെ നോക്കി. അവൾ തിരിച്ച് ഞങ്ങളേയും.

"ഞാൻ പറഞ്ഞത് വെട്ടുകിളികളെ കുറിച്ചാണ്." അവൾ ആലീസിന്റെ അടുത്തുചെന്ന് ചിരിച്ചുകൊണ്ട് പറഞ്ഞു, "വളരെ നന്നായി... എന്റെ അഭിനന്ദനങ്ങൾ!"

ആലീസ് ചുണ്ടൊന്നു വിടർത്തി, വയലറ്റിനോട് നന്ദി പറഞ്ഞു. അവൾ കസേര പിന്നോക്കം നീക്കി എഴുന്നേറ്റു. ആ വലിയ വട്ടത്തല അമ്മയുടെ നേരെ തിരിഞ്ഞു. അമ്മ അപ്പോഴും അതിശയത്തോടെ വാപൊളിച്ച് അവളെത്തന്നെ നോക്കിയിരിക്കുകയായിരുന്നു. "ഞാൻ ഇറങ്ങുകയായി. അമ്മ എന്റെ കൂടെ വരുന്നുണ്ടോ? അതോ ഇവിടെത്തന്നെ ഇരിക്കുകയാണോ?"

അമ്മ ചാടി എഴുന്നേറ്റു. കസേരയുടെ പിന്നിൽ തൂക്കിയിട്ടിരുന്ന കൈസഞ്ചി വലിച്ചെടുത്ത് തോളിൽ തൂക്കി. വലിച്ചതിന്റെ ഊക്കിൽ സഞ്ചിയുടെ വള്ളിപ്പൊട്ടി. പൊട്ടിയ വള്ളി ചുരുട്ടിക്കെട്ടി അമ്മ കൈസഞ്ചി കക്ഷത്തിൽ തിരുകി. ആലീസിന്റെ പിന്നാലെ അടുക്കളയിൽനിന്നുമിറങ്ങി. അമ്മ ഇരുന്നിരുന്ന കസാല, അവർ പെട്ടെന്നെഴുന്നേറ്റതോടെ അങ്ങോട്ടുമിങ്ങോട്ടുമൊന്നു ചാഞ്ചാടി മറിഞ്ഞുവീണു. താഴെ വീണു കിടക്കുന്ന കസേരയെ ഞങ്ങൾ സഹതാപത്തോടെ നോക്കി.

ഞങ്ങൾ അങ്ങനെ എത്രനേരം സ്വയം മറന്നിരുന്നുവെന്നറിഞ്ഞുകൂടാ. ഒടുവിൽ വയലറ്റാണ് അതിൽനിന്നും ഞങ്ങളെ ഉണർത്തിയത്. അവൾ കുട്ടികളുടെ ആ കളിയിലെ വായ്ത്താരി വളരെ രസമായി ഉറക്കെ ചൊല്ലി. "ചുകന്ന ലൈറ്റ്... പച്ച ലൈറ്റ്.. നില്ക്കണം. ആരും അനങ്ങരുത്." അവൾ പാട്ടുപാടിക്കൊണ്ട് നാലടി മുന്നോട്ടുവെച്ചു. വീണുകിടക്കുന്ന കസേര നേരെയിട്ടു. അതിൽ ഇരുപ്പുറപ്പിച്ചു.

ഇപ്പോൾ എല്ലാ കണ്ണുകളും വയലറ്റിന്റെ മുഖത്ത്. അവൾ പഴക്കൂടയിൽനിന്ന് ചെറിത്തണ്ടെടുത്ത് അതിൽനിന്നും രണ്ടു ചെറികൾ പറിച്ചുമാറ്റി. "എന്തു ഭംഗിയാണ്". ചെറിപഴങ്ങൾ ഞെട്ടിയോടുകൂടി സ്വന്തം കാതിൽ അവൾ തൂക്കിയിട്ടു. രണ്ടു ലോലാക്കുകൾ പോലെ. വയലറ്റ് ഞങ്ങളെ നാലുപേരേയും മാറിമാറി നോക്കി. ചോദ്യഭാവത്തിൽ പുരികങ്ങളുയർത്തി. "എന്തുപറ്റി? എന്താ എല്ലാവരും മിണ്ടാതിരിക്കുന്നത്?" വിവാഹം അത്ര മോശപ്പെട്ട കാര്യമാണോ? ഈ ഞാനും വിവാഹം കഴിക്കാൻ തീരുമാനിച്ചു."

അപ്പോഴേക്കും സോഫിയും എന്റെ പെൺകുട്ടികളും അടുക്കളയിലേക്കോടിവന്നു. മൂന്നുപേരും വല്ലാതെ കിതയ്ക്കുന്നുണ്ടായിരുന്നു. ക്ലാസ്സിൽ കുട്ടികൾ ടീച്ചറോട് അനുവാദം ചോദിക്കുമ്പോഴെന്നപോലെ മൂന്നുപേരും ഓരോ വിരൽ ഉയർത്തിപ്പിടിച്ചിരുന്നു. "സർ, ഞങ്ങൾ പുറത്ത് സൈക്കിളോടിച്ചോട്ടെ."

വയലറ്റ് കുട്ടികളുടെ നേരെ തിരിഞ്ഞിരുന്നു. തല ഇടത്തോട്ടും വലത്തോട്ടും ആട്ടി. "നോക്കൂ, എന്റെ പുതിയ ലോലാക്ക്... നല്ല ഭംഗിയില്ലേ?" രണ്ടു ഭാഗത്തേക്കും ചാഞ്ചാടിക്കൊണ്ടിരുന്ന ചെറി കമ്മലിലേക്ക് നോക്കി കുട്ടികൾ ഉറക്കെ ചിരിച്ചു. അവരുടെ കൂടെ ചേർന്ന് വയലറ്റും. "എന്റെ കല്യാണത്തിന് മണവാട്ടിയുടെ തോഴിമാരായി നിങ്ങൾ മൂന്നുപേരും വരില്ലേ?"

"ഉവ്വ്... ഉവ്വ്... ഉവ്വ്... എന്തു രസമായിരിക്കും." സോഫിയും അർസീനെയും അർമീനെയും എല്ലാം മറന്ന് തുള്ളിച്ചാടി. "ഏതു നിറത്തിലുള്ള ഉടുപ്പുകളാണ് ഞങ്ങളിടേണ്ടത്?"

"എനിക്ക് പിങ്ക് മതി..." അർമീനെ.

"എനിക്ക് നീല..." സോഫി.

"എനിക്ക് പിങ്ക്" അർസീനെ. അർതൂഷ് എന്റെ നേരെ നോക്കി. ഗാർനിക്ക് നീനയുടെ നേരെയും നീന വയലറ്റിന്റെ നേരേയും.

പെൺകുട്ടികൾ മൂന്നുപേരും "കല്യാണം... കല്യാണം..." എന്നുപാടിക്കൊണ്ട് വട്ടത്തിൽ നൃത്തം വെക്കാൻ തുടങ്ങി.

വയലറ്റ് കാതിൽനിന്നും ചെറികളെടുത്തു. ഞെട്ടി പൊട്ടിച്ചു കളഞ്ഞു. രണ്ടുംകൂടി വായിലേക്കിട്ടു.

"അവളെന്താ പറഞ്ഞത്?" ഗാർനിക് നീനയോടു ചോദിച്ചു. നീന വയലറ്റിനോട് ചോദിച്ചു. "നീ എന്താണ് പറഞ്ഞത്?" വയലറ്റ് എഴുന്നേറ്റു. വായിൽനിന്നും ചെറിയുടെ കുരു എടുത്ത് തട്ടിന്റെ ഒരു വശത്ത് വെച്ചു. "വരൂ കുട്ടികളെ... ആര് ഏതുനിറത്തിലുള്ള ഉടുപ്പാണിടുക എന്ന് നമുക്കിപ്പോൾ നിശ്ചയിക്കാം. ഞാൻ മണവാട്ടിയല്ലേ... അതുകൊണ്ട് എന്റെ ഉടുപ്പ് എന്തായാലും വെള്ളതന്നെ. നിങ്ങളെല്ലാവരും..." അവൾ കുട്ടികളേയും കൊണ്ട് ഇടനാഴിയിലേക്ക് നടന്നു.

"നീന എഴുന്നേറ്റു, പെണ്ണിനു വട്ടുപിടിച്ചെന്നു തോന്നുന്നു." അവൾ ഗാർനിക്കിന്റെ തോളിൽ തട്ടി. "എഴുന്നേറ്റു വരൂ, നിങ്ങളുടെ മരുമകളുടെ തലയിൽ എന്താണ് കയറിക്കൂടിയിരിക്കുന്നത് എന്നറിയണമല്ലോ. ഒരു കാര്യം തീർച്ച... അവൾക്ക് എന്നേക്കാളധികം നൊസ്സുണ്ട്."

അർതൂഷും ഞാനും അടുക്കളയിൽത്തന്നെ ഇരുന്നു. അർതൂഷ് പഞ്ചസാരക്കുപ്പിയെടുത്ത് അങ്ങോട്ടുമിങ്ങോട്ടും ഉരുട്ടി. മതി... നിർത്തൂ എന്നു പറയാൻ ഞാൻ പലതവണ നാവെടുത്തു... ഒടുവിൽ ഉച്ചത്തിൽ പറഞ്ഞു, "ഒന്നു മതിയാക്കുന്നുണ്ടോ..."

നാല്പത്തിയൊന്ന്

പച്ച കുഷ്യനിട്ട ആ കസേരയിൽ എന്തോ അന്ന് എന്റെ ഇരിപ്പ് സുഖമായില്ല. ചാഞ്ഞും ചെരിഞ്ഞുമിരുന്നു. കാലുകൾ മുകളിലേക്ക് കയറ്റിവെച്ചു. പിന്നെ നീട്ടിവെച്ചിരുന്നു. കസേരകൈകളുടെ മീതെ കൂടി എന്റെ കൈകൾ തുറക്കുകയും ചെയ്തു. പുസ്തകത്തട്ടിൽനിന്നു സർസോയുടെ നോവലെടുത്തു. അടയാളം വെച്ചിടത്തുനിന്നും രണ്ടോ നാലോ വരി വായിച്ചു. കൂടുതൽ വായിക്കാനായില്ല. പുസ്തകം മടക്കിവെച്ചു. നോവലിലെ കഥാനായകൻ അവസാനം എന്തു തീരുമാനിക്കുമെന്നോർത്ത് എന്റെ മനസ്സ് വിഷമിച്ചില്ല. പ്രണയത്തിനാണോ, കടമകൾക്കാണോ മുൻതൂക്കം കൊടുക്കുക? അത് എന്റെ ചിന്തകളെ അലട്ടിയില്ല. കഥാനായകനോടും നായികയോടും ഒരുപോലെ വെറുപ്പുതോന്നി. അയാളോട്... ഇത്ര വിഡ്ഢിയായല്ലോ എന്നോർത്ത്. അവളോട് അയാളുടെ വിഡ്ഢിത്തം അവൾക്ക് തിരിച്ചറിയാൻ സാധിച്ചില്ലല്ലോ എന്നോർത്ത്. ഞാൻ കസേരയിൽ നിന്നെഴുന്നേറ്റ് അടുക്കളയിലേക്ക് ചെന്നു. എന്നെത്തന്നെ ദേഷ്യപ്പെട്ടു. "എല്ലാവരേക്കാളും വിഢ്ഢി നീയാണ്."

അടുക്കളയിലെ ക്ലോക്കിലേക്ക് നോക്കി. കുട്ടികൾ സ്കൂളിൽ നിന്നെത്താറായിരിക്കുന്നു. ഞാൻ ഫ്രിഡ്ജ് തുറന്നുനോക്കി. പാൽ കഴിഞ്ഞിരിക്കുന്നു. ചീസും കുറച്ചേയുള്ളൂ. വെണ്ണയുടെ പാത്രം കാണാനേയില്ല. ഞാൻ അടുക്കളയിൽ തിരഞ്ഞു. ആ പാത്രം അടുക്കളത്തിണ്ണയിൽ തന്നെ ഇരിക്കുന്നു. ഫ്രിഡ്ജിനകത്തേക്ക് വെക്കാൻ മറന്നുപോയി. വെണ്ണ ഏതാണ്ട് മുഴുവനായും ഉരുകിക്കഴിഞ്ഞു. പ്രാതൽ കഴിച്ച പാത്രങ്ങൾ സിങ്കിൽ കഴുകാതെ കൂടിക്കിടക്കുന്നു.

കഴിഞ്ഞ പതിനേഴുവർഷങ്ങൾക്കുള്ളിൽ ഇങ്ങനെ എത്ര തവണ ഉണ്ടായിട്ടുണ്ട്... പ്രാതലിന്റെ പാത്രങ്ങൾ ഉച്ചയായിട്ടും കഴുകാതെ. ഒന്നോ രണ്ടോ തവണ ഉണ്ടായിട്ടുണ്ടാകും... ഇരട്ടക്കുട്ടികളെ ഗർഭമുണ്ടായിരുന്ന കാലത്ത്... അവസാന നാളുകളിൽ. സയത് നോവയുടെ *നിഴൽ രൂപത്തിൽ* എന്റെ കണ്ണുകൾ ചെന്നുതറച്ചു. ചിത്രത്തിന്റെ രണ്ടു മൂലകൾ... ഒട്ടിച്ചത് വിട്ടുവന്നിരിക്കുന്നു. കവിയുടെ തല ചുമരിൽനിന്നും ചാഞ്ഞു കിടക്കുകയാണ്. ഞാൻ അടുത്തുചെന്നുനോക്കി. എത്ര വിരൂപം...

ഇതിനെയാണോ ഇത്രനാളും ഞാൻ സുന്ദരം എന്നു കരുതി സൂക്ഷിച്ചത്. അർതൂഷിന്റെ അനന്തിരവൾ അർമേനിയയിൽ നിന്നും അയച്ചുതന്നതു കൊണ്ടാകാം ഞാനവിടെ ഒട്ടിച്ചുവെച്ചത്. എവിടെനിന്നു വന്നതായാലും അതിനൊരു ഭംഗിയുമില്ല. ഉണ്ടെന്നു കരുതിയ ഞാനാണ് വിഡ്ഢി... ഈ നിമിഷംവരെ അതിനു ഭംഗിയുണ്ടെന്നു ഞാൻ വിചാരിച്ചല്ലോ! അത് തെറ്റായ ഒരു തോന്നൽ മാത്രമായിരുന്നു.

ഞാൻ ആ ചിത്രം വലിച്ചൂരി. ചുരുട്ടിക്കൂട്ടി ഒരു ഉണ്ടയാക്കി. എന്റെ ഉള്ളംകൈയിൽ ഒതുക്കാവുന്ന വലുപ്പം മാത്രം. ഏതാനും തവണ ആ കടലാസുണ്ട രണ്ടു കൈകളിലേക്കും മാറിമാറിയിട്ടു. പിന്നെ ചവറ്റുകുട്ട യിലേക്ക് വലിച്ചെറിഞ്ഞു. സയത് നോവ കുട്ടയുടെ വക്കിൽ കൊണ്ട് താഴേക്ക് തെറിച്ചുവീണു. ഞാൻ എന്റെ പേഴ്സുമെടുത്ത് വീട്ടിൽ നിന്നിറങ്ങി.

ജി-4 ന്റെ ഗേറ്റ് പാതി തുറന്ന് കിടന്നിരുന്നു. അടുത്തുള്ള മൈതാന ത്തിലുള്ള ജലസംഭരണിവരെ ഞാൻ നടന്നു. ഒഴിഞ്ഞുകിടക്കുന്ന ബെഞ്ചുകൾ. ഒറ്റ ഇല പോലും ശേഷിക്കാതെ നഗ്നമായി കാറ്റിലാടുന്ന മരച്ചില്ലകൾ. പൂക്കൾ കൊഴിഞ്ഞുപോയി. കോലം കെട്ടുനില്ക്കുന്ന ഓലി യാൻഡർ പടർപ്പുകൾ. നടക്കുന്നതിനിടയിൽ എങ്ങും നോക്കാതിരിക്കാൻ ശ്രദ്ധിച്ചു. ഇങ്ങനെ വൃത്തികെട്ട ഈ പൊടിമണ്ണിന്റെ നിറത്തിൽ അബ്ദാനെ മുമ്പൊരിക്കലും കണ്ടിട്ടില്ല. നഗരം തളർന്നു ക്ഷീണിച്ച്... ഉത്സാഹം കെട്ട്, തികച്ചും എന്നെപോലെ... ഉദാസീനമായി.

അദീബിന്റെ കടയുടെ മുമ്പിൽ ഒരു ബോർഡ് തൂങ്ങിക്കിടന്നിരുന്നു. “അടച്ചിരിക്കുകയാണ്”. ഒരിക്കലും ഈ സമയത്ത് എന്തെങ്കിലും വാങ്ങാ നായി ഞാനിവിടെ വന്നിട്ടില്ല. അതുകൊണ്ടുതന്നെ ഇങ്ങനെയൊരു ബോർഡും മുമ്പു കണ്ടിട്ടില്ല. ഒരു മണി മുതൽ മൂന്നുമണിവരെ എന്നും ഉച്ചയ്ക്ക് കട അടച്ചിടുമെന്ന് എനിക്കറിയാത്ത കാര്യമല്ലല്ലോ.

ഞാൻ വാച്ചിലേക്ക് നോക്കി. മൂന്നുമണിയാവാൻ അഞ്ചുമിനിറ്റ് ബാക്കി യുണ്ട്. ഒരു മണിക്കൂറിനകം കുട്ടികൾ സ്കൂളിൽനിന്നെത്തും. വെണ്ണയും ചീസും റൊട്ടിയുമില്ലെങ്കിൽ കുട്ടികൾക്കെന്താണ് കഴിക്കാൻ കൊടുക്കുക? വീട്ടിൽ പാൽ തീരെ കഴിഞ്ഞിരിക്കുന്നുവെന്നും അബീദിന്റെ കട ഒരു മണിമുതൽ മൂന്നു മണിവരെ അടച്ചിരിക്കുമെന്നും ഞാൻ ഓർക്കാതിരു ന്നതെന്തുകൊണ്ടാണ്? വീട്ടുജോലികളിൽ ത്രസിക്കുന്നതിനുപകരം പച്ച കുഷ്യനുള്ള കസേരയിൽ ഒന്നും ചെയ്യാതെ മടിപിടിച്ചിരുന്ന് സമയം പാഴാക്കി. സാർസോയുടെ നോവലിലെ കഥാനായികയുടെ വിവര ക്കേടിനെ പഴിച്ചു. കഥാനായകന്റെ വിഡ്ഢിത്തത്തെ കുറ്റപ്പെടുത്തി. എന്നിട്ട്...

ഒരു ദീർഘശ്വാസം വിട്ടു. മോതിരവിരൽകൊണ്ട് കടയുടെ ചില്ലു വാതിലിൽ മുട്ടി... “അടച്ചിരിക്കുന്നു” എന്ന് എഴുതിയിടത്തുതന്നെ.

മിസ്റ്റർ അദീബ് തന്നെയാണ് വന്ന് വാതിൽ തുറന്നത്. എന്നെ

കണ്ടതും അദ്ഭുതം പ്രകടിപ്പിച്ചു. "മിസ്സിസ് ഡോക്ടർ നിങ്ങളോ...? നിങ്ങളൊരിക്കലും ഈ നേരത്ത് കടയിൽ വരാറില്ലല്ലോ."

കടയുടെ അകത്ത് നല്ല ചൂട്. ഇരുട്ടും.. വെണ്ണയും... ചീസും തൂക്കിയെടുക്കുന്നതിനിടയിൽ മിസ്റ്റർ അദീബ് പലതും പറഞ്ഞുകൊണ്ടിരുന്നു. "ഇങ്ങനെയൊരു ചൂട് എപ്പോഴെങ്കിലും ഉണ്ടായിട്ടുണ്ടോ? അവർ പറയുന്നത്, വെട്ടുകിളികൾ കാരണമാണ് എന്നാണ്... ചൂട് വർദ്ധിച്ചത് അവയുടെ ആക്രമണം കൊണ്ടാണത്രെ... അത് ഒഴിവാക്കാനാവില്ല. കുട്ടികളെല്ലാവരും കടലിൽചെന്നു ചാടും... അവരിൽ എത്രപേർ സ്രാവുകളുടെ വായിലാകുമെന്ന് ദൈവത്തിനെ അറിയൂ. കുട്ടികളെ കുറ്റപ്പെടുത്താനാവുമോ...? ഈ ചൂടിൽ അവർ മറ്റൊന്നുമാലോചിക്കില്ല. ഇങ്ങനെയൊരു ചൂട്, എന്റെ ജീവിതത്തിൽ ഇതുവരെ സംഭവിച്ചിട്ടില്ല!"

എന്റെ നോട്ടം മിസ്റ്റർ അദീബിന്റെ ത്രാസിൽ തറച്ചുനിന്നു. വല്ലാതെ പഴകി തുരുമ്പുപിടിച്ച ഒരു സാധനം. തട്ടുകൾ ദ്രവിച്ചും ഞണുങ്ങിയും. എന്റെ മനസ്സിൽ പൊന്തിവന്ന വിചാരങ്ങൾ. അതൊക്കെ മിസ്റ്റർ അദീബിനോടു പറയാനുള്ള ക്ഷമ എനിക്കുണ്ടായിരുന്നില്ല. "ഇതിലും ചൂടുള്ള ദിവസങ്ങളിലൂടെ നിങ്ങളും ഞാനുമൊക്കെ കടന്നുപോയിട്ടുണ്ട്. ഇന്നും നാളെയും മറ്റന്നാളുമൊക്കെ രാത്രി അറബികൾ താമസിക്കുന്ന ഇടങ്ങളിലെ കുട്ടികൾ - അവിടെയൊന്നും ഞാനിതുവരെ പോയിട്ടില്ല. ആ പ്രദേശങ്ങളുടെ പേരുപോലും എനിക്കറിയില്ല. അഹമ്മദാബാദും പരിസര പ്രദേശങ്ങളും എന്നു മാത്രമേ എനിക്ക് പറയാനാവൂ. അവിടെ ചൂട് പൊറുക്കാനാവാതെ ഉൾക്കടലിൽ ചെന്നു ചാടും. സ്രാവുകൾ അവരുടെ ജീവനെടുത്തില്ലെങ്കിൽ കൂടിയും കൈയോ കാലോ തീർച്ചയായും കടിച്ചെടുക്കും. നാളെ ആലീസിൽനിന്നും ആ വാർത്ത ഞാൻ കേൾക്കുകയും ചെയ്യും. "ഇന്നലെ, സ്രാവുകടിയേറ്റ ഏഴുപേരെ ആശുപത്രിയിൽ കൊണ്ടുവന്നു. രാത്രി പിന്നേയും പത്തു പേരെ. ഇന്നും കൊണ്ടുവന്നു എട്ടു കുട്ടികളെ...." അതുകേട്ട് അർതൂഷും ഞാനും അമ്മയും സഹതാപത്തോടെ കഷ്ടം... കഷ്ടം... എന്നു പറയും. കുറച്ചുനേരം ചിലപ്പോൾ ഇത്തിരി അധികം നേരം മൗനം പാലിക്കും... അത് അംഗഭംഗമോ മരണമോ എന്നതിനെ ആശ്രയിച്ചിരിക്കും. അതുകഴിഞ്ഞാൽ വീണ്ടും ഞങ്ങളുടെ ശ്രദ്ധ സ്വന്തം കുട്ടികളിലേക്ക് തിരിയും. കുട്ടികൾ അരികെ വന്നു ചോദിക്കും. "ഇന്ന് സ്കൂൾ വിട്ടുവരുമ്പോൾ കഴിക്കാൻ ഏതു പലഹാരമാണ് ഉണ്ടാക്കുന്നത്?" അല്ലെങ്കിൽ രാത്രി കഴിക്കാൻ പ്രത്യേകിച്ചെന്തെങ്കിലുമുണ്ടോ?" ചിലപ്പോൾ അവർ പറയും "പൊള്ളുന്ന ചൂട്... എയർ കണ്ടീഷനർ ഒന്നുകൂട്ടി വെക്കൂ..."

"രണ്ടു ദിവസം മുമ്പ് കപ്പൽ വഴി കുറേ ഹൽവ വന്നിട്ടുണ്ട്... ഒന്നാന്തരം." മിസ്റ്റർ അബീദ് പറഞ്ഞു. "കുറച്ചെടുക്കട്ടെ...?"

"ആയിക്കോട്ടെ... വളരെ കുറച്ച് മതി... ഞങ്ങളുടെ വീട്ടിൽ എനിക്കു മാത്രമേ ഹൽവ ഇഷ്ടമുള്ളൂ."

സഞ്ചിയും തൂക്കിപ്പിടിച്ച് ഞാൻ വേഗം വീട്ടിലേക്ക് നടന്നു. ഞങ്ങളുടെ തെരുവിൽ ഒറ്റയാളില്ല. വെയിലിൽ കഠിനമായ ചൂട്. തവളകൾ പോലും ഒച്ചയുണ്ടാക്കുന്നില്ല. ജി 4-ന്റെ പടി പൂർണ്ണമായും അടഞ്ഞുകിടന്നു.

ഞാൻ മുറ്റത്തേക്ക് കടന്നതും കണ്ടു, അയാൾ ഞങ്ങളുടെ ഉമ്മറ വാതിലിനു പുറത്ത് നില്ക്കുന്നു. പൊടിയും മണ്ണും നിറഞ്ഞുകിടക്കുന്ന പൂത്തടങ്ങളും ഇലകൊഴിഞ്ഞ് ശൂന്യമായി നില്ക്കുന്ന മരങ്ങളും കടന്ന് നടപ്പാതയിലൂടെ ഞാൻ നടന്നു.

"ബറീവ്" അയാളെന്നോട് വണക്കം പറഞ്ഞു. തിരിച്ചു ഞാനും പറഞ്ഞു. "ബറീവ്..." ആ ചുറ്റുവട്ടത്ത് പച്ചയായി കണ്ടത് അയാളുടെ കണ്ണുകൾ മാത്രമായിരുന്നു.

ഞാൻ വാതിൽ തുറന്ന് അകത്തുകയറി. "കുറച്ചു വെണ്ണ വാങ്ങി. ഈ ചൂടിൽ അതുരുകും മുമ്പേ ഞാനതൊന്ന് ഫ്രിഡ്ജിൽ വെക്കട്ടെ,"

അയാൾ എന്റെ പിന്നാലെ അടുക്കളയിലേക്ക് വന്നു. ഞാൻ വെണ്ണയും ചീസും ഹൽവയും ഫ്രിഡ്ജിനകത്തേക്ക് വെച്ചു. തിരിഞ്ഞുനിന്ന് സിങ്കിൽ കിടന്ന പാത്രങ്ങൾ കഴുകാൻ തുടങ്ങി.

ഞാൻ കാതോർത്തു. പുറകിൽ അയാളുടെ കാൽപെരുമാറ്റം കേട്ടില്ല. തറയിലൂടെ കസേര വലിക്കുന്ന ശബ്ദവും കേട്ടില്ല. ഒരുപക്ഷേ, അകത്തു വരാതെ വാതില്ക്കൽ തന്നെ നില്ക്കുകയാവാം.

എന്റെ മര്യാദയാണ് സംസാരിച്ചത്. "ഇത് ശരിയല്ല. അയാളോട് ഇരിക്കാൻ പറയൂ." ഞാൻ കഴുത്ത് പാതി തിരിച്ചു. അയാൾ സയത് നോവായുടെ നിഴൽ ചിത്രം ഒട്ടിച്ചിരുന്നിടത്തേക്ക് നോക്കിനില്ക്കുന്നു... ഒഴിഞ്ഞുകിടക്കുന്നല്ലോ... എന്തുപറ്റി എന്നായിരിക്കും മനസ്സിൽ.

"ഇരിക്കുന്നില്ലേ?" ഞാൻ ലോഗ്യം ചോദിച്ചു.

അയാൾ ഉടനെ ഇരുന്നു. മുഖവുരയൊന്നും കൂടാതെ കാര്യത്തിലേക്ക് കടന്നു. ആദ്യമായി ഞങ്ങളുടെ വീട്ടിൽവെച്ച് വയലറ്റിനെ കണ്ട നിമിഷം മുതൽ ആ തോന്നൽ അയാളുടെ മനസ്സിലുണ്ടായത്രെ. ഇതാണ് താൻ വർഷങ്ങളായി അന്വേഷിച്ചുകൊണ്ടിരിക്കുന്ന സ്ത്രീ. അടുത്ത ദിവസം അയാൾ കമ്പനിയിൽ നിന്നിറങ്ങുമ്പോൾ വീണ്ടും വയലറ്റിനെ കണ്ടു. അവൾ ആ വഴി എങ്ങോട്ടോ പോവുകയായിരുന്നു. രണ്ടുപേരും ഒരുമിച്ച് "മിൽക്ക് ബസാറിൽ" പോയി. കാപ്പി കുടിച്ചു, സംസാരിച്ചു. കടൽതീരത്ത് തമ്മിൽ കാണാമെന്ന് സമയം നിശ്ചയിച്ചു... അങ്ങനെ ഏതാനും കൂടി ച്ചേരലുകൾ.

പാത്രങ്ങൾ കഴുകി ഞാൻ തട്ടിൽ അടുക്കിവെച്ചു. അയാൾ സംസാരി ക്കുന്നതും കേട്ടുകൊണ്ടിരിക്കുന്നതിനിടയിൽ അർതൂഷ് പറഞ്ഞ ഒരു കാര്യം ഞാൻ ഓർമ്മിച്ചു. "വയലറ്റ് എമിലിനോടും എന്നോടും കമ്പനി യെപ്പറ്റി ഒരുപാടു കാര്യങ്ങൾ അന്വേഷിച്ചു. ഞങ്ങൾ ചെയ്യുന്ന ജോലി എന്താണ്... ഏതു വകുപ്പിലാണ് ഞങ്ങൾ ജോലിചെയ്യുന്നത് അങ്ങനെ

കുറെ കാര്യങ്ങൾ. ഇതൊക്കെ അറിഞ്ഞിട്ടവൾക്കെന്തുവേണം... എനിക്കു മനസ്സിലായില്ല!"

നീന പറഞ്ഞിരുന്നു. "വിവാഹമോചനത്തിന്റെ വിഷമം ഇനിയും അവളുടെ മനസ്സിൽനിന്നും പോയിട്ടില്ല. സന്ധ്യയായാൽ അവൾ തനിയെ കടപ്പുറത്ത് നടക്കാൻ പോകും."

വയലറ്റുതന്നെ ഒരിക്കൽ കുട്ടികളോടു പറയുന്നതുകേട്ടു. "ഒരു ദിവസം ഞാൻ നിങ്ങളെ 'മിൽക്ബാറി'ലേക്ക് കൊണ്ടുപോകാം. ഐസ്ക്രീം കഴിക്കാൻ."

"മിൽക്ക്ബാറിനെ പറ്റി നിനക്കെന്തറിയാം... കുറുമ്പിപെണ്ണേ?" ഗാർനിക്കിന്റെ ചോദ്യത്തിന് ഒരു ചെറുചിരിയായിരുന്നു അവളുടെ മറുപടി.

എമിലിന് ആകപ്പാടെ ഒരു പാരവശ്യം. ഇടയ്ക്ക് കൈകൊണ്ട് തല തടവി. ഇടയ്ക്ക് കൈകൾ പോക്കറ്റിലേക്ക് തിരുകി. അതുകഴിഞ്ഞ് കസേരയുടെ പിൻവശത്തായി തൂക്കിയിട്ടു. കസേര പിന്നോക്കം നിരക്കി. പിന്നെ വീണ്ടും മുന്നോട്ട് വലിച്ചിട്ട് സംസാരിച്ചു. "ഞാൻ ചെയ്യുന്ന ഒരു കാര്യവും അമ്മയ്ക്ക് സമ്മതമാവില്ല. എപ്പോഴും ഞാൻ തെറ്റുകൾ ചെയ്യുന്നു എന്നാണ് അവർ പറയുന്നത്. കാര്യങ്ങൾ യുക്തിപൂർവ്വം ആലോചിച്ചു തീരുമാനിക്കാൻ എനിക്കാവുമെന്ന് എന്തുകൊണ്ടോ അവർക്ക് വിശ്വാസമില്ല. അവർ എന്തുചെയ്യുന്നതും പുസ്തകത്തിൽ എഴുതിയിരിക്കുന്ന പ്രകാരമാണ്. സ്നേഹത്തിലും പ്രണയത്തിലുമൊന്നും അവർക്ക് വിശ്വാസമില്ല. എന്നാൽ ജീവിതത്തിന്റെ അർത്ഥംതന്നെ സ്നേഹം എന്നാണ്, അല്ലേ? നിങ്ങൾ ഞാൻ പറയുന്നതിനോട് യോജിക്കും എനിക്കറിയാം."

അയാൾ കുറച്ചുനേരം നിശ്ശബ്ദനായി എന്നെ ഉറ്റുനോക്കി. അനുകൂലമായൊരു മറുപടി ഞാൻ പറയും എന്നു പ്രതീക്ഷ.

കൈയിലിരുന്ന സിഗരറ്റ് ഞാൻ ആഷ്ട്രേയിലേക്കിട്ടു. മിണ്ടാതിരുന്ന് ആലോചിച്ചു. സർസോവിന്റെ കഥാനായകൻ അവസാനം എന്തു തീരുമാനിക്കുന്നു എന്ന കാര്യത്തിൽ എനിക്ക് താത്പര്യമില്ല. അയാളുടെ എഴുത്തും എനിക്കിഷ്ടമല്ല. ഞാൻ വേറൊരു സിഗരറ്റെടുത്ത് കത്തിച്ചു.

"നിങ്ങൾ പുകവലിക്കുമെന്ന് എനിക്കറിയില്ലായിരുന്നു." എമിൽ പറഞ്ഞു. തുടർന്ന് വീണ്ടും അയാൾ വയലറ്റിനെക്കുറിച്ച് പറയാൻ തുടങ്ങി. എത്ര നിഷ്കളങ്കയാണ്.... എന്തൊരു കനിവാണ്... അതുപോലെ ത്തന്നെയാണ് അവളുടെ വിനയവും. സംഗീതത്തിലും കവിതയിലും വലിയ താത്പര്യവുമാണ്.

എനിക്ക് തോന്നി... സർഡോവിന്റെ നോവലിലെ വരികളാണ് അയാൾ പറയുന്നതെന്ന്.

നടപ്പാതയിലൂടെ കുട്ടികൾ നടന്നുവരുന്ന ശബ്ദം. എമിൽ മെല്ലെ എഴുന്നേറ്റു. "നിങ്ങൾ ഈ കാര്യം എന്റെ അമ്മയോടു സംസാരിക്കാമോ?

അവരെ സങ്കടപ്പെടുത്താൻ എനിക്ക് തീരെ മനസ്സില്ല. പക്ഷേ, അവർ സമ്മതം തന്നില്ലെങ്കിൽ, എനിക്ക് വേറെ വഴിയില്ലാതാവും..."

അയാൾ യാത്ര പറഞ്ഞു തിരിഞ്ഞു. പിന്നെ വീണ്ടും എന്നെ സംശയത്തോടെ നോക്കി... എന്റെ കൈ പിടിച്ച് ദയനീയമായി അഭ്യർത്ഥിച്ചു... "ദയവുചെയ്ത്... എനിക്കുവേണ്ടി..." അയാൾ അവിടെനിന്ന് ഇറങ്ങിപ്പോയി.

ഞാൻ കുട്ടികൾക്ക് പാലും പലഹാരവും എടുത്തുകൊടുത്തു. അവർ പറയുന്നതിൽ ശ്രദ്ധവെക്കാൻ ശ്രമിച്ചു.

"ഇന്നത്തെ കണക്ക് പരീക്ഷ വളരെ എളുപ്പമായിരുന്നു."

"സ്കൂൾ വാർഷികത്തിന് ഇനിയും രണ്ടാഴ്ച കഴിയണം."

"ഇന്ന് ഞങ്ങൾ 'നാലു ഋതുക്കൾ' എന്ന കവിത പരിശീലിച്ചു."

"നാടകത്തിൽ സിൻഡ്രേലയായി അഭിനയിക്കുന്നത് എമിലിയാണ്."

"രാജകുമാരനായി അഭിനയിക്കുന്നത് അർമേന്റെ...."

അർമേൻ അവന്റെ സാൻവിച്ചും പാലും കൈയിലെടുത്തു. കസേര പിന്നോക്കം നിരക്കി. "നാളെ എനിക്ക് ഭൂമിശാസ്ത്രത്തിന്റെ പരീക്ഷയുണ്ട്."

അർമേൻ തിടുക്കത്തിൽ എഴുന്നേറ്റ് പോകുന്നതും അവന്റെ മുറിയിൽ കയറി വാതിലടക്കുന്നതും പെൺകുട്ടികൾ നോക്കിയിരുന്നു. പിന്നെ പതുക്കെ എന്റെ നേരെ തിരിഞ്ഞ് സ്വരം താഴ്ത്തി പറഞ്ഞു.

"പരിശീലനം കഴിഞ്ഞപ്പോൾ അർമേൻ രാജകുമാരനായി അഭിനയിക്കുന്ന കുട്ടിയുടെ കവിളിലടിച്ചു... അത് അവന്റെ ക്ലാസ്സിലെ ഒരു കുട്ടിയായിരുന്നു."

"കൂടുതലൊന്നും സംഭവിച്ചില്ല..." അർസീനെ പറഞ്ഞു. "അപ്പോഴേക്കും പ്രിൻസിപ്പാൾ അതിലെ വന്നു."

"എമിലി എന്തുപറഞ്ഞു?"

"അവൾ ഉറക്കെ ചിരിച്ചു..." രണ്ടുപേരും ഒരുമിച്ച് പറഞ്ഞു.

നാല്പത്തിരണ്ട്

ഉച്ചതിരിഞ്ഞ് കുറെ കഴിഞ്ഞിരുന്നു. വെയിലിന്റെ ശക്തി ഒട്ടൊന്ന് കുറഞ്ഞനേരം. ഞങ്ങളുടെ പഴയ ഷെവർലേ തെരുവിലാണ് പാർക്ക് ചെയ്തിരുന്നത്. ഗേരേജിന്റെ വാതിലുകൾ മലർക്കെ തുറന്നുവെച്ചിരുന്നു. പച്ച കാഡിലാക്കിനെ സ്വാഗതം ചെയ്യാൻ. പെൺകുട്ടികൾ രണ്ടുപേരും അടുക്കളമേശമേൽ കൈ കുത്തിയിരുന്ന് 'ലസാബെറി'ന്റെ താളുകൾ മറിക്കുകയായിരുന്നു. ഞാനത് മാറ്റിവെച്ചു. "ഇതു നോക്കിയിരിക്കയാണോ? നാളെ പരീക്ഷയുണ്ടെന്ന കാര്യം മറന്നോ?"

അർമീനെ ചുണ്ടുകൂർപ്പിച്ചു. കീഴ്ച്ചുണ്ട് പുറത്തേക്ക് മലർത്തി.

"ഇത്... ഇന്നു കിട്ടിയതേയുള്ളൂ."

അർസീനെയും അതേപോലെ ചുണ്ടുമലർത്തി. "വെറുതെ, അവസാനം വരെ ഒന്നു മറിച്ചുനോക്കാൻ കൂടി സമ്മതിക്കില്ലേ?"

"നോക്കിക്കോളൂ, ഇപ്പോഴല്ല, കിടക്കുന്നതിനുമുമ്പ്" ഞാൻ മാസിക അടുക്കളത്തിണ്ണയിലേക്ക് വെച്ചു. "പോയി ചരിത്രപുസ്തകമെടുത്ത് പഠിക്കൂ... കുറച്ചുകഴിഞ്ഞ് ഞാൻ വന്ന് ചോദ്യം ചോദിക്കും." ഒരു നിമിഷം രണ്ടുപേരും പരസ്പരം നോക്കിനിന്നു. പിന്നെ ഒന്നും മിണ്ടാതെ അവരുടെ മുറിയിലേക്ക് പോയി. കഴിഞ്ഞ ഏതാനും ആഴ്ചകളായി അവരുടെ വാശിക്ക് കുറച്ച് കുറവുണ്ട്. ഒന്നിനുവേണ്ടിയും കാര്യമായി ശാഠ്യം പിടിക്കുന്നില്ല. എന്തായിരിക്കും കാരണം? എന്റെ ക്ഷമ കുറഞ്ഞുവരുന്നു എന്ന് അവർ മനസ്സിലാക്കിയിരിക്കുമോ?

അർതൂഷ് പറഞ്ഞു. "അവർക്ക് കാപ്പിയോട് അത്രയ്ക്ക് പ്രിയമൊന്നുമില്ല. ചായയും കുടിച്ചോളും." ഞാൻ കെറ്റിലിൽ വെള്ളം നിറച്ച് സ്റ്റൗവിന്മേൽ വെച്ചു. അര മണിക്കൂർ കഴിഞ്ഞ് ചായത്തട്ടവുമായി ഞാൻ സ്വീകരണമുറിയിലേക്ക് ചെന്നു. അതിഥികൾ വളരെ വിനയത്തോടെ നന്ദി പറഞ്ഞു. അർതൂഷ് ചിരിച്ചു... ഞാൻ മുറിയിൽനിന്നും പോന്നപ്പോൾ വാതിലടച്ചു.

ഞാൻ കിടപ്പുമുറിയിൽ പോയി. കട്ടിലിൽ നടുനിവർത്തി കിടന്നു. തട്ടിൽ തിരിയുന്ന ഫാനിലേക്ക് നോക്കിക്കൊണ്ട് തന്നത്താൻ സംസാരിച്ചു.

"നീയെന്താണിങ്ങനെ? ബാക്കിയുള്ളവരുടെ വിവരക്കേടുമാത്രമേ നിന്റെ കണ്ണിൽ പെടുന്നുള്ളൂ? അവർ പറയുന്ന കാര്യങ്ങളും നല്ലവണ്ണമൊന്നു ശ്രദ്ധിച്ചുകൂടേ? എപ്പോഴും ആലീസിനെ വിമർശിക്കുന്നതെന്തിനാ? വാസ്തവത്തിൽ അവളേക്കാൾ മോശമാണ് നിന്റെ കാര്യം."

ഞാൻ എഴുന്നേറ്റ് ജനലരികിൽ ചെന്നുനിന്നു. സൂര്യൻ അസ്തമിക്കാറായിരുന്നു. മങ്ങിക്കൊണ്ടിരുന്ന പകൽവെളിച്ചത്തിൽ, ലോട്ടസ് മരക്കൊമ്പുകൾക്കാകെ ഒരു ചാരനിറം. ഇങ്ങനെയായാൽ ശരിയാവില്ല. എന്തെങ്കിലും പണികളിൽ മനസ്സിരുത്താൻ ശ്രമിക്കണം. അല്ലെങ്കിൽ ഇതുപോലെ പിന്നേയും പിന്നേയും മനസ്സ് പഴയ കാര്യങ്ങൾ അയവിറക്കിക്കൊണ്ടിരിക്കും. വലിപ്പുകളൊക്കെ തുറന്ന് അടുക്കിപ്പെറുക്കിവെച്ചാലോ? വേണ്ട, കഴിഞ്ഞയാഴ്ച എല്ലാം വെടിപ്പാക്കിയതാണ്. വല്ല പുസ്തകവുമെടുത്ത് വായിക്കാം... അതും പറ്റില്ല. പുസ്തകങ്ങളൊക്കെ സ്വീകരണമുറിയിലെ അലമാരയിലാണ്. ഇപ്പോൾ അവിടെചെന്ന് അർതൂഷിനേയും കൂട്ടരേയും ശല്യം ചെയ്യുന്നത് ശരിയല്ല. അത് വെറുതെ ഒരു കാരണം പറയലായിരുന്നു. വായിക്കാൻ തോന്നുന്നില്ല എന്നതായിരുന്നു വാസ്തവം. അത്താഴം നേരത്തെ തയ്യാറാക്കി കഴിഞ്ഞിരുന്നു. അതുകൊണ്ട് ആ പണിയുമില്ല. വേണമെങ്കിൽ ഗേരേജിൽ പോകാം. വീട്ടിൽ ആവശ്യമില്ലാത്ത സാധനങ്ങളെല്ലാം അതിനകത്ത് നിക്ഷേപിക്കലാണ് പതിവ്. കുറെനാളായി വിചാരിക്കുന്നു അതെല്ലാം ഒന്നു തരം തിരിച്ചുവെക്കണമെന്ന്. വേണ്ടാത്ത സാധനങ്ങളൊക്കെയെടുത്ത് പുറത്തേക്കിടണം. ആരെങ്കിലും കൊണ്ടുപൊയ്ക്കോളും.

ഉമ്മറവാതിൽ കടന്ന് പുറത്തേക്ക് കാൽവെച്ചപ്പോഴേക്കും എന്തോ ഒരു ശബ്ദം. വേലിപ്പടർപ്പിനിടയിൽ കൂടി ആരോ പാഞ്ഞും പതുങ്ങിയും ഗേരേജിനകത്തേക്ക് കയറുകയാണെന്ന് തോന്നി. അതാരായിരിക്കും? അർതൂഷിന്റെ ചങ്ങാതിമാർ സ്വീകരണമുറിയിൽ ചർച്ചയിലാണ്. കുട്ടികൾ മൂന്നുപേരും അവരവരുടെ മുറിയിലിരുന്നു പഠിക്കുന്നു. ഗേരേജിന്റെ വാതിൽ അടഞ്ഞുകിടക്കുകയാണല്ലോ. അപ്പുറത്ത് മിസ്റ്റർ റഹീമിന്റെ ഗാരേജും അടച്ചിട്ടിരിക്കയാണ്. അർമേൻ ആയിരിക്കുമോ അതിന്റെ അകത്ത്... അവൻ ആ കാഡിലാക്കിൽ കോറുകയോ മറ്റോ ചെയ്താലോ? മകൻ മുതിർന്നു കഴിഞ്ഞു എന്നു വിചാരിക്കുന്ന ഞാനെത്ര വിഡ്ഢി! അവന്റെ കുട്ടിക്കളി ഇപ്പോഴും മാറിയിട്ടില്ല. തിടുക്കത്തിൽ ചെന്ന് ഗേരേജിന്റെ വാതിൽ തുറന്നു.

ആരാണ് കൂടുതൽ ഭയന്നതെന്ന് പറയാനാവില്ല. ഞാനോ അതോ കാറിന്റെ ട്രങ്ക് തുറന്നുവെച്ച് അതിലേക്ക് കുനിഞ്ഞു നില്ക്കുന്ന ആ ചെറുപ്പക്കാരനോ? ഞാൻ ഉറക്കെ നിലവിളിച്ചു. അയാൾ പെട്ടെന്ന് തിരിഞ്ഞുനിന്നു. കൈയിൽ ഒരു പിടി കടലാസുകൾ. ഞാൻ രണ്ടാമതും നിലവിളിച്ചു... അയാളുടെ കാൽ കാറിന്റെ ബംപറിൽ തട്ടി, അയാൾ താഴെ വീണു. അയാളും വേദനകൊണ്ട് ഉറക്കെ കരഞ്ഞു. കൈയിലിരുന്ന കടലാസുകൾ അവിടെയാകെ ചിതറികിടന്നു.

അർതൂഷ് അടുക്കള മേശയ്ക്കരികിൽ വന്നിരുന്നു. "എത്ര തവണ ഇനിയുമിനിയും നീ അതുതന്നെ ചോദിക്കും? എനിക്കറിയില്ല എന്ന് ഞാൻ പറഞ്ഞില്ലേ? ഇത് അവരായിത്തന്നെ തീരുമാനിച്ചതാണ്. അതിനെക്കുറിച്ച് യാതൊന്നും എനിക്കറിയുമായിരുന്നില്ല." പതിവുപോലെ അദ്ദേഹം പഞ്ചസാരക്കുപ്പി മേശമേൽ അങ്ങോട്ടുമിങ്ങോട്ടും ഉരുട്ടി.

ഞാൻ ആകെ വിറയ്ക്കുകയായിരുന്നു. വല്ലാതെ ഒച്ചവെച്ചുകൊണ്ടിരുന്നു. എന്റെ ഒച്ചയും ബഹളവും... ആരെങ്കിലും കേട്ടാലോ എന്ന ശങ്കപോലുമില്ലായിരുന്നു. "നിങ്ങൾ അറിഞ്ഞില്ലെന്നോ? നിങ്ങളുടെ ഉറ്റ സുഹൃത്ത് അയാളുടെ കാഡിലാക് മനഃപൂർവ്വം നമ്മുടെ ഗേരേജിൽ കൊണ്ടുവന്നിട്ട്..."

"അയാൾ എന്റെ സുഹൃത്തല്ല."

"അല്ലെങ്കിൽ വേണ്ട... നിങ്ങളുടെ ബദ്ധശത്രു എന്നു പറയാം. അയാൾ സ്നേഹിതനല്ല എന്നു തീർച്ച. ഒരു സ്നേഹിതനും അയാളുടെ സ്നേഹിതനോട് ഈ മാതിരി പെരുമാറില്ല. അയാൾ നമ്മുടെ വീട്ടിൽ വരുന്നു. നമ്മുടെ ചായയും കാപ്പിയും കുടിച്ച് സംസാരിച്ചിരിക്കുന്നു. അതിനിടയിൽ സ്വന്തമായ പദ്ധതികളുമൊരുക്കുന്നു. ശിങ്കിടികളോട് നമ്മുടെ ഗേരേജിൽ കയറി ആ കാറിൽനിന്നും രഹസ്യമായി ലഘുലേഖകൾ എടുത്തുകൊണ്ടുപോകാനേല്പിക്കുന്നു. ആരെങ്കിലും അയാളെ പിൻതുടർന്നു വന്നിരുന്നെങ്കിൽ. നമ്മുടെ വീട്ടിലേക്ക് കടന്നുകയറിയിരുന്നെങ്കിൽ... നിങ്ങൾ ഇങ്ങനെയാണ് എങ്കിൽ ഇങ്ങനെ തുടരാനാണ് ഭാവമെങ്കിൽ വിവാഹമേ കഴിക്കരുതായിരുന്നു. രാഷ്ട്രീയപ്രവർത്തകനായി മാത്രം കഴിഞ്ഞാൽ മതിയായിരുന്നു. കുട്ടികളും കുടുംബവുമൊന്നും വേണ്ടായിരുന്നു. രഹസ്യ പൊലീസെങ്ങാനും മണത്തറിഞ്ഞു കയറിവന്നാൽ എന്താകും എന്റേയും കുട്ടികളുടേയും സ്ഥിതി എന്നാലോചിച്ചിട്ടുണ്ടോ? അല്ലെങ്കിലും നിങ്ങൾക്ക് നിങ്ങളേ കുറിച്ചുമാത്രമേ ചിന്തയുള്ളൂ."

ഞാൻ പിന്നേയും എന്തൊക്കെയോ പറഞ്ഞുകൊണ്ടിരുന്നു. ഒന്നും ഞാൻ ബാക്കിവെച്ചില്ല. അർതൂഷ് മിണ്ടാതിരുന്ന് എല്ലാം കേട്ടു. മേശപ്പുറത്തുനിന്ന് പഞ്ചസാരക്കുപ്പി വീണ്ടും കൈയിലെടുത്തു. അപ്പോഴും ഞാൻ ദേഷ്യപ്പെട്ടുകൊണ്ടിരുന്നു. "സ്വാർത്ഥത... മുൻപിൻ വിചാരിക്കാതെയുള്ള പ്രവൃത്തികൾ..." അദ്ദേഹം പഞ്ചാരക്കുപ്പിയുടെ അടപ്പ് തിരുപ്പിടിച്ചുകൊണ്ടുനിന്നു.

"രാവും പകലും ഞാൻ നിങ്ങൾക്കും കുട്ടികൾക്കും വേണ്ടി ഒരടിമയെപോലെ പണിയെടുത്തുകൊണ്ടിരുന്നു. എന്തിനുവേണ്ടി? നിങ്ങൾക്ക് ഇഷ്ടംപോലെ ഓരോന്നു ചെയ്യാൻ. സ്വൈര്യമായി ഇരുന്ന് ചെസ്സ് കളിക്കാൻ. വളരെ നിർണ്ണായകം എന്ന് നിങ്ങൾ കരുതുന്ന രാഷ്ട്രീയ പ്രവർത്തനങ്ങളിൽ മുഴുകാൻ. സ്വയം ഒരു വീരനായകനായി ചമയാൻ... അതിനിടയിൽ കുട്ടികൾ എന്റെ സർവ്വശക്തിയും വലിച്ചെടുക്കുന്നു.

എനിക്ക് താത്പര്യമുള്ള ഒരു കാര്യവും ചെയ്യാൻ സമയമില്ല. അതിനിട യിൽ ഒരാളും ഒരിക്കൽപോലും ചോദിക്കുന്നില്ല... "എന്തേ... വയ്യായ്ക വല്ലതുമുണ്ടോ?" ഞാൻ മേശപ്പുറത്തുനിന്ന് ഒരു ടിഷ്യു എടുത്ത് കണ്ണിൽ അമർത്തിപ്പിടിച്ചു. ഉറക്കെ തേങ്ങാൻ തുടങ്ങി. അർതൂഷ് പഞ്ചസാരക്കുപ്പി യുടെ അടപ്പ് അടച്ചും തുറന്നും മിണ്ടാതെ നിന്നു.

ആദ്യമായാണ്, ഇങ്ങനെയൊരു ഏറ്റുമുട്ടലിനിടയിൽ എഴുന്നേറ്റ് പോകാതെ അർതൂഷ് അവിടെത്തന്നെ നില്ക്കുന്നത്.

"നിങ്ങളുടെ ഓരോ ഈണത്തിനുമൊപ്പിച്ച് ഞാൻ ഇന്നും ചെയ്യുന്നു. ബ്രേയ്മിൽ നല്ല വീട്ടിൽ സൗകര്യമായി താമസിക്കുന്നത് നിങ്ങളെ സംബന്ധിച്ചിടത്തോളം ബൂർഷ്വാരീതിയാണ്... ശരി, അങ്ങനെയെങ്കിൽ അങ്ങനെ. ഞാൻ സമ്മതിച്ചു. പുതിയ രീതിയിലുള്ള നല്ല കാറ് നമുക്ക് വേണ്ട... വേണ്ട, ഞാൻ സമ്മതിച്ചു. എനിക്കിന്ന് അതിഥികളുണ്ട്, ശരി. ഞാൻ ഷഹാൻഡേഷിലേക്ക് പോകുന്നു ശരി. എനിക്ക് ചെസ്സുകളിക്കണം, ആയിക്കോട്ടെ. എല്ലാം കഴിഞ്ഞ് ഇപ്പോൾ... അപകടകരമായ, രാജ്യദ്രോഹ പരമായ ലഘുലേഖകൾ നമ്മുടെ വീട്ടിൽ നിന്നു പുറത്തുവരുന്നു... ബഹു മാന്യനായ ഗൃഹനാഥൻ ഉറപ്പിച്ചു പറയുന്നു... ഇതൊന്നും എന്റെ അറി വോടെയല്ല എന്ന്. അവർ സ്വന്തം നിലയിൽ തീരുമാനിച്ചതാണുപോലും! അവനവന്റെ വീട്ടിൽ നടക്കുന്ന കാര്യങ്ങളെക്കുറിച്ച് അറിവില്ലാത്ത വിഡ്ഢിയാണോ നിങ്ങൾ, എങ്കിൽ...

പറഞ്ഞുവന്നത് ഞാൻ മുഴുവനാക്കിയില്ല... അർതൂഷിനെ അമ്പര പ്പോടെ നോക്കിനില്ക്കാനേ എനിക്കായുള്ളൂ. അദ്ദേഹം പഞ്ചസാരക്കുപ്പി യുടെ അടപ്പുതുറന്നു. അതിലുള്ള പഞ്ചസാര മുഴുവൻ അവിടെയൊക്കെ വിതറി. ചെടികൾക്ക് വെള്ളമൊഴിക്കുന്നതുപോലെ. മേശപ്പുറത്ത്, കസാല കളിൽ, അടുക്കളത്തിണ്ണയിൽ, തറയിൽ... കുപ്പി തീർന്നും ഒഴിഞ്ഞപ്പോൾ അടപ്പ് തിരുകി അടച്ച് അതു മേശപ്പുറത്തുവെച്ചു... അവിടെനിന്നുപോയി.

നാല്പത്തിമൂന്ന്

അടുക്കളയിലെ മേശയ്ക്കരുകിലിരുന്ന് ഞാൻ പെൺകുട്ടികളുടെ യൂണിഫോം കീറിയത് തുന്നുകയായിരുന്നു. പതിവുപോലെ പോക്കറ്റിന്റെ തുന്നലാണ് വിട്ടുപോന്നിരിക്കുന്നത്.

അർതൂഷുമായുണ്ടായ ബഹളത്തിനുശേഷം പലതവണ ഞാൻ അടുക്കളെ വൃത്തിയാക്കി. അതിനുപുറമേ അഷ്കേനും തേച്ചു തുടച്ചു രണ്ടുമൂന്നുതവണ. എന്നാലും ഉറുമ്പുകൾക്ക് കുറവില്ല. എന്നും രാവിലെ കാണും, ധൃതിപിടിച്ചുനീങ്ങുന്ന ഉറുമ്പുനിരകൾ. ചിലപ്പോൾ മറ്റൊരിടത്ത്, എന്തായാലും പഞ്ചസാരയുടെ ബാക്കി അവിടവിടെയുണ്ട് എന്നു തീർച്ച. ആ ദിവസത്തിനുശേഷം ഞാൻ അർതൂഷിനോട് ഒരക്ഷരം മിണ്ടിയിട്ടില്ല. പക്ഷേ എന്റെയുള്ളിൽ നിരന്തരമായി ആ തർക്കം തുടർന്നുകൊണ്ടിരുന്നു. ആരാണ് ശരി? ഞാനോ? അർതൂഷോ? പെൺകുട്ടികൾ രണ്ടുപേരും മുറ്റത്ത് ഊഞ്ഞാലാടുന്നു. അവർ ഉറക്കെ പാടുന്നത് എനിക്ക് കേൾക്കാം.

"ഞങ്ങൾക്ക് നല്ലൊരു നായക്കുട്ടിയുണ്ടായിരുന്നു.

സ്നേഹംകൊണ്ട് ഞങ്ങളതിനെ വീർപ്പുമുട്ടിച്ചു."

ആരോ ഗേറ്റ് തുറക്കുന്ന ശബ്ദം... കുട്ടികൾ ഉത്സാഹത്തോടെ ഒച്ച യെടുത്തു.

"നന്ദി, സോഫി..."

"നന്ദി, ഗാർനിക് മാമാ..."

"രണ്ടും പച്ചയാണല്ലോ!"

"എന്തൊരു ഭംഗി..."

"സോഫിയുടേതുപോലെത്തന്നെ."

ഞാൻ ഒരു പാത്രം നിറയെ രാജ്മ സ്റ്റൗവിൽ വേവിക്കാൻ വെച്ചി രുന്നു. ഞാൻ സ്റ്റൗ അണച്ച് ഉമ്മറത്തെ വാതിൽ തുറക്കാൻ ചെന്നു. അർസീനെയും അർമീനെയും ചാടിത്തുള്ളുന്നു. രണ്ടുപേരുടെ കൈ യിലും ഓരോ ഹൂലാ-ഹൂവ്."

ഞാൻ വാതില്ക്കൽ നിന്നു ചിരിച്ചു, "അവസാനം നിങ്ങൾക്കുതന്നെ ഇതുപോയി വാങ്ങിക്കേണ്ടിവന്നു, അല്ലേ?"

ഗാർനിക് എന്റെ നേരെ നോക്കി കൈവീശിക്കൊണ്ട് അടുത്തേക്കു വന്നു. "ഒരു പുരുഷനും അയാളുടെ വാക്കും, ഞാൻ അതേ കുട്ടികളോട് പറഞ്ഞിരുന്നു. ഓരോ ഹൂലാ-ഹൂപ് വാങ്ങിക്കൊണ്ടുവരാമെന്ന്... ഞാനെന്റെ വാക്ക് പാലിച്ചു."

ഞാൻ മേശപ്പുറത്തുനിന്ന് തുന്നൽ സാമാനങ്ങളെല്ലാമെടുത്ത് ഒരു കുട്ടയിലെടുത്തുവെച്ചു... കുട്ട ഒരു കസേരയുടെ മുകളിലും വെച്ചു. "ഓരോ മാസവും കുട്ടികളെ ഭ്രാന്തുപിടിപ്പിച്ചുകൊണ്ട് ഓരോ പുത്തൻ കളിപ്പാട്ടം പുറത്തിറങ്ങും. അതെല്ലാം വാങ്ങിക്കാൻ നിന്നാൽ നമ്മുടെ കീശ കാലിയാവും... കുട്ടികൾ വഷളാവുകയും ചെയ്യും. ഇതിനകം അവർ വഷളായിട്ടില്ല എന്നല്ല... ആട്ടേ... എന്താ കുടിക്കാൻ വേണ്ടത് കാപ്പിയോ, സർവ്വത്തോ?"

ഗാർനിക് കസേരയിലിരുന്നു. കാലുറയുടെ പോക്കറ്റിൽനിന്നും വലിയൊരു കൈലേസെടുത്തു. കഴുത്തും നെറ്റിയും അമർത്തിതുടച്ചു. "ആദ്യം വെള്ളം, പിന്നെ കാപ്പി... അതുകഴിഞ്ഞ് സർവ്വത്തുമാവാം... കുട്ടികളായിരിക്കുമ്പോഴല്ലേ കളിപ്പാട്ടങ്ങളിൽ താത്പര്യം തോന്നൂ... എത്ര കാലം കുട്ടികളായിരിക്കും? ഏതാനും വർഷം മാത്രം. രണ്ടുതവണ കണ്ണടച്ചു തുറക്കുമ്പോഴേക്കും കുട്ടികൾ മുതിർന്നവരാകും... പിന്നെ നമ്മളെപോലെ തീരാത്ത പ്രശ്നങ്ങളുടെ കടലിൽ നീന്തുകതന്നെ. വേറൊരു കാര്യം... കുട്ടികൾക്ക് കളിപ്പാട്ടങ്ങൾ വാങ്ങിച്ച് ആരെങ്കിലും പാപ്പരായി എന്ന് ഇന്നേവരെ ഞാൻ കേട്ടിട്ടില്ല... അർതൂഷ് എവിടെ?"

ഞാൻ ഫ്രിഡ്ജിൽനിന്നും വെള്ളത്തിന്റെ പാത്രമെടുത്തു. അലമാരയിൽനിന്ന് ഒരു ഗ്ലാസ്സും. ഗ്ലാസ്സിൽ വെള്ളമൊഴിച്ച് ഞാൻ മേശപ്പുറത്തു വെച്ചു. കാപ്പിക്കു വെള്ളം അടുപ്പത്തുവെച്ചു. കാപ്പി അളന്നിട്ടും... മധുരം? കൂടുതലോ പാകത്തിനോ?

"നീന എവിടെപ്പോയി?"

ഗാർനിക് ഒറ്റയടിക്ക് ഗ്ലാസ്സിലെ വെള്ളം മുഴുവൻ കുടിച്ചു. ഒഴിഞ്ഞ ഗ്ലാസ്സ് മേശപ്പുറത്തുവെച്ചു. "അവൾ വയലറ്റിനേയും കൂട്ടി ബസാറിൽ പോയി. അമേരിക്കൻ വിരിപ്പുകൾ വാങ്ങാനാണത്രെ. സത്യം പറഞ്ഞാൽ അതൊക്കെയാണ് എന്നെ പാപ്പരാക്കുന്നത്. നല്ല മധുരമിട്ടോളൂ... അർതൂഷ് ഇനിയും വന്നില്ലേ?"

കാപ്പി തിളച്ചു തൂവാതിരിക്കാൻ ഞാൻ അതുതന്നെ നോക്കിനിന്നു. "എനിക്കും കുറച്ചു വിരിപ്പുകൾ വാങ്ങണം." ഞാൻ കാപ്പി കപ്പിലേക്കൊഴിച്ചു. ഗാർനിക്കിന്റെ ഒപ്പം ചെന്നിരുന്നു.

"ഗാട്ടയുണ്ട്... ഒരു കഷണം മുറിക്കട്ടെ..."

ഗാർനിക് കാപ്പി തന്റെ മുന്നിലേക്ക് നീക്കിവെച്ചു. "നിങ്ങൾ രണ്ടു പേരും തമ്മിൽ വഴക്കുണ്ടായോ?"

മുറ്റത്ത് കുട്ടികൾ ഉറക്കെ എണ്ണുന്ന ശബ്ദം. "നാല്പത്തിയഞ്ച്... നാല്പത്തിയാറ്... നാല്പത്തിയേഴ്..."

ഗാർനിക് കാപ്പി കുടിച്ചുകൊണ്ടു ചോദിച്ചു, "ഞാൻ എങ്ങനെ അറിഞ്ഞു, എന്നല്ലേ?" എന്റെ മുഖത്തുനോക്കി അയാൾ ചിരിച്ചു. "ഒന്നാമത്, നിങ്ങൾ ഒരു നൂറുതവണ എനിക്കു കാപ്പിയുണ്ടാക്കി തന്നിട്ടുണ്ട്. എനിക്ക് നല്ല മധുരം വേണമെന്ന് നന്നായി അറിയുകയും ചെയ്യാം. രണ്ടാമത്, ഞാൻ രണ്ടുതവണ അർതൂഷിനെ പറ്റി ചോദിച്ചു. രണ്ടു തവണയും നിങ്ങൾ വിഷയം മാറ്റി. പറയൂ, എന്താണുണ്ടായത്?"

പറയണോ? പറയാതിരിക്കണോ. ഞാൻ പരുങ്ങി. ഒടുവിൽ ഞാൻ പറഞ്ഞു, "എനിക്ക് മതിയായി... എന്തുചെയ്യണമെന്നറിയില്ല... അർതൂഷിന്റെ ഈ രാഷ്ട്രീയം കളിക്കൽ."

"നിർത്താതെ നൂറ് തികക്കുന്നയാളാണ് വിജയി." മുറ്റത്തുനിന്ന് സോഫി ഉറക്കെ പറയുന്നത് കേട്ടു.

ഗാർനിക് ഏതാനും നിമിഷം എന്റെ മുഖത്തുനിന്നു കണ്ണെടുക്കാതിരുന്നു. കാപ്പിക്കപ്പും തിരുപ്പിടിച്ച്... വെറുതെ അങ്ങോട്ടും ഇങ്ങോട്ടും നീക്കി. അയാൾ എന്തോ ആലോചിച്ചുകൊണ്ട് ജനലയിലൂടെ പുറത്തേക്ക് നോക്കി. "ഓരോരുത്തർക്കുമുണ്ടാക്കും എന്തെങ്കിലും ചില വിശ്വാസങ്ങൾ! അതില്ലാതെ പറ്റില്ല."

ഒന്നിലധികം തവണ അർതൂഷ് പറഞ്ഞിട്ടുണ്ട്. "സ്വന്തം മുക്കിൽ തുമ്പിനപ്പുറത്തേക്ക് നോക്കാൻ കഴിയാത്തവരാണ് എ.ആർ.എഫിനെ പിൻതുണക്കുന്നവർ." അപ്പോഴൊക്കെ ഗാർനിക് തിരിച്ചു ചോദിച്ചിട്ടുമുണ്ട്. "മറ്റുള്ളവരുടെ മൂക്കിൻ തുമ്പിനേക്കാൾ പ്രധാനപ്പെട്ടതല്ലേ അവനവന്റെ മൂക്കിൻ തുമ്പ്."

ഞാൻ അടുപ്പിന്നരികിൽ ചെന്ന് വേവാൻ വെച്ചിരിക്കുന്ന രാജ്മ ഒന്നിളക്കി. "ഇത് വിശ്വാസത്തിന്റെ പ്രശ്നമല്ല, സ്വാർത്ഥതയുടേതാണ്." ഞങ്ങൾ സ്ത്രീകൾ, നിങ്ങൾ പുരുഷന്മാരുടെ സുഖസൗകര്യങ്ങൾ നടത്താനായി പകലന്തിയോളം പണിയെടുക്കണം, അതേസമയം നിങ്ങളോ, കൂടുതൽ മെച്ചപ്പെട്ട ഒരു ലോകം സൃഷ്ടിക്കാനായി പാടുപെടുന്നു എന്നു സങ്കല്പിക്കുന്നു. ഭാര്യയുടെ കാര്യത്തിൽ ഒരു പരിഗണനയുമില്ല. കുട്ടികളെ കുറിച്ചുമില്ല ചിന്ത."

"ഞങ്ങൾ സ്ത്രീകൾ...." "നിങ്ങൾ പുരുഷന്മാർ" ഞാൻ ആവേശത്തോടെ പ്രസംഗിച്ചുകൊണ്ടിരുന്നു. ഏതാണ്ട് അഞ്ചുമിനിറ്റോളം. ഗാർനിക് ഒന്നും മിണ്ടാതെ എല്ലാം കേട്ടിരുന്നു. ഞാൻ പറയുന്നത്, തികച്ചും ന്യായമാണെന്ന് എനിക്കുതന്നെ ബോദ്ധ്യമുണ്ടായിരുന്നില്ല. എവിടെയോ

എന്തോ വിട്ടുപോയെന്ന തോന്നൽ. ഞാൻ പറയുന്നത് ശരിയാണെന്നറിയാം... എന്നാലും അത് വേണ്ടപോലെ പറഞ്ഞു ഫലിപ്പിക്കാനാവുന്നില്ല. എപ്പോഴും അതൃപ്തി പ്രകടിപ്പിക്കുന്ന ഒരു ഭാര്യയെപോലെയാണ് ഞാൻ പുലമ്പുന്നതെന്ന് തോന്നി. ഭർത്താവുമായി വഴക്കുണ്ടാക്കിയിട്ട് കണ്ണീരൊലിപ്പിക്കുകയും, ആവലാതിപ്പെടുകയും ചെയ്യുന്ന ഭാര്യ!

ഗാർനിക് എഴുന്നേറ്റ് സ്റ്റൗവിനരികെ ചെന്നുനിന്നു. പാത്രത്തിന്റെ മൂടി തുറന്ന് ശ്വാസം ഉള്ളിലേക്കെടുത്തു. "മ്...ം... എന്താ ഒരു മണം... ഞാനിപ്പോൾ വിചാരിക്കുന്നതെന്താണെന്നോ? നിങ്ങൾ പറയുന്നതുപോലെ സ്വാർത്ഥികളായ "ഞങ്ങൾ പുരുഷന്മാർ" കൂടുതൽ നല്ലൊരു ലോകം സൃഷ്ടിക്കാൻ ശ്രമിച്ചില്ലെങ്കിൽ, അടുപ്പത്തുവെച്ച് പാകം ചെയ്യാൻ ഇതുവല്ലതും ഉണ്ടാകുമായിരുന്നോ? അതായത് ഈ പാത്രങ്ങളും പിഞ്ഞാണികളും തന്നെ ഉണ്ടാകുമായിരുന്നോ? "പാത്രത്തിന്റെ മൂടിയിൽനിന്നും കൈവിടാതെ അയാൾ എന്നെ തിരിഞ്ഞുനോക്കി. തല ചെരിച്ചുപിടിച്ച് ഹൃദ്യമായി പുഞ്ചിരിച്ചു.

മുറ്റത്തുനിന്ന് കുട്ടികളുടെ ഒച്ച ഉയർന്നുകേട്ടു. "തൊണ്ണൂറ്റി എട്ട്, തൊണ്ണൂറ്റി ഒമ്പത്... നൂറ്... ഹുറേ!" ഗാർനിക്കിന്റെ ചോദ്യത്തിന് നല്ലൊരു ഉത്തരമുണ്ടായിരിക്കണം എന്ന് എനിക്ക് തീർച്ചയുണ്ടായിരുന്നു... അതെന്താണ്? ഒന്നും എന്റെ തലയിൽ തെളിഞ്ഞില്ല...

"കുറച്ച് രാജ്മ കഴിക്കുന്നോ?"

നാല്പത്തിനാല്

ജൂപ്പ് പറഞ്ഞു, "സാർ, എന്റേയും ആലീസിന്റേയും പോലെ താങ്കളും ഈ തീരുമാനത്തോട് യോജിക്കുമെന്നാണ് എന്റെ പ്രതീക്ഷ. ഹോളണ്ടിലെ അമ്മയ്ക്കും അമ്മായിക്കും വിവരമറിയിച്ചുകൊണ്ട് ഞാൻ കത്തെഴുതി യിട്ടുണ്ട്. അവർക്കും വളരെ തൃപ്തിയും സന്തോഷവുമാണ് ഈ കാര്യ ത്തിൽ. താങ്കൾക്കും സന്തോഷവും തൃപ്തിയുമായാൽ ആലീസിനും എനിക്കും "..." അർതൂഷ് ടൈയുടെ കെട്ടൊന്നയച്ചു. ചാരുകസേരയിൽ ചെരിഞ്ഞിരുന്നു.

തലേദിവസം ആലീസ് പറഞ്ഞിരുന്നു. "അർതൂഷിനോടു പറയും. ടൈ കെട്ടണമെന്ന്. നീയും നന്നായി അണിഞ്ഞൊരുങ്ങണം. ലിപ്സ്റ്റിക്കു മിടണം. കുട്ടികളെ നീനയുടെ വീട്ടിലേക്കയച്ചോളൂ. അല്ലെങ്കിൽ വേറെ എവിടെക്കെങ്കിലും. നമ്മളെ ശല്യം ചെയ്യരുത് എന്നേയുള്ളൂ."

ഈ പ്രണയാഭ്യർത്ഥനയും വിവാഹനിശ്ചയവുമൊക്കെ എന്തുകൊണ്ട് അവൾ സ്വന്തം വീട്ടിൽവെച്ചു നടത്തുന്നില്ല എന്നു ചോദിക്കാൻ എനിക്ക് തോന്നിയില്ല.

എന്തെങ്കിലും ചെയ്യണമല്ലോ എന്നു വിചാരിച്ച് ഞാൻ മധുരപലഹാര ങ്ങളുടെ തട്ടമെടുത്തുകൊണ്ടുവന്ന് ഓരോരുത്തർക്കും കൊടുത്തു. ആലീസ് കൊണ്ടുവന്ന ക്രീം പഫ്ഫിൽനിന്നും ജൂപ്പ് ഒന്നെടുത്തു. ഞാൻ ബുദ്ധിമുട്ടി ഉണ്ടാക്കിയ പേസ്ട്രികൾ അയാൾ തൊട്ടു നോക്കിയതുപോലു മില്ല. "എനിക്ക് ക്രീം പഫ് വളരെ ഇഷ്ടമാണ്." ആലീസിന്റെ നേരെ തിരിഞ്ഞ് ചിരിച്ചുകൊണ്ട് അയാൾ നന്ദി പറഞ്ഞു. "ഷഡ്... ഷഡ്... താങ്ക്സ്."

ആലീസ് എന്നെ നോക്കി പറഞ്ഞു, "ഞാൻ ജൂപ്പിനെ കുറേശ്ശെയായി അർമേനിയൻ പഠിപ്പിക്കാൻ തുടങ്ങി." ഞാൻ വീട്ടിലുണ്ടാക്കിയ പലഹാര ങ്ങൾ അവൾ നീക്കിവെച്ചു. "ജൂപ്പിന് ക്രീം പഫ് ആണ് ഏറ്റവും ഇഷ്ടം" അവൾ ചെരിച്ചുപിടിച്ച് ജൂപ്പിനെ നോക്കി ചിരിച്ചു.

അമ്മ ഒരു പുഞ്ചിരി ചുണ്ടിൽ ഒട്ടിച്ചുവെച്ചിരിക്കുകയാണെന്നു തോന്നി. "ഷഡ്... ഷഡ്... മോളേ..." അമ്മ തല കുലുക്കിക്കൊണ്ട് ജൂപ്പിനും ആലീസിനും ഇടയിലുള്ള ഇത്തിരി ഇടയിലേക്ക് നോക്കി.

അർമേൻ അവന്റെ മുറിയിലുണ്ടായിരുന്നു. പെൺകുട്ടികൾ അവരുടെ സൈക്കിളുമെടുത്ത് പുറത്തേക്ക് പോയിരുന്നു. ഞാനവരുടെ കൈയിൽ കുറച്ച് പണം കൊടുത്തു. "ഡയറിയിൽനിന്നും റൊട്ടി വാങ്ങിച്ചോളൂ... വേറെ ഇഷ്ടമുള്ളതെന്താണെന്നുവെച്ചാൽ അപ്പുറത്തെ കടയിൽനിന്നും വാങ്ങിച്ചോളൂ." കുട്ടികൾക്ക് വലിയ സന്തോഷമായി. അവരുടെ കണ്ണുകൾ തിളങ്ങി.

ഹോളണ്ടിലെ അയാളുടെ വീട്ടിൽ, വെള്ളം ചൂടാക്കാനുള്ള സംവിധാനത്തെക്കുറിച്ച് ജൂപ് വളരെ വിശദമായി അർതൂഷിന് പറഞ്ഞുകൊടുക്കുകയായിരുന്നു. അദ്ദേഹവും അത് വളരെ ശ്രദ്ധയോടെ കേട്ടുകൊണ്ടിരുന്നു. വെറുതെ നേരം പോയിക്കിട്ടാൻ വേണ്ടിയായിരുന്നുവോ? അതോ വാസ്തവത്തിൽ ആ പുതിയ ഏർപ്പാടിൽ താത്പര്യം തോന്നിയിട്ടാവുമോ? എനിക്ക് പറയാനായില്ല.

മേൽത്തട്ടിലേക്ക് കണ്ണുകളുയർത്തി ആലീസ് പറഞ്ഞു, "എമിലും വയലറ്റും തമ്മിൽ വിവാഹിതരാകാൻ പോകുന്നുവെന്നു കേട്ടു" എന്താണെന്നറിയില്ല. ആലീസും ജൂപ്പും തമ്മിലുള്ള വിവാഹം ഏതാണ്ട് തീരുമാനിച്ചുറപ്പിച്ചതിൽ പിന്നെ, അവൾ എന്റെ മുഖത്തുനോക്കി സംസാരിക്കാറില്ല. ഏതോ നിലയിൽ ഞാൻ അവളേക്കാൾ താഴെയാണെന്ന ഭാവം. വാസ്തവത്തിൽ അവൾക്കെന്നേക്കാൾ ഉയരം കുറവായിരുന്നു. അതുകൊണ്ട് എന്റെ നേരെ നോക്കാതിരിക്കാൻ അവൾക്കു കുറച്ചു ബുദ്ധിമുട്ടായിരുന്നു. "പാവം വയലറ്റ്... ആ ഭ്രാന്തത്തി അമ്മായിയമ്മയേയും വെച്ച് നന്നേ ബുദ്ധിമുട്ടും. ഒരു പക്ഷേ, അവൾ വിചാരിക്കുന്നുണ്ടാവും വിവാഹം കഴിഞ്ഞാലുടനെ ആ കുള്ളത്തി തള്ള അവരുടെ വിലപിടിച്ച ആഭരണങ്ങളെല്ലാം ഒരു വെള്ളിത്താലത്തിലാക്കി മരുമകൾക്ക് സമർപ്പിക്കുമെന്ന്."

അത്താഴത്തിനായി മേശപ്പുറത്ത് എല്ലാം കൊണ്ടുവെക്കാൻ അമ്മയും എന്നെ സഹായിച്ചു. അതിനിടയിൽ ഒരു നിമിഷം നിർത്താതെ സംസാരിച്ചുകൊണ്ടുമിരുന്നു. അടുക്കളയിൽനിന്നും ഊണുമുറിയിലേക്ക് പിന്നേയും പിന്നേയും നടക്കുന്നതിനിടയിൽ എന്തൊക്കെയോ അവർ പറഞ്ഞുകൂട്ടി.

"ആലീസ് അബ്ദാനിലുള്ള നമ്മുടെ പള്ളിയിൽവെച്ച് വിവാഹിതയാകുമെന്നാണ് ഞാൻ എപ്പോഴും ആഗ്രഹിച്ചിരുന്നത്. അൾത്താരയിലെ കുരിശിനെ ദൈവം അനുഗ്രഹിക്കട്ടെ! ഞാൻ ആഗ്രഹിച്ചു പ്രാർത്ഥിച്ചതൊക്കെ അന്നെനിക്കു കനിഞ്ഞുതന്നിട്ടുണ്ട്. എന്റെ നോമ്പുകളും നേർച്ചകളുമൊക്കെ സഫലമാക്കിയിട്ടുണ്ട്. നിന്റെ സുഖപ്രസവങ്ങൾക്കുവേണ്ടി, അർമേനന്റെ ഒടിഞ്ഞ കൈ പഴയ പടിയാവാൻ വേണ്ടി, പെൺകുട്ടികളുടെ ടോൺസിലുകൾ നീക്കം ചെയ്യാനുള്ള ഓപ്പറേഷൻ നടന്നപ്പോൾ... ദാ ഇപ്പോൾ ഈ കാര്യത്തിനു വേണ്ടിയും... ഇതെന്താ നീ ഒരു ടൺ സലാഡ് ഉണ്ടാക്കിവെച്ചിട്ടുണ്ടല്ലോ. ഇവിടെ ആരും ഇത്രയൊന്നും

കഴിക്കില്ല. എന്നാലും നീ ചെയ്തത് നന്നായി. ഈയിടെയായി ആലീസ് സലാഡ് അല്ലാതെ വേറൊന്നും കഴിക്കുന്നില്ല.

അർമേനും പെൺകുട്ടികളും അടുക്കള മേശയ്ക്കരികിലിരുന്ന് പാമ്പും കോണിയും കളിക്കുകയായിരുന്നു.

"അത് നാലായിരുന്നു"

"അല്ല, മൂന്നായിരുന്നു."

"അല്ല നാലായിരുന്നു, അല്ലേ അർസീനേ?"

"അതെ, നാലായിരുന്നു... അർമേൻ, കള്ളക്കളി വേണ്ട."

"ഒന്ന്... രണ്ട്... മൂന്ന്... നാല്... ദാ ഞാൻ മുകളിലേക്ക് പോകുന്നതു കണ്ടോ? അർസീനെ, ഇനി നിന്റെ ഊഴം."

അമ്മ സലാഡിൽ എണ്ണയും ഉപ്പും മറ്റും ചേർന്ന് ഇളക്കി ശരിപ്പെടുത്തിവെച്ചു. "എല്ലാ കാര്യത്തിലും ഇടപെടുന്ന ഒരു സാധാരണ അമ്മായി അമ്മയായി ജൂപ് എന്നെ കരുതരുത് എന്നുണ്ട്. ഹോളണ്ടിൽവെച്ച് വിവാഹം നടത്തണമെന്നാണ് അവർ ആഗ്രഹിക്കുന്നതെങ്കിൽ അങ്ങനെയാവട്ടെ. ഇവിടത്തെ പള്ളിയും അവിടത്തെ പള്ളിയും... നമുക്കെന്തു വ്യത്യാസം?"

പെട്ടെന്ന് അർമീനെ പറഞ്ഞു, "നാനാ, പള്ളിയുടെ കാര്യം പറഞ്ഞപ്പോൾ ഒരു തമാശ ഓർമ്മ വന്നു. സ്കൂളിലെ ഒരു ആറാംക്ലാസ്സുകാരിയാണ് പറഞ്ഞത്... അത് അമ്മൂമ്മയോട് പറയട്ടെ അർസീനെ...?

"ആ... പറയാം... പറയാം..." അർസീനേക്കും ഉത്സാഹമായി. അവൾ അർമേന്റെ നേരെ തിരിഞ്ഞൊരു താക്കീത് നല്കി.

"നിന്റെ കട്ട ദാ... ഈ കള്ളിയിലാണ്. ഈ വലിയ പാമ്പിനു മീതെയായി, കള്ളത്തരമൊന്നും ഇടയിൽ ഒപ്പിക്കേണ്ട...

"ഇനി പറയൂ അർമീനെ... അമ്മയും നാനയും... കേട്ടോളൂ..."

രണ്ടുപേരും ചേർന്ന് ആ തമാശ പറയാൻ തുടങ്ങി. ഒരാൾ പറഞ്ഞു നിർത്തുംമുമ്പേ മറ്റേയാൾ ഇടയിൽ കയറി പറയാൻ തുടങ്ങും.

"ഒരു കുറുമ്പൻ പയ്യൻ പള്ളിവാതില്ക്കൽ ചെന്ന് മുട്ടാൻ തുടങ്ങി. അച്ചൻ വന്ന് വാതിൽ തുറക്കും... അപ്പോഴേക്കും അവൻ ഓടിപ്പോകും."

"അവസാനം അച്ചൻ ഒരു സൂത്രം പ്രയോഗിച്ചു. വാതിലിനു പുറകിൽ മറഞ്ഞുനിന്നു."

"അങ്ങനെ അദ്ദേഹം അവനെ കൈയോടെ പിടിച്ചു."

"എന്നോടു ക്ഷമിക്കണം... കർത്താവ് പള്ളിയിലുണ്ടോ?" കുട്ടി അച്ചനോടു ചോദിച്ചു...

പെൺകുട്ടികൾ രണ്ടുപേരും പൊട്ടിച്ചിരിക്കാൻ തുടങ്ങി. അർമേൻ നിസ്സാരമട്ടിൽ പറഞ്ഞു, "ഓ..." ഇത് ഒരു പഴയ തമാശയാണ്."

അമ്മ ചിരിക്കാതിരിക്കാൻ ശ്രമിച്ചുകൊണ്ട് ഗൗരവത്തിൽ പറഞ്ഞു. "കർത്താവിനേയും പള്ളിയേയും കുറിച്ച് ആരും തമാശ പറയാറില്ല. അത് മഹാപാപമാണ്."

കളിസാമാനങ്ങൾ മാറ്റി. മേശപ്പുറത്ത് ചോറിന്റെ തളിക കൊണ്ടു വെക്കാൻ ഞാൻ കുട്ടികളോടു പറഞ്ഞു. അമ്മ പച്ചിലകൾ വെച്ചിരിക്കുന്ന തട്ടം പരിശോധിച്ചു. "എന്തായാലും ഇവിടെ അബ്ദാനിൽ ഒരു പാർട്ടി നടത്തണമെന്ന് ഞാൻ ജൂപ്പിനോട് പറഞ്ഞിട്ടുണ്ട്."

അമ്മയുടെ നോട്ടമെത്തുംമുമ്പേ പച്ചിലകളുടെ തട്ടം മേശപ്പുറത്തു കൊണ്ടുവെക്കണമെന്ന് ഞാൻ വിചാരിച്ചിരുന്നു. അല്ലെങ്കിൽ അതിൽ നിന്നും പകുതിയും വാടിയതെന്നു പറഞ്ഞ് അമ്മ കുപ്പയിലേക്കെറിയും.

"എന്റെ മകൾ അനാഥക്കുട്ടിയൊന്നുമല്ലല്ലോ. വേണ്ടവിധത്തിലുള്ള ചടങ്ങുകളും ആഘോഷങ്ങളുമൊന്നുമില്ലാതെ ഭർത്താവിന്റെ വീട്ടിലേക്ക് പറഞ്ഞയയ്ക്കാൻ? ആ തട്ടമിങ്ങുതരൂ. ഞാൻ മേശപ്പുറത്തു കൊണ്ടു വെക്കാം. കഷ്ടായി... ആ ടാഡിംഗ് മുഴുവൻ കുതിർന്നുപോയല്ലോ."

ഗോർമെക്കറി ഞാൻ ചെറിയ രണ്ട് പാത്രങ്ങളിലേക്ക് കോരിയൊഴിച്ചു. ഞാൻ പ്രത്യേകിച്ചാരോടെന്നില്ലാതെ പിറുപിറുത്തു... എങ്ങനെയെങ്കിലും ആലീസിന്റെ കല്യാണമൊന്നു നടക്കട്ടെ. പള്ളിക്കകത്തോ... പുറത്തോ? വിരുന്നു സത്കാരത്തോടുകൂടിയോ കൂടാതേയോ... എന്തായാലും വേണ്ടില്ല. ആ കല്യാണം നടന്നാൽ മതി."

പുറത്തെ തളത്തിൽനിന്ന് അമ്മ വീണ്ടും അടുക്കളയിലേക്ക് വന്നു. "കേട്ടില്ലേ ജൂപ്പ് പറയുന്നത്? അയാൾ പറയുന്നു..."

തുടരാൻ ഞാൻ സമ്മതിച്ചില്ല. "ഇതെല്ലാം മേശപ്പുറത്തുകൊണ്ടു വെക്കൂ. അപ്പോഴേക്കും ഈ പരിൻജ് ഞാൻ വിളമ്പുന്ന പാത്രത്തിലേ ക്കെടുക്കാം."

പരിജിൽ അധികമുള്ള വെള്ളം ഒപ്പിയെടുക്കാനായി മുകളിൽ ഞാനൊരു വെള്ളത്തുണി വിരിച്ചിരുന്നു. "എന്താ ചെയ്യാ... വിവാഹ സത്കാരത്തിനൊന്നും അവസരം കിട്ടിയില്ലെങ്കിൽ അത് വേണ്ടെന്നു വെക്കും..." അമ്മ പരിൻജിന്റെ മുകളിലെ തുണി മാറ്റി. "അല്ലെങ്കിലും കുറെയാളുകളുടെ വയറുനിറയ്ക്കാനായി നമ്മൾ ഇത്രയധികം പണം ചിലവാക്കേണ്ടതുണ്ടോ? ഹും... പരിൻജ് അസ്സലായിട്ടുണ്ട്. ആ പാത്രം ഇങ്ങട്ടു തരൂ... ഞാൻ വിളമ്പിവെക്കാം... നീയാകെ ക്ഷീണിച്ചിരിക്കുന്നു..."

ഞാൻ പാത്രം അമ്മയുടെ കൈയിലേക്ക് കൊടുത്തു. തിണ്ണയിൽ ചാരിനിന്ന് ഞാൻ എനിക്ക് കുടിക്കാൻ ഉണ്ടാക്കിവെച്ച വിംടോ ഫ്ര കോർഡിയൽ കൈയിലെടുത്തു. എനിക്ക് ക്ഷീണമുണ്ടെന്ന് അമ്മ പറ ഞ്ഞത് വെറുമൊരു 'പറച്ചിൽ' മാത്രമായിരുന്നു.

അമ്മയുടെ വിചാരം. ജൂൽഫക്കാരായ അർമേനിയക്കാർക്ക് മാത്രമേ ശരിയായ പരിൻജ് ഉണ്ടാക്കാനറിയൂ എന്നായിരുന്നു. നല്ല തരം പരിൻജ്

അരി കിട്ടാൻ കുറച്ച് വിഷമമായിരുന്നു. എന്നാലും കൊല്ലന്തോറും ആരോടെങ്കിലുമൊക്കെ പറഞ്ഞ് അമ്മ അത് ഇസ്ഫാനിൽനിന്നും വരുത്തും... ഇന്നത്തെ അത്താഴത്തിന് അമ്മ തന്നെയാണ് അത് പ്രത്യേക മായി പാകം ചെയ്തത്. സ്വാഭാവികമായും അത് ഞാൻ തന്നെ വിള മ്പണമെന്ന് അവർക്ക് നിർബന്ധമുണ്ടായിരുന്നു. അത് തട്ടത്തിൽ ഞാൻ വേണ്ട വിധത്തിൽ ഒരുക്കിവെച്ചില്ലെങ്കിലോ? ആ വിശിഷ്ടഭോജ്യം എന്റെ അനാസ്ഥകൊണ്ട് ശരിയായി അവതരിപ്പിച്ചില്ലെങ്കിലോ? അതൊക്കെ യായിരുന്നു അവരുടെ ഭയം.

ഞാൻ വിം ടോ ഗ്ലാസ്സിലിട്ടിരുന്ന ഐസ് മുഴുവൻ അതിനകം അലി ഞ്ഞിരുന്നു... ജൂഡിന്റെ തണുപ്പും പോയിരുന്നു. ഫ്രിഡ്ജ് തുറന്ന് രണ്ടു കട്ട ഐസെടുത്ത് ഗ്ലാസ്സിലിടണമെന്ന് തോന്നിയില്ല. എന്നാലും ഭക്ഷണ സമയത്ത് ഐസിന്റെ ആവശ്യമുണ്ടാകും... വേണ്ടത്ര ഐസ് ഫ്രിഡ്ജി ലുണ്ടാവില്ലേ... ഞാൻ ഫ്രിഡ്ജ് തുറന്നുനോക്കാമെന്നുവെച്ചു.

അമ്മ വളരെ ശ്രദ്ധയോടെ പരിൻജിന്റെ മുകളിലായി വലിയ ഇറച്ചി കഷണങ്ങൾവെച്ചു. 'അതൊക്കെ അവരുടെ ഇഷ്ടം. ഇവിടെ സത്കാരം നടത്തണമെങ്കിൽ അങ്ങനെയാവട്ടെ. വേണ്ട, എന്നാണെങ്കിൽ അതിനും ഞാൻ വിരോധം പറയില്ല. അല്ലെങ്കിലും അവരുടെ കാര്യത്തിലിടപ്പെടാൻ നമ്മളാരാ?"

ഒരു ചില്ലുപാത്രത്തിലേക്ക് ഞാൻ ഐസുകട്ടകളെടുത്തിട്ടു. അമ്മ ഇടത്തോട്ടും വലത്തോട്ടും തലതിരിച്ചു. തട്ടത്തിൽ പരിൻജ് വേണ്ടവിധ ത്തിൽ ഒരുക്കിവെച്ചിട്ടുണ്ട് എന്ന് നോക്കി ഉറപ്പുവരുത്തി. "നമുക്ക് നോക്കാം. നമ്മുടെ പ്രിയപ്പെട്ട മരുമകന് പരിൻജ് ഇഷ്ടമാവുമോ എന്ന്" അവർ ആ തളികയുമായി അടുക്കള വാതിലിനു നേരെ നടന്നു. "എന്തൊക്കെയായാലും അവർ ഇവിടെ നല്ലൊരു പാർട്ടി നടത്തണമെന്നു തന്നെയാണ് എന്റെ മോഹം.

"അമ്മേ..."

"അമ്മേ..."

പെൺകുട്ടികൾ രണ്ടുപേരും അകത്തേക്കോടിവന്നു.

"നോക്കൂ... അദ്ദേഹം എന്താണ് കൊണ്ടുവന്നിരിക്കുന്നതെന്ന് കണ്ടോ?"

ജൂപ് അവർക്ക് രണ്ടുപേർക്കും ഓരോ പാവകൾ വാങ്ങിക്കൊണ്ടു വന്നിരുന്നു. ഒന്നൊരാൺകുട്ടി. മറ്റേത് പെൺകുട്ടി.

ഞാൻ ഐസുപാത്രവുമായി ഉമ്മറത്തളത്തിലേക്ക് ചെന്നു. കൂടെ പാവക്കുട്ടികളേയുമെടുത്ത് അർസീനെയും അർമീനെയും.

"ഇനി എല്ലാവരും അവിടേക്ക് വരണം. മേശയിലേക്ക്" ഞാൻ ഉറക്കെ ക്ഷണിച്ചു. കുട്ടികൾക്ക് കൊടുത്ത സമ്മാനത്തിനുവേണ്ടി ഞാൻ

ജൂപ്പിനോട് പ്രത്യേകിച്ച് നന്ദി പറഞ്ഞു. കുട്ടികളുടേയും തോളിൽ തട്ടി, നന്ദി പറയാൻ ഓർമ്മപ്പെടുത്തി.

അർമീനെ ജൂപ്പിന്റെ അടുത്തുചെന്ന് നന്ദി പറഞ്ഞു. ഉമ്മ വെക്കാനായി കവിൾ കാട്ടിക്കൊടുത്തു.

ആലീസ് അവളെ തിരുത്തി. "വെറുതെ നന്ദി എന്നു മാത്രം പറഞ്ഞാൽ പോരാ, ജൂപ് മാമാ നന്ദി എന്നു പറയണം. അതാണ് മര്യാദ."

ജൂപ്പ് രണ്ടുപേരേയും ഉമ്മവെച്ചു. അർതൂഷ് ചോദിച്ചു, "പുതിയ പാവകൾക്ക് എന്താണ് പേരിട്ടത്?"

രണ്ടുപേരും ഒരു നിമിഷം തമ്മിൽ തമ്മിൽ നോക്കിനിന്നതിനുശേഷം ഒരുമിച്ചുപറഞ്ഞു, ഞങ്ങൾക്കൊന്നാലോചിക്കണം."

അർമേൻ മുറിയിലേക്ക് കടന്നുവന്നു. അവന്റെ കൈയിൽ ഒരു പുതുപുത്തൻ ടേപ്പ് റെക്കാർഡർ ഇരുന്നു തിളങ്ങുന്നു. എല്ലാവരും ഒരുമിച്ചു പറഞ്ഞു, "അതിഗംഭീരം..."

പതിവുപോലെ ജൂപ്പിന്റെ കവിൾ ചുകന്നു. അർമേൻ അടുത്തുചെന്ന് അയാളുടെ കൈ കുലുക്കി നന്ദി പറഞ്ഞു.

"സന്തോഷമായി... സന്തോഷമായി..." ജൂപ് ആവർത്തിച്ചു പറഞ്ഞു.

ജൂപ് അമ്മ പാകം ചെയ്ത പരിൻജ് ആസ്വദിച്ചു കഴിച്ചു. അമ്മയെ അഭിനന്ദിച്ചു.

"അനൗഷ്... അനൗഷ്" അമ്മ അഭിനന്ദനത്തിനു മറുപടി പറഞ്ഞു.

"അത് നിങ്ങളുടെ മനസ്സിനെ തൃപ്തിപ്പെടുത്തട്ടെ എന്നാണ് അമ്മ പറഞ്ഞത്." ആലീസ് അനൗഷിന്റെ അർത്ഥം വിശദമാക്കി.

പരിൻജ് എന്താണെന്നും എങ്ങനെയാണ് പാകം ചെയ്യുന്നതെന്നും ആലീസിന്റെ സഹായത്തോടെ അമ്മ ജൂപ്പിനെ പറഞ്ഞു മനസ്സിലാക്കി. ഗോതമ്പിന്റേയോ ബാർലിയുടേയോ പോലെയുള്ള ഒരു ധാന്യം. അതിന്റെ നുറുക്കുകൊണ്ടാണ് പരിൻജ് പാകം ചെയ്യുന്നത്. ആദ്യം ഒന്നു വറുക്കണം. അതിനുശേഷം ധാരാളം ഇറച്ചിയും വറുത്ത ഉള്ളിയും ചേർത്ത് മഞ്ഞൾ പൊടിയിട്ട് വേവിക്കണം. ഏകദേശം പുലാവുപോലെയുള്ള ഒരു വിഭവം. ഇടയ്ക്കിടയ്ക്ക് ഇളക്കിക്കൊണ്ടിരിക്കണം. ഇല്ലെങ്കിൽ പാത്രത്തിന്റെ അടിയിൽ പിടിക്കും. അമ്മയുടെ പാചകക്കുറിപ്പ് മൊഴിമാറ്റം ചെയ്ത് ആലീസ് ക്ഷീണിച്ചു. "മതി... മതി... അമ്മ നിർത്തിക്കോളൂ... നാളെ തന്നെ ഇവിടെയാരും ഒരു പാചകമത്സരത്തിൽ പങ്കെടുക്കുന്നില്ല."

യാത്ര പറഞ്ഞിറങ്ങേണ്ട സമയമായപ്പോൾ ജൂപ് പെൺകുട്ടികളെ രണ്ടുപേരേയും ചുംബിച്ചു. അർമീനെ എല്ലാവരും കേൾക്കേ പറഞ്ഞു, "പുതിയ പാവക്കുട്ടികൾക്കുള്ള പേര് ഞങ്ങൾ നിശ്ചയിച്ചു."

അർസീനെ എന്റെ കാതിൽ സ്വകാര്യമായി ചോദിച്ചു, "ജൂപ്പ് അമ്മാവന്റെ കുടുംബപ്പേരെന്താണ്? ഉറക്കെ പറയരുത്."

ആ പേര് ഞാൻ മെല്ലെ അവളുടെ കാതിൽ പറഞ്ഞുകൊടുത്തു. അവൾ ഓടിച്ചെന്ന് അത് അർസീനെയുടെ കാതിലും മന്ത്രിച്ചു.

അർസീനെ ആൺപാവക്കുട്ടിയെ പൊക്കിപിടിച്ചു പറഞ്ഞു,

"ഇവന്റെ പേര് മിസ്റ്റർ ജൂപ് ഹാൻസെൻ."

അർമീനെ പെൺപാവക്കുട്ടിയെ പൊക്കിപ്പിടിച്ചു പറഞ്ഞു, "ഇവളുടെ പേര് മിസ്സിസ് ആലീസ് ഹാൻസെൻ,"

കുട്ടികളുടെ പേരിടൽ കേട്ട് ഏറ്റവും ഉച്ചത്തിൽ ചിരിച്ചത് ആലീസ് ആയിരുന്നു.

യാത്ര പറഞ്ഞുകൊണ്ട് ജൂപ് എന്റെ നേരെ കൈനീട്ടി. ഞാൻ അയാളുടെ കൈ പിടിച്ചു കുലുക്കിയില്ല. പകരം മുമ്പോട്ട് രണ്ടടി വെച്ചു അയാളെ കെട്ടിപ്പിടിച്ചു. രണ്ടു കവിളിലും ഉമ്മവെച്ചു. അഭിനന്ദനങ്ങളറിയിച്ചു.

ഞാൻ ചെയ്തത്... അർതൂഷിനും എന്റെ അമ്മയ്ക്കും വലിയ അദ്ഭുതമായി. ആലീസിനോ? അറിയില്ല... അറിയാൻ ഞാൻ ശ്രമിച്ചതുമില്ല. അവളുടെ മനസ്സിലെന്തായിരുന്നുവെന്ന് ദൈവത്തിനുമാത്രം അറിയാം. ഒന്നേ എനിക്ക് പറയാനാവൂ. മിസ്റ്റർ ജൂപ് ഹാൻസെനോട് വളരെയധികം കടപ്പാടു തോന്നി.

അന്നുരാത്രി ഞാൻ പെൺകുട്ടികൾക്ക് ഒരു കഥ പറഞ്ഞുകൊടുത്തു. അരുതാത്ത എന്തോ ഒന്നു ചെയ്ത ഒരു പെൺകുട്ടി. രാത്രി അവളൊരു സ്വപ്നം കണ്ടു. താനൊരു തവളയായി മാറിയെന്ന്. അവളാകെ പേടിച്ചു തളർന്നു. ഇനി എന്തുചെയ്യാൻ. രാവിലെ ഉണർന്നപ്പോഴാണവൾക്ക് മനസ്സിലായത്. തനിക്കൊന്നും സംഭവിച്ചില്ല; കണ്ടത് ഒരു സ്വപ്നം മാത്രമായിരുന്നുവെന്ന്. അവൾക്കു സമാധാനമായി. അന്നുതന്നെ അവളൊരു പ്രതിജ്ഞയെടുത്തു. ഇനിയൊരിക്കലും ചീത്ത കാര്യങ്ങളൊന്നും ചെയ്യുകയില്ല എന്ന്.

"വല്ലാത്തൊരു കഥ!" അർമീനെ കോട്ടുവായിട്ടു.

അർസീനെ പറഞ്ഞു, "ഒരു വിഡ്ഢിക്കഥയെന്നാണെനിക്ക് തോന്നിയത്... നിനക്കോ?"

അർമീനെ മറുപടി പറഞ്ഞില്ല. അവൾ ഉറങ്ങിക്കഴിഞ്ഞിരുന്നു.

"ആകാശത്തുനിന്ന് മൂന്ന് ആപ്പിളുകൾ താഴേക്ക് വീണു." എന്ന കഥ ഞാൻ അർസീനേയ്ക്കു വായിച്ചുകൊടുത്തു. പിന്നെ വിളക്കണച്ച്, വാതിൽ ചാരി ഇടനാഴിയിലേക്ക് വന്നു. "അർസീനെ പറഞ്ഞത് ശരിയാണ്. അതൊരു വിഡ്ഢിക്കഥ തന്നെ..." ഞാൻ ഉമ്മറത്തളത്തിലേക്കു വന്നു.

അതിഥികളെല്ലാം പോയതിനുശേഷം സ്വന്തം വയറുതടവിക്കൊണ്ട് അർതൂഷ് ചിരിച്ചു. "ഒരുപാട് പരിൻജ് കഴിച്ചു... വയറു പൊട്ടിപ്പോകുമെന്നു

തോന്നുന്നു. ഞാൻ കിടക്കാൻ പോകുന്നു." അദ്ദേഹം കിടപ്പുമുറിയിലേക്ക് പോയി.

ഞാൻ സോഫയിൽ ചെന്നിരുന്നു. മുന്നിൽ ശൂന്യമായ ടെലിവിഷൻ സ്ക്രീൻ. കാപ്പിവെക്കുന്ന ഉയരം കുറഞ്ഞ മേശയിലേക്ക് കാലുനീട്ടി. ഞാനറിയാതെ എന്റെ കൈ മുടിയിഴകൾ മുന്നോട്ടുകൊണ്ടുവന്ന് വിരലിൽ ചുറ്റാൻ തുടങ്ങി. എനിക്ക് ഒട്ടും ക്ഷീണം തോന്നിയില്ല. ആകപ്പാടെ ഒരുന്മേഷമാണ് തോന്നിയത്. എന്തായിരിക്കും അതിനു കാരണം? പാത്ര ങ്ങളെല്ലാം കഴുകി വൃത്തിയാക്കിവെച്ചതുകൊണ്ടോ? സ്വീകരണമുറി പൊടിത്തട്ടി വെടിപ്പാക്കിയതുകൊണ്ടോ? അതോ അമ്മ പറയുന്നതു പോലെ എല്ലാ മുറികളും ഭംഗിയായി ഒരുക്കിവെച്ചതുകൊണ്ടോ? അതോ അവസാനം ആലീസിന്റെ വിവാഹം നടക്കാൻ പോകുന്നു എന്നതുകൊ ണ്ടാകുമോ? ഞാനും അമ്മയും കരുതിയതിൽനിന്നും വിപരീതമായി ജൂപ് മാന്യനും സ്നേഹമുള്ളവനുമാണെന്ന് മനസ്സിലായതുകൊണ്ടാകുമോ? ഒരുപക്ഷേ ഇന്നലെ വൈകുന്നേരം പതിവിലും നേരത്തെ, ഒരു പൂച്ചട്ടി നിറയെ സ്വീറ്റ് പീ പൂക്കളുമായി അർതൂഷ് വീട്ടിലെത്തിയതുകൊണ്ടാ യിരിക്കുമോ... വെള്ളയും ഇളം ചുകപ്പുമായ സ്വീറ്റ് പീ പൂക്കൾ.

ആദ്യം ഒരു നിമിഷം ആ പൂക്കളും നോക്കി ഞാൻ തരിച്ചുനിന്നു. പതുക്കെ ഞാൻ അർതൂഷിന്റെ അടുത്തുചെന്നു. അദ്ദേഹം രണ്ടു കൈയും നീട്ടി എന്നെ കെട്ടിപ്പിടിച്ചു. ഞാൻ ആ നെഞ്ചിൽ തലചേർത്ത് പൊട്ടിക്കരഞ്ഞു.

സ്വീകരണമുറിയിലെ വിളക്കുകളണച്ചു. എന്നോടുതന്നെ പറഞ്ഞു, നിന്റെ സന്തോഷത്തിന്റെ കാരണം, നീ രാവിലെ ഉറക്കമുണർന്നപ്പോൾ സ്വയം ഒരു തവളയല്ല എന്ന് ബോദ്ധ്യമായതുകൊണ്ടാവാം.

നാല്പത്തിയഞ്ച്

രാവിലെ സമയം പത്തുമണിയായിരുന്നു. ഫോണിൽ നീന. "നോക്കൂ, നമ്മുടെ സാമർത്ഥ്യക്കാരിയുടെ സാമർത്ഥ്യം... വേണ്ടതെല്ലാം അവനവന്റെ ഇഷ്ടത്തിന് സ്വന്തമായി നടത്തി. ഞാനൊരു വിഡ്ഢി... ഒന്നുമറിയാതെ! എന്റെ വിചാരം അവൾക്ക് കാര്യം കാണാനുള്ള മിടുക്കില്ല, എല്ലാറ്റിനും എന്റെ സഹായം വേണം എന്നൊക്കെയായിരുന്നു. ഇനി ഇപ്പോൾ ഞങ്ങൾ ചെയ്യേണ്ടതായി ഒന്നേയുള്ളൂ.... ഭാവി ശ്വശ്രുവിനെ നേരിൽ കണ്ട് ഔപചാരികമായി അനുമതി വാങ്ങുക. കുട്ടികളുടെ സ്കൂളിലെ വാർഷികോത്സവം മറ്റന്നാളല്ലേ? അതുകഴിഞ്ഞുള്ള വ്യാഴാഴ്ച അവരെ ഇങ്ങോട്ടു ക്ഷണിക്കാമെന്ന് വിചാരിക്കുകയാണ്. നീയും അർതൂഷും തീർച്ചയായുമുണ്ടാവണം. നിന്റെ അമ്മയും ആലീസും അപ്പോഴേക്കും ടെഹ്റാനിൽനിന്നും മടങ്ങി വരില്ലേ?"

"ഉവ്വ്" ഞാൻ പറഞ്ഞു.

"എന്നാൽ ഒരു കാര്യം ചെയ്യൂ. മിസ്സിസ് സിമോനിയന്റെ നമ്പർ തരൂ. ഞാൻ ഇപ്പോൾത്തന്നെ ക്ഷണിച്ചേക്കാം."

"നിന്റെ പഴയ ഫോൺ നമ്പർ നിനക്കോർമ്മയില്ലേ?"

"എന്ത്?"

"ജി 4 ന്റെ ഫോൺ നമ്പർ. നീയത് മറന്നു കഴിഞ്ഞോ?"

എത്ര ഉച്ചത്തിലാണവൾ ചിരിച്ചത്! വാസ്തവത്തിൽ എനിക്ക് ഫോൺ കാതിൽ നിന്നും അകറ്റിപ്പിടിക്കേണ്ടിവന്നു. അത്രയ്ക്കും ഒച്ച. "നിന്റെ അമ്മ പറയുന്നതുപോലെ. എന്നെ കഴുതയെന്നു വിളിച്ചോളൂ. ഓർമ്മയുടെ കാര്യത്തിൽ ഞാൻ എത്ര മോശമാണെന്നറിയില്ലേ? അതുകൊണ്ട് ഇതും... എനിക്കോർമ്മയില്ല..." അവസാനം അവൾ ഗുഡ് ബൈ പറഞ്ഞ് ഫോൺ താഴെവെച്ചു.

റിസീവർ താഴെവെച്ച് ഞാൻ പൂമുഖത്തളത്തിലേക്ക് ചെന്നു. തുന്നൽ മെഷീൻ ഞാൻ ഊണുമേശയ്ക്ക് മുകളിൽ തയ്യാറാക്കി വെച്ചിരുന്നു. സ്കൂൾ വാർഷികത്തിന്റെ പരിപാടിക്ക് പെൺകുട്ടികൾക്ക് പ്രത്യേകം ധരിക്കാനുള്ള ഉടുപ്പുകൾ തയ്യാറാക്കുന്ന തിരക്കിലായിരുന്നു ഞാൻ.

വസന്തകാലത്തിന് ഇളംചുകപ്പ് സിൽക്കാണ് വാങ്ങിയത്. ചുകന്ന പരുത്തിത്തുണി വേനലിന്. ഓറഞ്ചുനിറത്തിലുള്ള ടഫറ്റ ശരത് കാലത്തിന്. വെള്ള കാലിക്കോ ഹേമന്തത്തിനും. മുയൽരോമങ്ങൾ ഞാൻ കൈകളിൽ തുന്നിപ്പിടിപ്പിച്ചു. ഹേമന്തവസ്ത്രത്തിന്റെ അടിയറ്റത്തും ഞാൻ മൃദുലമായ മുയൽരോമങ്ങൾ ചേർത്തുവെച്ചു. അർതൂഷിന്റെ ഒരു ബന്ധു വർഷങ്ങൾക്കുമുമ്പ് ടാബ്രീസിൽനിന്നും കൊണ്ടുവന്നു തന്നതായിരുന്നു ആ മുയൽരോമങ്ങൾ. അന്ന് ആലീസും ഞാനും അതുകണ്ട് കളിയാക്കി ചിരിച്ചത് ഓർത്തു. "തലയ്ക്കു വെളിവുള്ള വല്ലവരും സമ്മാനമായി അബ്ദാനിലേക്ക് മുയൽരോമങ്ങൾ കൊണ്ടുവരുമോ?"

"എന്തായാലും കളയണ്ട. എടുത്തുവെച്ചോളൂ." അമ്മ പറഞ്ഞു. "എപ്പോഴാണ് അതിന്റെ ആവശ്യം വരിക എന്നു പറയാനാവില്ല."

ശരത്കാലത്തിന്റെ ഉടുപ്പിനോടൊപ്പം ധരിക്കാൻ ഗോതമ്പുകതിരുകൾ കൊണ്ട് ഒരു കിരീടമുണ്ടാക്കി. യമാ ആണ് ആ കതിരുകൾ കൊണ്ടുവന്നുതന്നത്. അതിനുമുമ്പായി അതിന്റെ ആവശ്യം എന്താണെന്ന് അവരെ വളരെ വിശദമായി ധരിപ്പിക്കേണ്ടിവന്നു. എങ്ങനെയുള്ള കതിരാണ് എനിക്കു വേണ്ടതെന്നും വ്യക്തമായി പറഞ്ഞുകൊടുത്തു.

വീടിനകത്ത് ഒച്ചയനക്കങ്ങളൊന്നുമില്ല. തികഞ്ഞ ശാന്തത. ചൂടും തോന്നിയില്ല. ഒരു ബദാം കേക്ക് ഞാൻ ഓവനിൽവെച്ചിരുന്നു. അതിന്റെ സുഗന്ധമായിരുന്നു വീട് മുഴുവൻ. ഞാൻ കതിർക്കറ്റകൾ പശകൊണ്ട് ഒന്നായി ചേർത്തുവെച്ചു. മിസ്സിസ് സിമോനിയനുമായി കുറച്ചുനാളായി സംസാരിക്കാറില്ല എന്ന് എന്തുകൊണ്ടാണ് നീനയോടു പറയാതിരുന്നത്? കുറച്ചുദിവസമായി എമിലി സ്കൂളിൽ വന്നിട്ടില്ല എന്നും എനിക്കറിയാമായിരുന്നു. പെൺകുട്ടികൾ പറഞ്ഞു, "സുഖമില്ലാഞ്ഞിട്ടാകാം, ഞങ്ങൾ പോയി അന്വേഷിക്കട്ടെ..."

"വേണ്ട" ഞാൻ ഉറപ്പിച്ചു പറഞ്ഞു.

അർതൂഷും പറഞ്ഞു, "കുറച്ചുദിവസമായി എമിലിനേയും ഓഫീസിൽ കാണുന്നില്ല. കാര്യമെന്താണെന്ന് അറിയണ്ടേ?"

"വേണ്ട."

പെൺകുട്ടികൾ എന്റെ ഭാവം കണ്ട് പുരികം ചുളിച്ചു. അർതൂഷ് തെല്ല് അദ്ഭുതത്തോടെ എന്നെ നോക്കി. കൂടുതലൊന്നും ചോദിച്ചില്ല.

അർമീനെക്കുള്ള വസന്തകാല വസ്ത്രം. നീലയിലും ഇളംചുകപ്പിലും കൃത്രിമപ്പൂക്കളുണ്ടാക്കി അത് വീതിയുള്ള ഒരു റിബ്ബണിൽ തുന്നിച്ചേർത്തു. അത് ആ ഉടുപ്പിനോടൊപ്പം തലയിൽ കെട്ടിയാൽ നന്നായിരിക്കും.

എന്തുകൊണ്ടാണ് മിസ്സിസ് സിമോനിയന്റെ വീട്ടിൽ പോയി വിവരം തിരക്കേണ്ട എന്ന് ഞാൻ ശഠിച്ചുനിന്നത്? അവരുടെ പ്രശ്നങ്ങളിൽ ചെന്ന് തലയിടേണ്ട എന്നു വിചാരിച്ചിട്ടാണോ? അതോ ആ ചുഴിയിൽ ഞാനും കുടുങ്ങിപ്പോകുമോ എന്ന ഭയമോ? അഥവാ ഞാൻ അവിടെച്ചെന്ന്

അമ്മയും മകനും തമ്മിലുള്ള വാഗ്വാദത്തിലേക്ക് വഴുതിവീണാൽ... ആരുടെ പക്ഷത്താണ് ഞാൻ നില്ക്കേണ്ടത്?

ഹേമന്ത വസ്ത്രങ്ങൾക്കൊപ്പം യോജിച്ചുപോകുന്ന ഒരു കിരീടം തൂവെള്ള പഞ്ഞി ഉരുട്ടി ചെറിയ പന്തുകളുണ്ടാക്കി പശ ചേർത്ത് ഒട്ടിച്ച് ഞാൻ മെനഞ്ഞെടുത്തു. കിരീടത്തിന് നല്ല ഭംഗി!

ഞാൻ ജനലയിലൂടെ പുറത്തേക്കു നോക്കി. ആ സിമോനിയൻ കുടുംബം വളരെ വിചിത്രമാണെന്ന് തോന്നി. പതിവുധാരണകൾക്കെല്ലാ മപ്പുറത്തുള്ളൊരു ചിത്രം! ആ മൂവർ കുടുംബം എന്നിൽനിന്നും എത്രയോ അകലെയാണ്. അതോ ഞാനാണോ അവരിൽനിന്നും മനഃപൂർവ്വം അകലം പാലിക്കുന്നത്? നടന്ന സംഭവങ്ങളെല്ലാം ഓർത്തുനോക്കുമ്പോൾ എന്നോ കണ്ട ഒരു സിനിമപോലെ. രണ്ടാമതൊന്നു കാണാൻ തീരെ താത്പര്യമില്ല. പുറത്ത്, തോട്ടത്തിൽ ഒരു ഇളംകാറ്റ് വീശുന്നു. കാറ്റിൽ ഇളകിയാടുന്ന മാഡം മരച്ചില്ലകൾക്കിടയിലൂടെ ജി 4ന്റെ സ്വീകരണമുറി യിലെ ജനലകൾ ചെറുതായൊന്നു കാണാം.

വേനൽക്കാലത്തെ കാണിക്കുന്ന ഉടുപ്പിൽ യോജിക്കുന്ന ഒരു അല ങ്കാരം തലയിൽ വെക്കാനായി ഉണ്ടാക്കണം. എന്താണ് ഞാൻ ഉണ്ടാ ക്കേണ്ടത്? പൂക്കൾ മതി... പക്ഷേ, അത് വസന്തകാലം പോലെ തോന്നി ച്ചാലോ? പൂക്കളല്ലാതെ, വേനലിന്റെ പ്രതീകമായി എന്തായിരിക്കും ഏറ്റവും നല്ലത്? ഒന്നും മനസ്സിൽ തെളിഞ്ഞില്ല. “പിന്നീട് തീരുമാനിക്കാം” തത്ക്കാലം ആ ചിന്ത വിട്ടു.

മിസ്സിസ് സിമോനിയന്റെ വീട്ടിൽ പോകാൻ തീരെ താത്പര്യം തോന്നി യില്ല. അവരുടെ കാര്യത്തിൽ ഇടപെടാതിരിക്കുകയാണ് നല്ലത്. കുട്ടികൾ ക്കായി തുന്നിവെച്ച ഉടുപ്പുകളിലേക്ക് വീണ്ടും ശ്രദ്ധ തിരിഞ്ഞു. പെട്ടെന്നാണ് ആ ആശയമുദിച്ചത്. വേനലിന് യോജിച്ചത് ബോക്സ് വുഡിന്റെ കിരീടമായിരിക്കും.

നാല്പത്തിയാറ്

സ്കൂൾ മുറ്റം മനോഹരമായി അലങ്കരിച്ചിരുന്നു. ചെറിയ കളർ ബൾബുകൾ മരച്ചില്ലകളിൽ തൂങ്ങിക്കിടന്നു. ചുമരുകളിലെല്ലാം കുട്ടികൾ സ്വയം വരച്ച വർണ്ണചിത്രങ്ങൾ. മുറ്റത്തിൽ അങ്ങേ അറ്റത്തായി അരങ്ങ് ഒരുക്കിയിരുന്നു. പച്ച വെൽവെറ്റ് കർട്ടൻ. വേദിയുടെ തൊട്ടുതാഴെ നിന്ന് പടിവാതിൽ വരെ നിരനിരയായി കസേരകൾ. അർമേൻ സന്നദ്ധസേവകരിൽ ഒരാളായിരുന്നു. അതിഥികളെ സ്വീകരിക്കുന്നു. ഓരോ സ്ഥാനത്ത് കൊണ്ടു ചെന്നിരുത്തുന്നു. അതുമാത്രമല്ല, ഭക്ഷണമേശകളടെ ചുമതലയും ആ കൂട്ടർക്കായിരുന്നു.

ഞാൻ എന്റെ കസേരയിൽ ചെന്നിരുന്നു. അപ്പുറത്തുമിപ്പുറത്തുമുള്ള പരിചയക്കാരോട് കുശലം പറയാനും കൈ വീശിക്കാണിക്കാനും തുടങ്ങി. അർതൂഷ് എന്റെ തോളിൽ തട്ടി. വേദിയിലേക്ക് ചൂണ്ടിക്കാട്ടി. അരങ്ങിലേക്ക് കയറുന്ന പടവുകളിലൊന്നിൽ മാന്യ. അവർ എന്റെ നേരെ കൈ കാട്ടുന്നു, അങ്ങോട്ടു ചെല്ലാനായി.

"എന്റെ സ്ഥലം നോക്കണേ..." തിരിഞ്ഞുനിന്ന് അർതൂഷിനെ ഓർമ്മിപ്പിച്ചുകൊണ്ട് വേദിയുടെ പുറകുവശത്തേക്ക് നടന്നു. സംഘഗാനം ആലപിക്കുവാനുള്ള പെൺകുട്ടികളും ആൺകുട്ടികളും കൂട്ടംകൂടിനിന്ന് ഉച്ചത്തിൽ ബഹളം വെക്കുന്നു. നേവി ബ്ലൂ സ്കർട്ടും വെളുത്ത ബ്ലൗസുമാണ് പെൺകുട്ടികളുടെ വേഷം. ആൺകുട്ടികൾക്ക് നേവിബ്ലു കാലുറകളും വെളുത്ത ഷർട്ടും. സംഗീതാദ്ധ്യാപകനായ മിസ്റ്റർ സോഹ്റാ ഇടയ്ക്കിടയ്ക്ക് ശാസിക്കുന്നുണ്ട്. "മിണ്ടാതിരിക്കൂ... ഒച്ച വെക്കരുത്..." ആരു കേൾക്കാൻ!

പതിവുപോലെ മാന്യ പരിഭ്രമത്തിന്റെ ഒരു കൂട്...? എന്നാൽ വലിയ ഉത്സാഹവും ചെമ്പൻമുടിയുള്ള ഒരു പെൺകുട്ടിയുടെ മുടിയിൽ കെട്ടിയ റിബ്ബൺ അവർ ഒന്നുകൂടി മുറുക്കി. "ദാനുവിടെ പോയി സ്വന്തം സ്ഥാനത്ത് അടങ്ങിനില്ക്കൂ... വെറുതെ ഓടിനടക്കണ്ട." നിന്റെ റിബ്ബൺ എപ്പോഴും ഇങ്ങനെ അഴിഞ്ഞുവന്നാൽ..." മാന്യ പെട്ടെന്ന് എന്റെ നേരെ തിരിഞ്ഞു. "എമിലി സിമോനിയനെ കുറിച്ച് വല്ല വിവരവും?"

കുറച്ചുനാൾ മുമ്പ് അർമീനെയും അർസീനെയും അതുതന്നെ പറഞ്ഞുകൊണ്ടിരുന്നു. "എമിലി ഇന്ന് സ്കൂളിൽ വന്നിട്ടില്ല." "മിസ് മാന്യ

പറഞ്ഞു, നാളെയും എമിലി വന്നില്ലെങ്കിൽ നമുക്ക് പുതിയൊരു സിൻഡ്രലയെ കണ്ടുപിടിക്കേണ്ടിവരും."

"ഏഴാംക്ലാസ്സിലെ ഒരു കുട്ടിയാണ് സിൻഡ്രലയാവുന്നത്."

"എമിലിക്കാണ് കൂടുതൽ ഭംഗി എന്നാണ് ഞങ്ങൾക്ക് തോന്നുന്നത്."

"ഇല്ല, എനിക്കൊരു വിവരവുമില്ല." ഞാൻ മാന്യയോടു പറഞ്ഞു.

"ഏഴാംക്ലാസ്സിലെ ഒരു കുട്ടിയെ സിൻഡ്രലയുടെ സ്ഥാനത്തേക്കെടുത്തു എന്നു കേട്ടല്ലോ!"

സ്റ്റേജിലെ കർട്ടൻ ഇത്തിരി നീക്കി കാണികളെ നോക്കി കൈ വീശി കാണിക്കുന്ന ചെറിയൊരു പെൺകുട്ടിയുടെ കൈയിൽ മാന്യ ഒന്നു തട്ടി. "ഇവിടെ വന്നു കുറുമ്പ് കാണിക്കുന്നോ? വിളിക്കുമ്പോൾ വന്നാൽ മതി. അതുവരെ വേഷം കെട്ടുന്ന മുറിയിൽ ഉണ്ടാവണം." അവളുടെ തുടുത്ത കവിളിൽ മാന്യ അരുമയായി ഒന്നു നുള്ളി. ഞൊറികളുള്ള കടുംനിറത്തിലുള്ള പ്രാദേശിക വേഷമാണ് അവൾ ധരിച്ചിരുന്നത്. കുട്ടി ചിരിച്ചുകൊണ്ട് അണിയറയിലേക്ക് ഓടിപ്പോയി.

"ശരിയാണ്. ഞങ്ങൾ പുതിയൊരു സിൻഡ്രലയെ എടുത്തു." അവർ അണിയറ വാതില്ക്കലേക്ക് വിരൽ ചൂണ്ടി. പുതിയ സിൻഡ്രല നീണ്ട പച്ച സ്കർട്ടു ധരിച്ച ഒരു സുന്ദരി. തല ചെരിച്ചുപിടിച്ചു നിറപ്പകിട്ടുള്ള ഒരു തൂവാല കഴുത്തിനു ചുറ്റുമായി കെട്ടുകയാണ്.

"നല്ല ചന്തമുള്ള കുട്ടി അല്ലേ?" ഞാൻ അവളുടെ മുഖത്തേക്ക് നോക്കി. അവളും എന്റെ നേരെ മുഖമുയർത്തി ചിരിച്ചു.

"ഈ ആഴ്ച മുഴുവൻ എനിക്ക് വലിയ തിരക്കായിരുന്നു. എമിലിയുടെ വീട്ടിലേക്ക് ഫോൺ ചെയ്തു ചോദിക്കാൻ സമയം കിട്ടിയില്ല." അവരുടെ സ്വരത്തിൽ തെല്ലൊരു കുറ്റബോധം. ആ നിമിഷം തന്നെ പുതിയ സിൻഡ്രലയോട് അവർ ഉറക്കെ പറഞ്ഞു, "നോക്കൂ ജാസ്മിൻ, ഇത്ര ഭംഗിയായൊന്നും ആ തൂവാല കെട്ടേണ്ട ആവശ്യമില്ല. സിൻഡ്രല ഒരു തനി നാടൻ പെൺകുട്ടിയായിരുന്നു. രാജകുമാരന്റെ കൊട്ടാരത്തിലേക്ക് പോകുംവരെ..."

അവർ വീണ്ടും എന്റെ നേരെ തിരിഞ്ഞു. "തത്ക്കാലം എന്റെ പ്രശ്നം സിൻഡ്രലയല്ല... രാജകുമാരനാണ്. അതിനെക്കുറിച്ചാണിപ്പോഴത്തെ ഭയം. അവന്റെ അമ്മ ദാ, ഇപ്പോൾ ഫോൺ ചെയ്തിരിക്കുന്നു... മകന് അഞ്ചാം പനിയാണ്. വരാൻ പറ്റില്ല എന്ന്." അവർ ശരിക്കും ഒരു വിഷമസന്ധിയിലായിരുന്നു. "ഈ പ്രശ്നം ഞാനെങ്ങനെ പരിഹരിക്കും... എന്റെ തല പുകയുകയാണ്."

"രാജകുമാരനായി അഭിനയിക്കാൻ എന്നോടു പറയുകയാണോ?" മാന്യയല്ലേ... അവരുടെ ബുദ്ധി ഏതുവഴിക്ക് തിരിയുമെന്ന് പറയാനാവില്ല.

അവർ ചിരിച്ചു, "സംഗതി മോശമില്ല. നിങ്ങൾക്ക് നല്ല ഉയരമുണ്ട്... കാഴ്ചയിലും ഭംഗിയുണ്ട്." ഉടനെത്തന്നെ അവർ ഗൗരവം പൂണ്ടു. "പരിശീലനം നടക്കുമ്പോഴെല്ലാം അർമേൻ കാണാൻ വരാറുണ്ട്. വിശേഷിച്ചും

സിൻഡ്രലയും രാജകുമാരനും ഒരുമിച്ചുള്ള രംഗങ്ങൾ. വരികൾ മറന്നാൽ കുട്ടികൾക്ക് പറഞ്ഞുകൊടുക്കാനും അവന് ഉത്സാഹമായിരുന്നു. വേറെ ആരേയും കുറിച്ച് ഓർക്കാനാവുന്നില്ല... അർമേൻ തന്നെയാണ് പറ്റിയ ആൾ! അഞ്ചാം പരിചാരകന്റെ വീട്ടിലേക്കാളെ അയച്ച് വേഷവിധാന ങ്ങളൊക്കെ മടക്കി വാങ്ങി. അർമേന് അത് പാകമാവും... രണ്ടുപേർക്കും ഏതാണ്ട് ഒരേ വലുപ്പമാണ്. സംഘഗാനവും പദ്യം ചൊല്ലലും, നൃത്ത ങ്ങളും കഴിയുമ്പോഴേക്കും... അവർ വാച്ചിലേക്ക് നോക്കി... "സമ്മാന ദാനത്തിനുള്ള സമയമായി. ആകെക്കൂടി നോക്കുമ്പോൾ നമുക്ക് ഒരു മണിക്കൂറിലധികം സമയം കിട്ടും. ഒരൊന്നേകാൽ മണിക്കൂർ... തീർച്ച... ഒരു തവണ ഒന്നു ചെയ്തുനോക്കാനും സമയം കിട്ടും. എങ്ങനെയുണ്ട് എന്റെ ബുദ്ധി?"

"സംഗതി കൊള്ളാം... അർമേൻ സമ്മതിക്കുകയാണെങ്കിൽ"

സ്റ്റേജിലേക്ക് മൈക്കുകൊണ്ട് ധൃതിയിൽ വരുന്നയാൾ ദേഹത്ത് മുട്ടാതിരിക്കാൻ ഞാൻ ഒരു വശത്തേക്ക് മാറിനിന്നു.

മാന്യ നല്ല ആത്മവിശ്വാസത്തോടെ ചിരിച്ചു. എന്റെ കൈ പിടിച്ചു. "പോയി മകനെ തിരഞ്ഞു പിടിച്ച് ഇങ്ങോട്ടയയ്ക്കൂ... ബാക്കി കാര്യം ഞാനേറ്റു..."

കസേരകളിലെല്ലാം കാണികൾ നിറഞ്ഞു കഴിഞ്ഞിരുന്നു. ഒരുപക്ഷേ, മാന്യയ്ക്ക് അവനെ പറഞ്ഞു സമ്മതിപ്പിക്കാനായേക്കും. കസേരകളുടെ ഇടയിലുള്ള വഴിയിലൂടെ അർമേനെ നേടി നടന്നു. ചെയ്യാൻ പറഞ്ഞ കാര്യം അവനിഷ്ടമില്ലാത്തതാണെങ്കിൽ എന്റെ മകൻ അങ്ങേയറ്റം ശാഠ്യ ക്കാരനാണ്. ഇത്തിരിപോലും വഴങ്ങാത്ത പ്രകൃതം. ഏതാണ്ട് അതേ മട്ടാണ് മാന്യയ്ക്കും. ഒരു കാര്യം നിശ്ചയിക്കാൻ അത് നടത്താതെ പിൻമാറില്ല. പലപ്പോഴും അദ്ഭുതങ്ങൾ പ്രവർത്തിച്ചു. കാര്യം സാധിക്കും. ഏതാനും വർഷംമുമ്പ് നവവത്സരാഘോഷത്തിന് പള്ളിയിലെ പാതിരിയെ അവർ തിടുക്കത്തിൽ ബിഷപ്പായി വേഷം കെട്ടിച്ചു. തികച്ചും അരസികനും പരുക്കനുമായ അച്ചനെ പറഞ്ഞും, പ്രീണിപ്പിച്ചും അവർ സമ്മതിപ്പിച്ച കാര്യം ഞാനോർത്തു. അതൊരു അദ്ഭുതം തന്നെയായിരുന്നു.

ഒടുവിൽ അർമേനെ കണ്ടെത്തി. ഭക്ഷണമേശയ്ക്കരികെ ഐസുപെട്ടി യിൽ പെപ്സിയുടേയും കനഡ ഡ്രൈയുടേയും കുപ്പികൾ അടുക്കിവെ ക്കുന്നു. ഞാൻ അവനോട് പറഞ്ഞു, "മിസ് മാന്യ അന്വേഷിക്കുന്നു. ഉടനെ ത്തന്നെ സ്റ്റേജിന്റെ പുറകിലേക്കു ചെല്ലൂ. അവരവിടെ കാത്തുനില്ക്കു ന്നുണ്ട്."

ഞാൻ എന്റെ കസേരയിലേക്ക് തിരിച്ചു വന്നപ്പോൾ, അർതൂഷിന്റെ തൊട്ടപ്പുറത്തായി നീന ഇരിക്കുന്നു. അതിനപ്പുറത്തെ സീറ്റിൽനിന്നും അവൾ പേഴ്സ് എടുത്തുമാറ്റി. "പേടിക്കണ്ട, നിന്റെ സ്ഥാനം പോയി ട്ടില്ല. പറയൂ, എന്തുണ്ടായി?"

"ഗാർനിക് എവിടെ?" ഞാൻ ചോദിച്ചു.

'അദ്ദേഹം സ്ഥലത്തില്ല. അവാസിലാണ്... ജോലി പ്രമാണിച്ച്. കുറച്ചു ദിവസം കഴിഞ്ഞേ വരൂ. അതുപോട്ടെ, സിമോനിയന്റെ വീട്ടിൽ ആരും ഫോണെടുക്കുന്നില്ല... എന്തുപറ്റി?"

ഞാൻ ചുറ്റും നോക്കി വയലറ്റിനെ അവിടെയെങ്ങും കണ്ടില്ല. നീന എന്റെ ബ്ലൗസിന്റെ കൈപിടിച്ചു വലിച്ചു. "ഇങ്ങട് നോക്കൂ... ഞാൻ പറഞ്ഞില്ലേ, അവിടെയാരും ഫോണെടുക്കുന്നില്ല. തല്ലുകൊണ്ട പട്ടിക്കുട്ടിയെപോലെ വയലറ്റ് മോങ്ങിക്കൊണ്ടിരിക്കുന്നു. ഞാൻ ആവുന്നതും ശ്രമിച്ചു, അവളെ ഇങ്ങോട്ടുകൂട്ടിക്കൊണ്ടുവരാൻ. വീട് വിട്ടുപോരാൻ കൂട്ടാക്കുന്നില്ല. എമിൽ വിളിക്കും എന്നു പറഞ്ഞുകൊണ്ടിരിക്കയാണ്."

അരങ്ങിൽ വെളിച്ചം പരന്നു. പരിപാടികൾ ആരംഭിക്കുകയായി. മറ്റെല്ലാവരേയും പോലെ നീനയ്ക്കും നിശ്ശബ്ദത പാലിക്കേണ്ടിവന്നു. യവനിക തുറന്നു. സദസ്സിനെ സ്വാഗതം ചെയ്യാൻ മാന്യ മൈക്കിനു മുമ്പിലേക്കു വന്നു. അവരെ നോക്കിക്കൊണ്ടിരിക്കേ എന്റെ മനസ്സിൽ ആശങ്ക വളർന്നു. എന്തുകൊണ്ടാണ് സിമോനിയന്റെ വീട്ടിൽ ആരും ഫോണെടുക്കാത്തത്? കാര്യമായി എന്തെങ്കിലും അവർക്ക് സംഭവിച്ചിരിക്കുമോ? വല്ല അസുഖവും...? ഞാൻ പോയി അന്വേഷിക്കേണ്ടതായിരുന്നു. അവരെന്നേയും വിളിച്ചില്ലല്ലോ... അതെന്തുകൊണ്ടായിരിക്കും?

സ്വാഗതപ്രസംഗം അവസാനിച്ചു. എല്ലാവരും കൈയടിച്ചു. വാസ്ജെൻ ഹിരാപേഷ്യൻ മൈക്കിന്റെ മുന്നിൽ വന്നുനിന്നു. സ്കൂളിന്റെ വാർഷിക റിപ്പോർട്ട് വായിച്ച് സമർപ്പിച്ചു.

എന്തേ സിമോനിയനോ അമ്മയോ ഞങ്ങളെ വിളിക്കാതിരുന്നത്? ഗായകസംഘം ഗാനങ്ങൾ ആലപിക്കാൻ തുടങ്ങി. എല്ലാ കൊല്ലവും പതിവുള്ള പാട്ടുകൾ തന്നെ. "എന്റെ സ്വദേശത്തിലെ പ്രൗഢോന്നതമായ പർവ്വതങ്ങൾ...."

"മാതൃവിദ്യാലയമേ യാത്ര പറയട്ടെ..." തുടർന്ന് അനൗഷിൽനിന്നും ഏതാനും വരികൾ.

എന്റെ മനസ്സ് അസ്വസ്ഥമാകാൻ എന്താണ് കാരണം? സ്വന്തം വിഡ്ഢിത്തമോർത്തിട്ടോ? അതോ എമിലിന്റേയും അമ്മയുടേയും വിവരമില്ലായ്മ വിചാരിച്ചിട്ടോ?

അർമീനെയും അർസീനെയും "ഋതുക്കൾ" എന്ന പദ്യം ചൊല്ലാനായി അരങ്ങിലെത്തി. വസന്തം, ശരത്, ഗ്രീഷ്മം, ഹേമന്തം, തെല്ലും തെറ്റിക്കാതെ രണ്ടുപേരും നന്നായി ചൊല്ലി. അവരുടെ ഫോട്ടോ എടുക്കാൻ സ്കൂൾ ഫോട്ടോഗ്രാഫറോട് പ്രത്യേകം പറഞ്ഞില്ലല്ലോ എന്നായിരുന്നു എന്റെ സങ്കടം. എനിക്ക് എമിലിനോട് വിരോധം തോന്നാനെന്താണ് കാരണം? അല്ലെങ്കിൽ അയാളുടെ അമ്മയോട്. ഒരാൺകുട്ടി മൈക്കിനു മുമ്പിലേക്ക് വരുന്നതിനിടയിൽ അതിന്റെ വയർ കാലിൽ തടഞ്ഞ് താഴെ വീണു. പാവം, അവൻ സ്റ്റേജിൽനിന്നുതന്നെ സദസ്സിലിരിക്കുന്ന അച്ഛനേയും അമ്മയേയും വിളിച്ച് ഉറക്കെ പറഞ്ഞു. "വീണത് എന്റെ കുറ്റം കൊണ്ടല്ല" ആദ്യം അയ്യോ! എന്നു വീർപ്പടക്കിപ്പിടിച്ച ഞാനടക്കമുള്ള

കാണികൾ, കുട്ടി പറയുന്നത് കേട്ട് ഉറക്കെ പൊട്ടിച്ചിരിച്ചു. എന്നാലും ആ കവിത അവൻ ഭംഗിയായി അവതരിപ്പിച്ചു. ഏറ്റവുമധികം കൈയടി കിട്ടിയത് അവനായിരുന്നു.

പതിനഞ്ചുമിനിറ്റിന്റെ ഇടവേള. നീന ഒട്ടും സമയം കളയാതെ വീണ്ടും തുടങ്ങി. "വയലറ്റ് പറഞ്ഞത് ശരിയാണ് ആ കുള്ളത്തിത്തള്ളയാണ് എല്ലാറ്റിനും പുറകിൽ. നാശത്തിന്റെ തീ ഊതി കത്തിക്കുന്നത് അവരാണ്. അവർക്ക് മുഴുത്ത അസൂയയാണ് വയലറ്റിനോട്. അവളുടെ ചെറുപ്പം, സൗന്ദര്യം... എത്ര പെട്ടെന്നാണ് എമിൽ അവളുമായി പ്രേമത്തിലായത്. ഇനി നമ്മൾ എന്താണ് ചെയ്യേണ്ടത്? നീ തന്നെ സഹായിക്കണം... പോയി അവരോട് സംസാരിക്കൂ... നീ അതു ചെയ്തേ പറ്റൂ."

"എന്നെ ഇതിൽനിന്നും ഒഴിവാക്കണം" അവളുടെ മുഖത്തു നോക്കി ഉറക്കെ പറയണമെന്നുതോന്നി. അപ്പോഴേക്കും അർതൂഷ് എന്റെ കൈ പിടിച്ചുവലിച്ചു. "നീയൊരു കാര്യം ചെയ്തുതരണം."

ഞങ്ങൾ ഭക്ഷണശാലയിലേക്ക് പോയി. അർതൂഷ് ഒരു പെൺകുട്ടി യുടെ കൈയിൽനിന്നും എന്തോ ഒരു പാനീയം വാങ്ങി എനിക്ക് തന്നു. അവൾ സന്നദ്ധസേവകർക്കുള്ള ചുകന്ന പട്ട കൈയിൽ കെട്ടിയിരുന്നു. ഞാൻ ആ പാനീയം കുടിച്ചുനോക്കി. നല്ല സ്വാദ്... ആകപ്പാടെ ഒരു സുഖം.

ആ പെൺകുട്ടി എന്നോടു ചോദിച്ചു, "ഹലോ മിസ്സിസ് ഏയ്വാസി യൻ... രാജകുമാരന്റെ വേഷത്തിൽ അർമേനെ കണ്ടോ?"

അപ്പോഴാണ് ഞാനവളുടെ മുഖത്തേക്ക് നോക്കിയത്. എന്റെ പെൺകുട്ടികളോടൊപ്പം ഒന്നുരണ്ടുതവണ വീട്ടിൽ വന്നിട്ടുണ്ട്. അർമേൻ അവളെ വിളിച്ചത് ഉണ്ട റുബീന എന്നാണ് എന്ന് ഞാൻ ഓർത്തു. ഞാൻ ചിരിച്ചു, "സുഖംതന്നേയല്ലേ, റുബീനാ...?"

അവൾ കണ്ണിറുക്കി ചിരിച്ചു. "അർമേനെ കാണണം. ശരിക്കും രാജ കുമാരനെപോലെത്തന്നെ." അവൾ ഏതാനും തവണ കണ്ണുകളടച്ചു തുറന്നു... വേറൊരാളുടെ അടുത്തേക്ക് തിടുക്കത്തിൽ ചെന്നു. ഇതിനകം രണ്ടുതവണ അയാൾ ചോദിച്ചുകഴിഞ്ഞിരുന്നു, "രണ്ട് മോർടഡെല്ലം സാൻവില്ല്, പ്ലീസ്"

ഞാൻ അർതൂഷിനെ തിരിഞ്ഞുനോക്കി, "എന്നെക്കൊണ്ടെന്താണ് ആവശ്യം? എന്തിനാ എന്നെ വിളിച്ചുകൊണ്ടുവന്നത്?"

"ഒരാവശ്യവുമില്ല" അർതൂഷ് മെല്ലെ പറഞ്ഞു "നീനയിൽനിന്നും നിന്നെ രക്ഷിക്കണമെന്നു തോന്നി... അത്ര തന്നെ."

അദ്ധ്യാപകരിൽ ചിലർ ഞങ്ങളെ കണ്ട് അടുത്തേക്ക് വന്നു. ഹലോ പറഞ്ഞ് ഞങ്ങൾ അല്പനേരം സംസാരിച്ചുനിന്നു.

വാസ്ജെൻ ഹെറാപെഷ്യൻ ഏറ്റവും നല്ല വിദ്യാർത്ഥികൾക്കുള്ള സമ്മാനങ്ങൾ വിതരണം ചെയ്തു. അർമീനെയ്ക്കും അർസീനെയ്ക്കും സമ്മാനങ്ങൾ കിട്ടി. അവർ അതുംകൊണ്ട് ഞങ്ങളുടെ അരികിലേക്ക് ഓടിവന്നു. അർസീനെ എന്നെ തൊട്ടിരുന്നു. അർമീനെ അർതൂഷിനോട്

ചേർന്നു. രണ്ടുപേരും അവരവരുടെ സമ്മാനങ്ങൾ അഭിമാനത്തോടെ കാണിച്ചുതന്നു. രണ്ടുപേർക്കും പുസ്തകങ്ങളാണ് സമ്മാനമായി കിട്ടിയത്. അർമീനെയ്ക്ക് "ഗള്ളിവറിന്റെ സഞ്ചാരം" അർമേനിയൻ ഭാഷയിലേക്ക് മൊഴിമാറ്റം ചെയ്തത്. അർസീനെയ്ക്ക് "ലിറ്റിൽ ലോഡ് ഫോൺട് ലിറോ"യും. നീന സ്വന്തം കസേരയിൽ ഇരിക്കപ്പൊറുതിയില്ലാത്ത നിലയിൽ. കൂടുതൽ വർത്തമാനം പറയാനും കേൾക്കാനുമുള്ള അക്ഷമ. പക്ഷേ, അവൾക്കതിന് അവസരം കിട്ടിയില്ല. സ്കൂൾമുറ്റത്തെ വിളക്കുകളണഞ്ഞു. വേദിയിൽ യവനിക ഉയർന്നു. നാടകം ആരംഭിച്ചു.

അർമേനും ആ പെൺകുട്ടിയും രാജകുമാനും സിൻഡ്രലയുമായി അതിഗംഭീരമായി അഭിനയിച്ചു. സദസ്സ് പിന്നേയും പിന്നേയും അഭിനന്ദിച്ചു... കൈയടിച്ചു.. സഭാഷ് പറഞ്ഞു. കുറച്ചുമുമ്പ് മാന്യ ആ പെൺകുട്ടിയെ കാണിച്ചുത്തന്നതായിരുന്നു. അവളുടെ പേരും പറഞ്ഞിരുന്നു. എന്നിട്ടും അതെനിക്കോർക്കാനായില്ല. അർമേന്റെ വേഷം... ഇറുക്കി കിടക്കുന്ന കറുത്ത കാലുറകൾ. സ്വർണ്ണനൂലിൽ ചിത്രപ്പണികൾ ചെയ്ത ബ്രോക്കേഡ് വേസ്റ്റ് കോട്ട്. സ്വന്തം കൊട്ടാരത്തിലെന്നപോലെയാണ് അവൻ രാജകുമാരന്റെ പ്രൗഢിയോടെ വേദിയിൽ നടന്നത്. ശരിയായ രാജകുമാരൻ. ശരിയായ രാജകൊട്ടാരം. കേവലം നാടകമാണെന്നു തോന്നിയില്ല. അവൻ സിൻഡ്രലയുടെ മുന്നിൽ തല കുനിച്ചുനിന്നു. രണ്ടുപേരും ഒരുമിച്ച് നൃത്തം ചെയ്തു. അതു കണ്ടിരിക്കേ എന്റെ മനസ്സ് അദ്ഭുതം കൂറി. "ഇങ്ങനെയൊക്കെ ചെയ്യാൻ അവൻ എവിടെനിന്ന് പഠിച്ചു? എന്റെ കൊച്ചുമോൻ തന്നെയോ ഇത്? ഇക്കണ്ട വർഷങ്ങൾ എങ്ങോട്ടാണ് ഓടിമറഞ്ഞുപോയത്?"

ഞങ്ങളുടെ പഴയ ഷെവർലെ പെട്ടെന്നുതന്നെ സ്റ്റാർട്ടായി. പെൺകുട്ടികളും അർമേനും ഒരുമിച്ചു പറഞ്ഞു. "നമ്മുടെ ഷെവർലേ മുത്തശ്ശൻ നീണാൾ വാഴ്ക."

അർതൂഷ് ചിരിച്ചുകൊണ്ടുപറഞ്ഞു, "ഈ ദിവസമാഘോഷിക്കാൻ നമ്മൾ ക്ലബ്ബിലേക്ക് പോകുന്നു. നമ്മുടെ അത്താഴം ഇന്നവിടെയാണ്. എന്റെ പെൺകുട്ടികൾ രണ്ടുപേരും ക്ലാസ്സിൽ ഒന്നാം സ്ഥാനം കരസ്ഥമാക്കി. എന്റെ മകൻ ഒന്നാന്തരം ഒരു അഭിനേതാവാണെന്നു തെളിയിച്ചു."

പെൺകുട്ടികൾ ഒച്ചവെച്ചു, "നന്നായി... നന്നായി..."

ഞങ്ങളും അവരുടെ ആഹ്ലാദത്തിൽ പങ്കുചേർന്നു. വീട്ടിൽ തിരിച്ചെത്തിയ ഉടനെ സിമോനിയനെ കണ്ട് കാര്യങ്ങൾ തിരക്കി വിവരമറിയിക്കാമെന്ന് ഞാൻ നീനയ്ക്ക് വാക്ക് കൊടുത്തിരുന്നു. ആ കാര്യം ഞാൻ തീരെ മറന്നു.

സ്കൂളിൽനിന്നും പുറപ്പെട്ട് ഗോലിസ്ഥാൻ ക്ലബ്ബിൽ എത്തുന്നതുവരെ അർമീനെയും അർസീനെയും വായടക്കാതെ സംസാരിച്ചുകൊണ്ടിരുന്നു. അന്നു നടന്ന സംഭവങ്ങൾ ഒന്നൊഴിയാതെ അവർ വിവരിച്ചു. വേദിക്ക് പുറകിലും അണിയറയിലുമായി നടന്ന ഓരോ സംഗതിയും വളരെ ആവേശത്തോടെ അവതരിപ്പിച്ചു. ചേട്ടന്റെ അഭിനയത്തെ അഭിമാനപൂർവ്വം

പുകഴ്ത്തി. "അത്രയ്ക്ക് ബുദ്ധിമുട്ടൊന്നും തോന്നിയില്ല..." അവൻ വളരെ ലഘുവായി പറഞ്ഞു.

ക്ലബ്ബിലെത്തി. ഭക്ഷണശാലയിലേക്കുള്ള വാതിൽ കടക്കുന്നതിനിടയിൽ അവർ തിരിഞ്ഞുനിന്ന് എന്നോട് ചോദിച്ചു, "അമ്മേ, ഫോട്ടോഗ്രാഫറോട് ഞങ്ങളുടെ പടങ്ങളെടുക്കണമെന്ന് പ്രത്യേകം പറഞ്ഞിട്ടുണ്ടല്ലോ, ഇല്ലേ?"

"കുറേ... കുറേ പടങ്ങൾ" അർസീനെ എന്റെ കൈയിൽ തൂങ്ങി.

ഞാൻ തീരെ മറന്നുപോയ കാര്യം... കുട്ടികളോടിപ്പോൾ എന്തു പറയാൻ! ഞാൻ നിന്നു പരുങ്ങുന്നതിനിടയിൽ അർതൂഷ് പറഞ്ഞു, "ഞാൻ പറഞ്ഞിട്ടുണ്ട്."

അദ്ദേഹം നേരെ ഊണുകഴിക്കാനുള്ള മുറിയിലേക്ക് നടന്നു. അച്ഛന്റെ ഓരോ കൈയിൽ പിടിച്ച് ചാടിത്തുള്ളി പെൺകുട്ടികളും. അങ്ങനെ അർതൂഷ് നടന്നുപോകുന്നതുംനോക്കി ഏതാനും നിമിഷം ഞാൻ വെറുതെ പുറകിൽനിന്നു.

നല്ല കാലം, ഭക്ഷണമുറിയിൽ വലിയ തിരക്കുണ്ടായിരുന്നില്ല. ഞങ്ങൾ മേശയ്ക്കു ചുറ്റുമിരുന്നു വിഭവങ്ങൾ എന്തൊക്കെയാണെന്നു നോക്കുന്നതിനിടയിൽ... ആരോ ഉച്ചത്തിൽ "ഗുഡ് ഈവനിങ്ങ്" പറഞ്ഞു. മിസ്സിസ് നൂറോല്ലാഹിയായിരുന്നു. ഇന്ന് അവർ തലയിൽ കെട്ടിയിരിക്കുന്നത് തവിട്ടു നിറത്തിൽ ചെറിയ പൂക്കളോടുകൂടിയ ഇളംനീല റിബ്ബണായിരുന്നു.

അർതൂഷ് എഴുന്നേറ്റുനിന്നു. അവർക്കിരിക്കാനുള്ള കസേര നീക്കിയിട്ടു. മിസ്സിസ് നൂറോല്ലാഹി പറഞ്ഞു, "ഞാൻ നിങ്ങളെ ശല്യം ചെയ്യുകയാണോ? നിങ്ങൾ അകത്തേക്ക് കടന്നുവരുന്നതുകണ്ട്... എന്നാൽ ഒന്നു ഹലോ പറഞ്ഞിട്ടുപോകാമെന്നു കരുതി. ഞാൻ മിസ്റ്റർ സാദത്തിനെ കാണാൻ പോകുന്ന വഴിയാണ്.... അടുത്ത വെള്ളിയാഴ്ചയിലെ പ്രസംഗത്തിനുവേണ്ട ഏർപ്പാടുകൾ ചെയ്യാൻ."

അവർ പെൺകുട്ടികളുടെ മുടിയിൽ തടവി. അർമേനെ നോക്കി ചിരിച്ചു. മര്യാദ കാട്ടാനാകും അർതൂഷ് ചോദിച്ചു,

"പ്രസംഗത്തിന്റെ വിഷയമെന്താണ്?"

"സ്ത്രീകളുടെ അവകാശങ്ങളുടെ ചരിത്രം" അവർ എന്റെ നേരെ നോക്കി. "നിങ്ങൾക്ക് ഒരുപക്ഷേ സമയമുണ്ടായെന്നുവരില്ല. എന്നാലും നിങ്ങൾ ആ പരിപാടിയിൽ പങ്കെടുത്താൽ എനിക്ക് വലിയ സന്തോഷവും അഭിമാനവുമാകും."

അവർ പെൺകുട്ടികളുടെ തലയിൽ ചെറുതായൊരു തട്ടുകൊടുത്തു... യാത്ര പറഞ്ഞുകൊണ്ട് വാതിലിനരികിലേക്ക് നടന്നു.

ഞങ്ങൾ പരിചാരകനെ വിളിച്ച് ആവശ്യമുള്ള ഭക്ഷണംകൊണ്ടു വരുവാനേല്പിച്ചു.

"അമ്മേ, സ്ത്രീകളുടെ അവകാശം എന്നു പറഞ്ഞാലെന്താണ്?" അർമീനെ ചോദിച്ചു.

അർസീനെ ചോദ്യം ആവർത്തിച്ചു, "അമ്മേ സ്ത്രീകളുടെ അവകാശം എന്നു പറഞ്ഞാലെന്താണ്?"

"നിങ്ങൾ കുറച്ചുകൂടി വലുതാവുമ്പോൾ മനസ്സിലാകും..."

വിഭവങ്ങളുടെ വിവരങ്ങളെഴുതിയിട്ടുള്ള കാർഡ് ഞാൻ പരിചാരകനെ തിരിച്ചേല്പിച്ചു.

ഞാൻ തിരിഞ്ഞുനോക്കി. പുറത്തേക്കുള്ള വാതിലിനരികെനിന്ന് മിസ്സിസ് നൂറോല്ലാഹി മിസ്റ്റർ സാദത്തുമായി കാര്യമായി സംസാരിക്കുന്നു. അവർ ധരിച്ചിരുന്ന സ്കർട്ടും ബ്ലൗസും... തികച്ചും അതുപോലെയൊന്ന് എനിക്കുമുണ്ടല്ലോ. തുണിക്കുപോലും വ്യത്യാസമില്ല.

അർതൂഷ് എന്തോ തമാശ പറഞ്ഞു. കുട്ടികൾ മൂന്നുപേരും പൊട്ടിച്ചിരിച്ചു.

"അമ്മ കേട്ടോ അച്ഛൻ പറഞ്ഞത്?" അർമേൻ ചോദിച്ചു,

"ഞാൻ ദാ, വന്നു, ഒരു നിമിഷം..." ഞാൻ എഴുന്നേറ്റു.

വീണ്ടും ഞാൻ അവരുടെ മുമ്പിൽ പ്രത്യക്ഷപ്പെട്ടപ്പോൾ മിസ്സിസ് നൂറോല്ലാഹി ഒട്ടും അതിശയം പ്രകടിപ്പിച്ചില്ല. ഞാൻ വരുമെന്ന് അവർ പ്രതീക്ഷിച്ചിരുന്നതുപോലെ. അവരുടെ സാമൂഹികസേവനപ്രവർത്തനങ്ങളിൽ ഏതു വിധത്തിലാണെനിക്ക് സഹായിക്കാനാവുക എന്ന് ഞാൻ ചോദിച്ചപ്പോൾ അവർ വളരെ ഹൃദ്യമായി ചിരിച്ചു.

"ഒരു പാടുകാര്യങ്ങൾ നിങ്ങൾക്കു ചെയ്യാനാവും... വെള്ളിയാഴ്ച വരാൻ പറ്റുമോ? നമുക്കപ്പോൾ സംസാരിക്കാം."

"ശരി... നമുക്ക് വെള്ളിയാഴ്ച സംസാരിക്കാം." ഞാനും സമ്മതിച്ചു... ഞങ്ങളുടെ മേശയിലേക്ക് തിരിഞ്ഞു നടന്നു.

വീടിന്റെ മുൻവശത്തെ വാതിലിൽ അർതൂഷ് കാറ് നിർത്തി. കാറിൽനിന്നിറങ്ങവേ എതിരേയുള്ള വീട്ടിലേക്ക് ഞാനും പെൺകുട്ടികളും ഒന്നു തിരിഞ്ഞുനോക്കി. അർതൂഷ് കാറ് ഗേരേജിന്റെ അകത്തുകൊണ്ടുപോയി ഇട്ടു. അർമേൻ കാറിന്റെ ട്രങ്കിൽനിന്നും കുട്ടികൾ 'നാലു ഋതുക്കൾ'ക്കു വേണ്ടി ധരിച്ചിരുന്ന വേഷവിധാനങ്ങൾ വാരിക്കൂട്ടിയെടുത്തു.

ജി-4ന്റെ ഗേറ്റ് മലർക്കെ തുറന്നു കിടന്നിരുന്നു.

അർമീനെ ശങ്കയോടെ ചോദിച്ചു, "അമ്മേ, ഞങ്ങൾ നാളെ പോയി എമിലിയെ കണ്ടോട്ടെ?"

അർസീനെയും അപേക്ഷിച്ചു... "പ്ലീസ് അമ്മേ... ഞങ്ങൾ എമിലിയെ കാണാൻ പോയ്ക്കോട്ടെ."

ഞാൻ രണ്ടുപേരുടേയും മുടിച്ചുരുളുകൾക്കിടയിലൂടെ വിരലോടിച്ചു. 'ആയിക്കോട്ടെ. നമുക്ക് നാളെ അവരുടെ വീട്ടിൽ പോയി അന്വേഷിക്കാം... തീർച്ച..."

നാല്പത്തിയേഴ്

രാവിലെ ഞാൻ ഉറക്കമുണർന്നപ്പോൾ, വെയിൽ നാളങ്ങൾ മേശപ്പുറത്തു വെച്ചിരുന്ന കണ്ണാടിയിൽ തട്ടി പ്രതിഫലിക്കാൻ തുടങ്ങിയിരുന്നു. ജോലിക്കു പോകുംമുമ്പേ അർതൂഷ് എന്റെ കാതിൽ പറഞ്ഞത് ഞാനോർത്തു. "എഴുന്നേല്ക്കണ്ട... ഉറങ്ങിക്കോളൂ... കുട്ടികൾക്ക് ഇന്നും സ്കൂളിൽ പോകണ്ടല്ലോ." ഞാൻ തലയ്ക്കു പിന്നിൽ കൈകൾ പിണച്ചുവെച്ച് വെറുതെ കിടന്നു. കണ്ണാടിയിൽ നിഴലും വെയിലും ചേർന്നുള്ള കളി കൗതുകത്തോടെ ശ്രദ്ധിച്ചു. മുറ്റത്ത് കുരുവികൾ ബഹളം വെച്ചിരുന്നു. ഞാൻ അവരോട് ഉറക്കെ വിളിച്ചുപറഞ്ഞു ചിരിച്ചു. "ഇന്ന് നിങ്ങളേക്കാൾ വളരെ വൈകിയാണ് ഞാൻ ഉണർന്നത്."

എനിക്കുതന്നെ അതിശയം തോന്നി. പതിവില്ലാത്തൊരു ലാഘവം. ഉന്മേഷം. സന്തോഷം. പുറത്ത് കുരുവികളുടെ ചിലക്കൽ കേട്ടതു കൊണ്ടാണോ? കണ്ണാടിയിൽ വെയിലിന്റെ ചിത്രപ്രദർശനം കണ്ടതു കൊണ്ടാണോ? മുറിക്കകത്തെ നേരിയ തണുപ്പു നല്കുന്ന സുഖമാണോ? എന്തായാലും നല്ല ഉണർവ്. ഞാൻ പുതപ്പ് ഒരു വശത്തേക്ക് മാറ്റിയിട്ട് എഴുന്നേറ്റു.

ഞാൻ അലമാരി തുറന്നു... വസ്ത്രങ്ങളൊക്കെ ഒന്നുനോക്കി. വീട്ടിൽ ധരിക്കുന്ന സാധാരണ വസ്ത്രങ്ങൾ. ഒരിക്കലും ധരിക്കാതെ മാറ്റിവെച്ചി രിക്കുന്ന വസ്ത്രങ്ങൾ. ധാരാളം പൂക്കളുള്ള ഒരു ഉടുപ്പാണ് ഞാൻ തിര ഞ്ഞെടുത്തത്. കഴുത്തിറക്കിവെട്ടി, വീതികുറഞ്ഞ നാടയോടുകൂടിയ ആ ഉടുപ്പ് ഞാൻ അപൂർവ്വമായേ ധരിക്കാറുള്ളൂ. അമ്മയും ആലീസിനും അത് ഒട്ടും ഇഷ്ടമായിരുന്നില്ല. "കുറച്ചധികം പുറത്ത് കാണുന്നു" എന്ന് അവർ പുരികം ചുളിച്ചിരുന്നു. കണ്ണാടിയുടെ മുമ്പിൽനിന്ന് ഞാൻ മുടി കോതി. കൈകൾ കൂട്ടിതിരുമ്മി. ഇല്ല... ഒട്ടും വരണ്ടതായി തോന്നിയില്ല. വിള്ളലു മില്ല.

ഞാൻ അടുക്കളയിലേക്ക് ചെന്നു. ഇന്നലത്തെ 'സിൻഡ്രല'യിൽ അർമേൻ രാജകുമാരനായി അവതരിപ്പിച്ച വരികൾ ഞാൻ ഓർത്തു ചൊല്ലി. എത്ര ഗംഭീരമായിരുന്നു അവന്റെ നില്പും നടപ്പും ഭാവാഭി നയവും!

"സൗന്ദര്യത്തിന്റെ ഒരു അദ്ഭുതദർശനം എന്ന പോലെ ആരാണിവിടെ എന്റെ മുമ്പിൽ വന്നു നില്ക്കുന്നത്? എന്റെ സ്വപ്നങ്ങളിലെ അതേ പെൺകിടാവ്!"

ഞാൻ ഉറക്കെ ചിരിച്ചു. പെൺകുട്ടികളുടെ മുറിയിലേക്ക് എത്തിനോക്കി. അവരുടെ മെത്ത ഒഴിഞ്ഞുകിടന്നിരുന്നു. ധൃതിയിൽ അർമേന്റെ വാതിൽ തുറന്നു നോക്കി. അവിടേയും ആരുമില്ല.

അടുക്കള മേശമേൽ മൂന്ന്, പാതി കുടിച്ചുവെച്ച പാൽ ഗ്ലാസ്സുകൾ. ഞാൻ ഗ്ലാസ്സുകളെടുത്ത് കഴുകിവെച്ചു. ഈ കുട്ടികൾ എവിടെ പോയിരിക്കും... അധികം നേരം പരിഭ്രമിച്ചുനില്ക്കേണ്ടി വന്നില്ല. മൂന്നുപേരും എന്റെ മുമ്പിൽ പ്രത്യക്ഷപ്പെട്ടു.

അർമീനെ പറഞ്ഞു, "ജി-4ൽ ആരുമില്ല."

അർസീനെ പറഞ്ഞു. "എമിലിയുമില്ല, അവളുടെ അച്ഛനുമില്ല, അച്ഛമ്മയുമില്ല."

"എനിക്ക് തോന്നുന്നത് അവർ വീടുമാറി പോയി എന്നാണ്," അർമേൻ അവന്റെ ഊഹം പറഞ്ഞു.

അടുക്കളത്തിണ്ണയിലിരുന്ന ഗ്ലാസ്സുകളിലൊന്ന് എന്റെ കൈതട്ടി താഴെ വീണു. "അയ്യോ!" പെൺകുട്ടികൾ നിലവിളിച്ചുകൊണ്ട് പിന്നോക്കം മാറി.

"അമ്മേ... ഒന്നും പറ്റിയില്ലല്ലോ..." അർമേൻ എന്റെ അടുത്തേക്ക് വന്നു.

"എനിക്കൊന്നും പറ്റിയില്ല... നിങ്ങൾ സൂക്ഷിച്ചാൽ മതി" ഞാൻ ചൂലും കോരിയും എടുത്തുകൊണ്ടുവന്നു. അവരെങ്ങോട്ടാണ് പോയത്? എപ്പോൾ? എന്തായിരിക്കും കാരണം?

പതിവുപോലെ കുട്ടികൾ രണ്ടുപേരുടേയും വാക്കുകൾ ഇഴചേർത്ത് പറയാൻ തുടങ്ങി. "എമിലിക്ക് തീരെ സുഖമില്ലാതായിട്ടുണ്ടാവും. അവരവളെ ടെഹ്റാനിലെ ആശുപത്രിയിലേക്ക് കൊണ്ടുപോയിട്ടുണ്ടാവും."

"അങ്ങനെയാണെങ്കിൽ അവരുടെ സാമാനങ്ങളൊക്കെ എവിടെ?"

"ഒരുപക്ഷേ, സുഖക്കേട് അവളുടെ അച്ഛമ്മയ്ക്കായിരിക്കും."

"അങ്ങനെയാണെങ്കിൽ സാമാനങ്ങളെവിടെ?"

"ഇന്നലെ നമ്മൾ വീട്ടിലില്ലാതിരുന്ന സമയത്ത് അവർ വീടൊഴിഞ്ഞു പോയിട്ടുണ്ടാവും."

മുറിയുടെ മൂലയിലേക്ക് തെറിച്ചുപോയ രണ്ടു കഷണം കുപ്പിച്ചില്ല് അർമേൻ പെറുക്കിയെടുത്ത് ചവറ്റുകുട്ടയിലേക്കിട്ടു. അവൻ അനിയത്തിമാരെ ശാസിച്ചു. "നിങ്ങൾ രണ്ടുപേരും കുറച്ചധികം വായിട്ടലക്കുന്നു. ഇവിടെനിന്നു പുറത്തേക്ക് പൊക്കോളൂ... ചില്ലിന്റെ തുണ്ട് കാലിൽ തറയ്ക്കണ്ട."

വൈകീട്ട് അർതുഷ് ആപ്പീസിൽനിന്നും വന്നപ്പോൾ ഞങ്ങൾക്കറി യാവുന്നതിൽ കൂടുതലായൊന്നും അദ്ദേഹത്തിനുമറിഞ്ഞുകൂടാ. എമിൽ ഉദ്യോഗം രാജിവെച്ചിരിക്കുന്നു. കാരണം ആർക്കും അറിഞ്ഞുകൂടാ. എങ്ങോട്ടുപോയെന്നും ആർക്കും നിശ്ചയമില്ല.

രാത്രി അത്താഴം കഴിക്കുന്നതിനിടയിൽ ഫോൺമണി അടിച്ചു.

“ഞാനെടുക്കാം” അർമേൻ ചാടി എഴുന്നേറ്റു. പെൺകുട്ടികൾ പരസ്പരം നോക്കി ഇളിച്ചുകാട്ടി.

“ഇപ്പോ എന്തുപറ്റി?” ഞാൻ ചോദിച്ചു.

“ഒന്നുമില്ല.” രണ്ടുപേരും വളരെ ഗൗരവത്തിൽ പറഞ്ഞു.

അർമേൻ തിരിച്ചുവന്നു... “അമ്മയ്ക്കാണ്... നീന അമ്മായി വിളി ക്കുന്നു.”

നീനയുടെ സ്വരത്തിൽ പതിവുള്ള ഉത്സാഹമുണ്ടായിരുന്നില്ല. അല്ലെ ങ്കിൽ എപ്പോഴും സന്തോഷത്തോടെ സംസാരിക്കുന്ന നീന “എന്തൊരു അത്യാപത്താണ് വന്നുപെട്ടിരിക്കുന്നതെന്നു നോക്കൂ... നീ കേട്ടില്ലേ? ആ വിഡ്ഢി ആരോടും ഒരക്ഷരം മിണ്ടാതെ കടന്നുകളഞ്ഞിരിക്കുന്നു. വയലറ്റാണെങ്കിൽ കരഞ്ഞും ശപിച്ചും വെറുതെ അങ്ങോട്ടുമിങ്ങോട്ടും നടക്കുകയാണ്. ഭൂമിയേയും സ്വർഗ്ഗത്തേയും ഒന്നായി നശിപ്പിക്കാനുള്ള ദേഷ്യമുണ്ട് അവൾക്ക്. ദൈവം രക്ഷിച്ചു. ഗാർനിക് മറ്റന്നാളേ തിരിച്ചു വരികയുള്ളൂ. അദ്ദേഹം തിരിച്ചു വന്നാലത്തെ സ്ഥിതി... എനിക്കാലോചി ക്കാൻ വയ്യ. അവൾ അരുതാത്തതു വല്ലതും കാണിക്കുമോ എന്നാണ് എന്റെ ഭയം. അങ്ങനെ വല്ലതും സംഭവിച്ചാൽ അവളുടെ അമ്മയോട് ഞാനെന്തു പറയും? എന്തുചെയ്യണമെന്ന് എനിക്കൊരു രൂപമില്ല.”

ഞാൻ അവളെ സമാധാനിപ്പിക്കാൻ ശ്രമിച്ചു. “വാസ്തവത്തിൽ അവർ തമ്മിൽ... സംഗതി അത്രയ്ക്കും ഗൗരവമായിരുന്നോ?” പറഞ്ഞതും എനിക്കു തോന്നി തെറ്റായിപ്പോയല്ലോ എന്ന്. സംഗതി ഗൗരവമായതു കൊണ്ടാണല്ലോ മിസ്സിസ് സിമോനിയൻ എല്ലാം കെട്ടിപ്പെറുക്കി നാടു വിട്ടത്. അല്ലെങ്കിൽ ഇങ്ങനെ പെട്ടെന്ന് അവർ സ്ഥലം വിടുകയില്ലായി രുന്നുവല്ലോ. എമിൽ വയലറ്റിനോട് എന്തുപറഞ്ഞു, വയലറ്റ് എമിലിനോട് എന്തു പറഞ്ഞു. നീനയെല്ലാം വിസ്തരിച്ചുതന്നെ പറഞ്ഞുതന്നു. അപ്പോ ഴൊക്കെ ഞാൻ വിചാരിച്ചിരുന്നത്, ഈ മകൻ കാരണം ആ അമ്മ എത്ര തവണ വീടും നാടും മാറിയിട്ടുണ്ടാകണം എന്നായിരുന്നു. എപ്പോഴും ഇങ്ങനെത്തന്നെയായിരിക്കുമോ സംഭവിച്ചിരിക്കുക? ഒരു മുന്നറിയിപ്പു മില്ലാതെ. ആയിരിക്കില്ല... അവർ ശരിയായ തീരുമാനം തന്നെയാണോ എടുത്തിരിക്കുക... അതെ. അല്ലെന്നു വരുമോ? ഒരുപക്ഷേ എമിൽ വയലറ്റിനെ വിവാഹം കഴിച്ചിരുന്നുവെങ്കിൽ... കാര്യങ്ങൾ അത്രത്തോളം മോശമാകുമായിരുന്നോ? ഒരുപക്ഷേ ആകുമായിരുന്നിരിക്കാം... എന്നാലും അവർ ഇടങ്കോലിടരുതായിരുന്നു. അവർക്ക് സ്വന്തം മകന്റെ മനസ്സ് അത്ര

നല്ലവണ്ണം അറിയുമായിരിക്കാം. അതുകൊണ്ടായിരിക്കാം ആ കാര്യത്തിൽ അവർ ഇടപെട്ടത്. വേറെ വഴിയൊന്നും കണ്ടിട്ടുണ്ടാവില്ല. അങ്ങനെ ഒരു നൂറു ശരികളും തെറ്റുകളും പക്ഷേകളും എന്റെ വിചാരങ്ങളിലൂടെ കയറിയിറങ്ങി. നീനയുടെ സ്വരമാണ് അവയുടെ പിടിയിൽ നിന്നും എന്നെ മോചിപ്പിച്ചത് "സോഫിയെ കുറച്ചുദിവസം നിങ്ങളുടെ കൂടെ താമസിപ്പിക്കാമോ? എനിക്ക് വയലറ്റിനേയും കൊണ്ട് ടെഹ്റാനിലേക്ക് പോകണം."

"അതിനെന്താ... അവൾ ഞങ്ങളുടെ കൂടെ നില്ക്കട്ടെ..." ഞാൻ സന്തോഷത്തോടെ സമ്മതമറിയിച്ചു. "വേറെ എന്തെങ്കിലും ഞാൻ ചെയ്യേണ്ടതുണ്ടെങ്കിൽ പറഞ്ഞോളൂ..."

നീനയ്ക്ക് തത്ക്കാലം സമാധാനമായി. അവൾ ഗുഡ്ബൈ പറഞ്ഞ് ഫോൺ താഴെ വെച്ചു. അപ്പോഴേക്കും അർതൂഷും അർമേനും അടുക്കളയിൽനിന്നും പുറത്തേക്ക് വന്നു.

"ദാ... നമ്മുടെ ഷെവർലേ അപ്പൂപ്പൻ വീണ്ടും കിടപ്പിലായി. " അർമേൻ പറഞ്ഞു. "ഞങ്ങൾ ഡോക്ടറെ വിളിച്ചുകൊണ്ടുവരികയാണ്, പരിശോധിക്കാൻ."

അവൻ ഡോക്ടർ എന്നു പറഞ്ഞത് അവന്റെ അച്ഛനെത്തന്നെയായിരുന്നു. രണ്ടുപേരും കൂടി ഗേരേജിലേക്ക് നടന്നു. ഞാൻ ടെലിഫോൺ മേശയിൽ ചാരിനിന്ന് സിമോനിയൻ കുടുംബത്തെപ്പറ്റി ആലോചിച്ചു. അവരുടെ വരവും പോക്കും... എത്ര വേഗത്തിലായിരുന്നു എല്ലാം. അബ്ദാനിലെ മഴയെപോലെ. മഴ പെയ്യുന്നു എന്ന് കണ്ടറിയുമ്പോഴേക്കും തന്നെ മഴ നില്ക്കും. അമ്മയും ആലീസും തത്ക്കാലം ഈ വർത്തമാനം അറിയാതിരിക്കുന്നതാണ് നല്ലത്. ഈ വിഷയത്തിൽ ആലീസിനു പറയാനുള്ളതെല്ലാം കേട്ടിരിക്കാനുള്ള ക്ഷമ എനിക്കില്ല. അമ്മയും തുടങ്ങും, 'ഇത് ഇങ്ങനേയേ അവസാനിക്കൂ എന്ന് എനിക്ക് ആദ്യം മുതലേ അറിയാമായിരുന്നു."

അടുക്കളയിൽ പെൺകുട്ടികളുടെ സംസാരം.

"നിനക്കോർമ്മയുണ്ടോ അവൾ നമ്മളോട് പറഞ്ഞത്. മിസ്റ്റർ സോഹ്റായുടെ നേരെ തക്കാളി എറിയാൻ?"

"ഉവ്വ്... ഉവ്വ്... നന്നായി അവൾ പറഞ്ഞതുപോലെ നമ്മൾ ചെയ്തില്ലല്ലോ..."

"എന്നാലും അവൾ എറിഞ്ഞു. എന്നിട്ട് എട്ടാം ക്ലാസ്സിലെ ഒരു കുട്ടിയുടെ മേൽ കുറ്റം ചുമത്തുകയും ചെയ്തു."

"അതെ. ഉച്ചയൂണിന്റെ സമയത്ത് റുബീന ഇരിക്കും മുമ്പേ അവളുടെ കസേര പിന്നോക്കം വലിച്ചത്... എന്നിട്ടവളെന്താ പറഞ്ഞത്... മനഃപൂർവ്വം ചെയ്തതല്ല, അറിയാതെ സംഭവിച്ചതാണെന്ന്. അവൾ വേണമെന്ന് വിചാരിച്ചുതന്നെയാണ് അത് ചെയ്തത്, അല്ലേ?"

“അതെ... മനഃപൂർവ്വം ചെയ്തതാണ്.” നമ്മുടെ കസേരയിൽ ആ തുളയുണ്ടാക്കിയതും അവളാണ്, അല്ലേ?”

“ശരിയാണ്... അർമേനെ കണ്ടുകൊണ്ടാണ് അവൾ നമ്മളോട് കൂട്ടുകൂടാൻ വന്നതുതന്നെ. എന്റെ റാംപുൽസെലിനെ അവൾക്കൊട്ടും ഇഷ്ടമായിരുന്നില്ല.”

“റാംപുൽസെല്ലിന്റെ ചുകന്ന ഉടുപ്പ് അവൾ ആകെ വെട്ടിമുറിച്ചില്ലേ? നീ എന്തിനാ അതിനു സമ്മതിച്ചത്?”

“അത് നന്നല്ല എന്ന് അവൾ പറഞ്ഞു.”

“അവൾ അവളുടെ വെള്ള ബ്ലൗസും വെട്ടി നാശമാക്കി... കൈയിൽ വലിയ ഞൊറികളുള്ള ആ ബ്ലൗസ്...”

“നമ്മളെക്കൊണ്ട് മാർഗരീറ്റയെ കളിയാക്കിപ്പിച്ചില്ലേ?

“മാർഗരീറ്റ ചീറ്റയെപോലെ” എന്നു വിളിപ്പിച്ചില്ലേ... പാവം... അവൾക്കതെത്ര വിഷമമായി!”

“ശരിയാണ് നമ്മൾ ചെയ്തത് ഒട്ടും നന്നായില്ല.”

“അതെ, നമ്മൾ ചെയ്തത് ഒട്ടും നന്നായില്ല.”

നാല്പത്തിയെട്ട്

സോഫിയേയും കൂട്ടി കുട്ടികൾ നീന്തൽകുളത്തിലേക്ക് പോയി. അർമേൻ അവന്റെ ഒരു ചങ്ങാതിയുടെ വീട്ടിലേക്കും പോയി. ഞാൻ അമ്മയും ആലീസും വരാൻ കാത്തിരുന്നു. തലേ രാത്രിയാണ് അവർ ടെഹ്റാനിൽനിന്നും മടങ്ങിയെത്തിയത്.

ഫോണടിച്ചു, റിസീവർ കൈയിലെടുത്തുകൊണ്ട് ഞാൻ കണ്ണാടിയിലേക്കൊന്നു നോക്കി. എനിക്ക് വെറുതെ തോന്നുന്നതാണോ? അതോ ഞാൻ ശരിക്കും അല്പം തടിച്ചിട്ടുണ്ടോ?

"ഹലോ!" ഞാൻ ഒന്നു രണ്ടുതവണ പറഞ്ഞു. മറുവശത്തുനിന്ന് ശബ്ദമൊന്നുമില്ല. ഞാൻ ഫോൺ താഴെവെച്ചു.

ഉമ്മറത്ത് കാൽ പെരുമാറ്റം... ഞാൻ വേഗം ചെന്ന് വാതിൽ തുറന്നു. അമ്മ എന്റെ കവിളിൽ ഉമ്മവെച്ചു. ആലീസ് ഇറുക്കി കെട്ടിപ്പിടിച്ചു.

"നിന്നെ കാണാൻ നല്ല ചന്തം.. കുറച്ചു വണ്ണംവെച്ചിട്ടുണ്ടെന്ന് തോന്നുന്നു, ഇല്ലേ? അതിനുപകരം ഞാൻ ഏതാനും കിലോ കുറഞ്ഞിട്ടുമുണ്ട്, അത് കാണുന്നില്ലേ?"

ശരിയായിരുന്നു. അവളുടെ വണ്ണം കുറച്ചു കുറഞ്ഞിട്ടുണ്ട്. ഞാൻ ആലോചിക്കുകയായിരുന്നു. എന്താണെന്നെ കൂടുതൽ അതിശയിപ്പിച്ചത്...? ആലീസ് അല്പം മെലിഞ്ഞു എന്നതോ? അതോ അവൾ എന്നെ സ്നേഹപൂർവം കെട്ടിപ്പിടിച്ചതോ?

ഞങ്ങൾ മൂന്നുപേരും അടുക്കളയിലേക്ക് ചെന്നു. അമ്മ കൊണ്ടുവന്ന പെറോക്കിന്റെയും ഗാട്ടയുടേയും പെട്ടികൾ മേശപ്പുറത്ത് നിരത്തി. എല്ലാം ഞങ്ങൾക്കായി ടെഹ്റാനിൽനിന്നും കൊണ്ടുവന്നിരിക്കയാണ്. ആലീസിന് അടങ്ങിയിരിക്കാനായില്ല. "കാപ്പി ഞാനുണ്ടാക്കാം." അവൾ എന്റെ കൈയിൽനിന്നും കെറ്റിൽ പിടിച്ചുവാങ്ങി. കാപ്പിയുണ്ടാക്കുന്നതിനിടയിൽ യാത്രയുടെ പൂർണ്ണ വിവരണവും നല്കി. "ഇവിടെവെച്ചുതന്നെ വിവാഹം നടത്താനാണ് ഞങ്ങളുടെ തീരുമാനം. വിവാഹ ക്ഷണക്കത്തിനുള്ള ഏർപ്പാട് ഞാൻ ചെയ്തുകഴിഞ്ഞു. മിസ്റ്റർ ഡവീഷ്യന്റെ ഒരു

സ്നേഹിതൻ സ്വന്തമായൊരു പ്രിന്റിങ്ങ് പ്രസ്സുണ്ട്. അവിടെയാണ് ഏല്പിച്ചിരിക്കുന്നത്. ഓ... മിസ്റ്റർ ഡവീഷ്യൻ നിങ്ങളെ അന്വേഷണ ങ്ങളറിയിക്കാൻ പ്രത്യേകം ഏല്പിച്ചിട്ടുണ്ട്. എന്തു നല്ല മനുഷ്യൻ! അദ്ദേഹം നേരിട്ടു പറഞ്ഞതുകൊണ്ടാണ്. അല്ലെങ്കിൽ ക്ഷണക്കത്ത് കൃത്യസമയത്ത് കിട്ടുകയില്ലായിരുന്നു. മഹത്താബിൽ കേക്കും പറ ഞ്ഞേല്പിക്കാം. ടെഹ്റാനിൽനിന്നും ഞാൻ എന്താണ് വാങ്ങിയതെന്ന് ഊഹിക്കാനാവുമോ?

ആലീസ് സ്റ്റൗവിൽനിന്നും കാപ്പിപ്പാത്രമെടുത്ത് അടുക്കളത്തിണ്ണയിൽ വെച്ചു. തിരിഞ്ഞുനിന്ന് എന്നെ നോക്കി. കൈകൾ വിടർത്തി. തല ഒരു വശത്തേക്ക് ചെരിച്ചു. തെളിഞ്ഞു ചിരിച്ചുകൊണ്ടു പറഞ്ഞു. “എനിക്കുള്ള വിവാഹവസ്ത്രം”

അമ്മ പൊട്ടിച്ചിരിച്ച് മകളുടെ സന്തോഷത്തിനു മാറ്റുകൂട്ടി. ഞാനും മനസ്സു തുറന്ന് ചിരിച്ച് അവരുടെ സന്തോഷത്തിൽ പങ്കുകാരിയായി.

ഇത്തവണ ഞാനാണ് എന്റെ സഹോദരിയെ ആലിംഗനം ചെയ്തത് കവിളിൽ മുത്തം കൊടുത്തത്. “അഭിനന്ദനങ്ങൾ... അഭിനന്ദനങ്ങൾ... എന്റെ എല്ലാ അനുഗ്രഹങ്ങളും...”

പിന്നെ തിരക്കായിരുന്നു. അന്നു രാവിലെ നേരം പോയതറിഞ്ഞില്ല. വിവാഹവിരുന്നിനുവേണ്ട ഏർപ്പാടുകൾ, ക്ഷണിക്കാനുള്ളവരുടെ പേരു വിവരം... അങ്ങനെ എന്തെല്ലാം.

അർമീനെയും അർസീനെയും സോഫിയും ഉച്ചഭക്ഷണത്തിന് സമയ മായപ്പോഴേക്കും നീന്തൽ കഴിഞ്ഞ് തിരിച്ചെത്തി. ആലീസ് മൂന്നു പേരേയും കെട്ടിപ്പിടിച്ച് ഉമ്മവെച്ചു. “മണവാട്ടിയുടെ തോഴിമാരാണ് മൂന്നു പേരും. ഇളം ചുകപ്പും നീലയും... ഉടുപ്പുകൾ...”

അർമീനെ ഉടനെ ചോദിച്ചു. “ആരുടെ കല്യാണമായിരുക്കും ആദ്യം... ആലീസ് കൊച്ചമ്മയുടേതോ? വയലറ്റ് അമ്മായിയുടേതോ?” കുട്ടികൾ മൂന്നുപേരും ആലീസിനെ ഉറ്റുനോക്കിക്കൊണ്ടുനിന്നു. ആലീസും അമ്മയും എന്നേയും...

“വയലറ്റ് അമ്മായിയുടെ വിവാഹം ഉടനെയുണ്ടാവില്ല. അത് നീട്ടി വെച്ചിരിക്കുന്നു.” അല്ലാതെ ഞാനെന്തു പറയാൻ!

“ അതുകൊണ്ടാണോ അവർ കരഞ്ഞിരുന്നത്?” എന്റെ കുട്ടികൾ രണ്ടുപേരും ഒപ്പം ചോദിച്ചു.

സോഫി എന്റെ നേരെ നോക്കി. താൻ പറഞ്ഞാൽ അബദ്ധമാകുമോ എന്ന് ഭയമുള്ളതുപോലെ. ഒടുവിൽ അവൾ പറയുക തന്നെ ചെയ്തു. “വയലറ്റമ്മായി കരഞ്ഞുകൊണ്ടേയിരുന്നു. ഒക്കെ ആ വാശിക്കാരി കിഴ വിയുടെ കുറ്റമാണെന്ന് പിന്നേയും പിന്നേയും പറഞ്ഞുകൊണ്ടിരുന്നു.”

“കിഴവി എന്നുവെച്ചാൽ?” അർമീനെ ചോദിച്ചു.

അർസീനെ പറഞ്ഞുകൊടുത്തു “എന്നുവെച്ചാൽ തീരെ ഉയരം കുറഞ്ഞത് എന്നാണ്.”

ആലീസ് കസേരയിൽനിന്നും എഴുന്നേറ്റു. ഒരു തട്ടത്തിൽ കുട്ടികൾക്കായി മധുരപലഹാരങ്ങളെടുത്തു. “കിഴവി എന്നുവെച്ചാൽ ഉയരം കുറഞ്ഞ ആൾ എന്നല്ല അർത്ഥം... ഈ വക വാക്കുകളൊന്നും കുട്ടികൾ ഉപയോഗിക്കുന്നത് ശരിയുമല്ല. ഇതുംകൊണ്ട് പുറത്തുപോയിരുന്നു കളിച്ചോളൂ... പാവക്കുട്ടികളേയുമെടുത്തോളൂ. എല്ലാവർക്കും കൂടി അവിടെ ഒരു ‘ടീപാർട്ടി’യാകാം.

അടുക്കളയിൽനിന്നും പുറത്തേക്ക് നടക്കുന്നതിനിടയിൽ അർസീനെ സോഫിയുടെ കഴുത്തിലൂടെ കൈയിട്ടു. “അതത്ര മോശമൊന്നുമല്ല. എന്തായാലും ഒരു കല്ല്യാണമുണ്ടാകുമെന്ന് തീർച്ച. നമുക്ക് പുതിയ ഉടുപ്പുകളിട്ട് മണവാട്ടിയുടെ തോഴിമാരായി നില്ക്കാം. നിനക്ക് ഞങ്ങളുടെ കൂടെ ഇവിടെ താമസിക്കാം... അല്ലേ അർമീനെ?”

“തീർച്ചയായും...” അർമീനെ പറഞ്ഞു, “ഞാനിപ്പോൾ വിചാരിക്കുന്നത് നീന അമ്മായി വേഗം തിരിച്ചുവരാതിരുന്നെങ്കിൽ എന്നാണ്.”

കുട്ടികൾ മൂന്നുപേരും ഉറക്കെ ചിരിച്ചുകൊണ്ട് തോട്ടത്തിലേക്കോടി.

അമ്മ എന്റെ നേരെ തിരിഞ്ഞു. “പറയൂ, എന്താണുണ്ടായത്?” ആലീസ് മേശമേൽ ചാരിനിന്നു.

ഉണ്ടായതെല്ലാം ഞാൻ അവരോടു പറഞ്ഞു. എല്ലാം കേട്ടു കഴിഞ്ഞപ്പോൾ അമ്മ പറഞ്ഞു, “ആദ്യത്തെ ദിവസം മുതലേ ഞാൻ നിന്നോടു പറഞ്ഞുകൊണ്ടിരിക്കുന്നതല്ലേ... ആ സ്ത്രീയുടെ തലയ്ക്ക് സുഖമില്ല എന്ന്. അവരുടെ മകനും അങ്ങനെത്തന്നെ, അമ്മയെപ്പോലെ ബുദ്ധിസ്ഥിരതയില്ലാത്തവൻ... ഞാൻ നുണ പറയുകയാണെന്നാണോ? എങ്കിൽ പറയൂ.”

ഗാട്ടയുടെ പെട്ടിയിൽ കെട്ടിയിരുന്ന ചരടെടുത്ത് തിരുപ്പിടിച്ചുകൊണ്ടിരിക്കുകയായിരുന്നു ആലീസ്. “കാരണമില്ലാതെ വെറുതെ മറ്റുള്ളവരെ കുറ്റം പറയരുത്. നമുക്കറിയില്ല, യഥാർത്ഥത്തിൽ എന്താണ് സംഭവിച്ചതെന്ന്. ഏതായാലും അത് നമ്മളെ സംബന്ധിച്ച കാര്യമല്ല... എന്നാലും പാവം വയലറ്റ്.”

ആലീസിന്റെ മുഖത്തേക്ക് ഞാൻ നോക്കി... ഇങ്ങനെയൊരു ആലീസിനെ ആദ്യമായാണല്ലോ കാണുന്നത്! ഒരാളേയും വിടാതെ ഇടത്തും വലത്തും കുറ്റം പറയാറുള്ള എന്റെ അനിയത്തി. ആരുടെ കാര്യമായാലും, അതെത്രതന്നെ നിസ്സാരമായാലും ആലീസ് അഭിപ്രായം പറയാതിരിക്കില്ല. അവർ എന്തുചെയ്യണമെന്ന കാര്യത്തിൽ ആവശ്യമില്ലെങ്കിലും ഉപദേശം നല്കുകയും ചെയ്യും. അങ്ങനെയുള്ള ആലീസാണോ

ഇപ്പോൾ പറയുന്നത്. കാരണമറിയാതെ ആരേയും കുറ്റപ്പെടുത്തുന്നത് ശരിയല്ല എന്ന്... അത് നമ്മളെ ബാധിക്കുന്ന വിഷയമല്ല... പാവം വയലറ്റ്.

അപ്പോഴാണ് എനിക്ക് ശരിക്കും മനസ്സിലായത് ജൂപ്പിനെ എനിക്കിഷ്ട മാണെന്ന്. വളരെ വളരെ ഇഷ്ടം.

ഇടനാഴിയിൽ ഫോൺ മണിയടിച്ചു. അർമേൻ അവന്റെ മുറിയിൽ നിന്നും ശരവേഗത്തിൽ ഓടുന്നതു കണ്ടു. വാസ്തവത്തിൽ അവൻ തിരിച്ചുവന്നതും മുറിയിലേക്ക് പോയതും ഞാൻ കണ്ടിരുന്നില്ല. “ഫോൺ ഞാനെടുത്തോളാം” അവൻ ഉറക്കെ പറഞ്ഞു. ഉടനെത്തന്നെ അവൻ അടുക്കളയിലേക്ക് വന്നു, “നമ്മുടെ ഡച്ചുകാരൻ സുഹൃത്ത്... ആലീസ് അമ്മായിയെ വിളിക്കുന്നു.”

ആലീസ് അർമേന്റെ തോളിലൂടെ കൈയിട്ട് അവന്റെ കവിളിൽ ഉമ്മ വെച്ചു. “ഒന്നാമതായി, എന്താ നിന്റെ നാക്ക് പൂച്ച കടിച്ചുകൊണ്ടു പോയോ”. നീ എന്നോട് ഒരു ഹലോ പോലും പറഞ്ഞില്ലല്ലോ. രണ്ടാ മത്തെ കാര്യം... ഇനി മുതൽ അദ്ദേഹം “നമ്മുടെ ഡച്ചുകാരൻ സുഹൃ ത്തല്ല” നിന്റെ ജൂപ് മാമനാണ്.”

ഉറക്കെ ചിരിച്ചുകൊണ്ട് അവൾ ഫോണെടുക്കാൻ ഇടനാഴിയിലേക്ക് പോയി. അർമേൻ പലതവണ ആവർത്തിച്ചുപറഞ്ഞു ചിരിച്ചു “ജൂപ് മാമൻ... ജൂപ് മാമൻ.” അവൻ ഓടിവന്ന് തലകുനിച്ച് അവന്റെ അമ്മൂമ്മയെ കെട്ടിപ്പിടിച്ച് ഉമ്മവെച്ചു. എന്റെ അമ്മ അവന്റെ കവിളിൽ അരുമയായി തലോടി. “നിന്റെ കല്യാണം കൂടാനും കൂടി എനിക്കായുസ്സുണ്ടാവണേ എന്നാണെന്റെ ആശ.

നാല്പത്തിയൊൻപത്

ആലീസിന്റെ വിവാഹം... ഓരോ അടിവെക്കുമ്പോഴും സഹായിച്ചു കൊണ്ട് നീന കൂടെയുണ്ടായിരുന്നു. എനിക്ക് കുറച്ചാശങ്കയുണ്ടായിരുന്നു. വയലറ്റിന്റെ കാര്യം തന്നെ പറഞ്ഞും കുറ്റപ്പെടുത്തിയും അവൾ സ്വൈരം കെടുത്തിയേക്കുമോ എന്ന്. എന്തായാലും അങ്ങനെയൊന്നും ഉണ്ടായില്ല. ടെഹ്റാനിൽനിന്നും മടങ്ങിവന്നതിനുശേഷം വയലറ്റിനെക്കുറിച്ച് നീന ഒരക്ഷരംപോലും മിണ്ടുകയുണ്ടായില്ല.

കല്യാണത്തിന്റെ തലേരാത്രി ഗാർനിക്കും, അർതൂഷും കുട്ടികളെ 'അനക്സി'ലേക്കു കൊണ്ടുപോയി, വറുത്ത മീനും ഉരുളക്കിഴങ്ങ് വറവലും കഴിക്കാൻ. ഞാൻ വീട്ടിൽത്തന്നെയിരുന്നു. നീനയുമുണ്ടായിരുന്നു കൂടെ. ഞങ്ങൾ രണ്ടുപേരും അടുക്കള മേശയ്ക്കരികെ ഇരുന്ന്, പഞ്ചസാരയിൽ വിളയിച്ച ബദാം കൊച്ചുകൊച്ചു പൊതികളിൽ നിറച്ചുവെച്ചു. വിവാഹവിരുന്നിനെത്തുന്ന അതിഥികൾക്ക് സമ്മാനമായി കൈയിൽ കൊടുക്കാൻ. അമ്മ അതിനുവേണ്ടി ചെറിയ വലസഞ്ചികൾ പ്രത്യേകമായി ഉണ്ടാക്കിയിരുന്നു. അതിൽ പൂക്കളും തുന്നിപ്പിടിപ്പിച്ചിരുന്നു. ആ സഞ്ചികളിലാണ് ഞങ്ങൾ ബദാം നിറച്ചത്. പിന്നീട് ചെറിയ സാറ്റിൻ നാടകൊണ്ട് ഓരോന്നും കെട്ടി വലത്തെ നാടകളുടെ ഒരറ്റത്ത് ജൂപ്പും ആലീസും എന്നെഴുതിയിരുന്നു. മറ്റേ അറ്റത്ത് വിവാഹത്തിന്റെ തിയതിയും.

ആലീസ് വീട്ടിലേക്ക് പോയിരുന്നു. "ഇന്നെനിക്ക് നേരത്തെ ഉറങ്ങണം... എന്നാലേ നാളേ രാവിലെ തെളിവോടെ ഉണരാനാവൂ... പക്ഷേ ഈ രാത്രി... എനിക്കുറങ്ങാനാവുമോ?" അമ്മ അപ്പോഴും ചെറിയൊരു തയ്യൽ പണിയുടെ തിരക്കിലായിരുന്നു. ജൂപ് പറഞ്ഞതുപോലെ "ചോപ്പും പച്ചയും തുണിയുണ്ടാക്കൽ."

ഞങ്ങളുടെ വിവാഹചടങ്ങുകൾ പലതും ജൂപ്പിന് വളരെ കൗതുകകരമായി തോന്നി. ജൂൽഫയിലെ അർമേനിയക്കാരുടെ ഒരു വിശേഷാൽ ചടങ്ങായിരുന്നു. വധൂവരന്മാരെ പട്ട അണിയിക്കൽ. സാറ്റിൻ തുണി കൊണ്ടു തുന്നിയ കുറച്ചു വീതിയുള്ള പട്ട. ഒന്ന് ചോപ്പും മറ്റേത് പച്ചയും... രണ്ടു തോളിലും കൂടി ചുറ്റി മുന്നോട്ടിട്ടു. പുരോഹിതൻ നവദമ്പതികളെ ആശിർവദിക്കുന്ന നേരം, മണവാളന്റെ തോഴൻ രണ്ടു പട്ടകളും മുന്നിലേക്കും പിന്നിലേക്കുമായി ഏതാനും തവണ വീശും. പച്ച സമ്പത്തിന്റേയും സൗഭാഗ്യത്തിന്റേയും പ്രതീകമാണ്. ചുകപ്പ് പ്രണയത്തിന്റേയും.

ആലീസിന്റേയും ജൂപ്പിന്റേയും വിവാഹത്തിന് മണവാളന്റെ തോഴനായി നില്ക്കാൻ ഒരു മടിയുംകൂടാതെ അർതൂഷ് സമ്മതിച്ചു.

നല്ല പുളിയുള്ള ചെറി സർബത്ത് മോന്തിക്കൊണ്ട് നീന ഒരു മൂളിപ്പാട്ട് പാടി. എനിക്ക് കൂടുതൽ നേരം ക്ഷമിച്ചിരിക്കാനായില്ല. വിവരമറിയാനുള്ള തിടുക്കം... "വയലറ്റ് എങ്ങനെയുണ്ട്?"

"ഫൂ..." അവൾ ഉച്ചത്തിൽ ഒച്ചയുണ്ടാക്കി. നിസ്സാരമട്ടിൽ തോളു കുലുക്കി. ഒരു ബദാം സഞ്ചിയുടെ നാട മുറുക്കിക്കെട്ടി മേശപ്പുറത്തെ തട്ടത്തിൽ വെച്ചു. അമ്മ അതിൽ പല കൃത്രിമപ്പൂക്കൾ തുന്നിപിടിപ്പിച്ചിരുന്നു. ഗ്ലാസ്സിലെ സർബത്ത് മുഴുവൻ അവൾ വലിച്ചുകുടിച്ചു. അടിയിൽ കിടന്ന ഐസുകട്ടകൾ കുലുക്കി ഇളക്കി. "എത്രയും കൂടുതൽ ജീവിക്കുന്നോ അത്രയും കൂടുതൽ നമ്മൾ പാഠങ്ങൾ പഠിക്കും." അവൾ എന്തൊക്കെയോ പറഞ്ഞുകൊണ്ടിരുന്നു. ചിരിച്ചുകൊണ്ടിരുന്നു.

നീന ഗ്ലാസ് മേശപ്പുറത്തുവെച്ചു. വേറൊരു സമ്മാനസഞ്ചി കൈയിൽ കൊടുത്തു. "നിനക്കോർമ്മയുണ്ടോ? ഞാൻ ഒരിക്കൽ പറയുകയുണ്ടായി, വയലറ്റിന് നിന്റെ നേരിയ ഒരു മട്ടുണ്ട് എന്ന്... നിന്റെ അമ്മ പറയുമ്പോലെ എന്നെ "കഴുതയെന്നു വിളിച്ചോളൂ. അതും പറഞ്ഞ് അവൾ ഉറക്കെ പൊട്ടിച്ചിരിച്ചു.

"അല്ല, എന്നെയാണ് കഴുതയെന്ന് വിളിക്കേണ്ടത്... "മനസ്സു പറഞ്ഞത് ഞാൻ പുറത്തുകൊണ്ടുവന്നില്ല. ഒരു പൊതി ബദാമെടുത്ത് ഞാൻ ഒരു വലസഞ്ചിയിൽവെച്ച് മുറുകെ കെട്ടി.

തന്റെ കൈയിലെ സഞ്ചിയിൽ നാട ചുറ്റിക്കെട്ടിക്കൊണ്ട് നീന പുറത്തേക്ക് നോക്കി. അവളുടെ ചുണ്ടിൽ അപ്പോൾ ചിരിയുണ്ടായിരുന്നില്ല. ഞങ്ങൾ ഇരുന്നിരുന്നിടത്തുനിന്നും ജനൽപ്പടിയിലെ സ്വീറ്റ് പീ ചെടികൾ കാണാമായിരുന്നില്ല. "അമ്മയെപ്പറ്റി പറയുമ്പോൾ..." നീനയുടെ സ്വരത്തിൽ പെട്ടെന്നൊരു ഗൗരവം... "ആലീസ് ജൂപ്പിനോടൊപ്പം പോയി കഴിഞ്ഞാൽ... അമ്മയുടെ കാര്യം... നീ ആലോചിച്ചിട്ടുണ്ടോ?"

ഞാൻ ജനാലയിലൂടെ പുറത്തേക്ക് നോക്കി. കഴിഞ്ഞ ഏതാനും ആഴ്ചകളായി ആ കാര്യം ചിന്തിക്കാതിരിക്കാൻ ഞാൻ മനഃപൂർവ്വം ശ്രമിക്കുകയായിരുന്നു. ആലീസ് പോയിക്കഴിഞ്ഞാൽ അമ്മ... "എനിക്കറിയില്ല..." ബദാം സഞ്ചിയുടെ റിബ്ബൺ ഞാൻ ഭംഗിയിൽ കെട്ടിവെച്ചു.

നീന അവളുടെ കൈയിലിരുന്ന സഞ്ചി തട്ടത്തിലേക്ക് വെച്ചു.

"നീ അതിനെക്കുറിച്ച് അമ്മയോട് സംസാരിച്ചിട്ടില്ല എന്നാണോ?"

"ഇല്ല..." ഒരു സമ്മാനസഞ്ചി ഞാൻ പൊതി കെട്ടിയെടുത്തു.

അവൾ ചാഞ്ഞിരുന്ന് സ്വീറ്റ് പീ ചെടികളെ നോക്കി. "കല്യാണം കഴിയട്ടെ. എന്നിട്ടാവാം അല്ലേ?"

ബദാം സഞ്ചികൾ നിറച്ചുവെച്ചിരിക്കുന്ന തട്ടത്തിലേക്ക് ഞാൻ നോക്കി. വിവാഹവിരുന്നിനുവരുന്ന അതിഥികൾക്കായുള്ള സമ്മാനപ്പൊതികൾ... "അതേ.. കല്യാണം കഴിയട്ടെ." ഞാനും പറഞ്ഞു.

അൻപത്

ആലീസിന്റേയും ജൂപ്പിന്റേയും വിവാഹം കഴിഞ്ഞ് ഏതാനും ദിവസങ്ങളായിരുന്നു. അവർ രണ്ടുപേരും ഹോളണ്ടിലേക്ക് പോയിക്കഴിഞ്ഞിരുന്നു.

ഞങ്ങൾ വിമാനത്താവളത്തിൽ പോയി അവരെ യാത്രയാക്കി. ജൂപ് എന്റെ കവിളിൽ ചുംബിച്ചുകൊണ്ട് പറഞ്ഞു. "ക്ലാരീസ് നിങ്ങൾ ഞങ്ങൾക്കുവേണ്ടി എത്ര ബുദ്ധിമുട്ടി, എല്ലാറ്റിനും നന്ദി. ഞാനെപ്പോഴും ആലീസിനെ സന്തോഷിപ്പിക്കും. എന്റെ അമ്മയും അമ്മായിയും അതു തന്നെയാണ് എന്നോട് പറഞ്ഞിരിക്കുന്നത്." വിവാഹദിവസം വധുവിന് ഏറ്റവും വലിയ പൂച്ചെണ്ടയച്ചത്, ജൂപ്പിന്റെ അമ്മയും അമ്മായിയുമായിരുന്നു. ചുകപ്പും വെള്ളയുമായ ഡച്ച് ടുലിപ്പുകൾ. അർതൂഷ് അതിശയത്തോടെ പറഞ്ഞു, "നിങ്ങളുടെ കൊച്ചുഗ്രാമത്തിൽനിന്നും ഈ അബ്ദാനിലേക്ക് അവർ എങ്ങനെ ഇതെത്തിച്ചു?"

ഞാൻ മുറ്റത്തെ ഊഞ്ഞാലിൽ നീനയോടൊപ്പം ഇരിക്കുകയായിരുന്നു. മുൻവശത്തെ ഗേറ്റിനരികിൽനിന്ന് അർമേൻ അവന്റെ സൈക്കിളിൽ എന്തോ പണികളെടുത്തിരുന്നു. സോഫിയും എന്റെ പെൺകുട്ടികളും അപ്പുറത്ത് ഒളിച്ചുകളിച്ചിരുന്നു.

"അത് ആരായിരിക്കും?" സോഫി ചോദിച്ചു. ആരാണ് കണ്ണുപൊത്തി നില്ക്കേണ്ടത് എന്നാണ് ചോദ്യം.

"നമുക്ക് നറുക്കെടുക്കാം."

മൂന്നുപേരും ഒരു വട്ടമായിനിന്നു. സോഫി മൂന്നുപേരുടേയും നെഞ്ചിൽ ഊഴമിട്ട് തട്ടിക്കൊണ്ടു പാടി. "ഈ നി... മീനീ... മിന്നി... മോ... കാച്ച് എ ടൈഗർ..."

കുട്ടികളുടെ വായ്ത്താരി കേട്ട് നീന പറഞ്ഞു "എന്താണാവോ ഇതിന്റെ അർത്ഥം? പാട്ടുപാടിക്കൊണ്ടുള്ള എണ്ണൽ പ്രാസമൊപ്പിച്ച്..."

നീന അടുക്കളയിലേക്ക് കൈ കാണിച്ചു. "അപ്പോൾ നീ ആ കാര്യം അമ്മയുമായി സംസാരിച്ചു. അല്ലേ?"

അടുക്കളയിൽ നില്ക്കുന്ന അമ്മയുടെ വെള്ള മുടി ജനലയ്ക്കിടയിലൂടെ നല്ലവണ്ണം കാണാമായിരുന്നു.

"ഉവ്വ്..."

പെൺകുട്ടികൾ പുറകുവശത്തെ മുറ്റത്തേക്കോടിപ്പോയി. നീന തറയിൽ കാല് അമർത്തി ഊന്നി ഊഞ്ഞാൽ ആട്ടി. ഊഞ്ഞാൽ ശക്തിയായി പിന്നോക്കം പോയി. "അർതൂഷിന് പരാതിയൊന്നും ഉണ്ടായില്ലേ?"

ഞാൻ മൂന്നാമത്തെ അലങ്കാര മരത്തിലേക്ക് നോക്കി. എന്തെല്ലാം പേരുകളാണിതിന്. ജൂദാസ്, ആഷ്, പേർഷ്യൻ ടർപെൻടൈൻ. കുറച്ചു കാലത്തേക്ക് കുട്ടികൾ അതിന് പേരിട്ടിരുന്നില്ല. വെട്ടുകിളിയുടെ ആക്രമണത്തിൽ തീരെ നശിച്ചുപോയിരുന്നു. പിന്നീട് വീണ്ടും തളിർത്തു... ഇപ്പോൾ നന്നായി പച്ചനിറഞ്ഞുനില്ക്കുന്നു. മാത്രമല്ല അർമീനെയുടേയും അർസീനെയുടേയും മരങ്ങളേക്കാൾ കൂടുതലായി അതാണ് പൂത്തുലഞ്ഞുനില്ക്കുന്നത്.

കാല് നിലത്തൂന്നി ഞാൻ ആഞ്ഞു തള്ളി. ഊഞ്ഞാൽപ്പടി ഒന്നിളകി. ഞാൻ പറഞ്ഞു: "അർതൂഷ് പരാതി പറഞ്ഞില്ല എന്നു മാത്രമല്ല, അത് നിർദേശിച്ചതുതന്നെ അദ്ദേഹമായിരുന്നു."

"ആണോ? നീ കളി പറയുകയല്ലല്ലോ!" അവൾക്ക് വിശ്വസിക്കാനായില്ല. നീന എന്റെ വശത്തേക്ക് ചാഞ്ഞു.

ആലീസിന്റെ വിവാഹത്തിന്റെ തലേദിവസം, അർതൂഷ് കാലുറകൾ ഊരി ഹാങ്ങറിൽ തൂക്കിയിടുകയായിരുന്നു. ആലീസ് പോയിക്കഴിഞ്ഞാൽ അമ്മ തനിയെ എന്തുചെയ്യും? അർതൂഷിന്റെ മുമ്പിൽ വിഷയം അവതരിപ്പിക്കാൻ ഞാൻ സ്വയം തയ്യാറെടുക്കുകയായിരുന്നു. "അപ്പോൾ അമ്മ നമ്മുടെ വീട്ടിലേക്ക് എന്നാണ് മാറുന്നത്?" ഒരു മുഖവുരയും കൂടാതെ അദ്ദേഹം പൊടുന്നനെ ചോദിച്ചു.

നീനക്ക് ചിരിയടക്കാനായില്ല. "നിന്റെ ഈ ഭർത്താവ്... ഒരെത്തും പിടിയും കിട്ടാത്ത പ്രകൃതം തന്നെ. അർതൂഷിനെ ഒരു തരിപോലും എനിക്ക് മനസ്സിലാക്കാൻ സാധിച്ചിട്ടില്ല. ഒരു നിമിഷം ഗൗരവം.. അടുത്ത നിമിഷം ഞണ്ടിന്റെ ദേഷ്യം... അതുകഴിഞ്ഞാൽ അങ്ങേയറ്റം അലിവ്...

ഗാർനിക് പടിക്കൽ വന്നുനിന്ന് ഹോണടിച്ചു. നീന പെട്ടെന്ന് അവളുടെ മനസ്സിലുള്ളത് പറഞ്ഞുതീർത്തു. "നിന്റെ അമ്മയെപോലെ, നിസ്സാര കാര്യങ്ങൾക്കുപോലും ബഹളംവെക്കുകയും, ശാഠ്യം പിടിക്കുകയും ചെയ്യുന്ന ഒരാളോടൊപ്പം... ദൈവം തന്നെ കാക്കട്ടെ!"

"സോഫി വേഗം വരൂ" അവൾ ഉറക്കെ മകളെ വിളിച്ചു. "ദാ നിന്റെ അച്ഛൻ വന്നു". നീന ഊഞ്ഞാലിൽനിന്നിറങ്ങി ബുദ്ധിമുട്ടി രണ്ടടിവെച്ചു... "ഓ... എന്റെ കാലാകെ മരവിച്ചു. "അവൾ അവിടെനിന്നുതന്നെ അടുക്കള ജനലയിലേക്ക് നോക്കി കൈവീശി. "ഗുഡ് ബൈ... മിസ്സിസ് വോസ്കാനിയൻ" അമ്മയോട് യാത്ര പറഞ്ഞതിനുശേഷം അവൾ എന്റെ നേരെ

തിരിഞ്ഞു. "ഇത്തിരി സ്വൈര്യം കെടുത്തലും ലേശം പരാതി പറച്ചിലും... അതൊന്നും കാര്യമാക്കേണ്ടതില്ല. അല്ലേ?"

അവളുടെ കൂടെ ഞാനും പടിക്കലേക്ക് നടന്നു. എന്റെ മനസ്സ് ചോദിച്ചു... അവൾ പറഞ്ഞത് ഇത്തിരി എന്തോ ഒത്തിരി എന്നോ?"

അമ്മ അടുക്കള ജനലയിലൂടെ തല പുറത്തേക്കിട്ടു. "നീനാ, നീ എങ്ങോട്ടാണ് പോകുന്നത്? അത്താഴം കഴിച്ചിട്ടുപോകാം. ഞാൻ ചുകന്ന പുലാവ് ഉണ്ടാക്കിയിട്ടുണ്ട്."

അർസീനെയും അർമീനെയും സോഫിയും പുറകിലെ മുറ്റത്തുനിന്ന് ഓടിവന്നു. മൂന്നുപേരും വിയർത്തുകുളിച്ചിരിക്കുന്നു. ഞങ്ങളുടെ മുമ്പിൽ നിന്ന് അവർ ചാടിത്തുള്ളാൻ തുടങ്ങി. എന്റെ മക്കൾ അപേക്ഷിച്ചു, "സോഫിയെ കൊണ്ടുപോകേണ്ട..."

"എനിക്ക് ചുകന്ന പുലാവ് വലിയ ഇഷ്ടമാണ്..." സോഫി കൊതിയോടെ അവളുടെ അമ്മയുടെ നേരെ നോക്കി.

നീന ആദ്യം കുട്ടികളെ നോക്കി, പിന്നെ എന്നേയും.

"സാരല്യാ... അവൾ ഇവിടെ നില്ക്കട്ടെ." ഞാൻ പറഞ്ഞു. "ഏതായാലും നീ സാമാനങ്ങൾ വാങ്ങാൻ ഇറങ്ങിയതല്ലേ... അതു നടക്കട്ടെ."

നീന കുട്ടികളുടെ നേരെ നോക്കി ചിരിച്ചു, "എപ്പോഴും കിടന്നു പിടയുന്ന മൂന്നു ഞാഞ്ഞൂലുകൾ. നിങ്ങളെക്കൊണ്ട് ഞാൻ തോറ്റു. കഴിഞ്ഞ രണ്ടു രാത്രിയും നിങ്ങൾ ഒരുമിച്ചായിരുന്നില്ലേ? എന്നിട്ടും മതിയായില്ലെന്നാണോ?"

അവൾ അമ്മയുടെ നേരെ തിരിഞ്ഞു. "ടെഹ്റാനിലേക്ക് കൊണ്ടുപോകാനായി കുറേ അധികം സാധനങ്ങൾ വാങ്ങാനുണ്ട്. നിങ്ങളുടെ ചുകന്ന പുലാവ്, ഒന്നാന്തരമാണെന്നറിയാം... എന്നാലും" ശരിയായിരുന്നു, അമ്മയുടെ ഇസ്താംബുലി പുലാവ്... അതിനെ അർമേനിയക്കാർ ചുകന്ന പിലാഫ് എന്നാണ് പറയുക, ഏറ്റവും മേത്തരമായിരുന്നു. കിടയറ്റത് എന്നു തന്നെ പറയാം.

ഞാൻ പടിക്കൽനിന്ന് ഗാർനിക്കിന് കൈവീശി. അർമേൻ അപ്പോഴും അവന്റെ സൈക്കിളിന്റെ പിന്നാലെയായിരുന്നു. "എന്താ, ഇനിയും നേരെയാക്കി കഴിഞ്ഞില്ലേ?" ഞാൻ തിരക്കി.

അവൻ മടുപ്പോടെ തലയാട്ടി. "ശിലായുഗത്തിലെ സൈക്കിളാണ്... അത്ര വേഗമൊന്നും നേരെയാക്കാനാവില്ല."

അവന്റെ മുടിയാകെ നെറ്റിയിലേക്ക് പാറിവീണിരുന്നു.

"നീ പറയുന്നത്... കഴിഞ്ഞ വർഷമാണ് ശിലായുഗം എന്നാണോ?" ഞാനും അതിൽ കയറിപ്പിടിച്ചു.

അവൻ എന്റെ നേരെ തല ഉയർത്തി ചിരിച്ചു. "അതെ, കഴിഞ്ഞ വർഷം ശിലായുഗമായിരുന്നു."

ഞാൻ മുറ്റത്തുകൂടെ തിരിച്ചുനടന്നു. വീട്ടിനകത്തുനിന്ന് അർമീനെയും അർസീനെയും ഓടിവന്നു. അർമീനെയുടെ കൈയിൽ ഒരു പുസ്തകം. "അമ്മേ, ഇതിന്റെ അവസാനഭാഗം ഞങ്ങൾക്കൊന്ന് വായിച്ചുതരൂ,"

"വായിച്ചുതരാമെന്ന് അമ്മ വാക്കു പറഞ്ഞിട്ടുള്ളതാണ്" അർസീനെ എന്നെ ഓർമ്മപ്പെടുത്തി.

"ശരിയാണ്" സോഫിയും അവരുടെ പക്ഷം ചേർന്നു. "ഇന്നലെ അമ്മായി വാക്കുതന്നിരുന്നു... ഒരു സ്ത്രീയും അവളുടെ വാക്കും" അവൾ ഗൗരവത്തോടെ പറഞ്ഞതുകേട്ട് എല്ലാവർക്കും ചിരി പൊട്ടി. ഞങ്ങൾ നാലുപേരും ഊഞ്ഞാൽപ്പടിയിൽ തിക്കിതിരക്കിയിരുന്നു.

"ലിറ്റിൽ ലോഡ് ഫോൺട് ലിറോയുടെ" അവസാനത്തെ ഭാഗവും വായിച്ചുതീർത്ത് ഞാൻ പുസ്തകം മടക്കിവെച്ചു. സോഫി നെടുവീർപ്പിട്ടു കൊണ്ടുപറഞ്ഞു, "പാവം കുട്ടി....!"

"എന്തിനാ പാവം എന്നു പറഞ്ഞത്?" അർസീനെ ചോദിച്ചു.

"എന്തായാലും അവസാനം എല്ലാം നന്നായി വന്നില്ലേ, അവന്റെ കാര്യ ത്തിൽ!" അതായിരുന്നു അർമീനെയുടെ ന്യായം.

"അതു ശരിയാണ്." സോഫി സമ്മതിച്ചു. "എന്നാലും തുടക്കത്തിൽ അവൻ എന്തെല്ലാം സങ്കടങ്ങൾ സഹിച്ചു.

ഇടനാഴിയിൽ ഫോൺ മണിയടിച്ചു. പെൺകുട്ടികൾ മൂന്നുപേരും അർമേന്റെ നേരെ നോക്കി. മണിയടിക്കുന്നത് അവൻ കേട്ടിട്ടില്ല എന്ന വർക്ക് മനസ്സിലായി. അർമീനെ ചാടിയെഴുന്നേറ്റ് അകത്തേക്കോടി. സോഫിയും പിന്നാലെ ഓടി. "നില്ക്ക്, ഞാനും വരുന്നു" അർസീനെ മാത്രം പുസ്തകത്തിന്റെ പുറംചട്ടയിലേക്ക് നോക്കിയിരുന്നു. "എല്ലാ കഥ കളും ഇതുപോലെ സന്തോഷമായി അവസാനിച്ചെങ്കിൽ!" വളരെ നിഷ്കളങ്കമായി അവൾ പറഞ്ഞു.

ഉമ്മറ വാതില്ക്കൽ നിന്ന് അർമീനെ വിളിച്ചുപറഞ്ഞു, "അർമേൻ... നിനക്ക് ഫോൺ... ജാസ്മിനാണ്." അർമേൻ സൈക്കിൾ താഴെയിട്ടു. നടപ്പാതയിലൂടെ ധൃതിയിലോടി... വാതിൽ കടന്ന് മറന്നു.

"ജാസ്മിൻ... അതാരാ?" ഞാൻ അർസീനെയോടു ചോദിച്ചു.

അർസീനെ പാദം തറയിൽ അമർത്തിയുന്തി ഊഞ്ഞാൽ പിന്നോക്കം തള്ളി. അവൾ എന്റെ മുഖത്തുനോക്കി ചിരിച്ചു.

"അമ്മയ്ക്ക് ജാസ്മീനേ ഓർമ്മയില്ലേ? നാടകത്തിലെ സിൻഡ്രല!" അവൾ ഊഞ്ഞാലിൽനിന്നും ചാടിയിറങ്ങി. പുസ്തകവുമെടുത്ത് അർമീനെയുടെയും സോഫിയുടെയും പിന്നാലെ പോയി. അവർ ഉമ്മറ വാതിലിൽനിന്ന് അവളെ കൈകാട്ടി വിളിക്കുന്നുണ്ടായിരുന്നു.

അമ്മ ഇടനാഴിയിൽ നിന്നും കുട്ടികളോടു ദേഷ്യപ്പെടുന്നതുകേട്ടു. "വീണ്ടും വീട്ടിനകത്തു കിടന്നോടുകയാണോ...? ചളി പിടിച്ച ഷൂസുമിട്ട്"

പുറത്തുനിന്ന് ഞാൻ കണ്ടു... ഉമ്മറത്തെ വാതിലിനപ്പുറം അമ്മ... എത്ര മെലിഞ്ഞതാണാരൂപം... പാടെ നരച്ച മുടി. നിലം അടിച്ചുവാരുകയാണ്. ഇതെത്രാമത്തെ തവണയാണ്...

അമ്മ വീട്ടിലുണ്ടെങ്കിൽ അത് വലിയൊരു സഹായം തന്നെയാണ്. വളരെ വലിയ സഹായം... പക്ഷേ...

അമ്മ ഉമ്മറവാതിൽ തുറന്ന് പുറത്തുവന്നു. ഇടനാഴിയിലിടുന്ന പേർഷ്യൻ പരവതാനി കൈകൊണ്ട് നന്നായി കുടഞ്ഞ് മണ്ണും പൊടിയും കളഞ്ഞു.

എവിടെനിന്നോ ഒരു ഇളംകാറ്റ് വീശാൻ തുടങ്ങി. സാധാരണയായി ഈ കാലത്ത് അബ്ദാനിൽ പതിവില്ലാത്തതാണ്. ഞാൻ വീണ്ടും കാല് നിലത്തൂന്നി ഊഞ്ഞാൽ പുറകോട്ടു തള്ളി. വേനലവധി അടുത്തു. ടെഹ്റാനിലേക്ക് പോകാനുള്ള സമയമായി. ഞാൻ വെറുതെ ആലോചിച്ചു... ഉടുപ്പുകൾ ഏതെല്ലാം കൊണ്ടുപോകണം? ആർക്കെല്ലാം എന്തെല്ലാം സമ്മാനങ്ങൾ വാങ്ങണം? ഒരു പൂമ്പാറ്റ എന്റെ മുഖം തൊട്ടു തൊട്ടില്ല എന്ന മട്ടിൽ പാറിപ്പോയി. തവിട്ടുനിറത്തിൽ പുള്ളികളുള്ള ഒരു വെള്ള പൂമ്പാറ്റ. ഞാൻ അതിന്റെ ഭംഗി നോക്കി രസിച്ചിരിക്കേ അതാ വരുന്നു വേറൊന്ന്... പിന്നെ വേറൊന്ന്... ഇനിയുമൊന്ന്. അങ്ങനെ ഏഴോ എട്ടോ ഒന്നിച്ചു പാറി വന്ന് ചുകന്ന റോസാച്ചെടിയിൽ ഇരുപ്പുറപ്പിച്ചു.

"ചിത്രശലഭങ്ങളും ദേശാന്തരം നടത്തും" അയാൾ ഒരിക്കൽ പറയുകയുണ്ടായി.

ഞാൻ മാനത്തേക്ക് നോക്കി. തെളിഞ്ഞ നീല... ഒരു തുണ്ട് മേഘം പോലുമില്ല.

www.ingramcontent.com/pod-product-compliance
Lightning Source LLC
LaVergne TN
LVHW060209051026
849517LV00005B/1343
* 9 7 8 9 3 8 7 3 5 7 4 1 9 *